பீரங்கிப் பாடல்கள்

பீரங்கிப் பாடல்கள்

மலையாளம்:

என்.எஸ். மாதவன்

மொழியாக்கம்:

இரா. முருகன்

எழுத்து பிரசுரம்

Title: Beerangi Paadalgal
Author's Name: N.S. Madhavan

Published by Ezutthu Prachuram

Ezutthu Prachuram
(An imprint of Zero Degree Publishing)
No. 55(7), R Block, 6th Avenue,
Anna Nagar,
Chennai - 600 040

Website: www.zerodegreepublishing.com
E Mail id: zerodegreepublishing@gmail.com
Phone: 89250 61999

Ezutthu Prachuram First Edition: July 2023
ISBN: 978-93-90053-53-7
TITLE NO EP: 445

Illustrations: Bony Thomas
Layout & Cover Design: Vijayan, Creative Studio

பொருளடக்கம்

1. ஆதி 7

2. தர்ப்பூசணி வருடங்கள் 81

3. கடல் நோய் 181

4. மறு உயிர்ப்பு 261

5. உடல் 303

6. பாபுல் மோரா 359

7. ஒமேகா 401

பின்னிணைப்பு - சொற்பொருள் விளக்கம் 470

என்.எஸ்.மாதவன்: ஒரு நேர்காணல்
- இரா.முருகன் 474

1. ஆதி

அம்மை குத்துகிற பதினெட்டுப் பேர் எரணாகுளத்திலிருந்து, வேம்பநாட்டுக் காயல் கடந்து தீவுகளுக்கு வந்து, குழந்தைகளைப் பிடித்து அம்மை குத்திய நாளில் நான் பிறந்தேன். 24 ஏப்ரல் 1951. அம்மை குத்துகிறவர்கள் ஏறிய மச்சுவா படகுகளின் கூட்டம் அக்கரையில் புறப்பட்டபோதே தீவு வாசிகளின் வீட்டுக் கதவுகள் அடைக்கப்பட்டன. தாய்ப்பால் குடிக்கும் சிசுக்கள், ஏதோ புரிந்ததுபோல, உதடுகளை இறுக அடைத்துக் கொண்டன. அப்படியான ஒரு நிசப்தத்தில் நான் பிறந்தேன்.

மக்கள் தொகை கணக்கெடுப்பவர்கள் அம்மை குத்துகிறவர் களுக்கு முன்பே தீவுகளுக்கு வந்திருந்தார்கள். சாக்பீஸால் எல்லா வீடுகளுக்கும் அடையாள இலக்கம் எழுதியிருந்தார்கள் அவர்கள்.

1951 பிப்ரவரியில் இப்படி மக்கள் தொகை கணக்கெடுப்பவர்கள் தலை எண்ணிக் கணக்கெடுத்தது அவர்களுக்கு அடுத்து வரப் போகிற அம்மை குத்துகிறவர்களுக்கு துப்பு கொடுக்கத்தான் என்று பயந்து பலரும் ஒளிந்துகொண்டார்கள். அதனால் தீவுகளில் வசித்த சிலருடைய வீடுகள் கணக்கெடுப்பில் இருந்து விட்டுப் போயின.

1951, ஜீவித நௌகா என்ற மலையாள சினிமா வெளியான ஆண்டு. வாழ்க்கைப் படகு என்ற அர்த்தம் வரும் பெயருள்ள

அந்த சினிமா, நான் பிறக்க சில மாதங்களுக்கு முன் எரணாகுளம் லட்சுமணன் டாக்கீஸில் திரையிடப்பட்டது. என் அம்மாவுக்குப் பிரசவ வேதனை வரும் நாள்வரை அது அங்கே ஓடிக்கொண்டிருந்தது. திருவிழாக் காலங்களில் பல வருஷங்களுக்கு ஜீவித நௌகா வளையல்கள் விற்கப் பட்டன. கல்யாணத்துக்காகத் தைத்த ரவிக்கைகளுக்கு ஜீவித நௌகா சினிமா கதாநாயகி படத்தில் அணிந்து வந்தது போல, தோள்பட்டைப் பக்கம் புஸ்ஸென்று உப்பலாக பஃப் கை வைக்கப்பட்டது. சிறுவயதில் நான் பாடி நடந்தது இப்படித்தான் –

> ஜீவிதநௌகா பார்க்கணும் என்றால்
> காசெடு காசெடு நாலணா

ஜீவித நௌகாவுக்கு முந்தைய திரைப்படங்கள் புராணக் கதைகளும் சரித்திரக் கதைகளுமாக வந்தவை. அந்தக் கதைகள் எல்லோருக்கும் ஏற்கனவே தெரிந்திருந்தன. அவற்றை சினிமாவில் சொல்கிற விதத்துக்குத்தான் முக்கியத்துவம் தரப்பட்டது. தெரிந்த கதையில் சுவாரசியம் உண்டாக்குவது சிரமமான காரியம்தான், லட்சுமணன் டாக்கீஸ் பழைய ப்ரொஜக்டரில் ஜீவித நௌகா புதுப் படத்தின் பிலிம் சுருள்கள் சுழன்றபோது திரையில் புதுக் கதை உயிர் பெற்றது. எதிர்பாராத திருப்பங்கள் கொண்ட கதைப் போக்கு பிறந்தது.

கதை மாறிப் போச்சு என்று முதலில் புரிந்துகொண்டவர்கள் மலையாளத்தில் சினிமா நோட்டீஸ் விளம்பரம் எழுதியவர்கள் தான். அவர்கள் எழுதினார்கள்:

நல்லவனான சோமனின் (திக்குரிசி சுகுமாரன் நாயர்) சொத்தை அபகரிக்க அவனுடைய அண்ணன் மனைவி ஜானு (பங்கஜவல்லி) திட்டமிடுகிறாள். அதற்காக, தன் உறவுக்காரப் பெண்ணாகிய சரளாவை சோமன் கல்யாணம் செய்துகொள்ள வைக்கத் தீர்மானிக்கிறாள். ஆனால், சோமன் தாழ்ந்த ஜாதியில் பிறந்த லட்சுமியை (பி.எஸ்.சரோஜா) உயிருக்கு உயிராக நேசிக்கிறான். அவர்கள் திருமணம் செய்துகொள்கிறார்கள். ஜானுவின் கொடுமை தாங்காமல் சோமன் புது மனைவியோடு

வீட்டை விட்டு வெளியேறுகிறான். அவர்கள் லட்சுமியின் சிறிய குடிசையில் வசிக்கத் தொடங்குகிறார்கள். அவர்களுடைய ஜீவித நௌகா - வாழ்க்கைப் படகு - வாழ்வெனும் பெருங் கடலில் அமைதியாக மிதந்துகொண்டிருக்கும்போது சோமன் ஒரு கார் விபத்தில் அடிபடுகிறான்.

சினிமா நோட்டீஸ் எழுதுகிறவர்கள் கதைக்கு மேலும் மெருகூட்டுகிறார்கள். கதைத் திருப்பங்களைக் கோடி காட்டும் வண்ணம், இதயத்தைப் படபடக்க வைத்து அவர்கள் எழுதுகிறார்கள் - மீதி வெள்ளித் திரையில் காண்க.

நான் எழுதுவதெல்லாம் நான் பார்த்தும், கேட்டும் அறிந்து கொண்டது. சும்மா சொன்னேன். இதில் சிலது என் சொந்தக் கட்டுக் கதை. விளையாட நிறைய பொம்மைகள் என் குழந்தைப் பருவத்தில் கிடைக்கவில்லை, எனவே பொழுதுபோக்கிற்காக எனக்கு நானே கதை கட்டிச் சொல்லிக்கொள்வேன்.

ஒரு முத்தம் . கன்னத்தில் இல்லை. எப்போதும் கொஞ்சம் திறந்தபடி இருக்கும் அம்மாவின் உதடுகளில் தான் தருவேன். அப்புறம் நான் கேட்பேன் -

அம்மா, ஒரு கதை சொல்லு.

காதில் விழாத மாதிரி அம்மா இருப்பாள். சினிமா நோட்டீஸ் எழுதுகிறவர்களைப் போல ஆவலைத் தூண்ட அம்மாவுக்கும் தெரிந்திருந்தது. இருந்தாலும் அம்மா முகத்தில் கபடமில்லாத ஒரு புன்சிரிப்பு மின்னியது. மறுபடி சற்றே உப்புக் கரிக்கும் அம்மாவின் உதடுகளில் நான் முத்தமிடுவேன். திரும்ப அணைத்துக்கொள்வேன். அம்மா கேட்பாள் -

இந்தக் குழந்தைக்குக் கிறுக்கா என்ன?

அம்மா, சொல்லு. ஒரு கதை சொல்லு.

எங்கள் தீவு, அதாவது லந்தன்பத்தேரி புதிதாக ஏற்படுத்தப் பட்டது. மண் இன்னும் உறைந்து படியவில்லை. கொஞ்சம் தோண்டினால் துண்டு துணுக்காகக் கிளிஞ்சல்களும், அவ்வளவு பழமையானவை என்று சொல்ல முடியாத சிப்பிகளும்

நத்தையோடுகளும் கிடைக்கும். அதற்கும் கீழே தோண்டினால் உப்பு நீரும் கடல் மண்ணும் கிட்டும். அதைவிட ஆழமாகத் தோண்டிப் பார்க்க யாரும் முயன்றதில்லை. ரோமானியத் தங்கக் காசு நிறைந்த, ஆப்பிரிக்க அடிமைகளின் பிரேதங்கள் காத்து நிற்கும் பெட்டிகள், பட்டுப் பதாகைகளிலிருந்து ஊர்ந்து இறங்கும் யாளிக் குட்டிகள், சிலுவை யுத்தகாலக் குருமார்களின் விருந்து மேசையில் இருந்த சீனக் கண்ணாடிப் பாத்திரங்கள், டச்சுக்காரர்கள் தீவைத்துக் கொளுத்திய மாதாக்கோவில்களின் பலி பீடங்கள், இப்படிப் பலவும், முயன்றால் கிடைக்கத் தொடங்கும். வரலாறு, எங்கள் தீவுக்கு முக்கிய இறக்குமதியாக இருந்தது. நான்கு திசையிலும் நீரால் சூழப்பட்டிருந்ததால் வெளியேற முடியாமல் அந்த வரலாறு தீவிரமாக அடர்ந்து வளர்ந்தது. அதன் தீவிரத்தைச் சமனப்படுத்த கதைகள் தேவைப்பட்டன.

என் அடுத்த முத்தம் நீண்டு போகும். என்னைப் புறந்தள்ளியபடி அம்மா சொல்வாள்: "போடி குட்டி."

"ஏதாச்சும் ஒரு கதை" நான் கேட்பேன். கதை இல்லாவிட்டால் பொறுமை இழந்துபோவேன். கண்ணில் கண்ணீர் துளும்பும் என்னை அம்மா அரவணைத்துக் கொண்டு கேட்பாள், "குட்டி, நீ கேக்கற நேரமெல்லாம் புதுசு புதுசா கதை ரிலீஸ் பண்ண நான் என்ன மேனகா டாக்கீஸா?"

நான் அம்மாவின் மடியில் இருப்பேன். என் சிகையை விரலால் நீவிக்கொண்டு அம்மா சினிமாக் கதை சொல்லத் தொடங்குவாள்: "எக்கச் சக்கமா பணம் வச்சிருக்கற ஒரு முதலாளியோட மகள் தான் மிஸ் குமாரி."

"அப்போ, சத்யன் ஏழைதானே?" நான் கேட்பேன்.

"இந்தக் கதையை ஏற்கனவே உனக்குச் சொல்லிட்டேனா?"

"ஆம்."

"அப்படின்னா போ" அம்மா என்னை மடியில் இருந்து தள்ளுவாள். நான் எழுந்திருக்காமல், அலாவுதீனும் அற்புத விளக்கும் கதையில் அலாவுதீன் விளக்கைத் தேய்ப்பது போல்

அம்மாவின் கழுத்தில் சிவந்து இருக்கும் மருவை நெருடிக் கொண்டிருப்பேன். கொஞ்ச நேரம் கழித்து விளக்கைத் தேய்த்து வந்த பூதம் மாதிரி அம்மாவிடமிருந்து கதை வந்து கைகட்டி நிற்கும். லந்தன்பத்தேரியில் பல நேரமும் கதைகள் பிறந்து வந்தது இப்படித்தான் - ஸ்பரிசம் மூலமாக.

நான் பிறந்த தினத்தில் லந்தன்பத்தேரிக்குச் சுற்றுமுள்ள கடல், அலை குறைந்து சாந்தமாக இருந்தது. படகு கட்டும் மத்தேவுஸ் ஆசாரியின் இளம் மனைவி மட்டில்டாவின் வயிற்றில் சிசுவாக இருக்கும்போதே நான் சுற்றிலும் இருந்த பெருங்கடலை அறிந்திருந்தேன். முழுநிலாக் காலங்களில், தெற்கே வேம்பநாட்டுக் காயலில் வெள்ளம் உயரும்போது அம்மா வயிற்றின் உள்ளே நான் கிடந்த நீர் சுழித்துப் பொங்கும். மழைக் காலத்தில் பெரும் சத்தத்தோடு பெருகி வரும் பெரியாறு, லந்தன்பத்தேரிக்குக் கிழக்கிலும் மேற்கிலும் உள்ள சிற்றாறுகளில் செங்கல் நிற வெள்ளம் நிறைக்கும்போது என் அம்மாவின் கருப்பையிலும் மாதவிலக்கின் உதிரப் பெருக்குச் சிவப்போடு நீர் நிறையும்.

பர்மாஷெல்லுக்கும் கால்டெக்ஸுக்கும் சொந்தமான, மண்ணெண்ணெய் நிரம்பிய பிரம்மாண்டமான கறுப்பு நிறப் பரிசில்கள், சிவந்த கொடி பறக்க, காயலில் நிலை கொண்டிருக்கும். வெள்ளத்தில் அமைத்த தார்ச்சாலை போல கன்னங்கரேலென்று நீண்டு கிடக்கும் கப்பல் இடைகழி வழியே, நாணிக் கோணி நிற்கும் யுத்தக் கப்பல்களை கொச்சி துறைமுக நிர்வாக அலுவலகத்தின் இழுவைப் படகுகள் வெளிக் கடலுக்குக் கைபிடித்துக் கூட்டிப் போகும். மட்டாஞ்சேரி கப்பல்துறையில் வலுவான தாம்புக் கயிறால் கட்டியிருக்கும் வியாபாரக் கப்பல்கள் அவ்வப்போது சைரன் ஒலித்துக் கூவும். கிழக்கு எரணாகுளத்திலிருந்து டாட்டா கம்பெனியின் சைரன் அதற்கு எசப்பாட்டுப் பாடும். ஆலுவா உரக் கம்பெனிக்குப் பிரகாசமான கந்தகம் ஏற்றிப் போகும் படகுகளின் பக்கங்களில் டி.கே.பி என்று உரிமையாளரான டி.கே.பரீக்குட்டி பெயரின் முன்னெழுத்துகள் எழுதி இருக்கும். ஒன்றன்பின் ஒன்றாக

அவை வரிசையில் வர, ஒற்றை இயந்திரப் படகு இழுத்துப் போகும். இதை எல்லாம் அம்மாவின் வயிற்றில் நிறைந்த நீரும், அதில் மிதந்திருந்த நானும் அறிவோம். கோவில் திருவிழா நடக்கும் பரந்த சமவெளி போல அந்த நீர்ப் பரப்பு பெருகி வரும்போது, நான் உள்ளே இருந்து குட்டிக்கரணம் அடிப்பேன். எட்டாம் மாதத்தில்தான் நான் புவியீர்ப்பு விசைக்கு எதிராகச் சுதந்திரமாகச் செயல்பட முடியும் என்பதை அறிந்துகொண்டேன். அவ்வப்போது நான் இப்படிக் கரணம் அடிக்கும்போது அம்மா சொல்வாள்: "சும்மா இரு, குட்டி. எனக்கு வலிக்குது."

இரவு பதினொன்றரை மணிக்கு லந்தன்பத்தேரியில் பயம் தொடங்கும். வல்லார்பாடத்திலிருந்து வரும் கடைசிப் படகான கிங் ஆஃப் கிங்க்ஸ் லந்தன்பத்தேரியை நிலப் பிரதேசத்தில் இருந்து அகற்றி நிறுத்திக்கொண்டு எரணாகுளத்துக்குப் புறப்படுவதற்கான மணிச் சத்தம் கேட்கும். அப்பொழுது, நிராதரவான தனிமையின் தருணமான இரவில், பிசாசு ஏற்படுத்தும் தொல்லைகளான மரணம், கெட்ட கனவு இவற்றுக்குப் பயந்து, தீவு ஜனங்கள் உறக்கம் இன்றிப் படுக்கையில் புரண்டு படுத்தபடி கிடப்பார்கள். விடிகாலையில், காயலில் நங்கூரமிட்டு நிற்கும் மண் அகழும் கப்பலின் சுழன்று நகரும் கன்வேயர் பெல்ட்டில் இணைத்த வாளிகள் அலறிக்கொண்டு எழுந்து ஒலியெழுப்பத் தொடங்கும்போது லந்தன்பத்தேரி மறுபடியும் உயிர்த்தெழும். லேடி வெல்லிங்டன் என்ற பெயருள்ள மண் அகழும் கப்பல்தான் காயலின் வரலாற்றாசிரியன். காயலின் அடிப்பரப்பில் ஆழத் தோண்டி கொச்சியின் பழங்கதைகளை இந்தக் கப்பலின் ஆர்வம் மிகுந்த வாளிகள் மேலே கொண்டு வரும்.

தீவின் தனிமை பற்றி மட்டுமில்லை, அம்மாவின் எல்லா நினைப்புகளையும் நான் அறிந்திருந்தேன். அம்மா வயிற்றால் தான் நினைக்கிறாள் என்று கூட எனக்குத் தோன்றியது. இந்த நெருக்கம் என்னைப் பிரசவித்ததோடு முடியுமோ என்று என்னை விட அம்மாவுக்குப் பயம் இருந்தது. ஈஸ்டர் தினத்துக்கு முந்திய

விரத காலத்தில் நான் பிறக்க வேண்டி இருந்ததை அம்மா தள்ளிவைத்தாள். என் குழந்தைப் பருவத்தில் பல தடவை அம்மா சொன்னது இது: “எனக்கு மட்டும் முடிஞ்சிருந்தா உன்னைப் பெத்துப் போட்டிருக்கவே மாட்டேன் குட்டி. என் வயித்திலேயே நீ என்னோட ரெட்டைப் பிறவியா, எனக்குத் துணையா எப்பவும் இருந்திருக்கலாம்.”

நான் பிறந்த தினத்தில், லந்தன்பத்தேரியின் கிழக்கிலும், மேற்கிலும் ஓடும் சிற்றாறுகளில் தெளிந்த நீர் ஓடியது. தீவுக்காரர்களின் பேச்சுவழக்கில் அதை ‘தண்ணி மாறிடுச்சு’ என்பார்கள். பெரியாறு அதன் நீர்ப் பெருக்கில் கலந்த உப்பைக் கடலுக்கே திருப்பி அனுப்பும்போது இது நடக்கும். தொடர்ந்து வெள்ளத்தில் பெரும் இடப்பெயர்ச்சி உண்டாகும். சாத்தானின் அம்புமுனை போன்ற வாலோடு திரண்டிமீன் கூட்டங்கள் முதலில் சிற்றாற்றிலிருந்து புறப்பட்டுப் போகும். மேற்கோள் குறிகள் போல் சுருண்டிருக்கும் இறால்கள் நீர்ப்பரப்பில் நீண்ட வசனம் எழுதிப் போகும். அயிரை மீன், கணவாய் மீன், துறைமுகத்து முகப்பில் சீன வலைகளுக்குள் விழுந்து சாகும் சோம்பேறியான மடவை மீன்கள் எல்லாம் கிளம்பிப் போகும். சினை வைத்த கரிமீன்கள் மட்டும் தொலைவில் தண்ணீர்முக்கத்தில் இருந்து, நல்ல தண்ணீருக்குத் திரும்பும்.

வெள்ளப்போக்கு மடைமாறியதைக் கண்ட பையன்கள், பீரங்கி மைதானத்தில் வளர்ந்து நிற்கும் தூங்குமூஞ்சி மரங்களிலிருந்து சடசடவென்று புழையில் குதிக்கும் சத்தத்தைக் கேட்டேன். நான் கிடந்த நீரும் அமைதியாக இருந்தது. திடீரென்று அங்கே புயலடித்தது. அம்மாவின் குதிகாலில் புறப்பட்ட ஒரு நடுக்கம் என்னைச் சுற்றிச் சூழ்ந்து, கடந்து போனது. நாங்கள் இருவரும் ஒன்றே என்ற நிலை தகர்ந்தே ஆகவேண்டிய தருணத்தில் அம்மா ‘அம்மே’ என்று அலறினாள்.

இதே சமயம், எரணாகுளம் ஹஸூர் நீதிமன்றத்திற்கு முன், திருச்சூர் கலெக்டர் ராமகிருஷ்ணய்யா, திருவனந்தபுரம் - கொச்சி அரசுக்குச் சொந்தமான மோரிஸ் ஆக்ஸ்போர்ட் காரில் வந்திறங்கினார். கணையன்னூர் தாசில்தாரின் அறையில்

முப்பது சொச்சம் பேர் - அம்மை குத்துகிறவர்கள், காயத்துக்குக் கட்டுப் போடுகிறவர்கள், மருந்து கலக்கும் கம்பவுண்டர்கள், சானிடரி இன்ஸ்பெக்டர்கள், பப்ளிக் ஹெல்த் ஆபீசர் - எல்லோரும் கலெக்டருக்காகக் காத்திருந்தார்கள்.

மலையாளத்தில் சரளமாகப் பேச முடியாத தன் இயலாமையைக் கிருஷ்ணய்யா சத்தம் போட்டுப் பேசுவது மூலம் தவிர்க்கப் பார்த்தார்.

“ஃபோர்ட் கொச்சி ஆர்.டி.ஓ அவர்களே, கணையன்னூர் வட்ட தாசில்தாரே, எரணாகுளம் நகரசபை பப்ளிக் ஹெல்த் ஆபீசர் அவர்களே, மருந்து கலக்கும் அப்போதிகிரிகளே, அம்மை குத்துகிற உத்தியோகஸ்தர்களே, சகோதரர்களே.”

அப்போதுதான் அம்மை குத்துகிறவர்களில் ஒரு பெண்ணும் இருந்ததைக் கவனித்து அவர் தொடர்ந்தார்: “அம்மை குத்துகிற அம்மாவே, அம்மை குத்தும் தங்கச்சியே, எல்லோருக்கும் வணக்கம்.

“ஒரு நூற்றிருபத்தைஞ்சு வருடம் முன்பு, ஈஸ்ட் இந்தியா கம்பெனியின் திருவிதாங்கூருக்கும் கொச்சிக்குமான ஒரே ரெசிடெண்ட், அதாவது அரசாங்க அதிகாரி இருந்தார். அவர்தான் கர்னல் மன்றோ. மன்றோ துரை. அந்தக் காலத்தில், வைசூரிக் கிருமிகள்... வைசூரி அணுக்கள் காற்றில் எங்கும் நிறைந்தன.”

அப்பொழுது ராமகிருஷ்ணய்யாவின் குரல் சாதாரணமாகப் பேசுகிற சத்தத்துக்கு வந்திருந்தது. ”இன்று திருக்கொச்சி சமஸ்தான காற்றில் இருப்பது அந்த சைக்கிள் ஹேண்டில்பார் மீசைக்காரன். தோழர் ஸ்டாலின். ரஷ்யாவிலிருந்து டெஸ்பாட்ச் பண்ணுகிற கம்யூனிசத்தின் அணுக்கள் தான். போகப்போக திருவிதாங்கூரும் கொச்சியும் மதராஸ் பிரசிடென்சியிலே மலபார் ஜில்லாவும் தர்ப்பூசணிப் பழம் போல ஆகும். தர்ப்பூசணிப் பழம் பார்த்திருக்கீங்களா? வெளியே பச்சை. உள்ளே நல்ல செவப்பு. தர்ப்பூசணிதான் கொச்சி ராஜ்யம்.”

எல்லா சப்தத்துக்கும் ஒரு எழுத்து உருவாக்க முயலும் மலையாளத்தில் அவர் பேச முற்பட, அது சமயத்தில் தடம் புரண்டு மென்மையான தமிழாகி இருக்கும்:

“அப்போள் நான் எந்தாணு பறஞ்சு வந்நது? திருக்கொச்சிக்கு ரெசிடெண்ட் ஒருத்தர். கர்னல் மன்றோ. கொச்சியில் வைசூரி தொற்றுநோயாகப் பரவின காலம். அம்மை வந்தா அது மாரியம்மன் விளையாடறான்னு அர்த்தம். மாரியம்மன் காவடி எடுத்து ஆடறா. ஹரஹரோ ஹரஹரோ. அப்படிச் சொன்னா, வைசூரி போகுமா? போகாது. வைசூரியை ஒழிக்க மருந்து வேணும். நம்ம ரெசிடெண்ட் துரை கர்னல் மன்றோ, கொச்சி அரண்மனையில் ராஜாங்க வைத்தியர் ப்ரோவன் துரை கிட்டே சொன்னார்: “ப்ரோவா, அக்கரை சீமையிலிருந்து வைசூரி தைலம் கொண்டு வாங்கோ” ப்ரோவன் டாக்டருக்கு ஒரே சிரிப்பு. “கர்னலே, யாருக்காக வைசூரி தைலம் இங்கிலாந்திலே இருந்து வரவழைக்கணும்? மலையாளத்தானுங்க எல்லாம் பயந்தாங்குளிகள். எறும்பு கடிச்சால் கூட வாய்விட்டு அழுவாங்க. அம்மை குத்தினா பொறுத்துப்பாங்களா? குத்தினா வலிக்குமேன்னு பயந்து இந்தப் பைத்தியங்களெல்லாரும் ஓடிப் போக மாட்டாங்களா?” அப்போத்தான் கேட்டது அனந்தபுரம் அரண்மனையில் ஒரு ஃபீமேல் வாய்ஸ். ஒரு பெண்குரல். ராணி சேது பார்வதி பாய் குரல் அது. ஹர் ஹைனஸ் மகாராணியம்மா சொன்னாங்க: “டாக்டர் ப்ரோவன், என் கையில் முதல்லே அம்மை குத்தி விடுங்க.”

“ராணி கையிலே அம்மை குத்தின ரெண்டு வடு விழுந்தது. ராஜ வம்ச ரத்தத்தில் வைசூரி தடுக்கற மருந்து கலந்தது. திருவிதாங்கூரிலே அம்மை குத்தறது ஜெயமாச்சு. கொச்சியிலே என் ஊர்க்காரர், அதாவது கோவை நகரத்துக்காரர், ஒரு வகையிலே எனக்கு மாமா உறவு, திவான் நஞ்சய்யா, ரெசிடெண்ட் மன்றோ துரை சொன்னபடிக்கு பத்து அம்மை குத்தற உத்யோகஸ்தர்களை உத்தியோகத்தில் நியமிச்சார். முதல்லே அம்மை குத்தறவங்க, அவங்க பின்னாடியே காயத்துக்குக் கட்டுப் போடும் டிரஸ்ஸர், அப்புறம் மருந்து கலந்து

கொடுக்கும் அபோதிகரிகள், கடைசியா டாக்டர்கள். அம்மை குத்தற ஊழியர்களே, நீங்கதான் ஹெல்த் டிபார்ட்மெண்டைத் தொடங்கி வச்சவங்க. மலையாளிகள் எப்பவுமே சீக்குப் பிடித்தவங்க. ஆகவே டிபார்ட்மெண்ட் மேன்மேலும் வளரட்டும்.

"போன வருஷம் சம்மர்லே, எரணாகுளம் காயல் தீவுகளிலே வைசூரி அம்மை போட்டு செத்துப்போனவங்க எத்தனை பேர் தெரியுமா? இருபத்து நாலு. எத்தனை பேர்?" வைசூரி தடுப்புமருந்து; வாக்சின்.

"இருபத்துநாலு" அம்மை குத்துகிறவர்கள் சொன்னார்கள்.

"அந்தத் தீவுகளிலே இருக்கப்பட்டவங்க எல்லாம் முழுமூடர்கள். ரெண்டு மாசம் முன்னாடி பிப்ரவரியிலே தலையெண்ணி ஜனத்தொகை கணக்கெடுக்க அங்கே போன சென்சஸ் ஊழியர்களைப் பார்த்ததும் எல்லோரும் ஒரே ஓட்டமா ஓடிட்டாங்க. முதல்லே ஜனத்தொகை கணக்கெடுக்க வருவாங்க. பின்னாலேயே அம்மை குத்தறவங்க வருவாங்க. அதுதான் அவங்க பயம். சின்னச் சின்ன தீவுகளிலே வைசூரிக் கிருமி வெளியே வர முடியாமல் அங்கேயே சுத்திக்கிட்டிருந்தது. பாட்டுப் பாடற பிரபலமான வித்வான் டைகர் வரதாச்சாரி மாதிரி மாரியம்மனுக்கும் பெரிய கூட்டம்னா ரொம்பப் பிடிக்கும். கூட்டம் இல்லேன்னா கடுங்கோபம் ஏற்படும். சர்வநாசம்.

"மாரியம்மனைத் தடுக்க யாராலே முடியும்? அந்த மாரியம்மனைத் தடுக்க முடிந்தவங்க நீங்க. நீங்க மட்டும்தான். அம்மை குத்துறவங்களே, ஹெல்த் டிபார்ட்மெண்டில் முன்னணி உத்தியோகஸ்தர்களே. முளவுகாடு, பனம்புகாடு, கடமகுடி, பொன்னாரிமங்கலம், எடவனகாடு, போஞ்ஞிக்கர, ஞாறய்க்கல், பைப்பின், லந்தன்பத்தேரி, முளகுபாடம், முரிக்கில்பாடம், வல்லார்பாடம் அப்படி சகலமான இடங்களுக்கும் நீங்கள் செல்லுங்கள். ஜெயில்ஜெட்டி படகுத்துறையில் படகுகள் ரெடி. படகோட்டிகள் ரெடி. வீடு வீடாகப் போய்த் தேடுங்கள். ஒரு வீடு விடாமல் தேடுங்கள்.

“புதுசா பிறந்த ஒரு குழந்தையையும் விடக்கூடாது. பிரசவம் பார்க்கிற மருத்துவச்சிகளை முதலில் போய்ப் பார்த்து இனிமையாகக் கேளுங்கோ: “அம்மா, இங்கே புதிய பிரசவங்கள் ஏதும் உண்டோ?” அவங்க சொல்லவில்லை என்றால் பயமுறுத்துங்கோ. பிறந்த குழந்தைகள் உண்டா என்று சோதனை போடுங்கோ. புது சிசுக்களுக்கு எத்தனை அம்மை குத்தணும்?”

“ரெண்டு அம்மை குத்தணும்” அம்மை குத்துகிறவர்கள் சொன்னார்கள்.

“குட்டிக் கையில் அம்மை ரெண்டு. இது அரண்மனை பிரபு பாலராம வர்மா கட்டளை இட்டபடிக்கு. இது இந்தியாவோட பிரதமர் ஜவஹர்லால் நேரு ஆணை.”

ராமகிருஷ்ணய்யா சொந்த விஷயம் பேசுகிற மாதிரிக் குரலைத் தாழ்த்திக்கொண்டார். “அம்மை குத்துறது நாம் கொடுக்கற அன்பு முத்தம். ஒரு தடவைதான் அரசாங்கம் அன்போடு வேதனை கொடுக்கும், அம்மை குத்தும் பொழுது. அது நம் கருணையின் சின்னம். புதுசாகப் பிறந்த சிசுக்களைக் கண்டுபிடிக்க என்ன வழி, சொல்லுங்க பார்க்கலாம்?”

“கண்டுபிடிக்க என்ன வழி?” அம்மை குத்துகிறவர்கள் கேட்டார்கள்.

“சிசுக்களோட லட்சணம் எது? அதுங்க செய்யற ஒரே ஒரு காரியம் எது?”

“அழுகை” அழுதுகொண்டு இருக்கும் குழந்தைகளை மட்டும் பார்த்திருக்கும் அம்மை குத்துகிறவர்களின் நடுவே இருந்து பெண்குரல்.

“நோ நோ நோ. தப்பு. புதுசாப் பிறந்த சிசுக்களுக்கு ஒரே வேலை வெளிக்கிப் போறது. மலம் கழிக்கறது.”

“மலம் கழிக்கறதா?” ஆச்சரியத்தோடு அம்மை குத்துகிறவர்கள் கேட்டார்கள்.

“அதேதான்” கலெக்டர் சொன்னார். “கழியறது, கழியறது, கழிச்சலோ கழிச்சல்.”

“கழிச்சலோ கழிச்சல்” புத்தறிவு பெற்ற அம்மை குத்துகிறவர்கள் முழங்கினார்கள்.

“கழிச்சலோ கழிச்சல். ஹரஹரோ ஹரஹர. வீடுவீடாகப் போங்க. துவைத்த துணி காயப் போடும் கயிற்றுக் கொடிகளைக் கவனிச்சுப் பாருங்க. எங்கே சின்னக் குழந்தை உண்டோ, அங்கே கொடியிலே குட்டித் துணிகள். மாரியம்மன் திருமஞ்சன சேலை போல, குழந்தைத் துணி மஞ்சளோடி இருக்கும். அந்த வீட்டுக்கு உள்ளே போ. குழந்தை கையிலே அம்மை குத்து.”

அம்மை குத்துகிறவர்கள் நீதிமன்ற வளாகத்திலிருந்து படகுத்துறைக்குப் போனார்கள். அங்கே படகுக்காரர்கள் காத்திருந்தார்கள். ரெட்டைத் துடுப்போடு பதினெட்டு மச்சுவா படகுகள் வரிசையாக நின்றிருந்தன.

ஒற்றை வரிசையில் அம்மை குத்தும் அணி முன்னேறிப் போனது. ஆடி ஆடிப் போகும் ஒவ்வொரு படகிலும் ஒரு அம்மை குத்துகிறவர் உட்கார்ந்திருந்தார். சிறிது நேரம் கழிந்த போது, படகுகளின் அணி சிதறிப்போனது. ஒவ்வொரு படகும் அததற்காக ஒதுக்கப்பட்ட தீவை நோக்கித் திரும்பியது.

லந்தன்பத்தேரியை இலக்காக்கிய படகில் சாரதாம்மா இருந்தாள். வடக்கே கீழ்வானத்தில் பச்சை மருவாகத் தோன்றிய கோட்டபுரத்தில் அவள் பார்வை நிலைத்தது. அங்கிருந்து, துறைமுக முகப்பில் விரித்து நிறுத்தியிருக்கும் சீன வலைகளில் கிடக்கும் அயிரைமீன்களின் பளபளக்கும் வயிறுகளுக்கு மேல் அவளுடைய கண்பார்வை விரிந்தது. அடுத்து, தெற்கே தேவரையில் மேகமூட்டத்தில் மங்கித் தெரியும் இணைகோடு போல நீண்ட பாலத்தின் மேல் அது பரந்து வீசியது. அது ஒரு வினாடி லந்தன்பத்தேரியில் நிலைத்தபோது, அம்மாவின் வயிறைக் குலுக்கி அதிர வைத்துக் கொண்டு இரண்டாவது முறையாகச் சுருட்டி வலித்தது.

“சௌரியாரே, என்னைப் பார்த்தா. அவங்க எல்லாம் வாசல் கதவை அடைச்சுட்டு உள்ளே போயிடுவாங்க” சாரதாம்மா படகோட்டியிடம் சொன்னாள்.

“யாருக்கு அதனாலே நஷ்டம்?” சௌரி கேட்டார்.

“ஒரு சிசுவைக்கூட விடக்கூடாதுன்னு கலெக்டர்சாமியோட ஆர்டர். மத்தேவுஸ் ஆசாரியோட சின்ன வயசுப் பொண்டாட்டிக்கு பிரசவ காலமாச்சே இது. பிள்ளை பெத்தாளோ என்னமோ” இன்னொரு சுழல் என்னை அம்மாவின் வயிற்றுக்குள் சுருட்டி வலித்துக் கடந்து போனது.

லந்தன்பத்தேரியின் அரண்மனைப் படித்துறையை அவர்கள் நெருங்கிக் கொண்டிருந்தார்கள். கருநீலத் தொடர்ச்சியாக இதுவரை தோன்றிய பிரதேசம், சிதறுண்டு தனி உருவங்களாகி, பூவரச மரங்களும், தூங்குமூஞ்சி மரங்களும், வேர்களின் பொய்க்கால்களில் தள்ளாடும் சதுப்புப் பிரதேசங்களும், காயலை நோக்கி வளைந்த தென்னை மரங்களுமாகக் காட்சியளிப்பதை சாரதாம்மா கண்டாள். இவற்றுக்கிடையில், ‘டி.எஸ். 1/51’ என்று எழுதிய கறுப்புப் பலகை ஆணியடித்து மாட்டித் தொங்கும் போஞ்ஞிக்கரை கள்ளுக்கடையில் ஒரு தென்னை மரம் நெடுநெடுவென்று ஆகாயத்துக்கு உயர்ந்தோங்கித் தெரிந்தது.

கிழக்கு ஆற்று வெள்ளத்தின் மேல் வளைந்திருந்த பூவரச மரக் கிளையில் இருந்து ஆற்று வெள்ளத்தில் குதிக்கத் தயாராக நின்ற பையன்கள் தான் முதலில் சாரதாம்மாவைப் பார்த்தார்கள். அவர்கள் கூச்சல் போட்டார்கள் : “எரணாகுளத்திலே இருந்து அம்மைகுத்தி வந்திருக்காங்க டோய்” பீரங்கி மைதானத்தில் கால்பந்து விளையாடிக்கொண்டிருந்த பிள்ளைகள் அதைக் கேட்டுத் திரும்பவும் அப்படியே கூவினார்கள். காயல் ஓரத்தில் அரைத் தூக்கத்தில் மலம் கழிக்க உட்கார்ந்திருந்த பையன்கள் இதைக் கேட்டு நடுங்கி எழுந்து ஓடினார்கள். சௌரி படகின் துடுப்பை மறுபடி வலித்தபோது அவர்கள் எல்லோரும் காணாமல் போனார்கள்.

சாரதாம்மாவுக்கு லந்தன்பத்தேரி முழுவதாகக் காட்சியளித்தது. தீவு முழுவதும் உலர்ந்த தென்னை ஓலையால் கட்டி நிறுத்திய கிடுகு வேலிகள் நிறைந்திருந்தன. வேலிக்குள் அவள் சமவெளியில் பார்த்திராத மரங்களைக் கண்டாள் - மரப்பட்டையில் பூஞ்சாணம் பிடித்த கொய்யா மரம், எண்ணெய் மினுக்கும்

இலைகளோடு முந்திரி மரம், படகு கட்டுகிறவர்களுக்குப் பிரியமான ஆஞ்சிலி மரம், பரிணாமத்தின் இடையில் கைவிடப்பட்டதாகத் தோன்றும், பிளந்த இலைகளோடு கூடிய கறிப்பலா மரம்.

லந்தன்பத்தேரியின் கோடியில் பழைய காலத்தில் டச்சுக்காரர்கள் ஸ்தாபித்த ஐந்து பீரங்கிகளின் தொகுதியான பத்தேரியும் கண்ணில் பட்டபோது, படகிலிருந்து அவள் இறங்கத் தயாரானாள்.

“சௌரியாரே, படகுத்துறைக்குப் போக வேணாம். என்னை அவங்க யாரும் பார்க்கக் கூடாது. பார்த்தா, பயந்து ஓடிப் போயிடுவாங்க. படகை அந்தப் பூவரசு மரத்தை ஒட்டி நிறுத்தினா போதும்” சாரதாம்மா சொன்னாள்.

“யாரைப் பிடிக்க அம்மா இந்தத் திருடன் - போலீஸ் விளையாட்டு? சில காரியங்களுக்கு ஊர்விலக்கு செஞ்சு வச்சிருக்காங்களே. உங்க நிழலைப் பார்த்ததுமே பசங்க ஓடி ஒளிஞ்சுட்டாங்க” அரண்மனை படகுத்துறை நோக்கிப் படகைத் திருப்பிக்கொண்டு சௌரி சொன்னார்.

படகுத்துறையில், யார் அதிக தூரம் நீண்டு மூத்திரம் பெய்வது என்ற பந்தயத்தில் முழுகி இருந்த இரண்டு சின்னப் பையன்கள், படகிலிருந்து சாரதாம்மா இறங்குவதைப் பார்த்து, மூத்திரத்தை அந்தரத்தில் நிறுத்தித் திரும்பி ஓடிப் போனார்கள். குழந்தைகள் ஏற்படுத்தும் இந்த விலக்கை, அவர்கள் தனக்கு விதித்த தண்டனையாக சாரதாம்மா நினைத்தாள். அவளுடைய வாழ்க்கையில் முதல் தடவையாக வஞ்சனைக்கு எதிராக விதிக்கப்பட்ட தண்டனை. சாரதாம்மா புதிதாகப் பிறந்த குழந்தைகளுக்கு அம்மை குத்தப் போகும்போது முகத்தை இறுக்கமாக, மலர்ச்சியே இல்லாமல் வைத்துக்கொள்ள மறந்ததில்லை. ஆனாலும் சிசுக்கள் சிரித்து விளையாடி வாயில் எச்சில் ஒழுக்கி சாரதாம்மாவை வரவேற்கும். கையில் ஸ்பிரிட் தடவும்போது முதல்முறையாக அவை அமைதியாக இருக்கும். காயலில் இருந்து வீசும் காற்று ஸ்ப்ரிட் பூசிய இடத்தை இன்னும் குளிர்ந்து போகச் செய்யும்போது அவை மீண்டும்

கைகொட்டிச் சிரிக்கத் தொடங்கும். ஸ்பிரிட் விளக்கின் நீலச் சுடரை அவை கண்ணிமைக்காமல் உற்றுப் பார்க்கும். தொடர்ந்து சாரதாம்மா வைசூரி மருந்தை ஊசியில் எடுத்து அவர்களுடைய இளம் தசையில் குத்தி நுழைக்க, அப்போதும் அந்த சிசுக்கள் அழாது. அவற்றின் கண்களில் ஓர் ஆச்சரியம் தட்டுப்படும். அடுத்து அவளைக் குற்றப்படுத்தும் பார்வை. ஏன் இப்படி என்னை ஏமாத்தினே? கையில் அம்மை ஊசி ஏற்படுத்திய சிறு வட்டங்களில் இருந்து ரத்தம் கசியும்போது வாழ்க்கையில் தாம் அனுபவிக்கும் முதல் துரோகத்தால் துக்கமடைந்து அவை அழத் தொடங்கும்.

கிழக்கில் ஓடும் சிற்றாற்றின் கரையில் நடமாட்டமில்லாமல் போனது. லந்தன்பத்தேரி உள்நோக்கிச் சுருண்டது. புதிதாகப் பிறந்த சிசுக்கள் அழுகை அடக்கி, கண்ணை மூடி இருட்டில் இருந்தன. போஞ்ஞிக்கரையில் புனித செபாஸ்தியனோஸ் சர்ச்சில் நடக்கும் திருப்பலியிலும், பிரார்த்தனையிலும் கலந்து கொள்ளப் பாலம் கடந்து போன லந்தன்பத்தேரிக்காரர்கள் பாலத்தின் அந்தப் பக்கம் போஞ்ஞிக்கரையிலேயே தங்கினார்கள். தீவின் குறுக்கும் நெடுக்கும் கிடக்கும் வேலிகளுக்குள்ளே உயரும் தலைகள் காணாமல் போயிருந்தன. துணிக்கொடிகளில் உலர்த்தி எடுக்கப் போட்டிருந்த குழந்தைத் துணிகளைப் பெண்கள் கொடியிலிருந்து எடுத்து வீட்டுக்குள் ஒளித்து வைத்தார்கள். வீட்டு வாசல் கதவுகள் இரைச்சலோடு அடைபட்டுக் கொண்டன. அம்மை குத்தும் கடமை முன்னால் கொண்டு செலுத்த, சாரதாம்மா நடந்துகொண்டிருந்தாள். அவள் பின்னால் அம்மை குத்தும் ஊசியும், குத்த வேண்டிய அம்மைப்பாலும் வைத்த அலுமினியப் பெட்டியைத் தூக்கிக் கொண்டு ஒரு நமுட்டுச் சிரிப்போடு படகோட்டி சௌரி நடந்தார்.

அப்போது நான் பிறக்கத் தயாரானேன். தலையை முன்னால் நீட்டி, துறைமுகத்தில் நங்கூரமிட்டு நிற்கப்போகிற கப்பல் போல், அம்மையின் இடுப்புப் பிரதேசத்தில் யாத்திரை முடிக்கும் அசதியோடு மௌனமாக இருந்தேன்.

அம்மை குத்தும் சாரதாம்மா லந்தன்பத்தேரியை நிசப்தமாக்கினாள் என்றாலும் என் அப்பன் வலிய மத்தேவுஸ் ஆசாரி, வீட்டு முற்றத்தில் இருந்த மரத்தடியில் உளி வைத்துச் சுத்தியலால் அடித்துக்கொண்டிருந்தார். அப்பன் ஒருபோதும் மரத்தின் மேல் பலத்தைச் செலுத்த மாட்டார். மத்தேவுஸ் ஆசாரி சொன்னபடி கேட்டு மரத்தடிதானே சிதறல்களை உதிர்த்துக்கொண்டிருந்தது. அப்பனின் அப்பூப்பன் வலிய லூயி ஆசாரி சொல்லிக் கொடுத்தது, அப்பனுக்கு அப்பனும் சிறு வயதிலேயே காலமானவருமாகிய வலிய மார்க்கோஸ் ஆசாரி கற்றுக் கொண்டது, அந்த மார்க்கோஸ் ஆசாரியிடமிருந்து தன் இளம் பிராயத்தில் கேட்டுக் கற்ற படகு கட்டுவது சம்பந்தமான கட்டுமானக் கணக்குகளை மரத்தில் பிரயோகித்தபடி அப்பன் கதை சொல்வார். நான் கதைகளை எட்டுக்கட்டி உருவாக்கத் தொடங்குவதற்கு முன்பு, அப்பனும் அம்மாவும்தான் எனக்குக் கதை சொன்னார்கள். என்னை மடியில் அமர்த்தி, என் தலைமுடியைத் தன் விரல்களால் கோதிக்கொண்டு அம்மா கதை சொல்வாள். அப்பன் விலகி இருந்து, தச்சு வேலை செய்து கொண்டே கதை சொல்வார். என்றாலும் அப்பனுக்கும் தொட வேண்டி இருந்தது - மரத்தை.

“குட்டிப் பொண்ணே, இங்கே பாரேன். இந்த ஆஞ்சிலி மரத் துண்டோட நடுவிலே கறுத்த இந்த உட்சோறைப் பாரு. அதைச்

சுத்தி வட்டவட்டமா ஒட்டியாணம் இருக்கறதைப் பார்த்தியா பொண்ணே?" அப்பன் கேட்பார்.

"பரமண்டலத்தில் இருக்கும் பரமபிதா எல்லா உயிர்களுக்கும், உயிரில்லாதவைகளுக்கும் அததுக்கு ஒரு கணக்குப் புத்தகம் திறந்து வச்சிருக்கார். மரங்களுக்கும் அப்படித்தான். ஒவ்வொரு மரத்தோட பிறந்த நாளனைக்கும் மரத்துக்கு சூட்டிவிட, முதல்லே அவர் கண்ணில் படும் தேவதை கிட்ட கடவுள் ஒரு ஒட்டியாணம் கொடுத்தனுப்புவார்.

"சின்னப்பொண்ணு, நான் சொன்னது உனக்குப் புரிஞ்சதா? ஒவ்வொரு வருஷமும் மரத்துக்கு, தெய்வம் கொடுத்த பரிசாக ஒட்டியாணம் கிடைக்கும். வயசாக ஆக, கல்லை தண்ணியிலே விட்டெறிஞ்சா வட்ட வட்டமா சுழல் வருமே அதுபோல முந்தினதை விட அடுத்த ஒட்டியாணம் பெரிசா இருக்கும்."

அப்பன் கண்ணை மூடி, தச்சு ஆசாரியின் உரமேறிய உள்ளங்கையால் அந்த மரத்தடியைத் தடவிக்கொடுப்பார். கொஞ்ச நேரத்தில் கை அசையாது இருக்கும். அப்பன் கண் திறந்து என்னைப் பார்ப்பார். "பொண்ணே, இதோ இந்த வருஷம் தான் கொச்சி பக்கம் அரபிக் கடல்லே ஜெர்மன்காரங்களோட கப்பல் எம்டன் தட்டுப்பட்டது."

அப்பன் தொடர்ந்து அந்த உள்மர ஒட்டியாணங்களின் ப்ரெயில் மொழிச் சங்கேதங்களை வாசிப்பார்.

"இந்த வருஷம்தான் கொச்சி மகாராஜாவுக்கும் பிரிட்டீஷ்காரங்களுக்கும் நடுவிலே தகராறு ஏற்பட்டு ராஜா நாடு விட்டுப் போனது."

சில நேரங்களில் அப்பன் என்னை மரத்தோடு சேர்த்துக் காதை வைத்துக் கேட்கச் சொல்வார்: "ஜனகனமன கேக்குதா? வருஷம் ஆயிரத்துத் தொள்ளாயிரத்து நாப்பத்தேழு. நமக்கு சுதந்திரம் கிடச்ச வருஷம்."

திடீரென்று அப்பன் கூச்சல் போடுவார்: "காதை மரத்திலே இருந்து எடுத்துடு சின்னப்பொண்ணு. செவிப்பறை கிழிஞ்சு

போகும். இது சுதந்திரம் கிடச்சதுக்கு அடுத்த ஒட்டியாணம். டுமீல் டுமீல் டுமீல். பயங்கரமாக துப்பாக்கிக் குண்டு வெடிக்கிற சத்தம் கேட்கும். பாவம், நம்ம காந்தி மகான் செத்துப்போனார்.”

மரப்பட்டைக்கு அடுத்து விரிந்த ஆகக் கடைசியான ஒட்டியாணம் ஈரம் இன்னும் காயாமல், மரத்தின் மஞ்சள் பிசின் மினுமினுக்க இருந்தது. அப்பன் சொல்வார்: “இதைத் தொட்டுப் பாரேன். இன்னும் ஈரமா இருக்கு. இதான் நீ பிறந்த வருஷம். எப்படிப்பட்ட பிறப்பாக இருந்தது அது தெரியுமா. என் அமலோற்பவ மாதாவே” அப்பன் மரத்தைத் தடவிக் கொடுத்தபடி இருப்பார்.

எனக்குப் பிறக்க வேண்டும் என்று துடிப்பாக இருந்தது. அம்மாவானால், பிரசவமாகாமல் இருக்க, வீட்டின் பின்முற்றத்தில் உலவினாள். அவ்வப்போது அவள் பிரசவ வேதனையில் ‘ஹம்மோ’ என்று முனகிக்கொண்டிருந்தாள். பக்கத்து வீடுகளில் கதவுகள் அடைக்கப்படுவதையும், துணிக்கொடிகளிலிருந்து காயப்போட்ட துணிகள் அவசரமாக எடுக்கப்படுவதையும் பார்த்த அவள் வேலிப் படலுக்கு வெளியே எட்டிப் பார்த்தாள். அப்போது அவள் அம்மை குத்தும் சாரதாம்மாவையும், அவளைத் தொடர்ந்து, வழக்கில் ரெண்டாம் பிரதிவாதியின் விட்டேத்தியான முகபாவத்தோடு நடக்கும் படகுக்கார சௌரியையும் கண்டாள். அம்மா அலறினாள்: “ஐயோ, என்னையும் என் பிள்ளையையும் அம்மை குத்திக் கொல்ல வராங்களே” பூரண கர்ப்பிணியான மட்டில்டா, வயிற்றின் சுமையோடு ஓடினாள்.

எல்லோரும் ஒரு ஆதி பாவத்தோடு பிறப்பெடுக்கிறார்கள். நானோ இரண்டு பாவங்களோடு பிறந்தேன். முதல் பாவம் விவிலியத்தில் பழைய ஏற்பாடின்படி பழசுதான். அது இரண்டு பெரிய மரப்பலகைகளைக் குறுக்கு நெடுக்காக நிறுத்திச் செய்த நேர்த்தியான சிலுவையில் முடிந்தது. இரண்டாவது பாவத்தின் தொடக்கம், மரத்தைக் கடலின் உப்புநீரைச் சமாளித்து இணங்க வைக்க, வைப்பின் தீவுக்காரத் தச்சு ஆசாரிகள் பலநாள் பாடுபட்டு உருவாக்கிய 'ஃபத்தே ஸவத்' என்ற தொள்ளாயிரம் டன் எடையுள்ள ஒரு மரக் கப்பலிலிருந்து வந்தது.

நாங்கள் வைப்பின் தீவிலிருந்து லந்தன்பத்தேரிக்கு வந்தவர்கள். வைப்பின் மாதாகோவிலின் பலிபீடத்துக்குக் கீழே பாளங்களில் பொறித்த பிரபலமான பாதிரிமார் மற்றும், ஆத்தும அறுவடையாக மதமாற்றம் செய்து பிரபலமான பிஷப்களின் பெயர்களுக்கு இடையே ஒரு சாமானியனின் பெயர் எழுதிய நினைவுப் பாளத்தைப் பார்க்கலாம். அதில் இங்க்லீஷில் இப்படி எழுதி இருக்கும்: *போணி க்யூஸ்லர். 42 வயது. கொச்சியில் கப்பல் கட்டும் பெருந்தச்சன். மரணம் 1852.*

கிழக்கில் உயர்ந்து நிற்கும் மலைகளில் இருந்து பெரியாறு வழியாக, உப்பு நீர்க் கிளிஞ்சல்கள் பற்றிப் படராத தேக்கு மரத்தடியைக் கொச்சிக்குக் கொண்டு வந்திருக்காவிட்டால், கொச்சியில் கப்பல் கட்டும் தச்சு ஆசாரிகளுடையதும், போணி

க்யூஸ்லருடையதுமான கதைகளை யாரும் சொல்லியிருக்க மாட்டார்கள். கொச்சிக் கப்பல்கள் லண்டன் மாநகரின் கப்பல் போக்குவரத்து ஆவணங்களான லாயிட்ஸ் பேரேடுகளில் இடம் பிடித்தன. இங்கிலாந்தின் சக்கரவர்த்தி கொச்சியில் கப்பல் கட்ட ஒரு தொழிற்சாலையையும் தொடங்கி வைத்தார். ஒரு வைஸ்ராய் பதவி காலம் முடிந்து பிரிட்டனுக்குப் பயணம் போனது, கொச்சியில் கட்டிய எச்.எம்.எஸ் டெர்மாகண்ட் கப்பலில் தான். அப்போது கொச்சியின் பெயர், தொலைவில் பல துறைமுகங்களிலும் தெரியவந்தது.

கொச்சிக்கு வந்தேறிகளின் வரலாறு ஒரு அப்பம் என்று வைத்துக்கொண்டால், அதை நூற்றைம்பது வருடம் நீளும் மூன்று பாகங்களாக, சமமாக விள்ளலாம். முதல் விள்ளல் போர்த்துகீஸ்காரர்களின் மிளகுக் காரமுள்ளது. இரண்டாவது விள்ளல் டச்சுக்காரர்களின் துவர்ப்பு கொண்டது. மூன்றாம் விள்ளலுக்கு இங்லீஷ்காரர்களின் பச்சைத் தண்ணீர்ச் சுவை இருக்கும். இந்தச் சரித்திரத்தில் அங்கங்கே சிதறிக் கிடக்கும் நட்சத்திரக் குறிகளுக்குக் கீழே சில அடிக்குறிப்புகள் தட்டுப்படும். ஆலப்புழையில் புகையிலைக் கிடங்கு வைத்திருந்த ப்ரஷ்யா (ஜர்மனி) நாட்டுக்காரர் ஃப்ரடெரிக் ஷுல்லர் இப்படியான ஒரு நட்சத்திரக் குறியின் பரப்பில் நிலைத்தவர்.

வைப்பின் தீவின் மூத்த குடிமக்கள் இப்போதும் சொல்கிறார்கள்: “போனி க்யூஸ்லர் பிறந்தபோதே தெய்வம் அவருடைய தலையில் மரக்கணக்கு எழுதிவைத்துவிட்டது” ஒற்றை நோட்டத்தில், மரத் தடிக்குள் சாப விமோசனத்துக்காகக் காத்திருக்கும் கப்பல்களின் பாய்மரம், அடித்தளம், கூடு எல்லாவற்றையும் க்யூஸ்லர் கண்டிருந்தார். தன்னம்பிக்கை உள்ள போனியின் திறமையில் நம்பிக்கை வைத்து ஃப்ரடெரிக் ஷுல்லர், வைப்பினில் ஒரு கப்பல் கட்டும் பட்டறையைத் தொடங்கினார். நாடோடியாகச் சுற்றிய ஃப்ரடெரிக் ஷுல்லர் சொல்லாமல் கொள்ளாமல் வேறேதோ துறைமுகத்துக்குப் பயணப்பட்ட போதும் போனி க்யூஸ்லரின் கப்பல்கள் மலாக்கா முதல் லிவர்பூல் வரை பிரபலமாகி இருந்தன.

போனி க்யூஸ்லரின் மகனான கொர்னெலியஸ் க்யூஸ்லரின் காலத்தில்தான், எங்கள் குடும்பத்தின் முதல் மரவேலைக்காரர், என் அப்பனின் அப்பூப்பன் வலிய லூயி ஆசாரி, தன் பதினான்காம் வயதில் கப்பல் கட்டும் நுட்பத்தைக் கற்கத் தொடங்கினார். துடுப்பு செய்யவும், மரத்தைப் பளபளப்பாக்கவும் சொல்லிக் கொடுத்தது தவிர கொர்னெலியஸ், லூயிக்கு வருடக் கணக்காக வேறேதும் கற்பிக்கவில்லை.

போனி க்யூஸ்லரின் கப்பல்கள் க்ரீமியா யுத்தத்தில் பங்கெடுத்தன. ஆனால் மகன் கொர்னெலியஸ், வியாபாரக் கப்பல்கள் மட்டும் கட்டினார். கொச்சியில் கப்பல் கட்டும் பட்டறையில் இருந்து - ஃபோர்ட் கொச்சியில் கிங்க்ஸ் டாக்யார்ட், கல்வத்தி, யூதப் பட்டணம், பள்ளுருத்தியில் ப்ரண்டன் - இங்கிருந்தெல்லாம் யுத்தக் கப்பல்கள் உருவாகிவந்தன. வைப்பினில் கொர்னெலியஸ்ஸின் கப்பல்களில் ஏற்றிப்போன வாசனாதிரவியங்கள் மணம் கமழ, கொச்சிக் கப்பல்களில் வெடிமருந்து ஏற்றப்பட்டது. வைப்பின் தீவு, துறைமுகத்துக்கு அப்பால் கொச்சியின் அமைதியான பிரதிபிம்பமாக இருந்தது.

1864-ல் கொர்னெலியஸ் கட்டிய ‘ஃபத்தே ஸவத்’ என்ற கப்பலைக் கடலில் இறக்கிய தினம் வைப்பினில் கிறிஸ்துமஸ் போல ஒரு பண்டிகைக் கொண்டாட்டமாக இருந்தது. கடமக்குடியில் இருந்து வந்த மூப்பர்கள் ‘ஃபத்தே ஸவத்’ கப்பலின் அணியத்தில் இருந்து அமரம் வரை குருத்தோலைத் தோரணங்கள் கட்டினார்கள். சம்பிரதாயப்படி, லிஸ்பினில் இருந்து கொண்டு வந்த பிராந்தி நிரம்பிய கண்ணாடிக் குப்பியைக் கப்பலின் அணியத்தில் வைத்து உடைத்துத் தான் கப்பலைக் கடலில் இறக்குவார்கள். ஆனால் ‘ஃபத்தே ஸவத்’ கப்பல் உடமையாளர்களான மட்டாஞ்சேரி முஸ்லிம் முதலாளிகள் பூவேலை செய்த படிக போத்தல்களில் நிறைத்த அத்தர் கொண்டு இந்தச் சடங்கை நடத்தினார்கள்.

மணம் வீசக் கப்பலை இப்படி வழியனுப்பிவிட்டு கொர்னெலியஸ் பட்டறைக்குத் திரும்பியபோது அங்கே லூயி நிற்பதைக் கண்டார். லூயி கையில், தோல் பொதிந்த காகிதத்தில் கடுக்காய்

மையால் வரைந்த கப்பல் வரைபடங்களையும், கட்டுமான அளவு கணக்குப் பட்டியல்களையும் வைத்திருப்பதைப் பார்த்தார் அவர்.

“கணக்கைக் களவாடிட்டு இருக்கியா?” கொர்னெலியஸ் கேட்டார்.

“இல்லே” என் அப்பனின் அப்பூப்பன் சொன்னார்.

“இல்லியா? பொய் சொல்லாதேடா. கணக்கைக் களவாடி ப்ரண்டனுக்குக் கொடுக்கப்போறியா? இல்லே, கல்வத்திக்காரங் களுக்கா, அதுவும் இல்லேன்னா கொச்சங்காடிக் காரனுகளுக்கா?”

“அஞ்சு வருஷமா எனக்கு கல்லுளி வச்சு மரத் துடுப்பு பண்றது தவிர நீங்க வேறே எதுவும் சொல்லித் தரலே. எனக்கும் கப்பல் கட்டப் படிக்கணும்” லூயி சொன்னார்.

அன்று ராத்திரி பறவூரில் இருந்து வந்த ஒரு நாயர் கூலிப்படைக் கும்பல் விடியறதுக்கு முன்னே வைப்பினிலிருந்து ஓடிப் போகச் சொல்லி லூயியை மிரட்டியது. சிறிய தச்சுப்பணிப் பெட்டியோடு ஒரு துடுப்புப் படகில் புறப்பட்டபோது வைப்பின் துறையில், பௌர்ணமி நிலவு தலைக்குப் பின்னே ஒளிவட்டமாகப் பிரகாசிக்க கொர்னெலியஸ் நிற்பதை லூயி பார்த்தார். அவர் லூயியை உரக்க விளித்துக் கூச்சலிட்டார்: “நீ கப்பல் கட்டப் போறதில்லேடா லூயி. ஒரு தோணி, மிஞ்சிப்போனா துடுப்புப் படகு. அவ்வளவுதான் கட்டுவே. அது தான் உன் தலைவிதி.”

லந்தன்பத்தேரிக்கு வந்த பிறகு லூயி கட்டிய படகுகளை ஆற்றில் மிதக்கவிடும் முன்பு நீர் நிறைத்து அவற்றின் சமநிலையைச் சோதித்துப் பார்க்க அவசியமே இல்லாமல் போனது. கப்பல் கட்டுமானக் கணக்குகளின்படி லூயி கட்டிய படகுகள் ஆற்றில் நேர்த்தியாக விரைந்தன.

லூயியின் மகன், என் அப்பூப்பனான மார்க்கோஸ், இளம் பிராயத்தில் கடலுக்குப் போனபோது இறந்துபோனார். பிணம் கிடைக்கவே இல்லை. வயதான காலத்தில் லூயி

பிதற்றிக் கொண்டிருப்பார்: "அவன் செத்துப்போகலே. பழைய ஆகமத்திலே வர்ற யோஹனன் போல திமிங்கிலத்தோட வயத்துலே உசிரோடுதான் கெடக்கான்."

தொண்ணூறு வயதில் லூயி இறந்தார். மரித்த நாள் காலையில் ஆற்றங்கரையில் நடந்து போனபோது, அப்போது தான் புதிதாக இறக்கிய கள்ளோடு கள் இறக்குகிறவர்கள் படகில் போவதை அவர் கண்டார். ஒரு கலயம் கள் வாங்கிப் பாதியளவு குடித்துக்கொண்டிருந்தபோது அவர் மயங்கி விழுந்தார். கண் நிலைகுத்திப் போனது. அவருடைய அந்திம மூச்சில் கள் வாடை சுற்றிச் சுழன்றதால், மத குருமார்கள் வரும் முன் வீடு முழுக்க மட்டிப்பால் ஊதுபத்திகளைக் கொளுத்தி வைத்து, கடைத்தேற்றும் சடங்குகள் நடந்தன. வலிய லூயி ஆசாரி கண்விழித்து எல்லோரையும் பார்த்து, போதையின் சுவடே இல்லாத தெளிவான குரலில் சொன்னார்: "சைத்தான் லூஸிஃபர் வெளிச்சத்தைத் திருடினான். லூயி ஆசாரியான நான் கப்பல் கட்டும் கணக்கைத் திருடினேன்."

கணக்கைக் களவாடிய வலிய லூயி ஆசாரியின் மகன், கணக்கைக் களவாடிய வலிய மார்க்கோஸ் ஆசாரி இளம் பிராயத்தில் கடலில் மரித்ததாகச் சொல்லப்படுகிறது. கணக்கைக் களவாடிய வலிய மார்க்கோஸ் ஆசாரியின் மகன், என்னுடைய அப்பன் வலிய மத்தேவுஸ் ஆசாரி படகு கட்டும்போது அது சீரோடு வர, ஒரு துளி கப்பல் கட்டுமானக் கணக்கை அதில் சேர்த்துக் கொள்வார். எங்கள் குடும்பத்தில் சின்னச்சின்னதாகத் தச்சுவேலை பார்க்கும் ஆசாரிகள் யாரும் கிடையாது. ஆனால் எல்லா ஆசாரிகளும் பிறக்கும்போதே கணக்கு களவாடியவன் என்ற பட்டத்தோடு பிறந்தார்கள். வீட்டுப் பெயரே கணக்கு களவாடிய வீடு என்றானது.

எர்ணாகுளத்தில் டாட்டா கம்பெனியின் மாலை ஐந்து மணி சங்கு, அம்மாவின் கர்ப்பப்பை நீரில் எதிரொலித்தது. அது நான் பிறக்கும் முன் கேட்ட கடைசி ஒலிகளில் ஒன்றாக இருந்தது. அம்மா வயிற்றின் வெளியே உள்ள என் வாழ்க்கையின் இனிவரும் தினங்களைக் காலையாகவும் மாலையாகவும் பிரிக்கப்போவது இந்தச் சங்கின் ஒலியாகத்தான் இருக்கும். சங்கு ஒலித்து ஓயும் சத்தம் அம்மாவின் வயிற்று நீரில் சற்றே கூடுதல் நேரம் தங்கியிருந்தது.

லந்தன்பத்தேரியிலிருந்து பார்த்தால், கிழக்கே ஓடும் ஆற்றின் அக்கரையில், சூரியன் உதிக்கும் ஆகாசத்தின் கீழ் எரணாகுளம் தெரியும். எரணாகுளம் ஆரம்பிப்பது கள்ளிச் செடி மண்டிய மண்பரப்பிலும், ஆற்றோரம் தென்படும் பரதவர்களின் குடிசைகளிலும்தான். அதற்கு அப்பால், உயர் நீதிமன்றம் செயல்படும் ராம்மோகன் அரண்மனை. அது கடந்து, ரயில்வே ஸ்டேஷனில் இருந்து நீராவிப்புகை உயரும். அதற்கும் பின்னால் கால்டெக்ஸ் மற்றும் பர்மாஷெல் கம்பெனிகளின், அலுமினிய வர்ணம் பூசிய பெரிய மண்ணெண்ணெய் சேமிப்புக் கலங்கள். லந்தேன்பத்தேரிவாசிகள் பார்வையில் படும் எரணாகுளத்தை மறைத்துக்கொண்டு புகைக்குழல்கள் புகை கக்கும் டாட்டா கம்பெனியின் பெரிய தொழிற்சாலைக் கட்டிடம் வலது புறத்தில் தென்படும். கம்பெனி ஜெனரல் மேனேஜரின் பங்களா, இடது

புறத்தில், சிவப்பு ஓடு வேய்ந்து, மஞ்சள் வர்ணம் பூசி, செயற்கை ஏரியில் பிரதிபலித்துத் தெரியும்.

சங்கு ஊதி ஓயும் முன் லந்தன்பத்தேரிக்காரர்களான சந்தியாகு, பிரான்சிஸ், மைக்கேல் ஆகியவர்கள் தொழிற்சாலையில் அணியும் சீருடையை மாற்றிக்கொண்டு வெளியே வந்தார்கள். டாட்டா கம்பெனி முன்னால் உள்ள குறுகலான பச்சாளம் சாலையில் தொழிலாளிகளின் கூட்டம் நடந்தபோது அவர்களின் வியர்வையில் சோப்பும், தலையில் பூசிய வாசனைத் தைலமும் கலந்து வாசனையடித்து, வழியோடு போனவர்களின் மூக்கைத் துளைத்தது.

வேலை முடிந்து வரும் தொழிலாளிகளின் கூட்டத்தில் மைக்கேல் இளையவன். பதினெட்டு வயசு. சமீப காலத்தில் தொழிற்சாலை பேக்கிங் பிரிவில் தினசரி கூலிக்காரனாகச் சேர்ந்த மைக்கேலுக்கு மீசை முளைக்கத் தொடங்கி இருந்தது. சந்தியாகு கம்பெனியில் ஃபோர்மேன். அவர் மூக்குக் கண்ணாடி போட்டுக்கொள்ள வேண்டிய நடு வயசில் அடியெடுத்து வைத்திருந்தார். இருபத்தெட்டு வயது ஆன பிரான்சிஸ் கம்பெனியில் சோப்பு உற்பத்தி செய்யும் பிரிவில் தொழிலாளி. ஒன்றின் பின் ஒன்றாக கன்வேயர் பெல்ட்டில் வரும் சோப்புகளைப் பார்ப்பதுபோல் மைக்கேலை தலை முதல் கால்வரை பார்த்தார் பிரான்சிஸ். சிலிர்த்து நிற்கும் தலைமுடி, பூனைக் கண்களில் தெரியும் ஆச்சரியம். சிவந்த உதடுகள். அவன் நெற்றியில் நரம்புகள் உலக வரைபடத்தில் நதிகளைப் போல் தடம் பிரிந்து போவதையும் பார்த்த பிரான்சிஸ் அடக்க முடியாமல், மைக்கேலின் கன்னத்தில் நிமிண்டினார்.

“பிராஞ்சிசேட்டா, நிறுத்திக்கலாம்” மைக்கேல் கண்டிப்பாகச் சொன்னான்.

“வெளையாடாம நடங்கப்பா. உங்க விளையாட்டெல்லாம் முடியறதுக்கு முன்னே வெர்ஜின் கிளம்பிப் போயிடும்” சந்தியாகு சொன்னார்.

முதல் மணி அடித்து, விர்ஜின் மேரி என்ற பெயர் வைத்த படகைக் கரையில் கட்டி வைத்த கயிறுகளை அவிழ்க்கும்போது

லஸ்கர் பரமு, ஜெயில் படகுத்துறைக்கு நடந்து வந்து கொண்டிருந்த சந்தியாகுவையும் கூட்டாளிகளையும் பார்த்தார். படகைச் செலுத்த சுக்கான் பிடித்து, படகின் மேற்கூரையில் கிளிக் கூண்டு போன்ற கீகடமான இடத்திலிருந்த ஸ்ராங் ஆண்டனி யாரையும் பார்ப்பதில்லை. தெய்வத்தைப் போல் தனியனாக இருந்து அவர் தூரத்தில் தெரியும் ஆற்றின் காட்சிகளில் முழுகியிருப்பார்.

இரண்டாவது மணி அடிக்க, லஸ்கர் பரமு படகுத் தரையில் இருந்து கீழே எஞ்ஜின் அறைக்குப் போய் விசைகளை இயக்கியபோது படகு கரை விட்டு நகர்ந்தது. படகின் பின்னே அணியத்தின் முனையில் பலகைகள் சேரும் இடத்திற்கு சந்தியாகுவும் பிரான்சிசும் மைக்கேலும் நடந்தார்கள்.

படகுத்துறையிலிருந்து புறப்படும்போது படகின் ஒலி இரைச்சலாக இருக்கும். அதன்பின் வளைந்து திரும்பி, அக்கரையில் படகுத்துறையை நோக்கி நேர்கோட்டில் போகும்போது இரைச்சல் அடங்கிவிடும்.

“பரஞ்சி, சொல்லு, நீ கச்சேரிப்படியில், நம்ம கோதூரத்து மாதாகோவில் பாதிரியாரை, அதான்’பா நொண்டி நொண்டி நடப்பாரே அவரை, பார்த்ததா சொன்னியே, நெசம்தானா?” சந்தியாகு கேட்டார்.

“சந்தியாகுசேட்டா, நான் எதுக்காகப் பொய் சொல்லப் போறேன்?”

“நீ கோபிக்க வேணாம். நம்ப முடியாமத்தான் கேட்டேன். சரி, பாதிரியார் என்ன சொன்னார்?”

“பாதிரியார் ங்ஹான்னு சொன்னார்.”

“ங்ஹான்னா?”

“ங்ஹாதான்.”

“பொன்னுக்காட்டு பிராஞ்சி, தெளிவா சொல்லு” சந்தியாகு பிரான்சிஸின் தோளில் தட்டினார்.

"ங்ஹான்னா ஆமா, சரின்னு அர்த்தம்" சந்தியாகு துள்ளி எழுந்து சொன்னார்: கர்த்தராகிய ஏசு கிறிஸ்துவுக்கும், கன்னி மரியம்மைக்கும் ஸ்தோத்திரம்."

"சந்தியாகுசேட்டா, துள்ளிக் குதிக்க வேணாம். இது படகு. கவிழ்ந்து போகும்" எஞ்சின் அறையில் இருந்து லஸ்கர் பரமு சத்தம் போட்டார்.

"'குதிப்பேன்'டா கூகையே, குதிப்பேன். ஏண்டா பரமு, நீ சவிட்டுநாடகம் பார்த்திருக்கியா? இருபத்தோரு வருஷம் கழிச்சு இப்போ நாங்க கோதூரத்து மாதா கோவில்லே போட இருக்கோம்". கண் மூடி, கழுத்தில் ஜபமாலையை முத்தமிட்டபடி சந்தியாகு சொன்னார்.

"சந்தியாகுசேட்டா, கோதூரத்து மாதாகோவில் பாதிரியார் ஒரு கண்டிஷன் போட்டார்" பிரான்சிஸ் சொன்னார்.

"கண்டிஷன் போடறது பாதிரியார்களோட வழக்கம். ரொம்ப நாளாக அவங்க சவிட்டுநாடகத்தை எதிர்க்கிறாங்க. ராத்திரி நாடகம் போடக்கூடாதாம். ராத்திரியானாலே மகா பாவங்கள் ஏழும் மனுசனைப் பிடிச்சுக்க வெளியே வருதாம். இருபத்தொண்ணு வருஷம் முந்தி இதே கோதூரத்து மாதாகோவில்லே ஒரு சவிட்டுநாடகம் நடந்துச்சு. காறல்மான் சரித்திரம், முதல் நாள் ஆட்டம், சின்ன ரோல்தானோட சரித்திரம். நாடகம் நடக்கறதுக்கு முந்திய தினம், அப்போதைய கோதூரத்து கோவில் பாதிரியார் ஒரு கண்டிஷன் போட்டார். பகல்லே நாடகம் போட்டா போதுமாம். நடக்குமா? நடக்கலே. ஆமா, பிராஞ்சி, உங்கப்பன் யாரு?"

"எங்க அப்பனுக்கும் இதுக்கும் என்ன சம்பந்தம்?"

"சொல்லேன், உங்கப்பன் யாரு?"

"இதென்ன கேள்வி, சந்தியாகுசேட்டா?"

"உங்க அப்பன் டெய்லர் தாவிதீஞ்சு. உலகத்திலேயே மிகப் பெரிய தையல்காரர். அவர் தச்சுக்கொடுத்த, தங்க ஜரிகை வச்ச கவசம், மஞ்சள் உச்சிக் கொண்டை நடுமத்தி வரை

தழஞ்சு தொங்கற ரோமானிய தொப்பி இதெல்லாம் நீ பார்த்திருக்கியா? கால் பவுன் கொடுத்து வாங்கின வெள்ளைக் கொக்கோட சிறகு தைச்சுவச்ச தொப்பி அதெல்லாம். பகல்லே அந்தத் தூவல் மின்னுமா? மின்னணும்னா இருட்டு வேணும். பெட்ரோமாக்ஸ் விளக்கு வேணும். எரணாகுளத்திலே இருந்து ஜெனரேட்டர் வரணும். உச்சியிலே நீலக் கடுதாசு ஒட்டிச் சுத்தற தகடு வேணும். பகல்லே நாடகம் போட்டா எப்படிப் பளபளக்கும்?"

"அப்போ, நாடகம் நடந்துச்சா, சந்துசேட்டா?"

"மூணு வருஷம், நாலு அண்ணாவிகள் ஆடச் சொல்லிக் கொடுத்துத் தயாரிச்ச நாடகம் அது. நம்ம காறல்மேனோட தளபதி ரோல்தான் சின்னக் குழந்தையா இருந்த காலத்திலே கதை நடக்குது. சொந்தமான நிலத்தை வித்துத்தான் எங்கப்பன் நாடக உடுப்பெல்லாம் தயார் செஞ்சார். அப்போ, வந்தது பார், நாடகம் நடக்கறதுக்கு ஒரு நாள் முன்னாடி, கோதூரத்துக் கோவில் பாதிரி போட்ட கண்டிஷன்: "பகல்லே நாடகம் நடந்தா போதும்". நாடக கோஷ்டி சொல்லிச்சு: "அப்படிச் செய்ய முடியாது". அப்புறம் நாடகக்காரங்களைக் கோவில்லே இருந்து தள்ளி வச்சு ஊர் விலக்கு வந்துச்சு. திருச்சபையிலே இருக்கப்பட்ட யாரும் நாடகம் பார்க்கக் கூடாது. பார்த்தா, மூணு ஞாயிறு, கோவில்லே திருப்பலி பூசை வைக்கறபோது பகிரங்கமா மரச் சிலுவை பிடிச்சு நின்னுகிட்டிருந்தாதான் பாவமன்னிப்பு."

"நாடகம் நடந்துச்சா, சந்துசேட்டா?" மைக்கேல் கேட்டான்.

"பின்னே இல்லியா? கோதூரத்துக் கடல்கரையில் இருந்து ஏகப்பட்ட படகுகள் நாடகம் பார்த்துச்சு. லட்சோப லட்சம் ஆட்கள் நாடகம் பார்த்தாங்க. அந்த லட்சோப லட்சம் ஆட்கள் அப்புறம், தோ பாரு இப்படி மரச் சிலுவை பிடிச்சுக்கிட்டு கோவில்லே திருப்பலி பூசைக்குப் போனாங்க."

சந்தியாகு கொஞ்ச நேரம் துறைமுகத்தில் அந்தி கவிந்து கொண்டிருந்ததை நோக்கியபடி நின்றார், சத்தம் தாழ்த்தி மெல்லிய குரலில் அவர் சொன்னார்: "பிறகு நம்ம

வட்டாரத்திலே நாடகம் நடத்தறது நின்னு போச்சு. அதுக்கு அப்புறம் இப்போதான் இன்னொரு பாதிரியார் ங்ஹான்னு சம்மதம் சொல்றாரு."

"சந்தியாகுசேட்டா நான் சொன்னது என்னன்னு கேட்கலியா? கோதூரத்து கோவில்லே நொண்டிப் பாதிரியார் ஒரு கண்டிஷன் போடறாரு" பிரான்சிஸ் சொன்னார்.

"என்ன கண்டிஷன்? இந்த நடுப்புழை ஆறு மேலே சத்தியம். கன்னி மரியம்மை பெயர் கொண்ட இந்தப் படகு மேலே சத்தியம். செயலோடு இருந்த காலத்தில் பிரான்சு சக்கரவர்த்தி காறல்மான் வேஷம் கட்டிப் பேர் வாங்கிய ஆறாம்புரைக்காரன் அகஸ்தீஞ்ஞுவுடைய முதல் மகன் சந்தியாகு, அதே ஆறாம்புரைக்கல் அகஸ்தீஞ்ஞுவோட கூடப் பிறந்தவனும், காறல்மான் நாடகத்தில் துருக்கி சுல்தான் அல்பிறாந்து வேஷம் கட்டி உலகத்தையே நடுங்க வைச்சவனுமான ஆறாம்புரைக்கல் ரஃபேலோட இளைய மகன் மைக்கேல் என்ற மீங்கு, காறல்மானின் பனிரெண்டு தளபதிகளில் முதலானவனும் மகாவீரனுமான ரோல்தானுடைய கண்ணைக் கவரும் உடுப்பை தச்சுக் கொடுத்து, பூமியிலும் ரோமாபுரியிலும் பேரெடுத்த தையல்கலை மேதை தாவீதீஞ்ஞுவோட மகன், பிரான்சிஸ் என்ற இந்த யூஸ்லெஸ் பிராஞ்சி; இந்த மூணு பேரும் சின்னத்தம்பி அண்ணாவி மெமோரியல் சவிட்டுநாடகக் குழுவை இந்த விர்ஜின் மேரிங்கற பெயர் வச்ச படகுலே தொடங்கியிருக்கோம். ஆகாசத்தில் ஸ்ராங்க் ஆண்டனியும், பூமிக்கு அடியில் எஞ்சின் ரூமில் லஸ்கர் பரமுவும் சாட்சி."

"அண்ணாவிக்கு இங்கே என்ன வேலை?" மைக்கேல் கேட்டான்.

"நீதான்டா இப்படிக் கேப்பே, மீங்கு" கோபத்தோடு அவன் தோளைக் குலுக்கியபடி சந்தியாகு சொன்னார். "துருக்கி சுல்தான் அல்பிறாந்து வேஷம் கட்டி, நாடகம் பார்க்க வந்த லந்தன்பத்தேரி பொண்ணுங்களை நடுங்க வைச்சு, கர்ப்பச் சிதைவை உண்டாக்கின ஆறாம்புரைக்கல் ரஃபேலோட அந்திம காலத்திலே பிறந்த சோனிப்பயலே, நீதான் இப்படிக் கேப்பே."

“விடு சந்தியாகுசேட்டா, அவனுக்கு விளக்கமா சொல்லிக் கொடு” பிரான்சிஸ் சொன்னார்.

“அப்போ கேளு. நம்ம அக்பர், காந்தி, லியோ பதிமூணாம் மார்பப்பா இவங்களைப் போல் ஒரு மகானாக இருந்தார் சின்னத்தம்பி அண்ணாவி. வடுதலையில் இருந்து வைப்பின் வரை, கண்ணம்மாலியில் இருந்து சேர்த்தலை வரை கிறிஸ்துவர்களோட பித்தாகிப்போன சவிட்டுநாடகத்தைக் கண்டுபிடிச்ச அந்தத் தமிழன் பாண்டிக்காரனும் முழுப் பைத்தியம்'டா.”

அந்தி முழுக்க சாய்ந்தது. மட்டாஞ்சேரி கடல்பாலத்தை அடுத்து பெரிய கப்பல்கள் உறங்கும் முன்பு அவற்றின் மூன்றாம் கனபரிமாணத்தைக் கழற்றிவிட்டு, நிழலுருவங்களாக மாறியிருந்தன. அடிவானத்திலிருந்து பார்வையை விலக்கி சந்தியாகு கேட்டார்: “கோதூரத்து பாதிரியார் என்ன கண்டிஷன் போட்டார்? நூற்றொண்ணு தடவை கன்யா மரியத்துக்கு தோத்திரம் சொல்லணுமா? அதுக்கு நாம முட்டி மைதுனம் பண்ணின பாவம் செஞ்சிருக்கோமா என்ன? இந்தக் கொச்சு மைக்கேல் அப்பப்போ கையடிக்கறான், தெரியும். மவனே மீங்கு, ரொம்ப வேணாம். உடம்பு கெட்டுப் போகும்.”

“சும்மா இரு சந்துசேட்டா” மைக்கேல் நாணியபடி சொன்னான்.

“சந்தியாகுசேட்டா, வீண்பேச்சு எதுக்கு? கோதூரத்து கோவில் பாதிரியார் போடற கண்டிஷன் இதுதான். அவருக்கு மிசிஹா சரித்திர நாடகம்தான் போட வேணுமாம்.”

“மிசிஹா சரித்திரமா? அப்படி ஒரு சவிட்டுநாடகம் இருக்கா என்ன? நான் கேட்டதில்லே. அதோட சுவடி எங்கே கிடைக்கும்? சாட்சாத் சின்னத்தம்பி அண்ணாவி எழுதின பிரஸ்ஸீனா சரித்திரத்தோட சுவடி ரொம்ப சுலபமா கிட்டும். அல்லேசு நாடகத்தோட சுவடி கூட கிடைக்கும் தான். பிலோமினா நாடகத்தோட சுவடி சுள்ளிக்கலை பெர்லியாசான் கிட்டே இருக்கு. இந்தக் காலத்துப் புது நாடகங்கள் - வீரகுமாரி, ஞானசுந்தரி, நல்லதங்காள் எல்லா நாடகத்தோட சுவடியும் ரொம்ப சுலபமாக கிடைக்கும். காறல்மான் நாடகத்தில் வர்ற

ஒரு பாட்டாவது தெரியாத கிறிஸ்துவன் இந்த உலகத்திலே ஏது? ஆனா, இந்த மிசிஹா பொன்னு தம்பிரான் நாடகம்? நான் கேட்டதே இல்லே.”

துறையை நோக்கி வளைந்து திரும்பும்போது படகின் தாளம் மாறியது. பயணிகள் மௌனமாக இருந்தார்கள்.

‘விர்ஜின் மேரி’ படகு கரையை அடைந்தபோது அவர்கள் மூவரும் வரிசையாக இறங்கினார்கள். படகுத்துறையின் இரண்டு பக்கமும் கட்டியிருந்த லந்தன்பத்தேரிக்காரர்களின் படகுகளுக்கிடையில் அடையாளம் தெரியாத ஒரு மச்சுவா படகு இருந்ததை அவர்கள் கவனித்தார்கள். பின்னால் நின்று லஸ்கர் பரமு சத்தம் போட்டுச் சொன்னார்: “எரணாகுளத்திலேருந்து வந்த அம்மை குத்தறவங்களோட மச்சுவா அது. இன்னிக்குப் பகல்லே ஒரு பயங்கரமான சம்பவம் நடந்துச்சு. அக்கரை படகுத் துறையிலிருந்து ஆயிரக் கணக்கிலே மச்சுவா படகுகள் ஒண்ணா மேற்கு நோக்கிப் புறப்பட்டுது. ஒவ்வொரு படகிலும் நட்டநடுவிலே கம்பீரமா உக்காந்தபடிக்கு ஒரு கேடுகெட்ட அம்மை குத்தறவர். எல்லோரையும் விரட்டிப் பிடிச்சு அம்மை குத்த வந்திருக்காங்க. சந்தியாகுசேட்டா, சீக்கிரம் வீட்டுக்குப் போ. வீட்டுக்காரி பயந்து கதவை அடைச்சுக்கிட்டு உள்ளே உக்கார்ந்திருக்கும்.”

சந்தியாகு படகைப் பார்த்துக் கையசைக்க, லஸ்கர் பரமுவும் கையசைத்தார். சுக்கான் பிடித்திருந்த ஸ்ராங்கு ஆண்டனி சுவாரசியமில்லாமல் பார்த்தான். வடக்கு நோக்கி நடந்த சந்தியாகுவும் தோழர்களும் பரங்கிக் கப்பல்களின் முன்னால் வந்தபோது நின்றார்கள். சந்தியாகு முன்னறிவிப்பில்லாமல் பாடத் தொடங்கினார்: “முத்து முத்தையா சேசு முத்தையா சேசு முத்தையா முத்து முத்தையா.”

“சந்துசேட்டா, நடக்கலாம். யாராவது பார்த்துச் சிரிக்கப் போறாங்க” மைக்கேல் சொன்னான்.

“கம்யூனிசம் வந்து தெய்வ நம்பிக்கையை இல்லாம பண்ணிட்டு இருக்கற இந்தக் காலத்திலே யாராவது பிரார்த்தனை செய்யறது

கண்ணுலே பட்டா நல்லதுதானே? இல்லேன்னாலும் யாரும் பார்க்கப்போறதில்லே. அம்மை குத்தறவருக்குப் பயந்து எல்லோரும் கதவு அடைச்சு வீட்டுக்குள்ளே முடங்கிட்டாங்க இல்லே? பார்த்தாத்தான் என்ன குறைஞ்சு போச்சு? இந்தப் பாட்டு, சின்னத்தம்பி அண்ணாவி மட்டாஞ்சேரி கோவில்லே சிலுவை முன்னாடி அழுதுகிட்டு பாடின பாட்டாக்கும். முத்து முத்தையா சேசு முத்தையா. சிலுவைக்கும் நெஞ்சை அடைக்கிற துக்கம். அது இப்படி வளைஞ்சு அண்ணாவி முன்னே குனிஞ்சு நின்னுது. அப்படித்தாண்டா அது கூனல் சிலுவையாச்சு. இல்லாம, நான் நம்பூதிரியா இருந்து மதம் மாறினவன், நாயரா இருந்து மதம் மாறினவன்னு டம்பமாகச் சொல்லிக்கிட்டு இருக்காங்களே, அவங்க ஒரு பக்கமும், பழைய ஆசார கிறிஸ்துவங்க இன்னொரு பக்கமும் பிடிச்சு, வெண்டுறுத்தியிலே கடல்படைக்காரங்க மாதிரி கயிறு கட்டி வலிச்சு இழுத்து வளைஞ்சு போனதா என்ன, உண்மையான கிறிந்துவர்களோட அந்தச் சிலுவை?”

ஜெபக்கூடத்துக்கு முன்னால் பாதை இரண்டாகப் பிரியும் வழியில் வீடு திரும்பும் சாலையைப் புறக்கணித்து அவர்கள் போஞ்ஞிக்கரை போகும் போனிபேஸ் பாலத்துக்கு நடந்தார்கள். லந்தன்பத்தேரியின் நான்காவது நீர்ப்பரப்பும், போஞ்ஞிக்கரைக்கும் லந்தன்பத்தேரிக்கும் நடுவே எல்லை வகுப்பதுமான வடக்குக் கால்வாய் அகலமானதில்லை. பல காலமாக லந்தன்பத்தேரிக்காரர்கள் ஒற்றைத் தென்னை மரத்தைக் குறுக்காகக் கிடத்திய மரப்பாலத்தில் நடந்து தான் போஞ்ஞிக்கரை போய் வந்தார்கள். போஞ்ஞிக்கரைக்கு அவர்களால் போகாமல் இருக்க முடியவில்லை. ஆத்மாவுக்கு வேண்டிய பலதும் அங்கே மட்டுமே அவர்களுக்குக் கிடைத்தது. புனித செபஸ்தியானோஸ் மாதாகோவில் வளாகத்தில் நிற்கும் பெரிய புளியமரத்தில் கட்டியிருந்த மணி அடிக்கும்போது, லந்தன்பத்தேரிக்காரர்கள் கூட்டமாக வடக்கு நோக்கிப் போனார்கள். போஞ்ஞிக்கரை கள்ளுக்கடையில் சாயந்திரம் கள் இறக்கிப் போகும் படகுக்காரர்களின் கூச்சல் கேட்டபோது அவர்களில் பலருக்கும் சும்மா இருக்க முடிந்ததில்லை.

போஞ்ஞிக்கரையில் இருந்து திரும்பி வரும்போது கால்வாயைக் கடக்க, அகலம் குறைந்த ஒற்றைத் தென்னைமரப் பாலம் சரிப்பட்டு வரவில்லை. பலரும் தவறி விழுந்து செத்துப் போனார்கள். அந்தக் காலத்து திவான் சர் ஆர்.கே ஷண்முகம் செட்டி, உடனே பாலம் கட்ட உத்தரவு போட்டார். லந்தன்பத்தேரியின் பழைய குடிகாரர்கள் இப்பொழுதும் கள் குடிக்கும்போது நுரையை விரலால் சுண்டி போனிபேஸுக்கு வந்தனம் சொல்ல மறப்பதில்லை.

போஞ்ஞிக்கரை கள்ளுக்கடையின் ஒரு பாகம், காயலில் ஊன்றி நிறுத்திய மரக்கழிக் கால்களின் மேல் அமைந்திருக்கும். எச்சில் இலைகளையும், கள்ளில் மிதக்கும் செத்த வண்டுகளையும், முதல் தடவையாகக் கள் குடிக்கிறவர்களின் வாந்தியையும் காயல் எடுத்துக்கொண்டு, அந்த இடத்தில் புதுத் தண்ணீரை நிரப்பிப் போகும். கள்ளுக்கடையின் மூன்று பக்கத்திலும் சுவரை ஒட்டி ஒற்றை வரிசையில் பெஞ்சுகளும் மேஜைகளும் போடப்பட்டிருந்தன. அங்கே உட்கார்ந்து குடிக்கிறவர்கள் தெரிந்துகொள்ள வேண்டி முன்பக்கச் சுவரில் எழுதி வைத்திருந்தது:

ஏ.ம.யோ (ஏசு. மரியன்னை. யோசேப்பு)
டி.எஸ். 1/51
உரிமம் எடுத்தவர் : பெர்ணாந்து தாமஸ்
கள் 1 விலை : இரண்டு அணா
இன்று ரொக்கம் நாளை கடன்

"ஏண்டா மைக்கேலு, நீ சவிட்டு நாடகம் பார்த்திருக்கியா?" சந்தியாகு கேட்டார்.

"நினைவில்லை, சந்துசேட்டா" என்றான் மைக்கேல்.

"நீ பார்த்திருக்க மாட்டே. உன் ஆயுசிலே பார்க்கப் போறதில்லே. துருக்கி சுல்தான் வேஷம் கட்டின ஆறாம்புரைக்கல்காரன் ரபேலோட மகன் மைக்கேல் அவன் ஆயுசிலே சவிட்டுநாடகம் காணப் போறதில்லே. சும்மா வாய் பார்த்துக்கிட்டு நிக்காதே ராஜப்பா, ரெண்டு கள்ளு கொடு."

“நல்ல சாளை மீன் இருக்கு மேஸ்திரி. எடுத்து வரட்டா?” ராஜப்பன் உப்பிட்ட புளிப்பு நாரத்தை ஊறுகாய்த் தட்டை அவர்கள் முன்னால் வைத்தபடி கேட்டான்.

“வேணாம், கெழங்கு இருக்கா?” சந்தியாகு கேட்டார்.

ராஜப்பன் கொண்டு வந்து வைத்த பீங்கான் பாத்திரத்தில் இருந்த உருளைக்கிழங்குத் துண்டுகளின் மேல், ராத்திரி நேர எரணாகுளத்தில் தெரியும் விளக்கு வெளிச்சங்கள் போல அங்கங்கே மிளகுப்பொடி அப்பியிருந்தது. பிரான்சிஸ் மூன்று குப்பிகளில் கள்ளைப் பகிர்ந்தார். சந்தியாகு, சுண்டுவிரலால் கள்ளின் மேல் எழுந்த நுரையைச் சுண்டி, கண் மூடிப் பிரார்த்தனையில் ஈடுபட்டார். கண் திறந்தபோது லந்தன்பத்தேரியில் ஸ்ரீராமவர்மா அரசு தொடக்கப் பள்ளியில் மலையாள ஆசிரியரான ராகவனும், சதா ஏதோ கணக்குப் போட்டுக்கொண்டிருக்கும் கணக்கு வாத்தியார் புஷ்பாங்கதனும் கள்ளுக்கடைக்கு வந்துகொண்டிருப்பதைக் கண்டார்.

“எங்க பிள்ளைகளுக்குக் கணக்கும் மலையாளமும் கற்றுக் கொடுக்கிற வாத்திமார் எதுக்கு கள்ளுக்கடைக்கு வரணும்? சொல்லி அனுப்பியிருந்தா நல்ல கள்ளுத்தண்ணியா நீங்க தங்கியிருக்கற இடத்துக்கே கொடுத்து அனுப்பியிருக்கலாமே” சந்தியாகு சொன்னார்.

“முழுப்பரீட்சை லீவு நேரம் இல்லையா இது மேஸ்திரி. இப்போ நாங்க வாத்தியார் இல்லே” ராகவன் சொன்னார்.

பிரான்சிஸ் முதல் கிளாஸ் கள் குடித்து முடித்தபோதுதான் மைக்கேல் இன்னும் குடிக்காமல் இருப்பதைக் கண்டார். அவர் சொன்னார், “மீங்கு, நீ சின்னப்பையன். விருப்பம் இருந்தா குடி, இல்லேன்னா வேணாம்.”

“என் துடையிலே விஷமம் செய்யாம கையை எடு பிராஞ்சிசேட்டா” மைக்கேல் விலகி உட்கார்ந்தபடி சொன்னான்.

“பிராஞ்சி, இவனோட அப்பன்” சந்தியாகு சொன்னார்: “அவரோட பொண்டாட்டி அதாவது இவனோட அம்மா இறந்து போய் நல்லடக்கமான தினத்திலே பொன்னாரிமங்கலம்

கள்ளுக்கடையிலே போய் முட்ட முட்ட குடிச்சார் பாரு. என்ன குடி, என்ன குடி, ஏசுவே. ஒரே மிடறு. ஒரு கிளாஸ் காலி. கள்ளிலே மிதக்கற வண்டு எல்லாத்தையும் இவனோட அப்பன் அப்படியே அரிசிப் பொறி மாதிரி கரமுரன்னு கடிச்சுத் தின்ன கதையை இப்பவும் பொன்னாரிமங்கலத்துக்காரங்க சொல்லிக்கிட்டிருக்காங்க. பிராஞ்சி, நீ அவனுக்குக் குடிக்கச் சொல்லிக் கொடுக்க வேணாம். அவன் ஆறாம்புரைக்கல்காரன்."

மைக்கேல் ஒரு உறிஞ்சில் ஒரு கிளாஸ் கள்ளைக் குடித்துத் தீர்த்தான். உதட்டைத் துடைத்துக்கொண்டு அவன் சொன்னான், "ராஜப்பா, இன்னொரு கள்ளு கொண்டு வா."

கொக்கு போல் வெளுத்த கள்ளுக் குப்பிகள் அவர்களின் மேசையில் வந்து நின்று, சிறிது நேரம் சென்று திரும்பப் பறந்து சென்றன. பெட்ரோமாக்ஸ் விளக்கின் சீழ்க்கை ஒலியைத் தவிர கள்ளுக்கடையில் வேறு சத்தமெதுவும் இல்லை. கிளாஸிலிருந்து தலையுயர்த்தி சந்தியாகு சொன்னார்: "கோதுரத்து மாதாகோவில் பாதிரியார் போடுற கண்டிஷன், பெருச்சாளி நம்ம காலுக்குக் கீழே இருந்து குழிபறிக்கற மாதிரி. ஆமான்னு சொன்னாரா, இல்லேன்னு சொன்னாரா? எப்படித் தெரியும்?"

சந்தியாகுவின் குரல் உயர்ந்தபோது அடுத்த மேசையில் இருந்த ராகவன் மாஸ்டர் அவரைப் பார்த்தார். சந்தியாகு ராகவன் மாஸ்டரைக் கேட்டார்: "ராகவன் மாஸ்டரே, மிசிஹா சரித்திரம்னு ஒரு சவிட்டு நாடகத்தோட பெயர் கேட்டிருக்கீங்களா?"

"இல்லியே."

"நானும் கேட்டதில்லே."

"அப்படி ஒண்ணு இருக்கலாம்தான். கதகளியிலே ஆடற பல கதையும் ராமன் கதை, கிருஷ்ணன் கதைதானே. அதுபோல."

"ஆனால், சவிட்டுநாடகம் அப்படி இல்லை. இதை பிரான்ஸ் சக்கரவர்த்தி காறல்மான் வேஷம் கட்டி பெயரெடுத்த ஆறாம்புரைக்கல் அகஸ்தீஞ்ஞுவோட மூத்த மகன்

ஆறாம்புரைக்கல் சந்தியாகு சொல்றேன். உங்களுக்குச் சரின்னு படற விதத்திலே எல்லாம் இருக்கணும், அப்படித்தானே ராகவன் மாஸ்டரே? ஆனா, சவிட்டுநாடகம் கிறிஸ்துவங்களோட கதகளி இல்லே. மிசிஹாவை கதாநாயகனா வச்சுக்கிட்டு நாங்கள் ஒருபோதும் சவிட்டுநாடகம் ஆடப்போறதில்லே."

சந்தியாகு அவர் இருந்த மேசைக்கு வெளியே வந்து கள்ளுக்கடை நடுவில் போய் நின்று எல்லோரையும் பார்த்துச் சொன்னார்: கோதூரத்து நொண்டிப் பாதிரியார் நாளைக்குச் சொல்வார், நாளைக்குச் சொல்வார், காந்தி சரித்திரம் சவிட்டுநாடகம் ஆடுன்னு."

குடித்துக்கொண்டிருந்தவர்கள் மௌனமாக சந்தியாகுவைப் பார்த்தபடி இருந்தார்கள். "நாங்க நொண்டி பாதிரி கிட்டே தோத்துப்போகப் போறதில்லே. பாதிரியாரே, என் பொன்னு பாதிரியாரே, மிசிஹா சரித்திரம் நாடகம்தான் வேணுமா? இந்தா பிடியுங்க மிசிஹா சரித்திரம் நாடகம். காந்தி சரித்திரம் வேணுமா? இந்தா பிடியுங்க காந்தி சரித்திரம். சின்னத்தம்பி அண்ணாவி மெமோரியல் சவிட்டுநாடகக் குழுவின் காந்தி சரித்திரம், சவிட்டுநாடகம்."

கள்ளுக்கடையில் பின்பகுதியில் இருந்து யாரோ பீங்கான் பாத்திரத்தில் அலுமினியக் கரண்டியால் தட்டியது கடை முழுக்க எதிரொலித்தது. சந்தியாகு காலடி எடுத்து வைத்து ஆடத் தொடங்கினார்: "தித்தரிகிட திந்தா திலாங்கு திம்ருதோம்."

"சந்தியாகுசேட்டா, இங்கே வந்து இருங்க" மைக்கேல் கூப்பிட்டான்.

"மோனே, சந்தியாகுவை சும்மா விடு. அவன் இன்னிக்கு நல்ல ஃபார்மிலே இருக்கான்". பின்னால் இருந்து யாரோ மூத்த குடிகாரர் சொன்னார். அவரும் தாளமாக சொல்கட்டு சொல்லத் தொடங்கினார்: தரிகிட திம்ருததோம்.

"நாடகம் ஆரம்பிக்கட்டும்" இன்னொருத்தர் சத்தமாகச் சொன்னார். பிரான்சிஸ் வாயில் விரல் வைத்து விசில் அடித்தார். கூக்குரலும் காகித அம்பு விடுவதுமாக அந்த இடம் இருந்தது.

“சரி, முதல்லே விருத்தம். கடவுள் வாழ்த்து. யாருக்குப் பாட்டு தெரியும்?” சந்தியாகு கேட்டார்.

கள்ளுக்கடையில் பேச்சுமூச்சில்லை. சந்தியாகு சொன்னார்: “ஐயோ, நாடகம் செத்துப் போச்சா? யாருக்கும் விருத்தம் தெரியாதா? என் அப்பன் அகஸ்தீஞ்நு சொல்லிக்கொடுத்தபடி நானே பாடித் தொலைக்கறேன்.”

சந்தியாகு கண்ணை மூடிக்கொண்டார். சுருதிப் பெட்டி இருப்பதாகக் கற்பனை செய்து கொண்டு அதை மீட்டியபடி அவர் பாடினார்: “அமலனே எங்களைக் காப்பாற்றிக் கொள்வான். ஆதி பிதா சுதன் யிஸ்பிரிட் பரிசுத்த ஆவி நாமத்தில் ஆமேன்.”

பிரான்சிஸ் சந்தியாகு அருகில் போய்க் கேட்டார்: “அண்ணாவி, இது எந்தப் புகழ் பெற்ற தலம்?”

“கட்டியக்காரா, இதுதான் சீமையிலே சக்கரவர்த்தியாக இருக்கப்பட்ட ஐந்தாம் ஜார்ஜ் மகாராஜாவும் ராணியம்மா மேரியும் அரசாளும் தில்லி தர்பார்.”

சந்தியாகுவை வணங்கிய பின் பிரான்சிஸ் கேட்டார்: “தர்பாரில் எழுந்தருளியிருக்கும் இந்த அரச பிரமுகர்கள் எல்லாம் யார், சக்கரவர்த்தி?”

“இதுதான் பட்டியாலா மகாராஜா. ஒண்ணரை பெக் அளவுன்னு சாராயம் அளந்து தர பட்டியாலா பெக் உண்டாக்கியவர்.”

“இது யாரோ?”

“ஹைதராபாத் நிஜாம். மட்டாஞ்சேரி தக்கிணி முஸ்லீம்களோட மகாராஜா.”

“அது யாரு?”

“கொச்சி மகாராஜா. சின்னப் பய.”

குவாலியர் ராஜா சிந்தியாவையும், பரோடா மகாராஜா கெய்க்வாட்டையும் மைசூர் உடையாரையும் வணங்கிய பிறகு கட்டியக்காரன் பிரான்சிஸ் கேட்டான்: “ஐந்தாம் ஜார்ஜ் சக்கரவர்த்திகளின் தர்பாரில் மேற்கண்ட பிரமுகர்கள்

எல்லோரும் எழுந்தருளியிருக்கக் காரணம் எதுவோ? இவங்களுக்கு என்ன வேணுமாம்?"

சந்தியாகு மேஜைக்குத் திரும்பப் போய் ஒரு கிளாஸ் கள் குடித்தபின் பாடினார்: "கட்டியங்காரா, இவங்களுக்கு ரத்தம் வேணும்

மின்னும்மணி மகர கிரீடம் ராத்தல் அறுநூறு
பொன்படை சட்டை எண் திசை புகழ்பெற்ற
கத்தியவார் ராயன் சிரீ காந்திமன்னனின்
சத்திய நெஞ்சு பிளந்து செங்குருதி
வெள்ளமாய்ப் பெருகுதே சூடான காந்தி ரத்தம்."

தொடர்ந்து கொஞ்ச நேரம் கள்ளுக்கடையில் நிசப்தம். கள் குடித்துக் கொண்டிருந்தவர்களில் மூத்தவர்கள் சந்தியாகுவோடு கூடச் சுவடு வைத்து ஆடினார்கள். அவர்களின் பழைய நினைவுகளில் இருந்து அடவுகளும் அசைவுகளும் தானே மேலெழுந்து வந்தன. துறைமுகத்தில் அலைகள் மோதித் தகர்ந்து போகக் கரையில்லாமல், அவை முணுமுணுத்துத் திரும்புவது போல் கள்ளுக்கடையின் எல்லாப் பக்கமிருந்தும் முணுமுணுப்பாகப் பாடல் உயர்ந்தது:

"சூடான காந்தி ரத்தம்."

ஒருத்தன் மேசையின்மேல் தாளம் கொட்டினான். மைக்கேல் பீங்கான் பாத்திரத்தில் தட்டி வாசித்தான். ராகவன் மாஸ்டரும், கணக்கு வாத்தியார் புஷ்பாங்கதனும் ஏழு போத்தல் கள் ஒருசேர வாங்கி மிடறு மிடறாகக் குடித்து, காலிக் குப்பிகளை மேசையில் நிறுத்தி கரண்டியால் தட்டி ஜலதரங்கம் வாசித்தார்கள். கயிறு கட்டி வைத்த கள் பரணிகளிலிருந்து கள் வேகமாக வெளியே எடுக்கப்பட்டுக்கொண்டிருந்தது. குடிக்க வந்தவர்களின் சுருக்கமான பெயர்களை எழுதி அவற்றின் எதிரே அவரவர் குடித்த கள்ளின் அளவைக் குறிக்க ராஜப்பன் வரைந்து வைத்த கட்டங்களில் கணக்குப் பதிவு தறிகெட்டுப் போனது. கள்ளுக்கடையில் ஆட்டம் உச்சத்தில் இருந்தது.

"எல்லோரும் போய் உட்காருங்க. இப்போ ஃபைட்டிங் சீன்,

சண்டைக் காட்சி" சந்தியாகு சொன்னார். அவர்கள் விலகிப் போக, வெறுமையான அரங்கில் நின்று சந்தியாகு பாடினார்: "துப்பாக்கி எடுத்தான் துஷ்டன் கோட்ஸே."

சந்தியாகு இடப்பக்கம் சாடிக் குதித்துக் குனிந்து நின்று பாடினார்: "தன்னைத் தான் காப்பாற்றத் தள்ளி நின்றார் காந்தி மகான்."

பின் வலது பக்கம் அடியெடுத்து வைத்து அவர் பாடினார்: "துப்பாக்கியாலே சுட்டான் துஷ்டன் கோட்ஸே."

சந்தியாகு இடது பக்கம் நீளத் தாண்டிக் குதித்துப் பாடினார்: "உயரப் பறந்தார் உத்தமர் காந்தி."

வலது பக்கம் சாடி, அவர் பாடினார்: "துப்பாக்கிக் குண்டுகள் சுட்டுத் தீர்த்தான் துஷ்டன் கோட்ஸே."

"அப்போதான் தடியெடுத்தார் அண்ணல் காந்தி."

"வேண்டாம் வேண்டாமய்யா காந்தி அய்யா, மன்றாடினான் கோட்ஸே துஷ்டன்."

"ரெண்டாக அவன் மண்டை உடைத்தார் காந்தி மகான்."

"செத்து ஒழிந்தான் துஷ்டன் கோட்ஸே."

"ஹே ராம் என்றார் காந்தி மகான்."

கள்ளுக்கடையில் கைதட்டலுக்கு நடுவே, நம்பிக்கை இல்லாத ஒருத்தன் கேட்டான்: மெய்யாலும் செத்தது காந்தி இல்லையோ மேஸ்திரி?"

"அது உன்னோட கதையிலே. காந்தி மகானைக் கொன்னுட்டு என்னை ஒப்பாரிப் பாட்டுப் பாட வைக்கலாம்னு பார்த்தியா? ஆறாம்புரைக்கல்காரங்க யாரும் இதுவரைக்கும் தோத்துப் போய் ஒப்பாரி வச்சதில்லே. எழவுப் பாட்டு எதுவும் இனிப் பாடவும் போறதில்லே. ஒரு காலத்தில் பிரான்சு சக்கரவர்த்தி காறலமேன் வேஷம் கட்டி, பூமியிலும், ரோமாபுரியிலும் புகழ் பெற்றுப் பேரு வாங்கிய லந்தன்பத்தேரி அகஸ்தீஞ்ஞுவோட..."

“போதும் போதும் சந்துசேட்டா, நாம போகலாம்” மைக்கேல் சந்தியாகுவின் தோளில் கைவைத்து வெளியே தள்ளிக்கொண்டு போனான். அவன் பின்னால் பிரான்சிஸும் நடந்தார்.

போனிபேஸ் பாலம் வரும் வரை அவர்கள் பேசவில்லை. பாலத்தில் நின்று அவர்கள் கிழக்கு ஆற்றின் மறுகரையான எரணாகுளத்தில் ஒளிரும் மின்சார விளக்குகளைப் பார்த்தார்கள். மேற்கு ஆற்றின் மறுகரைத் தீவுகளில், இரவுக்கு ஊசி குத்திக் கீறிப் பிளந்து எரியும் சிம்னி விளக்குகளையும் கண்டார்கள். எதிரில், ஜபக்கூடத்தில் கடைசி மெழுகுவர்த்தியின் சுடர் மங்கித் தெரிந்தது. சந்தியாகு நான்கு திசையிலும் குனிந்து வணங்கி மங்களம் பாடினார்:

“மங்களம் நித்யஜெய ஆதிகடவுளோனே
மங்களம் நித்யஜெய பிதாசுதனே
மங்களம் நித்யஜெய பரிசுத்த ஆவியே
மங்களம் சமஸ்துதே மங்களம்.”

என்னை அம்மா கருவுற்றது 1951-ல் மழைக்காலம் தொடங்கி பாதி கழிந்த நேரத்தில்தான். ஏன் தன்னை விட வயது மிகவும் கூடிய வலிய மத்தேவுஸ் ஆசாரியை, சின்ன வயசுப் பெண்ணான மட்டில்டா கல்யாணம் செய்து கொண்டாள் என்ற கதையை எனக்கு யாரும் சொல்லவில்லை. அந்தக் கதையை நானே சுயமாகக் கற்பனை செய்துகொள்ளவும் முடியவில்லை. அப்பன் அம்மாவுக்கு யாராக இருந்தார்? அம்மாவின் கணவனா அல்லது எல்லாப் பெண்களின் ஆதிபுருஷனான ஆண்டவனா? எப்படியோ, கல்யாணம் நடந்த பிறகு அம்மா பாதுகாப்பாக உணர்ந்தாள். அப்பனோடு ஒரே பாயில் படுத்து உறங்கியபோது மட்டில்டா தூங்கும்போது வாயில் விரல் போட்டுக்கொள்ளும் பழக்கத்தைக் கைவிட்டாள்.

பெரும்பாலும் ராத்திரியில் அப்பன் மேல் அரக்குப் பொடியும் மர பாலீஷுமாக வாடை அடித்தது. அம்மா காடுகளையும் உழுது பயிரிடாத வயல்களையும் பற்றி நினைத்துக்கொண்டும், சில நேரங்களில் அப்பனைத் தொட்டுக்கொண்டும், உறக்கம் வராமல் புரண்டு படுத்துக்கொண்டிருந்தாள். அவ்வப்போது மட்டில்டா முணுமுணுத்துக் கொண்டிருப்பாள். ஒரு நாள் அப்பன், அம்மாவின் உதட்டு அசைவில் இருந்து அவள் என்ன சொல்கிறாள் என்று புரிந்துகொண்டார் : “கர்த்தாவே, ஒரு தவணை, ஒரே ஒரு தவணை மட்டும்.”

மழையும் மின்னலுமாக இருந்த ஒரு இரவில் அம்மாவும் அப்பனும் வழக்கம் போல நெற்றியில் யூ.ரா.நா.ஏ என்று விரலால் எழுதிப் பிரார்த்தித்தார்கள். "யூதர்களின் ராஜாவான நாசரேத்துக்காரன் ஏசுபிரானே, இந்த ராத்திரியில் திடீரென்று ஏற்படும் மரணம், கெட்ட கனவு போன்ற, சாத்தானின் தொல்லைகளிலிருந்து எல்லாம் எங்களைக் காத்து ரட்சிக்க வேணும். உம் ஆவி எம்மில் எப்போதும் இருக்க வேணும். ஆம்மென்."

விளக்கை ஊதி அணைத்த பின் அப்பன் அருகில் பாயில் கிடந்த அம்மாவைப் பார்த்ததில்லை. அம்மாவின் கண்கள் ஒளிரும் என்று அப்பனுக்குத் தோன்றியது. அம்மா உறங்கியபின் அப்பன் பாயில் மண்டியிட்டுப் பிரார்த்தித்தார் : "உயிருக்கு உடமையாளனும் பாதுகாப்பவனுமான தெய்வமே, 'உண்டாகட்டும்' என்ற ஒற்றை வாக்கு கொண்டு உலகத்தை நீர் சிருஷ்டித்தீர் அன்றோ. கிழவனான ஆப்ரஹாமுக்கு ஈசாக்கையும், இதயம் நொந்து பிரார்த்தனை செய்த ஹன்னாவுக்கு சாமுவேலையும், மலடி என்று சொல்லப்பட்ட எலிசபெத்துக்கு யோஹன்னானையும் பிள்ளையாகப் பிறக்க வைத்து அனுக்கிரகம் செய்த கர்த்தாவே, குழந்தை பிறக்கத் தடையான எல்லாக் குறைகளையும் நீக்கி எங்களை அனுக்கிரகிக்க வேணும். கண்ணீரில் நனைந்த இந்த முறையிடலை அம்மையான பரிசுத்த கன்னி மரியத்தின் மகிமையோடு கர்த்தாவாகிய ஏசு கிறிஸ்து மூலம் உமக்கு சமர்ப்பிக்கிறேன். ஆம்மேன்."

சுற்றிலும் நிறைந்திருக்கும் ஆற்றுநீரில் மழைத்துளிகள் தெறித்து விழுவதால், தீவில் மழையின் ஓசை அதிகமாக இருக்கும். மேற்கே வைப்பின் தீவு மேல் கொடி மின்னல் படர்ந்தது. போர்த்தியிருந்த பருத்தித் துணிப் போர்வைக்கும் மீறிக் குளிரடித்தபோது, அம்மா அப்பனோடு சேர்ந்து படுத்துக் கிடந்தாள். மத்தேவுஸ் ஆசாரி படுத்தபடி பிரார்த்தித்தார்: "செத்து அழுகியிருந்தாலும், மார்த்தாவுக்கும் மரியத்துக்கும் சகோதரனான லாசரை மறுபடி உயிர்க்க வைத்தவனே, ஒரு தடவை, ஒரே ஒரு தடவை மட்டும் உன் அற்புதச் செயலை என்னிலும் நடத்த வேணும்."

முதல் இடி மின்னலின் பிரகாசத்தில், காயல் தீவுகள் பகல் வெளிச்சம் போல ஒளிர்ந்தன. இடி தெய்வத்தின் மொழி என்று அப்பனுக்குத் தோன்றியது. ஈடன் தோட்டத்தில் இருந்து ஆதாமையும் ஏவாளையும் வெளியே அனுப்பியபோது, பாபேல் கோபுரத்தில் மொழிகள் கலந்து எழுந்தபோது, மோசேவுக்கு பத்துக் கட்டளைகளைத் தந்தபோது தெய்வம் பேசிய மொழி இடியாக இருந்திருக்கும். வானத்தின் குறுக்கே படர்ந்து போன ஒரு மின்னலின் அசைவில் மத்தேவுஸ் ஆசாரி இடிக்கும் இடியின் உதட்டசைவை வாசித்தார் : "விழித்து எழு".

"கர்த்தரே", அப்பன் சொன்னார். "உம் செயலாக என் அரைக்கட்டில் விழுந்த தீக்கனலுக்காக நன்றி". மத்தேவுஸ் ஆசாரி மட்டில்டாவைத் தூக்கத்திலிருந்து எழுப்பினார். சிறிது சென்று நான் உருவானேன்.

லந்தன் அரண்மனை முதல் போனிபேஸ் பாலம் வரை நீண்டு தெற்கு வடக்காகக் கிடக்கும் பாதையில் அம்மை குத்தும் சாரதாம்மாவும் சௌரியும் நடந்தார்கள். அதிலிருந்து கிளைக்கும் இடைவழிகளில்தான் லந்தன்பத்தேரிக்காரர்களின் வீடுகள் அமைந்திருந்தன. சாரதாம்மாவும் சௌரியும் நடையின் வேகத்தைக் கூட்டியபோது என் அம்மாவின் வயிற்றில் இன்னொரு முறை சுருட்டி வலித்தது. அம்மா கூக்குரலிட்டாள்: "மாதாவே, நான் சாகப்போறேன்."

ஏழாம் தடவையாக சாரதாம்மா அம்மை குத்த லந்தன்பத்தேரிக்கு வந்திருந்தாள். என்றாலும் அந்த ஊர் மேல் ஈடுபாடு எதுவும் தோன்றவில்லை. காலுக்கடியில் திடீரென்று உயர்ந்தெழுந்த வினோதமான நிலப்பரப்பு போல் லந்தன்பத்தேரி ஒவ்வொரு முறை வந்தபோதும் சாரதாம்மாவுக்கு அந்நியப்பட்டுத் தோன்றியது. செடிகொடிகளையும் எங்கேயும் உள்ளது போன்று வளர்ந்து நிற்கும் தென்னை மரங்களையும் தவிர்த்து மற்றபடி, காயலின் மறுகரையான கிழக்குப் பிரதேசத்திலிருந்து லந்தன்பத்தேரி வேறுபட்டிருந்தது.

பச்சை நிறமுள்ள இடைவேளையாகச் செடிகொடிகள் அவ்வப்போது கொச்சி நகருக்குச் சமாதானத்தைக் கொண்டுவந்தன, கொச்சியும் கோழிக்கோடும் நூறாண்டுகளாக நீண்டு நடந்த யுத்தத்தில் போரிட்டிருந்தன. இரண்டு

சிற்றரசுகள். இரண்டு பெரிய துறைமுகங்கள். இரண்டுக்கும் பொதுவான உள்நாடாக, இங்கே ஒரு மடங்கு விலைக்கு வாங்கினால், ஐரோப்பாவில் நூறு மடங்கு விலைபோகும் மிளகு விளையும் மலைப் பிரதேசம். சீனாவில் மிங்க் அரச வம்சத்தில் பிறந்த பெரிய படைத்தலைவனான ழெங் ஹி, மேற்குக் கடல் தீரத்தில் சாமுத்ரி அரசாளும் வலிமை மிகுந்த நாடான கோழிக்கோட்டுக்கு 1406-இல் வந்து சேர்ந்தான். சில ஆண்டுகள் கழிந்த பிறகு அதே ழெங் ஹி சாமுத்ரிக்கு எதிராகப் படையெடுக்கக் கொச்சிக்கு உதவத் தொடங்கினான்.

பெரும் படைத்தலைவர்கள் அபூர்வமாகவே தங்கள் வீட்டில் வைத்து இறந்துபோவார்கள். ழெங் ஹி 1433-இல் கோழிக்கோட்டில் மரித்தான். அது நடந்து நூறு வருடமாகிறதுக்கு முன்பு, மற்றொரு பெரும் படைத்தலைவன் வாஸ்கோ ட காமா, கொச்சியில் இறந்துபோனான். பொதுவான எதிரியான கோழிக்கோட்டு சாமுத்ரி மன்னருக்கே எதிரே கொச்சிப் படையோடு கூடப் போரிட்ட போர்த்துகீசியர்கள், கொச்சியில் பல இடங்களையும் கொச்சி ராஜாவிடமிருந்து எழுதி வாங்கிக் கொண்டார்கள். அந்தச் சொத்துக்களில் ஒன்று வேம்பநாட்டுக் காயல் நடுவே காட்டுச்செடி மண்டிக் கிடந்த ஒரு தீவு. சிறிது காலம் சென்றபோது அந்தத் தீவுக்கொரு பெயர் கிடைத்தது: கம்போஞ்ஞிக்காடு. பிற்காலத்தில் அது போஞ்ஞிக்கரையும், லந்தன்பத்தேரியுமானது.

1663-இல் போர்த்துகீசியர்களைத் தோற்கடித்துத் துரத்திய டச்சுக்காரர்களின் கொடி கொச்சியில் பறக்கத் தொடங்கியது. கொச்சியில் மேனுவல்கோட்டையைப் பிடிக்க நடந்த யுத்தத்தில் கத்தோலிக்க கிறிஸ்துவர்களான போர்த்துகீசியர்களை புரொட்டஸ்டண்ட் கிறிஸ்துவர்களான டச்சுக்காரர்கள் கொன்று குவித்தார்கள். கொச்சியில் பனிரெண்டு கத்தோலிக்கத் தேவாலயங்களில் பத்து கோவில்களை இவர்கள் இடித்து நசித்தார்கள். சாந்தாக்ரூஸ் தேவாலயத்தைக் குறுமிளகு அடைத்து வைக்கும் கிடங்கு ஆக்கினார்கள். அடுத்து டச்சுக்காரர்களின் வெறி கத்தோலிக்க கிறிஸ்துவர்களாக மதம் மாறியிருந்த செம்படவ இனத்தின் மேலும், மற்ற

தாழ்ந்த ஜாதிக்காரர்கள் மேலும், போர்த்துகீசியர்களின் இனக் கலப்பால் இங்கே உருவான தலைமுறையில் வந்த கத்தோலிக்க கிறிஸ்துவர்கள் மேலும் திரும்பியது. அகப்பட்டுக்கொண்டவர்கள், அடிமைத்தனத்திலிருந்து தங்களுக்கு விடுதலை பெற்றுத் தந்தது என்று அவர்கள் கருதிய கத்தோலிக்க மத விசுவாசத்தையும் உயிரையும் காத்துக்கொள்வதற்காக ஒளிந்தோடித் தப்பித்தார்கள். அவர்களில் சிலர் கம்போஞ்ஞிக்காட்டுக்கு வந்தார்கள். இந்தப் பழைய வேதாகமக் கத்தோலிக்கர்கள்தான் முதல் லந்தன்பத்தேரிக்காரர்கள் ஆனார்கள். இப்போதும் காயலின் மறுகரை கொச்சியிலிருக்கும் கத்தோலிக்கர்கள் எங்களை ‘பயந்து பேதியானவங்க’ என்றுதான் கூப்பிடுகிறார்கள்.

டச்சு கவர்னராக இருந்த வான் ரீட், கொச்சியில் சாந்தாக்ரூஸ் தேவாலயத்துக்கு அருகே கத்தோலிக்க ஏசுசபையில் இருந்த, ஆசியாவிலேயே பெரியதான நூலகத்தையும், ஏசுமத கிருத்துவக் கல்லூரியையும் தீவைத்துக் கொளுத்திய பிறகு அடுத்து நாசமாக்க கத்தோலிக்கர்களுடைய வேறு கட்டிடத்தைத் தேடி நடந்தபோது கார்மலெத்தா சபையைச் சேர்ந்த மத்தேவுஸ் பாதிரியாரைச் சந்தித்தான். பாதிரியார், வான் ரீடுக்கு, மலபார் பிரதேசச் செடிகொடிகளை அறிமுகப்படுத்தினார். அதோடு லந்தன்பத்தேரிக்காரர்களின் வாதனை தீர்ந்தது. வான் ரீடும் குழுவினரும் மலையாள மண்ணில் இருந்து கத்தோலிக்கர்களுக்குப் பதிலாக, மூலிகைச் செடிகளைப் பறித்தார்கள். மத்தேவுஸ் பாதிரியார் செடிகளைப் படமாக வரைந்தார். கொங்கணி வைத்தியர்கள் அவற்றின் மருத்துவ குணங்களை விவரமாகப் பதிவு செய்தார்கள். ஒரு கொச்சிக்காரன் அதை போர்த்துகீசிய மொழிக்கு மொழிபெயர்த்தான். அடுத்து அது மூன்றாம் தடவையாக மொழி மாறி, லத்தீன் மொழியில், ‘ஹோர்த்தூஸ் மலபாரிக்யூஸ்’ என்ற நூலாகவும் ஆனது.

கம்போஞ்ஞிக்காடு டச்சுக்காரர்களுக்கு உடமையானது. ஆலுவாயிலிருந்து குடிநீர் கொண்டு வர மொத்தக் குத்தகை அவர்களுக்குக் கிடைத்தபோது, போஞ்ஞிக்கரையில் டச்சுக்காரர்கள் மாளிகைகளைக் கட்டினார்கள். டச்சு கவர்னருக்கு லந்தன்பத்தேரியில் ஒரு அரண்மனையும்

கட்டப்பட்டது. பெரியாற்று வழி நடந்துகொண்டிருந்த உள்நாட்டு வியாபாரத்தைத் தங்கள் கட்டுக்குள் கொண்டுவர அவர்கள் அந்த ஆறு மேற்கில் வேம்பநாட்டுக் காயலை நோக்கித் திரும்பும் முனையில் ஐந்து பீரங்கிகளை, காயலைக் கண்காணிக்க நிறுவினார்கள். லந்தன்பத்தேரியில் அவர்கள் கண்ட செடிகளும் மரங்களும் வேறுபட்டிருந்தன. போர்த்துகீசியர்கள் தென் அமெரிக்காவில் இருந்து கொண்டு வந்த கொய்யா, கறிப்பலா, முந்திரி, அன்னாசி, சப்போட்டா, பப்பாளி, சீதா போன்ற மரங்கள் மேற்கு ஆற்றங்கரையில் வளர்ந்திருந்தன. ராத்திரியில் மேற்கு ஆற்று வெள்ளம் கருநீல நிறத்தில் தெரியும்பொது, அந்த ஆறு அமேசன் நதியாகி இருந்ததை லந்தன்பத்தேரிக்காரர்கள் கவனித்தார்கள்.

சாரதாம்மாவும், சௌரியும் முதலில் போனது, டாட்டா கம்பெனியிலும், கொச்சி துறைமுகத்திலும், பியேர்ஸ் லெஸ்லி கம்பெனியிலும், எண்ணெய்க் கம்பெனிகளிலும் வேலை பார்த்த ஊழியர்கள் வசித்த தெற்கேபுரத்துக்குத்தான். நான் பிறந்த காலத்தில் கம்யூனிஸ்ட் கட்சி தடைசெய்யப்பட்டிருந்தது. அதனால் தெற்கேபுரத்துக்கு ஒளிந்தும் மறைந்தும் அருகே உள்ள மற்ற தீவுகளில் இருந்து எம்.கே.கிருஷ்ணன், பி.பி. செறியான், பி.கே.கொடியன் போன்ற கம்யூனிஸ்ட் இளைஞர்கள் சென்றார்கள். தூக்கு தண்டனைக்கான ஷரத்து இல்லாத திருவிதாங்கூர் தண்டனைச் சட்டத்துக்குப் பதிலாக இந்தியன் பீனல் கோட் அமலுக்கு வந்தபோது கைது செய்ய அரசாங்கக் கட்டளை விதிக்கப்பட்டிருந்த திருவிதாங்கூர் கம்யூனிஸ்டுகளில் சிலரும் அங்கே மறைவாக வசிக்க வந்திருந்தார்கள் என்று நான் சிறுவயதில் கேட்டிருக்கிறேன். இடப்பள்ளியில் போலீஸ் ஸ்டேஷனுக்குள் நுழைந்து ஆக்கிரமித்து போலீஸ்காரர்களைக் கொன்ற வழக்கில் குற்றம் சாட்டப்பட்ட, பக்கத்துத் தீவான முளவுக்காட்டுக்காரரான எம்.எம்.லோரன்ஸ் சுல்தான்பத்தேரி தெற்கேபுரத்தில் ஒளிந்திருந்ததில்லை என்றாலும் அவரை அங்கே தேடிப் பல தடவை போலீஸ் வந்தது. தெற்கேபுரக்காரர்களுக்கு ரத்தம் சிந்த எந்தத் தயக்கமும் இல்லை. சாரதாம்மா அம்மை குத்த அங்கே சில கைகள் கிடைத்தன.

தெற்கேபுரத்திலிருந்து சாரதாம்மாவும் சௌரியும், அன்றன்றைக்கு மீன் பிடித்து விற்று ஜீவிக்கும் செம்படவர்களும், ஆற்றின் மறுகரைத் தீவுகளில் இருக்கும் நெல் வயல்களில் கூலிப்பணி செய்துகொண்டிருந்த புலையர் சமுதாயத்தினரும் வசித்த குடிசைகளை நோக்கிப் போனார்கள். அந்த இடம் வைசூரி லந்தன்பத்தேரிக்குள் நுழையும் வாசல் போன்றது. வருடாவருடம் ஒன்றிரண்டு பேர் அங்கே வைசூரி வந்து இறந்துகொண்டிருந்தார்கள். அம்மை குத்துவது, மதப் பிரச்சாரம் போலப் பரவலாகப் போய்ச்சேர வேண்டியது அங்கேதான் என்று சாரதாம்மாவுக்குத் தோன்றியது. அவள் குடிசைகளுக்கு இடையே ஒற்றையடிப் பாதைகளில் நடந்தாள். “எல்லோரும் வெளியே வாங்க”, சௌரி அவ்வப்போது சத்தம் போட்டுக் கூப்பிட்டார். ஜன்னல் இடுக்கு வழியே தெரிந்த வயது நிர்ணயிக்க முடியாத சில கண்களும், அடைபடும் வாசல் கதவுகளின் பின்னே தெரிந்த பாதி முகங்களும் தவிரக் குடிசைகளில் யாரும் தட்டுப்படவில்லை. போன வருடம் வைசூரியில் இறந்துபோன அந்த இடத்துக்காரர்களின் பெயரை சாரதாம்மா உரக்கச் சொன்னாள். சிலராவது அம்மை குத்திக் கொள்ளத் தயாரானார்கள்.

ஜபக்கூடத்தின் அருகேதான் போர்த்துகீசியர்கள் மலையாளிப் பெண்களோடு உறவு கொண்டு பிறந்த வம்சத்தினர் வசித்து வந்தார்கள். அவர்களைப் பரங்கிகள் என்றுதான் எல்லோரும் கூப்பிட்டார்கள். பிரிட்டீஷ்காரர்களின் உத்தரவுப்படி, இங்கிலீஷ்காரர்கள் இப்படி உறவுகொண்டு உருவாக்கிய இனத்தை ஆங்கிலோ இந்தியன் என்று மட்டுமே அழைக்க வேண்டுமே தவிர வேறேதும் பெயர் சொல்ல முடியாது. அவர்கள் அந்தப்படிக்கு இங்கிலீஷ்காரர்களின் சந்ததியினர் ஆனார்கள். என்றாலும் அந்த உத்தரவைக் கடைப்பிடிக்காமல் லந்தன்பத்தேரிக்காரர்கள் அவர்களையும் பரங்கிகள் என்று தான் அழைத்தார்கள். வாத்து முட்டை தின்னும் பரங்கிகளின் கைத்தண்டை கொழுத்திருந்தது. அந்தக் கைகளில் அம்மை குத்த சாரதாம்மாவுக்குப் பிடிக்கும். ஒரு நடனக்காரியின் கால் பெருவிரல் போல், அம்மை ஊசி அந்தக் கைகளில் ஆடிச்

சுழன்றது. ஆனாலும். அம்மை குத்துகிறவர்களைக் கண்டால் முதலில் கதவடைப்பவர்கள் அந்தப் பரங்கிகள்தான்.

சேந்தமங்கலத்தில் முட்டை வியாபாரம் செய்யும் கருத்த யூதர்களின் கூட்டத்திலிருந்து லந்தன்பத்தேரிக்குக் குடியேறிய ஏலியாஸ்தான் ஆங்கிலோ இந்தியர்களுக்கு வாத்து முட்டை விற்றார். அவர் சாரதாம்மாவைத் தேடி வந்து அம்மை குத்திக்கொண்டார். முட்டை வியாபாரியான யூதரை முட்டாளாகத்தான் லந்தன்பத்தேரிக்காரர்கள் நினைத்திருந்தார்கள். தானே முன்வந்து அம்மை குத்திக் கொண்டது அவரை அடிமுட்டாளாகக் காட்டியது. யூதருக்குப் புத்தி வரவேண்டுமென்றால் அவரைப் பிடித்து உள்ளே தள்ளி உதைத்தாக வேண்டும் என்று நம்பிக்கை லந்தன்பத்தேரியில் பரவியது.

படகுத்துறைக்குத் திரும்பும் வழியில் சாரதாம்மாவும் செளரியும் எங்கள் வீட்டுக்கு வந்தார்கள். அப்பனைப் பார்த்ததும் சாரதாம்மா கேட்டாள் : “மட்டில்டா பிரசவிச்சாளா?”

“இல்லே மேடம். ரெண்டு மூணு வாரம் தள்ளிப் போகும்போல இருக்கு”. அப்பன் சொன்னார்.

“அவளுக்கு பிரசவிக்கப் பிடிக்கலயோ என்னமோ”, சாரதாம்மா அலுமினியப் பெட்டியைத் திறந்துகொண்டே சொன்னாள். ஸ்பிரிட் விளக்கை ஏற்ற சாரதாம்மாவுக்கு நாலைந்து தீக்குச்சி கிழிக்க வேண்டிப் போனது. காயலில் இருந்து அடித்த காற்றைத் தடுத்தபடி செளரி நின்றபோது நீலச்சுடர் ஆடாமல் எரிந்தது. சாரதாம்மா அம்மை ஊசியை அந்தச் சுடரில் காட்டிச் சூடுபடுத்தினாள். அதன் மறுமுனையால் ஒரு சிறு குப்பியில் இருந்து வைசூரிக்கான அம்மைப்பாலை அத்தர் போல் அப்பனின் கையில் தடவினாள். தடித்த அவர் கையின் மேற்தோலுக்குள் அம்மை குத்தும் ஊசி இறங்கியது.

“ஆசாரி, மட்டில்டாவைக் கூப்பிடுங்க. இப்போ அம்மை குத்தி வச்சா, தாய்க்கும் பிறக்கப்போகிற பிள்ளைக்கும் நல்லது.” சாரதாம்மா சொன்னாள்.

"மட்டில்டா, மட்டில்டா". அப்பன் பலமுறை கூப்பிட்டும் அம்மா வரவில்லை. அடுக்களையில் போய்ப் பார்க்க, சுவரில் சாய்ந்து அவள் நின்றபோது ஏற்பட்ட ஈரத் தடம் இன்னும் உலராது இருந்தது. அப்பன் அறை அறையாகத் தேடினார். பிரசவமான பிறகு அம்மா படுத்திருக்க மாமரத் தடியால் அப்பா செய்து வைத்திருந்த கட்டிலுக்குக் கீழே தரையில் படுத்து அங்கே அம்மா உண்டோ என்று அப்பன் நோக்கினார். முற்றத்தில் இறங்கி வீடு முழுக்க அம்மாவைக் கூப்பிட்டபடி அவர் தேடினார். காயல் ஓரமாக, கதவு திறந்தபடி இருந்த வீட்டுக் கழிப்பறையில் மட்டும் அவர் தேடவில்லை.

முன்வீட்டுக்குத் திரும்ப வந்து சாரதாம்மாவிடம் அப்பன் சொன்னார்: "சாரதா மேடம், மட்டில்டாவை காணோம். உங்களுக்குப் பயந்து ஒளிஞ்சிட்டிருக்காளோ என்னமோ."

"என்னைக் கண்டு ஏன் பயப்படணும்? வல்லார்பாடத்திலே வைசூரி வச்சு ரெண்டு பேர் செத்துட்டாங்க. எடவநாட்டுலே ஒரு பொண்ணு இறந்துட்டா. கடமக்குடியிலும் ஒரு சாவு விழுந்ததுன்னு கேள்வி. இந்தத் தடவை பெரியம்மை தொத்துநோயா மேற்கிலேருந்து கிழக்கே பரவிக்கிட்டிருக்கு. அப்போ, எனக்கு பயப்படணுமா, வைசூரிக்கு பயப்படணுமா?"

"சாரதாம்மா சொல்றது சரிதானே, ஆசாரி?", சௌரி கேட்டார்.

"நீங்க செய்யறது சரியில்லை. காயல் கடந்து, நல்ல வெய்யில்லே நானும் சௌரியும் இங்கே வந்திருக்கறது இது மூணாம் தடவை. மட்டில்டா என்ன சின்னக் குழந்தையா? வலிய ஆசாரிதான் அவளுக்கு எடுத்துச் சொல்லணும். சொன்னா கேட்கலேன்னா கேட்க வைக்கணும். ஒருவிதத்திலே அவளுக்கு நீங்க, அப்பன் மாதிரியில்லே, ஆசாரி?"

சாரதாம்மாவும் சௌரியும் எங்கள் வீட்டிலிருந்து கிளம்பிப் போனார்கள். நேரம் இருட்டிக்கொண்டிருந்தது. லந்தன்பத்தேரி அரண்மனையில் இருந்து முதல் வௌவால் கிழக்கே பறந்தது.

"நேரமாச்சு", என்றாள் சாரதாம்மா.

"அதனாலே என்ன? உங்களுக்கு இன்னிக்கு நல்ல நாளாச்சே. அம்மை குத்த சிலபேராவது கிடைச்சாங்களே."

"சௌரியாரே, வீடு வீடா ஏறி இறங்கி, ஒரு ஆள் விடாம அம்மை குத்தணும்னு கலெக்டர் அய்யா ஆர்டர் போட்டிருக்கார்."

சௌரி படகைக் கரையோடு கட்டிய கயிற்றை அவிழ்த்தார். அவர் திரும்பிப் பார்த்தபோது வலிய மத்தேவுஸ் ஆசாரி ஓடி வருவதைக் கண்டார்.

"ஏசுவே, என்ன ஓட்டம் என்ன ஓட்டம். சின்ன வயசுப் பொண்ணுகளைக் கல்யாணம் கட்டிக்கிட்டா கிழவங்களுக்கும் பால்யம் திரும்பிடும்" என்றார் சௌரி.

"நான் ஆசாரி நாக்கைப் பிடுங்கிக்கற மாதிரி கேட்டுட்டேன். அதான் இப்போ மட்டில்டா கிடைச்சுட்டான்னு சொல்ல வந்திட்டிருக்கார் போல. புருஷனும் பொண்டாட்டியும் கூட்டுக் களவாணிங்க. இப்போ யாருக்கு நஷ்டம் சொல்லுங்க? படகை எடுங்க, சௌரியாரே."

"சாரதா மேடம், சாரதா மேடம், சௌரி, போகாதீங்க. என்னை விட்டுட்டுப் போகாதீங்க. மட்டில்டாவுக்குப் பிரசவ வலி எடுத்துடுச்சு. எனக்கு இங்கே யாருமில்லே," மத்தேவுஸ் ஆசாரி மூச்சுவாங்கியபடி சொன்னார்.

சௌரி படகைத் திரும்பக் கரையில் கட்டினார். மத்தேவுஸ் ஆசாரியின் வீட்டுக்கு வேகமாக நடந்தபோது சாரதாம்மா கேட்டாள்: "எங்கே இருந்தா மட்டில்டா?"

"மேடத்துக்கு பயந்து மாட்டுத் தொழுவத்திலே ஒளிஞ்சிட்டிருந்தா."

சாரதாம்மாவும் சௌரியும் மாட்டுத் தொழுவத்துக்கு வருவதை தொழுவத்துத் தூணுக்குப் பின்னால் ஒளிந்து நின்ற மட்டில்டா பார்த்த பொழுது, அம்மா வயிற்றில் கிடந்த என்னைப் பிடித்துக் குலுக்கியபடி அவள் வயிற்றில் பேறுகாலச் சுண்டிவலி இன்னொரு முறை கடந்து போனது. அம்மாவின் அரைக்கட்டு திறக்கும் சத்தம் எனக்குக் கேட்டது. வெளியே வரும் பயணம் எனக்கு சுகமாக அமைய அம்மாவின் பெண்ணுறுப்பில்

பிசுபிசுத்த திரவம் நிறைந்தது. அவள் தொழுவத்தின் தரையில் உட்கார்ந்து, மரத்துப்போன கால்விரல்களை நீவிக் கொண்டாள்.

நான் அம்மா வயிற்றுக்குள் கிடந்த மெழுகு நிறமுள்ள கருப்பை பிளந்து, பனிக்குடம் உடைந்த போது, பூமியின் தரிசு நிலங்களை நான் அறிந்தேன். துருவப் பிரதேசங்களில் விழுந்த பனியையும், கிழக்குத் திசை மலைகளில் பெய்யும் மழையையும் நான் அறிந்தேன். திடுமென மனதில் உதிக்கும் எண்ணம் போல. காயல் பரப்பில் இருந்து வெளியே சாடும் டால்பின்களைப் பற்றியும் அறிந்தேன். இசையையும் மௌனத்தையும் பற்றி நான் அறிந்தேன். நான் நிர்வாணமாகப் பிறக்கப் போகிறேன் என்று உணர்ந்தபோது நன்மையும் தீமையும் பற்றி எனக்கு அறிவு ஏற்பட்டது. நான் தங்கியிருந்த இடத்து நீர், தொழுவத்தில் பசு மூத்திரத்தோடு கலந்தது.

“என் லிசிப் பசுவே, என்னை உதைச்சுக் கொன்னுடு”, அம்மா கூக்குரலிட்டாள். கர்ப்பிணிகள் துதிக்கும் மகத்துவம் மிகுந்த பரிசுத்த அன்னாவே, கர்த்தரின் ஆசிகளை எனக்குப் பெற்றுத் தாரும்”.

கூளத்தை அசைபோட்டுக்கொண்டிருந்த லிசிப்பசு அதை நிறுத்தி அம்மாவைப் பார்த்தது. அவள் தொழுவத்துக்குள் அடி வைக்கும் சாரதாம்மாவைக் கண்டு நடுங்கியபோது, நான் அம்மா வயிற்றிலிருந்து வெளியேற ஒரு சிறு உந்துதலை உணர்ந்தேன்.

“பயப்படாதே, மட்டில்டா”, சாரதாம்மா சொன்னாள். “நான் அம்மை குத்த வரல்லே”. சாரதம்மா என் அம்மாவின் அருகே தரையில் அமர்ந்து அவள் வயிற்றைத் தடவினாள். அம்மா சாரதாம்மாவின் மடியில் தலை சாய்த்து அழுதுகொண்டு உரக்க அரற்றினாள் : “சாரதா மேடம், நான் செத்துப் போகப் போறேன்”. அப்போதுதான் அப்பனும் நர்ஸ் ஆனியம்மாவும் மூச்சிரைக்க ஓடிவந்தார்கள்.

“எல்லாரும் ஒரு கை கொடுங்க. இந்தப் பொண்ணை வீட்டுக்குள்ளே கொண்டு போகலாம்”, நர்ஸ் ஆனியம்மா சொன்னாள்.

“என்னை கொல்லாதீங்க. நான் இங்கே கிடந்தே பிரசவிச்சுக்கறேன்”, அம்மா அரற்றினாள்.

“பாத்துக்கிட்டு நிக்காதீங்க. ஆளுக்கொரு கை கொடுங்க”, என்றாள் நர்ஸ் ஆனியம்மா.

“எனக்கு பாதி பிரசவம் ஆகிடுச்சு”, அம்மா உச்சத்தில் சத்தம் போட்டது லந்தன்பத்தேரி முழுக்கக் கேட்டது. அப்பன் லிசிப் பசுவைக் கட்டவிழ்த்து, தோட்டத்துக்கு இட்டுப்போய்க் கட்டினார். தொழுவத்தைச் சுத்தமாக்கிய பிறகு அங்கே ஈரமில்லாத ஒரு மூலையில் அப்பன் ஓலைப்பாயை விரித்தார். அதன் மேல் கம்பளியையும் மேலே படுக்கை விரிப்பையும் பரப்பினார். அப்பன் இன்னும் சில ஜமுக்காளங்களைக் கொண்டு வந்தார். அவற்றைக் கயிற்றால் கட்டித் தொங்க விட்டு மாட்டுத் தொழுவத்தில் மறைப்போடு இடம் உருவானது.

அடுத்த வீட்டிலிருந்து சேவியரும், சாராவும் வந்தார்கள். அப்புறம் கோமசும் அவருடைய மூன்று பெண்களும் வந்தார்கள். டாடா கம்பெனி வேலை முடிந்து சந்தியாகு வீடு திரும்பியிருக்காததால் சில்வியா தனியாக வந்தாள். மத்தேவுஸ் ஆசாரி வீட்டுத் தொழுவம் நிறையத் தொடங்கியது.

“பேசின்லே கொஞ்சம் வென்னீர் கொடுங்க. டெட்டாலும் வேணும்”, நர்ஸ் ஆனியம்மா திரைமறைவுக்குப் பின்னால் இருந்து கேட்டாள். சாரதாம்மா படுக்கை விரிப்புகளுக்குப் பின்னால் இருந்து வெளியே வந்தபோது கூட்டம் கூடி நின்றவர்கள் பயந்து பின்னால் ஒரு சுவடு எடுத்து வைத்தார்கள். தொழுவத்தில் அம்மாவும், நர்ஸ் ஆனியம்மாவும், அப்புறம், நானாகி முடிக்காத நானும் தனியே இருந்தோம்.

“முக்கு, மட்டில்டா”, நர்ஸ் ஆனியம்மா சொன்னபோது அம்மா பலவீனமாக முக்கினாள்.

“நல்லா முக்கு, மட்டில்டா. குழந்தை வெளியே வரட்டும்”, அம்மாவின் வயிற்றைத் தடவிக்கொண்டு நர்ஸ் ஆனியம்மா சொன்னாள். அவள் திரைக்குப்பின் இருந்து எட்டிப் பார்த்துக் குரல் கொடுத்தாள்: “எல்லாருமா சேர்ந்து சந்தோஷமா ஒரு தடவை முக்குங்க”

சில்வியா தான் முதலில் முக்கினாள். கோமசின் மூன்று பெண்களும் வெட்கத்தோடு முக்க ஆரம்பித்தது, அவர்களுக்கிடையே போட்டியாக ஆனது. ஒரு பெண் குலவையிட்டாள். வீட்டு நடையில் முக்கும் சத்தம் நிரம்பியிருந்தது.

அந்தி கருத்து இரவானது. அம்மாவின் வயிற்றுக் கோளத்தின் மேல் ராந்தல் வெளிச்சம் பகலையும் இரவையும் போல் பாதி வெளிச்சத்தையும் பாதி நிழலையும் படர்த்தியது. மத்தேவுஸ் ஆசாரியின் வீட்டுக்கு ராந்தல்களும் தீப்பந்தங்களும் வரத் தொடங்கின. அண்டை வீட்டு சேவியர் தன் வீட்டுப் பரணில் வைத்திருந்த சீன விளக்கைக் கொண்டு வந்து, அதில் மெழுகுவர்த்தி ஏற்றி வைத்து, முன்வாசல் மாமரக் கிளையில் தொங்கவிட்டார்.

“ஆண்களுக்கு இங்கே என்ன வேலை?” நர்ஸ் ஆனியம்மா கேட்டாள். பிரசவம் தாமதமாக ஆக, அவளுக்குக் கோபம் கூடி வந்து கொண்டிருந்தது. ஆண்கள் வேலிக்கப்புறம் பின்வாங்கினார்கள். வீட்டுக்குள், ஏசுவின் புனித இதயப் படத்துக்கு முன் மண்டியிட்டு மத்தேவுஸ் ஆசாரி பிரார்த்தித்தார்.

அம்மா அழுதாளே தவிர முக்கவில்லை. ஆனியம்மா சொன்னாள் : “முக்கு பெண்ணே, ஊர்க்காரங்களே, முக்குங்க.”

பெண்கள் முக்கும் சத்தம் உரக்கக் கேட்டது. அண்டை வீட்டு கோமஸ் ஆண்களுக்குச் சொல்லிக் கொடுத்தார்: “ஜலசா.”

“ஜலசா” ஆண்கள் திரும்பப் பாடினார்கள்.

“சேர்ந்து சொல்லு” கோமஸ் சொன்னார்.

“ஜலசா.”

“கூட்டிப் பிடிச்சு.”

“ஜலசா.”

“ஏலேலோ...”

“ஜலசா”

“நம்ம கப்பல்”

“ஐலசா.”

“ஜீவித நௌகா”

“ஐலசா.” இப்போது பெண்களும் ஐலசா பாடினார்கள். அம்மா மூச்சை உள்ளுக்கிழுத்து என்னை மெல்ல வெளியே தள்ளினாள். உடனே ஆனியம்மா சத்தமாகச் சொன்னாள் : “முக்கறதை நிறுத்து. தலை இறங்குது.”

நான் கொஞ்சம் போல் முன்னே நகர்ந்தபோது ஆனியம்மா அம்மாவிடம் சொன்னாள் : “மகளே மட்டில்டா, இப்போ ஒரே ஒரு தடவை முக்கு.”

கூடி இருந்தவர்கள் மூச்சடக்கி நின்றார்கள். அப்பனின் பிரார்த்தனை உரக்கக் கேட்டது. தொடர்ந்து எல்லோரும் ஒருசேர மூச்சுவிட என் பயணத்தின் பாய்மரங்கள் விரிந்தன. நான் மெல்லச் சரிந்தேன். இடது தோளை வெளியே வைத்தேன். பிறகு பல தடவை பிறந்தவள்போல் நான் சட்டென்று வெளியே வந்தேன்.

“இல்லே இல்லே”, நான் அழுதேன்.

என் அம்மாவின் ஒரே அக்கா விக்டோரியாவுக்கு, அம்மாவின் அம்மாவாவதற்கான வயது என்றாலும் நான் பிறக்க நாலு வருடம் முன்புதான் அவளுக்கு ஒரு மகன், ஜான்சன் பிறந்தான். விக்டோரியாவின் வீட்டுக்காரர் கொச்சியில் பெயர்பெற்ற பிரியாணி மாஸ்டரான எட்வின்சேட்டன். அவர் தான் எனக்கு தீவுகள் என்றால் என்ன என்று சொல்லித் தந்தார். கல்யாணங்களுக்கும் மற்ற சிறப்புக் கொண்டாட்டங்களுக்கும் பிரியாணி சமைத்துத் தருகிறவராவதற்கு முன் அவர் கொச்சி துறைமுகத்தை ஏற்படுத்திய சர் ராபர்ட் ப்ரிஸ்டோவின் பிரியமான சமையல்காரராக இருந்தார்.

“வல்ய ஆசாரி, நாம கேள்விப்பட்டது போல இல்லை சங்கதி.” எட்வின்சேட்டன் கால்சராய் பாக்கெட்டிலிருந்து ஒரு சின்னக் குப்பியை எடுத்து ஒரு மடக்கு ரம் குடித்துவிட்டு அப்பனோடு பேசிக்கொண்டிருந்ததை நான் கேட்டிருக்கிறேன். “இந்த ஷேக்ஸ்பியரோட புரூட்டசும் கம்யூனிஸ்ட்காரங்களோட ஜீவானந்தமும் பெரிய பேச்சாளர்கள்தான். இருந்தாலும் பிரிஸ்டோ துரைக்குப் பக்கத்திலே கூட அவங்க வரமுடியாது. இதைச் சொல்றது நான். எட்வின்.”

இப்போதுதான் எட்வின் இங்கிலீஷில் பேசப் போகிறார். நானும் ஜான்சனும் கவனமாகக் கேட்போம். 1937 ஜனவரி மாதத்தில் எரணாகுளம் மகாராஜா கல்லூரியில் பிரிஸ்டோ நடத்திய

சொற்பொழிவை அப்படியே மனப்பாடமாகச் சொல்வார் எட்வின். *1341*-ஆம் வருடம் ஜூன் மாதத்தில் பரபரப்பான ஒரு தினம். அன்றைக்குக் கொச்சித் துறைமுகம் பிறந்த கதை. எட்வின்சேட்டன் கொஞ்ச நேரம் கண்மூடி இருந்தபிறகு, பேசத் தொடங்குவார்: *" A gigantic strugge was being faught by natural forces"*. எட்வின்சேட்டன் குரல் தாழாது மேலே உயர்ந்துகொண்டிருக்கும்.

"பிரபஞ்ச சக்திகள் ஒரு பெரும் போரில் ஈடுபட்டிருந்தன. கிழக்கு நிலப்பரப்பில் இருந்து வண்டல் வந்தது. வடக்கில் இருந்து நீளும் நீர்க் கரங்களோடு கரைபுரண்டோடும் பெரியாற்று வெள்ளப் பெருக்கு வந்தது. தெற்கில் இருந்து வேம்பநாட்டுப் பிரதேசத்துப் பெரும் தடாகங்களின் பிரவாகம் வந்து சேர்ந்தது. மேற்கே இருந்து வந்தது பருவக்காற்று மழையின் பெருவெள்ளமும், தென்மேற்கிலும் வடமேற்கிலும் இருந்து வீசிய சூறைக்காற்று ஏற்படுத்திய பெரும் அலைகளுமாக இருந்தது. அங்கும் இங்கும் உந்தித் தள்ளி முட்டி மோதிக்கொண்டு அவை போரிட்டன.

மண் குவிந்து, மெல்லக் கரைகள் ஏற்படத் தொடங்கின. சிறிது நேரம் மட்டும் பிரபஞ்ச சக்திகளின் தூண்டுதலுக்கு ஆளாகி அவை இல்லாமல் போயின. ஆலப்புழையில் ஒரு துறைமுகம் ஏற்பட்டிருக்கலாம். அப்புறம் அது தூர்ந்தும் போயிருக்கலாம். அண்டிக்கடவிலும் அதேதான் நடந்திருக்கலாம். பிரபஞ்ச சக்திகள் இணைந்து அவை கொச்சியை மட்டும் குறிவைத்தன. அடைமழையும், உயரும் அலைகளும் பிரபஞ்ச சக்திகளோடு கூட்டணி அமைத்தன. ஒரு நீளமான உந்துதல், வலுவான ஒரு உந்துதல். பிரபலமான கொச்சி மணல் திட்டு கடலில் மறைந்தது.

இந்தியாவில், பிரிட்டீஷ் ஆட்சியின் பானமாக இருந்த, பஞ்சாபில் இருந்து வரவழைக்கப்பட்ட ஸோலன் நெம்பர் ஒன் விஸ்கியும் ஸ்பென்சர் கம்பெனியின் குளிர வைத்த சோடாவும் எடுத்துக் கொடுத்து, எட்வின்சேட்டன் மாலை நேரங்களில் ராபர்ட் ப்ரிஸ்டோவுக்கு உபசாரம் செய்தார். இரண்டாவது பெக் விஸ்கி உள்ளே போனதும், ராபர்ட் ப்ரிஸ்டோ கொச்சியில் ஏற்படப்

போகும் மூன்றாவது பாலம் பற்றிப் பேசத் தொடங்குவார். எரணாகுளத்தில் இருந்து வெண்டுருத்திக்குப் போகும் பாலத்தையும், வெண்டுருத்திக்கும் தோப்பும்படிக்கும் இடையில், கப்பல்கள் கடந்து போக வழிசெய்யும் தூக்குப் பாலத்தையும் நிறுவும் பணி நடந்துகொண்டிருந்தது. அப்போது அந்தப் பிரதேசம் முழுக்கக் கட்டுமான வேலை நடந்துகொண்டிருந்தது. மட்டாஞ்சேரியில் கடல் பாலங்கள் அமைப்பது, விலிங்க்டன் தீவில் ஊழியர்களுக்கு வீடமைத்தல், துறைமுகத்தில் அலுவலகக் கட்டிடம் கட்டுவது, கொச்சி டெர்மினஸ் புகைவண்டி நிலையத்திலிருந்து தண்டவாளம் அமைப்பது என்றெல்லாம் வேலை நடந்தாலும், ப்ரிஸ்டோவின் மூன்றாம் பாலம் கட்டும் பணி ஆரம்பமாகவில்லை.

காயல் கடலில் கலக்கும் அழி என்ற துறைமுக முகப்பு. அதன் குறுக்கே நீளும் கடல் பாலமாக அந்த மூன்றாவது பாலம் மட்டும் கட்டப்படவே இல்லை. ஃபோர்ட் கொச்சினிலிருந்து வைப்பின் வரை அழிப் பரப்பில் வலுவான தூண்கள் நிறுத்தி கப்பல்கள் கீழே கடந்துபோகத் தேவையான உயரத்தோடு நிற்கக் கூடிய இந்த நெம்புகோல் பாலத்தின் எஃகுக் கம்பிவலையில் மாலை நேரங்கள் சிக்கிக்கொள்ள வேண்டியிருக்கும். கொச்சியின் முகப்புக்கு மேல் எஃகுத் தோரணமாக இந்தப் பாலம் ப்ரிஸ்டோவை உலகம் முழுக்கப் பிரபலமாக்கியிருக்கும். ஆனால், பாலம் கட்டப்படாமல் போன துக்கத்தோடு வெறும் கொச்சிக்காரனாக இறந்துபோனார் ப்ரிஸ்டோ.

அவர் இறப்பதற்கு முன், அவருடைய மனநிலை பிறழத் தொடங்கியது. துரையின் மனைவி கெர்ட்யூட் துரைசாணி, இரண்டு பெக்குக்கு மேல் விஸ்கி பிரிஸ்டோவுக்குத் தரவேண்டாம் என்று எட்வின்சேட்டனுக்குச் சொல்லியிருந்தாள். அவ்வப்போது துரைசாணியின் கண்காணிப்பு குறைந்த நேரத்தில், குடிகாரர்களுக்கு இடையே நிலவும் சிநேகத்தோடு எட்வின்சேட்டன் ப்ரிஸ்டோவுக்கு மூன்றாம் பெக் விஸ்கி கொடுப்பார். அப்போது அந்த விஸ்கியின் மேல் சத்தியம் செய்தபடி ப்ரிஸ்டோ மனம் திறப்பார்,

“எட்வினே, உண்மையிலே நான் யாருன்னு உனக்குத் தெரியுமா?”, ப்ரிஸ்டோ கேட்பார். “என் நடுப்பெயர் தெரியுமா? நான் தான் ராபர்ட் பரசுராம் ப்ரிஸ்டோ. கோகர்ணத்தில் நின்னு பரசுராமன் மழுவை விட்டெறிந்து கடலில் இருந்து கேரளத்தை உருவாக்கின பிறகு, நான்தான் அதன் பரப்பைக் கூட்டறேன்.”

துறைமுகத்தின் ஆழத்தை அதிகரிக்கப் பணியில் ஈடுபடுத்திய ‘லேடி வில்லிங்டன்’ என்ற அகழ்வுக் கப்பல் அகழ்ந்தெடுத்த மண்ணை, வெண்டுருத்தி அருகே கொட்டத் தொடங்கியபோது ‘வில்லிங்டன் தீவு’ என்ற ஒரு புதுத் தீவு காயலில் ஏற்பட்டிருந்தது. அகழ்வுக் கப்பலின் இரும்புக் குழாய்களுக்கு மேல் ப்ரிஸ்டோ நிற்கும்போது அவருடைய கால்களுக்குக் கீழே கொச்சியின் ஆழங்களில் இருந்து தோண்டியெடுத்த மண் சத்தமிட்டது. அதில் புராதனமான ரோமானியப் பேரரசின் பழைய நாணயங்கள் அவற்றின் மேல் பொறித்த அகஸ்டஸ் சீசரின் தலை அசையச் சுழலும் ஓசையையும், அரபிகள் விட்டுப்போன சுறாமீன் ரத்தம் பூசிய தூண்டில்களும், உடைந்த மிங் வம்ச பீங்கான் ஜாடிகளும், போதிசத்துவனின் நொறுங்கிய விக்கிரகங்களும் ஒலியெழுப்புவதையும் ப்ரிஸ்டோ கேட்டார். தலைக்குள் இரைச்சல் அதிகமானபோது ப்ரிஸ்டோ காதைப் பொத்திக் கொண்டார், சிறிது காலம் ப்ரிஸ்டோவுக்கு இங்கிலாந்தில் மனநோய் சிகிச்சை அளிக்கப்பட்டது.

லண்டனில், லேடி கெர்ட்யூட் அம்மையாரின் கையைப் பிடித்துக்கொண்டு மாலை நேரத்தில் உலவப் போகும்போது ப்ரிஸ்டோ தனக்குத்தானே முணுமுணுத்தபடி செல்வார். அப்போது இந்தியாவில் பிரிட்டீஷ் சாம்ராஜ்ய காலத்தின் இன்னொரு எஞ்சினியர் அவருடைய மனைவியோடு கைகோர்த்து நடப்பதைக் கண்டார். அவருடைய கண்களும் வெறுமையைப் பிரதிபலித்திருந்தன. அவர் சர் கோர்டன் ஹோர்ன்ஸ். எப்போதும் விபத்து நேரும் கைபர் கணவாய் ஊடாக, பெஷாவர் கண்டோன்மெண்ட் ரயில் நிலையத்தை ஆப்கானிஸ்தான் எல்லையில் நீளும் டூரண்ட் ரயில் தடத்தோடு இணைத்து, புகைவண்டிப் பாதை அமைத்தவர் ஹோர்ன்ஸ். ஒவ்வொரு முறை ஒருவரை ஒருவர் பார்க்கும்போதும்

ப்ரிஸ்டோவும் ஹோர்ன்ஸுரும் பரஸ்பர மரியாதையோடு தலையசைத்துப் போவார்கள். ஒரு முறை லண்டன் ரீஜண்ட் பார்க் தடாகத்தின் கரையில் அவர்கள் எதிரும் புதிருமாக வந்துகொண்டிருந்தார்கள். நின்று அவரவர் தொப்பியைத் தொட்டு வணங்கினார்கள். “இந்தியாவில் ஏதாவது புதியதாக ஏற்படுத்தினால், இதுதான் பலன் - பைத்தியம் பிடிப்பது”, என்றார் ஹோர்ன்ஸிடம் ப்ரிஸ்டோ.

ப்ரிஸ்டோவின் மூன்றாவது பாலத்தைத் தொடர்ந்து, வைப்பினிலிருந்து வல்லார்பாடத்தையும், வல்லார்பாடத்திலிருந்து போஞ்ஞிக்கரையையும், போஞ்ஞிக்கரையிலிருந்து எரணாகுளத்தையும் இணைத்துப் பாலங்கள் அமைக்க வேண்டி வந்திருக்கும். கொச்சியைச் சுற்றிலும் பாலங்கள் வந்திருக்கும். ஆனால், மூன்றாம் பாலம் கட்டப்படாததால் மற்ற பாலங்களும் எழவில்லை. தீவுகள் தனித்தனியாக நின்றன. அவற்றில் தனித்து நிற்கும் தீவு மனப்பான்மை எழுந்தது.

ஒன்றாம் வகுப்பில் எனக்குத் தீவு என்றால் என்ன என்று கற்பிக்கப்பட்டது. நான்கு புறத்திலும் நீரால் சூழப்பட்ட நிலப்பகுதி தீவாகும். எட்வின்சேட்டன் சொன்ன கதைகளைக் கேட்டு, இது வெறும் மேலோட்டமான வர்ணனை என்று புரிந்தது. தீவுக்கு வெளியே இருக்கிறவர்களின் பார்வை அது. தீவுக்காரர்களின் மனதில், தீவு என்பது கடந்து போய்த் தொடர்புகொள்ளப் பாலங்கள் இல்லாத நிலையாகும்.

நான் பிறந்ததும் நர்ஸ் ஆனியம்மா என் அம்மாவோடு என்னைப் பிணைத்திருந்த தொப்புள்கொடியை வெட்டினாள். அதை என் வயிற்றோடு சேர்த்து வைத்துத் துணியால் இறுகக் கட்டினாள். நான் என் குழந்தைப் பருவத்தில் பல முறை என் வயிற்றுக்கு நடுவே இருந்த தேவையில்லாத அந்தப் பள்ளத்தைப் பரிசோதித்துக் கொண்டிருந்தேன். உடைந்து போன ஒரு பாலம் பற்றி, அங்கிருந்து எனக்கு சங்கேதங்கள் வந்துகொண்டிருந்தன.

போனிபேஸ் பாலத்திலிருந்து சந்தியாகுவும் பிரான்சிசும் மைக்கேலும் பரங்கி ஜபக்கூடத்துக்கு நடந்தார்கள். அங்கே சிறிது நேரம் பிரார்த்தித்த பிறகு அவர்கள் கிழக்கு ஆற்றின் கரையோரம் நடந்தார்கள். மீன் பிடிப்பவர்கள் கரையை ஒட்டி நிற்கும் கருங்கல் சுவரில் வரிசையாக உட்கார்ந்து ஆற்றில் தூண்டில் போட்டுக் கொண்டிருந்தார்கள். ஆற்றுக்குள் இரவில் இருட்டு அதிகமாகும். அது மீன்குஞ்சுகளைப் பயப்படுத்தும் என்பது தெரிந்திருந்த லந்தன்பத்தேரி தூண்டில்காரர்கள் சிம்னி விளக்கு கொளுத்தி வைத்துத்தான் மீன்பிடித்துக் கொண்டிருந்தார்கள். தீ நாளங்களைக் கொத்த வரும் மீன்களுக்காகக் காத்திருந்தவர்களின் சிம்னி விளக்குகள் தெருவிளக்குகள் போல ஒளிர்ந்தபடி வரிசையாக நின்றன.

சந்தியாகு நின்று கேட்டார், "சொல்லு பிராஞ்சி, கோதூரத்து கோவில் பாதிரி கண்டிஷன் போட்டபோது நீ மூஞ்சியைத் தொடச்சுக்கிட்டு சும்மா வந்துட்டே இல்லேடா?"

"இல்லே சந்தியாகுசேட்டா, மிசிஹா சரித்திரம் நாடகம் போட முடியாது, பாட்டும் வசனமும் அச்சடிச்ச புத்தகத்துக்கு எங்கே போக? சுவடி இல்லேன்னா நாடகம் இல்லைன்னுதான் நான் அவர் கிட்டே சொன்னேன்."

"அப்போ, பாதிரி என்ன சொன்னார்?"

"அவர் சொன்னார், உங்களுக்கெல்லாம் சவிட்டுநாடகம்னா காறல்மான் கதை. காறல்மான் கதைன்னா சவிட்டுநாடகம். தீவுகள்லே சீக்கிரமா வேறே சவிட்டு நாடகம் போடணும்."

"ஏய் பிராஞ்சி, மைக்கேல் பையா, கோதூரத்து கோவில் நொண்டி பாதிரி சொன்னது சரிதான். நாடகம்னு சொன்னா காறல்மான் சரித்திரம். அதுக்கு அப்புறம் தான் மத்த நாடகம் எல்லாம்."

அவர்கள் மூவரும் உரக்கப் பேசிக்கொண்டு நடக்க, அந்தச் சத்தத்தில், தூண்டில்காரர்களின் கவனம் சிதறியது. அவர்களில் சிலர் உதட்டின் மேல் விரல் வைத்து 'ஷ்ஷ்' என்றார்கள். ஒரு கிழவர் மட்டும் அவர்களை நோக்கிச் சிரித்தார். சந்தியாகு சொன்னான், "அது பாவப்பட்ட மார்க்கோஸ்சேட்டன். உங்களுக்கு மார்க்கோஸ்சேட்டனைத் தெரியுமா?"

"வட்டம் சுழிச்ச மாதிரி இருக்கப்பட்ட இந்த இத்தினியூண்டு கரையிலே யாருக்கு யாரைத் தெரியாது? அதான் துரதிருஷ்டம்", பிரான்சிஸ் சொன்னார்.

"நான் சொல்ல வந்தது வேறே விஷயம். ஒரு ஸ்பெஷல் சமாசாரம். பத்து பதினஞ்சு வருஷம் முன்பு வல்லார்பாடத்திலே ஒரு சவிட்டுநாடகம் நடந்துது. இந்த மார்கோஸ்சேட்டன், வெளிக்குப் போறமாதிரி குத்தவச்சு உக்காந்திருக்காரே, இதே மார்க்கோஸ்சேட்டன்தான் காறல்மானோட பன்னிரண்டு படைவீரர்களிலேயே பேரழகனான குயதவர் கொஞ்னு வேஷம் கட்டினது. நாடகம் நடந்து முடிஞ்ச அப்புறம் மார்க்கோஸ்சேட்டன் இங்கேயும் போஞ்ஞிக்கரையிலும் போன இடத்திலே எல்லாம் பொண்ணுகள் இவரைத் திருட்டுத்தனமா பார்க்கும். அந்தக் காலத்துத் தமிழ் சினிமா கதாநாயகன் தியாகராஜ பாகவதர் போல் இருந்தார் மார்க்கோஸ் சேட்டன்."

மார்க்கோஸ்சேட்டனின் அருகில் போய் சந்தியாகு உரக்கப் பாடினார்: "எண்டெ காரியம் நியாயமோ, சம்பிரதாயமோ, அருள்வாயமோ."

“அவன் ராயன் ராயனோ... சந்து, இதுக்கப்புறம் என்னன்னு மறந்துபோச்சு”, மார்க்கோஸ்சேட்டன் சொன்னார்.

“ஐயோ, நான் கேட்பதென்ன?”, சந்தியாகு உச்சத்தில் அழுது கொண்டே சொன்னார். “ஐயோ, நான் பார்ப்பதென்ன? காறல்மேனோட பனிரெண்டு வீரர்களிலே அழகன், உலகமகா அழகன் குயதவர் கொஞ்ஞுவோட வேஷம் கட்டின, மாதாகோவில்லே பிரார்த்தனை நேரத்தில் போனா, பிரார்த்திக்க வந்த பெண்ணுகளோட மனசை எல்லாம் கவர்ந்த மார்க்கோஸ்சேட்டன் எப்படியாகிப் போனார் இப்போன்னு பார்த்தீங்களா? குத்த வச்சு உக்காந்து இரையை மாட்டி தூண்டில் போட்டுக்கிட்டிருக்கார். துருக்கி சுல்தான் அல்பிராந்தோட மகள், அழகியான ப்ளோரிபிஸ்ஸோட இதயம் சிதறுண்டு போக வச்ச குயதவர் கொஞ்ஞூவோட இருப்பைப் பார்த்தீங்களா?” .சந்தியாகு விம்மிவிம்மி அழுதார்.

மைக்கேலும் பிரான்சிசும் சந்தியாகுவின் தோளில் கைவைத்துத் தாங்கி அழைத்துப் போனார்கள். சிறிது நேரத்தில் சந்தியாகுவின் அழுகை நின்றது. அவர்கள் திரும்பிப் பார்த்தபோது, மார்க்கோஸ்சேட்டனின் கண்களில் ததும்பிய கண்ணீரில் சிம்னி விளக்கின் சுடர் பிரதிபலித்தது

சந்தியாகுவின் துக்கம் தீரும்வரை அவர்கள் மௌனமாக நடந்தார்கள். சந்தியாகு சட்டென்று நின்று பிரான்சிஸின் தோளிலும் மைக்கேல் தோளிலும் கைவைத்தபடி சொன்னார் : “ஒரு விஷயம் சொல்லப் போறேன். நான் உண்மையாகவே யார்னு சொல்லப் போறேன். கேளுங்க. நான் தான் காறல்மான். ஜகமீசர் பெரிய காறல்மான் ராயன் வருகின்றாரே”.

“நான் யாரு?”, பிரான்சிஸ் கேட்டார்.

“தர்பாரில் எழுந்தருளி இருக்கற நான் யாரு? பிரான்ஸ் நாட்டு சக்கரவர்த்தி காறல்மான். யார் எனக்கு இந்த லந்தன்பத்தேரியோட நாட்டு வளம் சொல்லப் போறீங்க?”, சந்தியாகு கேட்டார்.

“காறல்மானே, நான் யாரு?”, பிரான்சிஸ் கேட்டார்.

"நீ உடுப்பு தைக்கறவன். நாடக உடுப்பு தைக்கிற ஆசான் தாவிதீஞ்னுவோட மகன் உடுப்பு தைக்கிற ஆசான் இல்லாம வேறே யாராக இருப்பான்? இந்த பிரான்ஸ் சக்கரவர்த்திக்கு சீனப்பட்டுலே உடனே ஒரு அங்கி தைச்சு எடுத்துவா. தங்கச் சரிகையும், பவளமும், முத்துமாக அது பளபளக்கணும். ஒரு ஜோடி வெள்ளை கையுறையும் தச்சுக் கொடு. அதிலே கருப்பு சிலுவையை பூவேலை செஞ்சிருக்கணும். முத்துச் சிலுவை மத்தியிலே பதிச்ச கிரீடம் ஆறாம்புரைக்கல்லிலே எங்க வீட்டுலே இருக்கு."

"நான் பிரான்சு நாட்டு சக்கரவர்த்தியாகணும்", என்றார் பிரான்சிஸ்.

"நாசமாப் போக. நீங்க என் தொடையிலே இருந்து கை எடுங்க, பிராஞ்சிசேட்டா. பேக்டரிக்குள்ளே இருந்து நாம வெளியே வந்தது முதலே உங்க நடத்தை சரியில்லே", மைக்கேல் சொன்னான்.

"எனக்கும் வேணும் ராஜபார்ட் வேஷம். கொடுக்கலேன்னா நான் வீட்டுக்குப் போயிடுவேன்", பிரான்சிஸ் சொன்னார்.

"பிராஞ்சி, சூடாகாதே. நீயும் சக்கரவர்த்திதான். துருக்கி முசல்மான்களோட சுல்தான் அல்பிராந்த் நீதான். நாடகத்திலே கதாநாயகன் காறல்மான்னாலும், அல்பிராந்துக்கு அட்டகாசமான கதாபாத்திரம் இருக்கு."

"அப்போ நான் அல்பிராந்துதான்."

"நான் யாரு?", மைக்கேல் கேட்டான்.

"அல்பிராந்துக்கு ரெண்டு வாரிசுகள் உண்டு. பேரழகியான புளோரிபிசும் வீரன் பெராம்பசும். நீ புளோரிபிஸ் வேஷம் கட்டு. என் பனிரெண்டு போர்வீரர்களிலேயே பேரழகனான குயதவர் கொஞ்னு உன்னைக் கல்யாணம் செஞ்சுப்பான்" என்றார் சந்தியாகு.

"புளோரிபிசே, ஓமனே", பிரான்சிஸ் மைக்கேலின் உதட்டில் முத்தம் கொடுத்தார். போஞ்ஞிக்கரை கள்ளுக்கடை

வாடையடிக்கும் அந்த முத்தத்தைத் துடைத்துக்கொண்டு மைக்கேல் சொன்னான்: "கொஞ்சம் சும்மா இருங்க பிராஞ்சிசேட்டா. எனக்கும் ராஜாவாகணும்."

"குயதவர் கொஞ்னு, ஒலிவர், க்வரீன், அம்பூஞ்ஞா, துரோகி கலோலன், காறல்மான் ஆகிய நான், ஏசு கிறிஸ்து... எங்க எல்லோருக்கும் போர்வீரர்கள் பனிரெண்டு பேர். என்னோட போர்வீரர்களோட கேப்டன் வீராதிவீரன் ரோல்தான். மகனே மீங்கூ, நீ ரோல்தான் வேஷம் கட்டு", சந்தியாகு சொன்னார். "ரோல்தான் வேஷம் கட்டறதும், காரல்மான் வேஷம் கட்டறதும் ஆறாம்புரைக்கல்காரங்களான நம்மோட உரிமை."

"எனக்கு ரோல்தான் வேஷம் வேணாம். நானும் உங்க மாதிரி சக்கரவர்த்தியாகணும்". மைக்கேல் சொன்னான்.

"அதுக்கு எங்கே இருந்து இன்னொரு சக்கரவர்த்தியைக் கொண்டு வர்றதாம்?", பிரான்சிஸ் கேட்டார்.

"இந்த தர்பார் சீனை பிராஞ்சிசேட்டனுக்கு மட்டும் கொடுத்தா போதுமா? எனக்கும் வேணும்", மைக்கேல் சொன்னான்.

"நில்லு". சந்தியாகு, பிரான்சிஸ் முன்னும், மைக்கேல் முன்னும் வழிவிடாமல் தடுத்துக்கொண்டு நின்றார். அவர் சுவடு வைத்துப் பாடினார்.

"சீர்புகழும் ரோமாபுரி பேர்சிறந்த நகர்

வாழும் தியாக்லீஸ்யன் எம்ப்ரதோர் நான்."

"மலையாளத்திலே சொல்லு சந்துசேட்டா", மைக்கேல் சொன்னான்.

"நான் பாடினது பிலமினா நாடகத்தில் ரோமானிய சக்கரவர்த்தி டயக்லீஸ்யன் பாடுறது. இந்த ஒரே ஒரு சக்கரவர்த்தியைத்தான் நாம எடுக்க முடியும். மீங்கு, நீ டயக்லீஸ்யன் சக்கரவர்த்தி வேஷம் கட்டு."

"நம்மோட போஞ்ஞிக்கரை மாதாகோவில் புனித செபஸ்டியான் மேலே அம்பு எய்த ஆள்தானே டயக்லீஸ்யன்? அந்தக்

கதாபாத்திரம் வேணுமா சந்துசேட்டா?"

"அது மட்டும்தான் இருக்கு. உனக்கு சர்ச் வேணுமா, சக்கரவர்த்தி வேணுமா? சக்கரவர்த்தி வேணும்னா டயக்லீஸ்யனை எடுத்துக்க."

""எனக்கு சக்கரவர்த்தி போதும் சந்தியாகுசேட்டா", மைக்கேல் சொன்னான்.

"காறல்மான்னு கூப்பிடு."

அவர்கள் மூவரின் முதுகெலும்பு நிமிர்ந்தது. கைவீசி நடந்தார்கள். இடமும் வலமும் நோக்கி, கண்ணுக்குத் தெரியாமல் யாரோ கும்பிட்டுச் சொல்லும் வணக்கங்களை ஏற்று வாங்கிக்கொண்டு நடந்தார்கள். அரசாட்சிப் பொறுப்பு அவர்களின் நெற்றியில் சுருக்கங்களை ஏற்படுத்தியது.

"இஜ், இபிலீஸ், பதர்" என்றார் பிரான்சிஸ்.

"அல்பிராந்த், உளறாதே"

"உளறலே காறல்மானே, இது துருக்கி பாஷை."

அரண்மனைப் படகுத்துறையை அடைந்தபோது தூண்டில்காரர்களின் வரிசை முடிந்திருந்தது. பந்தம் கொளுத்திப் பிடித்துக்கொண்டு ஒருத்தன் தூரத்தில் வருவதை அவர்கள் பார்த்தார்கள். "நம்ம முதல் குடிமகன்", என்றார் சந்தியாகு.

"அது பென்ஹர்சேட்டன். ரொம்ப கோபக்காரன்", பிரான்சிஸ் சொன்னார்.

பென்ஹரைத் தடுத்து நிறுத்தி சந்தியாகு சொன்னார்: "நான் காறல்மான் சக்கரவர்த்தி. இது துருக்கி சுல்தான் அல்பிராந்த்."

"மேஸ்திரி, குறுக்கே நின்னு வழிமறிக்காம, விஷயம் என்னன்னு சொல்லு", பென்ஹர் சொன்னார்.

"நீ யாரு? ரோமானியனா, பிரஞ்சுக்காரனா, இல்லேன்னா துருக்கனா?"

தடுத்து நிறுத்திய சந்தியாகுவின் கையைத் தட்டிவிட்டு, ஏதோ முணுமுணுத்துக்கொண்டு பென்ஹர் வேகமாக நடந்தார்.

“பென்ஹர் சொன்னதைக் கேட்டியா? கள்ளு சாராயத்தைத் தடை செய்யணுமாம். கள்ளுக்கடை அடைக்கறதுக்கு முந்தி அங்கே போய்ச் சேரணும்னு, உசிரைக் கையில் பிடிச்சுக்கிட்டு ஓடறபோது குடிகாரப் பயலுங்க கள்ளு குடிச்சுட்டு வழிமறிச்சு நிக்கறாங்களாம்.”

அவர்கள் மூவரும் தரையில் உட்கார்ந்து புல்தரையைக் கையால் தட்டிச் சிரித்தார்கள். “நம்ம குடிமக்கள் எல்லோரும் ஒருமாதிரிப் பட்டவங்கதான்” என்றார் சந்தியாகு.

அரண்மனை படகுத்துறையில் இருந்து மேற்கு நோக்கி வழி திரும்பும் வரை அவர்கள் எதுவும் பேசவில்லை. திடீரென்று மைக்கேல் சொன்னான், “காறல்மான் திருமேனி, இந்த அல்பிராந்த் சுல்தான் என் குண்டியைச் சொறியறார்.”

“அல்பிராந்தே, உனக்கு எப்பவும் இதான் வேலையா?” சந்தியாகு கேட்டார். “எல்லாம் பண்ணிட்டு ஒரு ஞாயித்துக்கிழமை விடாம மாதாகோவிலுக்குப் போய் பாதிரியார் கிட்டே பாவமன்னிப்பு கேப்பே. சாமி, நான் கைமுட்டி அடிச்சேன், சாமி, நான் பையன்களைப் பண்ணினேன். ஒருக்கா ஒருத்தன் பிலாத்தோஸ் பாதிரியார் கிட்டே பாவமன்னிப்பு கேட்கறபோது பொங்கிட்டார் : “என்ன நினச்சுட்டிருக்கே நீ? இது என்ன, வாராவாரம் வந்து லைசன்ஸ் புதுப்பிக்கிற இடமா?”

“ஏ, அதைப் பார்த்தீங்களா?” வானத்தில் விரல் சுண்டிக்காட்டி பிரான்சிஸ் சொன்னார். ஒரு எரிநட்சத்திரம் நீலமாக ஒளிவிடும் வாலை ஆட்டியபடி சீறிப் பாய்ந்து போனதைக் கண்டார்கள். அடுத்து இன்னொன்று. தொடர்ந்து குறுக்கும் நெடுக்குமாக எரிநட்சத்திரங்கள் வானத்தில் பிரகாசிக்கும் கண்ணிகளாக, ஒரு வலையை நெய்தன.

“காறல்மானே, எனக்கு பயமா இருக்கு. இப்படி ஆகாசத்திலே இருந்து கொள்ளி விழறதை நான் பார்த்ததே இல்லே”, மைக்கேல் சொன்னான்.

“மீங்கூ, உன்னோட இத்தனூண்டு வாழ்க்கையிலே நீ கண்டதில்லேங்கறே. என்னோட நீண்ட வாழ்க்கையிலே

நானும் பார்த்ததில்லே. நாம பொய்வேஷம் கட்டி நீட்டி நிமிர்ந்து நடந்தது பாவமான காரியம். அந்தக் கொடிய பாவத்துக்கான தண்டனையாக நாம செத்துப் போகப் போறோம். பரிசேயர்களேன்னு கூப்பிட்டபடி வரும் கர்த்தரோட சாட்டை சத்தம் கேக்குது எனக்கு", பிரான்சிஸ் சொன்னார்.

வானம் இன்னொரு கையளவு ஒளிரும் வாலோடு எரிநட்சத்திரங்களை விட்டெறிந்தது. கத்தரித்த தென்னைக் குருத்தோலையும் செந்தூரப் பூவுமாகக் கலந்து கட்டிய பூவாணங்களைப்போல வெளுத்தும் சிவந்தும் மின்னிய விண்கற்கள் வானத்திலிருந்து மழை போல் பொழிந்தன. அவை பூமியை அடைய, அவற்றில் ஒன்று ஒரு தென்னை மரத்தின் உச்சியில் விழுந்து உலர்ந்த தென்னங்குருத்தைச் சுட்டுப் பொசுக்கிச் சாம்பலாக்கியதை அவர்கள் பார்த்தார்கள்.

"மத்தேவுஸ் ஆசாரி வீட்டுத் தென்னைமரம் அது." சந்தியாகு சொன்னார்.

"நாம அங்கே போய்ப் பார்க்கலாம், காறல்மான் சக்கரவர்த்தி". பிரான்சிஸ் சொன்னார்.

"அங்கே என்ன ஒரே கூட்டமா இருக்கே. மாமரக் கிளையிலே எதுக்கு சீன விளக்கு மாட்டி வச்சிருக்காங்க?", மைக்கேல் கேட்டான்.

"டயோக்ளீஷா, பிரஞ்சு, துருக்கி, ரோமாபுரி சக்கரவர்த்திகளுக்கு வரவேற்பு கொடுக்கறதுக்காக வச்சதுடா அது", சந்தியாகு சொன்னார்.

வேலிக்கு அப்புறம் அவர்கள் மூவரையும் பார்த்து வலிய மத்தேவுஸ் ஆசாரி ஓடி வந்தார். "வரணும், வரணும் சந்தியாகு மேஸ்திரி. பிராஞ்சி, மிங்கூ நீங்களும் வாங்க. உள்ளே வாங்க எல்லோரும்."

"வலிய மத்தேவுஸ் ஆசாரியாரே, நீங்க நினைக்கற ஆளுங்க இல்லே நாங்க. நான் பிரான்ஸ் நாட்டு சக்கரவர்த்தி காறல்மான். இந்த இளையவர் ரோமாபுரி டயோக்ளீஷன் சக்கரவர்த்தி." சந்தியாகு சொன்னார்.

"நான் துருக்கியிலே முஸ்லீம்களோட சுல்தான் அல்பிராந்து. இஜ்ஜ, இபிலீஸ், பத்ரீங்கள்." பிரான்சிஸ் சொன்னார்.

"மூணு சக்கரவர்த்திகளும் சேர்ந்து எழுந்தருளினதுக்கு நன்றி", என்றார் வலிய மத்தேவுஸ் ஆசாரி.

"வராம முடியுமா? நாங்க மூணு சக்கரவர்த்திகளும் சேர்ந்து இங்கே வந்தது உங்க கிட்டே துக்கம் கேட்கத்தான்" என்றார் சந்தியாகு.

"துக்கமா? எனக்கென்ன துக்கம்?" மத்தேவுஸ் ஆசாரி கேட்டார்.

"யாருக்கும் விபத்து எதுவும் நடக்கலியா?" சந்தியாகு கேட்டார்.

"என்ன விபத்து, சந்தியாகு மேஸ்திரி?"

"காறல்மான்னு கூப்பிடணும் வலிய ஆசாரி. உங்க வீட்டு மேலே பெருமழை போல சடசடன்னு எரிநட்சத்திரம் விழறதை நான் பார்த்தேன்", என்றார் சந்தியாகு.

"அதோ, அந்தத் தென்னை மரத்தோட உச்சியிலே தீப்பிடிச்சுது", என்றார் பிரான்சிஸ்.

"நாங்க யாரும் பார்க்கலியே", என்றார் மத்தேவுஸ் ஆசாரி.

"அப்போ இங்கே எதுக்குக் கூட்டமா நிக்கறாங்க?" என்று கேட்டார் சந்தியாகு.

"மட்டில்டாவுக்கு குழந்தை பொறந்திருக்கு. உள்ளே வாங்க. அவல் உருண்டையும், சுக்குக் காப்பியும் வந்துகிட்டிருக்கு, சாப்பிட்டுட்டு, குழந்தையைப் பார்த்துட்டு போகலாம்", வலிய மத்தேவுஸ் ஆசாரி அழைத்தார்.

"அல்பிராந்தே, நாம வலிய மத்தேவுஸ் ஆசாரியோட குழந்தையை உள்ளே போய்ப் பார்க்கலாம்" என்று பிரான்சிஸிடம் சொன்னார் சந்தியாகு.

"வேணாம், காறல்மானே. குழந்தையைப் பார்க்க ராஜாக்கள் வெறும் கையோடு போக முடியுமா?" பிரான்சிஸ் கேட்டார்.

“புனித ரோமானியப் பேரரசில் பிறந்த புதுப் பிரஜைக்குக் கொடுக்க பரிசுகள் என்கிட்டே உண்டு அல்பிராந்தே” கம்புக்கூட்டில் இடுக்கியிருந்த பையைக் காட்டியபடி சந்தியாகு சொன்னார்.

வலிய மத்தேவுஸ் ஆசாரி அவர்களை உள்ளே கூட்டி வந்தார். நானும் அம்மாவும் படுத்திருந்த அறைக்கு வந்தபோது ஆசாரி உள்ளே பார்த்துச் சொன்னார் : “ஆனியம்மா, கிழக்கே இருந்து படகிலே மூணு சக்கரவர்த்திகள் எழுந்தருளியிருக்காங்க. அவங்களுக்கு சிசுவைக் காட்டுங்க”.

சந்தியாகுவும் கூட வந்தவர்களும் துணி கொண்டு சுற்றப்பட்டிருந்த என்னைப் பார்த்தார்கள். சந்தியாகு கட்கத்தில் வைத்திருந்த பையில் இருந்து ஒரு சிறிய கட்டி ஹமாம் சோப்பை எடுத்து பிரான்சிஸுக்குக் கொடுத்தார். ஒரு சிறு குப்பி யூதிகோலனை எடுத்து மைக்கேலுக்குக் கொடுத்தார். தன் கையில் ஒரு சிறு குப்பி தலைக்குப் பூசும் வாசனைத் தைலத்தையும் எடுத்து வைத்துக் கொண்டார். இவை எல்லாமே டாட்டா கம்பெனி சாம்பிளாகத் தரும் பொருட்கள். அவர்கள் மூவரும் ஒருமித்துக் குனிந்து, பரிசுகளை என் தொட்டிலில் வைத்தார்கள். அம்மாவையும் நர்ஸ் ஆனியம்மாவையும் பார்த்துத் தலையசைத்து விட்டு அவர்கள் திரும்பிப் போனார்கள். வாசல்படியில் அவர்கள் நின்றார்கள். என் பக்கம் திரும்பி வந்தார்கள்.

“கேட்க விட்டுப் போச்சு. குழந்தை ஆணா, பெண்ணா?” சந்தியாகு கேட்டார்.

“பெண்”, என்றாள் ஆனியம்மா. அவள் என்னைப் போர்த்தியிருந்த துணியை விலக்கினாள். அவர்கள் மூவரும் என் கால்களுக்கிடையே நோக்கினார்கள்.

என் தேகத்தின் நடுவில் ஏற்பட்ட காயம்; என் அறிவு; என் உள்ளங்கையோடு வளரும் நாணம்; என் தடை; என் தூய்மை; என் குற்றம்; என் பகுத்தறிவு; என் பாவமன்னிப்புக் கூண்டு; என் தண்டனை; என் மௌனம்; என் அசுத்தம்; என் உள்நாடு;

என் கோப்பை; என் கன்னம்; என் ஜெபக்கூடம்; என் நொண்டி ஆட்டுக்குட்டி; என் வெதுவெதுப்புப் பிரதேசம்; என் அந்நிய பூமி; என் சிலுவை பூமி கொல்கொதா; என் கொடி; என் மூன்றாம் கண்; என் மணல்திட்டு; என் உப்பின் காரம்; என் வால்நட்சத்திரம்; என் வேண்டுகோள்; என் நிலநடுக்கோடு; என் காந்த ஊசி; என் திராட்சைத் தோட்டம்; என் அற்புதம்; என் நுழைவாயில்; என் பகடி; என் மதம்; என் வாய்பாடு; என் கணவாய்; என் துறைமுகம்; என் கடியாரம்; என் நங்கூரம்; என் கூடாரம்; என் கொடுப்பினை; என் பெண்குறி.

2. தர்ப்பூசணி வருடங்கள்

என்னைச் சுமந்த வயிற்றையும், நான் குடித்த தாய் முலையையும் எனக்கு ஞானஸ்நானம் கிடைத்ததும் நான் மறந்தேன். இரண்டு மூன்று வருடம் கழிந்த பிறகுதான் எனக்கு என் மனசு திரும்பக் கிடைத்தது. இந்தக் காலத்தில் ஒரு பெரும் இருட்டில்தான் நான் நாளைக் கடத்திக் கொண்டிருந்தேன்.

ஞானஸ்நானம் நடக்க ஒரு வாரம் முன்பு ஞானஸ்நானத்தில் என் தலைதொட்டு எனக்கு ஞானப் பெற்றோர் ஆக ஃபோர்ட் கொச்சியில் இருந்து அம்மாவின் அக்கா விக்டோரியா பெரியம்மாளும் அவளுடைய கணவன் எட்வின்சேட்டனும், அவர்களுக்கு வயதான காலத்தில் பிறந்த மகனான ஜான்சனும் வந்தார்கள். சிவப்பு க்ரேப் காதிதம் சுற்றி இரண்டு தங்க வளைகளை விக்கி பெரியம்மா எனக்குக் கொடுத்தாள். வெள்ளியில் செய்த ஒரு கிலுகிலுப்பையை ஜான்சன் தந்தான். இரண்டு கௌ அண்ட் கேட் பால் பவுடர் டின்களை எட்வின்சேட்டன் அம்மாவிடம் கொடுத்துவிட்டுச் சொன்னார்: "கப்பல்லே வாங்கினது".

உபவாச காலம் தொடங்கியதால் நின்றுபோன கல்யாணங்கள், உயிர்ப்பு ஞாயிறு தினத்துக்கு அப்புறம் மும்முரமாக நடக்கத் தொடங்கிய நாட்களில் எட்வின்சேட்டனுக்கு தினம் ஒன்றிரண்டு வீடுகளில் பிரியாணி கிண்டும் வேலை வாய்த்திருந்தது. விக்கி பெரியம்மாவையும், ஜான்சனையும் எங்கள் வீட்டில்

விட்டுப் போகும் முன், எட்வின்சேட்டன் என் அப்பனிடம் ஒரு கடிதத்தைக் கொடுத்தார். "வலிய ஆசாரி, வெடி இறச்சி விந்தாலு தோபியாஸ் பற்றிக் கேட்டிருக்கீரா?" எட்வின்சேட்டன் கேட்டார்.

"அப்படி யாரையும் பற்றிக் கேட்டதில்லையே. யார் அந்த ஆள்?"

"என் அப்பன்"

"ஃபோர்ட் கொச்சி கண்டோன்மெண்ட் தோபியாஸ்சேட்டன் தானே. இப்பத்தான் அவருக்கு பட்டப்பேரு சொல்லிக் கேட்கறேன்."

"வலிய ஆசாரி, அது தொரைங்க கொடுத்த பட்டம். நம்ம ப்ரிஸ்டோ துரை, துறைமுகத்தைத் தொறந்து வச்ச தினம். வருஷம் 1936. கொச்சி மகாராஜாவும் மதராஸ் பட்டணத்திலே இருந்து கவர்னர் வில்லிங்டன் துரையும் எல்லா பிரபுக்களும் வந்தாங்க. துறைமுகம் தயாரானதும் சில கப்பல் கேப்டன்களும், கப்பல் ஏஜெண்டுகளும் மகாராஜாவுக்கு ஒரு கோரிக்கை மனு கொடுத்தாங்க. துறைமுகம் ஒரே இருட்டா இருக்கு. கப்பல் ஓட்ட நல்ல வெளிச்சம் வேணும். விளக்கு வேணும்னு கேட்டாங்க. ப்ரிஸ்டோ துரை சரின்னு சொன்னார். மனு கொடுத்தவங்க கேட்டாங்க, "கப்பல்லே வந்து இறங்கறவங்க எங்கே உறங்குவாங்க? ஒரு சத்திரமாவது வேணாமா?" ப்ரிஸ்டோ துரை கேட்டார் : "நம்ம கொச்சின் துறைமுகத்திலே இறங்கற பாசஞ்சர்களுக்கு சத்திரமா? லண்டன்லே இருக்கற மாதிரி நீச்சல் குளத்தோட ஒரு ஹோட்டலை நான் கட்டப்போறேன்". ஒரே வருஷத்திலே மலபார் ஓட்டல் வந்துது. அப்போ ஒரு பிராப்ளம். ஓட்டலை யார் நடத்தறது?"

"யார் நடத்தறது?", அப்பன் கேட்டார்.

"ப்ரிஸ்டோ துரை மதராஸ் பட்டணத்துலே இருக்கற ஸ்பென்சர் கம்பெனியோட தலைவராக இருந்த துரையை வரச் சொல்லி அழைத்தார். ப்ரிஸ்டோ துரை அவர் கிட்டே சொன்னார் : "என் அருமை ஸ்பென்ஸரே, ஓட்டலை நடத்துங்க". ஸ்பென்சர் துரை சொன்னார் : "ஊஹூம் முடியாது."

"ஏன் முடியாது?"

"ஸ்பென்சர் சொன்ன காரணம் நியாயமானதுதான். சமையல்காரன் எங்கே, பிரிஸ்டோ துரையவர்களே? கெர்ட்ரூஸ் துரைசாணி வீட்டுக்கு உள்ளே இருந்து சொன்னாள் : "பாப் டார்லிங், போன கிறிஸ்துமஸ் கொண்டாடின போது வாத்து வறுத்து கறி வச்ச கண்டோன்மெண்ட் தோபியாஸைக் கூப்பிடு." அப்படித்தான் என் அப்பன் அறுபது வயசிலே மலபார் ஓட்டல் சமையல்காரர் ஆனார். 1937-ல் மலபார் ஓட்டல்லே வச்சு ரோட்டரி கிளப் ஆப் பிரிட்டீஷ் கொச்சின் அண்ட் கொச்சின் ஸ்டேட் முதல் கூட்டம். ப்ரிஸ்டோ துரை தான் தலைவர். சோட்டாணிக்கரையிலே இருந்து வரவழச்ச இளசான காட்டு மான் இறைச்சியை காடி, ஒயின், சாஸ் சேர்த்து கறி வச்சார் அப்பன். விந்தாலூ. பிரிஸ்டோ துரை அப்பன் கிட்டே சொன்னார் : "தோபியஸே, நீ வெறும் குக் இல்லே. குக்குக்கெல்லாம் குக் ஆன ஷெப், தலைமை சமையல்காரன்". கம்பளம் விற்க சிராஷ் பட்டணத்திலே இருந்து வந்த பாரசீக நாட்டுக்காரன் அப்பனுக்கு பழைய காலத்துலே கொடுத்த ஜாபிதா இந்தக் காகிதம். ஆசாரியாரே, இதை வச்சுக்கும். இதன்படிக்கு பிரியாணி செய்ய ஞானஸ்நானத்துக்கு முந்திய நாள் தளவாடம், பொருள் எல்லாம் ரெடியாகணும்."

ஸ்பெஷல் பிரியாணி (கி.பி. 1912)

இளசான ஆட்டு மாமிசம்	10 ராத்தல்
பிரியாணி அரிசி	5 இடங்கழி
வெங்காயம்	5 ராத்தல்
உள்ளிப்பூண்டு	½ ராத்தல்
பச்சை மிளகாய்	1 ராத்தல்
இஞ்சி	½ ராத்தல்
பச்சை கொத்துமல்லி	10 கட்டு
புதினா	5 கட்டு
எலுமிச்சை	10
கசகச	1 கழஞ்சு
முந்திரி	2 ½ பலம்

உலர்ந்த திராட்சை	2 ½ பலம்
பசுநெய்	3 நாழி
ரோஸ்வாட்டர்	2 சிறு குப்பி
மஞ்சள் தூள்	3 பண எடை
கோழிமுட்டை	80

தம் மசாலா பொடிக்கு

சிறு சீரகம், சுக்கு	ஒண்ணொண்ணும் ஒரு பலம்
லவங்கப்பட்டை	4 பண எடை
ஏலம்	½ பலம்
கிராம்பு	1 பலம்

நன்றாகப் பொடித்துத் தனியே வைக்கவும்

தயிர்

4 இடங்கழி பால் காய்ச்சிச் சுண்ட வைத்து 2 ½ இடங்கழியாக்கி உறை குத்தி, முந்திய தினமே எடுத்து வைக்கவும்.

சாலடுக்கு

தக்காளி காய்வெட்டாக	4 ராத்தல்
வெங்காயம்	4 ராத்தல்
பச்சை மிளகாய்	½ ராத்தல்

இதர இனங்கள்

மேல்துண்டு	6
விறகு	6 மணங்கு
முறம்	4

வீட்டில் புழக்கத்தில் இருக்கும் உப்பு ஈரம் பூரித்திருந்தால், புதியதாக ஒரு ராத்தல் கல்லுப்பு வாங்கி வைக்க வேண்டும்.

பீடி, அசோகா பாக்கு, வெற்றிலை, வாசனை சுண்ணாம்பு, புகையிலை, காப்பிப்பொடி, பனஞ்சீனி முதலானவை வேலாயுதனுக்கும் கோஷ்டியாருக்கும்.

“வலிய ஆசாரி, எலுமிச்சை ஊறுகாய் நான் எடுத்து வரேன்”, என்றார் எட்வின்சேட்டன். ஞானஸ்நானத்துக்கு ஒரு நாள்

முந்தி கரண்டி, சட்டுவம், கொப்பரை எல்லாம் எடுத்துக்கிட்டு என்னோட ஆளுங்க வந்துடுவாங்க. முட்டைக்கு இன்னிக்கே எலியாஸ் யூதன் கிட்டே சொல்லி வச்சுடுங்க. அவன் முழு முட்டாள். அப்பப்போ ஞாபகப்படுத்தணும். பொள்ளாச்சியிலே இருந்து டின்னுலே வர்ற கட்டித் தயிர் நமக்கு சரிப்பட்டு வராது. அதுனாலேதான் இங்கத்திய தயிர் தோய்க்க நான் மெனக்கெடறேன். பால் கணிசமா இருக்குதானே?"

"இல்லே, மட்டில்டாவுக்குப் பேறு காலத்து வலி வந்தபோதே லிசிப்பசு பால் சுரக்கறதில்லே. வெளியே இருந்து வரவழைச்சுக்கலாம்."

படகு ஏற்றி வழியனுப்ப, அப்பன் எட்வின்சேட்டன் கூடப் படகுத்துறைக்குப் போனார். படகு வருவதற்காகக் காத்திருந்தபோது எட்வின்சேட்டன் மடியில் இருந்து மணிபர்ஸ் எடுத்தபடி அப்பனிடம் சொன்னார்: "பிரியாணி விருந்துன்னா கொறஞ்ச செலவுலே முடியாது. வலிய ஆசாரி, இந்தப் பணத்தை வாங்கிக்கும். நானும் விக்டோரியாவும் கொடுக்கற மொய்ப்பணம் இது."

"இது வேணாம் எட்வினே. மட்டில்டா பெத்த பொண்ணு அதிர்ஷ்டக்காரிதான். செம்பில் வலிய அரையனுக்காக நான் கட்டின படகை அரையனும் அவங்க குடும்பமும் நேற்றுதான் எடுத்துப் போனாங்க. கொடுக்க வேண்டிய பணம் முழுசா கொடுத்துட்டாங்க. படகுக்கு இங்கேயே பெயர் வச்சாங்க. ஜீவித நௌகா படகு".

"அருமையான பேரு", என்றார் எட்வின்சேட்டன்.

"நாம் தான் அப்படிச் சொல்றோம். குழந்தையைப் பார்க்க வந்த ஆரம்பப் பள்ளிக்கூட வாத்தியார் ராகவன்மாஸ்டர் சொல்றார் : "அது சரியான பெயர் இல்லே. ஜீவித நௌகா படகுன்னு பேர் வச்சா ஜீவித படகு படகுன்னு அர்த்தம்."

"மாஸ்டர் சொல்றதும் சரிதானே. செம்பிலே அரையன் என்ன சொன்னார்?" எட்வின்சேட்டன் கேட்டார்.

"செம்பில் அரையன் சொல்றார்: "மாஸ்டரே, ஜீவித நௌகான்னு பெயர் வச்சா நிறைய காலம் ஓடப் போற ஒரு படகுன்னு தான் அர்த்தம். அந்தப் பெயர் வைச்ச சினிமா மாதிரி."

எனக்கொரு பெயரும் அது நானும் ஆக இரண்டு தினங்களுக்கு முன் அதிகாலையில் அப்பன் எரணாகுளம் சந்தைக்கடவுக்குத் தோணியில் போனார். யூதத் தெரு வழியாகச் சந்தைக்கு நடக்கும்போது அப்பன் மலையாள நாட்டின் மணங்களை எல்லாம் முகர்ந்தார். ஏலம், கிராம்பு, குறுமிளகு இவற்றின் கிழக்கத்திய வாசனையில் அது தொடங்கியது. சந்தைக்குள் நுழைந்தபோது, பச்சைக் கறிகாய்கள், வெற்றிலை, பாக்கு இவற்றின் மத்திய கேரள வாடை. சந்தையின் பின்னால் தான் மீன் வியாபாரிகளும், இறைச்சி விற்கிறவர்களும் விற்பனை நடத்துகிறார்கள். அங்கே காயலும், மேற்குக் கடலும் மணத்தன. பிற்பகலில் அப்பன் எல்லா சரக்குகளோடு லந்தன்பத்தேரிக்கு வந்து சேர்ந்தார்.

மறுநாள், ஞானஸ்நானத்துக்கு முந்திய தினம். அன்றைக்கு கடமக்குடியில் இருந்து வீட்டை அலங்கரிக்க மூப்பர்கள் வந்து சேர்ந்தார்கள். அவர்கள் வீட்டின் முன்பும் பின்பக்கத்திலும் பந்தல் இட்டார்கள். முன்வாசல் பந்தலில் பல நிறத்திலுள்ள காகிதங்களைக் கத்தரித்து, சணல் கயிறுகளில் பசையால் ஒட்டிச் செய்த அலங்காரத் தோரணங்களைக் கட்டினார்கள். வாசலில் 'வெல்கம்' என்று இங்கிலீஷில் எழுதிய அலங்கார வளைவை நிறுத்தி, அதன் இருபுறமும், குலைவாழை மரங்களைக் கட்டினார்கள். அவற்றின் மேல் சிவந்த தென்னங்குலைகளை இட்டு வைத்தார்கள். அப்போதுதான் எட்வின்சேட்டனுடைய சமையல் கோஷ்டி வந்து சேர்ந்தது. அவர்கள் வீட்டுப் பின்பகுதியில் போட்டிருந்த கொட்டகையில் கல் அடுப்புகளை நிறுவினார்கள். சாயந்திரம் வந்த படகில் எட்வின்சேட்டனும் வந்து சேர்ந்தார். எரணாகுளத்தில் வாங்கி வந்த பொருட்களோடு, இரண்டு பெரிய போத்தல் ட்ரிபிள் எக்ஸ் ரம் அப்பன் எட்வின் சேட்டனுக்குக் கொடுத்தார்.

எட்வின்சேட்டன் வீட்டுக்குள் வந்து அப்பன் வாங்கிக் கொடுத்த சங்கு மார்க் கைலியும், கையில்லாத வலை பனியனும்

உடுத்துக் கொண்டார். சமையல் கொட்டகையை நோக்கி நீளமாக எட்டுவைத்து நடந்து போனார். கொட்டகை நடுவே முக்காலியில் போய் உட்கார்ந்தார் அவர். சிறிது நேரம் கண்மூடி இருந்தபிறகு எட்வின்சேட்டன் சிலுவை வரைந்துகொண்டு பிரார்த்தனை செய்தார். அப்போது விக்கி பெரியம்மா, அம்மாவிடம் சொன்னாள் : "மட்டில்டே, அங்கே பாரு. பிரியாணி செய்ய ஆரம்பிக்கறபோது எட்வின்சேட்டன் ஆளே மாறிடுவார். முதல்லே கொஞ்ச நேரம் சோகப் பாட்டு எழுதின சங்கம்புழை மாதிரி முகம் வாடி இருப்பார். அப்புறம் சட்டுனு ஆள் குஷியாகிடுவார். அதோ பாரேன்."

எட்வின்சேட்டன் வேலை ஆரம்பித்தது அவருடைய குழுவிலுள்ள வேலையாட்கள் வெளிச் சருகை உரித்து சுத்தமாக்கி வைத்த பெரிய வெங்காயத்தோடுதான். இடது கையால் ஒவ்வொரு வெங்காயமாக எடுத்து உயர்த்திப் பிடித்து வலது கையில் வைத்திருந்த கத்தியால் நீளவாக்கில் அரிந்து தரையில் வைத்திருந்த முறத்தில் போட்டார் அவர். இடது கையில் வெங்காயம் இல்லாவிட்டாலும் வலது கையில் பிடித்திருந்த கத்தி உயர்ந்தது. ஒரு முறம் நிறையும் போது வேலையாட்கள் இன்னொரு காலி முறத்தை அங்கே வைத்தார்கள். வெங்காயம் தீர்ந்தபோது எட்வின்சேட்டன் சொன்னார்: "அப்புகுட்டா, அரிசி களைந்து வை. களைஞ்ச தண்ணி, கண்ணீர் மாதிரி ரொம்பத் தெளிவா ஆகிறவரைக்கும் விடாம களையணும்."

வேர்களையும், வாடிய இலைகளையும் கிள்ளி எடுத்துவிட்டுப் புதினாவையும், கொத்துமல்லியையும் அவர் பலகை மேல் வைத்து கட்டுக்கட்டென்று அரிந்தார். வேலைக்கு நடுநடுவே தலையுயர்த்தி வேலையாட்களைப் பார்த்துச் சொன்னார்: "சக்கரியா, நீ சும்மா வாய் பார்த்துக்கிட்டு நிக்காம வெள்ளைப் பூண்டையும், இஞ்சியையும், பச்சை மிளகாயையும் தனித்தனியா அரிந்து வை. மகனே வேலாயுதா, நீ அந்தக் கசகசாவை நல்லா வெண்ணெய் மாதிரி அரைச்சு எடு".

ஏழு மணிக்கு சவுண்ட் சர்வீஸ்காரர்கள் எரணாகுளத்திலிருந்து கிராமபோனும், பேட்டரியும் எடுத்துக் கொண்டு வந்தார்கள். அவர்கள் வீட்டு முன்பிலும், பின்னாலும் கூம்பு

ஒலிபெருக்கிகளைக் கட்டினார்கள். இசைத்தட்டுகள் பாடத் தொடங்கின. லந்தன்பத்தேரியில் பலரும் ஜீவிதநௌகா சினிமாப் பாடல்களோடு கூடச் சேர்ந்து பாட ஆரம்பித்தார்கள்.

மெஹ்பூப்: "வனநாயிகே வானில்	வனதேவியே வானில்
வரூ நீ நாயிகே	வா தேவி நீ
வானில் வரூ நாயிகே"	வானில் வா தேவியே
பி.லீலா: "ஸூரதாரமே ஈ ஞான்	என் தேவனே நானுன்
இணையாகுமோ	இணையாவேனோ
நின்னோடு இணையாகுமோ	உன் இணையாவேனோ

நாள் முடிந்து கொண்டிருந்த மௌனத்தில், அந்தப் பாட்டு காயலையும், தீவுகளையும், கப்பல்களில் மாலுமிகளையும் தாண்டி, ஃபோர்ட் கொச்சி கண்டோன்மெண்டில், இந்தப் பாடலை சினிமாப் படத்துக்காகப் பாடிய மெஹ்பூப் பக்கம் போய்ச் சேர்ந்தது. சாராயம் முட்டக் குடித்திருந்த மெஹபூப் தன் நடுங்கும் விரல்களை ஹார்மோனியக் கட்டைகளில் இருத்தி வாசித்து கூடவே பாடினார்:"

ப்ரேம மனஸ்ஸில் தீனரில்ல	காதல் நெஞ்சில் ஏழை இல்லை
ஜாதி மதாதிகள் இல்ல	சாதி இல்லை மதமும் இல்லை

"அரியறதும் அரைக்கறதுமெல்லாம் பண்ணி முடிச்சாச்சில்லே?" என்று கேட்டபடி எட்வின்சேட்டன் வேலையாட்களுக்கு ஒரு போத்தல் ட்ரிபிள் எக்ஸ் ரம் கொடுத்தார். "ரொம்ப குடிச்சுடாதீங்க. நாளைக்கு விடிகாலையிலே வேலை ஆரம்பிக்கணும்". வீட்டுக்குப் பின்னால் வரந்தாவில் இருந்து சமையல் கொட்டகையை நோக்கியபடி இருந்த அப்பன் அருகில் எட்வின்சேட்டன் போனார். "வலிய ஆசாரி, பொழுது போகாம தனிச்சு உக்காந்துக்கிட்டிருக்கீரா? பிரியாணி செய்ய ஆரம்பிச்சா நானும் தனியாளாயிடுவேன். நம்ம வெர்ஜின் மேரி படகுக்கார ஸ்ராங் ஆண்டனி போல". அப்பன் ரம் போத்தலைத் திறந்தார். விக்கி பெரியம்மா ஒரு கூஜாவில் தண்ணீரும் இரண்டு கிளாஸுகளும் எடுத்து வந்து மேஜையில் அவர்களுக்கு முன் வைத்தாள்.

எட்வின்சேட்டன் சற்றுநேரம் ஏதும் பேசாமலிருந்தார். பிரியாணி அவர் மனதை விட்டு வெளியே போகவில்லை. மூன்று விரல்கடை ரம் கிளாஸ்களில் ஊற்றிக்கொண்டு அப்பன் கேட்டார் : "எட்வினே, நீர் பிரியாணி செய்ய எங்கே கத்துக்கிட்டீர்?"

"எங்க அப்பன்கிட்டேதான். இல்லாம வேறே எங்கே? சாட்சாத் வெடியிறைச்சி விந்தாலு தோபியாஸ் பக்கத்திலேயே இருந்துதான். அப்பனுக்கு பிரியாணி செய்யறதோட தியரியும் தெரியாது. பிராக்டிகலும் தெரியாது. ஒரு பாரசீகத்தான் அவருக்கு அதைக் கத்துக்கொடுத்தான். பிரியாணிக்கு ரெண்டு பாணி உண்டுன்னு அப்பன் சொல்லிக் கேட்டிருக்கேன். முதலாவது வடக்குபாணி. லக்னோ ஸ்டைல். இறைச்சியும், சோறும் தனித்தனியா வேகவச்சு அசெம்பிள் செய்து தம் வச்சு பிரியாணி செய்யறது. இன்னொண்ணு தெற்குபாணி. தெற்கிலே நிஜாம் நாடு, ஹைதராபாத் ஸ்டைல். எல்லாத்தையும் அவியல் மாதிரி ஒண்ணாப் போட்டு வேகவிடுவாங்க. நாம இங்கே செய்யறது வடக்கு ஸ்டைல் பிரியாணி."

"அப்போ அரபிகள்? அவங்க இல்லையோ கள்ளிக்கோட்டைக்கு பிரியாணி கொண்டு வந்தது?"

"சொன்னா நம்ப மாட்டீர், வலிய ஆசாரி. அரபிக்கு பிரியாணி செய்யக் கத்துக் குடுத்தது யாரு? நம்ம மலையாளி முஸ்லீம் ஆளுங்க தான். இல்லேன்னா வேறே யாரு? அரபிகளோட முட்டாப்பய ஊர்லே இருந்து லொட்டு லொடுக்குன்னு அவங்க கொண்டு வர்றது என்ன? பேரீச்சம்பழம்... இங்கே இருந்து அவங்க கொண்டு போறது? மரத் தடி, ஓடு, பிரியாணி செய்ய வேண்டப்பட்ட சரக்குகள். ஒட்டகத்து மேலே உக்காந்து குலுங்கிக் குலுங்கி பொழுது சாய கூடாரத்துக்குப் போய்ச் சேர்ந்ததும் சாப்பிட இம்புட்டு பிரியாணி கிடைச்சா அவங்களுக்கு சொர்க்கம் கிடைச்ச மாதிரி. நிலமை ரொம்பவே பரிதாபம்தான் அந்த அரபிங்களுக்கு. பாஸ்ராவிலே சண்டைபோட போனவங்க திரும்பி வந்து சொல்றதைக் கேட்டா பரிதாபமாயிருக்கும்."

பேச்சு அதற்கப்புறம் நகரவில்லை. எட்வின்சேட்டன் பாதி போத்தலுக்கு மேல் ரம் குடித்திருக்க, அப்பன் முதல் கிளாஸே குடித்து முடிக்காமல் இருந்தார். எட்வின்சேட்டன் எழுந்து நின்று கைகளைப் பரத்திக்கொண்டு சொன்னார்: "இந்த காமாவை நல்லா ஏமாத்தினோம்."

"எந்த காமா?", அப்பன் கேட்டார். "ஃபோர்ட்டு கொச்சி பரேட் கிரவுண்டிலே கும்கா பயில்வானோடு கூட, டிக்கெட் வச்சு காட்டாகுஸ்தி நடத்தின உலக சாம்பியன் காமாவா?"

"இல்லே, வலிய ஆசாரி. இது வேறொரு காமா. வாஸ்கோட."

"ஓ, வாஸ்கோ ட காமா."

"காமாவை நல்லா ஏமாத்தினோம்."

"புரியலே, எட்வினே."

"இந்த காமா எதுக்கு இங்கே வந்தான்? சரக்கு கொள்முதல் பண்ணத்தானே. இங்கே இருந்து மிளகு, கிராம்பு. சிலோன்லே போய் லவங்கப் பட்டை. முக்கியமா மிளகு. எத்தனையோ தூரத்திலே இருந்து வியர்க்க விறுவிறுக்க காமா ஏன் இங்கே ஓடி வந்தான்? மிளகு வாங்கத்தான். அதை ஐரோப்பாவிலே கொண்டு போய் விற்று ஏகத்துக்குப் பணம் சம்பாதிச்சான். சரிதானே, வலிய ஆசாரி?"

"வியாபாரம் செஞ்சா காசு வர வேணாமா, எட்வினே?"

"இப்போ மிளகு என்ன ஆச்சு? மிளகுப்பொடியை டப்பியிலே போட்டு வைக்கறோம். சின்ன வெள்ளி டப்பியிலே நிரப்பி வைக்கறோம். போர்த்துகீசுக் காரங்களுக்கு மிளகு வேணுமா? இங்கிலீஷ்காரனுக்கு வேணுமா? டப்பியிலே ஒரு சின்னத் துளை. ஆம்லெட் மேலே மிளகுப்பொடியை இத்தனூண்டு தூவ, சின்னதா ஒரு துளை. அம்புட்டுத்தான். வேறே எதுக்கு வேணும் அது? பழங்காலத்திலே இருந்தே நமக்கு மிளகு வேண்டியிருக்கலே. நம்ம சாம்பார், அவியல்லேயும், கறியிலேயும் சேர்க்க இந்த மிளகுக்கும் கிராம்புக்கும் ஏதாவது தேவை இருக்கா? மீன்கறியிலே போடறோமா? நூறு வருசத்துக்கு

ஒருமுறை வலிய மத்தேவுஸ் ஆசாரிக்கு ஒரு குழந்தை பிறந்தா நாம ஒரு பலம், ரெண்டு பலம்னு இந்த மலைச் சரக்குகளைச் சேர்த்துப்போம். அவ்வளவுதான், ஆனா, நாம தினமும் சாப்பிடற கூட்டு, கறி எல்லாத்தையும் கமகமன்னு பிரமாதமாக்கறது யாரு?"

"யாரு?"

"காமா"

"காமாவா?"

"வலிய ஆசாரி, ஸபோளான்னு கேட்டிருக்கீரா? ஸ-போ-ளா? போர்த்துகீசு மொழியிலே வெங்காயம்னு அர்த்தம். கப்பல்லே பிரியாணி சப்ளை செய்யப் போனபோது தெரிஞ்சுக்கிட்டது இது. நான் இப்போ அரிஞ்சு வச்சேனே அந்த ஸபோளா. அதை யாரு கொடுத்தது நமக்கு? காமா. அடுத்தது மிளகாய். அது இல்லாம நமக்கு உசிரோடு இருக்க முடியுமா? நாம வாஸ்கோட காமாவுக்குக் கொடுத்தது மிளகு. அது நமக்கும் வேணாம். காமாவுக்கும் வேணாம். காமா நமக்குக் கொடுத்தது நமக்கு தினமும் வேண்டியது. ஃபோர்ட் கொச்சியிலே கோட்டை சர்ச் கல்லறையிலே படுத்திருக்கற காமாவுக்கு இதெல்லாம் தெரியுமா, ஆசாரியாரே?"

"எனக்கு என்ன தெரியும் எட்வினே. சீக்கிரம் குடியும். சாப்பாடு காத்துக்கிட்டிருக்கு", என்றார் அப்பன்.

"இந்த காமா இங்கே வரல்லேன்னா நம்ம நிலைமை என்ன ஆகியிருக்கும்? நாம நாயருக்கும் நம்பூதிரிக்கும் சொந்தமான வயல்லே களைபறிச்சுக்கிட்டு இருந்திருப்போம். தலையிலே வச்சுக்கிட்டுப் போற தென்னோலைத் தொப்பியைத் திருப்பிப் பிடிச்சு அதுலே அவங்க அந்தி சாய ஊத்தற கஞ்சியை வாங்கிக் குடிச்சுட்டு, வாயிலே ஒழுகற எச்சிலைத் தொடச்சுக்கிட்டு குடிசைக்கு நடந்திருப்போம். கையிலே அடிக்குச்சி வச்சிருக்கணும். தீண்டத்தகாதவங்க நாம. அவங்க பக்கத்திலே போகாம அறுபத்துநாலடி தூரம் விலகி நிக்கணும். அதிலே ஒரு அங்குலம் கொறஞ்சா, அடிச்சுப் போடுவாங்க நம்மளை.

இப்போ? நேந்திரங்காய் பஜ்ஜி துன்னுட்டு, ட்ரிபிள் எக்ஸ் ரம் குடிச்சு, ஜீவித நௌகா சினிமா பாட்டுக் கேட்டுக்கிட்டு நாம ஸ்டைலா ஜீவிச்சுக்கிட்டிருக்கோம்."

எனக்கு ஞானஸ்நானம் நடந்த நாளில் அதிகாலையிலேயே எட்வின்சேட்டனும் அவருடைய வேலையாட்களும் பிரியாணி செய்ய ஆரம்பித்தார்கள். பெரிய கொப்பரையில், வாங்கி வைத்த நெய்யில் பாதியை ஊற்றிச் சூடாக்கி அரிந்து வைத்த வெங்காயத்தில் பாதியை அதில் போட்டு, எட்வின்சேட்டனின் சமையல் கோஷ்டியில் வந்த வேலாயுதன் வறுத்தார். எட்வின்சேட்டன் கண்ணை மூடியபடி கொப்பரையைச் சுற்றி, வாடை பிடித்துக் கொண்டு நடந்தார். "வேலாயுதா, வறுக்கற வெங்காயம் நம்ம எஸ்.எஸ்.கோடர் முதலாளி கன்னம் மாதிரி சிவப்பா ஆகும்போது அரிஞ்சு வைச்ச வெள்ளைப் பூண்டு, இஞ்சி, பச்சைமிளகாயெல்லாம் கொப்பரையிலே போட்டு வறுக்கணும். பிரியாணி செய்யறது மூக்கை வச்சு. சமையல்குறிப்பை பார்த்துப் பார்த்துச் சொல்றது இல்லே. கமகமன்னு வாசனை வரும்போது நான் சொல்லுவேன், நிறுத்து வேலாயுதான்னு. அப்போ நீ நிறுத்தி எரிஞ்சிட்டிருக்கற விறகை உருவணும்."

சக்கரியா இன்னொரு கொப்பரையில், மீதி வெங்காயத்தை நெய்யில் போட்டு வறுத்தார். எட்வின்சேட்டன் அவரைக் கூப்பிட்டுச் சொன்னார் : ஏய், வெங்காயத்தோட கலர் மாறி மஞ்சள் ஆகும்போது, உடச்ச முந்திரிப்பருப்பையும், கிஸ்மிஸ் பழத்தையும் போட்டு மிதமான சூட்டுலே வறுத்துக்க. பழுப்பு நிறத்துலே வரும்போது அரிச்சு எடு."

வெங்காயமும் இஞ்சியும் மற்றதும் வறுபட்டு நல்ல வாசனை வர ஆரம்பித்து, சமையல் கொட்டகையில் பரவியபோது, எட்வின்சேட்டன் அந்தக் கொப்பரையில் மாமிசத் துண்டுகளை இட்டுக் கலந்தார். இறைச்சி சிவந்த போது, தயிரும், கசகசாவும், உப்பும் சேர்த்து வறுத்தார். அப்போது அவருடைய வேலையாள் சக்கரியா உடைத்த முந்திரியும், உலர்ந்த திராட்சையும், வெங்காயமும் சேர்த்து வறுத்ததை அரிந்தெடுத்து ஒரு முறத்தில்

பரப்பினார். மீதி வைத்திருந்த நெய்யில் எட்வின்சேட்டன் களைந்து வைத்திருந்த அரிசியை இட்டு வறுத்தார். அரிசி ஈரம் உலர்ந்தபோது கொப்பரைக்குள் தண்ணீர் விட்டு, அதை மூடி வைத்தார். “சர்க்காரியாவே, சோறு கொழஞ்சுடாம பார்த்துக்க. பிரியாணியிலே பாதி வேலை அரிசி வேக வைக்கறது தான். வெந்த அரிசிக்குள்ளே அந்த அரிசிமணியோட கண்ணு தெரியணும்.”

சமையல் கொட்டகையில் காலை நேரத்துக் கிழக்கு வெயில் விழத் தொடங்கியது. வானத்தில், வௌவால்கள் லந்தன் அரண்மனை மாடங்களுக்குத் திரும்பப் பறந்துகொண்டிருந்தன. முனை முறிந்த கறிப்பலா மர இலைகளில் சூரிய கிரணங்கள் விழுந்து தெறித்தன. எட்வின்சேட்டன் வீட்டுப் பின்பக்கம் சாய்வு நாற்காலியில் இருந்தபடி உரக்கச் சொன்னார்: “விக்டோரியா, ஒரு கிளாஸ் காப்பி எடுத்துக்கிட்டு வாயேன். காலையிலே இருந்து நின்னுக்கிட்டிருக்கேன். பல்லுலே பச்சைத் தண்ணி படலே.”

ஞானஸ்நானத்துக்காக மாதாகோவிலுக்குச் சேர்ந்து போக அண்டை வீட்டுக்காரர்கள்தான் முதலில் வந்தார்கள். சேவியரும் சாராவும் வந்ததுமே, அப்பனிடம் ஒருமித்துச் சொன்னார்கள்: “வலிய ஆசாரி, நாங்க சீக்கிரமா வந்தது எட்வின்சேட்டன் பிரியாணிக்கு தம் வைக்கறதைப் பார்க்கத்தான்.”

“தம் வச்சு முடிச்சாச்சா?”, வேலிப்படலுக்கு வெளியே நின்றபடி சந்தியாகு கேட்டார். சந்தியாகுவின் மனைவி சில்வியா கொசுவம் வைத்த பட்டியோடு ஒரு கவுனை எனக்குப் பரிசளித்தாள். “இந்தக் கள்ளிப் பொண்ணு சிரிக்கிறதைப் பாத்தீங்களா? நீ பிறந்தபோது சந்துசேட்டன் முட்டக் குடிச்சுட்டு வந்து சோப்பும் ஹோர் ஆயிலும் வெகுமதியாக் கொடுத்ததை நினைச்சுத்தானேடி சிரிக்கறே?”

மூன்று மகள்களோடு கோமஸ் வந்ததுமே வீட்டுப் பின்பக்கம் போய் தம் வைத்து முடித்ததா என்று கேட்டார். எட்வின்சேட்டன் சொன்னார்: “கோமஸ் வராமே எப்படி தம் வைக்கறதாம்?”

இறைச்சி பாதி வெந்த சேதியை வேலாயுதன் எட்வின் சேட்டனுக்குச் சொன்னார். எட்வின்சேட்டன் சமையல் கொட்டகைக்குப் போய் இறைச்சியோடு எலுமிச்சைச் சாறும், அரிந்து வைத்திருந்த கொத்துமல்லித் தழையும், புதினா இலைகளும் சேர்த்து வறுத்தார். சட்டுவத்தை வேலாயுதனிடம் கொடுத்து விட்டு மற்ற வேலையாட்கள் போல எட்வின்சேட்டனும் சாலட் செய்ய தக்காளியும் பச்சை மிளகாயும் அரிந்தார். சிறிது நேரத்தில் வேலாயுதன் கூவினார்: "எட்வின்சேட்டா, இறைச்சியிலே இருந்து கொழுப்பு விலகிடிச்சு."

அடுப்பில் எரிந்த கொள்ளிகளில் ஒரு விறகை மட்டும் விட்டுவைத்து மற்றதையெல்லாம் எட்வின்சேட்டன் எடுத்து விட்டார். அந்த நேரத்தில் எங்கள் வீட்டுப் பின் வராந்தாவில் ஆள் கூட்டம் நிறைந்திருந்தது. எல்லோரையும் பார்த்தபடி எட்வின்சேட்டன் சொன்னார்: "இனி, தம்."

தம் மசாலாப்பொடியை எட்வின்சேட்டன் நகமுனையால் அளந்து, வெந்த இறைச்சி மேல் தூவினார். அதன் மேல் மூன்றில் ஒருபாகம் சோற்றைப் பரப்பினார். தண்ணீர் விட்டுக் கரைத்திருந்த மஞ்சள்பொடியை அவர் சோற்றின் மேல் தெளித்தார். அதன் மேல் எட்வின்சேட்டன் இன்னொரு மெல்லிய அடுக்கு சோற்றைப் பரப்பினார். அதன்மேல், வறுத்த முந்திரிப் பருப்பும், உலர்ந்த திராட்சையும், வெங்காயமும். இன்னொரு நகக்கண் அளவு மசாலாப்பொடி. மேலே, இன்னொரு அடுக்கு சோறு. மஞ்சள்பொடி கரைத்த நீர். மேலே, மிச்சமிருந்த சோறு. ரோஸ்வாட்டர். மேலே தம் மசலாப்பொடி கொஞ்சம் போல. மாதாகோவிலில் பூசை வைக்கிறதை நோக்குவது போல, கூடியிருந்தவர்கள் எட்வின்சேட்டன் சமையல் செய்வதை நோக்கி நின்றார்கள்.

அரிசிமாவை நீர்விட்டுப் பிசைந்து விரலளவு கனத்தோடு கூடியதாக நீட்டி எடுத்து, வேலையாட்கள் எட்வின்சேட்டனிடம் கொடுத்தார்கள். கொப்பரையின் மேல் அடைத்து மூடி, சட்டியும், மூடியும் தொட்டுப் போகும் வரையை முழுவதுமாக

அரிசிமாவுப் பட்டியால் அடைத்தார் எட்வின்சேட்டன். அது முடிந்ததும், கொஞ்சம் எரியும் தீக்கங்கு எடுத்து மூடி மேல் வைத்தார். கூடி நின்றவர்களைப் பார்த்துச் சொன்னார் எட்வின்சேட்டன் : "இதான் தம். கொப்பரைக்குள்ளே இப்போ சித்திரையிலே கத்தரி வெய்யில் அடிக்கறதுக்கு பத்து மடங்கு அதிகமான சூடு இருக்கும். இறைச்சியோட ஜூசும், வாசனைத் திரவியங்களும் ஒண்ணோட ஒண்ணு தீவிரமா முட்டிமோதி ஒரு கைகலப்பு நடக்குது அங்கே. நான் இதுவரைக்கும் மூவாயிரத்துக்கு மேல்பட்ட இடங்கள்ளே பிரியாணி சமைக்க தம் வச்சிருக்கேன். இருந்தாலும், நண்பர்களே, தம் வைக்கும் போது கை நடுங்காமல் இருந்ததில்லே. கை நடுக்கம் போனால் கலையும் போகும். தம் வச்சு முடிச்சுத் திறக்கறபோது என்ன ஆகியிருக்கும்னு எனக்கு முன்கூட்டி எப்போதும் தெரியாது. நாம மனுஷ இனமாச்சே. என்ன நடக்கப்போகுதுன்னு முன்கூட்டியே தெரிஞ்சா, வேதப் புஸ்தகம் எதுக்கு?"

லந்தன்பத்தேரிக்குக் குறைவாகவே விருந்தாளிகள் வந்து போனார்கள். லந்தன் அரண்மனையைப் பார்வையிட எப்பொழுதாவது எரணாகுளத்திலிருந்து கல்லூரி மாணவர்கள் வருவதுண்டு. அரண்மனையின் வெளிச்சுற்று வராந்தாவில் நடந்து, அடைத்துக் கிடக்கும் பிரம்மாண்டமான ஜன்னல்களின் அடைப்பைச் சற்றே விலக்கி உள்ளே பார்க்கும்போது, பெரிய மண்டபத்தின் நடுவே, சுற்றிலும் நாற்காலிகள் இல்லாமல் தனித்துக் கிடக்கும் ஒரு பெரிய சாப்பாட்டு மேசையைக் காண்பார்கள். மாடியிலிருந்து தொங்கும் மின்விசிறிகளின் சிறகுகள் முறிந்திருக்கும். அவற்றின் மேல்தண்டில் தலைகீழாகத் தொங்கியபடி இருக்கும் வௌவால்களையும் அவர்கள் காண்பார்கள். அதன் பிறகு, குடப்பனை மரங்கள் இருபுறமும் வளர்ந்து நிற்கும், கூழாங்கல் பரத்திய பாதையில் நடந்து, டச்சுக்காரர்கள் நிறுவிய ஐந்து பீரங்கிகளைப் பார்க்க அவர்கள் பீரங்கி மைதானத்துக்குப் போவார்கள். அப்பொழுது கடந்து போன நூற்றாண்டுகளின் பாரத்தை அவர்களின் மனது உள்வாங்கிக் கனத்திருக்கும். அதை மாற்ற அப்புறம் வேகமாக போஞ்ஞிக்கரை கள்ளுக்கடைக்குப் போக வேண்டி வரும்.

நான் பிறந்த தினத்தில் யாரும் அழைக்காமல், அம்மை குத்தும் சாரதாம்மா கிழக்கிலிருந்து லந்தன்பத்தேரிக்கு வந்திருந்தாள். என் ஞானஸ்நான நாள் நெருங்க நெருங்க, விருந்தாளிகளின்

எண்ணிக்கை கூடிக்கொண்டே போனது. அந்த தினத்துக்கு ஒருநாள் முன் எரணாகுளத்தில் இருந்து ராத்திரி பத்தரை மணிக்கு ஒருவர் லந்தன்பத்தேரிக்குப் புறப்பட்டார். வேறு பயணிகள் இல்லாத படகில் தனியாக இருந்து அவர் வேர்க்கடலை கொறித்துக்கொண்டிருந்தார். லந்தன்பத்தேரியின் சதுப்புநிலக் காடுகளும் கறிப்பலா மரங்களும் ஏற்படுத்திய விசித்திரமான நிழல் படகை நெருங்கும்போது, இறங்கத் தயாராக அவர் படகு வாசலில் நின்றார். தூண்டில்காரர்களின் சிம்னி விளக்குகளும், போர்த்துகீஸ் ஜபக்கூடத்தில் அணையப்போகிற மெழுகுவர்த்திகளும் ஏற்படுத்திய மங்கலான வெளிச்சத்தை விட்டு விலகி அவர் லந்தன்பத்தேரியில் இருக்கும் ஒரே ஒரு இரண்டு மாடிக் கட்டிடமான மலாக்கா ஹௌஸுக்கு நடந்தார். அந்தக் கட்டடத்தின் கீழ்த்தளத்தில் பின்வசமிருந்த ஒரு அறைக் கதவை அவர் தட்ட, கதவு திறந்தது. ஸ்ரீராமவர்மா உயர்நிலை ஆரம்பப் பள்ளியில் மலையாள ஆசிரியரான ராகவன் உள்ளே இருந்து கேட்டார்: "எனக்குத் தர உங்க கிட்டே ஒரு பாசிங்க்ஷோ சிகரெட் இருக்குமா?"

"உங்களுக்கு என்ன வயசு நடக்குது?", விருந்தாளி கேட்டார்.

"வரும் ஆவணிக்கு இருபத்தெட்டு. உங்க பெயர் என்ன?"

"கருணாகரன். உங்க ரகசியப்பேர் மாதவன்தானே?"

விருந்தாளியை உள்ளே வரச்சொல்லி, ராகவன் மாஸ்டர் கதவடைத்துத் தாழ்ப்பாளும் போட்டார். லாந்தர் விளக்கின் திரியை அவர் சிறியதாக்கியபோது சுவரில் மிகப்பெரிய நிழல்கள் படர்ந்தன. ராகவன் கேட்டார்: " தோழர் ராமசந்திர ஷெனாய் தானே நீங்க?"

"ஆமா, எப்படித் தெரிஞ்சுக்கிட்டீங்க? கடவுச்சொல்லும் புனைபெயரும் கொடுக்க வந்த தூதர் சொன்னாரா?"

"இல்லே, நான் ஆசிரியர் பயிற்சிப் பள்ளியிலே படிச்சபோது நீங்க ஸ்டடி கிளாஸ் எடுத்திருந்தீங்க."

"ஹோம் மினிஸ்டர் பரவூர் டி.கே நாராயண பிள்ளையோட போலீஸ் கம்யூனிஸ்ட் கட்சியை ஏறக்குறைய முடக்கிடுச்சு.

ஸ்டேட் கமிட்டி கூரியர் ராவுண்ணி மேனனைக் கூட போலீஸ் பிடிச்சுட்டாங்க. ரெண்டே அடி. மளமளன்னு அவர் எல்லோரோட பெயரையும் சொல்லிட்டார். பார்ட்டியோட தொடர்பு வலைப்பின்னல் நசிச்சுப் போனது. ரொம்பவே நம்பிக்கையான தோழர்களாக இருப்பாங்க தூதர்கள். அவங்க மேலும் நம்பிக்கை வைக்க முடியாத காலம் இது. போலீஸ் பயங்கரமான கடைசித் தாக்குதலுக்கு இறங்கி இருக்காங்க" என்றார் வந்தவர்.

"இங்கே பயப்பட அப்படி ஏதும் இல்லே", ராகவன் சொன்னார். "போலீஸ்காரங்களும் இங்கே விருந்தாளிகள்தான். எரணாகுலம் தாலுகா போலீஸ் ஸ்டேஷன் சப் இன்ஸ்பெக்டர் பிலிப்போஸ் மத்தாய் அப்பப்போ படகுலே ராத்திரியிலே இங்கே வருவார். கேஸ் விசாரிக்க ஒண்ணும் இல்லே. இது வேறே மாதிரி கேஸ். ஒரு ஆங்கிலோ இந்திய விதவைப் பெண்ணைப் பார்க்க வந்துகிட்டிருக்கார்."

ராகவனும் ஷெனாயும் அறைக்குள்ளிருந்து வெளியே வந்தார்கள். அடுத்த அறையில் வெளிச்சம் தெரிந்தது. ஷெனாய் கேட்டார், "யார் அது? சள்ளை பிடிச்ச ஆளா?"

"அவர் பெயர் புஷ்பாங்கதன். எங்க ஸ்கூல்லேதான் அவரும் வாத்தியாராக இருக்கார். கணக்கு மாஸ்டர். கட்சிக்கு விரோதமானவர் இல்லே. பார்ட்டி ஆதரவாளர்னும் சொல்ல முடியாது. ஆனா, ஓட்டுப் போடுவார்."

லந்தன்பத்தேரியில் கவிந்த, சுவர்க்கோழிகள் இல்லாத நிசப்தமான இரவில் வெளியில் இருந்து வரும் பேச்சுக் குரல்கள் தன் அறைக்குள் நுழைந்தாலும், புஷ்பாங்கதன் அதைக் கவனிக்கவில்லை. எழுபத்துமூன்றை எழுபத்துமூன்றால் பெருக்கி வரும் தொகையைக் கவனமாகப் பதிந்துகொண்டிருந்தார். மேசை அருகே வைத்த லாந்தர் வெளிச்சத்தில் தலை தாழ்த்தி இருந்து மசிக்குப்பியில் எஃகுப் பேனா முனையைத் தொடர்ந்து முக்கி எடுத்து மும்முரமாக எழுதிக்கொண்டிருந்தார். அவருடைய முரட்டுத்தனமான கையசைவுகளிலிருந்து அவர் எழுதிக் கொண்டிருந்த காகிதத்தில் நடக்கும் வெட்டுக் குத்துகளை

ராகவன் மாஸ்டரும் ஷெனாயும் அறிந்துகொண்டார்கள்.

“தலைவர் என்ன செஞ்சுக்கிட்டிருக்கார்?” ஷெனாய் கேட்டார்,

“கணக்குப் போடறார்.”

“இந்த நடுநிசியிலே என்ன கணக்குப் போடறார்?”

“ஒரு தேற்றம் தப்புன்னு நிரூபிக்க புஷ்பாங்கதன் பாடுபட்டுக்கிட்டிருக்கார். வர்ற பணம் எல்லாம் காகிதம் வாங்க, மசி வாங்கன்னு போகும்.”

“ தேற்றம் தப்புன்னு நிரூபிக்கறதுலே புஷ்பாங்கதனுக்கு என்ன நாட்டம்?”

“தப்புன்னு நிரூபிச்சா பத்து லட்சம் கினி, பிரிட்டீஷ் பணம் கிடைக்கும்னு யாரோ சொன்னாங்களாம். அன்னிக்கு ஆரம்பிச்சதுதான்.”

“என்ன தேற்றம் அது?” ஷெனாய் கேட்டார்.

“ஃபெர்மட்டோட கடைசித் தேற்றம்.”

“யாரோடது? யாரோடது?”

“ஃபெர்மட், அந்தக் காலத்துக் கணக்குப் புலி.”

ஐக்கிய மலேயாவில் ஒரு ரப்பர் தோட்டத்தில் மேனேஜராக இருந்த ஈசாக் லந்தன் பத்தேரிக்குத் திரும்ப வந்தபோது அவர் சம்பாதித்ததை எல்லாம் செலவு செய்து தீவில் முதலாவது இரண்டு மாடிக் கட்டிடத்தைக் கட்டினார். அதற்கு ‘மலாக்கா ஹௌஸ்” என்று பெயரும் சூட்டினார். மலாக்கா காடுகளின் நினைவு மங்காமல் இருக்க, முதல் மாடியின் வெளிச்சுவரில், பாயும் மலேயாப் புலியையும், தன் சொந்தச் சாயலில் துப்பாக்கியின் விசையை அழுத்திக் கொண்டிருக்கும் வேட்டைக்காரனையும் சித்தரிக்கும் சிற்பத்தை அவர் ஏற்படுத்தினார். ஆண்டுதோறும் அவர் சிற்பத்துக்கும், கீழே 1944 என்று எழுதியிருந்ததற்கும் புதிதாக வர்ணமடித்தார். புலியின் உறைந்த பாய்ச்சலையும், துப்பாக்கி விசையை அழுத்தும் விரலையும் அந்தப் பக்கம் கடந்துபோகும் லந்தன்பத்தேரிக்காரர்கள் பார்க்காமல் இருக்க முடியாது.

மலாக்கா ஹௌஸின் கீழ்த்தள அறைகளில் சிறு கடைகள் இருந்தன. முதல் கடை, லோனனின் பலசரக்குக் கடை. பரதவர்களுக்கும், தினக்கூலித் தொழிலாளிகளுக்கும், அன்றாட உபயோகத்துக்கு வேண்டியவற்றைச் சின்னஞ்சிறு அளவுகளில் பொட்டலம் கட்டி விற்கும் கடை அது. அங்கே இருந்து, பொட்டலம் கட்டும் சணல் கயிறின் வாடை தீர்க்கமாக எழுந்தது. அந்தக் கடைக்கு அடுத்தது வில்ஃபிரடின் கடை. அங்கே எப்போதும் பள்ளிக்கூட மாணவர்களின் கூட்டம் நிரம்பியிருக்கும். பேனா மசி வில்லைகளுக்கும், நல்ல கையெழுத்தைப் பழக எழுதும் நான்கு வரி நோட்டுப் புத்தகங்களுக்கும், பளபளக்கும் எஃகு பேனா நிப்களுக்கும் தவிர அங்கே, கண்ணாடி ஜாடிகளில் நிரப்பிய, இனிப்புப் பொடி தூவிய பிறைச் சந்திர வடிவ ஆரஞ்சு மிட்டாய்களும், அரையணாவுக்கு நாலு என்ற விலைக்குக் கறுப்பு சீனிமிட்டாயும் கிடைக்கும். லந்தன்பத்தேரியில் சூயிங் கம் அறிமுகப்படுத்தியது வில்ஃபிரட் தான். சூயிங் கம் வாயிலிட்டு நீண்ட பொழுது மெல்லும்போது எழும் மௌனத்தின் இடையே, லந்தன்பத்தேரிப் பிள்ளைகள் சிந்திக்கக் கற்றார்கள்

வில்ஃபிரட் கடைக்கு அடுத்தது பவுலோஸின் சாயாக்கடை. காலையில் புட்டும், கடலையும், முட்டையும், அப்பமும், நாள் முழுக்கத் தேநீரும் அங்கே கிடைக்கும். ராத்திரி ஏழரைக்கு லந்தன்பத்தேரிக்குக் கடைசிப் படகு வரும்பொழுது பவுலோசின் சாயாக்கடை மூடப்படும். அப்போதிருந்து போஞ்ஞிக்கரை கள்ளுக்கடை திறந்திருக்கும். மலாக்கா ஹௌஸின் பின்வசத்தில் இரண்டே இரண்டு அறைகள் மட்டும் தங்கியிருக்க வாடகைக்கு விடப்பட்டிருந்தன. ராகவன்மாஸ்டரும், புஷ்பாங்கதனும் இருந்த அறைகள் அவை.

மலாக்கா ஹௌஸின் முதல் மாடியில் இருக்கும் முதலாவது அறையைத் திறந்துகொண்டு ராகவன் சொன்னார்: "இதுதான் ஜனநாயக வாலிபர் சங்க ஆபீஸ். தோழர் இங்கே படுத்து உறங்கலாம்." சொல்லியபடி, அவர் ஒரு மெழுகுவர்த்தியை ஏற்றினார். "ஏன் இந்த இடம் முழுக்க மரபெஞ்சு போட்டு வச்சிருக்கு?" என்று ஷெனாய் கேட்டார்.

“சமயத்துலே மூணு நாலு பேருக்குப் புகலிடம் கொடுக்க வேண்டிப் போகும். அதனாலேதான்”

“இங்கே உள்ளூர்க்காரங்க யாரும் வரமாட்டாங்களா?”

“வர்ற வழக்கமில்லே. கட்சியைத் தடை செஞ்சதாலே அது ஜனநாயக இளைஞர் சங்கம்னு மாறுவேஷத்துலே வந்திருக்குன்னு எல்லாருக்கும் தெரியும். மாதாகோவில் செல்வாக்கு இருக்கப்பட்ட இடம் இது. கடைசி ரூமுக்குப் போறபோது சில இளைஞர்கள் இங்கே பார்த்துக்கிட்டே போவாங்க. அவ்வளவுதான்.”

“கடைசி ரூம்லே என்ன இருக்கு?” ஷெனாய் கேட்டார்.

“குந்தன் மியூசிக் கிளப். குந்தன் அப்படீன்னா, குந்தன்லால் சைகல். பிரபல இந்தி சினிமா பாடகர்.”

“இங்கேயும் ஆளுங்க வரணும். அதுக்கு என்ன வழி? நாமும் பாடலாமா? நாம பாட்டுப் பாடினா, வர்ற ஜனமும் ஓடிப் போயிடும். அதனாலே, பாட்டுப் பாடறவங்க கூட நாம் ஒரே அணியிலே சேர்ந்து நிற்கணும். குந்தன் மியூசிக் கிளப் ஆளுங்களோடு நட்பாகப் பழகணும். அப்புறம், இங்கே பத்திரிகை வாங்கிப் படிக்கப் போடணும். காலையிலே எர்ணாகுளத்திலே இருந்து வர்ற தீனபந்து. பகல்லே, மதராஸ்லே இருந்து தி ஹிந்து. மாத்ருபூமியும் வரவழைக்கணும். அதிலே எதுகை மோனையோடு நல்ல கவிதைகள் வருது. பத்திரிகை படிக்க, ஆளுங்க மெல்ல வர ஆரம்பிப்பாங்க. அப்போ, எனக்கொண்ணும் தெரியாதேங்கற மாதிரி மெதுவா நம்ம கட்சிப் பத்திரிகை தேசாபிமானியை நுழைக்கணும்.”

“எல்லாரும் பயப்படறாங்க. சுதந்திரம் கிடைச்ச அன்னிக்கு மகாராஜா காலேஜ்லே வச்சு, ராஜாவோட சங்கும் பல்லக்கும் பொறிச்ச நீலக்கொடியைத் தீவைச்சுக் கொளுத்தித் தூக்கிப் போட்டு, மூவர்ணக்கொடி ஏத்தினபோது லந்தன்பத்தேரி முழுக்க ஒரே ஆரவாரம். அதுக்கு அப்புறம், இடப்பள்ளி போலீஸ் ஸ்டேஷனுக்குள்ளே நம்மாளுங்க நுழைஞ்சு போலீஸ்காரனைக் கொன்னு போட்டதா கேஸ் வந்தது.

அப்போ குற்றம் சாட்டப்பட்டவங்களைத் தேடி வீடுவீடாப் புகுந்து போலீஸ் அடிச்சு உதச்சாங்க."

"எதுனாலே இங்கே இருக்கறவங்க மேலே போலீஸுக்கு அப்படி ஒரு விரோதம்?"

"வழக்குலே ஒரு எதிரி, எம்.எம்.லாரன்ஸ், இங்கே பக்கத்துலே பொன்னாரிமங்கலத்துக்காரர். அந்தத் தோழரைப் பிடிக்க முடியாம இங்கே தேடி திரும்பத் திரும்ப போலீஸ் வரும்போதெல்லாம் எல்லோரையும் அடிப்பாங்க. ஒரு தடவை, பேட்டை போலீஸ் ஸ்டேஷன் ஏட்டு, குஞ்ஞுண்ணி மேனன், கெட்டபய அவன், தோழர் லாரன்ஸோட அப்பா மாடமாக்கல் மேத்யுவை கெட்ட வார்த்தை சொல்லித் திட்டியிருக்கான். ஏண்டா, போலீஸைக் கொன்னுபோடவா, பிள்ளைங்களைப் பெத்துப் போடறீங்கன்னு கேட்டிருக்கான். அப்போ தோழர் லாரன்ஸோட அப்பா அலட்டிக்காம சொன்னாராம் : "இதை நீங்க மதராசுக்குப் போய் காங்கிரஸ் கட்சி மந்திரி சுப்பராயன் கிட்டேத்தான் கேட்கணும். அவரோட மகனும் மகளும் கம்யூனிஸ்ட் கட்சியிலே இருக்காங்க."

ஷெனாய் ஜன்னல் வழியே வெளியே பார்த்தபோது, மேற்கே துறைமுகத்தில் வெல்டிங் வேலை நடக்கும் கப்பலில் தீப்பொறிகள் பூவாணமாகச் சொறிந்துகொண்டிருந்தது தவிர வேறு வெளிச்சமின்றித் தொடுவானம் இருண்டு கிடந்தது. அவருக்கு லந்தன்பத்தேரியின் நாடித் துடிப்பை உடனே உணர்ந்துகொள்ளவேண்டும் என்று தோன்றியது. ஷெனாய் கேட்டார் : "இந்த வாரத்துக்கான கட்சி ரிப்போர்ட் மேல்மட்டக் கமிட்டிக்கு அனுப்பிச்சாச்சா?"

"இல்லே, வாங்கிப் போகறதுக்குக் கட்சி நியமிச்சிருக்கற ஆள் வரலே."

"அந்த ரிப்போர்ட் உங்க கிட்டே இருக்கா?"

ராகவன் அண்டர்வேர் நாடா கட்டும் இடத்தில் மறைத்து வைத்திருந்த காகிதச் சுருளை எடுத்துப் படிக்க ஆரம்பித்தார்.

"மாதவன் – அசீஸ்"

“தோழரே, கடந்த வாரம் ஞாரக்கல்லில் இருந்து வைப்பின் தீவு வரையுள்ள கடற்கரைப் பிரதேசங்களில் நான் பயணித்துக் கொண்டிருந்தேன். எல்லா இடத்திலும் மக்கள் மத்தியில் அரசு எதிர்ப்பு அலை உயர்வதைக் கண்டேன். உள்துறை மந்திரி பறவூர் டி.கேயின் போலீஸ் டிபார்ட்மெண்ட் குறித்து பொதுமக்கள் கடும் கோபத்தில் இருக்கிறார்கள். சுரண்டப்பட்ட வர்க்கம் சுரண்டல்காரர்களுக்கு எதிராகத் திரண்டெழுந்து போராட வருவதை நான் எங்கும் கண்டேன்.

“புரட்சி குறித்த மக்களின் புதிய ஆர்வம் தவிர அறிவிக்க வேறு செய்திகள் இல்லை. வைப்பின் தீவில், மொத்த வியாபாரியான ஒரு முகம்மதியருக்கும், கிறிஸ்துவரான ஒரு மீனவருக்கும் ஒரு சிறு படகில் பிடித்து வைத்திருந்த சாளை மீனுக்கான குத்தகை விஷயத்தில் பெரிய தகராறு ஏற்பட்டதைக் கட்சித் தலைமைக்குத் தெரிவிக்கிறேன். கடல்புறத்து வியாபாரிகளில் மிகுதியானவர்களும் முகம்மதியர்களே. மீன் பிடிப்பவர்கள் லத்தீன் கிறிஸ்துவப் பிரிவைச் சார்ந்தவர்களும், சிலர் வாலை வகுப்பைச் சேர்ந்த இந்துக்களுமாவார்கள். கடலில் மீன் பிடித்துப் படகு கடற்கரைக்கு வரும்போது, மொத்த வியாபாரிகள் அவர்கள் சொன்ன விலைக்கு அத்தனை மீனையும் வாங்கிக்கொள்வார்கள். மீன் பிடிப்பவர்கள் விலையை நிர்ணயிப்பதில்லை. ஏனென்றால் பல சந்தர்ப்பங்களிலும் அவர்கள் மொத்த வியாபாரிகளிடம் முழுக்கத் திருப்பி அடைக்க முடியாத அளவு கடன் வாங்கியிருப்பார்கள். இந்தச் சூழ்நிலை காரணமாகப் பெருகிவரும் உள்ளார்ந்த மனக் கசப்போடு முன்னே சொல்லியிருக்கும் வைப்பின் தீவுச் சம்பவம் நிகழ்ந்தது.

“முகம்மதியர்கள், கிறிஸ்துவர்கள் போன்ற சொற்களை ஒரு வினோதமான சூழ்நிலையில் பயன்படுத்த வேண்டி வந்தது. வர்க்கப் போராட்டக் கண்ணோட்டத்தில், சுரண்டப்படுகிறவர்களுக்கும், சுரண்டுகிறவர்களுக்கும் இடையே ஏற்பட்ட மோதலாகவே இதைக் காண வேண்டும். ஆனால், கிறிஸ்துவர்களான சில மொத்த வியாபாரிகள் தங்கள் மதத்தைச் சேர்ந்த மீனவர்கள் பக்கம் இருப்பது குழப்பத்தை ஏற்படுத்துகிறது. இந்தப் பிரச்சனையில் எப்படியான நிலைப்பாட்டை எடுக்க

வேண்டும் என்பது குறித்து மேல்மட்டக் கமிட்டியின் உத்தரவுகளைத் அறிவிக்கக் கோருகிறேன்.

”எல்லா இடத்திலும் காணக் கிடைக்கும் தொழிலாளி ஒற்றுமை ஊக்கமளிக்கிறது. நம் தியாகிகள் போராடி உயிர் நீத்தது பயனின்றிப் போகவில்லை. மக்கள் வெல்க.”

“ராகவன், நீங்க கடுதாசி எழுதினீங்களே அசிஸ், அதாவது எரணாகுளம் தாலுகா கமிட்டி செகரெட்டரி டி.கே. அப்து, போலீஸ்காரங்க கிட்டே அடிவாங்கி இன்னிக்கோ நாளைக்கோன்னு கிடக்கார். அதனாலேதான் கடுதாசு வாங்கிப் போக மெசஞ்சர் வரலே” என்றார் ஷெனாய்.

“வைப்பின் தீவுப் பிரச்சனை சீரியஸானது. லந்தன்பத்தேரியிலும் அதோட கெட்ட வாடை வீச ஆரம்பிச்சுடுத்து. சர்ச்சும் இந்த விஷயத்திலே சிரத்தை எடுத்திருக்கு. லந்தன் அரண்மனையைப் பொதுப்பணித் துறை எடுத்துக்கிட்டபோது அங்கே வாட்ச்மேனாக வந்த முகம்மதுவோட மகன் நஜிப், இங்கே குந்தன் மியூசிக் கிளப்பில் பாட்டுப் பாடிட்டு இருக்கான். அந்தப் பையன் சொல்றான், வெள்ளிக்கிழமை தொழுகைக்கு வைப்பின் மசூதிக்குப் போனபோது அங்கேயும் எல்லோரும் இதைப் பற்றித்தான் பேசிக்கிட்டிருக்காங்களாம்.” ராகவன் சொன்னார்.

“தோழர், மேல்மட்டக் கமிட்டியிலே உங்க அறிக்கையை பூதக்கண்ணாடி வச்சு நுணுக்கமா ஆராய்வாங்க. அதிலே தொழிலாளி ஒற்றுமை இருக்கா, தியாகி இருக்கான்னு பார்ப்பாங்க. இல்லேன்னா உங்களுக்கு தண்டனை கொடுப்பாங்க. மதம் மனுஷனை மயக்குகிற அபின் அப்படீன்னு காரல் மார்க்ஸ் வாக்கைச் சொல்லி வைப்பின் பிரச்சனையைத் தீர்த்து வைப்பாங்க.” ஷெனாய் சற்று நேரம் சிரித்தார். நீண்டு போன அவருடைய சிரிப்பு ராகவனைப் பயப்பட வைத்தது. ஷெனாய் சொன்னார் : “ என்னை இங்கே அனுப்பி வச்ச போது ஜில்லா கமிட்டி மெம்பர் தோழர் வர்க்கி எனக்கு ஒரு எட்டணா காசும் ஒரு ஓட்டைக் காலணாவும் கொடுத்தார்.”

“ஓட்டைக் காலணா எதுக்கு?”

“எரணாகுளம் படகுத் துறையிலே வேர்க்கடலை வாங்கிக்க. எட்டணாவிலிருந்து படகுக் கூலி அரையணாவைக் கழிச்சா, பாக்கிப் பணம் என் செலவுக்காம். நான் கேட்டேன்: “காசு தீர்ந்துபோனா நான் என்ன செய்வேன்?.” சகா வர்க்கி சொன்னார்: “ஷெனாய் அதுக்குள்ளே மக்களோடு தொடர்பை ஏற்படுத்திக்கொள்ளணும்.” நான் கேட்டேன்: “எனக்கு பசிக்குமே.”

ராகவன் தோளில் ஆதரவாகக் கை வைத்துச் சொன்னார் ஷெனாய்: “தோழர், போய் உறங்குங்க. எனக்குத் தூக்கம் கம்மிதான்.”

“தோழர், உங்க கிட்டே ஏதாவது ஆயுதம் இருக்கா? இப்போ பார்ட்டி லைன் போலீஸ் கிட்டே மாட்டறதுக்கு முன்னாடி போராடணும்கறதுதான்.”

“தோழர் என்னைப் பற்றிக் கவலைப்பட வேணாம். நான் யாருக்குப் பயப்படப் போறேன்? எனக்கு யாரு பயப்படப் போறாங்க? நான் பிறப்பாலே கொங்கணிக்காரன்தானே? நீங்க பல காலமாகவே கேரளத்திலே பள்ளிக்கூடத்திலும், கோவில் திருவிழாவிலேயும் போடற நாடகத்திலே எல்லாம் எங்களை கிண்டல் பண்ணி கோமாளியாத்தானே சித்தரிக்கறீங்க? கொங்கணிக்காரன்னா ஒரு சாது பிராணி. எங்களைப் பார்த்தாலே பகடி செஞ்சு சிரிக்கிற போலீஸ்காரங்களை சமாளிக்க கத்தியும் ஈட்டியும் எதுக்கு?”

ராகவன் தன் அறைக்குத் திரும்பினார். கொச்சியை இப்போதைய கொச்சியாக்குவதில் கொங்கணிக்காரர்களின் பங்கு பற்றியும், ஷெனாய் கொங்கணிகளைப் பற்றிச் சொன்ன கதைகளையும் யோசித்தபடி படுத்துக் கிடந்தார். பதினாறாம் நூற்றாண்டு வரை போர்த்துகீஸ் சாம்ராஜ்யத்தின் திலகமான தலைநகர் லிஸ்பனுக்கு இணையான ஸ்தானத்தை போர்த்துகீசியர்கள் கோவாவுக்கு வழங்கி இருந்தார்கள். மார்ட்டின் லூதர், கால்வின் இவர்கள் தலைமையில் மதச் சீர்திருத்த நடவடிக்கைகள்

தொடங்கியபோது, எல்லா பெரிய அமைப்புகளையும் போல் கத்தோலிக்க சபையும் உள்நோக்குப் பார்வையைக் கடைப்பிடித்தது. தாமதிக்காமல் புனித இக்னாஷியஸ் லயோலா கத்தோலிக்க சபையைப் புதுப்பித்தலுக்கான நடவடிக்கைகளைத் தொடங்கி வைத்தார். அவருடைய சீடரும், அவர் ஸ்தாபித்த ஏசு சபையின் பிரசாரகருமான பிரான்சிஸ் சேவியர் கோவாவுக்கு வந்தார். கோவாவில் வசித்த சுகவாசிகளான போர்த்துகீசியர்களுக்கும், அங்கே இருந்த இந்திய கத்தோலிக்கர்களுக்கும் எதிராக விசாரணை நடவடிக்கைகளை அவர் தொடங்கி வைத்தார். கத்தோலிக்க மத விரோதப் போக்குகளுக்கு எதிரான விசாரணையாக இருந்தாலும் மற்ற மதங்களையும் அது விட்டுவைக்கவில்லை. கொங்கணி பிராமணர்களும் செட்டியார்களும் கொச்சிக்குத் தலைமறைவாகத் தப்பி ஓடினார்கள். யூதர்களின் இரண்டாம் வரவும் அங்கே நடந்தது. சில யூதர்களும். மத துரோகக் குற்றம் சாட்டி எடுக்கப்படும் கடுமையான நடவடிக்கைகளில் சிக்காமலிருக்க சில கத்தோலிக்க கிறிஸ்துவர்களும் சீனாவில் இருந்த போர்த்துகீஸ் காலனியான மக்காவுக்கு ஓடினார்கள். போனவர்கள் அவர்களுடைய நிதியையும் கூடக் கொண்டு போனார்கள். கோவா அஸ்தமித்துப் போனது. கொச்சியும், மக்காவும் போர்த்துகீஸ் சாம்ராஜ்யத்தின் முக்கிய நகரங்களாகின. கோவாவிலிருந்து கொச்சிக்கு ஓடிவந்த கூட்டத்தில் ஏழைகளான கொங்கணிகள், கொச்சிக்கு பப்பட ருசியை அறிமுகப்படுத்தினார்கள். பப்படம் செய்யும் திறமை கொச்சி சமூக அமைப்பில் அவர்களுக்குத் தனியிடத்தைத் தேடித் தந்தது.

அந்த இரவில் ராகவன் உறங்கவில்லை. அறைக்கு வெளியே நடந்தபோது, மலாக்கா ஹவுஸின் முதல் மாடியில் ஷெனாய் தங்கியிருந்த அறையில் மெழுகுவர்த்தியின் இறுதித் துண்டின் வெளிச்சம் தெரிந்தது. கொச்சி ராஜ்ஜியத்தில் மெழுகுவர்த்தி உற்பத்திக்கான உரிமம் ஆஸ்பின்வால் கம்பெனிக்குத் தரப்பட்டிருந்தது. ஒரு மாநிலம் முழுவதும் உபயோகிக்க மெழுகுவர்த்தி உற்பத்தி செய்து சேமித்து வைக்க அவர்கள் மேற்குத் திசைத் தீவுகளில் ஒன்றான ராமன் தீவைக் குத்தகைக்கு

எடுத்திருந்தார்கள். மெழுகுவர்த்திக் கிடங்குகள் மட்டும் நிறைந்திருந்த ராமன் தீவு, கேண்டில் ஐலண்ட் என்று புதுப்பெயர் பெற்றது. காயலில் ராத்திரி சூழ்ந்திருக்கும் இருட்டுக்கு நடுவே, பிறந்தநாள் கேக் போல கேண்டில் ஐலண்ட் மட்டும் ஒளி வீசியது. அங்கே மாதாகோவில்களுக்காகவே ஓரடி நீளத்தில் மெழுகுவர்த்திகள் உற்பத்தி செய்யப்பட்டன. தலைமறைவாகக் காலம் கழிக்கும், ராத்தூக்கமில்லாத தோழர்களுக்காக அந்த மெழுகுவர்த்திகளை ராமன் தீவில் சொல்லி வைத்து வரவழைத்திருந்தார் ராகவன்.

மெழுகுவர்த்தியோடு ஷெனாய் இருந்த அறைக்குப் போனபோது ஷெனாயின் கண்கள் சிவந்திருந்ததை ராகவன் கண்டார். அந்தச் சிவப்பு தூக்கமில்லாது போனதாலா அல்லது அழுகையின் காரணத்தாலா என்ற குழப்பத்தில் ராகவன் நின்றபோது ஷெனாய் சொன்னார்: "நான் கொஞ்சம் அழுதேன்."

எதுவும் பேசாமல் ராகவன் கொண்டு வந்த மெழுகுவர்த்தியை ஏற்றி வைத்தார். ஷெனாய் சொன்னார் : "அஞ்சாறு வருடம் முன்பு நான் திருச்சிராப்பள்ளிக்குப் போயிருந்தேன். கோல்டன் ராக் பொன்மலை ரயில்வே போராட்டத்தில் சுட்டுக் கொல்லப்பட்ட தியாகிகளோட நினைவு மண்டபத்தைப் போய்ப் பார்த்துட்டு யூனியன் ஆபீசுக்குத் திரும்பிக்கிட்டிருந்தபோது, தியாகிகளிலே ஒருத்தரான கிருஷ்ணசாமியோட அம்மா, பங்காரம்மாளைச் சந்தித்தேன். அவங்க யூனியன் ஆபீசிலே தான் தங்கியிருந்தாங்க. ராத்திரி முழுக்க பங்காரம்மா தலையைச் சுவர்லே மோதி மோதிப் புலம்பிக்கிட்டே இருந்தாங்க : "தியாகிகளுக்குப் புரட்சி வணக்கம்."

"அன்னிக்குத் தேதி முதல், எனக்கு தியாகின்னா கட்சி சம்பந்தப்பட்ட வார்த்தை இல்லே. தியாகின்னா என் சிநேகிதர். என் பக்கத்திலே படுத்துக் கிடந்தவர். பலசாலியாக இருந்த கே.யூ தாஸ் பற்றிக் கேட்டிருக்கீங்களா? இடைப்பள்ளி வழக்கில் தியாகியானவர். மாஜி ராணுவ வீரர். தலைமறைவா போறதிலே அசகாய சூரன். கடைசியா, தாசுக்கு ஒருத்தன் பீடி கொடுத்தான். துரோகி யூதாஸ் ஏசுவை முத்தமிட்டு அடையாளம் காட்டின

மாதிரி அது. போலீஸ்காரங்க உடனே தாஸைப் பிடிச்சாங்க. அடித்து உதைத்து பிரக்ஞை இல்லாம ஆக்கி, தண்ணி கூடக் கொடுக்காம கொன்னுட்டாங்க."

"இன்னொரு இடப்பள்ளி தியாகி எ.வி.ஜோசப்பும் என் நண்பர் தான். எம்.ஜி. வேலாயுதனை எனக்குச் சின்ன வயசிலே இருந்து பழக்கம். சூரநாட்டு பரமேஸ்வர குறுப்பு தலைமறைவு வாழ்க்கையின்போது எனக்கு அடைக்கலம் கொடுத்திருக்கார். பாம்பாகூடையிலே லாக் அப்பில் வச்சு போலீஸ் படுகொலை செஞ்ச ஸ்டூடண்ட் ஐயப்பனுக்கு நான் ஸ்டடி கிளாஸ் எடுத்திருக்கேன். நம்ம அனைவருக்கும் நண்பரான தோழர் டி கே அப்து, இன்னிக்கோ நாளைக்கோன்னு இழுத்துக்கிட்டு கிடக்கார். தோழர், நீங்க போங்க. அவங்க ஒருத்தர் பின்னே ஒருத்தரா வரப் போறாங்க."

ராகவன் மாடிப்படி இறங்கும்போது ஷெனாயின் குரல் கேட்டது: "ஷெனாயிக்குப் பசிக்குது." தொடர்ந்து அவருடைய சிரிப்பு நீண்டு ஒலித்தது.

கிழக்கு ஆற்றின் கரையோரம் வரிசையாக நாங்கள் மாதாகோவிலுக்கு நடந்து போனோம். ஆண்கள் சட்டையும், வேட்டியும், துண்டும் அணிந்திருந்தார்கள். பெண்கள் ஹிமாலயன் பொக்கே டால்கம் பவுடர் போட்டுக்கொண்டு வந்தார்கள். பீரங்கிக் குண்டு போல நீளமான ஹிமாலயன் பொக்கே பவுடர் டின்னில் இருந்து தூவிய டால்கம் பௌடர், ஆப்கான் ஸ்நோ தடவிய லந்தன்பத்தேரியின் பெரும்பாலும் கருத்த முகங்களில் அப்பியிருந்தது. ஏழைகள் ரெமி பவுடர் உபயோகிப்பார்கள். குழந்தைகளுக்கு குடிகூரா பவுடர் போடுவார்கள். கள்ளக்கடத்தல்காரர்களான கப்பல் மாலுமிகளிடம் சந்தியாகு வாங்கிக் கொடுத்திருந்த வெளிநாட்டுத் தயாரிப்பான யார்ட்லி பவுடர், அவர் மனைவி சில்வியாவைத் தனித்து நிறுத்தியது.

நீலச் சட்டையும் கறுப்பு பேண்டும் தரித்திருந்த ஜான்சன், ஷூ கடித்ததால் நொண்டி நடந்தான். நான் பழைய துணிகளைக் கொண்டு தைத்த குழந்தைச் சட்டை போட்டிருக்கவில்லை. லேஸ் வைத்த மஞ்சள் வெல்வெட்டுப் பாவாடையும், மேலே தேவதைகள் சிலுவையைத் தொழுது நிற்கும் படத்தை எம்பிராய்டரி செய்த வெள்ளைப் பட்டுக் குப்பாயமும் அணிந்திருந்தேன். கஞ்சிப்பசை போட்டு சலவை செய்த பாவாடை என் பிஞ்சுத்தோலை வருத்திக்கொண்டே இருந்தது. வெய்யில் என்மேல் படாமல் இருக்க, அம்மா என்னைப்

புடவையால் போர்த்தியிருந்தாள். போனிபேஸ் பாலத்தில் ஏறும்போது குலுங்கியதால் என்னைப் போர்த்தியிருந்த புடவை விலக, நான் முதல் முறையாக வானத்தைப் பார்த்தேன். வானம் நீண்ட தூரத்தில் இருப்பதால், எனக்கு அதைக் கண்டுகொள்ள நேரம் எடுத்தது. சட்டென்று எல்லோரும் நின்றார்கள். காயலைச் சுண்டிக் காட்டியபடி எட்வின்சேட்டன் சொன்னார்: "அங்கே பாருங்க. ஒரு படகு நிறைய போலீஸ்காரங்க." படகின் முன்பகுதியில், காற்றில் தொப்பி பறந்து போகாமல் இருக்கத் தலையில் கை வைத்துப் பிடித்தபடி பேட்டை போலீஸ் ஸ்டேஷன் சப் இன்ஸ்பெக்டர் பிலிபோஸ் மத்தாய் நின்று கொண்டிருந்தார்.

"வைப்பின் தீவிலே கிறிஸ்துவங்களுக்கும் முஸ்லிம்களுக்கு நடுவே ஏதோ தகராறு நடக்குதாம். இந்து - முஸ்லிம் கலவரம்னு கேட்டிருக்கோம், இப்போ இப்படியும் நடக்குது. சரி வாங்க. நேரத்தை வீணாக்காம நாம நடப்போம்", சந்தியாகு சொன்னது இது. லந்தன்பத்தேரியைச் சுற்றிச் சூழ்ந்த நான்கு ஆறுகளில் ஒன்றான கிழக்கு ஆற்றைக் கண்டேன். ஆற்று வெள்ளத்தைப் பார்க்க மகிழ்ச்சியாக இருந்தது.

மாதாகோவில் வாசலில் அம்மா, ஞானஸ்நானத்தின்போது என் தலைதொடும் அம்மாவாக இருக்கப்போகும் விக்டோரியா பெரியம்மா கையில் என்னைக் கொடுத்தாள். நான் பார்வையை உயர்த்தியபோது, கசங்கிய உடுப்புக்கு மேல் கருத்த அங்கி தரித்து, வெளுத்த சாட்டின் துணியில் மஞ்சள் நிறச் சிலுவை தைத்திருந்த கழுத்துப் பட்டை அணிந்து பிலாத்தோஸ் பாதிரியார் நிற்பதைக் கண்டேன். நான் இதுவரை பார்த்ததே இல்லாத இந்த பாதிரி உடுப்பு என்னைப் பயப்படுத்தியது. நான் அழ ஆரம்பித்தேன். பக்கத்தில் நின்றிருந்த கோவில்பிள்ளை ஆண்டனி சொன்னார்: "எல்லா பசங்களும் அழுவும்."

பிலாத்தோஸ் பாதிரியார் என் முகத்தின் மேல் தன் சுவாசக் காற்றால் சிலுவை வரைந்தார். அவர் வேகமாக கோவிலுக்குள் போனார். கோவில்பிள்ளை ஆண்டனி மெல்லிய குரலில் சொன்னது: "கைகழுவப் போயிட்டிருக்கார்."

பிலாத்தோஸ் பாதிரியாரைத் தண்ணீர்ப் பிசாசு பிடித்திருந்தது. அதனால்தான் சதா கைகழுவிக்கொண்டேயிருப்பார். அவர் ஊழியம் செய்திருந்த முதல் மாதாகோவில் திருச்சபையில் அவருக்குக் கிடைத்த பெயர் பிலாத்தோஸ். ஏசுபிரானைச் சிலுவையில் அறைந்து கொல்லத் தான் காரணமில்லை என்று கைகழுவிய பிலாத்தோஸின் பெயரை அவருக்குப் பட்டப்பெயராக்கினார்கள் அவர்கள். அப்புறம் அவர் எந்த ஊர்த் திருச்சபையில் ஊழியம் செய்யப் போனாலும் அந்தப் பெயர் மாறவே இல்லை. பிலாத்தோஸ் பாதிரியாருடைய உண்மையான பெயர் சிலருக்கே தெரியும். இதெல்லாம் அறியாத பலரும் அவர் முகத்துக்கு நேரே அவரை ஃபாதர் பிலாத்தோஸ் என்றே கூப்பிடுவதுண்டு.

பிலாத்தோஸ் பாதிரியார் கைகழுவி விட்டுத் திரும்ப வந்தபோது கேட்டார்: “சாத்தானை விலக்கினீரோ? சாத்தானின் காரியமெல்லாம் விலக்கினீரோ? குழந்தைக்கு தலைதொடும் அப்பாவும் அம்மாவும் பதில் சொல்லணும்”

என் தலைதொடும் அப்பன் எட்வினும் தலைதொடும் அம்மா விக்டோரியா பெரியம்மாவும் என் சார்பில் சொன்னார்கள்: “விலக்கினோம்”

“திருச்சபையை விசுவசிக்கிறீரா?”

“விசுவசிக்கிறோம்.”

“என்றால் சொல்வீர், கத்தோலிக்க திருச்சபையின் நான்கு அடையாளங்கள் எதெல்லாம்?”

இப்போது நான் விக்கி பெரியம்மா மூலம் பதில் சொன்னேன்: “ஒண்ணு, திருச்சபை ஒண்ணு. ரெண்டு, திருச்சபையே புனிதம். மூணு, திருச்சபையே கத்தோலிக்கம். நாலு, திருச்சபை அப்போஸ்தலம்.”

“இந்த நான்கையும் விசுவசிக்கிறீரா?”

“விசுவசிக்கிறோம்”, அவர்கள் இருவரும் ஒரே குரலில் சொன்னார்கள்.

என் வாயில் உப்புப் படிகத்தை இட பிலாத்தோஸ் பாதிரியார் நெருங்கியபோது அவருடைய வெளுத்த உள்ளங்கையைப் பார்த்தேன். எப்பொழுதும் தண்ணீரில் இருப்பதால், மழையில் நனைந்து வருவது போல விரல் நகக்கண்களுக்குக் கீழே மஞ்சள் படிந்து, உள்ளங்கையில் பள்ளம் குழிந்திருந்தார் அவர். என்னை மாதாகோவிலுக்கு உள்ளே நுழைய வைத்து, மறுபடி கை கழுவ பிலாத்தோஸ் பாதிரியார் உள்ளே போனார். திரும்பி வந்து, விசுவாச அறிக்கையை ஓதச் சொன்னார் அவர்.

எல்லோரும் மண்டியிட்டுப் பிரார்த்தித்தார்கள்.

“பரலோகத்தையும் பூலோகத்தையும் படைத்த எல்லாம் வல்ல பிதாவாகிய சர்வேசுரனை விசுவசிக்கிறேன். அவருடைய ஏக சுதனாகிய நம்முடைய நாதர் இயேசு கிறிஸ்துவையும் விசுவசிக்கிறேன். இவர் பரிசுத்த ஆவியினால் கர்ப்பமாய் உற்பவித்து கன்னிமரியிடமிருந்து பிறந்தார். பந்தியோஸ் பிலாத்தோஸின் அதிகாரத்தில் ((பிரார்த்திக்கிறவர்கள் சிரிப்பை அடக்கிக்கொண்டு வேகமாகச் சொல்லி) பாடுபட்டு, சிலுவையில் அறையுண்டு, மரித்து அடக்கம் செய்யப்பட்டார். பாதாளத்தில் இறங்கி மூன்றாம் நாள் மரித்தோரிடமிருந்து உயிர்த்தெழுந்தார். பரலோகத்திற்கு எழுந்தருளி, எல்லாம் வல்ல பிதாவாகிய சர்வேசுரனுடைய வலது பக்கம் வீற்றிருக்கிறார்...”

பரமண்டலத்தில் இருக்கும் பரமபிதாவே என்று தொடங்கும் பிரார்த்தனையையும் ஓதிய பிறகு, மண்டியிட்டிருந்த என் தலைதொட்டப்பனாகும் எட்வின்சேட்டனையும், தலைதொட்டம்மாவாகும் விக்டோரியா பெரியம்மாவையும் பிலாத்தோஸ் பாதிரியார் கேட்டார் : “குழந்தைக்கு என்ன பெயர் வைக்கணும்னு தீர்மானம் செஞ்சிருக்கீங்களா?”

“ஜெசிக்கா”, என்றாள் விக்கி பெரியம்மா.

“அந்தப் பெயர்லே ஒரு புனிதர் உண்டா?” கோவில்பிள்ளை ஆண்டனி கேட்டார்.

எட்வின்சேட்டனும் விக்கி பெரியம்மாவும் என் அப்பனைப் பார்த்தார்கள். ஜெசிக்கா என்ற பெயருக்கு ஒரு நீண்ட சரித்திரம்

இருக்கிறது. என் அம்மாவின் குழந்தைப் பருவத்தின்போது, அவளுடைய அம்மாவான என் பாட்டி செய்து கொடுத்த துணிப் பொம்மைக்கு அம்மா வைத்திருந்த பெயர்தான் ஜெசிக்கா. அம்மா குழந்தை வளர்ப்பை ஜெசிக்காவிடமிருந்து தொடங்கினாள். அவள் கண் கலங்க, பிலாத்தோஸ் பாதிரியாரை நோக்கினாள். அவர் பைபிளின் பக்கங்களை வேகமாகப் புரட்டினார்.

“ஜீசஸ்ங்கற பெயரோட பெண்பாலாக இருக்கும் ஜெசிக்காங்கற பேரு”, சந்தியாகு சொன்னார்.

“கோவிலுக்குள்ளே உளறாதே சந்தியாகு”, பிலாத்தோஸ் பாதிரியார் கண்டித்தார். அவர் வேதப் புத்தகத்தில் இருந்து கண் உயர்த்திக் கூடியிருந்தவர்களைப் பார்த்துச் சொன்னார் : “உலகத்தின் முதன்முதலாக வந்த ஈஸ்டர் தினம். கர்த்தராகிய ஏசு கிறிஸ்துவை அடக்கம் செய்த குகைக்குப் போய் மூன்று பெண்கள் பார்த்தார்கள். கல்லறையை அடைத்திருந்த பாறாங்கல்லை உருட்டி அகற்றியிருந்ததை அவர்கள் கண்டார்கள். கர்த்தராகிய ஏசு கிறிஸ்துவின் தேகத்தை அவர்கள் பார்க்கவில்லை. அந்த மூன்று பெண்கள் யாரென்றால், லூக்காவின் சுவிசேஷம் 24:10 ‘அவர்கள் யாரென்றால் மக்தலா என்ற ஊரைச் சேர்ந்த மரியா, யோஹன்னா, யாக்கோபின் அன்னை மரியா என்கிறவர்கள்’. இவர்களில், யோஹன்னாவின் இன்னொரு பெயர் ஜெசிக்கா. ஆக, இந்தக் குழந்தைக்குப் பெயர் ஜெசிக்கா.”

“ஜெசிக்கா என்கிற பெயர்லே மட்டில்டாவுக்கு சின்னப் பிள்ளையிலேருந்தே ரொம்ப இஷ்டம். வலிய ஆசாரிக்கு ஆட்சேபணை இல்லேன்னா, எங்க அம்மா பெயரு, மார்கரீத்தான்னும் இந்தக் குழந்தைக்குப் பெயர் வச்சுக் கூப்பிடலாமா?” விக்கி பெரியம்மா கேட்டாள். அப்பன் சரியென்று தலையசைத்தார்.

“சரி, மார்கரீத்தா என்ற பெயரும் கூட”, பிலாத்தோஸ் பாதிரியார் சொன்னபடி கோவில்பிள்ளை ஆண்டனியை நோக்கினார். “டயக்ளிஷன் சக்கரவர்த்தி விரல் சுண்டி அடையாளம் காட்டியவனைக் கல்யாணம் செய்து கொள்ளாததால்

சிரச்சேதம் செய்யப்பட்ட அந்தியோக்கியாக்காரியும், பிரபுத்துவ குடும்பத்துக் கன்யகையுமானவள் மார்கரீத்தா. கர்ப்பிணிகள், பிரசவம் தடையில்லாமல் நடந்தேறப் பிரார்த்திக்கும் புனிதவதி மார்கரீத்தா.”

“என்னோட பிரசவம் எந்தச் சிரமமும் இல்லாம நடக்க நான் பிரார்த்திச்ச புனிதவதி அன்னா பெயரும் வைக்கணும்” என்றாள் அம்மா.

“சரி, அன்னா என்ற பெயரும் இருக்கட்டும்”, என்றார் பிலாத்தோஸ் பாதிரியார்.

“தைரியமானவளா, பரிசுத்தமானவளா இருக்க என் மகளுக்கு எங்க அம்மா பெயர் மரியாகொரத்தி கூட வைக்கணும்” என்றார் என் அப்பன்.

“சரி, மரியாகொரத்தி.”

“போஞ்ஞிக்கரை, அர்த்துங்கல் கோவில்களோட புனிதர் செபஸ்த்யானோசுக்கு அம்பு துளைச்சு ஏற்பட்ட காயங்களை கருணையோடு சிகிச்சை செய்து குணப்படுத்தின புனிதவதி ஐரின் பெயரும் வைக்கணும்” என்றாள் பக்கத்து வீட்டு சில்வியா.

“சரி, ஐரின். போதும் இத்தோட”, பிலாத்தோஸ் பாதிரியார் கை கழுவப் போக அவசரப்பட்டார்,

“இருங்க, எனக்கு மனசிலே மரியன்னை சொல்றதா தோணுது. ஆவிலால் அம்மையோட பேரும் வைக்கணுமாம்.”

“சரி, தெரசா. கார்மலெத்தா திருச்சபையில் தேவ அழைப்பை ஏற்றுப் பெண்கள் தேவ ஊழியம் செய்யச் சேர வைத்த புனிதவதி தெரிசா பெயரும் கூட”, பிலாத்தோஸ் பாதிரியார் திரும்பி நடக்கத் தொடங்கினார்.

“சாமி, என் மகளுக்கு தலைதொட்டப்பனான எட்வினுக்கு நன்மை நேர்ந்து எட்வினாங்கற பெயரும் வைக்கணும்” என்றார் என் அப்பன்.

“அது வேணாமே வல்ய ஆசாரி. நம்ம கவர்னர் ஜெனரலோட

பெண்ஜாதி பேரும் எட்வினா இல்லே? நேருவோட கூட அந்தம்மாவுக்குச் சில தொடர்புகள்...” சந்தியாகு சொல்லி முடிப்பதற்குள் பிலாத்தோஸ் பாதிரியார் கைகழுவ நடந்தபடி சொன்னார்: “சரி, எட்வினா பெயரும் வைக்கப்படும்.”

திருமுழுக்குக் கல் வைத்திருந்த உள்ளறைக்கு என்னை விக்கி பெரியம்மா கொண்டு போனாள். என வலது தோளைத் தொட்டுக்கொண்டு தலைதொட்டப்பன் எட்வின்சேட்டன் நின்றார். பிலாத்தோஸ் பாதிரியார் லத்தீன் மொழியில் ஏதோ சொன்னார். புரிந்துகொள்ள முடியாத மொழி எல்லாம் சங்கீதம் தான். நான் சிரித்தபடி கிடந்தேன். என் கையால் பிரகாசிக்கும் மெழுகுவர்த்தியைப் பற்றிக்கொள்ளச் செய்தார்.என் நெஞ்சைத் தென்னோலையால் தொட்டு, என் நெற்றியில் புனித நீரைத் தெளித்து, எனக்கு இடப்பட்ட எல்லாப் பெயர்களையும் கூறினார் பிலாத்தோஸ் பாதிரியார். பிறகு பரமபிதா, குமாரரான ஏசு கிறிஸ்து, பரிசுத்த ஆவி திருப்பெயர்களில் என் மேல் சிலுவை வரைந்தார்.

கோவில்பிள்ளை ஆண்டனி திறந்து வைத்த ஒரு கனமான புத்தகத்தில் நான் பிறந்த தேதி, என் பெற்றோர் மற்றும் தலைதொட்ட பெற்றோர் பெயர்களை பிலாத்தோஸ் பாதிரியார் எழுதினார். தொடர்ந்து என் பெயர் எழுதப்பட்டது : கணக்கு களவாடிய வீட்டு எட்வினா தெரேசா ஐரின் மரியாகொரத்தி அன்னா மார்கரீத்தா ஜெசிக்கா. அந்தப் பதிவின் கீழ் தேதியிட்டுத் தன் பெயர் எழுதினார் பிலாத்தோஸ் பாதிரியார்: ஃபாதர் நோயல் 30/4/1951. நான் பிலாத்தோஸ் பாதிரியாரின் நிஜப் பெயரை இப்படித்தான் அறிந்தேன்.

ஞானஸ்நான தினத் தண்ணீர் என்மீது விழுந்ததும் என் மனம் இல்லாதானது. வானத்து சொர்க்கத்தில் இருந்து வந்த தேவதைகள் என் மனதைக் கொத்தியெடுத்துக் கொண்டு பறந்து போனார்கள். இரண்டு மூன்று வருடம் கழித்துத்தான் என் மனம் திரும்ப என்னிடம் வந்தது. என் வாழ்க்கையின் முன்னுரையாக நான் எழுதியது எல்லாம் மற்றவர்கள் சொல்லக் கேட்டதாகும்.

ஞானஸ்நானம் நடந்த உள்ளறையில் இருந்து கோவிலுக்குத் திரும்பி வந்து லத்தீன் மொழியில் நன்றி சொல்லும் பிரார்த்தனையை வாசித்ததும் என் ஞானஸ்நானம் நடந்து முடிந்தது. நாங்கள் வெளியே வந்தபோது கோவில் படிகளுக்குக் கீழே, கல்லறைப் பிரதேசத்தில் சவம் புதைக்கக் குழிவெட்டும் பாப்பியைப் பார்த்தோம். “திருமுழுக்கு முடிந்து வர்றவங்க பாப்பிக்குத் தரணும்”, என்றார் பாப்பி.

அப்பன் பிலாத்தோஸ் பாதிரியாரைப் பார்த்தார். “ஞானஸ்நானம் இறந்துபோன ஆத்மாக்களுக்கானது. அதுகளுக்குத் தேவனுடைய கிருபை கிடைத்திருக்காது. ஆக, மரித்தோர் சடங்கு. மரித்தவங்களோடு ஜீவிக்கிற பாப்பி அதைத்தான் நினைவு படுத்தறான். அவனுக்கு ஏதாவது கொடுங்க வலிய ஆசாரி” என்றார் பிலாத்தோஸ் பாதிரியார். அப்பன் பாப்பிக்கு ஒரு ரூபாய் கொடுத்தார். வாங்கிக்கொண்டு புன்னகையோடு போனார் பாப்பி.

மாதாகோவிலில் இருந்து வீட்டுக்குத் திரும்பும்போது தூரத்தில் மேற்கு ஆற்றில் ஒன்றன்பின் ஒன்றாக நாலு பெரிய படகுகள் லந்தன்பத்தேரியில் பரதவர் குடியிருப்புக்குப் பக்கத்துத் துறைக்கு வருவதை நாங்கள் கண்டோம். ஞாரக்கல், வைப்பின், செராயி தொடங்கி கடலோரப் பிரதேசங்களில் இருந்து வந்த சுமார் அறுபது இந்து மீனவர்கள் படகு விட்டிறங்கி முதலில் கண்ணில் பட்ட குடிசையில் நுழைந்தார்கள். அது துறைமுகத்தில் தினக்கூலியாக ஏதாவது வேலை கிடைக்குமா என்று தேடிப் போயிருந்த பிரேமசந்திரனின் குடிசை,

“இங்கே ஏன் வந்தீங்க எல்லோரும்?” பிரேமசந்திரனின் அப்பன் கேட்டார்.

“அய்யப்பன் சேட்டா, காரணம் இருக்கு. அது பெரிய கதை. போலீசுக்கு பயந்து வந்திருக்கோம்.” வைப்பினில் இருந்து வந்த கூட்டத்திலிருந்த கேசவன் சொன்னார். அப்போது மற்ற பரதவர் குடிசைகளிலிருந்து ஆட்கள் பிரேமசந்திரனின் குடிசைக்கு முன்னால் வந்தார்கள். கேசவன் முதலிலிருந்து சொல்ல ஆரம்பித்தார்.

வைப்பின் கடற்கரையில் ஒரு பிணம் ஒதுங்கியது. கடல் சவங்களைப் பாதுகாப்பதில்லை. ஏதாவது கரையில் அவைகளை ஒதுக்கி விடும். அப்படியான ஒரு பிணம்தான் என்று எல்லோரும் முதலில் நினைத்தார்கள். அப்போதுதான் சவத்தின் கழுத்தில் கயிறு கட்டிச் சிலுவை தொங்குவதைப் பார்த்தார்கள். முகமதியர்கள் மேல் பழி விழுந்தது. கதைகள் வேகமாகப் பரவின. மீன் பிடிப்பவர்களான கிறிஸ்துவர்களின் வீடுகளில் கத்தி, சைக்கிள் செயின், கடப்பாரை, மீன்வலையைத் தைக்க உபயோகிக்கும் ஊசி என்று சேர்த்து வைப்பதாகக் கதைகள். ராத்திரியில் இரண்டு படகு நிறைய மலைப்புரம் கத்திகளை ரகசியமாக இறக்குவதைச் சின்ன நாராயணன் பார்த்த கதை. பைஜாமா அணிந்து, உருதுவில் பேசிக்கொண்டு பம்பாய்க்கார முஸ்லிம்கள் கடற்கரையில் நடந்து போவதை எல்லோரும் பார்த்த கதை. வைப்பின் கள்ளுக்கடையில், 'முஸ்லிமுக்கு மீன் கராச்சி கடற்கரையிலேதான் கிடைக்கும்' என்று கோஷமிட்டதாகக் கதை.

"இன்னிக்குக் காலையிலே ரெண்டு படகுலே போலீஸ்காரங்க வந்தாங்க. யாரைப் பார்த்தாலும் அடிச்சாங்க. நூத்துநாப்பத்து நாலு தடை உத்தரவு", கேசவன் சொன்னான். கையிலே கிடச்சவங்களை எல்லாம் கைது செஞ்சாங்க. போலீஸ் படகு கிழக்கே போனால்தான் இனி நாங்க வீட்டுக்குத் திரும்புவோம்."

சிறிது நேரம் கழித்து கேசவன் கேட்டார் : "அய்யப்பன்சேட்டா, சாப்பிட ஏதாவது கிடைக்குமா?"

அய்யப்பன் பதில் எதுவும் சொல்லாமல் தலைகுனிந்திருந்தார். பிரேமசந்திரனின் அம்மா சொன்னாள் : "வலைக்குத் தைக்க நூல் வாங்கக்கூட காசில்லாத நேரம் எங்களுக்கு இப்போ. கொஞ்சம் போல கிடச்ச மீனை வித்து பவுலோஸ் கடையிலே ஆறு பன் வாங்கி அதிலே ஒண்ணு நான் தின்னேன். மீதி பன்னும், ரெண்டு வறுத்த மீனும்தான் இருக்கு."

என் ஞானஸ்நான வைபவத்துக்கு வந்த எல்லோரும் எங்கள் வீட்டின் பின்பக்க வராந்தாவில் சமையல் கொட்டகைக்கு முன் கூட்டமாக நின்றார்கள். பந்தலைப் பார்த்தபடி நானும்

அப்பனின் மடியில் படுத்திருந்தேன். எட்வின்சேட்டன் கோவிலுக்குப் போனபோது அணிந்த உடைகளைக் களைந்து விட்டு கைலி, பனியனுக்கு மாறி உள்வீட்டிலிருந்து சமையல் கொட்டகைக்கு வந்து, கொப்பரை பக்கத்தில் போய் நின்றார். அவர் கண்களை மூடி, பரமண்டலத்தில் இருக்கும் எங்கள் பிதாவே பிரார்த்தனையைச் சொன்னார். பின், கொப்பரை மேலே கவிழ்த்த மூடியின் விளிம்பை ஒட்டிக் காய்ந்து பொருக்குத் தட்டியிருந்த அரிசி மாவை பொடித்து அகற்றினார். எட்வின்சேட்டன் மெல்ல மூடியைத் தூக்கியபோது, நூற்றாண்டுகளாகக் கொச்சியில் இருந்து வெளியே கொண்டு போகப்பட்டு விற்றுப்போன வாசனைத் திரவியங்கள் எல்லாம் மணக்கத் தொடங்கின. கூடிநின்றவர்கள் கைதட்டினார்கள். சந்தியாகு முழக்கமிட்டார்: “தோபியஸ் எட்வின் ஹிப் ஹிப் ஹுரே.” பிள்ளைகள் ஏற்று வாங்கிச் சொன்னார்கள்: “இப்பிப்புரே.”

வீட்டு முன்வசத்தில் இருந்த பந்தலில் விரிப்புகள் இட்டு மடக்கு மேஜைகளை நிறுத்தி சாப்பாடு பரிமாற இலை போடப்பட்டது. வேலாயுதனும் சக்கரியாவும் எலுமிச்சை ஊறுகாயும் சாலடும் பரிமாறினார்கள். எட்வின்சேட்டன் தனக்கு முன் ஆழ்ந்து அகன்ற பாத்திரங்களைப் பரப்பி வைத்துக் கொண்டார். முதலில் இருந்த பாத்திரத்தில் கொப்பரையில் இருந்து எடுத்துக் கொஞ்சம் சோற்றை இட்டார். அதற்கு அப்புறம் அவித்த முட்டை.யை அதற்கு மேல் வைத்தார். பிறகு சட்டுவம் கொண்டு கிண்டி, இன்னும் கொஞ்சம் சோற்றைக் குவித்து. வறுத்த வெங்காயம், முந்திரி, உலர்ந்த திராட்சை எல்லாம் இட்டார். கடைசியாக, ஊறிய சாற்றோடு இறைச்சித் துண்டுகள். எட்வின்சேட்டன் முதல் பாத்திரத்தில் நிறைத்த பிரியாணிக்கு மேலே சட்டுவத்தால் தட்டினார். அந்தப் பாத்திரத்தை ஒரு தட்டில் கவிழ்க்க, ஒரு அரிசி கூட வெளியே சிதறாமல் பிரியாணியின் சிற்பம் உயர்ந்தெழுந்தது.

வடக்கிலிருந்து வீசும் காற்று ஜீவிதநௌகா படத்திலிருந்து ஒரு பாடலை பிரேமசந்திரனின் குடிசை வாசலில் இருந்த,

மேற்கிலிருந்து நான்கு படகுகளில் வந்த மீனவர்களுக்குக் கொண்டு போய்ச் சேர்த்திருந்தது:

ஆனைத் தலையோளம்	யானைத் தலைத் தண்டி
வெண்ணெய் தராமடா	வெண்ணெய் தரேனடா
ஆனந்த ஶ்ரீகிருஷ்ணா	ஆனந்தக் கண்ணா நீ
வா முறுக்க	ஆட வாடா

தொடர்ந்து வீசிய காற்று, எட்வின்சேட்டன் பொடித்தெடுத்த பிரியாணி தம்மின் வாசனையைச் சுமந்து வந்தது. எல்லோருடைய வயிறும் நிறைந்தது.

நான் பிறந்து எனக்கு நாற்பத்தியொரு நாள் நிறைய அம்மா அவசரப்பட்டாள். நாற்பத்திரெண்டாம் தினத்தில் சிறிய சதுரங்களோடு ஒரு நீல நிறக் கோயமுத்தூர் புடவையும், லேசான நீல நிறத்தில் ரவிக்கையும் அணிந்துகொள்ள அவள் நினைத்திருந்தாள். வடுதலை ஞூசி டெய்லர்மிஸ் - அவளும் பெண்ணானது கொண்டு - தயக்கமில்லாமல் அம்மாவின் மிகச் சரியான -மார்பளவை எடுத்துப் போய்த் தைத்த ரவிக்கை அது. புத்தாடை உடுத்தி, புடவைத் தலைப்பில் என்னைப் போர்த்தி எடுத்துக்கொண்டு, அடுத்த வீட்டுக்காரர்களான சந்தியாகு - சில்வியா வீட்டுக்குப் போக அம்மா எத்தனையோ மாதங்கள் கழித்து, முகத்துக்குப் பவுடர் போடாமல் புறப்பட்டாள். பிரசவித்த நாற்பத்திரண்டாம் நாளில் அவள் பூசிக்கொண்டது, சில்வியா கொடுத்த யார்ட்லி டால்கம் பவுடர். சந்தியாகுவையும் சில்வியாவையும் கூட்டிக் கொண்டு நானும் அம்மாவும் அவர்கள் வீட்டிலிருந்து வெளிவந்தபோது, கோட்டும், சிவப்பு மப்ளரும் தரித்து அப்பன் தெருவில் காத்திருந்தார்.

நாங்கள் குஞ்ஞூஞ்ஞுவின் வாடகைப் படகில் எரணாகுளம் பள்ளிமுக்குப் படகுத்துறைக்குப் போனோம். வடக்கிலிருந்து தெற்கே நகரத்துக்கு இணைகோட்டில் பயணமானபோது எரணாகுளம் சிவந்த ரிப்பன்களின் நகரமாகத் தெரிந்தது. லந்தன்பத்தேரியிலிருந்து பார்வையில் படியும் ஷண்முகம் ரோடு

தவிர மற்ற எதுவும் தார் ரோடு இல்லை. எரணாகுளத்தின் செம்மண் வீதிகளூடே நடந்து நாங்கள் லட்சுமணன் டாக்கீஸ் போய்ச் சேர்ந்தோம். அன்றைக்குத்தான் ஜீவித நௌகா அங்கே திரையிடப்பட்ட கடைசி நாள். ஆகவே அங்கே கூட்டம் குறைவாக இருந்தது. பிரசவமாகி நாற்பத்தொரு நாட்கள் காத்திருந்து, அம்மா ஜீவித நௌகா படத்தை சிலுவை வரைந்து கர்த்தருக்கு நன்றி சொல்லிக் கொண்டு பார்க்க ஆரம்பித்தாள்.

திரும்பிப்போகும்போது நாங்கள் படகைச் சந்தைக்கடவில் நிறுத்தி இறங்கி கோவிந்தராவ் நடத்திய பாரத் ஹோட்டலுக்குப் போனோம். அங்கே கிடைக்கும் பிரபலமான பலகாரமான மசாலா தோசை சாப்பிட வேண்டுமென்று அம்மா கொஞ்ச நாளாக ஆசைப்பட்டிருந்தாள். திருச்சூர் ஹோட்டல்காரரான பத்தன் தான் கொச்சிக்கு மசாலா தோசையைக் கொண்டு வந்தது. தோசைக்கு நடுவே உருளைக்கிழங்கை ஒளித்து வைக்கும் ரகசியமான செய்முறை, மசாலா தோசைக்கு நல்ல சுவையையும் மணத்தையும் கொடுத்தது.

லந்தன்பத்தேரிக்குப் படகில் திரும்பும்போது சந்தியாகு மௌனமாக இருந்தார். அந்தி சாயும் நேரத்தில் அவருக்கு ஏற்படும் வழக்கமான மௌனம் அது என்று அப்பனும் அம்மாவும் நினைத்தார்கள். சில்வியாசேச்சி சொன்னாள்: "நான் சொல்லிடட்டுமா சந்துசேட்டா? இவருக்கு இப்போ சில புதுப் பழக்கம் வந்திருக்கு. சொல்லிடட்டுமா, சந்துசேட்டா?"

சந்தியாகு ஒன்றும் சொல்லவில்லை. சில்வியா சொன்னாள் : "சரி, நான் சொல்றேன். இப்போ எல்லாம் பாக்டரியிலே ஷிப்ட் முடிச்சு கள்ளுக்கடைக்குப் போகிறதில்லே. நேரே வீடுதான். வீட்டுக்கு வந்து குளிச்சுட்டு ஒரு ஓரமா உட்காந்துடறார்."

"சில்வியாசேச்சி, அது நல்லதுதானே?" அம்மா கேட்டாள்.

"இல்லே மட்டில்டே, சந்துசேட்டன் கவிதை எழுதறார். அந்த புஷ்பாங்கதன் மாஸ்டர் கணக்குப் போடற மாதிரி ராப்பகலா எழுதறார், அடிச்சு அடிச்சு மாத்தி எழுதி அப்புறம் கிழிச்சுப் போடறார். புதுசா எழுதறார். அடிச்சு மாத்தி எழுதறார்."

அப்பனும், அம்மாவும், படகுக்கார குஞ்ஞூனும் சந்தியாகுவைக் கூர்ந்து பார்த்தார்கள். சந்தியாகு தொலைவில் துறைமுக முகப்பு அழியைப் பார்த்துக் கொண்டிருந்தார்.

"வலிய ஆசாரியாரே, சந்துசேட்டன் எழுதின கவிதையப் படிச்சா எனக்கொண்ணும் புரியலே", சில்வியா சொன்னாள்.

"கவிதைன்னா, புதுயுகம், பொன் புலரி இதெல்லாம் வரணும். வந்தாத்தான் கம்யூனிஸ்ட் கவிதை"- அப்பன் சொன்னார்.

"இல்லே ஆசாரியாரே, சந்துசேட்டன் எழுதறது பெந்தகொஸ்தெ கவிதை. தோப்பும்படி பெந்தகொஸ்தெ சர்ச்சிலே பிரார்த்தனை உச்சகட்டத்திலே நடக்கும்போது வேறே ஏதோ பாஷையிலே பேசுவாங்களே, அந்த மொழியிலே எழுதின கவிதை."

படகிலிருந்து நாங்கள் இறங்கியபோது துறையில் கோவில்பிள்ளை ஆண்டனி காத்திருப்பதைக் கண்டோம்.

ஆண்டனி சொன்னார்: "சந்தியாகு, பிலாத்தோஸ் பாதிரியார் அவரோட இருப்பிடத்துலே உமக்காகக் காத்துக்கிட்டிருக்கார். சீக்கிரம் போகணும். வாங்க."

"இந்த நடுநிசியிலா?" சந்தியாகு கேட்டார்.

"நடுராத்திரியா? ராத்திரி ஏழு மணி கூட ஆகலே. லிட்டில் பிளவர் படகு இன்னும் அக்கரையிலேதான் நிக்குது. கொஞ்சம் வேகமா வாங்களேன்."

சர்ச் வளாகத்தில் பாதிரியாரின் இருப்பிடத்துக்கு சந்தியாகு போனபோது பிலாத்தோஸ் பாதிரியார் அவரைக் கேட்டார்: "கோதூரத்து பாதிரியார் என்ன சொன்னார்?"

"கோதூரத்து பாதிரியார் ங்ஹான்னு சொன்னார். சவிட்டுநாடகம் நடத்தறதுக்குச் சம்மதமாம்."

"அவர் சொல்லி மூணு மாசம் ஆயிடுச்சே. நாடக வாத்தியாரைக் கண்டுபிடிச்சுக் கூட்டி வந்தீங்களா? நடிக்க களரி தெரிஞ்ச வாலிபர்கள் கிடைச்சாங்களா? அப்படி இல்லேன்னா, களரிப்பயாட்டு சண்டை பழகித்தர ஆசான் கிடைச்சாரா?

அப்புறம் நாடகம் நடத்த காசு. எப்படி எங்கே கிடைக்கும்னு தெரியுமா?”

“கோதூரத்து பாதிரியார் ஒரு கண்டிஷன் போட்டிருக்கார். கதை மிசிஹா சரித்திரமா இருக்கணுமாம்.”

“மிசிஹா சரித்திரமா? அப்படி ஒரு நாடகம் இருக்கா என்ன?”

இல்லே சாமி, இப்போ நான்தான் எழுதிக்கிட்டிருக்கேன்.”

“சந்தியாகு, தலை மறந்து எண்ணெய் தேய்க்கக் கூடாது. நீ புதுசா நாடகம் எழுதிக்கிட்டிருக்கிற ரகசியம் கோதூரத்து பாதிரியாருக்குத் தெரியுமா? நம்ம சபை பேரைக் கெடுத்திடாதே.”

“இதிலே என்ன ரகசியம் சாமி? மிசிஹா சரித்திரத்துக்கு பார்த்துப் படிச்சுக் கத்துக் கொடுத்து நடிக்க, கதை வசனம் பாட்டு எழுதின பழைய சுவடி ஏதுமில்லே. இல்லேன்னா நாமதான் எழுதி உண்டாக்கணும். செய்யலேன்னா நாடகம் நடக்காது. நீங்களே சொல்லுங்க. கிடைச்ச சந்தர்ப்பத்திலே கோல் போட வேணாமா?”

“எனக்குத் தெரியாது”, என்றபடி பிலாத்தோஸ் பாதிரியார் கைகழுவ உள்ளே போனார். திரும்பி வந்தார். மேற்கு ஆற்றைப் பார்த்தபடி உயரமான பழங்காலத்துக் கண்ணாடி ஜன்னல் முன் நின்றார். குரலைத் தாழ்த்திக் கேட்டார்: “ஏதாவது விருத்தம் எழுதினியா சந்தியாகு?”

“எழுதினியாவா? சரியாப் போச்சு. என்ன மண்ணாங்கட்டி வேலை செஞ்சிட்டிருந்தே மூணு மாசமான்னு கேக்கறீங்க, இல்லையா? ரொம்ப கஷ்டம் ஃபாதர். நான் மூணு மாசமா நாடகம்தான் எழுதிக்கிட்டிருந்தேன். எழுதினதுலே சாம்பிளுக்கு ஒரு விருத்தம் சொல்லட்டுமா? சிலீகா வெண்பாவும், மார்த்தோமா விருத்தமும் முடிஞ்சு, நன்றி சொல்ல வேண்டியவங்களுக்கு சுவடிக்காரன், அதாவது கவிஞன் நன்றி சொல்ற விருத்தம் எழுதியிருக்கேன், அதைச் சொல்றேன் கேளுங்க.

> *"உலகில் ஒல்லாந்து போர்த்துகல் கிரீஸ் புகழ் சிறந்த*
> *பலபெருமை கொச்சியில் உத்தமன் பிரிஸ்டோ போல இஞ்சினியர்*
> *இல்லை பாரில் அவன் வெண்டுறுத்தியில் நின்றெறிஞ்சான் பொன்மழு*
> *அலைகளெலாம் பிளந்து கிறிஸ்டோவினொரு ஐலண்டாம். ஆமென்.*

எப்படி இருக்கு பாதர்? பிரிஸ்டோவுக்கு நன்றி சொல்லணுமில்லே?"

பிலாத்தோஸ் பாதிரியார் மீண்டும் கைகழுவப் போனார். உள்ளே இருந்து அலையலையாகச் சிரிப்பொலி எழுந்தது, தண்ணீர்ப் பிசாசு மட்டும் பாதிரியாரைப் பிடித்திருக்கவில்லை, அவருக்குப் பைத்தியமும் பிடித்திருக்கலாம் என்று சந்தியாகுவுக்குத் தோன்றியது. சிறிது நேரம் சென்று, முகம் சிவந்து, கண்ணீர் வடிய சிரித்திருக்கும் கண்ணுமாக பிலாத்தோஸ் பாதிரியார் திரும்ப வந்து, சந்தியாகுவை நோக்காமல் ஜன்னல் பக்கம் போய் நின்றார். திரும்பிப் பார்க்காமல் அவர் கேட்டார் : "நம்மோட ஆளுங்க எதுக்கு கோதூரத்திலே போய் நாடகம் போடணும்? இங்கேதான் நடத்தணும். வர்ற ஜனவரியிலே, புனித செபாஸ்தியானோஸ் பெருநாள் வரும்போது நடக்கணும். காறல்மான் கதை."

"சாமி, எஞ்சாமி. இது சத்தியமா? பக்தி உத்தமனோ இத்தரையில் காறல்மான் ராயன் சக்தி பெற்றவனோ? சாமி ஒரு முத்தம்." சந்தியாகு மண்டியிட்டு நின்று பிலாத்தோஸ் பாதிரியாரின் கையை முத்தமிட்டார்.

சட்டென்று அவருடைய முகம் மாறியது. எரிந்து விழுவது போலச் சொன்னார் : "போடுங்க."

"எதைப் போடணும்?"

"கண்டிஷன்."

"ஒரு கண்டிஷன் உண்டு. நம்ம ரோல்தான், கிழக்கு ரோமாபுரி சக்கரவர்த்தி காண்ஸ்ட்டண்டைன் ஒத்தாசையோடு சிலுவை யுத்தம் நடத்தி எல்லா முஸ்லிம்களையும் துரத்தி எருசலேம் திரும்பப் பிடிக்கற கதையா இருக்கணும்."

சில மாதங்கள் கழிந்த பிறகு மலாக்கா ஹவுஸ் முதல் மாடியில் ஜனநாயக இளைஞர் சங்கத்துக்கும் குந்தன் மியூசிக் கிளப்புக்கும் நடுவில் காலியாக இருந்த அறை வாடகைக்கு விடப்பட்டது. அதன் முகப்பில், ஆங்கிலத்தில் எழுதி வைத்த ஒரு பலகை தொங்கியது:

சி.டி,ஏ மெமோரியல் சவிட்டு நாடக சங்கம்

(ரெஜிஸ்டர்ட் அண்டர் கொச்சின் சாரிடபிள் சொசைட்டீஸ் ஆக்ட்)

மலாக்கா ஹவுஸ்
டச் பாட்டரி
முளவுக்காடு பி.ஓ
ட்ரிச்சூர் டிஸ்ட்ரிக்ட்

ஒரு ஞாயிற்றுக்கிழமை பகலில் பிலாத்தோஸ் பாதிரியார் சவிட்டுநாடக சங்கத்தைத் தொடங்கி வைத்தார். “பிதாவே, பரிசுத்த ஆவியின் மூலம் உலகத்தில் சகலமானதையும் பிறப்பிக்கவும், புனிதப்படுத்தவும் செய்கிறவர் நீரன்றோ. உம்மைத் தோத்திரம் செய்கிறோம். உமது கிருபை வேண்டிப் பிரார்த்தனை செய்கிறோம். உமது ஆசிர் உம்முடைய கிரியையான இந்தச் சின்னத்தம்பி அண்ணாவி மெமோரியல் சவிட்டு நாடக சங்கத்தின் மேல் வருவதாகுக. உமது அருட்கொடையாக இதை வரவேற்கவும், உம்முடைய திருவுளப்படி இதனை உபயோகித்து இதனால் உம்மைக் கூடுதலாக மகிமைப்படுத்தவும் இவர்களுக்காகட்டும் என எம் கர்த்தராகிய ஏசு கிறிஸ்து மூலம் மன்றாடுகிறோம். ஆமென்.”

பிலாத்தோஸ் பாதிரியார் பிரார்த்தனைக்குப் பிறகு அறையில் புனித நீரைத் தெளித்தார். அங்கே கூடியிருந்தவர்களுக்கு, மலாக்கா ஹவுஸின் கீழ்த்தளத்தில் இருக்கும் பவுலோஸ் கடையிலிருந்து டீயும், வெண்ணெய் பிஸ்கட்டும் வரவழைத்துக் கொடுக்கப்பட்டது. எரணாகுளம் பூக்காட்டுப்படிமுக்கில் இருந்து வாங்கிய, தங்கம் போல் பளபளக்கும் இழைகளால் கட்டப்பட்டிருந்த பூச்செண்டை ராகவன் சந்தியாகுவுக்கு

வழங்கினார். அதன்பின், குந்தன் மியூசிகல் கிளப் வழங்கப்போகும் குந்தன்லால் சைகல் பாடிய பாடல் நிகழ்ச்சி தொடங்கும் முன், வந்தவர்கள் அறைக்கு வெளியே வந்து தாழ்வாரத்தில் நின்றார்கள்.

தரையில் விரிக்க ஜமுக்காளம், தபலா, ஆர்மோனியம், டோலக், பாஞ்ஜோஸ், கஞ்சிரா என்று எடுத்துக்கொண்டு குந்தன் மியூசிக் கிளப்காரர்கள் அந்த அறைக்கு வந்தார்கள். கிளப்பை நிறுவியவரும், பம்பாயில் கடல்படை இசைக்குழுவில் கிளாரிநெட் வாசித்து ரிடையர் ஆனவருமான கில்பர்ட், கொச்சி பிரதேசத்தில் தனியார் உடமையான ஒரே ஒரு கிளாரிநெட்டோடு அறைக்கு வந்தபோது, ரசிகர்கள் தாழ்வாரத்திலும் அறைக்குள்ளும் தரையில் அமர்ந்திருந்தார்கள்.

கில்பர்ட் சொற்பொழிவைத் தொடங்கினார் : "ரெவரண்ட் ஃபாதர், ஜவஹர்லால் நேரு சொற்பொழிவை ஆரம்பிப்பதற்கு முன்னாலே சொல்றது போல, நண்பர்களே, தோழர்களே, இன்னிக்கு சவிட்டுநாடகத்தோட சரித்திரத்திலே ஒரு படா தின். சவிட்டு நாடகம் எங்கே இருந்து வந்தது, எப்படி வந்தது அதெல்லாம் எனக்கு எதுவும் தெரியாது. எதனாலே அதோட பாஷ லத்தீன் மிக்ஸ் ஆன ஒரு மாதிரி தமிழா இருக்குன்னு கூட தெரியாது. ஏன் அதோட கதை பிரான்ஸ் நாட்டு சார்லமேன் சக்கரவர்த்தியோட கதையா இருக்குன்னும் தெரியாது. சரித்திரம்னா என்ன? ஒரு நாள் பரமண்டலத்திலே இருந்து பரமபிதா சொன்னாராம்: "சவிட்டுநாடகம் ஏற்படட்டும்." சவிட்டுநாடகம் வந்துடுச்சு. எல்லா மதத்திலேயும் கட்டுக்கதைகள் உண்டு. இன்றைக்கு நாம் பார்ப்பதெல்லாம் பார்க்கும்படி சிருஷ்டித்தவர் பரமபிதாவான தெய்வம்னு எல்லா மதமும் நம்பிக்கை வைக்கச் கற்றுக்கொடுக்குது. எது சரித்திரம்? சரித்திரத்துக்கு மதம் கிடையாது. தெய்வம் சிருஷ்டிச்ச சவிட்டுநாடகத்தை லந்தன்பத்தேரிக்குக் கொண்டு வந்த ஃபாதர் நோயல், ஆறாம்புரைக்கல் சந்தியாகு, மற்ற நல்ல மனுஷங்க எல்லோருக்கும் ஸ்தோத்திரம். அவர்களுக்காக அமரர் குந்தன் சைகாலோட ஒரு கானம் இங்கே பாடப்

போகிறவர் குந்தன் மியூசிக் கிளப்பின் புதிய பாடகர், பொதுப்பணித்துறை லந்தன்பத்தேரி அரண்மனையைப் பராமரிக்கற வேலையை எடுத்துக்கிட்டபோது அங்கே கவர்மெண்ட் வாட்சுமேனாகவும், தோட்டக்காரனாகவும், கவர்னராகவும் எல்லாம் பொறுப்பேத்துக்கிட்ட மிஸ்டர் முகம்மதுவோட மகன் நஜீப் முகம்மது. கிவ் ஹிம் அ ஹாண்ட். திரைப்படம் பிரசிடெண்ட். இசையமைப்பு பங்கஜ் மல்லிக். பாடகர் அமரர் குந்தன்லால் சைகல். ஒரு புதுவீடு பற்றிய பாடல் இது.

இசைக்கருவிகள் முழங்கின. நஜீப் பாட ஆரம்பித்தான்:

எக் பங்களா பனே ந்யாரா	புதியதொரு மாளிகை கட்டினேன்
ரஹெ குடும்ப் ஜிஸ்மே சாரா	மகிழ்ந்து என் குடும்பம் வசிக்க
சோனே கா பங்களா சந்தன் கா ஜங்க்லா	தங்க மாளிகை சந்தன மரத்தால்
விஸ்வகர்மா கெ த்வாரெ	செய்த அற்புத வாயில் கதவுகள்
அதி ஸுந்தர் ப்யாரா ப்யாரா	அழகு மிக அழகு மனம் கவர்ந்த
எக் பங்களா பனே ந்யாரா	புதியதொரு மாளிகை கட்டினேன்

பாட்டு முடிவதற்கு முன் கில்பர்ட் சொன்னார்: “நஜீப், இதோட நிறுத்திக்க. இனிமே வர்ற வரிகளிலே டிராஜடி இருக்கும். இந்த நல்ல நாளன்னிக்கு அது வேணாம்.”

நஜீப் பாடிய பிறகு விழா முடிந்தது. திரும்பப் போகும்போது பிலாத்தோஸ் பாதிரியார் ஜனநாயக இளைஞர் சங்கம் இருக்கும் அறைக்குள் நுழைந்தார். அவரோடு சந்தியாகுவும் போனார். பாதிரியார் சொன்னார் : “லந்தன்பத்தேரியிலே மெட்ராஸ்லே இருந்து தி ஹிந்து பத்திரிகை வரவழைக்கிற ஒரே ஒரு இடம் உங்க சங்கம்தான்னு சொல்லக் கேட்டிருக்கேன். அதான் வந்தேன்.”

ராகவன் மாஸ்டர் பிலாத்தோஸ் பாதிரியாரையும், சந்தியாகுவையும் புதிதாக வாங்கிப் போட்டிருந்த இரண்டு ஸ்டூல் மடக்கு நாற்காலிகளில் அமர வைத்தார். சந்தியாகு கேட்டார், “உங்க கூட இருக்கற இவர் யாரு?”

“என்னோட நெருங்கின உறவுக்காரர்தான். அம்மாவோட தம்பி. இவர் பெயர் கருணாகரன்.”

“ராகவன் மாஸ்டரே, நீங்க நாயராச்சே. இவர் கொங்கணிக்காரர் இல்லையா? உங்களுக்கு எப்படி இவர் தாய்மாமனாக முடியும்?” சந்தியாகு கேட்டார்.

ராகவன் ஒன்றும் பேசவில்லை. சந்தியாகு சொன்னார் : “எல்லோருக்கும் இந்தக் கொங்கணிக்காரரைத் தெரியும். எதுக்காக இங்கே வந்திருக்கார்னு கூட தெரியும். இவர் தோழர் ராமசந்திர ஷெனாய்தானே? நீங்க, டி.ராகவன். கீழே இருக்கறது, பத்து லட்சம் பவுண்ட் கணக்குப் போடற க.புஷ்பாங்கதன். இங்க்லீஷ் எழுத்து ஓ மாதிரி சின்ன வட்டமா இருக்கற இந்தத் தீவிலே யாருக்கு யாரைத் தெரியாது?”

“ஹ ஹ ஹ ஹ.” குந்தன் மியூசிக் கிளப்பில் யாரோ உரக்கச் சிரித்தார்கள்.

“எதுக்கு சிரிக்கறாங்க சந்தியாகு?” பிலாத்தோஸ் பாதிரியார் கேட்டார்.

“துக் கே அப் தின் பிதத் நஹின்னு தேவதாஸ் இந்திப் படத்துலே சைகல் பாடின பாட்டுக்கு நடுவிலே சிரிப்பு வரும். அதை குந்தன் மியூசிக் கிளப்காரங்க பிராக்டிஸ் பண்ணிட்டு இருக்காங்க. கர்த்தாவே, அது முடிவே இல்லாத சிரிப்பு. கேட்டா அழுகை வரும்”, என்றார் சந்தியாகு.

“ராகவன் மாஸ்டரே, மிஸ்டர் ஷெனாய், இங்கே பலபேர் வந்து போயிருக்காங்க”, பிலாத்தோஸ் பாதிரியார் சொன்னார். “சீனாக்காரங்க, அரபிகள், போர்த்துகீஸ்காரங்க. மூணு நாலு வருஷம் முன்பு வரை லந்தன் அரண்மனையிலே இங்கிலீஷ்காரங்களோட யூனியன் ஜாக் கொடி பறந்ததாம். இவங்க எல்லாம் வந்து போயிட்டிருப்பாங்க. ஆனா, தனிச்சு வர்றவங்க வேறே மாதிரி.

“நீங்க சரித்திரம் படிச்சதில்லேயா? பிரான்ஸ் சக்கரவர்த்தி ஷார்லமெயின் இறந்துபோய் எத்தனை வருஷம் கழிச்சு சிலுவை

யுத்தம் நடந்தது? அந்த ஷார்லமெயின்தான் சந்தியாகுவோட காறல்மான். காறல்மான் சிலுவைப்போர் நடத்தி எருசலேம் நகரை மீட்டான். யார் உண்டாக்கிய கட்டுக்கதை இது? இத்தாலியிலே பதினாறாம் நூற்றாண்டு தொடக்கத்திலே ஒரு மகா கவிஞன் லுடொவீகொ ஆரியெஸ்டா எழுதினது அது. குருத்துவக் கல்லூரியிலே படிக்கற காலத்திலே நான் அந்தக் கதையைப் படிச்சிருக்கேன். ஓர்லாண்டோ ஃபூரியெஸோ. புத்தகம் இத்தாலியிலே வெளிவந்ததுமே கதை இங்கே கொச்சிக்கு வந்து சேர்ந்துடுச்சு. இன்னொரு தனிநபர் கார்மலீத்தா பாதிரி கொண்டு வந்ததா இருக்கும். பாதிரி ஒரு தமிழன் கிட்டே அந்தக் கதையைச் சொன்னார். தமிழன் அதை நாடகமா சுவடியிலே எழுதிட்டான். அப்படித்தான் நாம் காறல்ஸ்மானை சிலுவை யுத்தம் செய்ய வைச்சு நாடகம் போட்டோம். தனியாளா வந்தவங்க இப்படித்தான். சரித்திரத்தை மாத்தி எழுத வச்சுடுவாங்க."

"அப்புறம் இன்னொரு ஒற்றையாள், ப்ருஷ்யா நாட்டிலே இருந்து ப்ரடரிக் ஷுல்லர். வைப்பின் தீவுலே போணி க்யூஸ்லர் கட்டின கப்பல்களை விற்றுக்கொடுக்க உலகத்திலே எல்லா துறைமுகத்திலேயும் அவன் தரகுவேலை பார்த்தான்."

"ஃபாதர், முன்னொரு காலத்திலே சாப்ளய்ன்னு ஒரு பெல்ஜியக்கார பாதிரியார்தானே கால்பந்து விளையாட்டை இங்கே கொண்டு வந்தார்?" சந்தியாகு கேட்டார்.

"அதுனாலே நீங்க யாரும் பெரிய கால்பந்தாட்ட வீரன் ஆகலே தானே. பெல்ஜியம்காரனோட சரியான கதையை நான் சொல்றேன். டிலினோய்னு டச்சு கடற்படையிலே போராளி ஒருத்தன், கொளச்சல் யுத்தத்திலே டச்சுக்காரங்க தோற்றபோது கட்சி மாறி மார்த்தாண்ட வர்மா ராஜாவோட சேர்ந்து திருவிதாங்கூர் படையிலே பெரிய கேப்டன் ஆனான். இன்னும் இருக்கு தனியாட்களோட கணக்கு. கப்பல் கட்டுமானக் கணக்கு களவாடி வைப்பின்லே இருந்து லந்தன்பத்தேரிக்கு வந்த முதல் படகு கட்டற தச்சர் வலிய லூயி ஆசாரி, பெஷாவர்லே இருந்து ஒருத்தன் தனியனா ஃபோர்ட் கொச்சி பட்டாளம்

பகுதியிலே வளர்ந்த பாடகன் மெஹ்பூப். கடைசியா இப்போ மிஸ்டர் ஷெனாய், நீங்க ஃபோர்ட் கொச்சியிலே இருந்து படகு பிடிச்சு வந்திருக்கீங்க. நடக்கட்டும், நடக்கட்டும்...” பிலாத்தோஸ் பாதிரியாரும் சந்தியாகுவும் எழுந்து போனார்கள்.

மெஹ்பூப் தான் சைகலை லந்தன்பத்தேரிக்குக் கொண்டு வந்தவர். அப்பொழுது எனக்கு வயசு எட்டு மாதம். அப்பன் பீரங்கி மைதானத்தில் புன்னை மரப்பலகை வைத்து அமைத்த மேடையில் தபலா முழங்கிக்கொண்டிருந்தது. "சின்னப் பொண்ணு, அன்னிக்கு மெஹபூப் உன்னைப் பேர் சொல்லிக் கூப்பிட்டார்" என்று பலமுறை அம்மாவும், விக்கி பெரியம்மாவும், ஜான்சனும் எனக்குச் சொல்லியிருக்கிறார்கள்.

பம்பாயில் கடற்படை இசைக்குழுவில் கிளாரினெட் வாசிப்பவராக ரியர்ட் ஆகிய கில்பர்ட்தான் சொந்தக்காசைச் செலவு செய்து மலாக்கா ஹௌசில் முதல்மாடியில் அறை வாடகைக்கு எடுத்து குந்தன் மியூசிக் கிளப் ஆரம்பித்தவர். தொடங்கிய பொழுது, தரையில் விரிக்கும் ஜமுக்காளமும், சுவரில், பத்திரிகையிலிருந்து வெட்டி எடுத்து ஒட்டிய, சைகல் நடித்த 'ஸ்டிரீட் சிங்கர்', 'தேவதாஸ்', 'தான்சேன்' முதலான சினிமாப் படங்களிலிருந்து புகைப்படங்களும், ஒரு பழைய ஹார்மோனியமும் மட்டுமே அப்போது அங்கே இருந்தன. அந்த நாட்களில் கொச்சிக்கு ஷெனாய் வித்வான் பிஸ்மில்லா கானும் தபலா வித்வான் அல்லா ரக்காவும் வந்தார்கள். தோப்பும்படி படேல் டாக்கீஸில் முகம்மது ரஃபி பாடினார். இதையெல்லாம் பார்த்த கில்பர்ட் 'ஷாஜஹான்' படத்தில் இடம் பெற்ற சைகலின் பிரபலமான பாடல் ஆன ஜப்

தில் ஹி டூட் கயா மட்டும் பாடியிருந்த 'ஜப் தில்' பீட்டர் நறொஞ்ஞாவிடம் சொன்னார்: "ஜப் தில்லே, நாம் ஒரு கச்சேரி ஏற்பாடு செய்யணும். காசு கொடுத்து வந்து கேட்கற கச்சேரி."

"கச்சேரி நடத்த காசு வேணாமா கில்பர்ட்சேட்டா?"

"ஜப் தில்லே, கச்சேரி நடத்தறதே காசு பார்க்கத்தான். பீரங்கி மைதானத்துலே ஒரு புரோகிராம் டிக்கட் வச்சு நடத்துவோம். செலவு போக மீதித் தொகை குந்தன் மியூசிக் கிளப்புக்கு."

"யார் பாடுவாங்க? நாம பாடினா காசு கிடைக்குமா?" நறொஞ்ஞா கேட்டார்.

"அதுக்கெல்லாம் ஆள் உண்டு. ஃபோர்ட் கொச்சின்லே இருந்து மெஹ்பூபை நாம் பாடக் கூப்பிடலாம். சைகல் பாட்டு மட்டும் பாடட்டும். அவர் பட்டாணி முஸ்லிம். இந்தி நல்லா பேசுவார். முகம்மது ரஃபி படேல் டாக்கீஸ்லே பாட வந்தபோது ரஃபியோட சுஹானி ராத் பாட்டுப் பாடிய மெஹ்பூப் கிட்டே ரஃபி, 'சோட்டா பாயி, பஹுத் அச்சா, பஹுத் அச்சா'ன்னு சொல்லிக் கட்டியணைச்சுக்கிட்டார்னு சொல்வாங்க, கேட்டிருப்பியே."

"நல்ல ஐடியாதான். ஜீவித நௌகா படத்திலே மெஹ்பூப் நாலு பாப்புலர் ஆன பாட்டுப் பாடியிருக்கார். சரிதான். ஆனா, இந்திப் படம் பர்வானாவிலேயும், ஒமர் கய்யாமிலும் சைகல் கூட டூயட் பாடின சுரையா பாட்டு யார் பாடுவாங்க?"

"எரணாகுளம் எஸ்.ஆர்.பி ஹை ஸ்கூல் மாஸ்டர் குஞ்சன் மேனோன் மகள் பி.லீலா ஜீவிதநௌகா படத்துலே வன நாயிகே வரு நீ பாடினாங்களே. அவங்களைக் கூப்பிடலாம்."

பீரங்கி மைதானத்தில் 'சாத்மே காயே கீத் சைகல் கெ' என்ற நிகழ்ச்சி சைகல் இறந்து ஐந்து வருடம் நிறைவு பெற்ற தினமான1952 ஜனவரி 18-ம் தேதி நடந்தது. மெஹ்பூப் 'ஆய் இ தின் இ பேக்கரார்' பாட்டில் தொடங்கி 'துக் கெ அப் தின் பிதத் நஹீன்' வரையுள்ள சைகல் பாட்டுக்களைப் பாடினார். மைக்கை ஒரு இசைக்கருவி ஆக்கிய முதல் பாடகர் சைகல்.

மெஹ்பூபும் மைக்கை உதட்டோடு ஒட்டி வைத்து ரகசியம் பேசுவது போல் பாடினார். ஒவ்வொருவர் அருகிலும் சென்று அவரவர்களுக்காக மட்டும் பாடினார். மெஹ்பூப் சொன்னார், "சைகலோட ஒரு பாட்டு, நீங்க எல்லாரும் காத்திருக்கிற, எங்கேயும் ஒன்ஸ் மோர் கேட்கிற ஸோ ஜா ராஜகுமாரி ஸோ ஜா. அது சைகல் வாத்தியார் குழந்தைகளை உறங்க வைக்கப் பாடற தாலாட்டு. அதைப் பாடினால், முன்வரிசையிலே இருக்கற, இந்த நிகழ்ச்சி நடக்கற ரொம்பவும் அருமையான இந்த மேடையை மரத்தாலே உருவாக்கிக் கொடுத்த வலிய மத்தேவுஸ் ஆசாரியார் மடியில் இருக்கற பெரிய கண்கள் உள்ள அவரோட மகள், பியாரி, பியாரி..."

"ஜெசிக்கா", கில்பர்ட் சொன்னார்.

"ஜெசிக்கா தூங்கிப்போயிடுவா. அதனாலே அந்தப் பாட்டை நான் பாடப்போகிறதில்லே. தோஸ்தோன், இப்படியான மெஹ்பில்களில் நான் சினிமாப் பாட்டும் பாடறதில்லே. ஹர் ஷாம் கெ லியே எக் கானே ஹை. ஒவ்வொரு மாலை நேரத்துக்கும் ஒரு பாட்டு உண்டு. அந்தப் பாட்டை எனக்கு எழுதிக் கொடுக்கிறவர் பாலன் பாயி. அப்பப்போ இளைஞர் நெல்சனும் எழுதித் தருவார். இன்றைய ராத்திரிக்கு, முசாபிர்களாக, ஜிஹாதிகளாக, மிசிஹாகளாக, சைத்தான்களாக இங்கே வந்து சேர்ந்த போர்த்துகீஸ்காரர்களுக்காக பதினேழு வயதே நிரம்பிய கொச்சிக் கவிஞன் நெல்சன் எழுதிய நஜ்மா இது:

கடல்நாரைகள் கரையும் முன்பே
கடலில் கதிரொளி பரவும் முன்பே
அன்று ஒருநாள் வெள்ளிக் கப்பலில்
துள்ளிக் குதித்து வந்தாய் நீயே.

கடமக்குடியில் நாடகம் பார்க்க லந்தன்பத்தேரியில் இருந்து போயிருந்தவர்களின் கூட்டத்தில், அண்டை வீட்டுக்காரர் கோமஸின் மூத்த மகள், பனிரெண்டு வயதான ரோஸியும் இருந்தாள். இது ரோசிசேச்சி எனக்குச் சொன்ன கதை.

குஞ்ஞூஞ்னுவின் பெரிய வாடகைப் படகில் ராகவன், புஷ்பாங்கதன், ஷெனாய், கோமஸ், கில்பர்ட், பீட்டர் நறொஞ்ஞா, நஜீப், ரோஸி ஆகியவர்கள் கடமக்குடிக்குப் போன ராத்திரியில் பாதி நிலவொளி கிழக்கு ஆற்றில் அலைகளுக்குச் செய்த மாயத்தால் அவை கந்தக மஞ்சள் நிறமாக ஒளிர்ந்துகொண்டிருந்தன. வேம்பநாட்டுக் காயலும் அதன் இரு கரைகளும் நிசப்தமாக இருந்தன. திடீரென்று நான்கு டால்பின்கள் நீர்ப் பரப்பைக் கீறிப் பிளந்துகொண்டு மேலே கிளம்பி வந்து உயரமாகச் சாடி வானவில்லின் வர்ணஜாலங்களாக ஜொலித்து நீர்ப் பரப்புக்குத் திரும்பின. அந்த இரவில் ஏதோ ஒரு அற்புதம் நடக்கப்போகிறதென்று ரோஸிக்குத் தோன்றியது.

கடமக்குடி சந்தையில் வரிசையாகக் கடைகள் இருந்த தாழ்வாரத்தில் அவர்கள் சற்றே நின்றார்கள். சட்டென்று வடுதலையில் இருந்து கரையைக் கடந்து வந்த கியாஸ்லைட் காரர்களும், முன்கூட்டியே ஒப்பனை செய்து கொண்ட நாடக நடிகர்களும் வந்து சேர்ந்தார்கள். கடைத் திண்ணையின்

தூண்களில் இழுத்துக் கட்டிய படுக்கை விரிப்புப் படுதாக்களுக்குப் பின்னால் நடிகைகளும், நடிகர்களும் இருந்தார்கள். யாரோ ஒருத்தர் தகரத்தால் செய்த மெகபோனில் சொன்னார் : “எரணாகுளம் பிரதிபா தியேட்டர்ஸ் நிகழ்த்தும் நாடகம் : நீங்கள் என்னைக் கம்யூனிஸ்ட் ஆக்கினீர்கள். எழுதியவர் : சோமன். இயக்கம் : நான், நானே தான், உங்கள் பி.ஜே.ஆண்டனி. நடிகர்கள் : பரமுபிள்ளையாக சங்கராடி, கோபாலனாக, கான். சுமாவலியாக பியாட்ரிச்...”

நாடகக்காரர்கள் போலவே கமுக்கமாக போலீஸூம் வந்து சேர்ந்தது. அவர்கள் கடைத் திண்ணையில் ஓடி வந்து ஏறியபோது தாலுக்கா போலீஸ் ஸ்டேஷன் சப் இன்ஸ்பெக்டர் பிலிப்போஸ் மத்தாயியின் சத்தம் உயர்ந்தது. “எந்தத் தேவடியா மகன் கம்யூனிஸ்ட் ஆகப்போறாண்டா?”

அங்கே மிகச் சுருக்கமாகவே நாடகம் நடிக்கப்பட்டது. கொச்சி நாடக அரங்கங்களில் ஆயிரக் கணக்கான தடவை நடந்த நாடகம் அது என்பதால் எல்லோருக்கும் அதன் கதை அத்துப்படி. நாடகத்தின் பிரபலமான கொடி பிடித்து வரும் கடைசிக் காட்சிக்காக எல்லோரும் காத்திருந்தார்கள். அந்தக் காட்சியில்தான் பண்ணையாரான பரமுப்பிள்ளை சிவப்புக் கொடி ஏந்தி, கம்யூனிஸ்ட் ஆகிறார். விரிப்பைக் கட்டி ஏற்படுத்தியிருந்த படுக்கைவிரிப்புத் திரையைக் கிழித்தபோது பரமுப்பிள்ளையாக நடிக்கும் சங்கராடி மேடைக்கு வந்து சொன்னார்: “அந்தக் கொடியைக் கொடுடா. நானும் பிடிச்சுக்கறேன்” சிவப்புக்கொடி பிடித்து நின்ற சங்கராடியின் கணுக்காலில் பிரம்படி பட்டது. பிலிப்போஸ் மத்தாயி காட்டுக்கத்தல் கத்தினார்: “தடை செய்திருக்கற நாடகத்தைப் போடுவியாடா சங்கராடிப் புலையா”? அடி பலமாக விழ ஆரம்பித்தபோது கையில் பிடித்த கொடியோடு சங்கராடி ஓடினார். இருட்டில் அந்தக் கொடி கைமாறிக்கொண்டே இருந்தது.

என் தலையில் புறா எச்சமிட்ட கதையை ஜான்சன் தான் எனக்குச் சொன்னான். அது நடந்தபோது எனக்கு மனதுக்குப் பதிலாக வெறும் இருட்டு இருந்ததால் அது எனக்கு நினைவில்லை. ஆகவே ஜான்சன் சொன்னதை நம்புகிறேன்.

எனக்கு முட்டையின் வெள்ளைக் கருவை உடம்பில் தேய்த்துக் குளிப்பாட்டி விட ஒரு சனிக்கிழமை ஃபோர்ட் கொச்சியில் இருந்து விக்கி பெரியம்மா வந்தாள். அவள் கூடவே ஜான்சனும் வந்தான். கிணற்றங்கரையில், ஈரம் அதிகம் பிடிக்காத வெள்ளைத் தேக்கு மரத்தால் அப்பன் செய்திருந்த சிறு குளியல் தொட்டியில் கிடத்தியிருந்த எனக்கு மஞ்சள்பொடியைத் தண்ணீரில் கலக்கிப் பூசி விக்கி பெரியம்மா மாலிஷ் செய்தாள். அப்போது அவள் பாடினாள்: "கருப்பிப் பொண்ணு வெளுக்கட்டும். வெளுக்கட்டும். வெளுக்கட்டும்."

அம்மா சமையலறையில் முட்டைகளை உடைத்து அவற்றின் மஞ்சள் கரு விள்ளாமல் எடுத்து வைத்தாள். ஜான்சன், அம்மா உடுப்பைப் பிடித்து இழுத்தான். "குட்டிப்பையா, அவசரப்படாதே. ஜெசிக்கா குளிச்சு முடிச்சதும் இந்த மஞ்சள் கரு எல்லாத்தையும் பொரிச்சுத் தரேன். எல்லாம் உனக்குத்தான்" என்றாள் அம்மா.

என் உடம்பில் பூசிய மஞ்சள்தூளை விக்கி பெரியம்மா கழுவி அகற்றியபோது, குளியல்தொட்டியில் அப்பன்

ஒரு அணா அளவு வட்டத்தில் ஏற்படுத்தியிருந்த துளை வழியாக நீர் வாழைமரங்களுக்குப் பாய்ந்து கொண்டிருந்ததை அடுக்களையிலிருந்து அம்மாவோடு வந்த ஜான்சன் பார்த்தான்.

ஜான்சன் கேட்டான், "இப்படித்தானா பழம் எல்லாம் மஞ்சள் நிறமாகறது?"

"எப்படி?" விக்கி பெரியம்மா கேட்டாள்.

"ஜெசிக்கா குளிச்ச மஞ்சத் தண்ணி ஊத்தி."

"பயலுக்குக் கிறுக்குப் பிடிச்சிருக்கு."

விக்கி பெரியம்மா முட்டையின் வெள்ளைக்கருவைக் கையில் வைத்தபடி பாடினாள் : "கருத்த பொண்ணு வெளுக்கட்டும் இப்படி வெளுக்கட்டும் இப்படி. வெளுக்கட்டும்."

ரெண்டரை சாண் நீளமிருந்த என்னைக் கவிழ்த்துப் போட்டும் மல்லாக்கப் போட்டும் முட்டையின் வெள்ளைக் கருவை என்மேல் தேய்க்க அதிக நேரம் எடுத்துக்கொள்ளவில்லை. விக்கி பெரியம்மா சொன்னாள், "நாங்க உள்ளே போய்ட்டு வந்துடறோம். குட்டிப்பொண்ணு கொஞ்ச நேரம் வெய்யில் காஞ்சுக்கிட்டு கிடக்கட்டும். ஜான்சா, நீ பாப்பா பக்கத்திலேயே இரு."

தொலைவில் ஏதோ ஆரவாரம். சிறிது நேரத்தில் கோஷங்கள் காதில் விழுந்தன : "தொழிலாளி ஒற்றுமை ஓங்குக." வேலியோரம், மூங்கில் கழிகளில் கட்டிய அரிவாளும் சுத்தியலும் பொறித்த சிவப்புக் கொடிகள் தென்பட்டன. கொடி பிடித்து முன்னால் நடந்தவர் சொன்னார் : "இங்குலாப்." பின்னால் நடந்தவர்கள் முழங்கினார்கள்: "ஜிந்தாபாத்."

தலைவன்: "முதல்மந்திரி ஏ.கே.ஜான்."

கூட்டம்: "முர்தாபாத்."

தலைவன்: "கம்யூனிஸ்ட் கட்சி."

கூட்டம்: "வாழ்க."

தலைவன்: "சிகாகோ தெருக்களில் ரத்தம் சிந்தி மடிந்த தொழிலாளிகள்."

கூட்டம்: "வாழ்க வாழ்க நீடூழி வாழ்க."

அண்டை அயலில் சேவியர் வீட்டில் ஓர் உயரமான மரக்கழியில் புறா கூடுகட்டியிருந்தது. இந்தச் சத்தத்தில் ஒரு வெள்ளைப் புறா கூட்டில் இருந்து வெளியே வந்து தாழப் பறந்து, கிணற்றடியில் குளியல் தொட்டியில் படுத்திருந்த என் தலையில் எச்சமிட்டது.

"ஐயையோ, பாப்பா தலையிலே புறா ஆய் போயிடுச்சு," ஜான்சன் உரக்கச் சொன்னான். அவன் தரையில் குந்தியிருந்து என் தலையைத் தாங்கிப் பிடித்து ஒரு சிறு கலயத்திலிருந்து தண்ணீர் ஊற்றினான். ஜான்சன் சொல்லியபடி இருந்தான்: "இங்குலா ஜிந்தாபா."

அம்மாவும் விக்கி பெரியம்மாவும் வேலிப்படலை நோக்கி ஓடினார்கள். ஒரு துக்கமான பாடலை சீழ்க்கை அடித்தபடி சந்தியாகு நடந்து வந்து கொண்டிருந்தார். "சந்தியாகுசேட்டா, எதுக்குக் கூச்சலும் இரைச்சலும்?"

"கம்யூனிஸ்ட் கட்சிக்குப் போட்ட தடையை நீக்கிட்டாங்க. அதான் கொண்டாடிட்டிருக்காங்க. தோழர்கள் ஆகக்கூடி நம்மளை ஆளப் போறாங்களா, விக்டோரியா?"

மலாக்கா ஹவுசின் முதல் மாடியில், குந்தன் மியூசிக் கிளப்புக்கும், சி.டி. அண்ணாவி மெமோரியல் சவிட்டுநாடக சங்கத்துக்கும் இடையே இன்னொரு பெயர்ப்பலகை எழுந்தது. அது கம்யூனிஸ்ட் கட்சி என்று எழுதிய பலகை இல்லை. வெண்மையான பின்னணியில் சிவப்பு எழுத்துகள் கொண்டு எழுதிய ஜனநாயக இளைஞர் சங்கத்தின் பெயர்ப்பலகை அது.

மறுநாள் மார்க்ஸ், லெனின், ஏங்கல்ஸ், ஸ்டாலின் ஆகியவர்களின் நீலம் கலந்த பச்சை வர்ணம் அடர்ந்த, ரஷ்யாவில் அச்சடித்த எண்ணெய்ச்சாயப் படங்களை ஷெனாய், எரணாகுளத்தில் இருந்து கொண்டு வந்தார். இந்தப் படங்களில் ஸ்டாலினுடைய படம் எல்லோரையும் பயமுறுத்தத் தொடங்கியது. பெரிய

மீசையைப் பார்த்து ஏற்பட்ட பயம் இல்லை அது. உயிர்த்து, உற்று நோக்கும் கண்கள் ஏற்படுத்திய பயம். ஸ்டாலினிடமிருந்து தப்பி ஒளிந்துகொள்ள முடியாது. எங்கே போய் நின்று பார்த்தாலும் அந்தக் கண்கள் பின்தொடரும். மலாக்கா ஹௌஸின் முதல் மாடித் தாழ்வாரத்தின் வழியே குந்தன் மியூசிக் கிளப்புக்குப் போகிறவர்கள் ஸ்டாலினுடைய பார்வையைத் தவிர்த்து வேகமாகக் கடந்து செல்வார்கள். சிலர் முகத்தைத் திருப்பிக்கொண்டாலும் அவர்களுடைய பின்கழுத்தைத் தன் பார்வையால் ஸ்டாலின் சுட்டுப் பொசுக்கினார். ஜனநாயக இளைஞர் சங்கக் கூட்டங்களில் யாரும் சத்தம் உயர்த்திப் பேசுவதில்லை. ஸ்டாலின் லந்தன்பத்தேரி மேல் ஒரு கண் வைத்திருந்தார்.

1953 செப்டம்பர் 15-ஆம் தேதி அரையக்குடி பிரேமசந்திரன், துப்பாக்கியிலிருந்து சுடப்பட்ட குண்டு, கண்ணுக்கு ஒரு சாண் தூரத்தில் பாய்ந்து வருவதைப் பார்த்தார். லந்தன்பத்தேரிக்காரர்களிடம் அவர் சொன்னார் : "போலீஸ் சுட்டபோது குண்டு வெகு நெருக்கமா பாய்ந்து வந்துது. உலையிலே பழுக்கக் காய்ச்சற இரும்புத் தடி சைஸ். செக்கச் செவேல்னு நிறம். பயங்கரமான ஸ்பீடுலே சுழன்றுகிட்டு வந்தது. வால்நட்சத்திரம் மாதிரி வால்லே தீ கொளுத்திப் புகை கக்கிக்கிட்டுத்தான் அந்த குண்டு மட்டாஞ்சேரி செய்தூனோட நெஞ்சுக்கூட்டை உடச்சது. ஒரு வினாடியிலே செய்தூன் காலி."

பிரேமசந்திரனும் லந்தன்பத்தேரிக்காரர்களான ஒன்றிரண்டு இளைஞர்களும் தினம் விடிகாலையிலேயே மட்டாஞ்சாரி கடல்பாலத்தில் கப்பல்களுக்குச் சரக்கு ஏற்றி இறக்கும் வேலை தேடிப் போயிருந்தார்கள். துறைமுகத்தில் தினக்கூலி வேலை கிடைப்பது பரிசுச்சீட்டு குலுக்கலில் பரிசு கிடைப்பது போல. மேஸ்திரிகள், அன்றன்றைக்கு எத்தனை பேருக்கு வேலை இருக்கிறதோ அத்தனை செம்பு வில்லைகளை -அவற்றைச் சாப்பா என்று சொல்லுவார்கள் - காத்து நிற்கும் தொழிலாளிகளின் கூட்டத்துக்கு முன் எறிவார்கள். வில்லை கிடைத்தவனுக்கு வேலை. வில்லைகளின் எண்ணிக்கையை விட அங்கே காத்திருந்த தொழிலாளிகளின் எண்ணிக்கை பலமடங்கு

அதிகம். அன்றன்றைய அப்பத்துக்காகத் தொழிலாளிகள் வில்லை கிடைக்கப் போராடினார்கள்.

ஆகாயத்தில் இருந்து விழும் வில்லைகளின் எண்ணிக்கை குறைந்துகொண்டிருந்தது. மேஸ்திரிகள் அவர்களுக்கு வேண்டியவர்களுக்காக வில்லைகளை முன்கூட்டியே தனியே எடுத்து வைத்துக்கொள்ளத் தொடங்கியிருந்தார்கள். அப்போது ஜார்ஜ் சடையன்முறியும் சகாக்களும் தொழிலாளர்களுக்கான கம்யூனிஸ்ட் தொழிற்சங்கத்தை உருவாக்கி இருந்தார்கள். வில்லைக்கான போராட்டம் தொடங்கியபோது, அதை முளையிலேயே கிள்ளி எறிய அரசாங்கம் தீர்மானித்துத் துப்பாக்கிச் சூடு நடத்தியது. செய்யது மட்டுமில்லை, செய்யது அலியும், ஆண்டனியும் குண்டடி பட்டுச் செத்துப் போனார்கள். தொழிலாளிகள் பயந்து பின்வாங்கி ஓடவில்லை. அவர்கள் சிவப்புக் கொடியும், காங்கிரஸ் தொழிற்சங்கத்தின் மூவர்ணக் கொடியும் பிடித்து, கடல்பாலத்தில் கிடந்த கற்களையும், கந்தகக் கட்டைகளையும், கடப்பாரைகளையும், உலோகக் கம்பிகளையும் ஆயுதங்களாக எடுத்து வந்து போலீஸை எதிர்கொண்டார்கள்.

கொச்சியின் சாப்பா தொழிலாளர்கள் பற்றி உலகம் முழுக்கத் தெரிந்துபோனது. அவர்களுக்கு ஆதரவு தெரிவித்து பாரீஸிலும் பெர்லினிலும் தொழிலாளி ஒற்றுமைக்காகப் பேரணிகள் நிகழ்ந்தன. பிரேமசந்திரன், லந்தன்பத்தேரியின் முதல் கம்யூனிஸ்டுகளில் ஒருவரானார். பத்தாம் வகுப்பு தேறியிருந்ததால், கட்சி நடைமுறையை அனுசரித்து, பிரேமசந்திரன் ‘அறிவுஜீவி’ வகுப்பில் வைக்கப்பட்டார், மட்டாஞ்சேரி துப்பாக்கிச் சூடு நிகழ்ந்த பிறகு கொந்தளிப்பு மிகுந்த கொச்சி வானத்தில் பறந்து வந்த தேவதைகள் என் மனதை எனக்குத் திருப்பிக் கொடுத்துவிட்டு சொர்க்கத்துக்குத் திரும்பப் போனார்கள்.

எனக்குக் கிட்டத்தட்ட இரண்டு வயதானபோது, ஞானாஸ்நான நீர் விழுந்து இருண்டு கிடந்த என் நினைவின் வெறுமையில், வெளிச்சத்தின் ஒரு சிறு துளை விழுந்தது. சினிமா தியேட்டர் புரஜக்டரிலிருந்து வெளிவந்த ஒளிக்கதிர் போல அது பெரியதாகி மனத்திரையில் பட்டபோது அம்மா நிர்வாணமாகக் கிடப்பதை நான் கண்டேன்.

மட்டில்டா இடது கையால் தன் முலைகளைக் கசக்கியபோது, எனக்குச் சுரந்த பால் துளிகள் மின்ன, செவ்வாய் கோளம் போல அவை இருட்டில் குலுங்கியதைக் கண்டேன். அவளுடைய வலது கை ஈரம் கலந்த இருட்டில், மறுபடியும் மறுபடியும் கேட்கும் பிரார்த்தனை கீதம் போலக் கீழே வந்தபடி இருந்தது. அவள் உதடுகள் முணுமுணுத்துக் கொண்டிருந்தன:

பெஷாவர் சந்தையும் கைபர் கணவாயுமாக வாசமடிப்பவனை, கம்பளி போல அடர்ந்து கருத்த புருவங்கள் உள்ளவனை, ஹார்மோனியத்தின் வெண்மையும் கருமையுமான நிறங்கொண்ட கட்டைகளை இரவும் பகலுமாகப் நகர்த்திப் பிரிக்கும் நீண்ட விரல்கள் கொண்டவனை, சிவந்த பட்டாணித்துருக்கத் தொண்டையிலிருந்து ஜீவித நௌகா சினிமாப் படத்தின் ‘ஆகாலே ஆரும் கைவிடும்’ என்ற பாடலைப் பாடுகிறவனை, சிவந்த பூப்போட்ட கிழிந்த கமீஸை அணிந்த, காதுகளில் ஆபரணமில்லாத வெற்றுத் துளைகளோடிருந்த அன்னையோடு

ஃபோர்ட் கொச்சின் கண்டோன்மெண்டில் வசித்தவனை, நிஸாமுத்தின் அவுலியாவினதும், சலீம் சிஸ்டியுடையதுமான கவ்வாலிகளைப் பாடி நடந்தவனை, சில பாடல்கள் பாடத் தொடங்கும்போது ஓவென்று உதடுகளைக் குவித்து முத்தமிட வருவது போல் முன்னால் நகர்த்தி ராகம் இழுப்பவனை, எரணாகுளம் பள்ளிமுக்கு படகுத்துறையில் இருந்து, வில்லிங்டன் தீவுக்குப் போகும் ஆஞ்ஞிப்பரம்பில் என்ற பெயருள்ள படகில் அக்கரையிலிருந்து இக்கரைக்கும், இக்கரையிலிருந்து அக்கரைக்கும் பயணம் போய் பாட்டுப் பாடுகின்றவனை, மெஹ்பூப் ஆகிய உன்னை அழைத்துச் சொல்கிறேன், நான் உனது பச்சைநிறக் கண்ணாடிக் கிண்ணம். என்னிலிருந்து நீ சாராயம் அருந்து.

இரும்புச் சுருள் போன்ற கருத்த தலைமுடியை இன்னும் கருப்பாகக் காட்டும் வெண்மையான உடுப்பும், தொப்பியும் தரித்து, உதடுகள் விரிய, விலங்குகள் போல் வெளுத்த பற்கள் தெரியச் சிரிக்கும், ஆப்பிரிக்க மாலுமியே, நான் உன் இறகு. நீ என்னை உன் சிவந்த உள்ளங்கையில் வைத்து ஊதிப் பறக்க விடு.

உச்சந்தலையில் வழுக்கை விழுந்தது போல் வட்டமான தொப்பி வைத்து மட்டாஞ்சேரி யூதர்கோவிலில் இருந்து திரும்பும், கிளிமூக்கு யூதனே, நான் உன் ஐந்துதிரி மெழுகுவர்த்தித் தீபக்கால். நீ என்னை விளக்காக ஏற்று.

கப்பல் இறங்கியதும் பரேட் மைதானத்தில் கால்பந்து விளையாட வந்து சேரும், காலில் பூட்ஸ் அணிந்த வெள்ளைக்காரர்களுக்கு இடையில், வண்டுக்கு மீன் பிடிப்பவன் தூண்டிலை அசைப்பது போல பந்தை இடது காலிலிருந்து வலது காலுக்குத் தட்டி உதைத்து முன்னேறுகிற கொச்சின் ஸ்போர்ட்ஸ் கிளப் விளையாட்டு வீரனான டோலோ, நான் உன் கால்பந்து. நீ என்னைக் கடைசி பெனால்ட்டியாகக் கடவுளை நோக்கி அடி.

மட்டில்டாவின் வளைந்த உடல் நிமிர்ந்தது. சட்டென்று அம்மாவின் கண்ணில் கண்ணீரும் நெஞ்சில் விம்மலும் எழுந்தது. கண் விழித்துக் கிடக்கும் என்னைப் பார்த்து அம்மா

அழுகைக்கு நடுவே சொன்னது: "சின்னப் பொண்ணே, இந்த நெருப்புச் சூளை உனக்கும் இருக்கும்."

அம்மா முண்டும் குப்பாயமும் தரித்து, முகம் அலம்பி, திரு இதயப் படத்தின் முன் மண்டியிட்டுப் பிரார்த்தித்தாள். நெபுகட்நேசர் அரசர் காட்டிய பொய்த்தேவுகளைப் பூசிக்க மறுத்ததால் தீ எரியும் சூளையில் எறியப்பட்ட மூன்று சான்றோர்கள் அங்கே கிடந்து எரிந்தபடி தெய்வத்தைத் துதித்துப் பாடிய துதிப்பாடலை அம்மா பாடினாள்:

"அக்னியே, வெப்பமே கர்த்தனைத் துதித்திடுக
குளிரே, கணப்பே, கர்த்தனைத் துதித்திடுக
உறைபனியே, வெண்மேகமே கர்த்தனைத் துதித்திடுக
குளிரே, பனியே கர்த்தனை மகிமைப்படுத்திடுக
இரவே, பகலே கர்த்தனை மகிமைப்படுத்திடுக."

வருக! வருக! வருக!
1951 அக்டோபர் 31-ந் தேதி
மாலை 5 மணிக்கு
லந்தன்பத்தேரி பீரங்கி மைதானத்தில்
எவரெஸ்ட் வீரர் டென்ஸிங்கைப் பாராட்ட
மாபெரும் பொதுக்கூட்டம்

தலைமை: சங்கைக்குரிய ஃபாதர் நோயல்
சொற்பொழிவாளர்: கில்பர்ட் ஆண்டனி (இந்தியக் கடற்படை - ஓய்வு)
நிகழ்ச்சியை வழங்குகிறவர்கள்: குந்தன் மியூசிக் கிளப் லந்தன்பத்தேரி
வருக! வருக! வருக!

மஞ்சள் நியூஸ்பிரிண்ட் காகிதத்தில் சிகப்பு மையால் எழுதி, மூங்கில் தட்டிகளில் ஒட்டிய, 'எவரெஸ்ட் வீரர் டென்ஸிங்குக்குப் பாராட்டு விழா' விளம்பரம் லந்தன்பத்தேரியின் பல இடங்களிலும் தட்டுப்பட்டது. அண்டை வீட்டுக்காரர்களான கோமஸும், அவருடைய மூன்று பெண்களும், சேவியரும், சாராவும், சந்தியாகுவும், சில்வியாவும், அப்பனும், என்னைத் தோளில் தூக்கிச் சுமந்தபடி அம்மாவும் கூட்டத்தில் கலந்து கொள்ள பீரங்கி மைதானத்துக்கு நடந்தார்கள். சில்வியா அம்மாவைக் கேட்டாள் : "மட்டில்டே, எதுக்காகக் குழந்தையை

இந்த வெய்யில்லே தூக்கிக்கிட்டு வர்றே?"

"வலிய ஆசாரிதான் கூட்டிக்கிட்டி வரணும்னு பிடிவாதம் பிடிச்சாரு."

"சந்தியாகுசேட்டனும் போகணும்னு ஒரே பிடிவாதம்தான்."

"இந்தியாவுக்கு சுதந்திரம் கிடைச்ச அப்புறம் நான் கேட்ட நல்ல விஷயம் இப்படி டென்சிங் பற்றித்தான்" என்றார் சந்தியாகு.

"அப்போ ஹெல்சிங்கி ஒலிம்பிக்ஸ்லே நமக்கு ஹாக்கி விளையாட்டிலே தங்கப் பதக்கம் கிடைச்சது?" கோமஸ் கேட்டார்.

"ஒலிம்பிக்ஸிலே ஹாக்கி விளையாடி கோல் போடறது நம்ம உரிமை. நமக்கு எப்பவும் கிடைக்கும்" என்றார் சந்தியாகு.

பிலாத்தோஸ் பாதிரியார் சுருக்கமாகப் பேசினார். குந்தன் மியூசிக் கிளப் தலைவர் கில்பர்ட், சைகல் பாடிய ஒரு பாடல் வரிகளோடு தன் சொற்பொழிவைத் துவக்கினார். சண்டிதாஸ் என்ற சினிமாவில் இடம் பெற்ற 'கரூன் க்யா ஆஸ் நிராஸ் கயி' என்ற பாடல் வரிகள் டென்சிங்கின் செவிகளில் முழங்கின. "தில் ஸே ஏக் ஆவாஸ் ஏ ஆயி. ஹிம்மத் பாந்த் சம்பான் பட் ஆகே. ரோக் நஹி ஹை கோயி. இதயத்திலிருந்து ஒரு சத்தம் கேட்டது. துணிச்சலாக முன்னேறு. யாரும் தடுக்கப் போவதில்லை."

தொடர்ந்து டென்சிங்கும் ஹிலாரியும் செங்குத்தாக உயர்ந்த இமயமலைச் சிகரத்தின் உச்சியை அடையக் கணக்கிட்டு வைத்த ஒவ்வொரு அடியையும், இறுதித் தாவளத்தில் கூட வந்த மலையேறும் வீரர்களைக் கட்டிப்பிடித்து விடைபெற்றதையும் பற்றிப் பேசினார் கில்பர்ட்.

"இருபத்தெட்டாயிரம் அடிகள் ஏறினார். நம்முடைய டென்சிங். இந்தியாவின் டென்சிங். மலைமகன் டென்சிங். ஷெர்பா டென்சிங். பிராணவாயு கூட இல்லாமல் சடசடவென்று மலையேறினார். முகத்தில் காற்றடிக்குது. அந்தக் காற்றில் சீழ்க்கை ஒலி இருக்கும். ஹிலாரி கேட்டார் : "டென்சிங்கே,

எதுக்கு அவசரப்படறே? நாம் மலையேற வந்தவங்க. மூலிகை மருந்து எடுத்துப் போக வந்தவங்க இல்லையே.”

டென்சிங் சொன்னார், “கொஞ்சம் வேகமா நடங்க, ஹிலாரிசேட்டா.” இருபத்தெட்டாயிரத்து ஐநூறாவது அடி. பனிப் படிகங்கள் முகத்தில் குத்தித் தொளைக்குது நம்ம டென்சிங்குக்கு எந்தக் கவலையும் இல்லே. மலை ஆடு ஆச்சே அவர். நடந்து போறார். இருபத்தெட்டாயிரத்து அறுநூறாவது அடி. டென்சிங் திரும்பிப் பார்க்கறார். ஹிலாரியைக் காணோம். அவர் பனித்தரையில் குந்தி இருக்கார். இடுப்பில் வச்சிருக்கற ஹிப் ப்ளாஸ்க்லே இருந்து கொஞ்சம் பிராந்தியை எடுத்துக் குடிக்கறார். டென்சிங்குக்குக் கோபம். அவர் கேட்கறார், “ஹிலாரிசேட்டா, மகா உன்னதமான இந்த இடத்திலே இப்படி கூறுகெட்டதனமா நடந்துக்கணுமா?” ஹிலாரி சொல்றார், “கொஞ்சம் பிராந்தி உள்ளே போனா எல்லாம் சரியாயிடும்.” பிராந்தி கொடுத்த தெம்பில் ஹிலாரி இருநூறு அடி நடந்தார். இருபத்தியெட்டாயிரத்து எண்ணூறு அடி. ஹிலாரி அவுட். நினைவு தப்பிப் போச்சு. டென்சிங் ஹிலாரியோட வயிற்றைச் சுற்றி ஒரு கயிறு கட்டினார். அந்தக் கயிற்றோட இன்னொரு முனையைத் தன் வயிற்றிலே கட்டிக்கிட்டார். சர்வசாதாரணமா மலையேறினார் அவர்.

“இனிமேல் ஏறப் போறது அபாயகரமான சரிவு. மலை இங்கே சுவர் மாதிரி நெடுக்க நிக்குது. குந்தாலியைத் தரையில் ஆழமா அடிச்சு இறக்கி நிறுத்தி அதிலே கட்டின கயிறைப் பிடிச்சு அடி மேல் அடி வச்சு டென்சிங் மலை ஏறினார். ஹிலாரி ஊஞ்சல் ஆடுற மாதிரி காற்றிலே ஆடிக்கிட்டிருந்தார். சுவர்க் கடியாரத்திலே ஆடுற பெண்டுலம் மாதிரி ஆடினார். டென்சிங்குக்கு ஒரு பிரச்சனையும் இல்லே. அவர் திபெத்து நாட்டுலே பிறந்தவர். அங்கே சின்னப் பிள்ளைங்களோட தினசரி விளையாட்டு என்னன்னா, எவரெஸ்ட் மாதிரி உயரமான மலைச் சிகரங்களிலே ஓடிப்போய் ஏறி இறங்கி யார் முதல்லே வராங்கன்னு பார்க்கறதுதான். இருபத்தொன்பதாயிரம் அடி. இன்னும் இருபத்தெட்டு அடி மாத்திரம் பாக்கி இருக்கு.

பத்தடி முன்னே நடக்கறார். கயிற்றுலே தத்தித் தத்திப் போயிட்டிருந்த ஹிலாரிக்கு கொஞ்சம் சுயநினைவு வருது. அவர் சொல்றார், "பதினெட்டாம்படி ஏறிப் போறது ரொம்ப கஷ்டம் டென்சிங்கே." சொல்லிட்டு மறுபடியும் ஹிலாரி மயக்கமாயிடறார். பனிக்காற்றுலே அவர், செபஸ்தியானோஸ் புனிதரோட பெருநாள் கொண்டாட்டத்தின் போது, வர்ற குடைராட்டினம் மாதிரி ஸ்பீடா சுத்திச் சுத்தி ஆடறார்.

"இதோ, எவரெஸ்ட் சிகரம். 29028 அடி உயரத்தில் நிக்கறார் டென்சிங். உலகத்திலேயே உயரமான இடத்திலே நிக்கறார் அவர். தெற்குப் பக்கமா பார்க்கறார். எரணாகுளத்திலே டாட்டா கம்பெனியோட புகைபோக்கி தெரியுது. மட்டாஞ்சேரி கடல் பாலத்திலே உயரமான கிரேன்கள் தெரியுது. தோப்பும்படி பாலத்தோட பெரிய தூண்கள் தெரியுது. திருவனந்தபுரம் பாளையம் சர்ச் உச்சியிலே கைகளை விரித்து நிற்கும் ஏசுபிரானோட சிலையையும் பார்க்கறார். டென்சிங் முதுகிலே கட்டி சுமந்துட்டு வந்த பையில் இருந்து மூவர்ண தேசியக் கொடியை வெளியே எடுக்கறார். கூடவே எடுத்து வந்த மூங்கில் கழியிலே அதைக் கட்டிப் பறக்கவிடறார். அந்தக் கொடியை இமயத்தோட உச்சியிலே நட்டு வைக்கறார். நேருஜி சொற்பொழிவு முடிக்கும்போது சொல்ற மாதிரி மூணு தடவை முழக்கமிடறார் : "ஜெய் ஹிந்த்."

சத்தம் கேட்டு ஹிலாரி முழிச்சுக்கிட்டார். "டென்சிங்கே, ஏன் ஒரே கூச்சலும் கூக்குரலுமா இருக்கு? நிம்மதியா கொஞ்ச நேரம் தூங்க விட மாட்டீரா?" ஹிலாரி கேட்டார். டென்சிங் சிரிச்சுக்கிட்டே சொன்னார் : "ஹிலாரிசேட்டா, வண்டி டெர்மினஸுக்கு வந்தாச்சு. இனிமே போக ஏதுமில்லை. இதுதான் எவரெஸ்ட் சிகரம்." ஹிலாரி துள்ளி எழுந்து தன்னோட சொந்த நாடான நியூசிலாந்துக் கொடியையும் எவரெஸ்ட் சிகரத்திலே நாட்டினார். கட்டிவிட்டு, டென்சிங்கிடம் சொன்னார்: "என் பொன்னு டென்சிங்கே, என்னை ஒரு ஃபோட்டோ எடுக்கணும். என் வீட்டுக்காரி மிசஸ் ஹிலாரி கிட்டே கொண்டுபோய் காட்டணும் அவ நான் முழுக்குடியன், சரியான பிராந்தி பார்ட்டின்னு நெனச்சிக்கிட்டிருக்கா."

கில்பர்ட் சொற்பொழிவை நிறுத்தி முன்வரிசையில் இருந்த ஷெனாயைப் பார்த்தார். ஷெனாய் சட்டைப் பையில் இருந்து கைக்குட்டையை எடுத்து கில்பர்ட்டுக்கு சமிக்ஞை காட்டினார். பிலாத்தோஸ் பாதிரியாரைத் தவிர அதை வேறு யாரும் பார்க்கவில்லை. கில்பர்ட் சொற்பொழிவைத் தொடர்ந்தார் : " "டென்சிங் ஃபோட்டோ எடுத்தார். அதுக்குப் பின்னாடி ஒரு சதி இருந்தது. பெரும் சதி. ஏசுவைக் காட்டிக் கொடுத்த யூதாஸ் சதி. டென்சிங் எடுத்த ஃபோட்டோ யாரோட கேமிராவுக்குள்ளே இருந்துது? ஹிலாரியோட கேமிராவுக்குள்ளே. மலை அடிவாரத்துக்கு இறங்கி வந்ததும் ஹிலாரி ஃபோட்டோவை வெளியிட்டார். எல்லா பத்திரிகையிலும் நியூசிலாந்து நாட்டுக்கொடி பிடிச்சுக்கிட்டு எவரெஸ்ட் சிகரத்தோட உச்சியிலே ஹிலாரி நிக்கற படம் அச்சடிச்சு வந்தது. நியூசிலாந்துக் கொடி பார்த்திருக்கீங்களா? அந்தக் கொடியோட வடமேற்கு மூலையிலே சின்ன சதுரமா இங்கிலாந்துக் கொடியான யூனியன் ஜாக் வரைஞ்சிருக்கும். இங்கிலீஷ்காரங்க சொன்னாங்க : "நம்மாள்தான் பர்ஸ்ட்." எல்லா வெள்ளைக்காரங்களும் சொன்னாங்க : "நம்ம ஹிலாரி தான் பர்ஸ்ட்" 1953-ம் வருஷம் மே மாதம் 28-ந் தேதி நம்ம டென்சிங் மூவர்ணக் கொடியை எவரெஸ்டிலே ஏற்றினார். ஆனால், வெள்ளைக்காரங்க சொன்னாங்க, "ஹிலாரி பர்ஸ்ட்." அவங்க எப்பவுமே அப்படித்தான். நம்மை நல்லா ஏமாத்துவாங்க."

"வெள்ளைக்காரங்க எப்பவும் பேராசை பிடிச்சவங்க. அதிகாரம் பண்றதுலே மகா இஷ்டம். டென்சிங்கை ஏமாத்தின வெள்ளைக்காரங்க, 1925-ம் வருடம் மார்ச் 5-ந்தேதி ஃபோர்ட் கொச்சின் கடற்கரையில் வச்சு மகாத்மா காந்தியையே ஏமாற்றப் பார்த்தாங்க. நம்ம காந்திஜி யாரு? மகாத்மா. காந்திஜியோட பிரசங்கத்தைக் கேட்க, அரை மைல் நீளமும், கால் மைல் அகலமுமா பெருங்கூட்டம் கூடும். கொச்சியிலே இருந்த இங்கிலீஷ்காரங்களுக்கு அது பிடிக்கலே. இடுப்புக்கு மேலே துணி உடுத்தாதவர், நம்ம பங்களாக்கள்லே வேலைக்காரனாக் கூட இருக்கத் தகுதியில்லாதவர் இந்தக் காந்தி. இப்படியே

போனா, இந்தியாவைக் கைகழுவ வேண்டியதுதான்னு பேசிக்கிட்டாங்க. சின்ன வயசுக்கார இங்கிலீஷ்காரன் ஒருத்தன், அவன் ஒரு ஏரோப்ளேன் பைலட், அவன் சொன்னான் : நல்லா பார்த்துக்குங்க. இந்த காந்திங்கற ஆளோட பேச்சையும் இருப்பையும் நான் நிறுத்திப் போடறேன். என் கையிலே அதுக்கான சூட்சுமம் இருக்கு. ஆகாயத்திலே ஏரோப்ளேன் பறக்கறதைப் பார்த்தா, வாயைப் பிளந்துகிட்டு பார்க்காத இந்தியன் இருக்கானா என்ன?

காந்திஜி பாதி சொற்பொழிவிலே இருந்தார். சட்டுனு வடக்கே, பழைய கலங்கரை விளக்கத்துப் பக்கம் இருந்து ஒரு பெரிய சத்தம். சிறிசா ஒரு விமானம் கூட்டத்துக்கு மேலே பறந்து போச்சு. கூடவே தூசியும் எழுந்தது. காந்திஜி சொற்பொழிவை நிறுத்தினார். அவர் உரக்க மைக்கிலே பிரார்த்தனை செய்தார்: "சப்கோ சன்மதி தே பகவான்." அப்புறம் யாரும் தலையை உயர்த்திப் பார்க்கவே இல்லை. காந்திஜியோட பிரசங்கம் தொடர்ந்தது. பைலட் விமானத்தை இன்னும் உயரக் கொண்டு போனான். குட்டிக்கரணம் அடித்தான். தலைகீழாகப் பறந்தான். கூட்டத்துக்கு மேலே பறந்து இன்னும் உயரப் போனான். யாருமே நிமிர்ந்து ஆகாயத்தைப் பார்க்கலே.

"நம்ம காந்திஜியைத் தொல்லைப்படுத்த முயற்சி செய்த, நம்ம டென்சிங்கை வெறும் ரெண்டாவது எவரெஸ்ட் வீரனாக்கிய ஏகாதிபத்தியம் ஒழிக. ஏகாதிபத்தியம்..."

"ஒழிக" என்று பலமாகக் குரல் கொடுத்தார்கள் கூட்டம் முடிந்து திரும்பிக் கொண்டிருந்தவர்கள். முகம் சிவந்து பிலாத்தோஸ் பாதிரியார் போகும்போது ராகவன் காதில் சொன்னார் : "நடக்கட்டும், நடக்கட்டும்."

என் முதல் திருப்பலி லந்தன்பத்தேரியிலும் போஞ்ஞிக்கரையிலும் இருந்த வேறு இருபது குழந்தைகளுடைய முதல் திருப்பலியாகவும் இருந்தது. வெளுத்த உடுப்பும், வெள்ளை நிறத்தில் தலைக்கு மேல் கவிந்த முக்காடும், பச்சை இலையும், குருத்தோலையும் கட்டி, காகிதப் பூக்கள் ஒட்டிய கிரீடமுமாக, இயந்திரத்தில் உருவான ஒரே மாதிரியான குழந்தைகளைப் போல நாங்கள் மண்டியிட்டு, சர்ச்சில் புனிதப் பொருட்கள் வைத்திருக்கும் இடமான சக்ரிஸ்துவைப் பார்த்துக் கொண்டிருந்தோம். என் தலைக் கிரீடத்தில் மட்டும் எரணாகுளம் டாட்டா கம்பெனி மேனேஜர் வீட்டுத் தோட்டத்திலிருந்து சந்தியாகுசேட்டன் லந்தன்பத்தேரிக்கு முதல்முதலாகக் கொண்டு வந்த சிறிய் டியூப்ரோஸ் என்ற குழல்ரோஜா மலர்கள் ஐந்து, அலங்காரமாகச் செருகப்பட்டிருந்தன. அவை என்னை மற்றவர்களிடமிருந்து வேறுபடுத்திக் காட்டவில்லை.

திருப்பலி நேர உடுப்பான பட்டுக்காபா தரித்து பிலாத்தோஸ் பாதிரியாரும், வெள்ளை மேலுடுப்பும், சிவப்புப் பாவாடைகளும் அணிந்த, சுருண்ட முடியும், சிரித்தால், கன்னத்தில் அழகாகக் குழி விழும் சிவந்த கன்னங்களுமாக பரங்கிப் பலிபீடப் பையன்களும் பலிபீடத்துக்கு வந்தார்கள். அந்தப் பையன்கள் பைபிள் பிரதியை பீடத்தின் இடது புறத்தில் வைத்தார்கள். ஊர்வலச் சிலுவை, தூபக்கால், மெழுகுவர்த்திகள் போன்றவற்றையும் பீடத்தில்

வைத்தார்கள். அதைத் தொடர்ந்து பிலாத்தோஸ் பாதிரியார் லத்தீனில் பேசத் தொடங்கினார். எனக்கு உறக்கம் வந்தது. நான் அந்த லத்தீன் பொழிப்புரையை சைகலின் சோஜா ராஜகுமாரி சோஜா பாடலாகக் கேட்டேன். எல்லோரும் அல்லேலூயா பாடிக் கொண்டாடியபோது நான் விழித்துக் கொண்டேன். உறக்கத்தின்போது நான் கண்ட கனவில் அம்மா கானா என்ற ஊரில் நடந்த கல்யாணத்தைப் பற்றி எனக்குக் கதை சொன்னாள். ‘பெண்ணே, நீ எனக்கு யார் என்று கர்த்தர் தேவமாதாவிடம் கருணையில்லாமல் கேட்டதற்கு என்ன காரணம் என்று யோசித்துக்கொண்டிருந்தபோது மணி முழங்கியது. இரண்டு பலிபீடப் பையன்கள் பிலாத்தோஸ் பாதிரியாரின் திருப்பலி ஆடையை உயர்த்திப் பிடித்தார்கள். பூனைக் கண்ணுள்ள, பலிபீடப் பையன்களிலேயே வெகு அழகாக இருந்த பரங்கிப் பையன் மணியடித்தான், திரு உடைமைகள் வைத்திருக்கும் பேழையில் இருந்து பரிசுத்த ஆவி இறங்கிய, புனிதப் பாத்திரத்தை நீண்ட தண்டில் பிடித்து உயர்த்தி புனிதத் திருப்பலி பிரார்த்தனையைக் கூறினார் பாதிரியார். திவ்ய நற்கருணை நேரத்தில் எல்லோரும் நிசப்தமாக இருக்க நான் திரும்ப உறங்கத் தொடங்கினேன். மணி ஒலிக்க நான் விழித்துக்கொண்டபோது பிலாத்தோஸ் பாதிரியார் முதல் திருப்பலிக்காக வந்த மற்ற குழந்தைகளைக் காட்டி, அவர்களைப் போல் நானும் கைகூப்பி, நாக்கைத் துருத்தியபடி நிற்க வேண்டும் என்று சாடை காட்டினார்.

பிலாத்தோஸ் பாதிரியார் என் நாவில், கனம் இல்லாத, ரூபாய் நாணயம் அளவு வட்டமான திருப்பலி அப்பத்தை வைத்தார். ‘பல்லு படாம’ என்று அம்மா பின்னால் இருந்து காதில் சொன்னாள். பல்லில் படாமல் அதை நான் விழுங்கியபோது, அப்பம் கோதுமை சுற்றி வந்த காகிதச் சுவையோடு இருந்ததை உணர்ந்தேன். பல வருடங்களுக்கு அப்புறம்தான் நான் திருப்பலி அப்பத்தை ஒரு படிமமாக விழுங்கத் தொடங்கினேன்.

மட்டாஞ்சேரி ஸ்டார் தியேட்டரில் காலைக் காட்சி தொடங்க இரண்டாவது மணி அடித்தபோது, கட்டியிருந்த நீலத்துணித் திரைகளை இழுத்து மூடி அரங்கை இருட்டாக்கினார்கள். அதன்பின் கதவுகளுக்கு மேலே 'எக்சிட்' என்று எழுதி வைத்தது ஒளிர்வதைத் தவிர வேறு வெளிச்சமில்லை. திரையில் வெளிச்சம் படர்ந்தபோது சிறிது நேரம் சுருண்டு நெளியும் மரவட்டைகள் போல் தெரிந்தது. மின்மினிகள் மின்னின. அதற்குப் பின் அவை மறைய, கறுப்பு வெளுப்பில் அசோக ஸ்தூபி திரையில் தெரிந்தது. 'இந்தியன் நியூஸ் ரீல்' ஆரம்பமானது. அது நான் பார்க்கும் முதல் சினிமாப் படம். எனக்கு ஒன்றும் புரியவில்லை. வெள்ளித்திரையின் பெரிது பெரிதாகத் தெரிந்த உருவங்களை மனதில் கொண்டு வந்து அவற்றைத் தினசரி காணும் மனிதர்களாக மாற்றிக்கொள்ளச் சற்று நேரம் பிடித்தது. கண்ணுக்கு அது பழகியபோது நான் நேருவைக் கண்டேன். 1955-ம் வருடம் ஆகஸ்ட் 15-ம் தேதி தில்லி செங்கோட்டையில் ஜன கண மன தேசிய கீதத்தோடு மூவர்ணக்கொடி உயர்த்தும் நேரு. வெண்மையான நீண்ட ஷெர்வானி தரித்த பிரதம மந்திரியைப் பார்க்கும்போது மட்டாஞ்சேரி சேட்டுகள் நினைவுக்கு வந்தார்கள். பிரசங்கம் முடிந்து செங்கோட்டைப் படிகளை சுறுசுறுப்போடு இரண்டிரண்டாகத் தாவி இறங்கி வரும்போது யாரோ கூவினார்கள்: "இது நேரு இல்லே. அவரோட டம்மி."

அண்டைவீட்டு கோமஸ்சேட்டன்தான் என்னை மட்டாஞ்சேரி ஸ்டார் தியேட்டருக்குக் கூட்டிப் போய் என் முதல் சினிமாவைக் காண வைத்தவர். மாதாகோவிலுக்குப் போகாதவர் அவர் என்பதால் தெற்கேபுரம் பகுதிக்காரர்கள் அவரோடு அதிகம் நட்பாக இருந்ததில்லை. போதாதற்கு அவர் மனைவியை இழந்தவரும்கூட. அமைதியான ஒரு கம்யூனிஸ்ட்காரராக, தன் மூன்று மகள்களோடு ஒதுங்கி வாழ்ந்துகொண்டிருந்தார் கோமஸ்சேட்டன்.

கோமஸின் முதல் மகள் ரோஸிக்கு பனிரெண்டு வயது நடக்கும்போது அவளுடைய அம்மா இறந்துபோனதால் அவள் வயதுக்கு மீறி, தன் தங்கைகளுக்கு அம்மாவாக இருக்க வேண்டிப் போனது. இரண்டாம் மகள் டெய்சி பிறந்தபோது தான் கோமஸ் கம்யூனிஸ்ட் ஆனது. அதனால்தான் கோமஸ் தன் மூன்றாம் மகளுக்கும் பூவின் பெயர் வைக்காமல் ரஷ்யப் பெயரைச் சூட்டினார் - நடாஷா. ரோஸிசேச்சி, டெய்சியையும், நடாஷாவையும், சமயங்களில் நடாஷாவின் தோழி என்பதால் என்னையும் அம்மா போல அரவணைத்து நடத்தி வந்தாள். ஆனாலும் இந்த அம்மாவுக்கு அடக்கி ஆளவே பிடிக்கும்.

எரணாகுளம் எஸ்.ஆர்.எஸ் உயர்நிலைப்பள்ளியில் கடைநிலை ஊழியராக இருந்த கோமஸ், சாயந்திரம் ஐந்தரை மணிப் படகில் தான் தினம் வீடு திரும்புவார். படகைப் பிடிக்க எரணாகுளம் கானன் ஷெட் வீதியில் நடக்கும்போது அங்கே இருக்கும் புத்தகக் கடைகளில் ஒரு தாளில் ஒரு படமும், கீழே விவரமும் இருக்கும், விலை குறைந்த, சீனாவில் அச்சடித்த படக்கதைப் புத்தகங்கள் வாங்குவார். இந்தப் புத்தகங்களில் பெரும்பாலும் சாங்க் என்ற பெயர் உள்ள பையன் கதாநாயகனாக இருப்பான். நிழல் மரங்கள் வைத்து வளர்க்கும் சாங்க், கொடூரமான முகம் கொண்ட ஜப்பானியர்களோடு போர் புரியும் ராணுவத்துக்கு உதவி செய்யும் சாங்க், மஞ்சள் நதியில் வெள்ளம் பெருகியபோது ஒரு கிராமத்தையே காப்பாற்றிய சாங்க்... படக்கதைப் புத்தகங்களில் சாங்கின் பல அவதாரங்களைப் பற்றி நாங்கள் படித்தோம். இந்தக் காலத்தில் கோமஸின் மகள்களுக்கு வீட்டு

வாசலில் ஆதரவின்றி வந்து நின்ற ஒரு நாய்க்குட்டி கிடைத்தது. அதன் கண் இடுங்கி இருந்ததால் அந்த நாய்க்குட்டிக்கு அவர்கள் சாங்க் என்று பெயரிட்டு அழைத்தார்கள்.

மாதாமாதம் சம்பள தினத்தில் கோமஸ், சாங்க் படக்கதைப் புத்தகம் வாங்காமல், பாரம்பரியக் கவிஞர் எழுத்தச்சனின் 'இருபத்துநாலு விருத்தம்', 'பதினாலு விருத்தம்', மத்திய அரசு நிறுவனமான பப்ளிகேஷன்ஸ் டிவிஷன் வெளியிட்டிருந்த காந்திஜி வாழ்க்கைக் கதைகள் போன்றவற்றை வாங்கி வந்தார். சில நேரம் தன் மகள்கள் மேல் பாசத்தைப் பொழிய, சென்னையிலிருந்து வெளியாகும் அம்புலிமாமா என்ற குழந்தைகள் பத்திரிகையை வாங்கி வருவார். தெய்வ வசனத்தில் நம்பிக்கை வைத்த என் அம்மாவும், அப்பனும் எழுத்துகளின் அடிமைகளாக இருந்தார்கள். கம்யூனிஸ்ட்காரரான கோமஸ் வீட்டுக்கு நான் போவதில் அவர்கள் தவறேதும் உள்ளதாக நினைக்கவில்லை. கோமஸ் மாலை நேரத்தில் வீடு திரும்பியதும் ரோஸியும் டெய்சியும் ஒரு காகிதத்தின் ஒரு பக்கத்தில் எழுதிய அன்றைய தீனபந்து தினப்பத்திரிகையின் தலைப்புச் செய்திகளின் சுருக்கத்தை அவருக்குப் படித்துக் காட்டுவார்கள். அந்தச் செய்திச் சுருக்கத்தை என் அம்மாவும் அப்பனும் ஜன்னல் அருகே நின்று அபிமானத்தோடு கேட்பார்கள்.

சினிமாவுக்குப் போனதற்கு முதல்நாள் கோமஸ்சேட்டன் எங்கள் வீட்டுக்கு வந்து என் அம்மாவிடமும் அப்பனிடமும் சொன்னார்: " வெல்யாசாரி, நாளைக்கு சண்டே. மட்டாஞ்சேரி ஸ்டார் தியேட்டரிலே மார்னிங் ஷோ பார்க்க நான் எங்க வீட்டுப் பசங்க மூணு பேரையும் இட்டுப் போறேன். ஜெசிக்காவும் கூட வரட்டும். நல்ல சினிமா படம்."

"அப்போ சர்ச்சுக்குப் போறது?"

"சாயந்திரம் போகட்டுமே. இது குழந்தைகள் பார்க்க வேண்டிய படம். இன்னிக்குக் கடைசி. இங்க்லீஷ் படம்."

"என்ன கதை?" அம்மா கேட்டாள்.

“கதை இல்லே, வசனமும் இல்லே. பாட்டும் இல்லே. கத்துக்க நெறைய இருக்கு.”

“கதையும் பாட்டுமில்லாம என்ன சினிமா?” அம்மா கேட்டாள். “மோளே, ஜெசிக்கா, உனக்கு அந்த சினிமா பார்க்கணுமா? அவ கதைப் பைத்தியமாச்சே.”

கதாநாயகனும் கதாநாயகியும் பாட்டும் கதையும் இல்லை என்றானது. அதுபோக, மனித நிழல் கூட விழாத படம் என்பது சினிமா நோட்டீஸ் எழுதுகிறவர்களை பிரமிக்க வைக்கவில்லை. “உதிக்கும் நிலவை நோக்கி, பாலைவனத்தில் எலி என்ன செய்தது? பாறைக்குள் இருந்து வெளியே வந்த பல்லிக்கு புலி போல உடம்பில் வரிகள் எப்படிக் கிடைத்தன? நூறு வருடத்துக்கொருமுறை பாலைவனத்தில் மழை பெய்யும் போது என்ன நடக்கும்? நீர்நாய்கள் பாலைவனத்துக்கு எப்படி வந்தன? உங்களுடைய எல்லாக் கேள்விகளுக்கும் பதில் கிடைக்க, வால்ட் டிஸ்னி அவர்களின் ‘லிவிங் டெஸர்ட்’ 3சினிமா காண வாருங்கள். வாத்தியங்களின் இனிமையான இசைக்கேற்ப இரண்டு தேள்கள் நடனமாடுவதைக் காணுங்கள். நடனம் முடியும்போது ஒரு தேள் இறக்கும். எந்தத் தேள் இறக்கும்? இரண்டுமே செத்துப்போகுமோ? மீதி வெள்ளித் திரையில்.”

படம் முடிந்து, கோமஸ்சேட்டன் எங்களை மட்டாஞ்சேரியில் நியூ ரோடும், இம்பிச்சி ரோடும் சேரும் இடத்தில், புதியதாக ஆரம்பித்த ரஹ்மத்துல்லா ஹோட்டலில் பகல் உணவுக்காகக் கூட்டிப் போனார். ஹோட்டலின் உடமையாளரான காயிகா வடக்கு கேரளத்திலிருந்து வந்தவர். அந்த ஹோட்டல் நல்ல பிரியாணிக்காகப் பெயர் எடுக்கத் தொடங்கியிருந்தது. நாங்கள் பிரியாணிக்குக் காத்திருந்தபோது, எனக்கு சிறுநீர் கழித்து வரலாமெனத் தோன்றியது. ரோஸிசேச்சி என்னை ஹோட்டலில் இருந்த கழிப்பறைக்குக் கூட்டிப் போனாள். அங்கே இரண்டு அறைகள். அதில் ஒன்றில் எழுதி இருந்தது: நின்று போகும் இடம். மற்றதில், எழுதியது: உட்கார்ந்து போகும் இடம். எங்கே போவது என்று தெரியாமல் நான் சிறிது

நேரம் அசையாது நின்றேன். “ஜெசிக்கா, மூத்திரம் போயிட்டு வா” ரோஸிசேச்சி கூறினாள். என் குழப்பம் அதிகரித்தது. ரோஸிசேச்சி சொன்னாள்: “முழிச்சுக்கிட்டு நிக்காம, சீக்கிரமா ஒண்ணுக்குப் போயிட்டு வா பொண்ணே.”

“எங்கே போகணும்?”

“எங்கேயா? அய்யே, உனக்கு அதுகூடத் தெரியாதா? பொண்ணுங்க உட்கார்ந்துதான் போகணும்.”

உட்கார்ந்து மூத்திரம் போகும் இடத்தில் நான் நுழைந்து வாசல் கொக்கியிட்டேன். முதல் தடவையாக நான் சினிமா பார்த்த நாளில்தான் நான் பெண் என்பதையும் உணர்ந்து கொண்டேன். நான் நின்று மூத்திரம் பெய்தேன்.

கதை எனக்கு வசதியான ஒன்று. நான் கதைக்குள் சட்டென்று நுழைகிறேன், உண்மைக்கு எதிரே கதவை அடைக்கிறேன். கதைக்கு உள்ளும் வெளியிலும் உள்ள என் இரட்டை வாழ்க்கை நான் பள்ளியில் சேர்ந்த தினத்தில் என்னை அழவைத்தது.

“கெ.எட்வினா தெரேசா ஐரின் மரியாகொரத்தி அன்ன மார்கரித்த ஜெசிக்கா” பள்ளியில் சேர்ந்த முதல் நாள் வருகைப் பதிவின் போது ராகவன்மாஸ்டர் என் பெயரைக் கூப்பிட்டார்.

“ஆஜர்” என்று நான் சொன்னேன்.

“இப்படியே போனா என்ன ஆகும்?” எரணாகுளத்திலே இருந்து திருச்சிவப்பேரூர் வரை இருக்கப்பட்ட ரயில்வே ஸ்டேஷன்களோட பெயர்கள் மாதிரி - எரணாகுளம் தெற்கு, எரணாகுளம் வடக்கு, இடப்பள்ளி, ஆலுவாய், சொவ்வர - நான் இனிமேல் உன்னை ஒரே ஒரு பெயர் சொல்லித்தான் கூப்பிடுவேன். ஜெசிக்கா. உன் முகம் ஏன் வாடிப்போச்சு? சரி இன்னொரு பெயரையும் சேர்த்துக்கலாம். என்ன பெயர்?”

சிவப்பாக, உயரமாக, கறுப்புத் தொப்பி தலையில் வைத்து, பாதி முகம் மறைய லேஞ்சி தரித்து நிற்கும், பழைய கவர்னர் ஜெனரல் மவுண்ட்பாட்டனின் மனைவியான அழகி எட்வினா. அவருடைய புகைப்படத்தை அப்பன் மீசை நறுக்கும் சிறுகத்தியால் கத்தரித்துப் பத்திரமாக எடுத்து வைத்திருந்தேன்.

“எட்வினா, அந்தப் பேரும் சொல்லுங்க.”

“அ” ராகவன் மாஸ்டர் கரும்பலகையில் எழுதினார். உள்ளங்கை எலும்புகள் வலுப்படாத குழந்தைகள் அதை எழுத சிரமப்பட்டார்கள். மூன்றாம் முறை அ எழுதச்சொன்னபோது அவர்களுக்குக் கை வலிக்க ஆரம்பித்தது. ராகவன் மாஸ்டர் கரும்பலகையில் எழுதிய அ-வை அழித்தார்.

“இப்போ நான் ஒரு பாட்டுப் பாடப் போறேன். எல்லாரும் கூடச் சேர்ந்து பாடணும்.” ராகவன் மாஸ்டர் பாடினார் : “காக்கா, காக்கா உன்கூடு எங்கே?”

“காக்கா காக்கா உன்கூடு எங்கே?” நான் கேட்டேன். காக்கை பதில் சொல்லவில்லை. என் கையில் இருந்த நெய் அப்பம் தான் காக்கைக்கு வேண்டும், இப்படி செல்லம் கொஞ்சுவது இல்லை என்று எனக்குத் தோன்றியது. நான் விடவில்லை. காக்கையின் மென்மையான உணர்வுகளைக் குறிவைத்தேன் :

“காக்கா காக்கா உன்கூடு எங்கே
கூட்டில் காக்காக் குஞ்சு உண்டோ?”

காக்கை என் கையையே பார்த்துக் கொண்டிருந்தது. மட்டில்டாவிடம் நான் கற்றுக்கொண்டது - காரியம் சாதிக்க, அடுத்தவர்களின் குற்ற உணர்வைப் பயன்படுத்திக்கொள்ள வேணும் - நான் இப்போது நெய்யப்பத்தில் ஆசை வைத்த காக்கைக்கு எதிராக அதன் குற்ற உணர்வை ஏவினேன். நான் பாடினேன்:

“குஞ்சுக்குத் தீனி கொடுக்காமல்
குஞ்சு பசித்து அழுதிடுமே”

இந்த வாதத்தைக் காக்கை எதிர்பார்த்திருந்திருக்க வேண்டும். இந்தத் தடவை என் குற்ற உணர்வை காக்கை குறிவைத்தது :

"குழந்தே குழந்தே நீ தருவாயோ
குழந்தைக் கையில் நெய்யப்பம்?”

குற்றபோதத்தைப் பயன்படுத்தி நடக்கும் இந்தக் கொடுங்கல் வாங்கலை முடிவுக்குக் கொண்டுவர வேண்டும். மாட்டேன்

என்று முடிவாகச் சொல்ல நான் படிக்க வேண்டியிருந்தது. “மாட்டேன் தரமாட்டேன் நெய்யப்பம்.”

காக்கை நெய்யப்பத்தைக் கொத்திக்கொண்டு பறந்து போனது. ராகவன்மாஸ்டரும் வகுப்பில் இருந்த மற்ற குழந்தைகளும் சேர்ந்து சொன்னார்கள் : “அய்யோ காக்கை ஏமாற்றிப் போச்சே.”

நான் விம்மியழுதேன். அப்பம் கையை விட்டுப் போனதற்காக இல்லை. ஏமாற்றப்பட்டதற்காகவும் இல்லை. உந்தியும் தள்ளியும் பல இடங்களில் இருந்தும் இனிவரும் நாட்களில் என்னை வெளியேற்றுவார்கள் என்ற முன்ஜாக்கிரதை உணர்வு பயப்படுத்த எழுந்த அழுகை அது.

கடல் கொச்சிக்குக் கொண்டு வந்தது: வெனீஸில் இருந்து நாணயங்கள், ஜெனோவாவில் இருந்து வெல்வெட், ஃப்லாரன்ஸில் இருந்து நேர்த்தியான கம்பளித்துணி, பெல்ஜியத்தில் இருந்து முகம் பார்க்கும் கண்ணாடி, சீனாவில் இருந்து பீங்கான் பாத்திரம், பல துறைமுகங்களிலிருந்து நீலக்கல், அஞ்சனக்கல், ஈயம், தகரம் போன்ற உலோகங்கள். சிந்தூரம், பவளம், கண்ணாடி போத்தல்கள், ஆத்திர அவசரத்துக்கு பிராந்தி...

காற்று கொச்சிக்குக் கொண்டு வந்தது: கதை.1516-ல் இத்தாலியில் மறுமலர்ச்சி இலக்கியத்தின் மகத்தான கதைகளில் ஒன்றான 'ஓர்லாண்டோ ஃப்யூரியொஸோ' என்ற புத்தகம் வெளியிடப்பட்டது. அதை எழுதிய லுடோவிகோ ஆரியெஸ்ட்டாவுக்கு எழுத்து என்பது மீண்டும் மீண்டும் எழுதுவதுதான். பல தடவை மாற்றி எழுதப்பட்டது ஓர்லாண்டோ ஃப்யூரியொஸோ. அதன் இறுதியான வடிவத்தில் வெளிவந்ததற்கு ஒரே காரணம், அடுத்த வருடம் ஆரியெஸ்ட்டா இறந்து போனார் என்பது தான்.

ஓர்லாண்டோ ஃப்யூரியொஸோ அல்லது சினம் கொண்ட ரோலண்ட். பேரரசர் ஷார்லமென்னுடைய சகோதரி மகனும் அவருடைய பனிரெண்டு படை வீரர்களில் முதல்வனுமானவன். அவன் ஏன் சினம் கொண்டான்? எருசலேம் நகரை

முகம்மதியர்கள் பிடித்ததனாலோ? பிரான்சில் இருந்து கிழக்கே வெகு தூரத்தில் இருந்த ஒரு நாட்டின் மன்னன் மகள் ஆஞ்சலிகா மேல் அவன் கொண்ட நிறைவேறாத காதலால் தான் ஆத்திரமடைந்தான்.

வரலாற்றில், ரோலண்ட் ஆஞ்சலிகாவைக் காதலித்ததில்லை. மற்றொரு படைத் தளபதியாக இருந்த ஒலிவரின் சகோதரி ஆல்தெ தான் ரோலண்டின் காதலி. வரலாற்றில், ஷார்லமென் அரசர் சிலுவைப் போர் புரிந்தவரல்ல. அதற்கு மூன்று, நான்கு நூற்றாண்டுகள் பொறுத்திருக்க வேண்டும். லுடோவிகோ ஆரியெஸ்ட்டாவுக்குக் காலம், குந்தன் மியூசிக் கிளப் புதியதாக வாங்கிய சாக்ஸஃபோனுக்கு உள்ளே காற்று சுழல்வது போல. தேவைப்பட்டால் சுருங்கும். இல்லையென்றால் விரியும். எப்படியோ, இசை சாக்ஸஃபோனில் இருந்து வெளியே வரவேண்டும். அவ்வளவுதான்.

பெங்களூரில் குருத்துவக் கல்லூரியில் லத்தீன் மொழியும், இதாலிய மொழியும் கற்ற, தண்ணிப்பிசாசு பிடித்திருக்காவிட்டால் மிகப்பெரும் ஆளுமையாக ஆகவேண்டியிருந்த பிலாத்தோஸ் பாதிரியார்தான் எனக்கு ‘ஓர்லாண்டோ ஃபூரியொஸோ’ கதையைச் சொன்னார். காற்று அந்தக் கதையை எப்படிக் கொச்சியில் இருந்த ஒரு தமிழனின் செவிகளுக்குக் கொண்டுபோய்ச் சேர்த்தது என்று அவர் சொல்லவில்லை. மலாக்கா ஹவுஸின் முதல் மாடியில் இருக்கும் சின்னத்தம்பி அண்ணாவி மெமோரியல் சவிட்டுநாடக சங்கத்தில் ஒரு விடுமுறை நாள் பகலில், ஷார்லமென் காறல்மானாகவும், ரோலண்ட் ரோல்தான் ஆகவும், சராஜுக் துருக்கர்களின் அரசன் அக்ரமெண்டெ, அல்பிராந்து ஆகவும் மீண்டும் தோன்றினார்கள்.

“முகம்மதியர்களை அடிச்சுப் பொடியாக்கணும், அப்புறம், ரோல்தான் எருசலேம் நகரைத் திரும்பப் பிடிக்கணும். காறல்மானுக்கும், ரோல்தானுக்கும் துணையாக, பேரரசர் கான்ஸ்ரேயன். பிலாத்தோஸ் பாதிரியாருக்கு இந்தக் கதைதான் வேணும்” சந்தியாகு சொன்னார்.

“அப்போ ஃபைட் சீன், கத்திச் சண்டை எல்லாம் இருக்குமா?” டாடா கம்பெனி பிரான்சிஸ் கேட்டார்.

“கத்திச் சண்டையா? இது என்ன சில்லுண்டி சமாசாரமா? சிலுவை யுத்தம். நம்மோட கிறிஸ்து தேவனை நல்லடக்கம் செஞ்ச எருசலேம், செத்த கடல், நம்மோட சகலமான குன்றுகள், கடல்கள், கடற்கரைகள் எல்லாத்தையும் முஸ்லிம்கள் பிடிச்சுக்கிட்டாங்க. அப்போ வருது காறல்மானோட படை. காறல்மானோட பனிரெண்டு படை வீரர்களிலேயும் முதல்வனான ரோல்தான் சொல்றான்: கெட்டவங்களைக் கொல்லு. நல்லவங்களை வணங்கு. என் கையில் உண்டு துரிந்தானா - ரோல்தான் வச்சிருந்த வாளோட பெயர் துரிந்தானா. ஆயிரம் முஸ்லிம்கள் தலைவாங்கிய அபூர்வ வாள்”, சந்தியாகு சொன்னார்.

“மாஸ்டரே, அப்போ ரோல்தான் யாரு?”, கூடி நின்றவர்களில் ஒருவன் கேட்டான்.

“ரோல்தான் காறல்மானோட அக்கா மகன். ஆமா, இது என்ன, ராமாயணம் முழுக்கக் கேட்டுட்டு ஒரு கொங்கணிக்காரன் சீதைக்கு ராமன் யாருன்னு கேட்ட மாதிரி.” சந்தியாகு கோபத்தோடு சொன்னார்.

“அது இல்லே மேஸ்திரி. ரோல்தான் வேஷம் கட்டப்போறது யார்னு கேட்டேன்.”

“அது அப்புறம். மொதல்லே வசனம் சொல்லிக்கொடுக்க வாத்தியார், சொல்லியாசான் தேவை. கண்ணம்மாலியிலே இருந்து ஜோசப்பைக் கூட்டிக்கிட்டு வரோம். ஜோசப் இப்போ அங்கே பிலம்மினா நாடகம் சொல்லிக்கொடுத்திட்டிருக்கார்”, சந்தியாகு சொன்னார்.

“பிலம்மினாவா?” டாட்டா கம்பெனி மைக்கேல் கேட்டார்.

“ஆமாடா மைக்கேலே. பிலம்மினா. நீ மெத்தப் படிச்சவன்னா, ஃபிலோமினா.

“கண்ணம்மாலி ஜோசப்புக்கு காறல்மான் நாடகம் தெரியுமோ?” பிரான்சிஸ் கேட்டார்.

“காறல்மான் தெரியாம யாரு உண்டு உலகத்திலே?, சந்தியாகு சொன்னான். “நம்ம காறல்மான் ஒரு டீசண்ட் பார்ட்டி. கருணையே உருவானவன். அப்படியான கருணாமயன் மேடையிலே வந்தா பரபரப்பாக இருக்குமோ? இருக்காது. கொச்சியிலே பழைய பிரதம மந்திரி, ரொம்ப நல்ல மனுஷர் இக்கண்ட வார்யர், வந்து பேசினா? உறங்க வச்சுடுவார். பரபரப்பாக்க மகுடத்தில் பிறைச் சந்திரன் வைச்சு, அல்பிராந்து வரணும். இருபது வருஷம் முந்தி, இந்த மீங்குவோட அப்பன், ஆறாம்புரைக்கல் ராபேல், அல்பிராந்து சக்கரவர்த்தியா பத்துப் படை வீரர்களோடு கூட மேடையிலே அட்டகாசமா வந்து நின்னான். நின்னு, நல்ல சத்தமான குரல்லே டயலாக் : “ஆர்க்கும் கலை படைத்த நேர்க்கும் எருசலேயில் கார்க்கும் துருக்கனிம்பிரதோர் தோன்றினோம்.” சந்தியாகு கைகளை விரித்தபடி அறையை வட்டமாகச் சுற்றி வந்து சொன்னார்: “தோன்றினோம்.”

“அப்போ, அல்பிராந்த் யாரு?” குந்தன் மியூசிக் கிளப் உறுப்பினர் ஜப் தில் பீட்டர் நொறஞ்ஞா கேட்டார்.

“அதெல்லாம் அப்புறம். முதல்லே சொல்லியாசான். அப்புறம் உடுப்பு ஆசான். பூமியிலேயும் ரோமாபுரியிலேயும் பேரெடுத்த தாவீதீஞ்ஞு இந்த லந்தன்பத்தேரியிலே இருக்கறபோது உடுப்பாசான் வேறு யாரா இருக்க முடியும்? பிராஞ்சி, உங்க அப்பனுக்குப் பார்வை எப்படி? நல்லாத்தானே இருக்கு?” சந்தியாகு கேட்டார்.

“இல்லே சந்தியாகுசேட்டா. ஊசியிலே நூல் கோர்க்க முடியாது அவருக்கு. கண்ணு சரியாத் தெரியலே. கையும் நடுங்குது”, பிரான்சிஸ் சொன்னார்.

“அப்போ உடுப்பாசான் வெளியே இருந்துதான் வந்தாகணும். நாடக மேடை யார் போடுவாங்க? நம்ம போஞ்ஞிக்கரையை ஒட்டி வடக்கே நீண்டு கிடக்கற தீவு மாதிரி இருக்கணும் நாடக மேடை. அகலம் கம்மியா இருக்கணும். நீளம் கூடுதலா இருக்கணும். பதினாறு அடி அகலம். அறுபது அடி நீளம். ஒரே நேரத்துலே நாற்பது பேர் ஏறி சவிட்ட வேண்டிய நாடக

மேடை அது. அல்பிராந்து மேடைக்கு வர்றது இருபத்தைஞ்சு ஆகிருதியான துலுக்க கவர்னர்களோடு கூட. ஸ்டேஜ்லே பால்கனி, மாடிப்படி வச்சு ஒரு கட்டடம் இருக்கணும். சவிட்டி ஆடுறபோது மேடை செண்டை மேளத்தைத் தட்டின மாதிரி பூம் பூம்னு அதிரணும். இதை எல்லாம் யார் பண்ணித் தருவாங்க? அந்த விஷயத்திலே நாம அதிர்ஷ்டக்காரங்கதான். நம்ம கணக்கு களவாடிய வீட்டு வலிய மத்தேவுஸ் ஆசாரி இருக்காரே?"

"ராணுவத் தொப்பிக்கும், போர் வீரர்கள் போட்டுக்கற மேல்சட்டைக்கும் எங்கே போறதாம்?" பிரான்சிஸ் கேட்டார்.

"புராதனமான பழைய வீடுகள்லே கிடைக்கும். இல்லாட்ட அதுவும் செலவு கணக்குலேதான்", சந்தியாகு சொன்னார்.

"சந்தியாகுசேட்டா, காரல்மான் படைத் தளபதிகளிலே பேரழகன் குயவதர் கொஞ்னு, அல்பிராந்து மன்னனோட மகள் புளோரிபிஸ்ஸைக் காதலிக்கற நெருக்கமான சீன் உண்டா நாடகத்துலே?" பிரான்சிஸ் கேட்டார்.

"எங்கே இருந்து சீன் வரும்? காசு வேணாமா? எருசலேம் கைப்பத்தற சீனுக்கே ஒரு லட்சம் ரூபாய் செலவு பிடிக்கும். அதுக்கு அப்புறம்தான் காதல். போவியா."

"அப்போ எங்கே இருந்து காசு வரும்?" மைக்கேல் கேட்டார்.

"அதைப் பத்திப் பேசத்தான் இந்தக் கூட்டம். சில முடிவுகள் எடுக்க வேண்டியிருக்கு. நாடகம் நடத்த சர்ச் பதினாயிரம் ரூபாய் தரும். மீதி தேவைப்படற பணத்துக்கு லந்தன்பத்தேரியில் இருக்கப்பட்ட ஒவ்வொரு கிறிஸ்துவக் குடும்பமும் இன்னும் நாற்பது நாள்லே ஒரு தென்னங்குலை சி.டி.ஏ மெமோரியல் நாடக சங்கத்துக்கு அன்பளிப்பாகத் தரணும். மீன்பிடிக்கறவங்க மாசம் ஒரு நாள் பிடிச்ச மீன் கொடுக்கணும். டாட்டா கம்பெனி, பியர்ஸ் ஸ்டீல், கொச்சின் துறைமுகம் இங்கெல்லாம் வேலை பார்த்து மாசச் சம்பளம் வாங்கறவங்க, மாதாமாதம் பத்து ரூபா தரணும். இதெல்லாம் கிடைச்சு மீதி வரவேண்டிய தொகை ஆறாம்புரைக்கல் அகஸ்தீஞ்ஞுவோட

மகன் இந்த ஆறாம்புரைக்கல் சந்தியாகு தரவேண்டியது. சவிட்டு நாடகத்துக்காக நிலம் விற்கக் கொடுத்து வச்சிருக்கணும். இந்த ஏற்பாட்டிலே எல்லோருக்கும் சம்மதம்னா கைதட்டுங்க."

சம்மதம் என்று எல்லோரும் கைதட்டும்போது சம்மதமில்லை என்று ஒரு குரல் கேட்டது. அது குந்தன் மியூசிக்கல் கிளப் நிறுவனரான கில்பர்டின் குரல். கூடியிருந்த எல்லோரும் கில்பர்டை நோக்கினார்கள்.

"சம்மதமில்லை", கில்பர்ட் சொன்னார். வைப்பின் கடற்கரையில் மாதம் ஒரு தடவையாவது கிறிஸ்துவங்களுக்கும் முஸ்லிம்களுக்கும் அடிதடி நடக்கும்போது இந்த எருசலேம் பிடிக்கற நாடகம் வேணுமா? கதையை மாத்தி அல்லேசு நாடகமாக்குங்க. இல்லேன்னா சாட்சாத் சின்னத்தம்பி எழுதின, புனித பிரிஜிட் பற்றி புரஸ்ஸீனா நாடகம் போடுங்க. சம்மதம். அப்படி நடந்தா, பின்பாட்டுப் பாட குந்தன் மியூசிக் கிளப் இலவச சேவை. அதோட, இந்த வருஷம் சாத் மெ காய் கீத் சைகல் கி, சைகலோடு சேர்ந்து பாடுவோம் நிகழ்ச்சிக்கான டிக்கெட் வசூல் முழுக்க நாடகத்துக்குத் தரப்படும்."

சந்தியாகு சிறிது நேரம் ஒன்றும் பேசவில்லை. அவர் கில்பர்ட்டைப் பார்த்துச் சொன்னார் : "பிலாத்தோஸ் பாதிரியாருக்கு இந்த நாடகம்தான் வேணும். கில்பர்ட்சேட்டா, காறல்மான் நாடகம் பார்த்திருக்கீங்களா நீங்க? ரோல்தான் துருக்கியிலே அப்துர் ரகுமான் சக்கரவர்த்தியோட மகள் ஆஞ்சலிகாவைக் கல்யாணம் கட்டிக்கறார். குயவதார் கொஞ்னு அல்பிராந்து சக்கரவர்த்தி மகளைக் கல்யாணம் கட்டறார். காறல்மான் நாடகத்திலே வில்லன் கலலோன் கிறிஸ்துவன் தான். பிறகு ஏன் கில்பர்ட்சேட்டன் வைப்பின் விவகாரத்தை இங்கே கொண்டு வரணும்?"

"எனக்கு சம்மதமில்லே", கில்பர்ட் சொன்னார்.

"அப்போ போய் வேலையைப் பாருங்க... இவரும் இவரோட. நான் அதை என் வாயாலே சொல்ல மாட்டேன்.. கம்யூனிஸமா பேசறே... அடுத்த ரூம்லேதான் ஜனநாயக வாலிபர் சங்கம் ஆபீஸ் இருக்கு. அங்கே போய்ப் பேசு."

நான் பிறந்தபின் ஒவ்வொரு கோடை காலத்திலும், அம்மை குத்தும் சாரதாம்மா என் பிறந்தநாளின்போது லந்தன்பத்தேரிக்கு வந்தாள். ஒவ்வொரு முறை வந்தபோதும், அம்மை குத்த அவளுக்கு அதிகம் கைகள் கிடைத்தன. யூதன் ஏலியாஸ் போல, பலரும் அம்மை குத்திக்கொள்ள முன்வந்தார்கள். பரங்கிகள் கூட அவளைப் பார்த்து வாசல் கதவை அடைத்துத் தலைமறைவாகப் போகவில்லை.

சாரதாம்மா பதவி ஓய்வு பெற்ற பொழுது, லந்தன்பத்தேரியில் அம்மை குத்த சோட்டாணிக்கரையைச் சொந்த ஊராகக் கொண்ட ஒருத்தர் வந்தார். அவர் ஏற்கனவே சொல்லி வைத்திருந்த வீடுகளில் மட்டும் போய் அம்மை குத்தினார். அதைச் செய்துவிட்டு அந்தச் சோட்டாணிக்கரைக்காரர், போஞ்ஞிக்கரை கள்ளுக்கடைக்குப் போவார். மேசையில் அம்மை குத்தும் நேரத்தில் பயன்படுத்தும் ஸ்பிரிட் விளக்கைக் கொளுத்தி வைத்துக்கொண்டு அவள் கள் குடித்தார். பலரும் கள்ளுக்கடைக்குப் போய் அம்மை குத்திக் கொண்டார்கள். அவர்களுக்கு நடுங்கும் கரங்களால் சோட்டாணிக்கரைக்காரர் அம்மை குத்தியபோது தேவைக்கு அதிகமான வடுக்கள் விழுந்தன.

1956 கோடை காலத்தில் லந்தன்பத்தேரி பரதவர் குடியிருப்பில் பிரேமசந்திரனின் அம்மாவும், பரங்கிகளின் குடியிருப்பில்

ஜப் தில் பீட்டர் நறொஞ்ஞாவின் சகோதரி கணவனும், போஞ்ஞிக்கரையில் இன்னும் மூன்று பேரும் வைசூரியில் இறந்துபோனார்கள்.

"பஞ்சம், படை, கொள்ளை நோய், வைசூரி இதெல்லாம் வராமல் தடுக்க என்ன வழி?", பிலாத்தோஸ் பாதிரியார் மாதாகோவில் பிரார்த்தனைக்குப் பிறகு கூடியிருந்தவர்களைக் கேட்டார்.

"நம்மோட புனித செபஸ்தியானோஸைக் கொல்ல எய்தாங்களே அப்படி அம்பை விட்டுத் தடுக்கலாம்", பாமரர்கள் சொன்னார்கள்.

"புனிதர் யாகோப்ஸ்லீஹா அற்புதமாகத் திருவுருவம் காட்டி ஸ்பெயின் நாடு மேல் ஆசீர் பொழிந்து கிறிஸ்துவர்களுக்காகச் சண்டையிட்டபோது பயன்படுத்திய வாளும் கேடயமும் தான் நம்ம போஞ்ஞிக்கரைக்காரங்களுக்கும், லந்தன்பத்தேரிக்காரங்களுக்கும் அம்பு", பிலாத்தோஸ் பாதிரியார் அறிவித்தார்

அதன்பின், ஞாயிறன்று அம்பை ஊர்வலமாக எழுந்தருளச் செய்யத் தீர்மானிக்கப்பட்டது. அன்று காலை நானும், அப்பனும், அம்மாவும் சர்ச்சுக்குப் போய்ப் பாவமன்னிப்பு கேட்டோம். பிரார்த்தனை முடிந்து வீட்டுக்குத் திரும்பியதும், வேலிப்புறத்து வெளித்தரையில் அம்மா சாணத்தால் மெழுகினாள். சாணத்தால் வரைந்த சதுரத்தின் நான்கு மூலைகளிலும் மூங்கில் கழிகளை ஊன்றிக் கயிறுகள் இழுத்துக் கட்டப்பட்டன. அவற்றில் குருத்தோலைத் தோரணங்கள் தொங்கவிடப்பட்டன. தோரணங்களுக்கு நடுநடுவே வாழைத்தண்டில் குருத்தோலை செருகிச் செய்த பூசணி உருண்டைகளும் அலங்காரமாகத் தொங்கின. ஊர்வலமாக எழுந்தருளச் செய்து வரும் அம்பை வரவேற்று இருத்தப் பந்தலின் நடுவில் பீடம் ஏற்படுத்தி மேலே சிவப்புத் துணி பரத்தப்பட்டது. அதன்மேல் பட்டுத்துணியை அடுக்கடுக்காக மடித்து மெத்தை விரிக்கப்பட்டது. பீடத்தின் நான்கு மூலைகளிலும், கொளுத்தாத மெழுகுவர்த்திகள் நிறுத்தி வைக்கப்பட்டன. இதெல்லாம் செய்து முடித்து நாங்கள் மாதாகோவிலுக்குப் போனோம்.

கோவில் மைதானத்தில் கடைகள் நிறைந்திருந்தன, காலணாவுக்கு எட்டு என விற்கப்படும் சிவப்பு, வெள்ளை, மஞ்சள் நிறச் சீனி மிட்டாய்கள், சாக்கு விரித்து அதன் மேல் கோபுரங்களாகக் கொட்டிக் குவித்து நிலக்கடலை, மூங்கில் மரக்கால்களில் நிறைத்து வைத்த பட்டாணி, கடலை, பெரிய சாக்குகளில் அரிசிப் பொரி, பனையோலைக் கடகங்களில் பேரீச்சம்பழம், சீப்பு, கண்ணாடி, 'ஜீவித நௌகா' வளையல் கடைகள், புனிதர்களின் திரு உருவம் எழுதிய ஜபமாலையும், தாயத்தும், தரையில் காகிதம் விரித்துப் பரப்பி பிரார்த்தனைப் புத்தகங்களும் வைத்து விற்கிறவர்கள், கவிஞர் சங்கம்புழை எழுதிய ரமணன் காவியமும், அரபிக்கதைகளும், வடக்கன் வீரகதைப் பாடல் தொகுப்புகளும், 'ஷீலாவதி'யும், மஞ்சள் கண்ணாடிக் காகிதம் சுற்றிய கொக்கோக சாஸ்திரமும் விற்கிறவர்கள், பலூன்களும், ஊதல்களும், புதியதாக வந்த நீளமான பாம்பு பலூன்களும் மூங்கில் கழியில் பொருத்தி மாட்டி வைத்து, சிலுவை போல கழியின் தண்டைத் தோளில் தாங்கிக் கூட்டத்துக்கு நடுவே நடக்கிற பலூன்காரன், இவர்களை எல்லாம் விட்டுவிட்டு, மாதாகோவில் வளாகத்தில் இருக்கும் புளிய மரத்தில் கட்டி வைத்த மணி அடித்ததும் கோவிலுக்குள் பெரிய கூட்டம் நுழைந்தது.

அம்பை எழுந்தருளச் செய்யும் சடங்கு தொடங்கியது. பிலாத்தோஸ் பாதிரியார் கோவிலுக்குள் வைத்த அணையா விளக்கிலிருந்து மெழுகுவர்த்தி கொளுத்தி கோவில்பிள்ளை ஆண்டனிக்குக் கொடுத்தார். கூட்டு பிரார்த்தனைக்கு அப்புறம் பிலாத்தோஸ் பாதிரியார் ஒரு தாம்பாளத்தில் அம்பை எடுத்து வைத்து, அம்பு ஊர்வலத்தைத் தொடங்கி வைத்தார். வைசூரி நோயை நிவர்த்தி செய்யும் பரிகாரமாக அந்த ஊர்வலம் இடமிருந்து வலமாகச் சுற்றிவரும்.

குறுகலான போனிபேஸ் பாலத்தில் வழியே ஊர்வலம் லந்தன்பத்தேரிக்குள் நுழைந்தபோது பாலத்தில் ஜன நெரிசல் அதிகமானது. நான் அப்பனின் கையை விட்டுவிட்டேன். என் உயரத்துக்கு எனக்குப் பார்க்கக் கிடைத்தது சுற்றிலும் வயிறுகளை மட்டும்தான். அவை என்னை நெரிக்கத் தொடங்கியபோது

குடல்களில் பாயும் ஜீரண அமிலங்களின் சத்தத்தை நான் கேட்டேன். மலாக்கா ஹௌஸுக்கு வந்து சேர்ந்தபோது, முதல்மாடியில் போய் நின்றால், அந்த உயரத்திலிருந்து அப்பனையும் அம்மாவையும் பார்க்க முடியும் என்று தோன்றியது. அங்கே போய் வராந்தாவில் நின்று பார்த்தபோது நான் ஜனக்கூட்டத்தை மட்டுமே கண்டேன். கடைசிப் படகு புறப்பட்டுப் போன தீவில் கவியும் இரவில் ஏற்படுவது போல எனக்கு மரண பயம் தோன்றியது. அநாதையாக நான் வாய் விட்டு அழுதேன்.

ஜனநாயக இளைஞர் சங்க அலுவலகத்திலிருந்து ராகவன்மாஸ்டர் வெளியே வந்து கேட்டார், "எட்வின் ஜெசிக்கா, ஏன் அழறே?"

"அப்பனையும் அம்மாவையும் காணலே", நான் விம்மியபடி சொன்னேன்.

ராகவன் மாஸ்டர் என் கையைப் பிடித்து அறைக்குள் கூட்டிப் போய் என்னை ஒரு பெஞ்சில் உட்காரச் சொன்னார். "இந்த மீட்டிங் முடிஞ்சதும் கோமஸ்சேட்டன் ஜெசிக்காவை வீட்டுக்குக் கொண்டு போய் விடுவார்."

ஷெனாய் பேச்சைத் தொடர்ந்தார்: "1956 பிப்ரவரியில் மாஸ்கோவில் நடைபெற்ற இருபதாவது கட்சி காங்கிரஸில் குருஷேவ் சமர்ப்பித்த அறிக்கை..." சுவரில் இருந்து ஸ்டாலின் என்னைக் கூர்ந்து பார்த்தார். நான் கண்ணை மூடிப் பெஞ்சில் படுத்திருந்தேன். நாலாவது கட்சிப் பேரவை பற்றி சீன கம்யூனிஸ்ட் கட்சியின் மதிப்பீடு. பூர்ஷ்வா ஜனநாயக அமைப்புகள். ஏகாதிபத்தியம். புதியதாகக் கேட்ட நீண்ட சொற்கள் எனக்குத் தாலாட்டாகின. ஓரக்கண்ணால் ஸ்டாலினைப் பார்த்தபோது அவருடைய குறும்பு கலந்த புன்சிரிப்பைக் கண்டேன். நான் உறங்கினேன்.

விழித்தபோது ராகவன் மாஸ்டர் பேசிக்கொண்டிருந்ததைக் கேட்டேன்.

"*Ga*-வும், *Ja*-வும் சம்ஸ்கிருதத்தில் இருந்தும் இந்துஸ்தானியில் இருந்தும் சொற்களைப் பயன்படுத்த மலையாளம் கடன்

வாங்கிய இரண்டு எழுத்துகள். Bha, Ru, Gha - சம்ஸ்கிருதத்தில் இருந்து மலையாளத்துக்கு சொற்களை இறக்குமதி செய்ய மட்டும் உபயோகிக்கும் எழுத்துகள். Da - அரபி, சம்ஸ்கிருதம், இந்துஸ்தானி, பாரசீகம், போர்த்துகீஸ் பதங்களை மலையாளத்தில் புழங்கப் பயன்படுத்தும் எழுத்து. Ha - அரபி, பாரசீகம், சம்ஸ்கிருதம். Pha, Ba - சம்ஸ்கிருதம், அரபி, இங்க்லீஷ், பாரசீகம். Ra, Sha - பிறமொழிச் சொற்களில் மட்டும் முதல் எழுத்தாக வருகிறவை. La: அதுவும் பெரும்பாலும் அந்நிய மொழிச் சொற்களை மலையாளத்தில் வழங்கும்போது மட்டும் தேவைப்படுகிறது. Sa ஸ - ஒரு வேற்றுமொழி எழுத்து. மலையாளத்தில் அது கிடையாது. இருந்தால் அது cha அல்லது ya ஆகும்.. ஆக மலையாளத்தில் இருக்கும் 52 எழுத்துகளில் அந்நிய எழுத்துகள் எத்தனை எத்தனை. மலையாளம் நம் கடற்கரை போன்றது. அங்கே தொலைவில் இருந்தெல்லாம் கப்பல்கள் வந்து கொண்டிருக்கின்றன. துறைமுகங்கள் வெளிநாட்டுக் கப்பல்களை வரவேற்பது போல, பல எழுத்துகளும் வேற்றுமொழிச் சொற்களை வரவேற்க மட்டும் இருக்கின்றன."

நான் மீண்டும் கண்மூடினேன். என் மொழியில் துளைகள் ஏற்பட்டிருக்கின்றன. அரேபியாவில் இருந்தும், பாரசீகத்தில் இருந்தும், இங்கிலாந்தில் இருந்தும், லூசித்தானியா என்ற போர்த்துகல்லில் இருந்தும், ஹாலந்தில் இருந்தும் குளிர்ந்த காற்று சீழ்க்கை அடித்துக் கொண்டு இந்தத் துளைகளின் வழியே உள்ளே வருகிறது. எனக்குக் குளிராக இருந்தது.

"ராகவன் மாஸ்டரே, நீங்க சொன்ன வேற்றுமொழிக் கலப்பு நல்லதா இல்லையா?"

"இதிலே நல்லது கெட்டதுன்னு ஒண்ணும் இல்லை. எனக்குத் தோணியது இதெல்லாம். அவ்வளவுதான்."

"மாஸ்டர் மொழி என்கிற கண்ணாடி போட்டுக்கிட்டுத்தான் எல்லாத்தையும் பார்க்கிறார். போகிற போக்கிலே ஏகாதிபத்தியமும் அப்படித்தான் தெரியும்." ஸ்டாலின் உருட்டி விழித்தார். ராகவன்மாஸ்டர் மறுபேச்சின்றி அமர்ந்தார்.

"மொழி என்ற கண்ணாடி வழியே நான் கண்ட நம் வரலாறு இதுதான். தரையில் சம்மணமிட்டு ஒரே இடத்தில் இருந்து வாழை இலையில் சாப்பிடாமல், போர்த்துகீசியர்கள் நமக்குக் கோப்பையையும், பீங்கான் பாத்திரத்தையும் கொடுத்தபோது, சாப்பாட்டை எடுத்துக்கொண்டு எங்கேயும் போய் உண்ணலாம் என்றானது. நம் முதுகெலும்பை நிமிர்த்திய மேஜையும் நாற்காலியும் கிடைக்கும் வரை தரையில்தான் உட்கார்ந்து எழுதினோம். அவை அந்நிய மொழிச் சொற்கள். அந்தக் காலத்தில், வீடுகளில் ஜன்னல்கள் இல்லை. அவையும் போர்த்துகீஸ் சொற்களே. மாற்றான் தோட்டத்தை நோக்கும் சுதந்திரம் நமக்குக் கிட்டியது. தனியுரிமைச் சொத்து குறித்த சொற்கள் எல்லாம் அரபு மொழியிலிருந்து கிடைத்தவை. அமானத், வஸியத். அதையெல்லாம் எழுதக் காகிதம், காகிதத்தில் எழுதும் கடுதாசு, அமீன், கஜானா, ஜாமீன், முக்தியார், எல்லாவற்றிலும் நடுவராக வக்கீல். ஹாலந்துக்காரர்கள் பங்களா என்ற சொல்லை நமக்குக் கொடுத்தார்கள். அது ஒரு இந்துஸ்தானி சொல் என்றாலும், பங்களாவில் ஒரு குடும்பம் மட்டுமே வசிக்கலாம். இந்தக் குடும்பம் அவர்களுக்கு வேண்டிய மேஜை, நாற்காலி, கோப்பை, பீங்கான் பாத்திரங்கள் என்று வாங்கி வைத்துக்கொண்டு சுகமாக ஜீவித்தது. வீட்டிற்கு வராந்தாவையும் போர்த்துகீசியர்கள் கொடுத்தார்கள். எல்லாம் அம்மொழிச் சொற்கள்.

"நீங்க என்ன சொல்ல வர்றீங்க" கோமஸ்சேட்டன் கேட்டார்.

"ஒண்ணுமில்லை. இப்போ நாம் வாழும் குடும்ப வாழ்க்கையையே நமக்குக் கொடுத்தது அந்நியர்கள்தான்."

"அதுனாலே என்ன நன்மை?"

"நம்ம வாழ்க்கையிலே அந்தரங்கம் கிடைச்சது."

"அந்தரங்கத்தாலே என்ன நன்மை?" இதை பிரேமசந்திரன் கேட்டார்,

"ஒண்ணுமில்லே. மலச்சிக்கல் இல்லாமல் போனது."

ஷெனாய் பலமாக மேஜையில் தட்டிச் சொன்னார்: "தோழர் ராகவன், பாமரத்தனமா எதையும் பற்றிப் பேசாதீங்க."

"சீரியஸாகத்தான் பேசினேன்", ராகவன்மாஸ்டர் சொன்னார். டச்சு மொழியில் கக்கூன்னு சொன்னால் மலம். ஹொாஸ்-ன்னு சொன்னா அது ஹௌஸ். அறை. அப்படித்தான் கக்கூஸ்ன்னு ஒரு வார்த்தை வந்தது. ரொம்பவே அந்தரங்கமா செய்ய வேண்டிய காரியத்துக்கு டச்சுக்காரங்க நமக்கு இடம் ஏற்படுத்திக் கொடுத்தாங்க."

நான் எழுந்து நின்று கேட்டேன் : "மாஸ்டர், இந்தக் குடும்ப வாழ்க்கை நல்லதா, கெட்டதா?" ராகவன்மாஸ்டர் என்னைப் பார்த்துப் புன்சிரித்தார்.

"தோழரே, பதில் சொல்லுங்க" என்றார் கோமஸ்சேட்டன்.

"பதில் சொல்லுங்க தோழர்" அறையின் பல பகுதிகளில் இருந்தும், ஸ்டாலினுடைய முறைப்பை உதாசீனம் செய்து குரல்கள் எழுந்தன,

"தோழர் ராமசந்திர ஷெனாய்தான் கட்சியின் தத்துவ சிந்தனையாளர். அவர் பதில் சொல்வார்" என்றார் ராகவன் மாஸ்டர்.

"இந்தக் குடும்ப வாழ்க்கைங்கறது நல்லதா இல்லையா?" ஷெனாயின் மௌனம் நீண்டபோது நான் மறுபடி கேட்டேன்.

"ஜெசிக்காவுக்கு நான் நாளை இதுக்குப் பதில் சொல்றேன். ஏங்கல்ஸ்ங்கற ஒருத்தர் எழுதின புத்தகத்திலே பார்க்க வேண்டியிருக்கு." ஷெனாய் சொன்னார்.

அப்போது அறைக்குள்ளே அப்பனும், அம்மாவும், சந்தியாகு சேட்டனும், சில்வியா சேச்சியும், கல்லறை குழிவெட்டும் பாப்பியும், சேவியரு சேட்டனும், சாரா சேச்சியும் ஓடி வந்தார்கள். அம்மா என்னைக் கட்டிப்பிடித்து அழுதாள்: "என் குட்டிப் பொண்ணே... உன்னை வெள்ளம் அடிச்சுப் போயிடுத்துன்னு நான் பயந்தே போய்ட்டேன். மாதாகோவில் மைதானத்திலேயும், கோவில் பலிபீடத்திலேயும், ஆத்தங்கரையிலும்,

பள்ளிக்கூடத்திலும், லந்தன் அரண்மனையிலும், பீரங்கி மைதானத்திலேயும் போய்த் தேடாத இடம் இல்லே. இடப்பள்ளி கீவர்கீஸ் புனிதருக்கு நீ கிடைச்சா நூறு மெழுகுவர்த்தி ஏற்றி வைக்கறதா வேண்டிக்கிட்டேன்" அம்மா கட்டியணைத்தது இறுக்கமாக ஆக, அவளுடைய அழுகையும் கூடியது.

"அம்பு ஊர்வல நெரிசல்லே ஜெசிக்கா வெல்யாசாரி கையை விட்டுட்டா. எப்படியோ இங்கே வந்து சேர்ந்தா. மீட்டிங் முடிச்சு வீட்டுக்கு வரும்போது ஜெசிக்காவையும் கூட்டிக்கிட்டு வந்திடலாம்னு நினைச்சேன்" என்றார் கோமஸ்சேட்டன்.

"ங்ஹூம்" என்று சந்தியாகு முனகினார். அம்மாவின் அழுகை நிற்கவில்லை. "குட்டி, நீ இல்லாம நான் எப்படி இருப்பேன்?" அம்மா கேட்டாள். நானும் அழத் தொடங்கினேன். நாங்கள் வீட்டுக்கு நடக்கும்போது அப்பன் என்னைத் தூக்கிக் கொண்டார். அப்பனின் வயதான கைகள் அவ்வப்போது என்னை இறுகக் கட்டிக் கொண்டன. அப்பன் என் காதில் ரகசியமாகக் கேட்டார் : "நீ அந்தப் பண்டிதர்களோட என்ன சர்ச்சை செஞ்சுக்கிட்டிருந்தே?"

1956 நவம்பர் ஒன்றாம் தேதி வரலாறும் பூகோளமும் இணைந்தன. ஐக்கிய கேரளம் உதயமான தினத்தைக் கொண்டாட அம்மாவோடும் அப்பனோடும் கூட நான் எரணாகுளத்துக்குப் போனேன். இர்வின் பூங்காவில் நாங்கள் இருட்டுவதற்காகக் காத்திருந்தோம். இருட்டியதும் தீபங்களின் கண்காட்சி தொடங்கியது. நீதிமன்றக் கட்டிடத்தின் வரைகளைத் தொட்டுச் சுருண்டு நீளும் மின்சாரக் கம்பிகளில் கோர்த்த அலங்கார மின்விளக்குச் சரங்கள் ஒளிவிட்டன.

அப்பன் வேம்பநாட்டுக் காயலின் வடக்கில் இருண்டு கிடக்கும் லந்தன்பத்தேரியை எனக்குச் சுட்டிக் காட்டினார். “பாரு, இங்கேயும் தீப அலங்காரம், அங்கேயும் தீப அலங்காரம்” லந்தன் அரண்மனை காவல்காரர் முகம்மதுவும் அவருடைய மகன் நஜீபும் அரண்மனை முன்மாடத்திலும், முதல்மாடி வராந்தாவிலும் மெழுகுவர்த்திகள் ஏற்றி வைத்திருந்தார்கள்.

கிழக்கில் மூணாறு பக்கம் பாலாற்றிலும் பெரியாற்றிலும் குறுக்கே இரண்டு அணைகளைக் கட்டி பள்ளிவாசல் என்னும் இடத்தில் நீர்மின்சாரம் உற்பத்தி செய்யத் தொடங்கிப் பல வருடங்களாகி இருந்தது. கேரளத்தை இடைவெட்டிக் கொண்டு அந்த மின்சாரம் தீவுகளுக்குக் கடந்துவரச் சில காலம் சென்றது. கிழக்கு ஆற்றில் நிறுத்திய மூங்கில் கழிகளைப் பிணைத்த மின்சாரச் சுருள் மூலம் தீவுகளுக்கு வந்த மின்சாரம் இறுதியாக

போஞ்ஞிக்கரைக்கு வந்து சேர்ந்தது. அது போணிபோஸ் பாலத்தைக் கடந்து லந்தன்பத்தேரி வர இன்னும் தாமதமானது. லந்தன்பத்தேரியில் தேக்கு மரத்தாலான மின்சாரக் கம்பங்களை நடத் தொடங்கியபோது, எங்கள் வீட்டுக்கு எரணாகுளத்தில் இருந்து எலக்ட்ரீஷியன்கள் வந்தார்கள். சுவரில் சுவிட்ச் போர்டுகளையும் மின்சுருள்களைத் தாங்கி எடுத்துப்போக மரச் சட்டங்களையும் அவர்கள் நிறுவினார்கள். எல்லா மின்சார ஒயர்களும் சேரும் அகலம் அதிகமான இடத்தில் எரணாகுளத்தில் இருந்து வந்த எலக்ட்ரீஷியன்கள் சுவரில் அறையும் இரும்புப் பிடிகளை சாதுரியமாக நிறுத்தி ஒரு அலங்காரமான சிலுவையை உருவாக்கினார்கள்.

கோடை விடுமுறை தொடங்கியிருந்த அந்தக் காலங்களில் விக்கி பெரியம்மாவும், ஜான்சனும் எங்களோடு வந்து தங்கியிருந்தார்கள். எனக்கும் ஜான்சனுக்கும் புதுவித விளையாட்டுப் பொருட்கள் கிடைத்தன - எலக்ட்ரிக் ஒயர் துண்டுகள். இங்குலாப் ஜிந்தாபாத் தவிர ஜான்சனுக்கு இன்னொரு கோஷமும் தெரிந்திருந்தது: மலங்கோவின் மகன்கள் ஒழிக.

மின்சார ஒயரிங் வேலை முடிந்த பிறகு எங்கள் வீட்டுக்கு வெளியே நின்ற மின்கம்பத்தில் ஏறி லைன்மேன் ப்யூஸைச் செருகினார். வீட்டுக்குள் எலக்ட்ரீஷியன்கள் மெயின் சுவிட்சை ஆன் செய்தார்கள். எல்லா விளக்குகளும் ஒளிவிட்டு எரிந்தன. திரு இதயப் படத்தின் முன், திரி போல் சிவந்த ஸீரோ வாட் பல்ப் ஒளிவீசி எரிய, நாங்கள் மண்டியிட்டிருந்தோம்.

மூன்று முறை, இரண்டு முறை.. போஞ்ஞிக்கரை மாதாகோவிலில் மணி முழங்கியது. மூன்று - இரண்டு இந்தத் தாளம் அப்பனைத் துள்ளி எழ வைத்தது. அப்பன் சொன்னார் : "யாரோ செத்துப் போயிட்டாங்க. மரண மணி இது." துண்டைத் தோளில் இட்டு அப்பன் தெருவில் நடந்தார். வழியில் யாரும் தட்டுப்படாததால் அப்பன் அரண்மனை படகுத்துறைக்குப் போனார். அங்கே பெரிய ஜனக்கூட்டத்துக்கு நடுவே, பீடி சுற்றும் சிவந்த நூல்களால் ஆன மாலைகளை அணிந்துகொண்டு ஷெனாய் நின்றிருந்தார். கோமஸ்சேட்டன் அப்பன் அருகில் வந்து

சொன்னார் : "தோழர் ஷெனாய் திரும்பிப் போறார். தில்லியில் கட்சி காங்கிரஸில் ஊழியம் செய்யப் போய்க்கிட்டிருக்கார்."

"எதுக்கு சாவு மணி அடிச்சாங்க, கோமஸே? போப்பாண்டவர் இறந்துட்டாரா?"

"ஏய், அதொண்ணுமில்லே... கவர்னர் ராமகிருஷ்ண ராவ் சகா ஈ.எம்.எஸ் நம்பூதிரிபாட்டுக்கு முதலமைச்சராக வாக்குறுதியும், ரகசியக்காப்பு பிரமாணமும் செய்து வச்சிருக்கார்."

3. கடல் நோய்

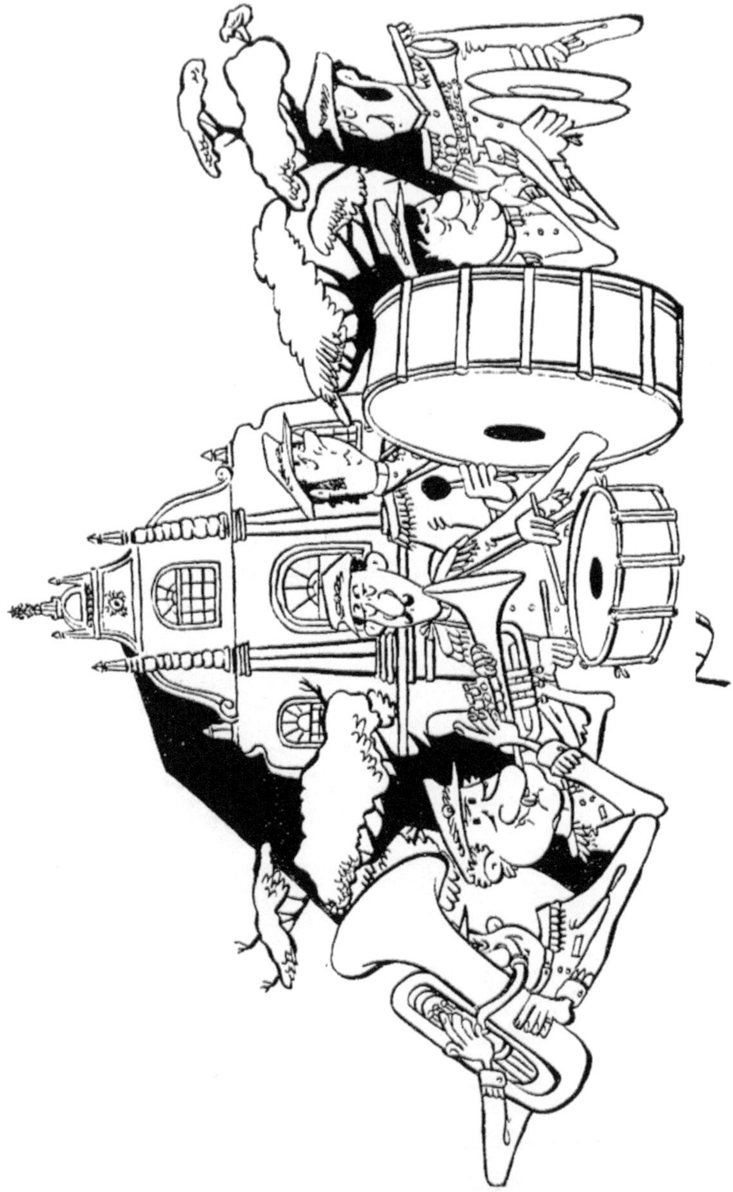

வாரத்தில் முதல் ஐந்து நாளில் நான் வெகு குறைவாகவே பாவம் செய்து வந்திருக்கிறேன். செய்த பாவங்கள் என்னென்ன என்பது தான் மறந்து போய்விட்டது. வாரத்தின் ஆறாவது தினமான சனிக்கிழமை அன்று நான் செய்யாத பாவங்களும், மறந்து போன பாவங்களும் என் மனதை அலட்டத் தொடங்கும். சிறிது நேரம் என் நினைவுகளை நான் குடைந்து தேடும்போது, லந்தன் அரண்மனைக் காவல்காரரான முகம்மதுவின் மகள் ஸைனபாவை 'வெள்ளை யூதச்சி' என்று கூப்பிட்டது மாதிரியான பாவம் எனக்குக் கிடைக்கும். அப்புறம் எழுத உட்கார்ந்து தொடக்கம் கிடைத்தது போல்தான். அடுத்த வீட்டு நடாஷாவை 'திருட்டு பரங்கிச்சி' என்று கூப்பிட்டது, உதடுகளை அசைத்து பிரார்த்தனை செய்வது போல் நடித்து, ஆமென் என்று உரக்கச் சொல்லி முடித்தது... ஞாயிற்றுக்கிழமை வரும்போது என் கஜானாவில் வேண்டிய அளவு பாவங்கள் நிறைந்திருக்கும். பாவமன்னிப்புக் கூண்டின் சாளரம் வழியே நான் அவற்றை ஒவ்வொன்றாக எண்ணி பிலாத்தோஸ் பாதிரியாரிடம் சொல்வேன். நான் எத்தனை பாவங்கள் செய்ததாக முறையிட்டாலும், பிலாத்தோஸ் பாதிரியார் என்னை ஒரு தடவை 'பரமண்டலத்தில் இருக்கும் பரமபிதாவே' மட்டும் சொல்லி ஜபிக்கச் சொல்வார்.

கம்யூனிஸ்ட் அரசாங்கம் வந்ததற்கு அடுத்த நாள், 1957 ஏப்ரல் ஆறாம் தேதி, சனிக்கிழமை லந்தன்பத்தேரியில் இருந்து

நான்கு பெண்கள் தனியாக - ஆண்கள் துணையில்லாமல் - எரணாகுளத்திலிருந்து ஆறு மைல் தொலைவில் உள்ள திருப்புணித்துறைக்கு சினிமா பார்க்கப் போனார்கள். என் அம்மாவும், விக்கி பெரியம்மாவும், சில்வியாசேச்சியும், லந்தன் அரண்மனைக் காவல்காரரான முகம்மதுவின் மனைவியும், எரணாகுளம் நகரசபையில் குமாஸ்தாவாக இருந்தவருமான சுஹ்ரா மேடமும் தான் அவர்கள். 'நீலக்குயில்' சினிமா பார்க்க யாத்திரை புறப்பட்டபோது அவர்களோடு சந்தியாகுசேட்டனும், ஜான்சனும், ஸைனபாவும், கோமஸ்சேட்டனின் மூன்று பெண்களும், அவர்களுடைய வளர்ப்பு நாய் சாங்க்கும், நானும் படகுத்துறைக்கு நடந்து போனோம்.

கொச்சி துறைமுகத்திலிருந்து பெரியாறு நதி தீரத்தில் உள்ள ஆலுவாயில் இருக்கும் உரக் கம்பெனிக்கு கந்தகத்தைக் கொண்டு போய்க் கொடுக்க ஒப்பந்தம் செய்திருந்த டி.கே.பரிக்குட்டியின் 'டி.கே.பி' என்று இருபுறமும் மஞ்சள் வர்ணத்தில் எழுதிய சரக்குப் படகுகள் கிழக்கு ஆற்றில் வரிசையாகச் செல்வதை லந்தன்பத்தேரிக்காரர்கள் பார்த்திருந்தார்கள். என்றாலும், பரீக்குட்டி தயாரித்து வெளியிட்ட 'நீலக்குயில்' திரைப்படத்தை இரண்டரை ஆண்டுகளுக்கு முன் எரணாகுளத்தில் திரையிட்டபோது லந்தன்பத்தேரிக்காரர்களில் மிகச் சிலபேர் மட்டும் அதைப் பார்த்திருந்தார்கள். அந்த இரண்டரை வருடங்களுக்கிடையில் 'நீலக்குயில்' ஒரு சினிமாப்படம் என்பதிலிருந்து சில பாட்டுகளாக மாறியிருந்தது. 'காயலரிகத்து வலயெரிஞ்சப்பம் வளகிலுக்கிய சுந்தரி', 'எல்லாரும் சொல்லணு எல்லாரும் சொல்லணு கல்லாணு நெஞ்சில் என்னு', 'எங்ஙனெ நீ மறக்கும் குயிலே' பாடல்களை முணுமுணுக்காத மலையாளிகளே இல்லை என்றானது. லந்தன்பத்தேரிக்காரர்கள் அதிகமாக முணுமுணுத்த பாடல் மெஹ்பூப் அந்தப் படத்தில் பாடிய 'மானென்னும் விளிக்கில்ல மயிலென்னும் விளிக்கில்ல' தான். 'நீலக்குயில்' பார்க்க முடியாமல் போன துக்கத்தோடு அம்மாவும், சில்வியாசேச்சியும் இருந்தபோதுதான், உத்தியோக நிமித்தம் தினமும் லந்தன்பத்தேரியிலிருந்து எரணாகுளத்துக்குப்

போய்வரும் சுஹ்ரா மேடம், திருப்புணித்துறை செண்ட்ரல் டாக்கீஸில் படம் ஓடும் விவரத்தைச் சொன்னாள்.

அந்தப் பெண்களின் நடை உற்சாகமாக இருந்தது. வழக்கத்தை விட அதிகமாக அவர்கள் ஒருவரை ஒருவர் தொட்டு மனம் விட்டுப் பேசிக்கொண்டு போனார்கள். எதற்கெடுத்தாலும் உரக்கச் சிரித்தார்கள். அவர்களைச் சுற்றிக் கண்ணுக்குத் தெரியாத ஒரு பாதுகாப்பு வளையம் இருந்ததாக, அவர்களுக்குப் பின்னால் நடந்து வந்த எங்களுக்குத் தோன்றியது. சாங்க் நாய்க்கு மட்டும் பார்க்க முடிந்த பாதுகாப்பு வளையம் அது. சாங்க் சில்வியாசேச்சியின் புடவைத் தலைப்பைக் கடித்து இழுத்தது. நான் ஒரு கல்லை அந்த நாயின் மேல் எறியும் வரை அது புடவைத் தலைப்பை விடவில்லை. நான் மனம் வருந்தியிருக்க, சாங்க் நொண்டி நடந்தது.

அக்கரையிலிருந்து ஆற்று மத்திக்குப் படகு வந்திருக்கவில்லை. சந்தியாகுசேட்டன் சொன்னார்: “எரணாகுளம் படகுத்துறையிலே இறங்கினா, அங்கே இருந்து திருப்புணித்துறைக்கு பஸ் இருக்கு. அந்தப் பக்கம் இந்தப் பக்கம் பார்க்காமே நேரா அதிலே ஏறணும். கடவுளே வந்தாலும் இறங்கக் கூடாது, சரியா?”

“இதை எதுக்குச் சொல்றீங்க?” என்று சில்வியாசேச்சி கேட்டாள்.

“பத்திரமா இருக்கணும்னுதான். கம்யூனிஸ்ட்காரங்க இல்லே ஆட்சிக்கு வந்திருக்காங்க இப்போ. படகுத்துறைக்கு வெளியே வந்தா, கானல்ஷெட் ரோடு. அந்த வீதியிலே ஏகப்பட்ட கம்யூனிஸ்ட்காரங்க நின்னுக்கிட்டிருப்பாங்க. அவங்க கட்சி ஆபீஸ் அங்கேதான் இருக்கு. ஆபீஸ் முன்னாடி அந்த மலபார்க்காரன் தோழர் அழிக்கோடன் ராகவன் சிரிச்சுக்கிட்டு நிற்கறதை நான் பார்த்திருக்கேன். ஏசுவே, அவரு பல்லு மிருகத்தோட பல்லு மாதிரி வெள்ளை வெளேர்னு இருக்கும். கட்சி அலுவலம் எதிரே மாருதி ஓட்டல் இருக்கு. அங்கேயும் கம்யூனிஸ்ட் சகாக்கள்தான். சந்தனப் பொட்டும் கடுக்கனுமா இருக்கற பணக்காரப் பாப்பன் நடத்தற ஓட்டல்லே சாப்பிடப் போனா, அங்கேயும் அவங்கதான். கொழும்பு ஓட்டல்லே ஹாஃப் ப்ளேட் பிரியாணி திங்கலாம்னு போனா, அங்கேயும்

உட்கார்ந்து பிரியாணியை ஒருகட்டு கட்டிக்கிட்டிருக்கறது அவங்க தான். அதுனாலே, படகு விட்டு இறங்கினியா, உடனே பஸ்ஸிலே ஏறு. சுஹ்றா மேடம், நீங்க இவங்களோட இருக்கறதாலே எனக்கு நிம்மதியா இருக்கு."

"சேட்டா, நீங்க சொல்றது ஒண்ணும் புரியலே", சில்வியாசேச்சி சொன்னாள்.

"இந்தப் பசங்க, ரோஸி, டெய்சி, நடாஷா இவங்களோட அப்பன் கோமஸ் கம்யூனிஸ்ட்தானே. அவரு எவ்வளவு ஜெண்டில் ஆன மனுஷர். கம்யூனிஸ்ட்காரங்கன்னா என்ன, பிடிச்சுத் தின்னுடுவாங்களா?" அம்மா கேட்டாள்.

"அதெல்லாம் நேற்றோடு போச்சு. நேற்றுக் காலையிலே ஈ.எம்.எஸ்ஸூம், மற்ற சகாக்களும் குளிச்சு, கார்லே ஏறி நேரே வயலாருக்குப் போனாங்க. அவங்களோட தியாகிகள் மண்டபத்திலே போய் கூட்டமாக நின்னு இங்குலாப் ஜிந்தாபாத்னு கோஷம் போட்டாங்க. ஈ எம் எஸ் ஒரு திக்குவாயர். அதுனாலே அவர் இ இ இ இங்குல்ல்லாப்ப்ப்-னுதான் சொன்னார். அவங்க எல்லோரும் திருவனந்தபுரத்துக்குத் திரும்ப வந்தபோது கவர்னர் ராமகிருஷ்ண ராவ் ரெடியா இருந்தார். முதலமைச்சராகப் பதவியேற்பு முடிஞ்சு உடனே அமைச்சரவைக் கூட்டம். தலைமைச் செயலகத்திலே காவலுக்கு நிக்கற சிப்பாய்கள் கட்டுக்கட்டா கம்யூனிஸ்ட் புத்தகங்களை காபினெட் மீட்டிங் நடந்த அறைக்குத் தூக்கிட்டு வந்தாங்க. கம்யூனிசத்தை எங்கே இருந்து ஆரம்பிக்கலாம்னு அமைச்சரவையிலே விவாதம் நடந்தது. முண்டசேரி ஜோசஃப் மாஸ்டர் சொன்னார் : "என்னை காலேஜ் புரபசர் வேலையிலே இருந்து நீக்கி வெளியே அனுப்பிச்ச செயிண்ட் தாமஸ் காலேஜை ஒரு பாடம் படிக்க வைக்கணும். முதல்லே, கல்வித்துறையிலே கம்யூனிசம் கொண்டு வரலாம்." குமாரி கே ஆர் கௌரியம்மா, அவங்க ஈழவர் இனம், சொன்னாங்க: "நிலச் சீர்திருத்தத்திலே ஆரம்பிக்கலாம். நிலம் வச்சிருக்கிற இந்த நாயர்கள் எல்லாம் எந்த வேலையும் செய்யாம, சுகமா காலம் தள்ளறாங்க." அப்போ நம்பூதிரி சொன்னாரு: "அந்த மா மா

மா மானிஃபெஸ்டோவை எடுங்க.” கையிலே கம்யூனிஸ்ட் மானிஃபெஸ்டோவை வச்சுக்கிட்டு மார்க்ஸ் - லெனின் - எங்கெல்ஸ் என்றாகப்பட்ட மும்மூர்த்திகளை மனசிலே தியானம் செய்து, மார்பிலே அரிவாள் சுத்தி வரைஞ்சு புத்தகத்தைப் பிரிச்சு, கண்ணை மூடிக்கிட்டு நடுவிலே ஒரு வரியிலே தொட்டார். நம்பூதிரி அது எந்த வரின்னு பார்த்துட்டு, எல்லோரையும் பார்த்துச் சொன்னார் : “இ இ இனிமே பொண்ணுங்க எல்லாம் பொது உடமை.” அதனாலேதான் நான் சொல்றேன் : “படகு விட்டு எறங்கினா பஸ்லே ஏறுங்க.”

“இந்த சந்துசேட்டன் இட்டுக்கட்டி எல்லாம் சொல்றார்”, சில்வியாசேச்சி சொன்னாள். பிலாத்தோஸ் பாதிரியார் சர்ச்சிலே பிரசங்கம் செய்யக் கூட்டிட்டு வந்த கம்யூனிஸ்ட் எதிர்ப்பு அணிக்காரர் பிரதர் வடக்கன் பூம்பூம்னு சவுண்ட் விடறதை எல்லாம் நம்பிக்கிட்டிருக்கார் இவர்.”

அரண்மனைப் படகுத்துறைக்குப் படகு வந்தது. பெண்கள் படகேறினார்கள். சந்தியாகுசேட்டன் சத்தமாகச் சொன்னார் : “படகு விட்டு எறங்கினா பஸ் ஏறணும். அது திருப்புணித்துறை பஸ் ஸ்டாண்டிலே நிக்கும். அங்கே இறங்கணும். பஸ் ஸ்டாண்ட் பின்னாலேதான் செண்ட்ரல் டாக்கீஸ். படம் முடிஞ்சு பஸ். அப்புறம் படகு. காதுலே விழுதா?”

அன்று இரவு அம்மாவின் பாதி மூடிய உதட்டில் முத்தமிட்டு நான் சொன்னேன், “அம்மா, கதை சொல்லு.”

அம்மா அதைக் கேட்கவில்லை என்ற மாதிரி இருந்தாள். நான் அம்மாவின் மடியில் தலைவைத்துப் படுத்து மறுபடியும் கேட்டேன்: “அம்மா, கதை சொல்லு” நான் கையால் அம்மாவின் முகத்தைத் தொட்டு என்னருகே இழுத்து இன்னொரு முத்தம் கொடுத்தேன். அம்மா சொன்னாள்: “இந்தக் குட்டிப் பொண்ணுக்கு என்ன கிறுக்கா? நான் பகல் முழுக்க வெய்யில்லே அலைஞ்சு களைச்சுப் போயிருக்கேன். இவ கதை எட்டுக்கட்டிச் சொல்லுங்கறா.”

“எட்டுக்கட்டி சொல்ல வேணாம் அம்மா.”

“வேண்டாம்னா வேறே என்னத்தைச் சொல்றதாம்?”

“நீலக்குயில் சினிமா கதை.”

“போ குட்டி, போய் உறங்கு. இடி இடிக்குதே, கேட்டே இல்லே? உனக்கு நம்ம வீட்டிலே கரண்ட் எப்படி வருதுன்னு தெரியுமா? பெரியாற்றிலேயும் கிழக்கிலே வேறே ஏதோ ஆற்றிலேயும் அணை கட்டி கரண்ட் எடுக்கறாங்க. அது சன்னமான கம்பி வழியா நம்ம வீட்டுக்கு வந்து சேருது. மழையும் இடியுமா இருந்தா கரண்டு போயிடும். அதுக்கு முன்னாடி, போய் உறங்கு, போ.”

“நீலக்குயில்”, நான் கெஞ்சினேன். கதை கேட்காமல் நான் அமைதியில்லாதிருந்தேன். என் விழிகளில் ஈரம் படர்ந்ததை அம்மா கண்டாள். அவள் சொன்னாள்: “குட்டி நீ பெரியவளான பிறகு நீலக்குயில் கதை சொல்றேன். இப்போ போய் உறங்கு. மழை வருது பார். லைட் அணைஞ்சு போயிடும்.”

நான் அம்மாவின் வலதுகையை என் தலையில் எடுத்து வைத்துக் கொண்டேன். அவளுடைய கை விரல்கள் மெல்ல என் தலையை வருட ஆரம்பித்தன. அவளுடைய விரல் நகங்கள் என் தலைமுடிக் கற்றைகளுக்குள் ஈரையும் பேனையும் தேடின. அம்மா கதை சொல்ல ஆரம்பித்தாள் : “சத்யன் ஒரு பள்ளிக்கூட வாத்தியார். ஸ்கூல் மாஸ்டர். படத்திலே அவரோட பெயர் ஸ்ரீதரன் நாயர் மாஸ்டர். எப்பவும் சில்க் ஜிப்பாவும், வெள்ளை வெளேர்னு வேட்டியுமாகத்தான் இருப்பார். இப்போ மழையும் இடியுமா இருக்கே, இது மாதிரி ஒருநாள் மழை. ஸ்ரீதரன்மாஸ்டரோட வீட்டு வரந்தாவிலே மழைக்கு ஒதுங்கி நிக்கறா ஒரு புலைச்சிப் பொண்ணு. மிஸ் குமாரிதான் அந்தப் பொண்ணு. படத்திலே அவங்க பேரு நீலி.”

“நீலியை ஸ்ரீதரன்மாஸ்டர் வீட்டுக்குள்ளே வரச் சொல்லிக் கூப்பிட்டார். அவங்க ரெண்டு பேரும் சும்மா அதையும் இதையும் பேசிட்டிருந்தாங்க. ஒருத்தர் மேலே இன்னொருத்தருக்கு இஷ்டம் வருது. சுருக்கமாச் சொன்னா நீலி பிள்ளைத்தாச்சியாய்ட்டா.” அம்மா கதை சொல்வதை நிறுத்தினாள். அம்மாவின் விரல்கள் கேள்விக்குறி போல் வளைந்து என் முடிக் கற்றைகளுக்குள்ளே ஊடுருவிக்கொண்டிருந்தன. நான் ஏதும்

சொல்லாமல் கண்ணை மூடியபடி படுத்திருந்தேன். அம்மா கதை சொல்வதைத் தொடர்ந்தாள் : "நீலி கர்ப்பிணியானது அவளோட சாதிக்காரங்களுக்குத் தெரிஞ்சு போச்சுன்னா, அவளைக் கொன்னு போட்டுடுவாங்க... ஜெசிக்கா, அப்போ நீலி சொல்றா. சினிமாவிலே வர்ற வசனம் இது: "என்னை நாசப்படுத்திடாதீங்க. என்னைத் தெருவிலே அனாதையா விட்டுடாதீங்க." அப்போ சத்யன் சொல்றாரு : "என் சாதிக் கட்டுப்பாடை நான் எப்படி மீற முடியும்?" இனிமேல் தான் சோகக்கதை ஆகுது, ஜெசிக்கா. நீலிக்கு பிள்ளை பிறக்குது. அவ போய் ரயில் தண்டவாளத்திலே தலைவச்சு இறந்து போயிடறா."

நீலியின் குழந்தையை சங்கரன்நாயர் என்ற ஒருத்தர் எடுத்து வளர்க்கிறார். இதற்கு இடையே ஸ்ரீதரன் நாயர், நளினி என்ற ஒரு பொண்ணைக் கல்யாணம் செய்து கொள்கிறார். என்றாலும் அவருக்கு வாழ்க்கையில் மகிழ்ச்சி கிடைக்கவில்லை. மனைவியோடு எப்போதும் மன வேறுபாடு.

அம்மா சொன்னாள்: "கடைசியிலே சத்யன் எல்லாம் வெளிப்படையாகச் சொல்லி, தனக்கும் நீலிக்கும் பொறந்த குழந்தையை சங்கரன் நாயர் கிட்டே இருந்து வாங்கிக்கறார். ரொம்ப சோகமா இருக்கும்னு எதிர்பார்த்து அழுதுக்கிட்டு, மூக்கு சிந்திக்கிட்டு நாங்க, பொம்பளைங்க எல்லாரும் காத்துக்கிட்டிருந்தா, அது ஒரு மாதிரி காமெடி ஆகிப்போனது, குட்டி."

அம்மாவின் விரல்கள் என் நெற்றியில் இருந்தன. கண் மூடியிருந்த என் இமைகளைத் தொட்டு அவை என் கன்னங்களுக்கு இறங்கி நின்றன. அம்மா கேட்டாள் "ஏன் ஈரமா இருக்கு கன்னத்திலே? அழுதியா குட்டி?" என்னை வாரியெடுத்துத் தோளில் சாய்த்துக் கொண்டாள். அம்மா சொன்னாள் : "இப்படி தொட்டாச்சிணுங்கியா கதையைக் கேட்டு அழறியே. தூங்குடி குட்டிப் பொண்ணே."

அம்மா கையை நீட்டி ஜன்னல் பக்கம் வைத்திருந்த 'நீலக்குயில்' பாட்டுப் புத்தகத்தை எடுத்தாள். ஒரு அணா கொடுத்து

வாங்கியது அது. பாட்டுப் புத்தகத்தைத் திறந்து தரையில் வைத்துக்கொண்டு சொன்னாள், "ஏடி, இந்தப் பாட்டைப் பாடினது கோழிக்கோடு அப்துல் காதர்னு ஒருத்தர்." அம்மா என் முதுகில் தட்டிக்கொண்டே மெல்லிய குரலில் பாடினாள் :

எங்ஙனெ நீ மறக்கும் குயிலே	எப்படி நீ மறந்தாய் குயிலே
எங்ஙனெ நீ மறக்கும்	எப்படி நீ மறந்தாய்
நீலக்குயிலே நீ மானத்தின் சுவட்டில்	நீலக் குயிலே நீ வானத்தின் கீழே
நின்னெ மறந்நு களிச்சதோர் காலம்	நின்னை மறந்து ஆடிய காலம்
நக்ஷத்ர கண்ணுள்ள	விண்மீன் கண்ணுள்ள
மாணிக்க பைங்கிளி	மாணிக்கக் கிளியொன்று
மேலோட்டு நின்னெ	வானில் இருந்துனை
விளிச்சதோர் காலம்	அழைத்த காலம்
எங்ஙனெ நீ மறக்கும் குயிலே	எப்படி நீ மறந்தாய் குயிலே

என் முதுகில் தட்டி அம்மா பாடிய பாட்டு என்னை உறங்க வைக்கவில்லை. வெளியே மழை வலுத்தது. ஜன்னல் இடுக்கு வழியே உள்ளே தெறித்த மழைத்துளிகள் மின்னலில் ஒளிர்ந்தன. அறைக்குள் திரு இதயப் படத்தின் முன்னால் எரியும் ஸீரோ வாட்ஸ் சிவப்பு பல்ப் மேற்கூரையில் சிவப்பு பரத்தியது. மேற்கே வைப்பின் தீவில் இடி முழங்கிக்கொண்டிருந்தது.

"நீ முழுக்க முழுக்கத் தண்ணியிலே முக்கின கோழிக்குஞ்சு மாதிரி ஆகிட்டே. இங்கே உன்னை யாரும் பிடிச்சுத் திங்க மாட்டாங்க. உள்ளே வா" மழைக்காக தாழ்வாரத்தில் ஒதுங்கி இருந்த நீலியிடம் ஸ்ரீதரன் நாயர் சொன்னார். நீலி வீட்டுக்குள் வந்தாள். நீலக்குயில் படத்தில் அம்மா சொன்ன இந்த வசனத்தை நான் நடுநிசி வரை நினைத்தபடி படுத்துக் கொண்டிருந்தேன்.

மேகங்களின் திசை மாறியபோது மழையின் சத்தமும் மாறியது. ஒவ்வொரு தடவை இடி முழங்கியபோதும் அடுத்த வீட்டில் வளர்க்கும் சாங்க் நாய் தீனமாக ஊளையிடும் சத்தம் கூடிக் கொண்டே போனது. தூக்கமில்லாமல் வலமும் இடமும் படுக்கையில் புரண்டு, தொடைகளைக் குறுக்கிக் கொண்டும்

விரித்தபடியும், மழைமேகம் போல் அடிவயிறு கனக்க நான் இரவைக் கழித்தேன்.

அடுத்த தினம் ஞாயிற்றுக்கிழமை. மாதாகோவிலில் பாவமன்னிப்பு கேட்க நிறையப்பேர் வந்திருந்ததால் நான் முன்கூட்டியே 'பாவம் செய்தவள் நான்' சொன்னேன். என் முறை வந்தபோது, பாவமன்னிப்புக் கூண்டு முன் மண்டியிட்டு நான் மனப்பாடமாகச் சொல்லப் பழகியிருந்த ஜபத்தைச் சொல்லத் தொடங்கினேன் :

"எல்லாம் வல்ல சர்வேசுரனிடமும் எப்பொழுதும் கன்னியான பரிசுத்த மரியாயிடமும் அதிதூதரான புனித மிக்கேலிடமும் ஸ்னாபகரான புனித அருளப்பரிடமும் அப்போஸ்தலரான புனித இராயப்பர், சின்னப்பரிடமும், புனிதர் எல்லோரிடமும்; தந்தையே, உங்களிடமும்; நான் பாவி என்று ஏற்றுக்கொள்கிறேன். எனெனில் என் சிந்தனையாலும், சொல்லாலும், செயலாலும், கடமையில் தவறியதாலும் பாவங்கள் பல செய்தேன்." நான் அழத் தொடங்கினேன். விம்மியபடி சொன்னேன்: "என் பாவமே என் பாவமே என் பெரும் பாவமே."

"ஹூம்" என்று முனகினார் பிலாத்தோஸ் பாதிரியார்.

"சில்வியாசேச்சியுடைய புடவைத் தலைப்பை விடாது பல்லால் கடித்து இழுத்த அடுத்த வீட்டு சாங்க் நாய் மேலே நான் கல்லெறிஞ்சேன். மேலே பட்டு, அந்த நாய் கொஞ்ச நேரம் நொண்டிக்கிட்டிருந்தது."

"ஆகையால்" பிலாத்தோஸ் பாதிரியார் சொன்னார்: "ஆகையால் எப்பொழுதும் கன்னியான பரிசுத்த மரியாயையும் அதிதூதரான புனித மிக்கேலையும்.. மீதியைச் சொல்லு. முடிஞ்சதும் பிராயச்சித்தம் சொல்றேன்."

நான் மறுபடி மூன்று முறை என் நெஞ்சில் அடித்து அழுது கொண்டு சொன்னேன்: "என்பாவமே என்பாவமே என் பெரும் பாவமே. நான் என்னோட சீச்சியிலே கையை வச்சு தப்பு பண்ணினேன்."

“எங்கே கை வச்சு?” பிலாத்தோஸ் பாதிரியாரின் குரல் உயர்ந்தது.

நான் பதில் சொல்லவில்லை. நான் பாவமன்னிப்பு ஜபம் சொல்லி, அவர் பிராயச்சித்தம் சொல்வதை எதிர்பார்த்து மண்டியிட்டபடியே இருந்தேன்.

“இனிமேல்கொண்டு தப்பு பண்ணாதே. பிராயச்சித்தமா மூணு வாட்டி பரமண்டலத்தில் இருக்கும் பரமபிதாவும் மூணு வாட்டி நன்மை நிறைந்த மரியமும் சொல்லு.”

நான் ஏதும் பேசாமல் தலைகுனிந்திருந்தேன். இனிமேல் செய்ய மாட்டேன் என்று நிச்சயமாகத் தெரியாததால் என்னால் அப்படிச் சொல்ல முடியவில்லை. என் உடம்பு என் பாவம் என்றால் எப்படி அந்தப் பாவம் எனக்கு சுகம் தருகிறது? இந்தப் பாவத்தை நான் மீண்டும் செய்தால் பாவமன்னிப்பு கேட்க வரமாட்டேன் என்று பிலாத்தோஸ் பாதிரியாருக்கும் தோன்றியிருக்கும். நான் எழுந்திருக்கும்போது அவர் சொன்னார்: “ஜெசிக்கா, பிராயச்சித்தத்தை மாத்தியிருக்கேன். பத்து வாட்டி பரமண்டலத்தில் இருக்கும். பத்து நன்மை நிறைஞ்ச.”

பள்ளிவாசல் அணைக்கட்டில் இருந்து கிழக்கு மேற்காகக் கடந்து மின்சாரம் வந்து சேர்ந்த ஒரு மாதத்திற்குள்ளாக, லந்தன்பத்தேரியில் முதல் ரேடியோ வந்தது. மலாக்கா ஹவுஸ் கீழ்த் தளத்தில் சாயாக்கடை நடத்திய பவுலோஸ், வெண்டுருத்தியில் இருந்து உத்தியோக இடமாற்றம் கிடைத்துப்போன ஒரு பஞ்சாபி கடற்படைக்காரனிடம் நூறு ரூபாய்க்கு வாங்கிய பழைய ரேடியோவைக் கொண்டு வந்த தினத்தில், மலாக்கா ஹவுஸின் மேல் கூரையில் இரண்டு மூங்கில் கழிகள் நிறுத்தப்பட்டன. அவற்றில், வலைவலையாக இருந்த பிரகாசமான செப்பு ஏரியலை பவுலோஸும் அவருடைய ஆட்களும் நீட்டி இழுத்துக் கட்டினார்கள். தரையில் குழி தோண்டி, மரத்தை எரித்த கரி நிரப்பி, எர்த் அமைக்கப்பட்டது. காகிதத் தோரணங்கள் கட்டிய பவுலோஸின் சாயாக்கடையிலும், மலாக்கா ஹவுஸின் நீண்ட வராந்தாவிலும் விருந்தாளிகள் ரேடியோ பாடுவதற்காகக் காத்திருந்தார்கள். அப்பனுடைய கையைப் பிடித்துக் கொண்டு நானும் அங்கே நின்றிருந்தேன்.

பிலாத்தோஸ் பாதிரியார் வந்ததும் ரேடியோவை ஆசீர்வதித்தார்: "அக்னி ஜ்வாலை கொண்டும், மேகங்களைக் கொண்டும், தீர்க்கதரிசிகளைக் கொண்டும் எம்மோடு பேசிய பரமபிதாவே, உம்முடைய திருவசனத்தை எடுத்துச் சொல்லவும், மனுஷருக்குள்ளே பிரியத்தை வளர்த்தெடுக்கவும்,

சகலரின் இருதயத்திலும் சந்தோஷத்தை உண்டாகவும், லந்தன்பத்தேரியில் முதலாவதும், பிலிப்ஸ் கம்பேனியாரால் ஹாலந்தில் செய்யப்பட்டதும், உம்முடைய ஊழியக்காரனான பவுலோஸ் பவுலோஸின் பெயரில் லைசன்ஸ் உள்ளதுமான இந்த ரேடியோவை ஆசிர்வதியும். கர்த்தரான கிறிஸ்து மூலம் இந்தப் பிரார்த்தனையை உம்மிடம் சமர்ப்பிக்கிறோம். ஆமென்."

ஆசிர்வதிப்பு முடிந்ததும் இரண்டு மூங்கில் கூடைகளில் பப்பட வடையும் பழப்பொரியும் எடுத்து வந்து அங்கே கூடியிருந்தவர்களுக்கு விநியோகிக்கப்பட்டது. கில்பர்ட்டும், லந்தன் அரண்மனையில் காவல்காரரான முகம்மதுவும், பிலாத்தோஸ் பாதிரியாரும் ரேடியோவைச் சுற்றி நின்றிருந்தார்கள். கில்பர்ட் ரேடியோவின் குமிழை வேகமாகத் திருப்ப, ஏதேதோ சத்தங்கள் கேட்டன. திடீரென்று கொரகொரவென்று சத்தம். கில்பர்ட் சொன்னார்: "இதுதான் திருச்சூர் ரேடியோ ஸ்டேஷன். இன்னும் ஒலிபரப்பு ஆரம்பிக்கலே. தொடங்கும்போது கேட்டா, பிகில் ஊதற சத்தம் பிரமாதமா இருக்கும்."

"கில்பர்ட் சேட்டா, ஷார்ட் வேவ் வருதா பாருங்க" ஜப் தில் பீட்டர் நறொஞ்ஞா சொன்னார். ஆகாயவெளியில் இருந்து வரும் ஒலிகளைச் சிற்றலையில் கேட்க நாங்கள் காதுகளைக் கூர்மையாக்கிக் காத்திருந்தோம். வெடிக்கும் மின்சாரக் குமிழ்களின் ஒலியும் சூறைக் காற்று ஊஊவென்று ஊளையிடும் ஒலியும் கேட்டன. திடீரென்று ஒரு குரல். வானத்தில் இருந்து ஏசு கிறிஸ்து மலையாளத்தில் பேசும் குரல் அது. உச்சரிப்பு தமிழ் வாடையோடு இருந்தது. "நான் உலகிற்கு அமைதி கொணர வந்தேன் என எண்ண வேண்டாம். அமைதியை அல்ல, வாளையே கொணர வந்தேன். தந்தைக்கு எதிராக மகனையும் தாய்க்கு எதிராக மகளையும் மாமியாருக்கு எதிராக மருமகளையும் நான் பிரிக்க வந்தேன். ஒருவருடைய பகைவர் அவரது வீட்டில் உள்ளவரே ஆவர்."

"புதிய வேதாகமம் மத்தேயு பத்தாம் அத்தியாயம், முப்பத்திநாலு தொடங்கி முப்பத்தாறு வரையான திருவசனம் கர்த்தராகிய ஏசு கிறிஸ்து மொழிவதை நீங்கள் கேட்டீர்கள். இலவச பைபிள்

பாடங்களுக்கு எழுத வேண்டிய முகவரி : பைபிள் செண்டர், கேர் ஆஃப் ரேடியோ சிலோன். தபால் பெட்டி ஒன்று ஒன்று ஆறு ஆறு. மந்தவெளிப்பாக்கம். மதராஸ்."

பிறகு, லந்தன்பத்தேரியில் பலரும் ரேடியோ வாங்கினார்கள். தெற்குப்புற வீட்டு சந்தியாகுவும், சேவியரும், ஓணத் திருநாள் நேரத்தில் ஒரு மர்ஃபி ரேடியோவை அப்பனும் வாங்கினார்கள். குந்தன் மியூசிக் கிளப்பில் தினம் காலை எட்டு மணிக்குக் கொஞ்சம் முன்பு கில்பர்ட் ரேடியோ வைப்பார். அப்போது ரேடியோ சிலோனில் ஒன்றோ இரண்டோ சைகல் கானங்கள் கேட்கக் கிடைக்கும். ஜனநாயக இளைஞர் சங்கத்துக்காரர்களும் ரேடியோ வாங்கினார்கள். தினம் மாலை ஐந்து மணிக்கு ரேடியோ மாஸ்கோவில் அவர்கள் மலையாளச் செய்தி அறிக்கை கேட்டார்கள்.

ரேடியோ வந்தபிறகு புதன்கிழமை இரவுகளில் லந்தன்பத்தேரி நிசப்தமானது. ரேடியோ இல்லாதவர்கள், இருப்பவர்களுடைய வீடுகளுக்கு ரேடியோ கேட்கப் போனார்கள். சரியாக எட்டு மணிக்கு ரேடியோ சிலோனில் அமீர் சயானியின் குரல் கேட்கத் தொடங்கும் : "பாயியோ(ம்) அவுர் பஹ்னோ(ம்)." தொடர்ந்து பினாகா கீத் மாலா நிகழ்ச்சியில் புதுப் பாடகர்களின் இசை கேட்கும். 1953-ல் 'பெய்ஜு பவ்ரா' படத்தில் 'தும் கங்கா கி மவுஜ்' பாட்டு மூலம் முகம்மது ரஃபி ஒன்றாம் இடத்தில் இருந்தார். 1955-ல், முகேஷ் ராஜ்கபூருக்குக் குரல் கொடுக்க ஆரம்பித்தார். 1955-ல், ராஜ்கபூரின் 'ஸ்ரீ 420' படத்தில் சங்கர் - ஜெய்கிஷன் இசையமைப்பில் அவர் பாடிய 'மேரா ஜூத்தா ஹி ஜப்பானி' என்ற பாடல் பினாகா கீத் மாலாவில் ஒன்றாம் இடத்தைப் பிடித்தது. நான் பினாகா கீத் மாலா கேட்க ஆரம்பித்தபோது ஒன்றாம் இடத்துக்கு இன்னொரு புதுப் பாடகரான ஹேமந்த் குமார் சாட்டர்ஜி அவருடைய பாடலான 'ஹாய் அப்னா தில் தொ ஆவாரா' மூலம் வந்தார்.

ஹைட்ரஜன் வாயு உருவாக்கத் தேவையானவை: ஒரு கண்ணாடி போத்தல், சிகரெட் பாக்கெட்டின் உள்ளே வைத்திருக்கும் வெள்ளி போல மின்னும் காகிதம், சுண்ணாம்பு, தண்ணீர். எட்வின் சேட்டனுக்காக அப்பன் வாங்கும் ட்ரிபிள் எக்ஸ் ரம் அடைத்திருந்த காலி போத்தல்களை நான் சேகரித்து வைக்க ஆரம்பித்தேன். ஒரு முறை பீரங்கி மைதானத்தில் இருந்தபோது ரோஸி சேச்சி சொன்னாள்: "இனிமேல்கொண்டு நீங்க ரோட்லே நடக்கும்போது சிகரெட் பெட்டி கிடைச்சா அதை எடுத்துக்கிட்டு வந்து என்கிட்டே தரணும். டேய் ஜான்ஸா, உங்க ஊரு ஃபோர்ட் கொச்சியிலே சிகரெட் பிடிக்கறவங்க நெறையப்பேர் இருப்பாங்க. பாக்கெட் எல்லாம் எடுத்து வை. ஜெசிக்கா, நீ கில்பர்ட் சேட்டன் கிட்டே கேட்டா காலி சிகரெட் பெட்டியெல்லாம் உனக்குத் தருவார். அவர் ப்ளேயர்ஸ் சிகரெட் குடிக்கிறவர். ஹைட்ரஜன் தயாரிக்க ப்ளேயர்ஸ் சிகரெட் பாக்கெட்தான் பெஸ்ட். டெய்சிக்குட்டி நடாஷா நீங்க எப்பவும் தரையிலே கண்ணு வைச்சுக்கிட்டு நடக்கணும். சிகரெட் டப்பாவைப் பார்த்தா, மீன்கொத்திப் பறவை மீனைப் பார்த்துப் பாயுது பாரு, அந்த மாதிரி பாய்ஞ்சு எடுக்கணும். நீங்க எல்லோரும் எடுத்த சிகரெட் டப்பாவை என்கிட்டே கொண்டாந்து தரணும், புரியுதா?"

ரோஸி, சிகரெட் பாக்கெட்களுக்குள் இருந்து வெள்ளிக் காகிதங்களை எடுத்தாள். அவற்றின் கசங்கலை சமனப்படுத்திச்

சேர்த்து வைத்தாள். வெள்ளிக் காகித அடுக்கின் உயரம் கிட்டத்தட்ட ஒரு அடி ஆனதும், ஹைட்ரஜன் தயாரிக்க ஜான்சன் வருவதற்காக நாங்கள் சனிக்கிழமை வரை காத்திருந்தோம்.

நானும் ஜான்சனும் கண்ணாடி போத்தல்களோடு பீரங்கி மைதானத்துக்குப் போனோம். டெய்சியும் நடாஷாவும், மலாக்கா ஹௌஸில் இருந்த வில்ப்ரட் கடையில் பலூனும், தீப்பெட்டியும், சுண்ணாம்பும் வாங்கிக்கொண்டு வந்தார்கள். சுண்ணாம்பு கரைத்த நீரைப் போத்தல்களுக்குள் ஊற்றினோம். ரோஸிசேச்சி அவற்றுக்குள் வெள்ளிக் காகிதத்தைச் சின்னச் சின்னத் துண்டுகளாகக் கிழித்துப் போட்டாள். முதல் போத்தலைக் குலுக்கினாள். அவள் சொன்னாள் : “வெதுவெதுன்னு சூடாகி இருக்கு. ஜான்சா, தீப்பெட்டியைக் கொடு.” தீக்குச்சியை உரசி போத்தலின் முகப்புக்குக் கொண்டு வந்தபோது, ஒரு சிறு வெடிப்போடு நீலநிறமாகத் தீ எரிந்தது. சத்தம் கேட்டு சாங்க் நாய் நடுங்கியது. “மெல்லிசா வாயு வருது”, ரோஸி சொன்னாள். மற்ற போத்தல்களில் பல விகிதங்களில் வெள்ளிக் காகிதத்தைக் கிழித்துப் போட்டு நாங்கள் சோதித்தோம். “அம்மாடீ, இந்த போத்தல் நல்ல சூடா ஆகியிருக்கு. ஜெசிக்கா, அந்த பலூனை எடு” என்றாள் ரோஸிசேச்சி.

எவ்வளவு முயன்றாலும் எங்களுக்கு இரண்டு பலூன்களில் நிறைக்கும் அளவே ஹைட்ரஜன் உண்டாக்க முடிந்தது. பலூன்களை போத்தல் வாயில் இருந்து அகற்றி நூல் கொண்டு இறுகக் கட்டிப் பறக்க விட, அவை வானத்தை நோக்கி உயரப் பறந்து சென்றன. சாங்க் பின்னங்கால்களில் நின்று பலூனைப் பார்த்துக் குறைத்தது. “போடா, நீ பார்த்துப் பார்த்துக் குரைக்க அது என்ன சந்திரனா?” என்று ரோஸிசேச்சி கேட்டாள்.

பலூன்களை பீரங்கி மைதானத்தில் பறக்கவிட்டால் அவை லந்தன்பத்தேரியில் இருக்கும் விசித்திரமான மரக்கிளைகளில் சிக்கியிருக்கும் என்று நினைத்து நாங்கள் போனிபேஸ் பாலத்துக்கு நடந்தோம். எங்கள் ஹிப் ஹிப் ஹுரே கூச்சலோடும் கைதட்டல்களோடும் பலூன்கள் மேலே உயர்ந்தன. கிழக்கு

ஆற்றில் படகுக்காரர்கள் முழுக்கப் பார்க்கக் கூடிய மேகமில்லாத வானத்தில் இரண்டு பலூன்கள் எரணாகுளத்துக்குப் போய்க் கொண்டிருந்ததைப் பார்த்தோம். எரணாகுளத்தில் மீனவர் குடியிருப்புகளையும், ராம்மோகன் அரண்மனையையும் கடந்து அந்த பலூன்கள் காணாமல் போயின.

நாங்கள் திரும்ப நடக்கும்போது மலாக்கா ஹௌஸில் இருந்து ஹிப் ஹிப் ஹுரே முழக்கமும் கைதட்டல்களும் கேட்டன. ஜனநாயக இளைஞர் சங்கத்திலிருந்து மகிழ்ச்சியோடு இறங்கி வரும் கூட்டத்தில் கோமஸ்சேட்டனும் இருந்தார். நடாஷா அவரை இரைந்து கூப்பிட்டுக் கேட்டாள்: “அப்பன், எதுக்கு கைதட்டறாங்க? நாங்க பலூன் பறக்கவிட்டதுக்கா?” ராகவன் மாஸ்டரோடு கீழே வந்த கோமஸ் சேட்டன் கேட்டார்: “பலூனா? எந்த பலூன்?”

“அப்போ, நீங்க கைதட்டினது எங்க பலூனுக்காக இல்லியா?” நடாஷா கேட்டாள்.

“நாங்க கைதட்டினதுக்குக் காரணம் அமெரிக்கா பரிதாபமா தோத்துப் போனதுக்காகத்தான்” என்றார் ராகவன்மாஸ்டர். இப்போத்தான் ரேடியோ மாஸ்கோ செய்தியிலே சொன்னாங்க. ரஷ்யாக்காரங்க ஒரு செயற்கைத் துணைக்கோளை ஆகாயத்திலே பறக்கவிட்டிருக்காங்களாம். துணைக்கோள்னு சொன்னா, இப்போ பூமிக்கு ஒரே ஒரு துணைக்கோள் சந்திரன். பூமிக்கும் சந்திரனுக்கும் நடுவிலே ரஷ்யா உருவாக்கி அனுப்பிச்ச இந்த செயற்கைத் துணைக்கோள் போய் இருக்கும். ஸ்புட்னிக் அப்படீன்னு பெயர் இதுக்கு.”

“நாங்களும் ஸ்புட்னிக் விட்டோம்” நான் சொன்னேன். “ஹைட்ரஜன் நிறச்சு ரெண்டு பலூன் இப்போத்தான் கிழக்கே ஆற்றைக் கடந்து பறக்க வச்சிட்டு வரோம். டாட்டா கம்பெனி கடந்து, மலையாத்தூர் முத்தப்பன் சர்ச் உச்சியிலே பறந்து, கொஞ்ச நேரத்திலே இமயமலையும் கடந்து, அங்கே எவரெஸ்டிலே டென்சிங் நட்டு வச்ச மூவர்ணக்கொடிக்கு ஒரு சல்யூட் அடிச்சு, பறந்து பறந்து, ரோமாபுரிக்குப் பறந்து போய், போப்பாண்டவர் கிட்டே ஆசீர்வாதம் வாங்கி,

திரும்பி போனிபேஸ் பாலத்துக்கு மேலே நாங்க பறக்க விட்ட இடத்துக்கே திரும்பி வருமே அது. நாங்களும் ஸ்புட்னிக் விட்டோமே.”

“எட்வினா ஜெசிக்கா, ஒண்ணு சொன்னா தப்பா நினைச்சுக்க மாட்டியே?” ராகவன்மாஸ்டர் கேட்டார். “உங்க பலூன் எரணாகுளத்திலேதான் எங்கேயோ விழுந்து கிடக்கு. காரணம் என்னன்னா, எல்லோரும் கவனமாகக் கேட்கணும், நம்மோட பூமி இந்த சாங்க் நாய் மாதிரித்தான். பாய்ந்து கடிக்கும். பூமியை விட்டு ஏதாவது மேலே பறந்தா, கடிச்சுக் கீழே இழுத்துப் போட்டுடும். அந்தக் கடியோட பேரு என்னன்னு நீங்க இன்னும் கொஞ்ச நாளிலே படிப்பீங்க. புவி ஈர்ப்பு விசைன்னு சொல்வாங்க அதை. புவி ஈர்ப்பு விசையிலிருந்து தப்பிக்க நிறைய வேகமாப் போக வேண்டி வரும். ரஷ்யாக்காரங்க, ஸ்புட்னிக்கை பயங்கரமான வேகத்திலே சீறிப் பாயும் ராக்கெட்டிலே வச்சு அனுப்பி, பூமி அதைக் கடிச்சுக் கீழே இழுக்காம செஞ்சுட்டாங்க. இப்போ பூமி கடிக்க முடியாத உயரத்திலே அது சுத்தி வந்துகிட்டிருக்கு.”

கணக்கு களவாடிய வலிய லூயி ஆசாரியின் மகனான, கடலுக்குள் போய் இறந்து போன வலிய மார்க்கோஸ் ஆசாரியின் மகனான வலிய மத்தேவுஸ் ஆசாரியின் மகளான சிறுமி ஜெசிக்காவின் கணக்கு ஒண்ணாம் கிளாஸில் களவு போனது. எண்களோடு எனக்குச் சொந்தம் கொண்டாட முடியவில்லை. நான் அவற்றைக் கண்டு பயந்து போனேன். ஓரிரண்டு ரெண்டு, ஈரிரண்டு நாலு, மூவிரண்டு ஆறு. பெருக்கல் வாய்ப்பாடுகள் எனக்கு மனப்பாடமாக இருந்தாலும், அவற்றுக்கிடையில் ஏதாவது ஒரு நறுக்கை எடுத்துப் பிரயோகிக்க எனக்கு முடியவில்லை. எங்களுக்கு வகுப்பில் கணக்கு கற்பித்த புஷ்பாங்கதன் மாஸ்டர் எங்களுடைய கரும்பலகை சிலேட்டுகளில் நாங்கள் எழுதிய கணக்குகளுக்கு சரி அல்லது தவறு என்று மட்டும் சின்னம் குறித்தாரே தவிர தவறை எப்படிச் சரியாக்குவது என்று கற்றுக்கொடுக்கவில்லை. கணக்கு இல்லாமல் ஆசாரி வேலை எப்படி நடக்கும்? கர்த்தராகிய ஏசு, குழந்தைப் பருவத்தில், தம்முடைய பிதா யோசேப்பிடம் இருந்து தச்சு வேலை செய்வதற்கு வேண்டிய கணக்கை எல்லாம் கற்றுக் கொண்டார் என்பதை நினைக்கும்போது கணக்கு பற்றிய என் அறிவின்மை, தெய்வ நிந்தையாக எனக்குப் பட்டது.

பள்ளி கோடை விடுமுறைக்காக அடைத்த நாளில் - 1958 மார்ச் முப்பத்தொன்றாம் தேதி - இரண்டாம் வகுப்பில் முழுப்பரீட்சை

நடந்தது. மலையாள டிக்டேஷனில் முழு மதிப்பெண் வாங்கிய நான், 'வா குருவி, வரூ குருவி' என்ற பாடலைப் பிழையில்லாமல் எழுதினேன். எனக்கு மலையாளத்திலும் மற்ற பாடங்களிலும் நூற்றுக்கு நூறு மதிப்பெண் கிடைத்தபோது கணக்குப் பாடத்தில் நூற்றுக்கு நாற்பத்திரெண்டு மட்டும் நான் வாங்கியிருந்தேன்.

நான் வீட்டுக்குப் போகாமல் பீரங்கி மைதானத்துக்கு நடந்தேன். ஐந்து பீரங்கிகள் நிறுத்தி வைத்த பீடத்தில் சாய்ந்து வேம்பநாட்டுக் காயலைப் பார்த்தபடி இருந்தேன். தூரத்தில் வெலிங்டன் தீவுக்குக் கொஞ்சம் முன்னே, கொச்சி கப்பல் கால்வாய்க்குத் திரும்பும் ஒரு கப்பல் ஏற்படுத்திய அலைகள் சிறிது நேரத்தில் லந்தன்பத்தேரியின் கருங்கல் கரையில் பலமாக மோதின. அலை திரும்பும்போது பாறைகளில் இடையே இருந்து தபசி நண்டுகள் வெளிவந்து அவற்றைத் துரத்தின.

விடுமுறைக்காகப் பள்ளிக்கூடம் அடைத்த சந்தோஷத்தோடு பீரங்கி மைதானத்தில் கால்பந்து விளையாடப் பையன்கள் வந்தபோது நான் வீட்டுக்கு நடந்தேன். பூவரச மரம், ஆஞ்சிலியா மரம், கறிப்பலா மரம், மெலிந்த நிழல் தரும் கொய்யா மரம், தூரத்தில் நிழலை வீசும் தென்னை மரம் என எல்லா மரநிழலையும் விட்டு விலகி நல்ல வெய்யிலில் நான் நடந்தேன். வீட்டுக்குள் நுழைந்ததுமே அம்மாவின் சத்தம் கேட்டது : "ஸ்கூல் விட்டதும் வீட்டுக்கு வராம பீரங்கி மைதானத்துலே போய் உட்கார்ந்து அழுதா, கணக்குலே மார்க் வந்துடுமா என்ன?"

வீட்டு முற்றத்தில் குனிந்து இருந்து தச்சுவேலை செய்து கொண்டிருந்த அப்பன் என்னைப் பார்க்கவில்லை. நான் வராந்தாவுக்கு வந்தபோது அம்மா அழுதுகொண்டு எனக்கு முன்னே நின்றபடி சொன்னாள் : "நடாஷாக் குட்டி சொல்லித்தான் எனக்குத் தெரிய வந்தது. வெறும் நாப்பத்துரெண்டு மார்க் தானா?" அம்மாவின் அழுகைச் சத்தம் கூடியது. "குட்டி, நீ என் வயத்துலே கிடந்தபோது தினம் பிரார்த்தனை செஞ்சேன்: என் குழந்தைக்கு ரெண்டு கண்ணும் நல்லா இருக்கணும். காது நல்லா கேக்கணும். உதடு

பிளந்திருக்கக் கூடாது. கால் நொண்டியா இருக்கக் கூடாது. கை ரெண்டும் ஒரே நீளத்திலே இருக்கணும். கர்த்தர் கிட்டே உனக்காக நான் பிரார்த்திச்சதை எல்லாம் கொடுத்தார். ஒண்ணே ஒண்ணு மட்டும் கேட்க விட்டுப் போனது : என் பிள்ளைக்கு புத்தி கொடுக்கணுமே கர்த்தரே. அதை மட்டும் கேட்கலே. அதுதான், பிறப்பிலேயே உனக்கு புத்தியில்லாம போச்சா? கடல்லே மீன் பிடிக்கப் போறவங்களோட உசிரைக் காப்பாத்த கவனமா எல்லா கணக்கும் வச்சு படகு கட்டற வலிய மத்தேவுஸ் ஆசாரியாரோட மகள் இப்படி கணக்கு வராமப் போனாளே."

நான் அழ ஆரம்பித்தேன். அம்மா ஓடி வந்து என் தலைமுடியைப் பற்றி இழுத்தாள். "கூறுகெட்ட உனக்கு எப்பப் பார்த்தாலும் கதை கேக்கணும், அதானே? இல்லேன்னா சும்மா மனக்கோட்டை கட்டிக்கிட்டு இருப்பே. இல்லேன்னா ரேடியோ. அதுவும் இல்லேன்னா கோமஸ்சேட்டன் வீட்டிலே பத்திரிகை, புத்தகம். உனக்கு கணக்கு கத்துக்க நேரமில்லாமப் போச்சோ?." அம்மா என்னைப் பிடித்துக் கீழே தள்ளினாள். தரையில் கிடந்தபடி நான் முற்றத்தில் உளியும், மரச் சுத்தியலும் வைத்துத் தச்சுவேலை செய்து கொண்டிருந்த அப்பனைப் பார்த்தேன். அப்பன் என்னைப் பார்க்காமல் ஒரு நீண்ட மரத் தடியின் முனைக்கு போய் வேலை செய்யத் தொடங்கினார். அப்பனின் தாளம் தவறிப்போவதை முதல் தடவையாகக் கேட்டேன். அவருடைய தச்சு வேலை இவ்வளவு சத்தமாக இருந்ததில்லை. அப்பனின் கண்கள் கோபத்தால் சிவந்திருந்தன. என் கண் முன் அவர் வயது குறைந்து இளைஞராகி இருந்தார்.

திரு இதயப் படம், திருக்குடும்பப் படம் தவிர எங்கள் வீட்டில் இருந்த இன்னும் ஒரே ஒரு படம் உண்டு, அப்பனுக்கு அப்பன், இளம் பிராயத்தில் கடலுக்குள் போய் இறந்துபோன வலிய மார்க்கோஸ் ஆசாரியுடையது அது. சம்மட்டியைத் தலைக்கு மேல் உயர்த்திப் பெரிய உளிக்கு மேல் பலமாக அடித்து ஒரு மரத் துண்டை இரண்டாகப் பிளந்த அப்பனின் உருவத்தில் நான் என்றும் இளமையோடு இருந்த என் அப்பூப்பனைக் கண்டேன்.

பிறவியிலேயே உண்டான குறைபோல் நான் கணக்கில் ஞானசூன்யமாகிப் போன துக்கத்தில் வீடே அமிழ்ந்தது. அன்றைக்குப் பிரார்த்தனைகளின் சத்தம் தவிர வீட்டில் வேறே சத்தமில்லை. உறக்கம் வராத ராத்திரியில் நான் உறங்க முற்பட்டபோது அம்மா எனக்கு வழக்கம்போல் முத்தம் தராமல் என்னை மறுபடியும் புறக்கணித்தாள்.

ஆதாமும் ஏவாளும் கடவுளின் கட்டளையை மீறி, அவரால் தடைசெய்யப்பட்ட நன்மை தீமை அறியும் மரத்தின் கனியை உண்ட பாவத்தைச் செய்தார்கள். உலகத்தில் எல்லோரும் வழிவழியாகத் தொடர்ந்து வரும் அந்த ஆதிபாவத்தோடு பிறந்திருக்க, நான் இரண்டு பாவங்களோடு பிறந்திருந்தேன். கணக்கு களவாடியது என் இரண்டாவது பாவம். கொர்னேலியஸ் க்யூஸ்லரின் பத்திரங்கள் வைத்த மரப் பெட்டியில் இருந்து கேட்காமல் எடுத்த கப்பல் கட்டும் சூத்திரங்கள் அடங்கிய சுருளை என் அப்பனின் பாட்டன் வலிய லூயி ஆசாரி மனப்பாட.ம் செய்திருந்தார். ஒரு சிறிய படகில், களவாடிய கணக்குகளோடு வைப்பினில் இருந்து லந்தன்பத்தேரிக்குத் தப்பி வந்து கொண்டிருந்த லூயி ஆசாரியை, காயல் கடலோடு கலக்குமிடத்தில் நிலவொளியில் நின்றிருந்த கொர்னேலியஸ் சபித்தார். அந்தப் பிறவிப் பாவமும் என் தலையில் விடிந்திருக்கிறது. கணக்கின் கூட்டல் குறி போன்ற பாவச் சிலுவையில் அது என்னை அறைந்துள்ளது. கழித்தல் சின்னம் போன்ற நீண்ட ஆணிகள் என்னை ஆழமாகக் காயப்படுத்துகின்றன. சீட்டு குலுக்கிப் போட்டு என் அங்கியைப் பெறப்போகும் காவலர்கள் பெருக்கல் சின்னம் போல் ஈட்டிகளை ஒன்றின் குறுக்கே மற்றொன்றாக நிறுத்தி வைக்கிறார்கள். மிஞ்சியது, சந்தேகம் கொண்டவர்கள் விரல் நுழைத்துப் பார்க்க, வகுத்தல் குறியின் புள்ளித் துளைகள். தலையணையில் முகம் புதைத்து நான் என் அழுகையை அடக்கினேன். அம்மா பக்கத்தில் வந்து படுத்தாள். என்னை அணைத்துக்கொண்டு முதுகில் தட்டியபடி அம்மா பாடத் தொடங்கினாள்:

"எங்ஙனெ நீ மறக்கும் குயிலே
எங்ஙனெ நீ மறக்கும்"

மறுநாள், 1958 ஏப்ரல் 1, திருச்சூர் மாவட்டத்தில் இருந்து பிரித்து, எரணாகுளத்தைத் தனி மாவட்டமாக அறிவித்த தினமாக இருந்தது. அதற்கான கொண்டாட்டங்களைப் பார்க்க எரணாகுளத்துக்குப் படகில் போகிறவர்களின் கூட்ட நெரிசல் காரணமாக, அப்பனும், அம்மாவும், நானும் குஞ்ஞூஞ்ஞுவின் சிறிய படகில் பயணமாகி, எரணாகுளம் ஜெயில் படகுத்துறையில் போய் இறங்கினோம். அங்கே, ஃபோர்ட் கொச்சியில் இருந்து ஏற்கனவே வந்து சேர்ந்திருந்த எட்வின்சேட்டனும், விக்கி பெரியம்மாவும், ஜான்சனும் எங்களுக்காகக் காத்திருந்தார்கள்.

ஷண்முகம் சாலையில், காயலுக்கு முதுகைக் காட்டிக்கொண்டு மதிலில் உட்கார்ந்திருந்த எரணாகுளத்துக்காரர்கள், அலையடிக்கும் வெள்ளத்தைக் கண்கொட்டாமல் பார்க்கும் என்னை ஆச்சரியப்படுத்தினார்கள். அவர்களுக்குக் காயல் வேண்டாம். அது சென்று சேரும் கடல் வேண்டாம். ஒரு முறை கூடக் காயலைத் திரும்பிப் பார்க்காமல் எரணாகுளத்துக்காரர்கள் ஷண்முகம் சாலையில் ஜனக்கூட்டமாகப் பெருகும் அவர்களுடைய நகரத்தைப் பார்த்தபடி இருந்தார்கள். நாங்கள் கூட்டத்தை விலக்கிக் கொண்டு நடந்து, ஸீ வ்யூ ஓட்டலில் நுழைந்தோம்.

"வலிய ஆசாரி, வாசல்லே மஞ்சள் ஜிப்பா போட்டுக்கிட்டு நிக்கறார் பாருங்க, அவர்தான் பாஸிசேட்டன். பிராக்குளம் பாஸி. இந்த ஓட்டல் சொந்தக்காரர்" எட்வின்சேட்டன் அப்பனிடம் சொன்னார்.

"நானும் கேட்டிருக்கேன் அவரைப் பற்றி. பெரிய தலைவர்னு பேசிக்கறாங்க." அப்பன் சொன்னார்.

"ரெவல்யூஷனரி சோஷலிஸ்ட் பார்ட்டி, ஆர்.எஸ்.பிக்காரர். விக்கி, மட்டில்டா, நான் ஒரு ரகசியம் சொல்லட்டுமா? யார் கிட்டேயும் சொல்லக்கூடாது. சப் இன்ஸ்பெக்டர் பிலிப்போஸ்

மத்தாய் வீட்டுலே நான் பிரியாணி செஞ்சு கொடுக்கப் போனபோது அவர் சொன்னது.”

“என்ன ரகசியம் அது, எட்வின்?” அப்பன் கேட்டார்,

“இப்போ எல்லாம் ஸீ வ்யூ ஓட்டல்லே ரகசியமா மீட்டிங் மேலே மீட்டிங் நடக்குதாம். கொல்லத்திலே இருந்து ஸ்ரீகண்டன் நாயர் வருவார். திருவனந்தபுரத்திலே இருந்து கௌமுதி வாரப்பத்திரிகை நடத்தற கே. பாலகிருஷ்ணன் வருவார். சகலமான ஆர்.எஸ்.பி காரங்களும் வருவாங்க. போதாக்குறைக்கு காங்கிரஸ்காரங்களும் வர்றதுண்டாம். மீட்டிங் எல்லாம் கம்யூனிஸ்ட் கட்சி அரசாங்கத்தைக் கவிழ்க்கறதுக்காகவாம்.”

எனக்கும் ஜான்சனுக்கும் பலூடாவும் பெரியவர்களுக்கு சாயாவும் கொண்டு வந்து கொடுத்தார்கள். குளிர்ந்து ஈரம் பூரித்து இருந்த கண்ணாடி கிளாஸில் பல வர்ணத்தில் இருந்த பலூடாவை நானும் ஜான்சனும் பார்த்தபடி இருந்தோம். ஆகக் கீழே சுண்டுவிரல் நீளத்தில் சேமியா, மேலே சிவப்பு வண்ணத்தில் ஜெல்லி, அதன் மேல் மஞ்சள் ஐஸ்க்ரீம், எல்லாவற்றுக்கும் மேல் நல்ல சிவப்பு நிறத்தில் செர்ரிப் பழம் ஒன்று. அன்று வாழ்க்கையிலேயே முதல் தடவையாக நான் ஸ்பூனால் எடுத்துச் சாப்பிட்டேன்.

எரணாகுளம் இர்வின் பாலத்தில் நடைபாதைக்கு இருபுறமும் நிற்கும் பனைமரங்களில் சிறிய அலங்கார பல்புகளை மாலையாகக் கோர்த்துத் தொங்கவிட்டிருந்தார்கள். ஹஸூர் நீதிமன்றக் கட்டிடத்தில் விளக்கு அலங்காரம் தொடங்கவும், ராஜேந்திர மைதானத்தில் அவுட்டுகள் மேலே உயர்ந்து வெடிக்கவும், சூரியன் மறைந்து அந்திசாயக் காத்திருக்க வேண்டி இருந்தது.

ஏப்ரல் மாதத்தில் மட்டுமே எரணாகுளத்துக்காரர்கள் சூரிய அஸ்தமனத்தை முழுவதுமாகப் பார்த்தார்கள். காயல் கடலோடு கடக்கும் இடத்தில் சிறு துண்டாகக் கண்ணுக்குத் தட்டுப்படும் கடல் பிரதேசத்தில் சூரியன் சென்று மறைவது அப்போது மட்டும் அவர்களுக்குக் காணக் கிடைக்கும். கடலில்

மறையப் போகும் சூரியனுக்கு மத்தியில் கிரகணம் போல் நகரும் கப்பலொன்றின் நிழலை நான் பார்த்தேன். நாடக மேடைத் திரைகளில் இயற்கைக் காட்சியாக வரைந்திருக்கும் ஓவியங்கள் போல் அந்தக் காட்சி எனக்குச் செயற்கையானதாகத் தோன்றியது.

இரட்டொஸ்தெனஸை யாருக்கும் தெரியாது. அவரைப் பற்றி யாரும் நினைப்பதுமில்லை. இரண்டாயிரத்து முன்னூறு வருடம் முன்பு அலெக்ஸாண்ட்ரியாவில் வாழ்ந்த இந்த கிரேக்க நாட்டு யவனனை ஸ்ரீராமவர்மா உயர் தொடக்கப் பள்ளியில் கணக்கு வாத்தியாராக இருந்த புஷ்பாங்கதன் மட்டும் மறக்காமல் மனதில் நினைத்திருந்தார். யாரும் இரட்டொஸ்தெனஸை அறியாமல் இருந்தது நல்லதாகப் போனது. அவரை உலகம் அறிந்திருக்கலாம். ஆனால் அவரை இந்த லந்தன்பத்தேரிக்குத் தெரியாது. அவரை அறிந்தவர்களில் நான் என்கிற இந்த ஜெசிக்காவும் இல்லை. கொலம்பஸும் இல்லை. ஒரு கையில் தராசும், மற்றதில் வாளும் ஏந்தி இருக்கும் ராபேல் தேவனுடையதும், நல்ல சேதிகளை அறிவிக்கும் கப்பிரியேல் தேவனுடையதுமான பெயர்கள் கொண்ட பாய்மரக் கப்பல் களில் கோழிக்கோட்டுக்கு வந்து சேர்ந்த வாஸ்கோ ட காமாவும், இதரப் போர்த்துகீஸ்காரர்களும் கூட அவரைத் தெரிந்தவர்களில் இல்லை.

1958-ல் ஆண்டிறுதி விடுமுறைக் காலத்தில் ஒரு நாள் என் அப்பனும், எட்வின்சேட்டனும், நானும், மலாக்கா ஹௌஸில் புஷ்பாங்கதன் மாஸ்டரின் அறைக் கதவைப் பல தடவை தட்டியும் கதவு திறக்கவில்லை. அடுத்த அறையில் இருந்து வெளியே வந்த ராகவன் மாஸ்டர் சொன்னார் : “புஷ்பாங்கதன் கணக்குப் போட்டுக்கிட்டிருக்கார். பீரங்கி வெடிச்சாலும் கேட்காது அவருக்கு.”

“அப்படி என்ன கணக்கு அது ராகவன் மாஸ்டரே?” எட்வின்சேட்டன் அவரைக் கேட்டார். “புஷ்பாங்கதன் மாஸ்டர் கணக்கிலே பித்தாகிப் போனதைப் பற்றி நாங்களும் கேட்டிருக்கோம்.”

“இது ஒரு வாழ்வா - சாவா போராட்டம். ஒரு சித்தாந்தம் தப்புன்னு நிரூபிச்சா, புஷ்பாங்கதன் மாஸ்டருக்கு பத்து லட்சம் பிரிட்டீஷ் கினி பணம் கிடைக்குமாம்.”

“அது என்ன சித்தாந்தம்?” எட்வின்சேட்டன் கேட்டார்.

“பெர்மாட்டோட இறுதி தேற்றம்னு சொல்லுவார். ரெண்டு முதன்மை எண்களை வர்க்கப்படுத்திக் கூட்டினால் வரும் எண் இன்னொரு முதன்மை எண்ணோட வர்க்கமாக இருக்காது. இது தான் தியரத்தோட சாராம்சம். அது தப்புன்னு நிரூபிக்கத்தான் இப்படி கஷ்டப்படறார் புஷ்பாங்கதன் மாஸ்டர். ஜெசிக்கா, முதன்மை எண் அப்படீன்னா தெரியுமா? ஒரு எண்ணை வேறு எந்த ஒரு எண்ணாலே வகுக்கும்போதும் மீதி வந்தா அது முதன்மை எண். ப்ரைம் நம்பர்.”

“தெரியுமே”, என்றார் அப்பன். என் பாட்டன் வலிய லூயி ஆசாரி சொல்லிக் கேட்டிருக்கேன். கப்பல் கட்டறவங்க அதை தெய்வத்தோட எண் அப்படின்னு சொல்வாங்க. அதை அதே எண்ணாலேயும் ஒண்ணாலேயும்தான் மீதி வராம வகுக்க முடியும். படகோட பாய்மரத்தோட நீளம் தெய்வத்தோட எண்ணாக இருக்கணும்னு பாட்டன் சொல்லியிருக்கார். அப்படி இருந்தா அது முறிஞ்சு விழாதாம்.”

“மாஸ்டர் கோவிச்சுக்கக் கூடாது. நீங்க எல்லாம் டீச்சர் ட்ரெயிங்க் டிப்ளமா வாங்கினவங்கதானே. ஸ்கூல் படிச்சு முடிச்சு டிப்ளமா. இத்தனை சிக்கலான தேற்றம் தப்புன்னு நிரூபிக்க அதுக்கான கல்வித் தகுதி வேணாமா?” எட்வின் சேட்டன் கேட்டார்.

“எட்வின் சேட்டன் சொல்றது சரிதான். அதுனாலேதான் புஷ்பாங்கதன் ஆரம்பத்திலே இருந்து தொடங்கினார். முதல்லே மூணு, அதுக்கு அடுத்த பிரைம் நம்பர் இது ரெண்டையும்

எடுத்துத் தியரத்தோடு பொருத்திப் பார்த்தார். மூணும் அஞ்சும் வர்க்கப்படுத்தினா ஒன்பது, இருபத்தைஞ்சு. கூட்டினா முப்பதிநாலு. அது எந்த நம்பருக்கும் வர்க்கமில்லை."

"அப்போ ரெண்டு?" அப்பன் கேட்டார். "ரெண்டு நீங்க சொல்ற கூட்டத்திலே இருக்கற நம்பர்தானே?"

"இரண்டுங்கற எண்ணை எடுக்க வேண்டாம்னு பெர்மாட்டே சொல்லியிருக்கார். புஷ்பாங்கதன் மாஸ்டர் அடுத்து எடுத்தது மூணும் ஏழும். அங்கேயும் பெர்மாட் தேற்றம் சரின்னுதான் நிரூபணம் ஆகும் அவர் இதை ஆரம்பிச்சு ஏழெட்டு வருஷமாயாச்சு. இன்னும் ரெண்டு இலக்க எண்கள்லேதான் இருக்கார். மூணு இலக்கத்துக்குப் போகலே."

சட்டென்று கதவைத் திறந்துகொண்டு புஷ்பாங்கதன் மாஸ்டர் வெளியே வந்தார். "என்ன எல்லாரும் கூட்டமா நிக்கறீங்க?" என்று கேட்டார் அவர்.

"மாஸ்டருக்குத் தெரியாதா என்ன? நீங்கதானே ஸ்கூல்லே பாடம் சொல்லித் தர்றீங்க? இந்த ஜெசிக்காப் பொண்ணுக்கு கணக்கு வரமாட்டேங்குதே" எட்வின் சேட்டன் சொன்னார்.

"அதெல்லாம் சரியாயிடும்" புஷ்பாங்கதன் சொன்னார். "ஜெசிக்கா லாபநஷ்டக் கணக்குப் போடறதிலேதான் மோசமா இருக்கா. பனிரெண்டு பைசா அப்படீன்னா ஒரு அணா. பதினாறு அணா அப்படீன்னா ஒரு ரூபாய். இதை எல்லாம் வச்சுக் கணக்குப் போடறது கஷ்டம்தானே? எது எப்படியோ, ஜெசிக்கா படற கஷ்டம் என்னன்னு சர்க்கார் தெரிஞ்சுக்கிட்டாங்க. இப்போ ஒரு ரூபாய்னு சொன்னால், அது நூறு நயாபைசா. பத்து பத்தாகத்தான் கணக்கு. வாங்க, நின்னுக்கிட்டே பேசாம, ரூமுக்குள்ளே உட்கார்ந்து பேசலாம்."

புஷ்பாங்கதன் மாஸ்டரின் அறை மூலையில் கணக்குப் போட்டுப் பின் கசக்கி எரிந்த காகிதங்கள் மூன்று நாலடி உயரத்தில் குவிந்திருந்தன. மேஜை மேல் பத்து கொயர் வெள்ளைக் காகிதம், மை பாட்டில்கள், ஸ்டீல் நிப் பேனாக்கள், பிளாட்டிங் பேப்பர் அட்டை, கள், முதன்மை எண்கள் எழுதிய

பலகை சிலேட்டு இவையெல்லாம், சுவரில் தொங்கிய ஒரு செப்புத் தகடுக்கு முன்னால் பூசை செய்வதற்கான பொருட்கள் போல வைக்கப்பட்டிருந்தன.

“மாஸ்டர், நாங்க வந்திருக்கறது ஒரு விஷயம் கேட்கத்தான்’, எட்வின் சேட்டன் சொன்னார். “அந்தச் சுவர்லே ஃப்ரேம் போட்டு மாட்டி வச்சிருக்கற செம்புத் தகடு என்ன மாதிரியானது? அது கணக்குக் கத்துக்க சக்தி கொடுக்கும்னு ஊர்லே பேசிக்கறாங்க. அதுபோல் ஒண்ணு வாங்கித்தர முடியுமா? தச்சர்கள் வாழ்க்கை நடத்தறது கணக்கை வச்சுத்தான்னு மாஸ்டருக்குத் தெரிஞ்சிருக்கும். கணக்கே குலத்தொழிலாகிப்போன, கணக்கு களவாடிய வீட்டு ஜெசிக்கா மனசிலே கணக்கை இணங்கி வர வைக்கத்தான் செம்புத் தகடு கேக்கறேன். ஒண்ணே ஒண்ணு, கிடைக்குமா மாஸ்டர்?”

“இதிலே மேஜிக் ஒண்ணும் இல்லே. சில முதன்மை எண்கள் மட்டும்தான்”, புஷ்பாங்கதன் மாஸ்டர் சொன்னார். என்றாலும் மேஜிக் உண்டான்னு கேட்டா உண்டு. இந்த முதன்மை எண்கள் தான் மற்ற எல்லா எண்களையும் பிறப்பிக்கும். மனசிலே ஒரு வெறியாகவே ஆயிடும். இதெல்லாம் அடிப்படையான முதன்மை எண்கள். வலிய ஆசாரி மாதிரியான ஆசாரிகள் சொல்றதுபோல, இதுக்கெல்லாம் தெய்வ குணம் உண்டு. இவற்றை வழிபட ஆரம்பித்தால் நிறுத்த முடியாது. முன்னொரு காலத்திலே, ஏசு கிறிஸ்து பிறந்ததுக்கு வெகு முன்னால், இரடொஸ்தெனஸ் என்று ஒரு கிரேக்க தேசத்துக்காரர் இருந்தார். அவருக்கும் முதன்மை எண்களோட கிறுக்குப் பிடிச்சது.”

புஷ்பாங்கதன் இரடொஸ்தெனஸ் கதையைச் சொல்லத் தொடங்கினார்: “பூமியின் சுற்றளவை முதல்முதலில் அளந்தவன் அந்த யவனன்தான். அவனை யாருக்கும் தெரியாது. எகிப்து நாட்டிலே ஸையீன் என்று ஒரு ஊர். இப்போ அதுக்குப் பெயர் அஸ்வான். சூரியன் அங்கே நடுப்பகலுக்கு சரியாக உச்சந்தலைக்கு மேலே இருக்கும் என்கிறதை இரடொஸ்தெனஸ் கண்டுபிடிச்சார். அதே நேரத்தில் ஸையீனிலே இருந்து வெகு தொலைவில் இருக்கப்பட்ட அலெக்ஸாண்ட்ரியாவில் சூரியன்

வானத்திலே தெற்கே கொஞ்சம் நகர்ந்துதான் இருந்தது. ஸைய்னிலிருந்து அலெக்ஸாண்ட்ரியா எவ்வளவு தொலைவில் இருக்கு என்பது இரடொஸ்தெனஸுக்குத் தெரிந்திருந்தது. அலெக்ஸாண்டிரியாவில் சூரியன் ஏழு டிகிரி சாய்வில் இருப்பதைக் கண்டுபிடிச்சபோது, அதை வைத்து பூமியின் சுற்றளவு 25,000 மைல் இருக்கும் என்று இரட்டொஸ்தெனஸ் கணக்குப் போட்டுச் சொன்னார். அது சரியாக இருந்தது.

"அவரைத் தொடர்ந்து இன்னும் பலர் பூமியோட மார்புச் சுற்றளவை அளந்தெடுத்தார்கள். ஒவ்வொரு தடவை அளந்த போதும் பூமி சுருங்கிக்கொண்டே இருந்தது. நிலவியல் அறிஞரான தாலமி அளந்தபோது பூமியோட சுற்றளவு இன்னும் சுருங்கி இருந்தது. பதினஞ்சாம் நூற்றாண்டில் இந்தியாவைக் கண்டுபிடிக்க வேண்டும் என்று புறப்பட்ட மறுமலர்ச்சிக் காலப் பயணிகளுக்கு தைரியம் கொடுத்தது, தாலமி வரைந்த சுருங்கிய பூமியின் வரைபடங்கள்தான். இரட்டொஸ்தெனஸை நம்பியிருந்தால் கொலம்பஸுக்கும் வாஸ்கோ ட காமாவுக்கும் அவங்களோட தேசத்து அரசர்கள் பயணம் போய்வர உதவி செய்திருக்க மாட்டாங்க. நீண்ட பயணங்கள் போக ரொம்ப செலவு பிடிக்கும்.

"இரட்டொஸ்தெனஸ் ஒரு சல்லடையை உருவாக்கினார். வகுபடுகிற எல்லா எண்களும் அந்தச் சல்லடையோட துளைகளுக்கு ஊடாக விழுந்து போக மிஞ்சியது முதன்மை எண்களான பிரைம் நம்பர்கள்தான். நூறு வரைக்கும் இருக்கும் முதன்மை எண்கள் கொண்ட இரட்டொஸ்தெனஸ் சல்லடை இப்படி இருக்கும்:

2	3	5	7	11
13	17	19	23	29
31	37	41	43	47
53	59	61	67	71
73	79	83	89	97

“நான் இந்த இரடொஸ்தெனஸ் சல்லடையை சோட்டாணிக் கரையிலே சுதர்சன யந்திரமும், ஸ்ரீசக்கரமும் மற்றதும் தகட்டில் எழுதும் ஒரு ஜோசியர் கிட்டே கொடுத்தேன். அவர் இந்த இரட்டொஸ்தெனஸ் யந்திரத்தை செஞ்சு கொடுத்தார். இதைப் பார்த்துக்கிட்டிருந்தால் ஒரு ஆறுதலா இருக்கும். நான் பெர்மெட் தேற்றம் தப்புன்னு நிரூபிக்க வேலை ஆரம்பிச்சு ஏழு வருஷம் ஆச்சு. இப்போ எனக்கு பத்து லட்சம் கினி பரிசுத் தொகை வேணாம். எப்படியாவது பெர்மெட் தேற்றம் தப்புன்னு நிரூபிச்சால் போதும்.”

தெய்வீகமானவையும், விர்ஜின் மேரி படகிலே ஸ்ராங் ஆண்டனி போல தனிமையை அனுபவிப்பவையுமான எண்களைக் கொஞ்ச நேரம் பார்த்துக் கொண்டிருந்துவிட்டு நாங்கள் மலாக்கா ஹௌஸில் இருந்து புறப்பட்டோம். திரும்பிப் போகும்போது போர்த்துகீஸ் ஜபக்கூடத்துக்கு முன்பாக எட்வின்சேட்டன் கைவிரித்துப் பிரார்த்தனை செய்தார்: “பூமியின் வரைபடங்களைச் சுருக்கிய கர்த்தரே உமக்கு ஸ்தோத்திரம். அதனாலன்றோ வாஸ்கோ ட காமா ஐந்து பிரான்ஸிகன் பாதிரியார்களோடு இங்கே வந்தது. அதனால் தானே நாங்கள் தீண்டத் தகாதவர்கள் இல்லை என்றானது. அதனால்தானே நாங்கள் பண்ணையார்களின் அடியும் அவர்கள் துப்பிய எச்சிலும் சகித்து, காலை முதல் சாயந்திரம் வரை அவர்களுடைய நிலங்களில் உழைத்து, தென்னம்பாளையில் கஞ்சி வாங்கிக் குடித்து நடக்கிற அசம்பாவிதம் ஏற்படாமல் போனது. அதனால்தானே ஏசுசபை, கார்மலித்தா சபை, டொமினிகன் சபைகளைச் சேர்ந்த பாதிரியார்கள் எங்களுக்கு கல்வியும் மனதில் சத்திய ஒளியும் தந்தது. உமக்கு ஸ்தோத்திரம். வெள்ளைக்கார பாதிரியார்கள் எங்களை பயமுறுத்தியபோது எங்கள் திருச்சபையை எங்களுக்குத் திருப்பிக் கொடுத்ததற்கும் உமக்கு ஸ்தோத்திரம்.”

கொச்சிக்கு வந்த சீனர்களையும், அரபிகளையும், போர்த்துகீசியர்களையும், டச்சுக்காரர்களையும், ஆங்கிலேயர்களையும் பற்றி நமக்குத் தெரியும். ஆனால், தனிநபர்களாக கொச்சிக்கு வந்த இத்தாலிக்காரர்களைப் பற்றி நமக்குத் தெரியாது. லூடோவீகோ ஆரியொஸ்ட்டொ எழுதிய 'ஒர்லாந்தோ ஃபூரியொஸோ', தீவுகளில் கத்தோலிக்கக் குழந்தைகளின் கனவுகளில் ரோல்தானையும் காறல்மானையும் கொண்டு வருவதற்கு வெகு முன்பு, கி.பி 1441-ல் உலகம் சுற்றிக் கண்டுவரப் புறப்பட்ட நிக்கொலாஸ் கொண்டி கிழக்கு ஆற்றில் ஒரு ராத்திரி படகில் போகும்போது இருட்டில் கிடந்த போஞ்ஞிக்கரையில் வெளிச்சமாகத் தெரிந்த தெற்குப் பகுதிக்குப் படகைத் திருப்பினான். அங்கே வாழைமரத் தண்டுகளில் செருகி வைத்த, கனல்வீசி எரியும் தீப்பந்தங்களுக்கு இடையே அம்புகளால் துளைக்கப்பட்ட புனித செபஸ்தியானோஸின் திரு உருவத்தைத் தரிசித்தான்.

இன்னொரு இத்தாலிக்காரரான பேராயர் லூடோவிகோ மார்ட்டினி 1842-ல் போஞ்ஞிக்கரையில் அதே இடத்தில் புனித செபஸ்தியானோஸ் நினைவாக, பனை ஓலைத் தட்டிகளால் கூரை வேய்ந்த ஒரு சிறு தேவாலயம் எழ ஆசிர்வதித்தார். ரோமாபுரியில் பிரபலமான பாச்சிநெல்லி குடும்ப உறுப்பினரும் வராப்புழை அப்போஸ்தலிய

ஆயருமான பென்னடைன் பாச்சிநெல்லி அந்தச் சிலுவைக் கோவில் இருந்த இடத்தில் அலங்கார வளைவுகளோடு கூடிய வாயில்களும், பெரிய தூண்களும் மாடமுமாக ஐரோப்பிய மாதாகோவில்களின் அமைப்பில் ஒரு பெரிய மாதாகோவிலைக் கட்டினார். திருச்சபை விசுவாசிகளின் ஒவ்வொரு குடும்பமும் தினமும் ஒரு கைப்பிடி அரிசியும், தென்னைகளின் முதல் குலையும் சர்ச்சுக்குக் காணிக்கையாகத் தரவேண்டும் என்று விதிக்கப்பட்டது. அவற்றைக் காசாக்கி, பாதிரியாருடைய வசிப்பிடம் அமைக்கப்பட்டது. அப்போது லந்தன்பத்தேரியிலும், போஞ்ஞிக்கரையிலும் உள்ள கத்தோலிக்கக் குடும்பங்களுக்கு, வல்லார்பாடம் திருச்சபையில் இருந்து பிரிந்து தனியாக ஒரு புது திருச்சபை கிடைத்தது. பாச்சிநெல்லி மாதாகோவில் மணியை ஏற்றி வைக்க மணிக்கூண்டு ஏதும் கட்டவில்லை. கோவில் வளாகத்தில் இருந்த பழைய புளிய மரத்திலேயே போஞ்ஞிக்கரைக் கோவிலின் அந்த மணியைத் தொங்க விட்டார் அவர்.

இத்தாலியில் இருந்து வந்த மற்றொரு வரவு, மக்ரோனி. பஞ்சம் ஏற்பட்ட 1958 ஜூலை – ஆகஸ்டில் கேரள மக்களுக்கு விநியோகிக்க அரிசி இல்லாமல் போனது. ஆவணி மாதத்தில் -அறுவடை முடிந்தும் தட்டுப்பாடு நீங்கவில்லை. கேரள சர்க்கார் ஆந்திராவில் தனியார் அரிசி மில்களில் இருந்து அரிசி வாங்கியது. இந்த அரிசி பேரத்தில் கையூட்டு பெறப்பட்டதாக மோசடிக் குற்றச்சாட்டு எழுந்து, அதுவரை களங்கமில்லாததாக இருந்த கம்யூனிஸ்ட் அரசின் பிம்பத்தைக் கறைபடுத்தியது. அப்போதுதான் அரசுக்கு மக்ரோனி நினைவு வந்தது.

அடிக்கடி வறட்சியும் அது காரணமாக உணவுத் தட்டுப்பாடும் ஏற்படுவது கேரளத்தில் நடப்பதுதான். அப்போதெல்லாம் திருவிதாங்கூர், கொச்சி அரசர்கள் கஞ்சித்தொட்டி திறந்து பாதிக்கப்பட்ட மக்களுக்கு தர்மக் கஞ்சி வார்த்தார்கள் என்றாலும் பட்டினிச் சாவுகளைத் தடுக்க முடியவில்லை. போர்த்துகீசியர்கள் பிரசீலில் இருந்து இந்தியாவுக்குக் கொண்டு வந்ததாகச் சொல்லப்படும் மரச்சீனிக் கிழங்கைக் கேரளத்தில் தினசரி உண்ணும் உணவாக்க திருவிதாங்கூர்

அரசர் விசாகம் திருநாள் மகாராஜா முனைந்து பிரசாரம் செய்தபோது பஞ்சம் சற்றே தணிந்தது. மரச்சீனியை ஏற்றுக் கொண்ட மக்கள் மக்ரோனியையும் ஏற்றுக்கொள்வார்கள் என்று கணக்குப்போட்டு அரசு நியாயவிலைக் கடைகளில் மக்ரோனி விநியோகிக்க முன்கை எடுத்தது. இத்தாலியில் கிளிஞ்சல், நாடா, சுருள் உருவங்களில் உலா வந்த மக்ரோனி கேரளத்துக்குத் தானியமணிகளின் உருவத்தில் வந்து சேர்ந்தது.

லந்தன்பத்தேரியில் ஜனநாயக இளைஞர் சங்கம் மக்ரோனி ஆதரவுப் பிரசாரத்தில் இறங்கியது. மலாக்கா ஹௌஸுக்கு முன்னால் அடுப்பு மூட்டி, பெரிய கொப்பரையில் மக்ரோனிக் கஞ்சி செய்து இறக்கி அவர்கள் இலவசமாக விநியோகித்தார்கள். உடல்நலத்தின் உறைவிடமும், நல்ல சுவையும் மணமும் கொண்டதுமான மக்ரோனியின் சிறப்பு பற்றி ராகவன் மாஸ்டர் எழுதிய நோட்டீசுகள் அச்சிட்டு விநியோகிக்கப்பட்டன. மக்ரோனி உணவுவகைகளைச் சமைப்பதற்கான சமையல் குறிப்புகளும் வழங்கப்பட்டன.

ஜனநாயக இளைஞர் சங்கம்
லந்தன்பத்தேரி

இல்லம் நிற வல்லம் நிற
ஓணம் பொன்னோணம்
இந்த ஓணப்பெருநாளில் நம் பாயசம்
சத்து மிகுந்த மக்ரோனி பாயசம்.

வீட்டில் உண்டாக்க எளிது, சுவையோ சுவை. ஆரோக்கியம் தருவது.

மக்ரோனி பாயசம்
மக்ரோனி - 1 ராத்தல்
சர்க்கரை - 2 ராத்தல்
தேங்காய்ப்பால் - 2 தேங்காய்களிலிருந்து எடுத்தது
தேங்காய்ச் சில்லுகள்-4 பெரிய கரண்டி
நெய் - ஒரு கரண்டி
ஏலக்காய் - 4 சன்னமாகப் பொடி செய்தது

1) தேங்காயைத் துருவி முதல், இரண்டாம், மூன்றாம் பால் எடுக்கவும். தேங்காய்த் துண்டுகளை நெய்யில் பொன் நிறமாக வறுத்துக்கொள்ளவும்.

2) மக்ரோனியைத் தண்ணீரில் கொதிக்க வைத்த பிறகு தனியே எடுத்து வைக்கவும்.

3) தேங்காயில் எடுத்த இரண்டாம், மூன்றாம் பாலை அடுப்பில் வைத்து சர்க்கரை சேர்த்துக் காய்ச்சவும். சர்க்கரை முழுக்கக் கரைந்ததும் மக்ரோனி சேர்த்து நன்றாகக் கிளறிக் கொதிக்க விடவும். அளவு சிறுத்ததும் ஏலக்காய்ப் பொடி இட்டு தேங்காயில் எடுத்த முதல் பாலைக் கலந்து, வறுத்து எடுத்த தேங்காய்த் துண்டுகளைக் கலந்து இறக்கி வைத்துப் பரிமாறவும்.

நான் ஒரு தடவை மட்டுமே மக்ரோனி சாப்பிட்டிருக்கிறேன். கம்யூனிஸ்ட் கட்சியின் சுற்றறிக்கைப்படி கோமஸ்சேட்டன் தினமும் ஒரு பொழுதாவது வலுக்கட்டாயமாக மக்ரோனி சாப்பிட்டார். ஒரு ஞாயிற்றுக்கிழமை காலையில் ரோஸி சேச்சி என்னை மக்ரோனி உப்புமா சாப்பிட அவர்கள் வீட்டுக்கு அழைத்தாள்.

“சாப்பிடுங்க பசங்களா, சாப்பிடு நடாஷா. உனக்கும் ஜெசிக்கா மாதிரி உடம்பு கிண்ணுனு புஷ்டியாக வேணாமா”? கோமஸ்சேட்டன் நடாஷாவைக் கேட்டார்.

சாப்பாட்டு மேஜை நடுவில் பீங்கான் குண்டானில் பச்சைமிளகாயும், இஞ்சியும், தேங்காய்ப் பூத்துருவலும், வறுத்த கடுகும், மிளகும் கலந்திருந்த மக்ரோனி உப்புமாவைப் பார்த்தோம். பசியாறும் நேரத்தில் சாப்பாட்டு மேஜையைச் சுற்றிச் சுற்றி வந்து நிற்கும் சாங்க் நாய் தாழ்வாரத்தைக் கடந்து உள்ளே வரவே இல்லை. எல்லோரும் மக்ரோனி உப்புமாவைப் பார்த்துக்கொண்டிருந்தோமே தவிர யாரும் அதைச் சாப்பிடவில்லை. அப்புறம் ரோஸி முன்வந்து உப்புமாவை எல்லோருக்கும் வழங்கினாள். தண்ணீர் குடித்து அதை நாங்கள் மெதுவாக உள்ளே இறக்க முயற்சி செய்தோம்.

“மக்ரோனி எப்படி இருக்கு, ஜெசிக்கா?” கோமஸ்சேட்டன் கேட்டார்.

மக்ரோனியை சூயிங் கம் போல மென்று கொண்டிருந்தேனே தவிர நான் அவருக்குப் பதில் சொல்லவில்லை. கோமஸ்சேட்டன் மறுபடியும் கேட்டார் : “ஏன் ஒண்ணும் சொல்ல மாட்டேங்கிறே, ஜெசிக்கா?”

“நல்ல ருசியா இருக்கு” என்றேன் நான்.

“ரப்பர் வாடை அடிக்குதுன்னு சொல்லு ஜெசிக்கா”, என்றாள் நடாஷா. ஒரு நிமிட மௌனத்துக்கு அப்புறம் கோமஸ்சேட்டன் பலமாகச் சிரிக்க ஆரம்பித்தார். ரோஸிசேச்சி அடுக்களையில் இருந்து வெண்ணெய் தடவிய ரொட்டித் துண்டுகளோடு வந்தாள். அப்போது சாங்க் நாய் தாழ்வாரத்திலிருந்து ஒரே ஓட்டமாக உள்ளே ஓடி வந்தது.

அன்று மதிய உணவிலும் மக்ரோனி என்னைப் பின்தொடர்ந்தது. பிலாத்தோஸ் பாதிரியார் வசிப்பிடத்துக்குக் கீழ்த்தளத்தில் நடந்துகொண்டிருந்த செயிண்ட் செபாஸ்டியன் பாலர் சங்க ஞாயிற்றுக்கிழமை வகுப்பில் அன்று தேவமைந்தனாகிய ஏசு கிறிஸ்து மனிதனாக அவதரித்ததைப் படித்தோம்.

“மனிதனாக அவதரித்த ஏசுவுக்குள் மனிதன், தெய்வம் என்று ரெண்டு பேர் இருந்தார்களா?” வெள்ளை முழுக்கைச் சட்டையும், நாலுமுழ வேட்டியும் அணிந்து ரத்தம் சுண்டிய முகம் சாம்பல் போல் வெளுத்திருந்த எங்கள் ஞாயிற்றுக்கிழமை வகுப்பு ஆசிரியர் லாரன்ஸ் பள்ளத்து கேட்டார்.

ஞாயிற்றுக்கிழமை வகுப்பில் இருந்த கிட்டத்தட்ட முப்பது பிள்ளைகள் வினா-விடை புத்தகத்திலிருந்து படித்தார்கள் :

“மனித அவதாரம் எடுத்த தேவமைந்தன் தெய்வ சுபாவமும் மனுஷ சுபாவமும் உள்ள ஒருவரே. அவர் புனிதமான மூவரில் இரண்டாமவர். பரமபிதா மூவரில் முதலானவர். பரிசுத்த ஆவி மூன்றாமவர்.”

“தேவமைந்தன் மனுஷராகப் பிறந்தபோது கொண்ட பெயர் என்ன?” லாரன்ஸ் பள்ளத்து கேட்டார்.

“அவர் ஏசு என்ற திருநாமத்தால் அறியப்பட்டார்.”

“ஏசுநாதரின் பிதா யார்?”

“ஏசுநாதரின் பிதா பரமண்டலத்தில் இருக்கும் பரமபிதா.”

“புனித யோசேப்பு ஏசுவுக்கு என்ன உறவு?”

“புனித யோசேப்பு ஏசுகிறிஸ்துவின் வளர்ப்புத் தந்தையாவார். பிறப்பித்த பிதா அல்லர்.”

“ஏசுவின் அன்னை யார்?”

“பரிசுத்த கன்னி மரியாள் ஏசுவின் அன்னை ஆவார்.”

வினா விடை கத்தோலிக்கத் திருச்சபை, புனிதமான போப்பாண்டவர், புனிதமான போப்பாண்டவரின் தவறிழைக்காத தன்மை பற்றித் திரும்பியது. லாரன்ஸ் பள்ளத்து கேட்டார் : “திருச்சபையை அழிக்க முயற்சி செய்வது யார்?”

இந்தக் கேள்விக்கான பதில் வினாவிடை புத்தகத்தில் இல்லாத காரணத்தால் பிள்ளைகள் மௌனமாக இருந்தார்களே அன்றிப் பதிலேதும் சொல்லவில்லை.

“இருபதாம் நூற்றாண்டின் அந்திக்கிறிஸ்து யார்?”

“இருபதாம் நூற்றாண்டின் அந்திக்கிறிஸ்து கேரள முதலமைச்சர் ஈ.எம்.எஸ் நம்பூதிரிபாட்.”

லாரன்ஸ் பள்ளத்து கேள்வி கேட்டுப் பதிலும் சொன்னார்.

“மலைப் பள்ளத்தாக்குகளிலும், அத்துவானக் காட்டிலும், மழைக்காலத்தில் கடல் கொண்டு போகும் கடற்கரைப் பிரதேசங்களிலும் புகுந்து அங்கே வசிக்கும் சாமானியர்களுக்குக் கல்வி கற்றுத்தர அரசு தயங்கியபோது, திருச்சபையின் ஊழியர்கள் அங்கெல்லாம் சென்று பள்ளிக்கூடங்களைத் தொடங்கினார்கள். ஒற்றை அறை உள்ள சிறு கட்டிடங்களில், எதிரே ஒரே ஒரு மரச் சிலுவை அவர்களின் தொண்டுக்கு

சாட்சியம் சொல்லி நிற்க, தனித்தவர்களாக அங்கெல்லாம் போய் கத்தோலிக்க பாதிரியார்கள் கூலி வேலைக்காரர்களுடைய பிள்ளைகளுக்கும், தினம் பட்டினியால் பரிதவித்த பரம ஏழைகளின் குழந்தைகளுக்கும், மீனவர்களின் பிள்ளைகளுக்கும் கல்வி புகட்டினார்கள். சர்க்கார் செய்ய வேண்டிய இந்தப் பணியைத் தாங்களாகவே நடத்த ஏற்றுக்கொண்டு கத்தோலிக்கத் திருச்சபை நல்ல முறையில் நடத்தியதால், பிரிட்டீஷ் அரசாங்கம் இந்தப் பள்ளிகளுக்கு நிதியுதவி செய்தது."

இரண்டு கைகளையும் உயரத் தூக்கியபடி லாரன்ஸ் பள்ளத்து பிரசங்கம் செய்தது அநேகமாக எங்களுக்குப் புரியவில்லை.

"மலைப் பள்ளத்தாக்குகளிலும், காட்டுப் பிரதேச கிராமங்களிலும் இணைப்புச் சாலைகள் வந்தன. மின்சாரமும் மற்றதெல்லாமும் வந்தன. கறிவேப்பிலை மாதிரி திருச்சபையை சர்க்கார் கருதித் தூக்கியெறிந்து விட்டது. நம் கத்தோலிக்கத் திருச்சபை நடத்தும் பள்ளிக்கூடங்களுக்கு இன்னும் உதவித்தொகை என்ற பெயரில் கொடுக்கும் அற்பக்காசுக்கு சர்க்கார் கணக்கு கேட்கிறது. கர்த்தராகிய ஏசு கிறிஸ்துவுடைய கல்விச்சாலைகளை கவர்மெண்ட் கைப்பற்றிக்கொள்ள கம்யூனிஸ்டுகள் சட்டசபையில் மசோதா கொண்டு வந்திருக்கிறார்கள். நம்முடைய பள்ளிக்கூடங்களில் யார் ஆசிரியர்களாக இருக்கவேண்டும் என்று தீர்மானிக்கிற உரிமையையும் அவர்கள் எடுத்துக்கொள்ள முயற்சி செய்கிறார்கள். வேதாகமத்தில் குறிப்பிட்ட ரெண்டாம் முத்திரை உடைந்திருக்கிறது."

லாரன்ஸ் பள்ளத்துவின் குரல் உயர்ந்தபோது நாங்கள் இன்னும் சிறியவர்களாகிக் கொண்டிருந்தோம். "ஏசு கிறிஸ்துவின் வெளிப்பாடு : நடக்க இருக்கும் நிகழ்வுகளை அவர் யோஹனனுக்குக் காட்டித் தந்தார். ரெண்டாம் முத்திரை உடைந்தபோது எது வெளியே வந்தது? ஏசுவின் வெளிப்பாடு : ஆறாம் அத்தியாயத்தில் நான்காம் விசேஷம். அப்பொழுது சிவப்பான வேறொரு குதிரை புறப்பட்டது. அதின்மேல் ஏறியிருந்தவனுக்கு, பூமியிலுள்ளவர்கள் ஒருவரையொருவர் கொலைசெய்யத் தக்கதாகச் சமாதானத்தைப்

பூமியிலிருந்தெடுத்துப் போடும்படியான அதிகாரம் கொடுக்கப்பட்டது: ஒரு பெரிய வாளும் அவனுக்குக் கொடுக்கப்பட்டது."

லாரன்ஸ் பள்ளத்து எங்களைப் பயமுறுத்தத் தொடங்கினார். நரகம் பற்றிய நடுங்க வைக்கும் வாக்குகளை ராத்திரி நேரத்தில் உச்சரிக்கும் பிரசாரகர் போல அவர் உரக்கக் குரல் கொடுத்தார்: "காது கொடுத்துக் கேளுங்கள். சிவப்புக் குதிரையின் காலடிச் சத்தம் இடி முழக்கம் போல் கேட்கவில்லையா? சாத்தானின் உலா தொடங்கி இருக்கிறது. முன்னால் வருவது யார்? பிணைத்து வைத்திருக்கும் தொடை எலும்புகளுக்கு மத்தியில் மண்டையோடு இருக்கும் படம் வரைந்த கருப்புக் கொடி பிடித்து, திருச்சபைக்கு எதிராகக் கலகத்தைத் தொடங்கி வைத்த, திருச்சூர் செயிண்ட் தாமஸ் கல்லூரியிலிருந்து வெளியேற்றப்பட்ட, கண்ணில் பகையும், பட்டை பிரேம் போட்ட மூக்குக் கண்ணாடியுமாக இருக்கும் கல்வித்துறை அமைச்சர் ஜோசப் முண்டசேரி, அவருக்குப் பின்னால், ரெண்டாம் முத்திரை உடைந்து வந்த சிவப்புக் குதிரையேறித் தலையில் கொம்பும், வாலில் அம்பு முனையும், கையில் வாளுமாக கேரள முதலமைச்சர் ஈ.எம்.எஸ் நம்பூதிரிபாட், அவருக்குப் பின்னால், உச்சிக்குடுமியோடு, சாத்தானுடைய புரோகிதர்களில் முதல்வராக, நியமனமான ஒரே ஒரு பார்ப்பன அமைச்சர் வி.ஆர்.கிருஷ்ணய்யர், சாத்தானின் உலாவில் அடுத்து நடந்து வருவது, எங்கும் பஞ்சத்தை விதைக்கும் உணவு மந்திரி கே.சி.ஜார்ஜ்.

உணவு மந்திரி கே.சி. ஜார்ஜ் நமக்குத் தருவது விதைக்கவோ, அறுவடை செய்யவோ முடியாத பொருளான மக்ரோனியை. மக்ரோனி என்றால் என்ன? கோதுமை மாவின் இன்னொரு வகை. பட்டினி கிடந்தாலும் கேரள மக்களுக்கு மக்ரோனி வேண்டவே வேண்டாம். சுயமரியாதை உள்ள எந்த மலையாளியும் கோதுமையைத் தொடக்கூட மாட்டாங்க. அதானாலே தான் கம்யூனிஸ்ட்காரங்க கோதுமையை மக்ரோனி ஆக்கி மோசடி செய்து நம்மை ஏமாத்தறாங்க. யாருக்கு வேணும் இவங்க கோதுமையும் அதுக்குப் பிறந்த மக்ரோனியும்"?

லாரன்ஸ் பள்ளத்து ஒரு நிமிடம் பிரசங்கம் செய்வதை நிறுத்திக் கண்மூடி இருந்தார். நான் கேட்டேன், “அப்போ புனித அப்பம்”?

சிறிது நேரம் கண் இருட்டிக்கொண்டு வந்தது. செவியில் பெரிய சத்தம் கேட்டது. என் பின்னந்தலையில் பலமாக அடித்து லாரன்ஸ் பள்ளத்து கேட்டார் : “இந்த தெய்வ விரோதியோட பெயர் என்ன?”

மற்ற பிள்ளைகள் தலைகுனிந்து இருந்தார்களே தவிர என் பெயரைச் சொல்லவில்லை. நான் அழப்போவதில்லை என்று தீர்மானித்தேன். ஞாயிற்றுக்கிழமை வகுப்பு முடிந்து நான் வீட்டுக்குத் திரும்பிக்கொண்டிருந்தபோது, பரங்கி ஜபக்கூடத்துக்கு முன் கண்மூடி நின்றேன். நான் பிரார்த்திக்கவில்லை. கேள்வி கேட்டேன். நான் குற்றம் செய்தவள் என்றால் என் குற்றம்தான் என்ன? கிழக்கில் இருந்து காற்று திரும்ப வீசியபோது, அணைந்த மெழுகுவர்த்திகளில் இருந்து உயர்ந்த உருகிய மெழுகின் வாடை குமட்ட வைத்தது. நான் பாதை ஓரமாகக் குந்தி உட்கார்ந்து வாந்தி எடுத்தேன். வாந்தியில், காலையில் சாப்பிட்ட மஞ்சள் நிற மக்ரோனித் துண்டுகள் இருந்தன. கூடவே வெளியே வந்த வறுத்த கடுகு மணிகள், பாதையருகே வளர்ந்திருந்த புல்லில் படிந்து பளீரிட்டன. புவியீர்ப்பு விசை என்னைத் துன்புறுத்தியது.

1958 டிசம்பரில், புனித செபஸ்தியனோஸ் பெருநாளுக்கு முன் வழக்கம்போல் கட்டிடங்களுக்கு வெள்ளை அடிக்கவும் சாயம் பூசவும் வேலை நடந்தது. எரணாகுளத்தில் இருந்து ஓவியர்கள் மலாக்கா ஹவுஸ் முதல் மாடிச் சுவரில் புடைத்து எழுந்து நின்ற புலி, வேட்டைக்காரன் சிற்பத்தைப் புதுப்பிக்க வந்திருந்தார்கள். மஞ்சள் நிறம் பூசிய புலி மேல் அவர்கள் சிறு பிரஷ்களை வைத்துக் கறுப்புப் புள்ளிகள் இட்டார்கள். அடுத்து வேட்டைக்காரன். கடைசியாகத்தான் அவர்கள் புலியின் நாக்கை சிவப்புச் சாயத்தால் வரைந்தார்கள். ஏராளமாக மிஞ்சிய சிவப்புச் சாயத்தை, அடிப்படை வண்ணம் மட்டும் அடித்து வைத்திருந்த சின்னத்தம்பி அண்ணாவி மெமோரியல் சவிட்டு நாடகப் பெயர்ப் பலகையில் அள்ளிப் பூசினார்கள். அதன் மேல் வெளுத்த எழுத்துகள் தெரிய ஆரம்பித்தன: ‘கம்யூனிஸ்ட் பார்ட்டி ஆஃப் இந்தியா, லந்தன்பத்தேரி’. பெயருக்கு முன், செங்குத்தாக நிற்கும் அரிவாளின் படம். அதன்மேல், முனை முறிந்த சிலுவை போல சுத்தியல்.

“என் மனசு இப்போதான் பஞ்சு போல லேசா ஆனது,” அறையின் சாவியை ராகவன் மாஸ்டரிடம் கொடுத்தபடி சந்தியாகு சொன்னார். “ஒரு பெரிய பாரம் தலையிலே இருந்து எறங்கின மாதிரி இருக்கு. வாங்க மாஸ்டர், கள்ளுக்கடைக்குப் போகலாம்.”

“நானும் வரட்டா சந்தியாகு?” குந்தன் மியூசிகல் கிளப் வாசலுக்கு வந்து நின்று கில்பர்ட் கேட்டார்.

“கில்பர்ட்சேட்டா, நீயும் வா”, என்றார் சந்தியாகு.

மலாக்கா ஹவுசின் கீழ்த் தளத்தில் பிரான்சிஸூம், மைக்கேலும், எங்கள் அண்டைவீட்டுக்காரர் சேவியரும், வல்லார்பாடம் மாதாகோவிலில் பல வருஷங்களுக்கு முன் காறல்மானுடைய வீரர்களில் மிகுந்த அழகனான குயதவர் கொஞ்ஞுவின் வேடம் கட்டியவரும் இப்போது இரவில் சிம்னி விளக்கு எரிய விட்டுக் குத்த வைத்து உட்கார்ந்து மீன்பிடிக்கத் தூண்டில் போடுகிறவருமான மார்க்கோஸூம் காத்திருந்தார்கள். போஞ்ஞிக்கரை கள்ளுக்கடையில் கூட்டமில்லை. சந்தியாகு நடுவில் இருக்க, அவருக்கு இருபுறமும் சுவரில் சாய்ந்தபடி அவர்கள் பெஞ்சுகளில் அமர்ந்திருந்தார்கள்.

“ஹேய், எல்லாரும் பாருங்க. ஏதாவது நினைவு வருதா? நாம் இருக்கறது ஏசுவும் சீடர்களும் கடைசி ராச்சாப்பாடு சீன் மாதிரி இல்லே? எது எப்படியோ, காறல்மான் பெயர் சொல்லி, கடைசி தடவையாகக் குடிப்போம். சாப்பிடுவோம்”, சந்தியாகு சொன்னார். பிறகு கில்பர்டைச் சிறிது நேரம் நோக்கினார்.

“சந்தியாகு எதுக்கு என்னை இப்படி முறைக்கறே?”, கில்பர்ட் கேட்டார். “வெளிப்படையாகத்தான் சொன்னேன், வைப்பின் தீவுலே தகராறு நடக்கறபோது நாம இங்கே காறல்மான் நாடகம் போட வேண்டாம்னு. அப்படி இல்லாம, நான் என்ன காறல்மானை காட்டிக் கொடுத்தவனா என்ன? சொல்லு சந்தியாகு. சொல்லு பிரான்சிஸ். அட நீதான் சொல்லேன், மீங்கு.”

“கில்பர்ட் சேட்டன் காறல்மானுக்கு துரோகம் பண்ணினதா நான் சொன்னேனா? காறல்மானுக்கு துரோகம் செஞ்சவங்க, லந்தன்பத்தேரியிலும், போஞ்ஞிக்கரையிலும் இருக்கப்பட்ட பாதிரியார்கள். போன ஞாயிற்றுக்கிழமை பிலாத்தோஸ் பாதிரியார் என்னைக் கூப்பிட்டுவிட்டார். என்ன ஆச்சு நாடகம், சந்தியாகுன்னு கேட்டார். காசு வரல்லேன்னு நான்

சொன்னேன். கொஞ்சம் அரிசியும் மூணு நாலு கொப்பரைத் தேங்காயும் கிடைச்சதுன்னேன். அப்போ பிலாத்தோஸ் பாதிரியார் என்ன சொன்னார்னா... அய்யோ, நான் என் வாயாலே எப்படிச் சொல்லுவேன் அதை? நினைச்சா கண்ணு கலங்குது. இந்த பிராஞ்சியும் என்னோட தான் இருந்தான். அவன் சொல்வான், பிலாத்தோஸ் பாதிரியார் பேசினது என்னன்னு."

ராஜப்பன் ஒவ்வொருவர் முன்பும் ஒரு போத்தல் கள்ளும், கண்ணாடி கிளாஸூம், சிறு பீங்கான் பாத்திரத்தில் அரிநெல்லிக்காய்க் கறியும் கொண்டு வந்து வைத்தான். அவர்கள் மௌனமாக கிளாஸ்களில் கள் நிறைத்தார்கள். சந்தியாகு சொன்னார்: "சொல்லு பிராஞ்சி, காறல்மானுக்கொரு டோஸ்ட். நம்ம டாட்டா கம்பெனியிலே ஜெனரல் மேனேஜர் டின்னர் கொடுக்கும்போது சொல்றாப்பல, ஒரு டோஸ்ட்."

கள் நிரம்பிய கிளாஸை உயர்த்திப் பிடித்துக்கொண்டு பிரான்சிஸ் எழுந்து நின்றார். "காறல்மானே, உன் மகத்துவத்தை யார் போற்றி வாழ்த்தப்போறாங்க? பிலாத்தோஸ் பாதிரியார் சொல்றார், உன் காலம் முடிஞ்சு போச்சாம். சவிட்டு நாடகத்துக்கு சவக்குழி தோண்டியாச்சாம். இனிமே சவிட்டு நாடகம்னா, ஒண்ணு ரெண்டு சீன் மட்டும்தான். முடிஞ்சது கதை. எரணாகுளத்துலே ஹோமியோபதி வைத்தியர் பதியார், பல்லி மிட்டாய் மாதிரி சின்னச் சின்னதா மாத்திரை கொடுப்பாரே அப்படித்தான் இனி சவிட்டு நாடகம்னா ஒரு தர்பார் சீன் இல்லேன்னா ஒரு ஃபைட் சீன். பழைய காலத்திலே நடந்த மாதிரி ராத்திரி தூக்கம் முழிச்சுப் பார்க்கற நாடகம் இனி நடக்காது. உம்மை மியூசியத்துலே வைக்கணுமாம். காறல்மானே, மியூசியத்திலே போய் உட்காரும். அதனாலே காறல்மானே, பிரான்ஸ் நாட்டு சக்கரவர்த்திகளே, இந்த அந்திப் பொழுதிலே கள்ளு குடிச்சு, உமக்கும் அந்தி சாய்ந்ததைக் கொண்டாடறோம்."

பிரான்சிஸ் உட்கார்ந்தார். ராஜப்பன் வந்து கேட்டான்: "கெண்டை மீனு இருக்கு. வறுத்துக் கொண்டு வரட்டா?"

"மகனே ராஜப்பா, கள்ளு இன்னும் வேணும். கெண்டை

மீனும் எடுத்து வா. சாளை மீன் இருந்தா அதுவும் கொண்டா. அப்படியே கணவாய் மீனும் பொரிச்சு எடுத்து வா. இன்னிக்கு எல்லாச் செலவும் என் கணக்குலே இருக்கட்டும். நான் காறல்மானுக்கு துரோகம் பண்ணிட்டதா சந்தியாகு சொல்றான். செஞ்சிருந்தா, அதுக்கு பிராயச்சித்தம் இதெல்லாம்.” கில்பர்ட் சொன்னார்.

“கில்பர்ட் சேட்டா, நான் அப்படிச் சொல்லவே இல்லே”, என்றார் சந்தியாகு. சவிட்டு நாடகம் க்ளோஸ் ஆயிடுச்சுன்னு பிலாத்தோஸ் பாதிரியார் சொன்னார். அப்போ, நான் அவர் கிட்டே சொன்னேன் : “வைப்பின் தீவுலே சச்சரவு எல்லாம் தீர்ந்த அப்புறம் கில்பர்ட் சேட்டனுக்கும் அவரோட ஆளுங்களுக்கும் காறல்மான் சக்கரவர்த்தியோடு இருந்த மனஸ்தாபம் தீர்ந்துபோச்சு. இப்போ நாங்க எல்லோரும் ஒண்ணா சேர்ந்திருக்கோம். சாமி, நீங்க சர்ச் வகையிலே தரேன்னு சொல்லியிருந்தீங்களே, அந்தப் பத்தாயிரம் ரூபா கிடைச்சதுன்னா நாடக வேலை ஜரூரா ஆரம்பிச்சுடலாம்.”

“அதுக்கு பிலாத்தோஸ் பாதிரியார் என்ன பதில் சொன்னார்?” மைக்கேல் கேட்டான்.

“அப்போ பிலாத்தோஸ் பாதிரியார் கைகழுவப் போனார். மீதிக் கதையை நீ சொல்லு பிராஞ்சி. நான் மன சமாதானத்தோட கொஞ்சம் கள்ளு குடிக்கறேன்”, என்றார் சந்தியாகு.

“பத்தாயிரம் ரூபாயா? கட்டிலைப் பார்த்ததும் காய்ச்சல் வந்துடுத்துன்னு பழமொழி சொல்வாங்களே, அது மாதிரி ஆக வேணாம்னார் பாதிரியார்”, பிரான்சிஸ் சொன்னார். அந்தக் காசுக்கு வேறே செலவு இருக்காம். திருச்சூர்லே இருந்து பிரதர் வடக்கனை பிரசங்கம் செய்ய இங்கே கூட்டி வரதுக்கு எடுத்து வச்சிருக்காம் அந்தப் பணத்தை. பெருநாள் காலத்திலே பீரங்கி மைதானத்துலே கதாபிரசங்கம் நடத்தவும் அந்தப் பணத்திலே இருந்து தான் செலவு செய்யணுமாம். பாதிரியார் சொல்றாரு, எரணாகுளத்துலே நம்மோட செயிண்ட் ஆல்பர்ட் பள்ளிக்கூடம் இருக்கு இல்லே, அங்கே வாத்தியார்மாரை இனிமேல்கொண்டு நியமிக்கப் போறது

கம்யூனிஸ்ட் கட்சி வட்டச் செயலாளர்தானாம். சிலுவைப் போர் நடக்கப் போகுதாம். அப்படி இருக்க, சவிட்டு நாடகம் எல்லாம் எதுக்கு இப்போ? அப்படிச் சொல்லிட்டு பாதிரியார் கைகழுவப் போனாரு. அவர் திரும்பி வந்து சந்தியாகு சேட்டன் தோளிலே கை வச்சு அவரோட மனசை நோகடிக்கற மாதிரி சொன்ன ஒரு டயலாக் : "நீ சவிட்டு நாடக சங்கத்துக்கு ரூம் எடுத்து மாச வாடகை கொடுத்து உன் கைக்காசை வீண் செலவு செய்ய வேணாம். மலாக்கா ஹௌஸ் ரூமை எவ்வளவு சீக்கிரம் ஆகுமோ அத்தனை விரசா திருப்பிக் கொடுத்திடு."

"எல்லாத்துக்கும் காரணம் நீங்கதான், ராகவன் மாஸ்டரே", சந்தியாகு சொன்னார். "நீங்களும் உங்க கல்வி மசோதாவும். காறல்மானைப் பரிதாபமா போய்ச்சேர வச்சுட்டீங்க."

"வாத்தியாருங்களுக்கு சம்பளம் கொடுக்க வேணாமா? பாதிரியாருங்க ஃபீஸ் வாங்கிட்டுத்தானே அவங்க ஸ்கூல்லே படிப்பு சொல்லித் தர்றாங்க? சம்பளம் கொடுத்தா என்ன குறைஞ்சு போச்சு? சந்தியாகுசேட்டா நான் ஒண்ணு சொல்றேன். என் அம்மா ரொம்ப கஷ்டப்படாம இருக்கறதுக்குக் காரணம் அவங்களுக்கு நிலத்துலே வர்ற கொஞ்ச வருமானம். நிலவுடைமையை அரசாங்கம் எடுத்துக்க சட்டம் வந்தா அது கிடைக்காது போயிடும்தான். அதுக்காக அழுதுகிட்டு நிக்க முடியுமா? நிலவுடமை மசோதா வந்தா எத்தனை இதர பேருக்கு நல்லதா இருக்கும்? ஒருத்தருக்கு கஷ்டம்னா மற்றொருத்தருக்கு அதுவே நல்ல விஷயமா இருக்கும்." ராகவன் மாஸ்டர் சொன்னார்.

"ஸ்ரீராம வர்மா அப்பர் ப்ரைமரி ஸ்கூலை, அடுத்த வருஷத்திலே இருந்து ஹைஸ்கூல் ஆக்கப் போறாங்களா?" பிரான்சிஸ் கேட்டார்.

"அது நல்லதுதானே. அப்படி நடந்தா, ஏழாம் கிளாஸ் இங்கே படிச்சு முடிச்ச அப்புறம் மேலே படிக்க படகுலே எரணாகுளத்துக்குப் போய் வர வேணாமே", ராகவன் மாஸ்டர் சொன்னார்.

“அதெல்லாம் இங்கே வேணாம் மாஸ்டரே. போய் கட்சி ஆபீஸ்லே சொல்லுங்க. உங்களுக்கும் அந்தப் பைத்தியம் புஷ்பாங்கதனுக்கும் ப்ரொமோஷன் கிடைச்சு டிரான்ஸ்பர்லே போகிற போதுதான் பிள்ளைங்க, படகுன்னு எல்லாம் ஞாபகம் வருதாக்கும்? விடுங்க”, சந்தியாகு சொன்னார்.

“சுவரை ஒரு தடவை பார்த்துக்குங்க” என்றான் ராஜப்பன். எல்லோரும் சுவரில் எழுதி வைத்திருந்ததைப் படித்தார்கள். “இங்கு அரசியல் பேசாதீர்கள்!”

காலியான கள் போத்தல்கள் கூடிக்கொண்டே இருந்தன. அவர்கள் உண்டது குறைவாக இருந்தது.

“மார்க்கோஸ்சேட்டன் ஏன் ஒண்ணுமே பேசலே”, சந்தியாகு கேட்டார்.

“மீன் பிடிக்கத் தூண்டில் போடறவன் பேச என்ன இருக்கு சந்தி? பேசினா மீன் போகும், அந்த காறல்மான் போன வழிக்கே போயிடும்” என்றார் மார்க்கோஸ்.

“மார்க்கோஸ் சேட்டா, ஒரே ஒரு அடி மட்டும் பாட்டுப் பாடு. அந்தப் பழைய மார்க்கோஸ் சேட்டனா, காறல்மான் சக்கரவர்த்தியோட பனிரெண்டு படைவீரர்களிலே பேரழகனா இருந்த குயவதர் கொஞ்ஞுவோட வேஷம் கட்டி, வல்லார்பாடம் சர்ச்சிலே, பொண்ணுங்களோட மனசை எல்லாம் கவர்ந்த அந்தப் பழைய மார்க்கோஸ் சேட்டனா ஒரு பாட்டுப் பாடு.”

“சவிட்டு நாடகமும் ஆச்சு, கொஞ்ஞுவும் ஆச்சு”, கில்பர்ட் சொன்னார். இப்போ நம்ம ஃபீலிங்க்ஸ்-க்கு ஏத்தது குந்தன்லால் சைகல் பாட்டுதான். ஆசை நிராசையாப் போனதைப் பத்தின பாட்டு:

கரூங் க்யா ஆஸ் நிராஸ் பயி	ஆசை நிராசையானது என்செய்வேன்
கரூங் க்யா ஆஸ் நிராஸ் பயி	ஆசை நிராசையானது என்செய்வேன்
தியா புஜெ ஃபிர்ஸே ஜல் ஜாயே	தீபம் அணைந்தது திரும்ப ஒளிரும்
ராத் அந்தேரி ஜாயே தின் ஆயே	இரவு இருளானது உதயம் வரும்

புனித செபஸ்தியானோஸின் பெருநாளான 1959 ஜனவரி இருபதாம் தேதியிலிருந்து, விமோசன சமரத்தைத் தொடர்ந்து ஈ.எம்.எஸ் நம்பூதிரிபாடின் கம்யூனிஸ்ட் மந்திரிசபை கலைக்கப்பட்ட அதே வருடம் ஜூலை முப்பத்தொன்றாம் தேதி வரை என் உலகம் மிக வேகமாகச் சுழன்றது. ஒவ்வொரு ராசியிலும் சஞ்சரிக்கும்போது அதிலிருந்து தெறித்து விழும் சம்பவங்களின் எண்ணிக்கை கூடிக்கொண்டிருந்தது. பிலாத்தோஸ் பாதிரியார் மாதாகோவிலில் பிரார்த்தனை நேரத்தில் வாசித்த கத்தோலிக்கப் பேராயரின் இடையர் கடிதங்கள்; சகோதரர் வடக்கன் பாதிரியாரின் இடிமுழக்கச் சொற்பொழிவு; எல்லாத் தீவுகளில் இருந்தும், 'பகவான் மக்ரோனி' என்ற கதாபிரசங்கம் கேட்க பீரங்கி மைதானத்துக்கு வந்து சேர்ந்த ஜனக்கூட்டம்; நாயர்களுடையதும், கிறிஸ்துவர்களுடையதுமான சமுதாயத் தலைமை; மக்கள் தேர்ந்தெடுத்த அரசாங்கத்தைக் கவிழ்க்கச் செயல்படுத்திய தந்திரமான திட்டங்களைப் பற்றி மக்களுக்கு விளக்க கம்யூனிஸ்ட்கள் நடத்திய தெருமுனைக் கூட்டங்கள்; 'ஒரு தகப்பனின் தர்மசங்கடம் அல்லது மகளின் பிடிவாதம்' என்ற பெயர் பெறும், ஜனநாயகவாதியான இந்தியப் பிரதமர் ஜவஹர்லால் நேருவுக்கும், காங்கிரஸ் தலைவராக இருந்த அவருடைய மகள் இந்திரா காந்திக்கும் இடையே நிகழ்ந்த உள்வீட்டுப் பூசல்கள் பற்றிய கதைகள்; விமோசன சமரம்

என்ற கம்யூனிஸ்ட் அரசிலிருந்து விட்டுவிடுதலையாக்கும் போர் தொடக்கம்; அன்னப் பறவை போல் அலங்கரிக்கப்பட்ட மோட்டார் வாகனத்தில், அன்னத்தின் சிறகு போல தலைமுடி வெளுத்த விமோசன சமரத் தலைவர் மன்னத்து பத்மநாபன் நடத்திய யாத்திரைகள்; பிஷப்புகளைத் தன் செருப்பைத் தூக்க வைப்பதாகச் சொன்ன அந்த நாயர் சமுதாயத் தலைவர் அதை நடத்திக் காட்டியதாக கம்யூனிஸ்ட்கள் செய்த பகடி; பள்ளிக்கூட முற்றுகை; போலீஸ் துப்பாக்கிச்சூடு; வெடிகுண்டு வைத்த சம்பவங்கள்; கர்ப்பிணியின் வயிற்றில் பாய்ந்து வெளிவந்த வெடிகுண்டு; இறுதியாக, சர்ச்சில் தொடர்ந்து மணி முழங்கும் சத்தம்; பட்டாசு வெடித்தல்; அந்தத் தினங்களில் வரிசையாகத் தொடர்ந்த நிகழ்வுகள் அளித்த நடுக்கத்தால், தீராத கடல்நோவு எனக்கு வந்தது.

சின்னத்தம்பி அண்ணாவி மெமோரியல் சவிட்டுநாடக சங்கத்தின் அறையைக் கம்யூனிஸ்ட் கட்சி வாடகைக்கு எடுத்தபிறகு, லந்தன்பத்தேரிக்கு எத்தனையோ காலம் கழித்து ஒரு விருந்தாளி வந்தார். கட்சி அலுவலகத்தின் செயலாளராக எரணாகுளத்திலிருந்து அனுப்பப்பட்ட ஜோசப் அவர். வந்ததும், அவர் ஜனநாயக வாலிபர் சங்க அலுவலக அறையிலிருந்து மார்க்ஸ், ஏங்கல்ஸ், லெனின், ஸ்டாலின் ஆகியவர்களின் உருவப்படங்களைப் புதியதாக வாடகைக்கு எடுத்த, கட்சி அலுவலக அறைக்கு மாற்றினார். அவரை, ஸ்டாலினின் உற்றுப் பார்க்கும் கண்கள் பயப்படுத்தியதாகத் தெரியவில்லை. ஜோசப் வந்ததற்கு அடுத்த நாள் சந்தியாகு என் அப்பனிடம் சொன்னார்: “வல்ய ஆசாரி, லந்தன்பத்தேரியிலே கம்யூனிஸ்ட் கட்சி ஆட்சி தொடங்கப்போவுது. அதுக்குத்தான் ஜோசப் வந்திருக்கார். இவர் சாதாரண ஜோசப் இல்லே. புது மாதிரி ஜோசப். அந்தப் பெயரை *Joseph* அப்படீன்னுதான் எல்லோரும் இங்கிலீஷ்லே எழுதுவாங்க. இவர் தன் பெயரை எழுதறது *Josef.*”

'ஹூமனே சலுதிஸ் அவ்த்தோர்' *Humanae Salutis Auctor*. புனித செபஸ்தியானோஸ் பெருநாளில் திருப்பலி நிறைவேற்றிய பிறகு பிலாத்தோஸ் பாதிரியார் பிரசங்கத்தைத் தொடங்கியது இந்த வாக்கோடு தான். உட்கார்ந்தே உறங்கியபடி இருந்த நான் பதறி எழுந்து அந்த வாக்கியத்தை மறுபடி கேட்கக் காத்திருந்தேன்.

"ஹூமனே சலுதிஸ் அவ்த்தோர் - போப்பாண்டவர் பதின்மூன்றாம் லியோ 1886-ல் எழுதிய திருமடல் தொடங்கியது இந்த வாக்கியத்தோடுதான். அதிலிருந்து கேரளத்தில் கத்தோலிக்க கிறிஸ்துவ மதத்தின் வரைபடம் மாற்றம் கண்டது. போர்ச்சுகீஸ் பேராயரின் அதிகாரத்தில் இருந்த கொச்சி, சென்னை மயிலாப்பூர், சீனாவில் மக்காவோ ஆகிய பிரதேசங்களுக்குத் தனித்தனியாக மறைமாகாணம் கிடைத்தது. அதற்காகத் தேவனுக்கு ஸ்தோத்திரம்.

"எனினும் மறக்காதீர்கள். கேரளத்தில் புனித தோமையார் காலம் தொட்டு இருக்கும் கத்தோலிக்கர்கள் பிறவியிலேயே அகங்காரம் உடையவர்களாக இருந்தார்கள். நம்பூதிரிகளுடைய பரம்பரை, நாயர்களுடைய வம்சத்தில் வந்தவர்கள் என்று தங்களைப் பற்றிப் பெருமையோடு சொல்லிக்கொண்டார்கள். மலைச் சரிவுகளிலும் பள்ளத்தாக்குகளிலும் வசிக்கும் ஏழைகளுக்கும், காலையிலிருந்து அந்தி சாய்கிற வரைக்கும் வயல்களில் கடுமையாக உழைத்து,

கையைக் குவித்து கஞ்சி வாங்கிக் குடிக்கிற, தாழ்ந்த ஜாதி என்று ஒதுக்கப்பட்ட பாமரர்களுக்கும் ஏசு என்ற ஒரு தச்சரின் திருவசனத்தைக் கொண்டு சேர்க்கவோ, புனித தோமையார் என்ற மீனவர் காட்டிய சத்திய வழியை மேற்கொண்டு எடுத்துச் செல்லவோ அவர்கள் முன்வரவில்லை.

“எனில், கர்த்தருக்கு ஸ்தோத்திரம். அவர் மகிமைப்படுத்தப் பட்டவர். ஐந்து அப்பங்களும் இரண்டு மீன்களும் கொண்டு ஒரு பெரிய ஜனக்கூட்டத்தின் பசியாற்றியவர். பாறைத் துண்டுகளிலிருந்து அப்ரஹாமின் சந்ததிகளை சிருஷ்டித்தவர். ஏழைகளை நாடிப் போக அருவருத்து இருந்த கேரளக் கத்தோலிக்கர்களுக்கு மாற்றாக தேவ ஊழியம் செய்ய ஏசு சபையினரும், கர்மலீத்தா சபையினரும், டொமினிகன் சபையினரும் ஆன திருச்சபைகளின் ஊழியர்களை ஸ்பெயினில் இருந்தும், போர்த்துகல்லில் இருந்தும், இத்தாலியில் இருந்துமெல்லாம் கேரளத்துக்குக் கொண்டு வந்தவர் அவரே.

“புனித பதின்மூன்றாம் லூயி போப்பரசரின் கருணையால் நம் மறை மாநிலங்களில் நம்மவர்களே பேராயர்களாகத் தொடங்கினார்கள். ஆனாலும் நாம் ஏழைகளிடம் கர்த்தரின் திருவசனத்தைக் கொண்டு போய்ச் சேர்த்தோமா? நாம் அவர்களை கம்யூனிஸ்ட்காரர்களுக்குத் தாரை வார்த்து விட்டோம். கம்யூனிஸ்ட்களுக்கும் திருச்சபை ஊழியர்கள் இருக்கிறார்கள். அவர்களுடைய கம்யூனிஸ்ட் தேவ ஊழியத்துக் காக, கையில் வெறும் எட்டேகால் அணாவோடு ராமச்சந்திர ஷெனாய் என்ற பிரசாரகர் லந்தன்பத்தேரிக்கு வந்தார். கத்தோலிக்கர்களான நம்முடைய புனித செபஸ்த்யானோஸ் போல், அவர்களுக்கும் தியாகிகள் உண்டு. அவர்கள் கேரளத்தை இப்போது கையகப்படுத்தியிருக்கிறார்கள். இனி கத்தோலிக்கத் திருச்சபையை அழிப்பதே அவர்களின் லட்சியம்.”

பெருநாளன்று காலையில் இசைக்குழுவினர் வாசித்த முரசு ஓசையும், அந்த பேண்ட் வாத்தியக் குழுவின் சத்தத்தில் பயந்து சிறகு படபடத்துப் பறந்த அண்டை வீட்டு சேவியரின் புறாக்களின் சத்தமும் கேட்டுத்தான் நான்

கண்விழித்தேன். படுக்கையைவிட்டு எழுந்து நான் நேராக வாசல் வேலிப்படலுக்கு ஓடியபோது அங்கே அப்பனும் அம்மாவும் நின்றுகொண்டிருப்பதைப் பார்த்தேன். பேண்ட் குழுவினர் 'சாரே ஜகான் ஸே அச்சா ஹிந்துஸிதான் ஹமாரா' பாடலை வாசித்துக் கொண்டிருந்தார்கள். நான் அம்மாவிடம் கேட்டேன், "இது எதுக்கு அம்மா, பேண்டும், இரைச்சலும்?"

"குட்டிப் பொண்ணு, இந்த வருசம் பெருநாள் விருந்துக்கு நம்ம சேவியருசேட்டன் தான் பிரசிதேந்து. அவரை நம்ம சம்பிரதாயப்படி கோலாகலமாக சர்ச்சுக்கு அழைச்சுப் போகத்தான் பேண்டும் மேளமும்" என்றாள் அம்மா.

"சேவியருசேட்டனா பிரசிதேந்து?" நான் ஆச்சரியத்தோடு கேட்டேன்.

கறுப்பு சூட் உடுத்தி, நீல நிற டை கழுத்தில் கட்டிக்கொண்டு, பேண்ட் கோஷ்டிக்குப் பின்னால் சேவியரு சேட்டன் கோவிலுக்கு நடந்து போனார். இதுவரையான என் வாழ்க்கையில் நான் சேவியரு சேட்டனோடும், சாரா சேச்சியோடும் கொஞ்சம் போலத்தான் நெருங்கியிருந்தேன். சேவியரு சேட்டனுக்குள் ஒரு பிரசிதேந்து ஒளிந்திருக்கிறார் என்று எனக்கு ஒருபோதும் தோன்றவே இல்லை. பெருநாளுக்கு அடுத்து வந்த தினங்களில் கேட்ட உரையாடல்களில் இருந்து, லந்தன்பத்தேரிக்காரர்களும் அதேபடிதான் சேவியரு சேட்டனைப் பற்றி நினைத்தார்கள் என்பது தெரிய வந்தது. கோமஸ்சேட்டன் அப்பனிடம் பேசுவதை நான் கேட்டேன் : "பெருநாள் கொண்டாட்டத்தை நடத்த சேவியருக்கு எங்கே இருந்து பணம் கிடைச்சது? கட்சி ஆபீஸ் செக்ரட்டரி சொல்றார், அது அமெரிக்க உளவு நிறுவனம் சி.ஐ.ஏ கொடுத்த காசாம். கம்யூனிஸ்ட் சர்க்காரைக் கவிழ்க்கக் கொடுத்த காசு."

பெருநாளின் முதல் ஆறு தினங்கள் வழக்கம்போல் கழிந்தன. ஏழாம் நாளன்று சேவியர் பிரமாதமாக ஒரு வேலை செய்தார். அன்று இரவு நடந்த வெடிக்கட்டு நிகழ்ச்சிக்கு அவர் திருச்சூர் பூரம் திருவிழாவுக்கு வெடிக்கட்டு நடத்தித் தரும் வருத்தூட்டி என்ற வெடிக்காரனைக் கூட்டி வந்தார். வருத்தூட்டி

லந்தன்பத்தேரியில் முதல் தடவையாக, தீ வைத்த பின் வானத்துக்கு உயர்ந்து ஒன்றன்பின் ஒன்றாக ஏழு பகுதிகளாக வெடித்துச் சிதறும் அவுட் வாணங்களைக் கொளுத்தினார். அவை லந்தன்பத்தேரியின் ஆகாயத்தில் தீப்பொறி சிதறும் ஏழு நெருப்புக் குடைகளை விரித்துப் பிரகாசித்தன.

ஈ.எம்.எஸ் நம்பூதிரிபாடின் மக்ரோனி திருவிதாங்கூர் அரசர் விசாகம் திருநாள் மகாராஜாவின் மரச்சீனி ஆகவில்லை. துறைமுகங்களையும், மலைப் பள்ளத்தாக்குகளையும், வாசனைத் திரவியங்களின் வியாபாரத்தையும், ஏன், எழுத்து வரிசையையும் அந்நியர்களுக்குத் திறந்து கொடுத்த மலையாளிகளின் வயிறு மக்ரோனிக்குத் திறக்கவில்லை. கம்யூனிஸ்ட் சர்க்காருக்கு எதிராக அது கோதுமையால் செய்யப்பட்ட ஒரு உருவகமாக வளர்ந்தது. ஈ.எம்.எஸ்ஸுக்கு 'பகவான் மக்ரோனி' என்ற பட்டப் பெயர் கிடைத்தது. அதன் காரணம், அதே பெயரில் தினசரி மூன்று, நான்கு முறை அரங்கேறிக்கொண்டிருந்த ஒரு கதாபிரசங்கம்தான். அந்த நிகழ்ச்சியை நடத்திய ராஜன் என்கிறவரைப் பற்றி கம்யூனிஸ்ட் சர்க்கார் ஆட்சிக்கு வருவதற்கு முன்பும், பிறகும் யாரும் கேட்டதில்லை.

புனித செபஸ்தியானோஸ் பெருநாள் முடிந்து வந்த ஞாயிறன்று லந்தன்பத்தேரி பீரங்கி மைதானத்தில் 'பகவான் மக்ரோனி' கதாபிரசங்கம் கேட்க நான் அப்பனோடு போயிருந்தேன். அன்று பக்கத்துத் தீவுகளில் இருந்தெல்லாம் கிழக்கு ஆற்றிலும் மேற்கு ஆற்றிலும் பயணம் செய்து வந்தவர்களின் சிறு படகுகளால் படகுத்துறை நிறைந்திருந்தது. மாலை நேரத்தில் 'விர்ஜின் மேரி' படகில், டாட்டா கம்பெனி ஷிப்ட் முடிந்து சந்தியாகுவும் கூட இருபது தொழிலாளிகளும் லந்தன்பத்தேரியில் கதாபிரசங்கம்

கேட்க வந்திருந்தார்கள். ஃபோர்ட் கொச்சினிலிருந்து எட்வின்சேட்டனும் பிரியாணி சமைக்கும் அவருடைய குழுவினரும் வந்தார்கள். பீரங்கி மைதானத்தில் நடந்த மெஹ்பூப்பின் மெல்லிசை நிகழ்ச்சிக்கு வந்ததை விடக் கதாபிரசங்கம் கேட்க வந்த கூட்டம் அதிகமாக இருந்தது.

லாக்டோகலாமின் தேய்த்து சிவப்பாக்கிய முகமும், கறுப்புச் சாயம் பூசிய மீசையும், பிரில் க்ரீம் தேய்த்துப் படிய வாரிய தலையும், கையில் சப்ளாகட்டையுமாக ராஜன் மேடைக்கு வர, எல்லோரும் கைதட்டியபோது நானும் கைதட்டினேன். முதல்முறையாக கதாபிரசங்கம் கேட்க நான் தயாரானேன்.

சப்ளாகட்டையும், ஹார்மோனியமும், தபலாவும் ஆவேசமான இசையை மேடையில் எழுப்பியது எனக்குப் பிடித்திருந்தது. சங்கீதத்தை அவ்வப்போது நிறுத்தி ஒரு நிமிடத்துக்குள் கதாபிரசங்கம் செய்கிறவர் சட்டென்று கதை சொல்ல ஆரம்பிப்பது அதைவிடப் பிடித்திருந்தது.

“ரஷ்யன் மாடல் கல்யாணம்”, ராஜன் சொன்னார்: “ரஷ்யன் மாடல் கல்யாணம் என்றால் என்ன?”

“அப்படீன்னா என்ன அது?”, ஹார்மோனியம் வாசித்தபடி பின்பாட்டுக்காரர் கேட்டார். சட்டென்று சப்ளாகட்டை சத்தம் எழுந்தது. எல்லா வாத்தியங்களும் சேர்ந்து முழங்க ராஜன் பாடினார்:

‘கேட்டியோ சின்னப் பொண்ணே
நம்ம ஊரிலே கல்யாணம்
ரஷ்ய மாடல் கல்யாணம்’

ராஜன் கையுயர்த்த, தபலா சத்தமும், ஹார்மோனியச் சத்தமும் உடனே நின்றன. சப்ளாகட்டையை அடித்து ஒலி எழுப்பாமல் ராஜன் உரக்கப் பாடினார் :

“பெண் ஒருத்திக்குப் பிள்ளை பிறந்தால்”

“பெண் ஒருத்திக்குப் பிள்ளை பிறந்தால்?” பின்பாட்டுக்காரர் கேட்டார்.

ராஜன் கையசைக்க தப்லாவும் ஹார்மோனியமும் திரும்ப ஒலி எழுப்பின. ராஜனும் பின்பாட்டுக்காரரும் சேர்ந்து பாடினார்கள்

'பெண் ஒருத்திக்குப் பிள்ளை பிறந்தால்
பிள்ளையை சர்க்கார் வளர்க்கும்
வேணும் என்றால், ஆஹா
வேணும் என்றால் சர்க்கார்
பிள்ளை பெற்றும் தரும்'

"வீட்டுக்குப் போகலாம்" என்றேன் நான்.

"சரி, நீ நட, எட்வின் கிட்டே சொல்லிட்டு வரேன்" என்றார் அப்பன்.

நான் கேட்ட முதல் கதாபிரசங்கத்தின் மூலம் கதையில் எனக்கு வெறுப்பு பெருகி வருவதை நான் உணர்ந்து கொண்டேன். நான் எப்பொழுதும் படிக்கும் புனித வேத ஆகமமான பைபிள் எனக்குக் கதையாகத் தெரியவில்லை. எனக்கு மிகவும் பிடித்த புத்தகங்கள் - பாலன் பப்ளிகேஷன்ஸ் வெளியிட்ட, மாத்யூ குழுவேலி எழுதிய, இரண்டரை அணா விலையுள்ள, ஈசாப் நீதிக் கதைகளும், பஞ்சதந்திரக் கதைகளும் அடங்கிய புத்தகங்கள், மாலி எழுதிய குழந்தைகளுக்கான கதைகள், கதையின் முடிவில் கேள்வி கேட்கிற வேதாளமும், மண்டையோட்டு சங்கத் தலைவனும் வருகிற, மதராஸிலிருந்து வெளியாகும் அம்புலிமாமா மாதப் பத்திரிகை இவையெல்லாம் தான். என்றாலும் இதெல்லாம் வெறும் கட்டுக்கதைகள் என்று எனக்குத் தெரியும். கட்டுக்கதை என்றாலும் இவற்றில் மோசடி எதுவுமில்லை. புத்தகத்தைப் படித்து முடித்ததும் கண்மூடி ஒரு நிமிடம் மௌனமாக இருக்கும் சந்தோஷம்தான் புத்தக வாசிப்பு எனக்கு அளித்திருந்த வெகுமதி. பகவான் மக்ரோனி கதையில் ஏதோ ஏமாற்றுவேலை இருக்கிறதென்று எனக்குத் தோன்றியது. பீரங்கி மைதானத்திலிருந்து வீட்டுக்கு நடக்கும்போது நான் திடீரென்று வெயிலில் கருத்த அப்பனுடைய கையில் முத்தமிட்டேன்.

"சின்னப் பொண்ணு, ஏன் முத்தம் கொடுத்தே?"

“சும்மாதான்” என்றேன். வீட்டுக்குப் போகணும் என்று சொன்னதும் எந்த அலுப்பும் குறைபடுவதும் இல்லாமல் உடனே எழுந்து வந்ததற்குத்தான் அந்த முத்தம் என்று உண்மையைச் சொல்ல எனக்கு ஏனோ முடியவில்லை.

'மக்ரோனி என்றால் என்ன?
பகவான் மக்ரோனி என்றால் என்ன?
மக்ரோனி வயிற்றில் போனால்
ஆசுபத்திரிக்கு ஓடணும்
ஜெனரல் ஆசுபத்திரிக்கு ஓடணும்
தவளை போல தாண்டிக் குதிக்கணும்
தவளை போல தாண்டிக் குதிக்கணும்'

பீரங்கி மைதானத்தில் இருந்து என் படுக்கைக்கு கதாபிரசங்கம் செய்யும் ஒலி வந்து சேர்ந்தபோது அது மென்மையாகி ராஜன் என் காதில் பாடியதாகத் தோன்றியது. அந்த நெருக்கம் எனக்கு அருவருப்பை ஏற்படுத்தியது. நான் அம்மாவின் படுக்கைக்குப் போய் அவளைக் கட்டிக்கொண்டு படுத்தேன்.

“குட்டிப்பொண்ணுக்குக் கதை கேட்கணுமா?” அம்மா கேட்டாள்.

“வேணாம்” என்றேன்.

நான் நான்காம் வகுப்புக்கு வந்தபோது பள்ளிக்கூடம் முழுப் பரீட்சை விடுமுறை முடிந்து வழக்கம் போல் ஜூன் ஒன்றாம் தேதி திறக்கவில்லை. 1959-ம் வருடம் ஜூன் 6-ம் தேதி கம்யூனிஸ்ட்களை ஆட்சியிலிருந்து அகற்றப் போராட்டம் தொடங்கியது. அதை எதிர்கொள்ள அரசாங்கம் எடுத்த நடவடிக்கை, பள்ளிக்கூடம் திறப்பதை ஜூன் 1-ம் தேதியிலிருந்து ஜூன் 15-க்குத் தள்ளிப் போடுவதுதான்.

போராட்டம் வேகமில்லாமல்தான் தொடங்கியது. அதற்குப் பெயர் கூட அப்போது இல்லை. அந்தக் காலத்தில் நான் எல்லாவற்றுக்கும் பெயர் கொடுக்கத் தொடங்கியிருந்தேன். என் அம்மாவுக்கும் அதுபோல் ஒரு காலம் ஏற்பட்டிருக்க வேண்டும். அதனால்தானே அம்மாவின் துணிப்பொம்மைக்கு அவள் வைத்திருந்த பெயர் எனக்குக் கிடைத்தது? போஞ்ஞிக்கரைப் பெருநாளில் விக்கி பெரியம்மா எனக்கு வாங்கித்தந்த பொம்மைக்கு நான் கிளாரா என்று பெயரிட்டிருந்தேன். லந்தன் அரண்மனை நடைபாதையில் எனக்குக் கிடைத்த மூன்று உருண்டைக் கூழாங்கற்களுக்கு நான் தேவதைகளான மிக்கேல், காப்ரியேல், ரஃபேல் ஆகியவர்களின் பெயர்களைச் சூட்டினேன். என் வீட்டுக்கு முன்பாக, மற்ற கம்பங்களை விட உயரமாக நிற்கும் எலக்ட்ரிக் கம்பத்துக்கு எனக்கு மிகவும் பிடித்த மலையாள சினிமா நகைச்சுவை நடிகர் முதுகுளம் ராகவன் பிள்ளை பெயரைச் சூட்டினேன்.

போராட்டத்துக்கான பெயர் வைப்பது எரணாகுளம் டிராவலர்ஸ் பங்களாவில் நடந்தது. லந்தன்பத்தேரியில் போராட்ட சமிதியின் கன்வீனர் எங்கள் அடுத்த வீட்டு சேவியர். வீட்டுக்குள் இருந்து ஜன்னல் வழியே வெளியில் பார்த்துக் கொண்டிருக்கும் இரண்டு கண்களாகவே அவர் எனக்கு எப்போதும் தெரிந்தார். அவருடைய வாய் சிறியது. குழந்தைகள் இல்லாத தம்பதியினரான சேவியரும், சாராவும் போராட்டத்தை மிகவும் கவனமாக வளர வைத்துக் கொண்டிருந்தார்கள். அவர் வீட்டுக்கு சந்தியாகுவும், டாட்டா கம்பெனி தொழிலாளர்களும், ஜப் தில் நறொஞ்ஞாவும், என்னோடு ஒரே வகுப்பில் பள்ளியில் படிக்கும் அவருடைய மகன் ஆல்ஃபியும் இன்னும் பலரும் வந்து போய்க்கொண்டிருந்தார்கள். அவ்வப்போது பிலாத்தோஸ் பாதிரியாரும் அங்கே வந்து போனார். கம்யூனிஸ்ட் ஆட்சிக் காலத்தில் அரிசிக்கு மட்டுமில்லை, சர்க்கரைக்கும் தட்டுப்பாடாக இருந்தது. அதனால் வந்தவர்களுக்கு சாரா கருப்பட்டிக் காப்பி கொடுத்தாள்.

“வலிய ஆசாரி, இது தெரியுமா?” ஒரு நாள் காலையில் வீட்டுக்கு வந்த சேவியர் அப்பனிடம் கேட்டார். “நேற்றைக்கு எரணாகுளம் டிராவலர்ஸ் பங்களாவிலே ஒரு ரகசியக் கூட்டம் நடந்துது. எல்லோரும் அங்கே இருந்தாங்க. காங்கிரஸ்காரங்க, பிரஜா சோஷலிஸ்ட் பார்ட்டிக்காரங்க, முஸ்லிம்லீக்காரங்க, பழைய முதலமைச்சர் பட்டம் தாணுப்பிள்ளை, இப்படி எல்லோரும். ஜூன் பனிரெண்டாம் தேதியிலே இருந்து மும்முரமான போராட்டம் ஆரம்பிக்க முடிவு செய்தாங்க. அப்போ பனம்பிள்ளி கோவிந்த மேனோன் கேட்கறார் : “போராட்டத்தோட பேரு என்ன? பேரில்லாத போராட்டம் வேரில்லாத போராட்டம்.” அதுக்கு பிரதர் வடக்கன் பாதிரியார் பதில் சொல்றாரு : “மேனன் சார், நமக்கு என்ன வேணும்? நம்ம மேலே அழுத்திக்கிட்டிருக்கற கம்யூனிஸ்ட்களோட நுகத்தடியிலே இருந்து விமோசனம் வேணும். அதுனாலே, போராட்டத்தோட பெயர், விமோசன சமரம்.”

1959 ஜூன் 12-ம் தேதி போராட்டம் மும்முரமானது. அன்றைக்குக் காலையில் நானும் அம்மாவும் சர்ச்சுக்குப் போய்

வந்தோம். அந்த நாளை சிறப்புப் பிரார்த்தனைத் தினமாக அனுசரிக்க வேண்டும் என்று எங்கள் பேராயர் சங்கைக்குரிய அட்டிப்பேட்டி அவருடைய ஆதினத்துக்கு உட்பட்ட எல்லா திருச்சபைகளின் ஆயர்களுக்கும் அறிவித்திருந்தார். பிலாத்தோஸ் பாதிரியார் அதிதூதரான புனித மிக்கேல் தேவதையிடம் விசேஷமாக பிரார்த்தித்தார் : “அதிதூதரான மிக்கேலே, தீவிரப் போராட்ட நேரத்தில் எமக்கு உற்ற துணையும் உதவியுமாக நீர் இருப்பீராக. சாத்தானின் கயமையிலும், கண்ணியிலும் இருந்து எம்மை நீரே காத்து ரட்சிக்க வேணும். தெய்வம் சாத்தானைத் தண்டிக்கட்டும் என்று நாங்கள் தயவாகப் பிரார்த்திக்கிறோம். சுவர்க்கத்தின் படைத் தலைவனே, ஆத்துமாக்களை நசிக்க உலகம் முழுவதும் சுற்றி நடக்கும் சாத்தானையும் மற்ற எல்லா கொடூர வடிவங்களையும், நீரே தெய்வத்தின் சக்தி கொண்டு நரகக் கொடுந்தீயில் வீழ்த்த வேணும். துஷ்ட ஜந்துவும் பழைய பாம்புமான சாத்தானையும், அவனுடைய கூட்டாளிகளையும் பிடித்துக் கட்டிப் பாதாளத்தில் தள்ள வேணும். ஆமேன்.”

பிரார்த்தனைக்குப் பிறகு, சுற்றி வந்த காணிக்கைத் தட்டு என்னிடம் நீட்டப்பட்டபோது ஆறாம் ஜார்ஜ் சக்கரவர்த்தியின் தலை பொறித்த பழைய ஒரு ரூபாய் நோட்டும், புலியின் உருவம் பொறித்த எட்டணாவும், சதுர வடிவில் இரண்டணாவும், செம்பில் வார்த்த இருபது நயாபைசாவும், இரண்டணாவின் குறுகிய வடிவமாக ஐந்து நயாபைசாவும், வரைகள் உள்ள பத்து நயாபைசாவும் அந்தத் தட்டில் கலந்து கிடந்ததை நான் கொஞ்ச நேரம் பார்த்துக்கொண்டிருந்தேன். “முழிச்சுப் பார்க்காம காசைத் தட்டுலே போடு குட்டி”, அம்மா என் காதில் சொன்னாள். அம்மா கொடுத்த ஒரு ரூபாய் நோட்டை நான் காணிக்கைத் தட்டில் போடவில்லை. அம்மா என்னைக் கிள்ளியும் நான் அதைப் போடவில்லை. தட்டு என்னைக் கடந்து முன்னால் போனது. பிலாத்தோஸ் பாதிரியார் பிரார்த்தனை செய்தது மிக்கேல் தேவதையிடம் இல்லை என்று எனக்குத் தோன்றியது. சொற்களுக்கு ஒன்றுக்கு மேற்பட்ட பொருள் கற்பிக்க முடிகிற போது, எல்லா அர்த்தமும் பொய்யாகிறது.

அன்று கேரளத்தில் எல்லாச் அங்காடிகளையும் விமோசன சமரக்காரர்கள் அடைக்க வைத்தார்கள். மலையாளத்தில் ஒரு வேற்றுமொழிச் சொல் வந்து சேர்ந்தது. இந்துஸ்தானியில் இருந்து வந்த சொல் அது - ஹர்த்தால். இரண்டு நாள் கழிந்த பிறகு அங்கமாலியில் போலீஸ் துப்பாக்கிச் சூட்டில் ஏழு பேர் இறந்து போனார்கள். அங்கமாலிக்கு அருகே ஒரு கள்ளுக்கடையிலிருந்து வெளியே வந்த ஒருவரை அங்கே நின்றுகொண்டிருந்த சிலர் கேலி செய்தார்கள். கேலிக்கு ஆளானவர் போலீஸில் புகார் கொடுத்தார். குடிகாரர்களைக் கேலி செய்வதைப் பொறுக்காத போலீஸ் சப் இன்ஸ்பெக்டர் சம்பவம் நடந்த இடத்துக்கு விரைந்தார். முதலில் கண்ணில் பட்ட குஞ்ஞப்பன் என்பவரைக் கைது செய்தார். குஞ்ஞப்பனை ஜாமீனில் விடுவிக்கப் போனவர்கள் மேல் துப்பாக்கிச் சூடு நடந்ததாக விமோசன சமரக்காரர்கள் சொன்னார்கள். கள் இறக்கும் தொழிலாளிகள் சங்கம் நடத்திய அந்தக் கள்ளுக்கடையை மூட வைக்க மதுக்கடை காண்ட்ராக்டர்கள் செய்த சூழ்ச்சிதான் துப்பாக்கிச்சூட்டில் முடிந்தது என்று கம்யூனிஸ்ட்கள் கூறினார்கள். குடித்து போதையில் இருந்த நூற்றுக்கணக்கான விமோசன சமரக்காரர்கள் போலீஸ் ஸ்டேஷன் மேல் கல்வீச்சில் ஈடுபட்டதால் ஏற்பட்ட அசம்பாவிதம் போலீஸ் துப்பாக்கிச்சூடு என்று பிரதர் வடக்கன் பாதிரியார் கருத்துத் தெரிவித்தார். அவர் விமோசன சமரத்தின் முதல் தியாகிகளைக் கைவிட்டது அப்படித்தான்.

பள்ளிக்கூடம் திறந்த அன்று, என் வகுப்பில் படிக்கும் சக மாணவனும், ஜப் தில் நறொஞ்ஞாவின் மகனும், என்னை விட உயரம் குறைந்தவனும், படியாமல் எழுந்து நிற்கும் தலைமுடியும், பச்சை நிறத்தில் கண்களும் உடையவனுமான ஆல்ஃபி, எங்கள் பள்ளியின் கதவுக்கு முன் தெருவில் மல்லாந்து கிடந்து நீலவானத்தைப் பார்த்தான். அவன் தலைமாட்டில் ஐஸ்ப்ரூட் விற்கிறவனும், கால்மாட்டில் நிலக்கடலையும், பட்டாணியும், வெல்லப்பாகில் செய்த மிட்டாயும் விற்கிற கொண்டை போட்ட பெண்ணும் மட்டும் இருந்தார்கள். வெய்யில் ஏறத் தொடங்கியபோது ஒன்பதாம் வகுப்பிலும்

பத்தாம் வகுப்பிலும் படித்த எங்களை விட மூத்த மாணவர்கள் 'விமோசன சமரம் ஜிந்தாபாத்', 'கம்யூனிஸ்ட் சர்க்கார் முர்தாபாத்' போன்ற முழக்கங்களோடு ஆல்ஃபிக்கு அருகே வந்து மல்லாந்து தெருவில் படுத்துக்கொண்டார்கள். பள்ளிக்கூட மணி முழங்கி அன்றைக்குப் பள்ளிக்கூட நேரம் முடிந்ததாக அறிவித்தது. எல்லா மாணவர்களும் தெருவில் முழக்கமிட்டுப் படுத்திருப்பவர்களைப் பார்த்தபடி சுற்றிலும் நின்றார்கள். அவர்களில் சிலர் கோஷங்களை முழங்கினார்கள். நடாஷா என்னிடம் சொன்னாள், "இதுதான் ஜெசிக்கா, மறியல்."

மறியலில் ஈடுபட்டுத் தரையில் கிடக்கிறவர்கள் தாமே எழுந்து நிற்கக் கூடாது. அவர்களை எழச் செய்து அந்த இடத்திலிருந்து அகற்ற எரணாகுளம் கஸ்பா போலீஸ் ஸ்டேஷனில் இருந்து போலீஸ்காரர்கள் படகில் வரவேண்டும். அன்றைக்குப் பல பள்ளிக்கூடங்களிலும் மறியல் நடந்ததால் எங்கள் பள்ளிக்குப் போலீஸ் வரமுடியவில்லை. நடுப்பகல் ஆனபோது போராட்ட வீரர்கள் தாமே எழுந்து போனார்கள்.

அன்று இரவு சேவியரும், சந்தியாகுவும், பீட்டர் நறொஞ்ஞாவும் எரணாகுளம் கஸ்பா போலீஸ் ஸ்டேஷனுக்குப் போய் சப் இன்ஸ்பெக்டர் பிலிப் மத்தாயியைச் சந்தித்தார்கள். சந்தித்தது மட்டுமில்லை, ஒரு சிறு தொகை கையூட்டு கொடுத்ததாகவும் லந்தன்பத்தேரியில் பேச்சு எழுந்தது. என்றாலும், அடுத்த நாள் காலையில் பள்ளிக்கூட வாசலில் ஆல்ஃபியும் சக மாணவர்களும் மறியல் செய்ய ஆரம்பித்து ஒரு மணி நேரத்துக்குள் போலீஸ் வந்தது. போலீஸைப் பார்த்ததும் மாணவர்கள் கோஷம் எழுப்பினார்கள், "போலீஸ் எங்களுக்குப் புல் மாதிரி."

"போகலாம் வாங்க, இந்தப் பசங்க இங்கேயே கிடக்கட்டும்" பிலிப் மத்தாயி தன்னோடு வந்த போலீஸ் கோஷ்டியிடம் சொன்னார்.

சேவியரும், சந்தியாகுவும், பீட்டர் நறொஞ்ஞாவும் போலீஸ்காரர்கள் பின்னால் போய் அவர்களைத் திரும்பி வரச்சொல்லி வேண்டினார்கள். ஏற்கனவே கொடுத்ததற்கு அதிகமாக இன்னும் கொஞ்சம் கையூட்டு கொடுக்க வேண்டி

இருந்தது என்று நடாஷா என்னிடம் சொன்னாள்.

போலீஸ்காரர்கள் திரும்ப வந்தபோது மறியலில் ஈடுபட்டிருந்த மாணவர்கள் கோஷம் எதுவும் போடாமல் நல்ல பிள்ளைகளாகப் படுத்திருந்தார்கள். அவர்களைப் போலீஸ்காரர்கள் தொட்டதும் துள்ளி எழுந்து படகுகளில் போய் உட்கார்ந்தார்கள். கைது செய்த மாணவர்களை போலீஸார் படகில் கூட்டிப் போய் கிழக்கு ஆற்றுக்கு அக்கரையில் வடுதலையில் இறக்கி விட்டார்கள். சேவியரும் சந்தியாகுவும் போய் அந்த மாணவர்களை லந்தன்பத்தேரிக்குக் கூட்டி வந்தார்கள். மறியல் செய்து போராட்டம் நடத்திக் கைதாகித் திரும்ப வந்த பிள்ளைகளை வரவேற்க லந்தன்பத்தேரி படகுத்துறையில் பெரிய ஜனக்கூட்டம் காத்திருந்தது. பிலாத்தோஸ் பாதிரியார் வகையில் பௌலோஸ் கடையில் இருந்து உழுந்து வடையும், பன்னும் விநியோகிக்கப்பட்டது. தொடர்ந்து, போலீஸ்காரர்களின் சௌகரியத்தை அனுசரித்து லந்தன்பத்தேரி ஸ்ரீராமவர்மா உயர்நிலைப் பள்ளியில் மறியல் நடத்தப்பட்டது. தீவுகளில் போராட்டம் நடத்துவது எளிய காரியமில்லை.

அடுத்த நாள் காலையில் பள்ளிக்கூடத்தில் நடக்க இருந்த பெற்றோர் சங்கக் கூட்டத்தில் கலந்துகொள்ள அப்பன் சீக்கிரமே கிளம்பிப் போனார். அவர் கொஞ்ச தூரம் போனபோது சேவியரும் சாராவும் வேகமாக அவரைப் பின்தொடர்ந்து சென்று அவரை நிறுத்தினார்கள். “வல்ய ஆசாரி, எங்கே புறப்பட்டீங்க?” என்று சேவியர் கேட்டார்.

“பள்ளிக்கூடத்துக்குத்தான். பெற்றோர் சங்கக் கூட்டம் இருக்கு, வாங்கன்னு ஹெட்மாஸ்டர் கூப்பிட்டிருக்கார்.”

“வல்ய ஆசாரி, போகாதீங்க. இது கம்யூனிஸ்ட் சூழ்ச்சி. கல்விப் பாதுகாப்பு இயக்கம் அதாவது விமோசன சமரத்தை உடைக்கற திட்டம் அவங்களோடது” என்றார் சேவியர்.

அப்பன் சொன்னார்: “சேவியரே, போராட்டம் ஆரம்பமானபோது சர்ச்சுக்குப் போய்ப் பிரார்த்திக்கணும்னு ஆர்ச் பிஷப் அட்டிப்பேட்டி திருமேனி சொன்னபோது, மட்டில்டாவும்

என் மகளும் சர்ச்சுக்குப் போனாங்க. ஹெட்மாஸ்டர் வரச் சொல்லியிருக்கறபோது நான் பள்ளிக்கூடத்துக்குப் போறேன்."

திருவனந்தபுரத்தில் நடந்த பள்ளிக்கூட மறியல் லந்தன்பத்தேரியில் நடந்ததுபோல் இல்லை. மாதவபுரம் பள்ளிக்கூடத்தில் நடந்த மறியலைத் தொடர்ந்து ஏற்பட்ட கலவரத்தின்போது, வெட்டிக்காட்டில் போலீஸ் துப்பாக்கிச்சூடு நடந்தது. இரண்டு பேர் இறந்துபோனார்கள். அவர்களுடைய பெயர்கள், ஜானி பெர்னாண்டஸ், ஜான் நெட்டோ. திருவனந்தபுரத்தை அடுத்து கடலோரக் கிராமமான புல்லுவிளையில் நடந்த துப்பாக்கிச்சூட்டிலும் இரண்டு பேர் மரணமடைந்தார்கள். யாக்கோபு என்ற முதியவரும் இன்னொருவரும்.

லந்தன்பத்தேரியில் அமைதி ஏற்பட்டது. பள்ளிக்கூட மறியல் நின்றது. நான் பள்ளிக்கூடம் போகவில்லை. எரணாகுளத்துக்குப் போய்வரும் படகுகளில் பேச்சு குறைந்தது. திருவனந்தபுரத்தில் செறியதுறையில் நடந்த துப்பாக்கிச்சூட்டில் மூன்று பேர் இறந்து போனார்கள். அவர்களில் ஒருவர் ஐந்து குழந்தைகளின் தாயும், கர்ப்பிணியுமான ப்ளோரி என்ற பெண்.

ப்ளோரியின் மரணம் பற்றிய செய்தி லந்தன்பத்தேரிக்கு வந்து சேர்ந்த மாலை நேரத்தில், எங்கள் வீட்டுக்கு அடுத்த சேவியரின் இல்லத்தில் கூட்டம் கூடியது. இருட்டும் நேரம் வரை அவர்கள் பேசிக்கொண்டிருந்தார்கள். அப்பன் வீட்டு வாசல் பக்கம் வராந்தாவில் சாய்வு நாற்காலி போட்டு அமைதியாக உட்கார்ந்திருந்தார். அம்மாவும் நானும் அவ்வப்போது திரு இதயப் படத்தைப் பார்த்தபடி இருந்தோம். சட்டென்று அடுத்த வீட்டில் சத்தம் நின்று போனது. சேவியர் வீட்டில் இருந்த கூட்டம் கலைந்தது. பலர் கையிலும் நான்கு செல் பேட்டரி விளக்கு இருந்தது. அவர்கள் போணிபேஸ் பாலத்துக்கு நடந்தார்கள். தூரத்தில் இருட்டில் மினுமினுத்தபடி நடக்கும் மின்மினிப் பூச்சிகளின் வரிசை போன்ற இந்த டார்ச் விளக்கு ஊர்வலத்தை, கிழக்கு ஆற்றுக்கு அக்கரையில் எரணாகுளத்துக்காரர்கள் ஆச்சரியத்தோடு பார்த்துக் கொண்டிருக்கலாம். நடந்து போனவர்கள் சர்ச் வளாகத்தில்

நுழைந்து பிலாத்தோஸ் பாதிரியாரின் இருப்பிடக் கதவைத் தட்டினார்கள். "சாமி, எல்லோரும் நடத்தற போராட்டம்னு சொல்லி நடக்கிற விமோசன சமரத்திலே சாகறது எல்லாம் நம்மாளுங்களா, லத்தீன் கத்தோலிக்க கிறிஸ்துவங்களாக மட்டும் ஏன் இருக்கணும்? பிலாத்தோஸ் பாதிரியார் வாசல் கதவைத் திறந்ததும் சந்தியாகு கேட்டார்.

பிலாத்தோஸ் பாதிரியார் கைகழுவ உள்ளே போனார். கொஞ்ச நேரம் கழித்தும் அவர் திரும்ப வரவில்லை. ஜனக்கூட்டம் அங்கே இருந்து திரும்பிப் போனது. பள்ளிப்புரத்துக்கு வந்து சேர்ந்தபோது அக்கூட்டம் இரண்டாகப் பிரிந்தது. சில பேர் வீடு திரும்பினார்கள். அன்று புதன்கிழமையாக இருந்தது. ரேடியோவில் பினாகா கீத் மாலா நிகழ்ச்சி ஒலிபரப்பாகும் நாள். சந்தியாகுவும் கூட்டாளிகளும் பீரங்கி மைதானத்துக்கு நடந்தார்கள். சிறிது நேரம் எரணாகுளத்தை நோக்கியபடி நின்றால் அவர்களுடைய தனிமை குறையக்கூடும்.

"அங்கே பாருங்க, எரணாகுளத்திலே ஸீ வ்யூ ஓட்டல். அங்கே தங்கி இருந்துதான் நாடகம் எழுதற சி.ஜே.தாமஸும், நம்மோட பழைய முதலமைச்சர் கேசவன் சார் மகன், ஆர் எஸ் பி, ரெவல்யூஷனரி சோஷலிஸ்ட் கட்சிக்காரர் கே.பாலகிருஷ்ணனும் நாம் இதுவரை கேட்காத ஸ்டைல்லே போராட்டத்திலே முழங்க கோஷம் எழுதறாங்க."

ஆர் எஸ் பி தலைவரான பிறாக்குளம் பாஸியின் ஸீ வ்யூ ஹோட்டலில் விமோசன சமரம் தொடங்கி சிறிது நாட்கள் சென்று, கௌமுதி வாரப்பத்திரிகை ஆசிரியரும், நான் பிறந்த காலத்தில் திருக்கொச்சி அரசாங்க முதலமைச்சராக இருந்தவரான ஸி. கேசவன் மகனுமான கே.பாலகிருஷ்ணன் வந்தார். அதிகம் தாமதிக்காமல், கம்யூனிச எதிர்ப்பு கருத்தாக்கத்தின் பிதாமகர் என்று சொல்லப்பட்ட நாடக ஆசிரியர் சி.ஜெ. தாமஸும் வந்து சேர்ந்தார். அவர்கள் வரவோடு விமோசன சமரத்தின் மலையாள கோஷங்கள் மாறின. வீதிகளில் சுண்ணாம்பாலும், மதில் சுவர்களில் தார் வைத்தும் அவை எழுதப்பட்டன. விமோசன சமரக்காரர்களின்

தொண்டைகளிலும், கேட்கிறவர்களின் மனதிலும் இந்தக் கோஷங்கள் நிலைத்திருந்தன. விமோசன சமரத்தில் ஈடுபட்டவர்கள் மேல் முதல் துப்பாக்கிச்சூடு நிகழ்ந்தபின் முதலாவது கோஷமும் எழுந்து வந்தது.

அங்கமாலி கல்லறை தனிலே
அடங்கியதெங்கள் சோதரர் என்றால்
அதற்குப் பழிநாம் வாங்கிடுவோம்.
அவர்கள் மேலே ஆணையிட்டோம்.

செறியதுறை துப்பாக்கிச்சூட்டில் பலியான ப்ளோரியை கேரளம் முழுவதும் தெரிய வைத்தது ஸீ வ்யூ ஹோட்டலில் இருந்து வெளியான, ஆறு வரிகளில் அமைந்த கோஷம். ஆறு கோடுகளைக் கொண்டு வரைந்த நீர்வண்ணச் சித்திரம் போல தண்ணீரும் கடும் சாயாவும் கொண்டு எழுதிய சொல்லோவியம் அது:

தெற்கு தெற்கொரு தேசத்தில்
திரளும் அலைகள் அக்கரையில்
கணவன் இல்லா நேரத்தில்
கர்ப்பிணிப் பெண்ணாம் ப்ளோரியை
சுட்டுக் கொன்றது போலீசு
தட்டிக் கேட்போம் நாமிதனை.

‘மெனே மெனே தெக்கேல் ஊஃபர்ஸீன்’ பிரதர் வடக்கன் போஞ்ஞிக்கரையை ஒட்டி இருந்த மைதானத்தில், தொடுவானத்தைத் தொட்டுத் திரும்பி முழங்கும் குரலில் பிரசங்கம் செய்யத் தொடங்கினார்.

“தேசத்துத் தலைநகர மதில்சுவரில், துண்டிக்கப்பட்ட ஒரு மனிதக் கை எழுதியது: மெனே மெனே தெக்கேல் ஊஃபர்ஸீன். எழுதும் கரத்தை அரசன் பார்த்தான். அவன் முகத்தில் கலக்கம் தென்பட்டது. நினைவுகளின் வாதனையில் அவன் உடல் குலுங்கியது. அவனுடைய இடுப்பு எலும்பு அதிர்ந்து கழன்றது. முழங்கால் முட்டிகள் தளர்ந்தன.”

மேற்குத் திசையில் கைவிரல் சுட்டியபடி பிரதர் வடக்கன் கேட்டார்: “சுவரில் என்ன எழுதியிருந்தது?” அவர் மௌனமானார். எல்லோரும் பிரதர் வடக்கன் சுட்டிய திசையில் பார்த்தார்கள். அங்கே புதியதாக சுண்ணாம்பு பூசிய மதில் சுவரில் கறுத்த எழுத்துகள் கொண்டு கிறுக்கலாக எழுதியிருந்தது: “நம்பூதிரி, இது ஹங்கேரி இல்லை. கேரளம். கவனமாக ஆட்சி செய்யும்.”

“சுவரெழுத்து: மெனே மெனே தெக்கேல் ஊஃபர்ஸீன். மெனே என்றால் தெய்வம் உன் அரசை முடித்து வைத்திருக்கிறது என்று பொருள். தெக்கேல் என்றால், தெய்வம் உன்னைத் தராசில்

வைத்து அளந்தது. நீ குறைவுள்ளவனாகக் காணப்பட்டாய். ஊஃபேர்ஸீன் என்ற சொல்லில் வரும் பரேஸ் என்ற ஒலி, உன் நாடு பலதரப்பட்டவர்களுக்குப் பகிர்ந்தளிக்கப்படும் என்ற பொருள் தருவது.”

பிரசங்கம் செய்து கொண்டிருக்கும்போது பிரதர் வடக்கனின் கண்கள் என்னுடைய கண்களையும், ஜான்சனின் விழிகளையும் சந்தித்தன. தொடர்ந்து அவர் பேசியது எங்கள் இருவருக்கும் மட்டுமானது என்று தோன்றியது. பிரதர் வடக்கன் தன்னை அறிமுகப்படுத்திக் கொண்டார்.

“நான் ஒரு கம்யூனிஸ்ட் விரோதி. கம்யூனிஸ விரோதிகள் எல்லாரும் பத்தாம் பசலிகள் என்று அவர்கள் உங்களுக்குப் போதித்திருக்கிறார்கள். நான் சொல்கிறேன், நான் ஒரு முதலாளித்துவ விரோதியும் கூடத்தான். குருத்துவக் கல்லூரியில் படித்த காலத்தில் இருந்தே நான் முதலாளித்துவத்தை எதிர்த்துப் போராடியவன். ஆலூரிலும் புல்லூரிலும் இருந்த, கத்தோலிக்க முதலாளிகளுக்குச் சொந்தமான இரண்டு முந்திரிப்பருப்பு தொழிற்சாலைகள் மூடப்பட்டபோது எண்பதுக்கு மேற்பட்ட கத்தோலிக்கப் பெண்கள் பட்டினி கிடந்தார்கள். கம்யூனிஸ்ட் கட்சி தொழிற்சங்கம் தொழில் நிறுவனங்கள் மூடப்பட்டதற்கு எதிராகப் போராட்டம் நடத்தியது. போராட்டம் வெற்றி பெற வேண்டும் என்பதை விட, அது என்ன வார்த்தை, புதிதாகச் சொல்கிறார்களே, சர்ச்சை, அதுதான், சர்ச்சை நடத்துவதில் அவர்களுக்கு ஈடுபாடு இருந்தது. மாணவப் பாதிரியான நான் தனித்து இருந்து போராட முடியாது அல்லவா? சகாரியாஸ் வாழப்பள்ளி பாதிரியாரும் நானும் உண்ணாவிரதத்தில் ஈடுபட்டோம். கம்யூனிஸ்ட் தொழிற்சங்கமும், முதலாளிகளும் எனக்கு எதிராக அணிவகுத்தார்கள். கம்யூனிஸ்ட்காரர்களுக்கும் முதலாளிகளுக்கும் இடையே உள்ள நிலத்தை நான் உழுது கொண்டிருக்கிறேன். தேவைப்பட்டால் அந்த வயலுக்கு என் ரத்தம் கொண்டு நான் நீர் பாய்ச்சவும் செய்வேன்.

“நான் மடாலயத்தில் ஐந்து வருடம் இருந்தேன். பல தடவை பைபிள் படித்தேன், இத்தாலிய டொமினிகன் துறவி தாமஸ்

அக்வினாஸ் எழுத்தெல்லாம் படித்தேன். மார்க்ஸ் எழுதியதும், லெனின் எழுதியதுமெல்லாம் படித்தேன். லெனின் எழுதிய ‘அரசும் போராட்டமும்’ நூலைப் புனித யோவானின் வேதாகமம் போல் நுணுக்கமாக அறிவேன். கம்யூனிஸ்ட்காரர்கள் போகும் பாதை எது என்று நான் அறிவேன். அந்த நாத்திகர்களுக்கு என் வழி தெரியாது.

“வர்க்கப் போராட்டத்திலும், ரத்தப் புரட்சியிலும் நான் சில நிபந்தனைகளோடு விசுவாசம் வைத்திருக்கிறேன். மற்ற அனைத்து ஜனநாயகப் போராட்ட வழிமுறைகளும் தோல்வி கண்டால், ரத்தப் புரட்சி மூலமே பொருளாதார விடுதலை அடைய முடியும் என்பதில் நான் பெரும் நம்பிக்கை வைத்திருக்கிறேன்.”

அதன்பின் பிரதர் வடக்கன் ஏசு கிறிஸ்து பற்றிப் பேச ஆரம்பித்தார். அவருடைய ஏசு ஜீவனுள்ளவராக இருந்தார். பிலாத்தோஸ் பாதிரியாரும், ஞாயிற்றுக்கிழமைப் பள்ளியில் கற்பிக்கும் லாரன்ஸ் பள்ளத்துவும் காட்டும், இரண்டு பத்தியாக அச்சடித்த, அத்தியாய எண்ணும் திருவசன எண்ணும் நிறைந்திருப்பதான விவிலியப் பக்கங்களில் தென்படும் பாடப் புத்தக ஏசு இல்லை அவர். நானும் ஜான்சனும், பிரதர் வடக்கன் சொன்ன ஒவ்வொரு வார்த்தையையும் உள்வாங்கினோம். அவை எங்களுக்கு உள்ளே உயிர்க்கத் தொடங்கின. விரைவில் ‘வடக்கன் பாதிரியார் விளையாட்டு’ என்ற புது விளையாட்டை நாங்கள் இரண்டு பேரும் உருவாக்கி விளையாடிக்கொண்டிருந்தோம்.

“ஏசு, ஏசுவை யார் அறிவார்கள்? வெளிப்பாடு 5:5 யஹூதா குலத்தின் சிங்கமும் தாவீதென்ற வேருமானவர். அடுத்த வரியில், வெட்டப்பட்ட ஆட்டுக் குட்டி. யார் என் தெய்வம்? கொல்லப்பட்ட ஆடா, யூத சிங்கமா? வெளிப்படுத்தல் நேரத்தில் வர்ணனைகள் கலந்து கடையப்படும். அஞ்ச வைக்கும் அழகு தோன்றுகிறது. அவர் கல்லறையில் இருந்து உயிர்த்தெழுந்தபோது பார்த்துக் கொண்டிருந்தவர்களுக்கு என்ன நடந்தது? நினைத்துப் பாருங்கள். மார்க்கின் சுவிசேஷத்தில் இறுதி வசனம்: “அவர்கள் கல்லறையிலிருந்து வெளியே ஓடிப் போனார்கள். அவர்கள் பயப்பட்டதால் யாரோடும் ஏதும் பேசவில்லை.”

பிரதர் வடக்கனின் பிரசங்கம் தொடர்ந்தது. பௌலோஸ் சாயாக்கடையிலிருந்து லந்தன்பத்தேரியில் முதல் முறையாக வானொலி அலைகள் இறங்கி வந்தபோது கேட்ட அதே தேவ வசனங்களை நான் மீண்டும் பிரதர் வடக்கன் சொல்லக் கேட்டேன்: “நான் உலகிற்கு அமைதி கொணர வந்தேன் என எண்ண வேண்டாம். அமைதியை அல்ல, வாளையே கொணர வந்தேன்.”

அதன்பின் பிரதர் வடக்கன், யூத தேவாலயத்தில் ஏசு நடத்திய தூய்மைப்படுத்துதல் பற்றிச் சொன்னார்: “ஆலயத்தில் விற்கிறவர்களையும் வாங்குகிறவர்களையும் துரத்திவிட்டு, காசுக்காரருடைய பலகைகளையும், புறா விற்கிறவர்களுடைய இருக்கைகளையும் கவிழ்த்தார்” கண்ணுக்குத் தெரியாத ஒரு சாட்டையை அவர் சுழற்றிக்கொண்டிருந்தார்.

என் வாழ்க்கையில் முதலாவது பிரிவு இறப்பால் ஏற்படவில்லை. இம்ரெ நாகியால் வந்தது அது. சுவரெழுத்து சொன்னது போல, ‘ஹங்கேரி கேரளம் இல்லை’ ஹங்கேரியில் ரஷ்யாக்காரர்கள் கம்யூனிசத்தை நிலைநிறுத்தியது ராணுவத்தை ஏவித்தான். 1956 அக்டோபரில் இதற்குப் பெரும் எதிர்ப்பு எழுந்தபோது ரஷ்யக் கம்யூனிஸ்ட் கட்சியின் மத்திய கமிட்டி இம்ரெ நாகியை ஹங்கேரியின் பிரதமர் ஆக்கியது. சிறிது காலம் சென்றபிறகு நாகி பாதை மாறினார். வார்ஸா கூட்டமைப்பு ஒப்பந்தத்திலிருந்து வெளியேறி, ஹங்கேரியை அணிசேரா நாடாக அறிவித்தார். 1956 நவம்பர் 4. இம்ரெ நாகி பிரதம மந்திரியாகிப் பத்து நாட்களே ஆகியிருந்தன. டாங்குகளோடு ராணுவத்தைத் தலைநகர் புடாபெஸ்டுக்கு அனுப்பி ஹங்கேரியை ஆக்ரமித்தது சோவியத் ரஷ்யா. நாகி வீட்டுக் காவலில் வைக்கப்பட்டார்.

இரண்டு வருடங்களுக்குப் பிறகு, 1958-ஆம் ஆண்டு, ஜூன் 16-ந் தேதி நாகி கொலை செய்யப்பட்ட செய்தி லந்தன்பத்தேரிக்குக் கிடைத்தபோது, கட்சிக் கூட்டத்தில் கோமஸ் கேட்டார், “இப்படி நடக்கணுமா? ஹங்கேரி நம்ம கையிலே இருந்தாலும், நாகி போல பலமில்லாத ஒரு கிழவரை எதுக்குக் கொல்லணும்?”

“ஓஹோ, கோமஸ் தோழருக்கு, இருபதாவது கட்சி காங்கிரஸில்

குருஷேவ் தோழர் ஸ்டாலினை விமர்சனம் செய்தது பிடிச்சிருந்திருக்குமோ. நாகியும் குருஷேவ் சொன்னது உண்மைதான்னு நினைச்சிருப்பார்" கட்சி அலுவலகக் காரியதரிசி ஜோசப் சொன்னார்.

"இது ஸ்டாலின் காலத்துக்கு அப்புறம் இல்லியா? தோழர் ஸ்டாலின் பத்தி பேச்சை எடுத்ததாலே கேட்கறேன். எத்தனை காலத்துக்கு டாங்கையும், துப்பாக்கியையும் வச்சு மிரட்டி ஹங்கேரியைப் பிடிச்சு வைக்க முடியும்? நீங்க சதா சொல்லிக்கிட்டிருக்கிற தியரியும் தொழிலாளர் வர்க்கப் புரட்சியும் இதுதானா?" கோமஸ் கேட்டார்.

"தோழருக்கு ஒரு மண்ணும் தெரியாது. எனக்கு தியரி சொல்லித்தர தோழர் யாரு? ஈ.எம்.எஸ் நம்பூதிரிபாடு தோழரா? வார்சா உடன்படிக்கை ரத்து ஆச்சுன்னா யாருக்கு நன்மை? அமெரிக்காவுக்கு. அமெரிக்காவோட, உலக முதலாளித்துவத்தோட கைக்கூலி உங்க இம்ரெ நாகி. புற்றுநோய் வந்தா ஆபரேஷன் செஞ்சுதான் ஆகணும். ஹங்கேரியோட தேசியத்தை விடப் பெரியது கம்யூனிசம் உயர்த்திப் பிடிக்கற சர்வதேசியம். சும்மா உடம்பு நோகாம உக்கார்ந்து பேசற சமாசாரம் அதுன்னு நினைச்சு தியரியை எடுத்து விடாதே" ஜோசப் தோழர் சொன்னார்.

"நாகியைக் கொலை செஞ்சிருக்கணுமா?" கோமஸ் கேட்டார்.

"கீழ்மட்டத்திலே சர்ச்சை செய்யற விஷயம் இல்லே இது" ஜோசப் சொன்னார். கோமஸின் சந்தேகங்கள் தீரவில்லை. அவற்றுக்கான தீர்வு லந்தன்பத்தேரித் தோழர்களிடம் கிடைக்காது என்று அறிந்த அவர் அதற்கப்புறம் சிறிது காலம் மௌனமாக இருக்கத் தொடங்கினார்.

கட்சிக் கூட்டத்தில் கோமஸ் ஆகக் கடைசியாகப் பேசியது விமோசன சமரம் நடந்த காலத்தில்தான். அவர் பேசினார்: "ஆட்சி போனதுக்காக நான் வருத்தப்படலே. நாம நம்மோட குழந்தைத்தனத்தை, பிள்ளைப்பருவ பேதைத்தனத்தை இழந்துகிட்டிருக்கோம். அதுதான் வருத்தம். நமக்கும்,

காங்கிரஸ்காரங்களுக்கும் இடையிலே என்ன வித்தியாசம் இருக்கு? ஸ்ரீராமவர்மா ஆரம்பப் பள்ளிக்கூடத்தை உயர்நிலைப் பள்ளி ஆக்கினது தோழர் ராகவனுக்காகத்தான் அப்படீன்னு எல்லோரும் சொல்றாங்க."

"குழந்தைத்தனம் போச்சு, களங்கமில்லாத மனசு இல்லாமப் போனது. தோழர் பழைய வேதாகம பாஷையிலே பேசிக்கிட்டிருக்கார். விலக்கப்பட்ட கனியைக் கட்சி தின்னுது. ஈடன் தோட்டத்திலே இருந்து வெளியேறியாச்சு." ராகவன் நீண்ட பதில் சொன்னார். கில்பர்ட்டும், பிரேமசந்திரனும் அவருக்கு ஆதரவாக இருந்தார்கள். ஜோசப் எதுவும் பேசவில்லை.

அடுத்த நாள் கோமஸ்சேட்டன் அப்பனைச் சந்திக்க வந்திருந்தார். "வெல்யாசாரி, தெக்குப்புறத்திலே என்னோடது, வெல்யாசாரி வீடு, சேவியர் வீடு, சந்தியாகு வீடு இப்படி நம்ம நாலு வீட்டுக்குச் சின்னப் பசங்களாக என் மூணு பொண்ணுங்க மட்டும்தான் ரொம்ப நாள் இருந்தாங்க. அப்புறம்தான் ஐலசா ஐலசான்னு கூவி நாம ஜெசிக்காக்குட்டியைக் கொண்டாந்தோம். இப்போ நான் என் பிள்ளைங்களை வெல்யாசாரி கிட்டேயும், மட்டில்டா கிட்டேயும் ஒப்படைச்சுட்டுப் போகறேன். எனக்கு சொவ்வர கவர்மெண்ட் இஸ்கூல்லே ப்யூனா ட்ரான்ஸ்பர் ஆகியிருக்கு. தினம் போய்வர முடியாது. அதனாலே வாராவாரம் சனிக்கிழமையும் ஞாயிற்றுக்கிழமையும்தான் இங்கே வருவேன். எங்க வீட்டுலே எப்பவும் ஒரு கண்ணு வச்சுக்குங்க."

ரோஸியும், நடாஷாவும், சாங்க் நாயும் அழுது கொண்டிருந்தார்கள். கோமஸ்சேட்டனின் இரண்டாவது பெண்ணான டெய்சி அவருடைய உடுப்புகளையும் புத்தகங்களையும் அடுக்கினாள். 1959 ஜூலை 31-ந் தேதி, அடுத்த நாள் வேலையில் சேர, கோமஸ்சேட்டன் ஒரு பெரிய ஸ்டீல் ட்ரங்குப் பெட்டியும், படுக்கை வைத்த ஹோல்டாலும், இரண்டு பைகளில் புத்தகங்களுமாகப் பயணம் புறப்பட்டார். படகுத்துறைக்கு கோமஸ்சேட்டனை வழியனுப்ப அப்பனும், அம்மாவும், சந்தியாகுசேட்டனும்,

சில்வியாசேச்சியும், குழந்தைகளான நாங்களும், சாங்க் நாயும் கோமஸ் சேட்டனோடு நடந்தோம். விர்ஜின் மேரி படகைத் துறையில் லஸ்கர் பரமு கட்டியபோது போஞ்ஞிக்கர புனித செபாஸ்தியானோஸ் சர்ச்சிலிருந்து தொடர்ந்து மணி முழக்கம் கேட்டது. அதைத் தொடர்ந்து பட்டாசு வெடிக்கும் சத்தமும் கேட்டது. தூரத்தில் எரணாகுளத்தில் ஒலியில்லாமல் வாணங்கள் ஆகாயத்தில் சீறிப் பறந்து நீலமும் சிவப்புமாக வெடித்துச் சிதறின. படகின் உள்ளிருந்து ஆரவாரம் கேட்டது. ஆனாலும் படகின் மேல்தளத்தில் தனித்திருந்து சுங்கான் வலித்த ஸ்ராங் அந்தோணி வழக்கம்போல் தொலைவில் எங்கோ பார்த்தபடி இருந்தார். படகில் ஏறியதும் கோமஸ் சேட்டன் சொன்னார்: “ஈ.எம்.எஸ்ஸின் கம்யூனிஸ்ட் சர்க்கார் கவிழ்ந்துடுச்சு.”

படுக்க ஆளில்லாத கோமஸ் சேட்டனின் கட்டில் எங்களது அரங்கமானது. வடக்கன் பாதிரியார் பிரசங்க விளையாட்டை அந்தக் கட்டிலில்தான் நாங்கள் விளையாடினோம். ஜான்சன் ஃபோர்ட் கொச்சியிலிருந்து வந்த தினத்து விளையாட்டில் நான் தான் வடக்கன் பாதிரியாராக இருந்தேன். கட்டில் ஓரத்தில் தலையணைகளை அடுக்கி ஒரு குன்று போல செய்தோம். கழுத்தில் ஜமுக்காளத்தை அங்கிக்குப் பதிலாகக் கட்டிக்கொண்டு கட்டில் முகப்பில் நின்று பிரசங்கம் செய்யத் தொடங்கினேன்.

அன்று நான் சொன்னது அதுவரை யாருக்கும் சொல்லாத கதை. புனித செபாஸ்தியன் சிறுவர் சங்கத்தில் ஞாயிற்றுக்கிழமை வகுப்பு எடுக்க வந்த லாரன்ஸ் பள்ளத்துவிடம், திருப்பலி அப்பம் கோதுமையால் தானே செய்யப்படுகிறது என்று கேட்டதற்கு, பள்ளத்து என் தலையில் அடித்த கதை. அது நடந்து காலம் கடந்திருந்ததால் தலையில் வலி இல்லாமலிருந்தாலும் மனதில் அவமானம் மறையவில்லை. என் கதையில் எப்படியோ தமாஷ் வந்து சேர்ந்தது. ஆனால் தரையில் உட்கார்ந்து கதை கேட்ட நடாஷா, டெய்சி, ஜான்சன் இவர்கள் முகங்களில் சிரிப்பு இல்லை. கரிசனம் தெரிந்தது.

"லாரன்ஸ் பள்ளத்து என் கர்த்தரின் வழிபாட்டு ஆலயத்தை அசுத்தப்படுத்தினார். தேவாலயம் பிரார்த்தனைக்காக

ஏற்பட்டது. ஆனால் பிலாத்தோஸ் பாதிரியார் அந்த இடத்தில் ரூபாயும், அணாவும், பைசாவும், பளபளக்கும் நயாபைசாவுமாக விமோசன சமரத்துக்கான நன்கொடையாகக் காசு வசூலித்தார். ஆகவே வடக்கன் பாதிரியாரான நான் சொல்கிறேன் (நான் கைநீட்டியபோது டெய்சி எனக்கு பைபிள் புத்தகத்தை எடுத்துக் கொடுத்தாள்) மத்தேயு 21 : 12-13 "யேசு தேவாலயத்திற்குச் சென்று, ஆலயத்தில் விற்கிறவர்களையும் வாங்குகிறவர்களையும் துரத்திவிட்டு, காசுக்காரருடைய பலகைகளையும், புறா விற்கிறவர்களுடைய இருக்கைகளையும் கவிழ்த்து, ஒருவனும் தேவாலயத்தின் வழியாக எந்தவொரு பொருளையும் கொண்டுபோகவிடாமல்: என்னுடைய வீடு எல்லா மக்களுக்கும் ஜெபவீடு எனப்படும் என்று எழுதியிருக்கவில்லையா? நீங்களோ அதைக் கள்ளர் குகையாக்கினீர்கள் என்று அவர்களுக்குச் சொல்லி உபதேசித்தார்."

"ஆகவே ஒரு சின்னஞ்சிறுமியின் தலையில் அடித்த லாரன்ஸ் பள்ளத்து தேவாலயத்திலிருந்து வெளியேற்றப்பட வேண்டியவர். ஜான்சாவே, எருசலேம் நகரைத் திரும்பக் கைப்பற்ற வேண்டும். துரிந்தானா வாளை எடும். நடாஷாவே, சாட்டையை எடும். டெய்சியாவே. காசுக்காரர்களின் மேசைகளைக் கவிழும்.

"நடக்கக் கூடிய காரியம் ஏதாவது இருந்தா சொல்லு சிறுமியே" என்றாள் நடாஷா.

"நடக்கக் கூடிய காரியம் ஏதாவது இருந்தா சொல்லு சிறுமியே" என்று நான் நடாஷாவைக் கேட்டேன்.

"ஆய் போய் அவங்களைத் தோற்கடிக்கலாம்" என்றாள் நடாஷா.

லந்தன்பத்தேரிக்கு போர்த்துகீஸ் கக்கூஸ் வந்து ஏறக்குறைய இரண்டரை நூற்றாண்டு கடந்திருந்தது என்றாலும் லந்தன்பத்தேரிவாசிகள் அண்மைக்காலம் வரை, அதிகாலையில், கிழக்கு ஆற்றில் முதல் படகு நகர்வதற்கு முன்பு, பரங்கி ஜபக்கூடத்தின் அருகில் சர்ச்சுக்குச் சொந்தமான நிலத்தில் தான் காலைக்கடன் கழித்து வந்தார்கள். சுகாதாரத்தில் அக்கறை கொண்டவரும், தண்ணீர்ப் பிசாசு பிடித்து

அடிக்கடி கைகழுவுகிறவருமான பிலாத்தோஸ் பாதிரியார் போஞ்ஞிக்கரை திருச்சபைக்கு உத்தியோக மாற்றத்தில் வந்ததும் அந்த நிலத்தில் ஒரு அறிவிப்பு வைக்கப்பட்டது : “இங்கே சிறுநீர், மலம் கழிக்கக் கூடாது.” இப்படி எழுதி வைப்பதால் ஒரு பிரயோஜனமும் இல்லை என்று புரிந்த பாதிரியார், அதிகாலையில் எழுந்து போய், அங்கே மணிக்கணக்காக, கைகழுவாமல், காவலுக்கு நின்றார். உத்தரவை மதியாமல் அசுத்தம் செய்த சாயாக்கடை பௌலோஸை திருச்சபையிலிருந்து விலக்கிவைக்க பாதிரியார் நடவடிக்கை எடுத்தார். இந்துக்களான மீனவர்களைத் திருச்சபையிலிருந்து விலக்கி வைக்க முடியாததால் அவர்களுக்காக மேற்கு ஆற்றை நோக்கி நிற்கும் மரக் கழிப்பறை அமைத்துக் கொடுத்தார்.

பிலாத்தோஸ் பாதிரியார் காவல் இருக்க ஆரம்பித்தது முதல் லந்தன்பத்தேரிவாசிகள் தங்கள் காலைக்கிரமத்தை மாற்றிக் கொண்டார்கள். வெய்யில் ஏறும்போது தங்கள் முகங்களைத் துணியால் மறைத்து, படகுகளில் போகிறவர்களின் கண்ணை ஏமாற்றி சர்ச் நிலத்தில் ஆண்களும் பெண்களும் குனிந்து குந்தியிருந்து காலைக்கடன் கழித்தார்கள். அப்புறம் அங்கே பகல் நேரக் காவலுக்கு, சர்ச் கல்லறை வளாகத்தில் சவக்குழி வெட்டும் பாப்பி வந்தார். ஏதாவது சாவு விழுந்து சமாதியில் வைக்க பாப்பி நகர்வதற்காகக் காத்திருந்து மல, மூத்திரம் போக வேண்டிய சூழ்நிலை. இறுதியாக டச்சுக்காரர்களால் செய்ய முடியாததை பிலாத்தோஸ் பாதிரியார் சாதித்தார். லந்தன்பத்தேரி வீடுகளுக்கு வெளியே காயலை நோக்கி நிற்கும் கழிவறைகள் அமைக்கப்பட்டன.

ஒரு சிறு குவளைத் தண்ணீரை ஜான்சனின் சட்டைக்குள் மறைத்தபடி நாங்கள் சர்ச்சுக்குச் சொந்தமான நிலத்துக்குப் போனோம். நான் குவளையில் தண்ணீருடன் மரங்களுக்கு இடையே, கருணைக்கிழங்குச் செடிகள் மறைவில் உட்கார்ந்தேன். நேர்முன்னால் கிழக்கு ஆறு ஓடினாலும், அதன் கரைகள் ஆளரவமின்றி இருந்தன. ரோஸிசேச்சியும், அவளுடைய சகோதரிகளும், ஜான்சனும் எனக்குக் காவல் இருந்தார்கள். நான் திரும்ப வந்தபோது என் வயிறு மட்டுமில்லை, மனதும்

லேசாக இருந்தது.

நாங்கள் திரும்பி நடந்தபோது திடீரென்று சவக்குழி வெட்டும் பாப்பி எங்கள் எதிரே வந்தார். அவர் என் கையைப் பற்றிக் கொண்டு சொன்னார், “நட, பிலாத்தோஸ் பாதிரியார் கிட்டே போகணும்.” நான் கையை வெடுக்கென்று விடுவித்துக் கொண்டேன். நாங்கள் ஓட ஆரம்பித்தோம். ஓட்டத்தின் நடுவே ஜான்சன் சத்தமாகச் சொன்னான், “நான் சமாதானத்தைக் கொண்டுவரவில்லை. வாளெடுத்து வந்திருக்கிறேன்.”

அடுத்த நாள் அப்பனையும், எட்வின்சேட்டனையும் பிலாத்தோஸ் பாதிரியார் கூப்பிட்டுவிட்டிருந்தார். “ஏதாவது மேஜையோ, நாற்காலியோ செஞ்சுதரச் சொல்லுவார். இல்லேன்னா பிரியாணி விருந்து. அதுவுமில்லேன்னா, ரெண்டுமே. எதுக்காக நம்ம ரெண்டு பேரையும் சேர்த்துக் கூப்பிட்டிருக்கார்” என்றார் எட்வின்சேட்டன்.

பிலாத்தோஸ் பாதிரியார் அவர்களுக்குக் கதை சொன்னார். “வலிய ஆசாரி, எட்வினே, டச்சுக்காரங்க நம்ம கோவிலை எல்லாம் எரிச்சுப் போட்ட பழைய காலத்துக் கதை இது. வெளுத்த தோல் போர்த்துக்கீஸ்காரங்களை அலுங்காம கப்பல்லே ஏத்தி அவங்க கோவாவுக்கு அனுப்பி வச்சாங்க. ஆனா, இனக்கலப்பான போர்த்துகீஸ் - உள்ளூர் பரங்கிகளையும், பிழைப்புக்காக ரெட்டை மொழிக்காரங்களான துவிபாஷிகளையும், உள்ளூர் கத்தோலிக்கர்களையும் கொடுமைப்படுத்தினாங்க. அப்போ தான் வலிய ஆசாரி, உங்க பெயர் வச்ச ஒரு கார்மலீத்தா பிரிவு பாதிரியார், ஆமா, மத்தேவுஸ் பாதிரியார், டச்சு பட்டாள தளபதி வான் ரீடை பரம சாந்த சொரூபனாக்கினார். அவர் வான் ரீடுக்கு கேரளத்திலே வளர்ந்து வரும், மருத்துவ குணம் இருக்கப்பட்ட மூலிகை எல்லாம் எதெதுன்னு காட்டினார். கார்மலீத்தா திருச்சபையோட விசேஷம் அது. காட்டெருமையைக் கூட நைச்சியமாகப் பேசி பசுமாதிரி சாத்வீகமாக்கிடுவாங்க. ஏசு சபைக்காரங்க மாதிரி பிடிவாதமா மல்லுக்கட்டிக்கிட்டு நிற்க மாட்டாங்க.”

“சாமி என்ன சொல்றீங்க?” எட்வின்சேட்டன் பிலாத்தோஸ் பாதிரியாரைக் கேட்டார்.

“கடேசியிலே, டச்சுக்காரங்க கார்மலீத்தா சபைக்கு அடங்கினாங்க. கொச்சியிலே பத்து கத்தோலிக்க தேவாலயங்களை எரிச்சவங்க அவங்க. ஃபோர்ட் கொச்சி சாந்தாக்ரூஸ் சர்ச்சை வாசனைத் திரவியம் அடைச்சு வைக்கிற கிட்டங்கியாக்கினவங்களும் அவங்களேதான். அதே டச்சுக்காரங்க, அவங்க ஆட்சி செய்தபோது, கார்மலீத்தா திருச்சபை புதுசா மாதாகோவில் கட்டிக்க அனுமதி கொடுத்தாங்க. அந்த சர்ச் தான் நாம இப்போ பார்க்கறோமே, பச்சாளம் பக்கத்திலே சாத்தியாத்து கர்மலமாதாவோட கோவில். கார்மலீத்தா திருச்சபை அந்தமாதிரிப் பட்டது. என்ன நினைச்சு திட்டம் போட்டாங்களோ அதை முடிக்காம விடமாட்டாங்க.”

“எதுக்குக் கூப்பிட்டுவிட்டீங்கன்னு சொல்லுங்க சாமி”, அப்பன் சொன்னார்.

“சுத்தி வளைக்காம விஷயம் என்னன்னு நான் சொல்லணும், அப்படித்தானே, மத்தேவுஸ் ஆசாரியாரே? சில விஷயங்களைச் சுத்தி வளைச்சுத்தான் சொல்லியாகணும். கர்மலீத்தா திருச்சபை பத்திச் சொல்லிக்கிட்டிருந்தேன் இல்லே, அவங்க எரணாகுளத்திலே ஒரு ஹைஸ்கூல் நடத்தறாங்க. அங்கே ஹாஸ்டலும் இருக்கு. ஜெசிக்காவை அந்தப் பள்ளிக்கூடத்திலே சேர்க்கணும்.”

“சாமி என்ன சொல்றீங்க? வல்யாசாரிக்கு வயசான காலத்திலே பொறந்த பொண்ணு ஜெசிக்கா. அவளை ஏன் வல்யாசாரிகிட்டே இருந்து பிரிக்கணும்னு சொல்றீங்க?”, எட்வின்சேட்டன் கேட்டார்.

“இதுவும் நானே சொல்லணும்கறீங்க, அப்படித்தானே?” பிலாத்தோஸ் பாதிரியார் கேட்டார், “ஜெசிக்காவை பிசாசு பிடிச்சிருக்கு.”

எனக்குச் சில கெட்ட குணங்கள் உண்டு என்று சொன்னார் அவர். ஆனால் அவை எவையெல்லாம் என்று சொல்லவில்லை.

திருப்பலியில் வழங்கும் புனித அப்பத்தை நான் நிந்தித்தேன் என்று லாரன்ஸ் பள்ளத்து சொன்ன விஷயம், கர்த்தரின் தேவாலயத்து நிலத்தை அசுத்தப்படுத்தியது, பிலாத்தோஸ் பாதிரியாரின் குற்றச்சாட்டு வளர்ந்தபோது அப்பனுக்கு நான் அந்நியப்பட்டேன்.

“வலிய ஆசாரி, நான் சொல்றதைக் கேளுங்க. எரணாகுளத்திலே செயிண்ட் தெரசா ஸ்கூல்லே ஹெட்மிஸ்ட்ரஸ் சிஸ்டர் லூசினா இருக்காங்க. அவங்களுக்கு நான் ஒரு கடுதாசி எழுதித் தரேன். வடக்கன் பாதிரியார் மாதிரி கணீர்னு குரல் லூசினா சிஸ்டருக்கு. புலின்னுதான் அவங்களை அவங்க முதுகுக்குப் பின்னாடி பசங்க பேசிப்பாங்க. ஆனா சிஸ்டர் லூசினாவுக்கு மனசு பஞ்சு மாதிரி லேசானது. பத்தாம்பசலி இல்லே. நவீனமானவங்கதான். சின்னப் பெண்கள் சைக்கிள் ஓட்டப் பழகிக்கணும்னு அவங்க கட்டாயப்படுத்துவாங்க. ஜெசிக்காவோட நல்லதுக்குத்தான் நான் சொல்றேன். வலிய ஆசாரி, எட்வின் என் யோசனையைக் கேளுங்க, ஒரு பாதிரி சொல்றேன், கேளுங்க.”

4. மறு உயிர்ப்பு

நான் கருத்த, பருமனான பெண்ணாக இருந்தேன். என் மேல் அன்பு செலுத்த மற்றவர்களுக்குச் சிரமமாக இருந்தது. படுக்கை அறையில் முகம் பார்க்கும் கண்ணாடியும் அதைத்தான் சொன்னது. நான் செய்வதை இடம் வலமாகத் திரும்பக் காட்டும் கண்ணாடிக்கு, எனக்கு ஆறுதல் சொல்லத் தெரியாது.

பிலாத்தோஸ் பாதிரியாரின் கடிதத்தோடு அப்பனும் எட்வின் சேட்டனும் எரணாகுளத்துக்குப் போய் செயிண்ட் தெரசா உயர்நிலைப்பள்ளியில் சிஸ்டர் லூசினாவைச் சந்தித்த தினத்திலேயே எனக்கு பள்ளியில் அட்மிஷன் கிட்டியது. அப்பன் ஃபீஸ் கட்டினார். உடனடியாகப் பிரிய வேண்டிப் போனதால் அம்மா அன்றைய தினம் முழுக்க அழுதாள். “என் கொழந்தை போனா, எனக்கு வேறே யார் இருக்காங்க? ராத்திரியிலே தொட்டு அணைச்சுப் படுத்திருக்க யார் இருக்காங்க? நான் யாருக்கு சினிமா கதை சொல்லுவேன்?” அம்மாவின் கூச்சல் அதிகமாகும்போது முன்வாசலில் சாய்வு நாற்காலியில் உட்கார்ந்திருந்த அப்பனின் கண்கள் சுருங்கின. நான் அப்பனைக் கேட்டேன், “அப்பன், ஏன் இன்னிக்கு நீங்க படகு கட்டலே? வரும் ஞாயிற்றுக்கிழமை படகு எடுத்துப் போக ஆளுங்க வருவாங்க இல்லியா?”

“என் குழந்தைக்குப் பிசாசு பிடிச்சிருக்குன்னு திருச்சபை பாதிரி சொல்லும்போது என மனசு எவ்வளவு வேதனைப்படுது

தெரியுமா? கடலில் போகற படகுதான் நான் செய்யறது. மனசு நிம்மதியில்லாம செஞ்சா அது சரியா வராது ஆழக் கடல்லே மீன் பிடிக்கறது உயிரோட விளையாடற ஒண்ணு”, அப்பன் சொன்னார்.

என்னை எரணாகுளம் பள்ளியில் சேர்த்த மறுநாள் ஃபோர்ட் கொச்சியிலிருந்து விக்கி பெரியம்மாவும், எட்வின் சேட்டனும், ஜான்சனும் வந்திருந்தார்கள். வீட்டுக்கு வந்ததுமே விக்கி பெரியம்மா என்னைத் திட்ட ஆரம்பித்தாள். “உனக்கு வெளிக்குப் போக சர்ச் நிலம்தான் கெடச்சுதாடி?” விக்கி பெரியம்மா ஜான்சனின் காதைத் திருகியபடி அவனைக் கேட்டாள் : “பொண்ணுங்க வெளிக்குப் போகிறபோது நீ எதுக்கு அங்கே போய் தீவட்டி பிடிச்சுக்கிட்டு நின்னே? ஏண்டி ஜெசிக்கா, திருப்பலி அப்பம் உனக்கு மக்ரோனியா? கூறுகெட்ட சாத்தான்களே...” அம்மாவும் விக்கி பெரியம்மாவும் கட்டிப் பிடித்துக்கொண்டு அழுதார்கள்.

மறுநாள். அது நான் போக வேண்டிய தினத்துக்கு முந்தைய நாள். அம்மாவும், விக்கி பெரியம்மாவும் எரணாகுளம் பிராட்வே கடைத்தெருவில் அவர்கள் இழந்த சந்தோஷத்தைத் திரும்பவும் பெற்றார்கள். நாங்கள் முதலில் யூதத் தெருவில் செருப்புக் கடைக்குள் நுழைந்தோம். கடைக்காரர் ஒரு வெள்ளைத் தாள் புத்தகத்தில் என் பாதங்களை ஒவ்வொன்றாக வைத்துக் காலடித் தடத்தைப் பதிவு செய்தார். அவருடைய புத்தகத்தில் பதிந்த பத்து வயது நிறைந்த என் கால் தடங்கள் ஃபோர்ட் கொச்சி கடற்கரை ஈர மணலில் ஒரு நிமிடம் வைத்து உடனே அலைகள் கொண்டு போகும் காலடித் தடங்கள் போல் இல்லை. இவை இன்னும் சில நாட்களாவது செருப்புக் கடையின் அளவு புத்தகத்தில் இருக்கும். குறைவாக என்றாலும் எனக்குக் கிடைத்த நிரந்தரத்தன்மை என்னை மகிழ்ச்சிப்படுத்தியது.

ப்ராட்வே கடைத்தெருக் கடைகளில் இருந்து எனக்கு கால்முட்டு வரை வரும் காலுறைகள், தலையில் வைக்க ரிப்பன், ஸ்டட், சாகோலா கடையில் இருந்து பூவேலை செய்த வெள்ளை உள்ளுடை, பள்ளிச் சீருடை எல்லாம்

வாங்கினோம். எனக்கு ஒரு ரகசிய விருப்பம் இருந்தது - அதை நிறைவேற்ற, வால்ட் டிஸ்னியின் கதாபாத்திரங்களின் படங்கள் உள்ள, எலாஸ்டிக் வைத்துத் தைத்த அரை டஜன் ரெடிமேட் ஜட்டிகளும் வாங்கினோம். நான் அதுவரை வடுதலை சூசி டெய்லர்ஸில் தைக்கப்பட்ட முட்டி வரை நீளுகின்ற, நாடா வைத்த வோயில் துணி டிராயர்களைத்தான் அணிந்திருந்தேன். "இந்தப் பொண் எவ்வளவு மகிழ்ச்சியா இருக்கா கவனிச்சியா மட்டில்டா?, எரணாகுளத்திலே படிச்சுப் பட்டம் வாங்கின டவுன் பொண்ணாக பிங்க் ஜட்டி போட்டுக்கிட்டு இவ வந்து நிப்பா. அப்போ நம்மளை மதிக்கவே மாட்டா" என்றாள் விக்கி பெரியம்மா.

"ஜட்டியை யாரு பார்ப்பாங்க?" நான் விக்கி பெரியம்மாவிடம் கேட்டேன்.

விக்கி பெரியம்மா அம்மாவின் காதில் ரகசியமாகச் சொன்னதை நான் கேட்டேன் : "மட்டில்டா, உன் மகள் ரொம்ப அப்பாவி. இதோ பாரு, நல்ல டிசைன் ஜட்டி போட்டிருக்கேன்னு அவளே யாருக்காவது காட்டுவா."

பிறகு, என் வாழ்க்கையிலேயே முதல் தடவையாக எனக்காக பற்பசையும், பல் விளக்க பிரஷ்ஷும் வாங்கினோம். சிறு சோப்பு டப்பா, சோப், தலைக்குத் தடவ வாசனைத் தைலம், எல்லாவற்றையும் வைத்து எடுத்துப் போக நீல பெயிண்ட் அடித்த சிறு இரும்பு ட்ரங்க் பெட்டி, அதைப் பூட்டி வைக்க பித்தளைப் பூட்டு, சாவி என்று எல்லாம் வாங்கினோம். "செயிண்ட் ஃப்ரான்சிஸ் டெ சேல்ஸ் என்ற பெயருள்ள ஸ்டேஷனரி கடையில், பள்ளிக்கூடத்தில் எழுத நோட்டுப் புத்தகங்கள், அட்டை போட ப்ரவுன் பேப்பர், மேலே ஒட்ட லேபில்கள், ராயல் ப்ளூ நிறத்தில் ஐரிஸ் பேனா மையும், பின்னால் ரப்பர் பொருத்திய பெருமாள் செட்டி சன்ஸ் பென்சில்கள் அடங்கிய பெட்டியும், இப்படி எல்லாம் வாங்கினோம். ப்ராட்வே முனையில் பென் ஹாஸ்பிடல் கடையில் பேனா வாங்கப் போனோம். பிரசிடெண்ட் பேனாவா, வில்சன் பேனாவா வாங்க வேண்டும் என்பது பற்றி

விக்கி பெரியம்மாவும், எட்வின் சேட்டனும் விவாதம் செய்து, விலை அதிகமென்றாலும் வில்சன் பேனா வாங்கப்பட்டது.

ஒவ்வொன்றாகப் பொருள் வாங்க வாங்க, அம்மாவுக்கும் விக்கி பெரியம்மாவுக்கும் சந்தோஷம் கூடிக்கொண்டே போனது. இனிமேல் வாங்க ஏதுமில்லை என்று பட, நாங்கள் மேனகா டாக்கீஸை அடுத்து, எரணாகுளத்திலேயே சுவையான மசாலா தோசை கிடைக்கும் ஒரே இடமான மேனகா கபேக்குப் போனோம். மசாலா தோசையோடு, மேனகா டாக்கீஸில் குழல் வடிவ ஒலிபெருக்கிகளில் இருந்து சினிமா பாட்டுகள் கேட்கக் கிடைத்தன.

“ஹாஸ்டல்லே தங்கினா தலை நரைச்சுப் போய் பேன் வரும்” என்றாள் விக்கி பெரியம்மா. “நீங்க இங்கே மேனகா கபேல்ல இருங்க. நானும் விக்கிசேச்சியும் போய் பேன்வாரி வாங்கிட்டு வந்துடறோம்.” அம்மா சொன்னாள். சிறிது நேரம் சென்று அவர்கள் திரும்பி வந்தபோது கைநிறையப் பைகள் இருந்தன.

படகுத்துறைக்குத் திரும்ப நடக்கிறபோது டிராவலர்ஸ் பங்களா தெரு முனையில் அம்மா சொன்னாள் : ஒண்ணு வாங்க விட்டுப் போயிடுச்சே. ஜெசிக்காவுக்குக் குடை வேணும், பத்மநாபன் முதலாளி கடையிலே ஒரு ஹிந்துஸ்தான் குடை வாங்கிடலாம்.” குடை வாங்கிக்கொண்டு வரும்போது விக்கி பெரியம்மா சொன்னாள் : “அங்கே பாருங்க, எம்.பி ஸ்டுடியோ. இந்த நாளை நினைவு வச்சுக்க நாம ஒரு குரூப் ஃபோட்டோ எடுத்துக்கலாம்.”

அப்பனும், எட்வின்சேட்டனும், விக்கி பெரியம்மாவும், முன்வரிசையில் நாற்காலிகளில் உட்கார்ந்திருந்தார்கள். நானும் ஜான்சனும் அம்மாவும் அவர்களுக்குப் பின்னால் நின்றோம். கதர் ஜிப்பாவும், பெரிய மீசையுமாக எம்.பி.ஸ்டுடியோ உரிமையாளர் எம்.பி.கிருஷ்ணபிள்ளை கேமராவை நேராகப் பார்க்க வைக்க என் முகத்தைப் பிடித்துத் திருப்பியபோது அவருடைய கை மென்மையாக இருந்தது ஆச்சரியப்பட வைத்தது. “எல்லாரும் சந்தோஷமா உல்லாசமா இருக்காங்க. இந்தப் பொண்ணு மட்டும் ஏன் துக்கமா இருக்கா?” கிருஷ்ணபிள்ளை கேட்டார்.

முக்காலி மேல் பொருத்தி வைத்த காமரா உள்ளே தலைகீழாக எங்கள் முகங்களைக் கவனித்து நோக்கிய பிறகு காமராவின் மூடியை எடுக்க அவர் தயாராக நின்றார்.

"மகளே, நான் சின்னதா ஒரு சூத்திரம் சொல்லித் தரேன். சீஸ்னு சொல்லு. அவ்வளவுதான். படத்திலே சிரிச்ச மாதிரி தெரியும். என்ன சொல்லணும்? சீ-ஸ் அவ்வளவுதான். காமராவோட தொப்பியை எடுக்கப் போறேன். சின்னப் பொண்ணு, சீஸ்னு சொல்லு."

நான் சிஸ் என்று சொன்னேன். அது என் முகத்தில் உற்சாகமில்லாத ஒரு கோட்டை வரைந்தது.

அன்று இரவு விருந்துக்கு லந்தன் அரண்மனையில் காவல்காரராக வேலை பார்க்கும் முகம்மதுவும், அவர் மனைவி சுஹ்றா மேடமும், என் வகுப்பில் படிக்கும் அவர்களின் மகள் ஸைனபாவும் வந்திருந்தார்கள். அடுத்த வீட்டிலிருந்து ரோஸி சேச்சியும் அவளுடைய இரண்டு சகோதரிகளும் வந்தார்கள். எட்வின் சேட்டன் இங்கிலீஷ் காய்கறிகளைப் பயன்படுத்தி வறுத்த இறைச்சி சமைத்தார். வெங்காயம், உருளைக்கிழங்கு, ஏதோ ஒரு கப்பல் சமையல்காரன் கொடுத்த கேரட், பீட்ரூட் இவற்றை எட்வின் சேட்டன் எண்ணெயில் அமிழ்த்தி வறுத்துத் தனித்தனியாக எடுத்து வைத்தார். அதே எண்ணெயில் தேங்காயை வறுத்து அரைத்துக் காய்கறிகளோடு சேர்த்தார். வேகவைத்த இறைச்சியை வறுத்து, பொரித்த காய்கறிகளை ஒவ்வொன்றாகக் கலந்தார். எட்வின்சேட்டனுக்காக எரணாகுளத்தில் இருந்து ட்ரிபிள் எக்ஸ் ரம் அப்பன் வருவித்திருந்தார். மூன்றாம் குவளை குடிக்கும்போது எட்வின்சேட்டன் 1937-ல் மகாராஜா கல்லூரியில் சர் ராபர்ட் ப்ரிஸ்டோ செய்த பிரசங்கத்தை மனப்பாடமாக ஒப்பிக்கத் தொடங்கினார் : *"A gigantic struggle was being fought out by the natural forces.."* சுஹ்றா மேடம் எனக்காக, நான் அன்று வரை கேட்டேயிருக்காத, கோதுமை ரவையும் கோழி இறைச்சியும் சேர்த்துச் செய்த வடக்கு கேரள முஸ்லிம் தின்பண்டமான அலீஸா கொண்டு வந்திருந்தாள்.

நீளமான, ஓரங்களில் நீலநிறத்தில் ஒளிவிடும் சிப்பி ஒன்றை நடாஷா என் உள்ளங்கையில் பொத்தி வைத்தாள்.

ராத்திரி சாப்பாடு முடிந்ததும் என்னையும், ஜான்சனையும், ஸைனபாவையும் ரோஸி சேச்சி வீட்டில் படுத்துறங்கப் பெரியவர்கள் அனுமதித்தார்கள். நானும் ரோஸி சேச்சியும் ஒரே பாயில் படுத்திருந்தோம். விளக்கு அணைத்தபோது வந்த இருட்டில் நான் தலையணையில் முகம் புதைத்துச் சத்தமில்லாமல் அழுதேன்.

நான் பாடுபட்டு அடக்கிய விம்மல்கள் என் விலா எலும்புகளைக் கடையும் சத்தத்தை ரோஸிசேச்சி கேட்டாள். "அழறியாடீ?", ரோஸி சேச்சி கேட்டாள். நான் இன்னும் சத்தமாக அழ ஆரம்பித்தேன். ரோஸி சேச்சி விளக்கைப் போட்டபோது எல்லாரும் என்னைச் சுற்றிக் கூடியிருந்தார்கள். "நாம எல்லோரும் சேர்ந்து நாளைக்கு ஜெசிக்காவை எரணாகுளத்துக்கு அனுப்பறோம்", நடாஷா சொல்லி முடிக்கும் முன்பு அழ ஆரம்பித்தாள். ஜான்சனும், ஸைனபாவும் அழுதார்கள். டெய்சியின் கண்கள் கண்ணீரால் நிறைந்தாலும் அது ததும்பி வழியவில்லை.

"பசங்களா, கத்தாதீங்க. செயிண்ட் த்ரேஸா ஸ்கூல்லே பிரச்சனை எதுவும் இல்லே. நான் அவங்க காலேஜிலேதான் படிச்சேன். ஜெசிக்கா அங்கே படிச்சு நல்லா வரப்போறா. எல்லோரும் கண்ணைத் தொடச்சுக்கிட்டு வந்து உக்காருங்க. நாம பாம்பும் ஏணியும் விளையாடலாம்." ரோஸி சேச்சி சொன்னாள்.

ரோஸி சேச்சி எங்களுக்கு முன் பாம்பும் ஏணியும் விளையாட்டுப் படத்தைப் பிரித்து வைத்தாள். நாங்கள் முறை வைத்துப் பகடை குலுக்கித் தரையில் எறிந்து, வந்த எண்ணிக்கைக்குத் தகுந்தபடி காய் நகர்த்தி ஏணிகளில் ஏறினோம். பாம்பு கடித்துக் கீழே இறங்கினோம். தொண்ணூற்றி ஏழாம் கட்டத்தில் நடாஷா நகர்த்திய சிவப்புக் காயை விழுங்கிய பாம்பு அவளை நாற்பத்திரெண்டாம் கட்டத்துக்கு இறக்கி அந்தக் காயைக் கழிந்தது. நடாஷா சொன்னாள் : "ஜெசிக்கா, இதான் வாழ்க்கை, ஏற்றம், இறக்கம்."

“மண்ணாங்கட்டி”, ரோஸி சேச்சி கோபத்தோடு சொன்னாள். “கதையிலே வர்ற மாதிரி பேசி தண்ணி தெளிச்சு ஜெசிக்காவோட சந்தோஷத்தைக் கெடுக்காதே.”

அன்று ராத்திரி முழுவதும் மழை பெய்தது. விடிந்து, காலையில் மேற்கு வானம் மேகம் இல்லாமல், தொலைவின் நிறமான நீலம் பூசிக் கிடந்தது. மேற்கு ஆற்றுக்கும், வல்லார்பாடத்தை அடுத்து வடக்கே உள்ள தீவுகளுக்கும் துடைத்துச் சுத்தம் செய்த கண்ணாடி போல கண் கூச வைத்தபடி மின்னின. ஆற்றில் தெளிந்த வெள்ளம் வந்திருந்தது. மேசைப் பரப்புப் போல் அது அசையாமல் நின்றது. தீவுகள் பச்சை நிறத்தில் காணப்பட்டன. ஆற்றின் நடுவில் மீன் பிடித்துக் கொண்டிருந்தவனும் கீழே ஆற்றில் மீன்களும் அசையவில்லை. துறைமுகத்தில் கப்பல்களின் கொடிகள் காற்றில் அசையவில்லை. நான் யாரிடமும் சொல்லிக்கொள்ளாமல் வீட்டை விட்டு வெளியே நடந்தேன். வீட்டுக்குத் திரும்பாமல் நான் லந்தன் அரண்மனைக்கு நடந்தபோது என்னையும் சூரியனையும் தவிர வேறே ஒரு இயக்கம் இல்லை. லந்தன் அரண்மனைக்குத் தெற்கே காயலை நோக்கி இருந்த படகு அறையில் யாரும் இல்லை. நான் அங்கே போய்த் தனியாக இருந்து எனக்கு நானே பேசிக் கொள்வேன். லந்தன் அரண்மனையில் வசித்த பிரிட்டீஷ் ரெசிடெண்டின் - சிங்கமும், தலையில் கொம்பு முளைத்த குதிரையும் படமாக வரைந்த பிரிட்டீஷ் சர்க்காரின் அரசு முத்திரை கொண்ட - துருப்பிடித்த இரண்டு படகுகள் படகு அறைக்குள் அவற்றைக் கட்டியிருந்த தூண்களில் உரசிச் சதா சத்தம் உண்டாக்கிக் கொண்டிருக்கும். அன்றைக்கு அவையும் அசங்காமல் இருந்தன. வழக்கத்துக்கு மாறாக தேவரப்பாலம் ஆள் நடமாட்டம் இல்லாமல் இருந்தது. பள்ளிவாசலில் இருந்து லந்தன்பத்தேரிக்கு ஆற்றைக் கடந்து மின்சாரம் எடுத்து வரும் மின்சாரக் கம்பிகளின் மேல் அமர்ந்திருந்த காக்கைகளும் அசையாமல் இருந்தன. லந்தன் அரண்மனையின் தெற்கு மூலையில், காயலை நோக்கிச் சாய்ந்திருந்த தூங்குமூஞ்சி மரத்தின் இலைகள் குவிந்து கண்மூடிக் கனவு கண்டபடி இருந்தன. அச்சில் சுழலாமல் நின்றுபோன உலகம் என்னை

பாதிக்கத் தொடங்கியது. தூங்குமூஞ்சி மரக்கிளையில் இருந்த மீன்கொத்திப் பறவைதான் முதலில் அசையும் என்று எதிர்பார்த்தேன். ஆனால் அதுவும் அசங்காது உறங்கிக் கொண்டிருந்தது. நின்றுபோன காற்றும் இந்த அமைதியும் அசையாத இலைகளும் அலைகளும் எல்லாம் என்னை மூர்க்கமாக அடித்து நொறுக்கும்படி தொந்தரவு செய்தன. நான் ஒரு சிறு கல்லைக் காயல் வெள்ளத்தில் எரிந்தேன். நீர்வளையங்கள் ஒட்டியாணங்கள் போல் அடுக்கடுக்காக நீர்ப்பரப்பில் படர்ந்தன. மீன் பிடிப்பவனின் தூண்டிலை மீன் கடித்தது. வல்லார்பாடம் முனையிலிருந்து ஒரு படகு வந்துகொண்டிருந்தது. வணிகக் கப்பல்களின் மின்தூக்கிகள் இயங்கத் தொடங்கின. எரணாகுளம் ஷண்முகம் சாலையில் ஒரு பஸ் கடந்து போனது. டாட்டா கம்பெனியின் ஆலைச் சங்கு ஊதியது. மீன்கொத்தி காயல் நீரில் பாய்ந்தது. தேவர பாலத்தின் மேல் ஒரு கோடியிலிருந்து மறுகோடி வரை பார்க்கக் கூடிய ஆலுவா பாசஞ்சரின் கரிப்புகை தெற்குத் தொடுவானத்தில் ஒரு கறுப்புக் கொடியை வரைந்து போனது.

நான் வீட்டுக்குத் திரும்பி நடக்கும்போது சர்ச்சில் இருந்து காலைநேர மணி நான் இதுவரை கேட்டிருக்காத சத்தத்தில் முழங்கியது. டாட்டா கம்பெனியின் ஆலைச் சங்கும் போஞ்ஞிக்கரை சர்ச்சில் மணியும்தான் எந்நாளும் லந்தன்பத்தேரியின் பேரொலிகள் 1960-ல் இரும்புப் பட்டைகளில் நட்டு போல்ட்டும் முடுக்கி வைத்து ஒரு மணிக்கூண்டு உருவாக்கினார்கள். புளியமரத்தில் தொங்கிய மணியை அங்கேயிருந்து அகற்றினார்கள். புளியமரத்து இலைகளில் மணிச்சத்தம் மோதி எழும் எதிரொலியும், பரமபிதா மரத்தின் உள்ளே தொங்கும்படி வருடாவருடம் அணிவித்த ஒட்டியாணங்கள் குலுங்கும் சத்தமும் கலந்து பழைய மணிச்சத்தம் சங்கீதம் போல இனிமையாக இருந்தது. அந்த இசை இல்லாவிட்டாலும், புது மணியின் சத்தம் கூடுதலாக இருந்தது. மணியை மரத்திலிருந்து மணிக்கூண்டுக்கு மாற்றி ஒரு வாரம் முடிவதற்குள், பெரும் காற்றில் புளியமரம் விழுந்தது. அன்றைக்கு நடாஷா என்னிடம் சொன்னாள்:

“அது தற்கொலை செஞ்சுக்கிட்டது.”

நான் வீட்டை அடைந்தபோது எல்லாரும் வாசலில் நின்றுகொண்டிருந்தார்கள். என்னைப் பார்த்ததும் விக்கி பெரியம்மா சொன்னாள் : “வா குட்டி, ப்ரஷ் வச்சு எப்படி பல் துலக்கறதுன்னு கத்துக்கொடுக்கறேன்.” நான் நேரே உள்ளே போனேன். பின்னாலிருந்து அம்மாவின் இரைச்சல் கேட்டது : “இந்தக் குட்டியப் பிடிச்ச பிசாசுக்குப் பேச நாக்கு இல்லையா?” உள்ளறையில், எங்கள் வீட்டில் சுவரில் ஆணியடித்து மாட்டிய மூன்று படங்களில் முதலாவதான திரு இதயப் படத்துக்கு முன்னால் போய் நின்றேன். ஸீரோ வாட்ஸ் பல்பின் சிவப்பு வெளிச்சத்தில் படத்தில் திரு இதயத் தமனிகள் சிவந்து தெரிந்தன. என் பார்வை நிலைத்து நிற்கவில்லை. நான் அடுத்த படமான திருக்குடும்பப் படத்துக்கு நேரே போய் நின்றேன். நான் மனதில் சொல்லிக்கொண்டேன்: “கர்த்தாவே, தினம்தினம் கவலையோடும், சிறு விஷயங்களுக்குக் கூடப் பயந்தும், பெரியவர்களால் எப்போதும் தண்டிக்கப்பட்டும் இருக்கும் என் குழந்தைப் பருவம் எப்போது முடிவுக்கு வரும்? என் அப்பனான மத்தேவுஸ் ஆசாரிக்கு, கண்ணாடி இல்லாமல் என்னைப் பார்க்க நான் தூரத்தில் நிற்க வேண்டும். என் அம்மாவான மட்டில்டா தன் குழந்தைப் பருவத்தில் சுமந்து நடந்த துணிப்பொம்மையின் மூக்கில் தன் உயிர்க் காற்றை ஊதி என்னை உருவாக்கினாள். கர்த்தாவே, உம் குழந்தைப் பருவம் குறித்து எனக்கு ஏதும் தெரியாதன்றோ. உமக்கும் சிறு பிராயத்தில் உறங்குவதற்கு முன் கனவுகள் வந்திருந்தனவோ. அந்தக் கனவுகளில் உம் பிதாவான புனித யாக்கோபு இளைஞராக இருந்தாரோ?”

எங்கள் வீட்டில் மாட்டி வைத்திருக்கும் படங்களில் மூன்றாவது படத்தின் முன்னால் போய் நின்றேன். அது எரணாகுளம் அரண்மனை மைதானத்தில், முதல் உலக மகாயுத்தத்துக்கு முன் திவான் ஏ.ஆர்.பானர்ஜி நடத்திய விவசாய, தொழில் கண்காட்சியில், பிரஞ்சுக்காரனான ஒரு புகைப்படக் கலைஞனின் ஸ்டாலில் என் அப்பூப்பன், அப்பனின் அப்பன் வலிய மார்க்கோஸ் ஆசாரி எடுத்துக்கொண்ட படம். நெற்றியில்

புரளும் சிகையும், நீண்ட மூக்கும், வாய்கொள்ளாத சிரிப்புமாக என் அப்பூப்பன் கேமராவைப் பார்த்தபடி நின்றிருந்தார். என் கால் விரல்களை உயர்த்தி நின்று, என்றும் நாற்பது வயதில் இருக்கும் என் அப்பூப்பனுடைய செவிகளில் நான் சொன்னேன் : "அப்பூப்பா, வாங்க. என் பக்கத்துலே வாங்க." அப்போது காயலின் மறுகரையில், வில்லிங்டன் தீவில் ஒரு கப்பல்மேடையில் அய்யோ என்ற கூச்சல் கேட்கத் தொடங்கியது.

"அய்யோ, இந்தத் தண்ணியோட வாடை மாறவே இல்லே. அய்யோ இந்த இடத்திலே கேக்கற சத்தம் எல்லாம் இரும்படிக்கிற சத்தமாப் போச்சே. அய்யோ, கப்பல் ஏணியோட கடைசிப் படியிலே இருந்து இந்தக் குருடனைத் தூக்கி எடுத்து சின்னப் படகுலே கிடத்தாம, சவக் கல்லறை மாதிரி இருக்கற சிமெண்ட் தரையிலே ஏன் எறக்கிவிட்டீங்க? வெளிக் கடல்லே நங்கூரமிடாம, கப்பல் எல்லாம் கொச்சிக்கு உள்ளே நெஞ்சிலே துளைச்சுக்கிட்டு வருதா? அய்யோ, நான் எங்கே இருக்கேன்? மட்டாஞ்சேரியா? இது மட்டாஞ்சேரின்னா, மட்டாஞ்சேரியிலேயும், ஆப்ரிக்காவிலே ஜான்ஸிபார்லேயும் அடிக்குமே, கிறங்கவைக்கற லவங்கப்பட்டை வாசனை, அது எங்கே போச்சு? அய்யோ இங்கே அடிக்கறதெல்லாம் உலகத்திலே வேறே எல்லா இடத்திலேயும் அடிக்கற சாதாரண மணம்தானே. அய்யோ, இந்தக் கண்ணு தெரியாத கிழவனை எந்தக் கேடுகெட்ட துறைமுகத்திலே கொண்டு வந்து தள்ளியிருக்காங்க?"

தலைமுடி முழுக்க வெண்சாமரம் போல் வெளுத்த, கருத்து தடித்து, ஆறரை அடி உயரம் உள்ள, கண்ணில் கறுப்புக் கண்ணாடியும் கையில் வெள்ளைப் பிரம்புமாக வருகிற குருடரான ஒரு பிரயாணி, வெல்லிங்டன் தீவில் ஒரு கப்பல் மேடையில் எஸ்.எஸ்.அனஸ்தேசியா என்ற கப்பல் விட்டிறங்கியபோது கூச்சல் போட்டுக்கொண்டிருந்தார். அவருடைய கையைப் பிடித்திருந்த ஷிப்பிங் ஏஜண்டான பியர்ஸ் லெஸ்ஸி கம்பெனி ஊழியர் சொன்னார், "மாமா, இது தீவு."

“எந்தத் தீவு இது?” கிழவர் கேட்டார்.

“வில்லிங்டன் ஐலண்ட். நாப்பது வருஷமா இருக்கற தீவு. ப்ரிஸ்டோ துரை கேட்டிருக்கீங்களா? அவர்தான் மண் அள்ளும் கப்பல் வச்சு இந்தத் தீவை ஏற்படுத்தியிருக்கார்.”

“அய்யோ, பச்சாளத்துலே ரயிலை விட்டு இறங்கி, வாஸ்கோன்னு பெயர் வைச்ச மோட்டார் படகுலே அந்த ப்ரிஸ்டோ ஃபோர்ட் கொச்சிக்குப் போனதை நான் பார்த்திருக்கேனே. அந்த ப்ரிஸ்டோ தீவு உண்டாக்கினாரா? ராஜாக்களுக்கு ராஜாவான கொச்சி ராஜா சக்தன் தம்புரான் காயல் மத்தியிலே கிழவனச்சால்லே முழுகடிச்ச குற்றவாளிகளோட எலும்புக் கூடுகளை எல்லாம் மணல்வாரிக் கப்பல் வச்சுத் தோண்டி எடுத்துப் போட்டு ஏற்படுத்தின இந்தக் கல்லறைத் தீவுலே, என்னை ஏன் இறக்கிவிட்டீங்க? பையா, திரும்பவும் எஸ். எஸ்.அனாஸ்தேசியா கப்பல்லே என்னை ஏத்திவிட்டுடு. கேப்டன் கள்ளு கொடுப்பார். குடிச்சுக்கிட்டே நான் லாகோஸ் திரும்பிடுவேன்.”

பியர்ஸ் லெஸ்ஸி ஊழியர் கிழவரின் கையைப் பிடித்து எம்பார்கேஷன் துறைக்கு அழைத்துப்போனார். அவர்கள் பின்னால், ஒரு கறுப்பு ஸ்டீல் ட்ரங்குப் பெட்டியைத் தலையில் சுமந்தபடி ஒரு கூலிக்காரனும் நடந்தான். கிழவர் ஒரு வினாடி நின்றபடி கேட்டார் : “அய்யோ, இந்தத் தீவு ப்ரிஸ்டோ துரைக்குத் சொந்தமானதா? ஏன் இந்த இடத்திலே, இங்கிலீஷ்காரங்க கக்கத்திலும் மணிக்கட்டிலும் அடிக்கற செண்ட் வாசனை வருது? தேங்காயெண்ணெய் வாடை அடிக்காம புளிச்சகாடி வாடை வருதே? எந்த அடுக்களை இது? ஏ பையா, உன் பெயர் என்ன? என்னை எங்கே கூட்டிப் போறே?”

“மாமா, என் பெயர் அரவிந்தாட்சன். நாம இப்போ மலபார் ஹோட்டல் வாசல்லே இருக்கோம். பெரிய ஹோட்டல். நீச்சல் குளம் எல்லாம் இருக்கு.”

“அய்யோ, இங்கே காயல்லே மீன் பிடிச்சவங்க போடற கூச்சலைக் கேட்டாலே மீனை நினைச்சு வாயிலே எச்சில் ஊறும். இப்போ இங்கே கப்பல் சங்குதானே கேக்குது?”

எம்பார்கேஷன் துறையில் பியர்ஸ் லெக்ஸி கம்பெனி படகில் கிழவரைப் படகின் ஸ்ராங்கும், அரவிந்தாட்சனும் ஏற்றிவிட்டார்கள். காயலின் மத்திக்கு வரும்வரை அவர் மௌனமாக இருந்தார். திடீரென்று கேட்டார் : "கடகடகடகட. என்ன சத்தம் இது காயல்லே கேக்குது? திருப்பலியே இங்கே நடத்தலாம்ங்கிறது போல அவ்வளவு அமைதியாக் கிடந்த காயலை, சாத்தானோட பரேடு மைதானம் ஆக்கிட்டாரா ப்ரிஸ்டோ துரை?"

"ப்ரிஸ்டோ இங்கிலாந்து திரும்பிப் போய் எத்தனையோ வருஷம் ஆச்சு" என்றார் அரவிந்தாட்சன். "இது மணல்வாரிக் கப்பலோட வாளிகள் காயல் தரையிலே இருந்து சகதியும் குப்பையும் எடுக்க சுழல்கிற சத்தம்."

"அய்யோ, சைத்தான் பிடிச்சவங்க காயலைத் தோண்டித் தோண்டித் தீவாக்கிட்டாங்களா? லந்தன்பத்தேரியிலே இருந்து கடல்லே காயல் கலக்கற அழி தெரியுமே, அதுவும் இப்போ இல்லையா?"

கிழவர் அய்யோ அய்யோ என்று அவ்வப்போது படகுப் பயணத்துக்கு இடையில் சொல்லிக்கொண்டிருந்தார். லந்தன்பத்தேரி அரண்மனைப் படித்துறையில் அரவிந்தாட்சனும் ஸ்ராங்குமாகச் சேர்ந்து அவரைக் கைபிடித்துப் படகிலிருந்து இறக்கிவிட்டார்கள். அவர் சுற்றிலும் பார்த்து முகர்ந்தபடி இருந்தார். அவர் சொன்னார் : "அய்யோ இங்கே கரையோட மணமும் காயல் வெள்ளத்தோட மணமும் மாறிடுச்சே. கிழக்கு ஆற்றுக்கு என்னத்துக்கு மஹராஜாஸ் காலேஜ் கெமிஸ்ட்ரி லாபரட்டரி வாடை?"

அவர் வடக்குப் பக்கமாகத் திரும்பியபோது முதல் தடவையாகப் புன்சிரித்தார். "பரங்கி ஜபக் கூடத்திலே உருகிட்டிருக்கற மெழுகுவர்த்தியோட வாடை முன்னே மாதிரித்தான் அடிக்குது. அங்கே பக்கத்திலே கழிசல்காட்டுலே இருந்து காத்துலே நரகல்வாடை சேர்ந்து வருமே அதுதான் வரலே. இப்போ எல்லாம் யாருமே வெளிக்குப் போறதில்லையா? அதான் நாகரிகம் போல இருக்கே?"

அரண்மனைப் படித்துறைக்கு அருகே பூவரசு மரக் கிளையில் இருந்தபடி காயலில் மூத்திரம் போய்க்கொண்டிருந்த பள்ளிப் பிள்ளைகளை அரவிந்தாட்சன் கேட்டார் : "இங்கே கணக்குக் களவாடின வீடு எங்கே இருக்கு? படகு கட்டற வலிய ஆசாரியோட வீடு."

"எங்களுக்குத் தெரியாது" ஒரு பையன் சொன்னான்.

"அது சர்ச் நிலத்திலே வெளிக்குப் போன ஜெசிக்கா குட்டி வீடு. வாங்க, காட்டறேன்", என்றான் இன்னொரு பையன். சிறுவர்களின் சிறிய கூட்டமொன்று அரவிந்தாட்சன், கிழவர், அவருடைய இரும்புப் பெட்டியைச் சுமந்து வந்த கூலிக்காரன் ஆகியோருக்கு முன் நடந்தது.

"பக்கத்திலே லந்தன் அரண்மனை இருக்கா?" என்று கேட்டார் கிழவர். "அதோ நேரே போனா அங்கேதான் லந்தன் அரண்மனை" என்றபடி கிழவரைத் தெற்குத் திசையில் திருப்பி நிறுத்தினார் அரவிந்தாட்சன். முதுகெலும்பை நேராக நிமிர்த்தி, நெஞ்சு விரிய, தலையை உயர்த்தி லந்தன் அரண்மனையின் வாடையை முகர்ந்தபடி கிழவர் சொன்னார் : "பிரிட்டீஷ் யூனியன் ஜாக் கொடி பளபளன்னு காற்றிலே பட்டொளி வீசிப் பறக்கறதை என் மனக் கண்ணுலே பார்க்கறேன்."

"அங்கே ஒரு மண்ணாங்கட்டியும் இல்லே", என்றான் ஒரு பையன்.

"அய்யோ, இந்தப் பையன் சொல்றது சரிதான். லந்தன் அரண்மனையிலே ஒண்ணும் இல்லை. உள்ளே இருந்து பியானோ வாசிக்கற சத்தம் கேட்காது. வெளியே பாண்டு சத்தம் இல்லை. ரெசிடெண்ட் துரைகிட்டேயும், அவரோட பொண்டாட்டி மேடம்கிட்டேயும் அடிக்குமே அந்த இங்க்லீஷ் வாசனை இல்லை. புனித கீவர்கீஸ், புனித ஆண்ட்ரூஸ், புனித பேட்ரிக் இவங்களோட மூணு சிலுவைக்கொடி பறக்குதா அரவிந்தாட்சா? அய்யோ, மெழுகு பாலீஷ் போட்ட மரத் தரையிலே ரெசிடெண்ட் துரையோட காலடிச் சத்தம் இல்லேயா? பட்லர்கள் எடுத்துப்போகிற தட்டுகள்லே

குனுகுனுன்னு குமிழி விட்டு நுரைக்கற பியர் வாடை எங்கே? ஊட்டியிலே இருந்து கொண்டு வந்த பிரின்ஸ் எட்வர்ட் ரோஜாப்பூ வாசம் இல்லையே? அதுக்குப் பதிலா பல்லிப் புழுக்கையும் ஒட்டடையும்தான் வாடை அடிக்குது. துருப்பிடிச்ச தாழ்ப்பாள் சத்தம்தான் கேக்குது. ரெசிடெண்ட் செத்துட்டாரா? சொல்லு என் அரவிந்தாட்சா."

"ஆயிரத்துத் தொள்ளாயிரத்து நாற்பத்தேழாம் வருஷம், ஆகஸ்ட் பதினாலாம் தேதி, சாயந்திரம்", அரவிந்தாட்சன் சொன்னார். "இந்தியாவுக்குச் சுதந்திரம் கிடைச்சதுக்கு முந்தைய நாள். பிரிட்டீஷ் கொச்சி சப் கலெக்டர் வீடான ஃபோர்ட் கொச்சி பாஸ்ட்டன் பங்களாவில் ரெசிடெண்ட் துரைக்கும் துரைசாணிக்கும் பிரிவுபசார விருந்து ஏற்பாடாகியிருந்தது. ஆண்கள் எல்லாம் கறுப்பு சூட் போட்டிருந்தாங்க. பெண்கள் கறுப்பு கௌன் போட்டிருந்தாங்க. ராத்திரி பனிரெண்டு மணி வரைக்கும் பாட்டு, பால்ரூம் டான்ஸ். பனிரெண்டு மணி அடிச்சதும் யூனியன் ஜாக் கொடியை பாஸ்டன் பங்களாவிலே கீழே இறக்கினாங்க. எல்லோருமாக் கூடி ரெசிடெண்டையும், மேடத்தையும் படகுத்துறைக்கு வழியனுப்பிக் கூடவே போனாங்க. லந்தன் அரண்மனைக்கு படகு புறப்பட்டபோது ஆஸ்பின்வால் கம்பெனியிலேயும், பியர்ஸ் லெஸ்லியிலேயும், வில்யம்குட் எகர்லேயும், ப்ரண்டனிலும் உத்தியோகத்திலிருந்த துரைகளும், அவங்களோட துரைசாணிகளும் 'டாட்டா, டாட்டா'ன்னு கைகாட்டிக் கண்ணீர் விட்டு அழுதாங்க. கூட்டத்திலே நம்மாளுங்க சிலபேரும் கூட இருந்தாங்க. அவங்களும் அழுதாங்க. அடுத்த நாள் ரெசிடெண்டும் மதாமும் கொச்சியிலே இருந்து இங்கிலாந்து புறப்பட்டாங்க."

கழுத்தில் போ-டையும், சூட்டும் அணிந்திருந்த கிழவருக்கு முன்னால் நடந்த சிறுவர்களின் எண்ணிக்கை கூடிக்கொண்டே போனது. வேலிக்கப்புற வீடுகளில் தலைகள் அவர் வருவதைப் பார்த்து உயர்ந்தன. கிழவர் நின்றார். "ஐயோ, காலை வச்சா புதையற மாதிரி, வெள்ளை வெளேர்னு சர்க்கரை கணக்கா மெத்துனு இந்த வழியிலே மணல் கொட்டி இருக்குமே, எங்கே

போச்சு அது? அதை எடுத்துட்டு, செருப்புப் போட்டு நடக்க வேண்டிய தார்ரோடு ஏன் போட்டிருக்கு?"

சிறுவர்கள் எங்கள் வீட்டு வாசலுக்கு வந்ததும் நின்றார்கள். வாசல் படியில் நின்று கிழவர் உரக்கக் கூப்பிட்டார் : "மரியாகொரத்தி... மரியாகொரத்தியே."

ஜான்சனோடு ஐந்தாம் கல் விளையாடிக்கொண்டிருந்த நான் விளையாட்டை நிறுத்தினேன் என்றாலும் யாரும் என்னை அழைக்காத மரியாகொரத்தி என்ற பெயரைச் சொல்லி அழைத்ததைக் கேட்கவில்லை.

"மரியாகொரத்தி", குருடனான கிழவர் திரும்பக் கூப்பிட்டார். இப்போது நான் அந்த அழைப்பைக் கேட்டேன்.

"என்ன வேணும்?"

"மரியே." அழைத்தபடி கிழவர் என் அருகே ஓடிவந்தார். கால் தடுமாறி அவர் விழாமல் இருக்க, கையைப் பிடித்தபடி அரவிந்தாட்சன் கூடவே ஓடினார்.

"மரியே, என்னை விட ஆறு வயசுச் சின்னவ நீ. படுகிழவி ஆகிட்டே போல இருக்கு. தலைகீழாவா வளர்ச்சி. ஏன் சின்னக் குழந்தை மாதிரி உன் குரல் கீ கீன்னு இருக்கு?"

எங்கள் வீட்டு வாசல் வராந்தாவில் அரவிந்தாட்சன் கிழவரை நிறுத்தினார். அப்பன் கேட்டார், "நீங்க எல்லாம் யாருன்னு தெரியலியே?"

"மரியா, வா. உன்னைப் பலதடவை தொட்ட இந்தக் கை இன்னொரு முறை உன்னைத் தொடட்டும்."

அம்மாவும் விக்கி பெரியம்மாவும் அவர் பக்கத்தில் போக வேண்டாம் என்று கண்சாடை காட்டினாலும் நான் போனேன். என் தலைக்கு ஒன்றரை - இரண்டு அடி மேலே, காற்றில் கிழவரின் கைகள் யாருடைய தலையையோ வாஞ்சையாகத் தடவின. பின் அவை கீழே இறங்கி என் தலையைத் தொட்டன. "ஐயோ, இது சின்னக் குழந்தைன்னா."

“நீங்க யாரு?”, அப்பன் கேட்டார். அப்போது சந்தியாகுசேட்டனும், அவர் கூட டாட்டா கம்பெனியில் வேலை பார்க்கும் நண்பர்களும், சேவியரும் வந்து சேர்ந்தார்கள்.

“கோட்டும், பாபாஸ் ஷூவும் மாட்டி, கையிலே வெள்ளைப் பிரம்போட வந்திருக்கற பேண்ட் மாஸ்டர் யார், வல்ய ஆசாரி?” சந்தியாகுசேட்டன் கேட்டார்.

“எங்களுக்குத் தெரியலே. நீங்க யாரு அய்யா?”

“பைப்பின்லேருந்து வந்த கணக்கு களவாடிய வீட்டு வலிய லூயி ஆசாரி போய்ச் சேர்ந்தாச்சு தானே?”

“ஆயிரத்துத் தொள்ளாயிரத்து முப்பத்தெட்டுலே, தொண்ணூறு வயசுலே இறந்துபோனார் அவர்,” அப்பன் சொன்னார்.

“கணக்கு களவாடிய வீடு வலிய மார்க்கோஸ் ஆசாரி?”

“முப்பது நாப்பது வருஷம் முந்தி கடலுக்குப் போயி இறந்துட்டார்”, அப்பன் சொன்னார்..

“வலிய மார்க்கோஸ் ஆசாரி வீட்டுக்காரி மரியாகொரத்தி?” கிழவர் கேட்டார். அரவிந்தாட்சனோடு வந்திருந்த கூலிக்காரன், கிழவர் கொண்டு வந்த பெரிய, கறுப்பு ஸ்டீல் ட்ரங்க் பெட்டியை எங்கள் வீட்டு வெராந்தாவில் இறக்கி வைத்தான்.

“அவங்க, மார்க்கோஸ் ஆசாரி கடல்லே போனதுக்கு அப்புறம் ரொம்ப நாள் உயிரோடு இருக்கலே.” எட்வின் சேட்டன் கிழவரிடம் சொன்னார். “நீங்க யாரு? பெட்டியோட வந்து போலீஸ்காரங்க ரிப்போர்ட் எழுதற மாதிரி கேள்வி மேலே கேள்வியா கேட்டுக்கிட்டிருக்கீங்க.”

கிழவர் போ-டையை அவிழ்த்தார். கோட்டையும் கழற்றி வைத்தார். வராந்தாவில் நெடுஞ்சாண்கிடையாக விழுந்து அழத் தொடங்கினார். சந்தியாகு சேட்டனும், எட்வின்சேட்டனும், அப்பனுமாகச் சேர்ந்து அவரை எழ வைத்து நாற்காலியில் அமர்த்தினார்கள். எங்கள் வீட்டு முற்றத்தில் கூட்டம் கூடியது. அதில் பரிச்சயமில்லாத முகங்களும் இருந்தன.

“வல்ய லூயி ஆசாரியோட பெண்டாட்டி திரேசா போய்ச் சேர்ந்துட்டாங்க தானே?” கிழவர் அழுவதை நிறுத்திக் கேட்டார்.

“மகனும், வீட்டுக்காரரும் இறந்து அதிக காலம் அவங்களும் உயிரோடு இருக்கலே”, எட்வின் சேட்டன் சொன்னார்.

“என்னது இது? கிழவர் வந்ததுலே இருந்து அவங்க செத்தாச்சா இவங்க செத்தாச்சான்னு சாவு வார்த்தை மட்டும் சொல்லிட்டிருக்கார்.” அம்மா வீட்டுக்குள் இருந்து கேட்டாள்.

கிழவர் கால்சராயின் பையிலிருந்து ஒரு கைக்குட்டை எடுத்து முகத்தைத் துடைத்துக்கொண்டார், அவர் உரத்த குரலில் கேட்டார்: “நவம்பர் ஒண்ணாம் தேதி ஆல் செயிண்ட்ஸ் டே அன்னிக்கு ஆத்மாக்களோட அமைதிக்கு பிரார்த்தனை செய்ய இந்த வீட்டுப் பட்டியல்லே யார்யார் பெயர் எல்லாம் இருக்கு?”

அவர் குரல் உயர்ந்து வர, கூடி இருந்தவர்கள் நிசப்தமாக நின்றார்கள்.

“கணக்கு களவாடிய வீட்டு லூயி லூயி ஆசாரி, அவரோட பெண்டாட்டி திரேசா லூயி, அவரோட மருமகள் மரியகொரத்தி மார்க்கோஸ் இந்த மூணு பேருக்கும்தான் இங்கே இருந்து பிரார்த்தனை செய்யறோம்,” அப்பன் சொன்னார்.

“அப்போ, கணக்கு களவாடிய வீட்டு வலிய மார்க்கோஸ் ஆசாரி பெயர் அந்தப் பட்டியல்லே இல்லேன்னா சொல்றீங்க?” கிழவர் கேட்டார்.

“அந்தப் பெயருக்கு விலக்கு உண்டு. அதைச் சொல்லி இறந்தவங்களுக்கான பிரார்த்தனை செய்யக்கூடாதுன்னு என் தாத்தன் லூயி ஆசாரி சொல்லியிருக்கார். மார்க்கோஸ் ஆசாரி சாகலையாம். பழைய ஆகமத்திலே வர்ற யோஹனன் மாதிரி கடல்லே திமிங்கிலம் வயத்துலே உசிரோடு இருக்கார்னு சொன்னார் அவர்”, அப்பன் சொன்னார்.

“நீ யாரு பையா?” அப்பனிடம் கிழவர் கேட்டார்.

“இது என்ன கேள்வி? வலிய மத்தேவுஸ் ஆசாரி வீட்டு முற்றத்திலே நின்னுகிட்டு அவர் யாருன்னு அவரையே கேக்கறீங்க?” எட்வின்சேட்டன் கிழவரிடம் சொன்னார்.

“அப்படீன்னா நீ இன்னிக்கு முதல், கணக்கு களவாடிய வீட்டு சின்ன மத்தேவுஸ் ஆசாரிதான். ஆப்பிரிக்க யானைகள் சாகறதுக்குன்னு ஒரு இடம் இருக்கு. எங்கே இருந்தாலும், சாகற நேரம் வந்தா யானை எல்லாம் அங்கே போகும். அதே போல நான் சாகறதுக்காக லந்தன்பத்தேரிக்கு வந்திருக்கேன். நான், கணக்கு களவாடிய வீட்டு வலிய மார்க்கோஸ் ஆசாரி. மத்தேவூஸே, நான் உன் அப்பன்’டா.”

என் அப்பூப்பன் தன்னை யாரென்று வெளிப்படுத்தியபோது நானும் ஜான்சனும் பயந்து போய் ஒருவர் கையை மற்றவர் பற்றிக்கொண்டோம். ‘அய்யோ’ என்று அலறி அம்மா மூர்ச்சையாகித் தரையில் விழுவதற்கு முன் விக்கி பெரியம்மா அவளைத் தாங்கிப் பிடித்துக் கொண்டாள். “இறுதித் தீர்ப்பு நாள் வந்தாச்சு. செத்தவங்க எல்லாரும் கல்லறையைப் பிளந்துகிட்டு வெளியே வராங்க” என்று உரக்கக் கூவிக்கொண்டு சந்தியாகு சேட்டன் ஓடிப்போனார். முற்றத்தில் நின்றவர்கள் எல்லோரும் பயம் காரணமாகத் திரும்பி ஓடினார்கள். அவர்களை அடுத்து, அம்மாவும், விக்கி பெரியம்மாவும், ரோஸி சேச்சியும் வீட்டுக்குள் ஓடி வந்தார்கள்.

அப்பூப்பன் கால் நீட்டியபடி சாய்ந்து நாற்காலியில் உட்கார்ந்திருந்தார். பியர்ஸ் லெஸ்ஸி கம்பெனி ஊழியரான அரவிந்தாட்சன் சொன்னார், “சரி நான் கிளம்பறேன். பெட்டியை உள்ளே எடுத்து வைச்சுக்குங்க.”

“அப்பன், உங்க கண்ணுக்கு என்ன ஆச்சு?” என் அப்பன் அப்பூப்பனைக் கேட்டார்.

“மத்தேவூஸே, கடலில் கவிழ்ந்த படகோட படியைப் பிடிச்சபடி நான் மரக்கட்டை மாதிரி மிதந்துகிட்டிருந்தபோது ஒரு பெரிய திரண்டி மீன் கிட்டே வந்துது. நம்ம லந்தன் அரண்மனை தூங்குமூஞ்சி மரத்து நிழல் மாதிரி பெரிய தலை அதுக்கு.

அந்த மரம் இப்போவும் இருக்கா அங்கே? அந்த மீன் என் முகத்திலே வாலாலே பலமா அடிச்சுது. வலது கண்ணு போச்சு. வயசாகி இடது கண்ணும் காலி. இப்போ எது ராத்திரி எது பகல் இதை மட்டும் தெரிஞ்சுக்க முடியும்."

அப்பூப்பன் தன் போ-டையையும், மொட்டுப் போல் பித்தான்கள் உள்ள கோட்டையும், தங்கப் பட்டையோடு இருந்த கைக்கடியாரத்தையும், மணிக்கட்டுப் பொத்தான்களையும் அவிழ்த்து அப்பனிடம் கொடுத்தார். "கட்டிக்க ஒரு வேட்டி கொடு, மத்தேவுஸே", அப்பூப்பன் கேட்டார், "கட்டி நாப்பது வருஷமாச்சு. இடுப்பு இன்னும் வேட்டி கட்ட திடமா இருக்கான்னு பார்க்கறேன்" என்றார் அவர்.

அப்பூப்பனுக்கு வீட்டு அறைகளும் இடைவழிகளும் பழக்கமாக இருந்தன. படுக்கை அறையில் நுழைந்ததுமே அப்பூப்பன் திருஇதயப்படம் மாட்டிய சுவரை வணங்கினார். வலிய மார்க்கோஸ் ஆசாரி கட்டிலில் உட்கார்ந்து தன் ஷூக்களைக் கழற்றத் தொடங்கியபோது எட்வின் சேட்டன் வெளியே வந்து படுக்கை அறைக் கதவைச் சாத்தினார். அப்பூப்பன் திரும்ப வாசலுக்கு வந்தபோது வேட்டி மட்டும் உடுத்தியிருந்தார். மெல்லிய துணியாலான வேட்டிக்கு உள்ளே நான் எதிர்பார்க்காத கருத்த எலாஸ்டிக் வைத்த உள்ளாடை அணிந்திருந்தார் அவர். அப்பூப்பன் தோளில் தசைகள் உருண்டு திரண்டு வாட்டசாட்டமாக இருந்தன. நெஞ்சில், வெளுத்த முடிகளும் குறைவாகவே இருந்தன. அவர் கறுப்புக் கண்ணாடியைக் கழற்றவே இல்லை.

வெள்ளைப் பிரம்பின் உதவியோடு நடந்துபோய் நாற்காலியில் உட்கார்ந்தார் அப்பூப்பன். அவர் கேட்டார் : "மத்தேவுஸே, உன்னோடது இல்லாத இன்னொரு ஆணோட காலடிச் சத்தமும் பேச்சு சத்தமும் இந்த வீட்டுலே கேக்குதே, யார் அது?"

"என் பெண்டாட்டி மட்டில்டாவோட மூத்த சகோதரி விக்டோரியாவைக் கல்யாணம் கட்டியவர் அவர். என் மகளுக்கு தலைதொட்டப்பன் எட்வின் தோபியஸ். அவரோட காலடிச் சத்தம்தான் அது", என்றார் அப்பன்.

"அப்பன்" என்று கூப்பிட்டார் எட்வின்சேட்டன். அவர் என் அப்பூப்பனை அப்பன் என்று விளித்தது எனக்கு ஆச்சரியத்தைக் கொடுத்தது. "ஃபோர்ட் கொச்சி கண்டோன்மெண்டிலே தோபியஸ் பத்திக் கேட்டிருக்கீங்களா? பெரிய பெரிய கிறிஸ்துவக் குடும்பங்களிலே கல்யாண விருந்துக்கு பிரியாணி செய்த பெரிய சமையல்காரர் தோபியஸ் குக். அவரோட மகன்தான் நான்."

"பையா, உன் அப்பன் இன்னும் உசிரோடு இருக்காரா?" அப்பூப்பன் கேட்டார்.

"அவர் இறந்துபோய் ரொம்ப நாளாச்சு அப்பன்" என்றார் எட்வின்சேட்டன்

"தோபியாஸ் இப்போ உசிரோடு இருந்தா கேட்டிருப்பான்: மார்க்கு, இத்தனைக்கு அப்புறம், சந்தோஷமா சாகறதுக்கு லந்தன்பத்தேரிக்குத் திரும்பி வந்தியா" நாங்க சேர்ந்தே நிறைய சுத்தித் திரிஞ்சிருக்கோம். பார்க்காததுன்னு எதுவும் இல்லே. உலகத்திலேயே பெரிய பணக்காரரான ராக்பெல்லரோட ஸ்டாண்டர் கம்பெனியோட முதல் மண்ணெண்ணெய்க் கப்பல் கொச்சிக்கு வெளிக்கடல்லே நின்னபோது, ஒரு சாயந்திரம் முழுக்க நாங்க அதைப் பார்த்துக்கிட்டிருந்தோம். கொச்சி சீமைக்கு அப்போ தான் முதல் தடவையா மண்ணெண்ணெய் வந்தது, அந்த மண்ணெண்ணெய் வச்சு முதல் தடவையா ஃபோர்ட் கொச்சி கடற்கரையிலே எரிய வைச்சது கலங்கரை விளக்கைத்தான். கொச்சிக்கு கரண்ட் வந்தபோது கூட நாங்க ஒண்ணாத்தான் இருந்தோம். ஆஸ்பின்வால் கம்பெனி துரைங்க தான் மதராஸ்லே இருந்து கொச்சிக்கு எலக்ட்ரிக் கரெண்ட் உண்டாக்க யந்திரம் கொண்டு வந்தாங்க. அன்னிக்கு ராத்திரி நாங்க சாந்தாக்ரூஸ் சர்ச் வளைவுலே முப்பது வாட்ஸ் பல்ப் எரியறதைப் பாத்துக்கிட்டுருந்தோம். கொஞ்ச நேரம் போனதும் எங்களுக்குப் பசி எடுத்துச்சு. அப்போ தோபியாஸ் சொன்னான்: "வா மார்க்கு, வாங்கப்பா எல்லாரும். பட்டாளத்துலே என் வீட்டுக்குப் போகலாம்." அங்கே போனா சாப்பிட ஒண்ணுமே இல்லை. கொஞ்சம் அரிசி, கொஞ்சம்போல துவரம்பருப்பு, இதான் இருந்தது. ஆரம்பிச்சதே பார்க்கணும் தோபியாஸோட

சமையல். அரிசியும், பருப்பும், ஒடச்ச மிளகும் போட்டுக் கலந்து ஊர் ஊராப் போகிற பைராகிகள் செஞ்சு சாப்பிடறமாதிரி சோறு, பொட்டுக்கடலை அரைச்சு சட்னி. அவனோட அந்தச் சமையல் வாடை அலாதி. சாப்பிட்ட விரலைக்கூட கடிச்சுத் திங்கலாம்னு தோணும். எட்வினே, நீ சமையல் செய்வியோ?”

“கொச்சியிலே ரொம்பப் பெரிய பிரியாணி மாஸ்டர் நம்ம எட்வின்” என்றார் அப்பன்.

“ஆக, தோபியாஸூம் போய்ச் சேர்ந்தாச்சு. நாற்பது வருஷத்துலே என் வீட்டுலே மொத்தமே மூணு சாவு மட்டும் விழ வைச்ச சர்வேஸ்வரனான கர்த்தரே, உமக்கு ஸ்தோத்திரம். என் அப்பன் வலிய லூயி ஆசாரி, பிரார்த்தனை செய்ய வேண்டிய செத்துப்போனவங்க பட்டியல்லே என் பெயரைச் சேர்க்காம இருந்ததுக்கு உமக்கு ஸ்தோத்திரம். அதுனாலேதான் நான் உயிரோடு இருக்கேன். என் வயசுக்காரங்க யாரெல்லாம் உசிரோடு இருக்காங்க? போஞ்ஞிக்கரையிலே கள்ளுக்கடை வச்ச பெர்ணாந்து தாமஸ் இருக்காரா இன்னும்?”

“அப்பன், இப்பவும் பெர்ணாந்துசேட்டன் தான் கள்ளுக்கடை லைசன்ஸ்தாரர்” என்றார் அப்பன்.

“நேவிக்காரன், பாட்டுப் பாடுவானே ப்ரெடி நறொஞ்ஞா, அவன்?”

“இருக்காரே, அவரோட மகன் பீட்டர் நறொஞ்ஞாவும் பாடுவார். ஒரே ஒரு பாட்டுதான் பாடுவார். ஜப் தில் அப்படீன்னு ஆரம்பிக்கற இந்தி பாட்டு,” அப்பன் சொன்னார்.

“சவிட்டுநாடக பித்துப் பிடிச்சு பரம்பரைச் சொத்தை எல்லாம் வித்துட்டு நின்ன ஆறாம்புரைக்கல் அகஸ்தீஞ்ஞு. காறல்மான் அகஸ்தீஞ்ஞு?” ”

அவர் ஆறேழு வருசம் முந்தித்தான் தவறிப்போனார். அவரோட மகன் சந்தியாகு இருக்கார். அவருக்கும் சவிட்டு நாடக பைத்தியம் உண்டு.”

“தையல்காரன் தாவீதீஞ்ஞுவா?”

“இருக்கார். வயசாயிடுத்து. கண்ணு தெரியலே.”

“அப்புறம், தெற்குப்புற வீட்டு பெர்ணாண்டஸ் பரங்கி?” அப்பூப்பன் கேட்டார்.

“இறந்து போய் சில வருஷமாச்சு. அவரோட மகன் கோமஸுக்கு சர்க்கார் உத்தியோகம். சொவ்வர பள்ளிக்கூடத்திலே கடைநிலை ஊழியரா இருக்கார்”, அப்பன் சொன்னார்.

“நான் போன காலத்திலே ஒரு யூதன், மீசை முளைக்காத பையன் ஒருத்தன், எலியாஸ் யூதன். அவன் இருக்கானா?”

“அப்பன், எலியாஸ் யூதரும் அவரோட வீட்டுக்காரி லில்லி யூதத்தியும் தனியாத்தான் இருக்காங்க. லில்லிக்கு பௌர்ணமி வந்தா ஆஸ்துமா ரொம்ப தொந்தரவாயிடும். அவங்களுக்கு ஒரே மகள் உண்டு. அவ இஸ்ரேல் போய், ஒரு வெள்ளைக்கார யூதனைக் கல்யாணம் கட்டிக்கிட்டு அங்கேதான் இருக்கா.”

“மத்தேவுஸே, நீ எப்போ கல்யாணம் செஞ்சுக்கிட்டே?” அப்பூப்பன் கேட்டார்.

“ஐம்பது வயசுலே.”

“அதென்னடா அப்படிச் செஞ்சே?”

“அப்பன், நீங்க டாட்டா கூட சொல்லாம கடலுக்குப் போயிட்டீங்க. அம்மா நெஞ்சு வெடிச்சு இறந்துபோயிடுச்சு. துக்கம் தாங்காம, என் அப்பூப்பன், அதான் உங்கப்பா லூயி ஆசாரி, அவர் ஒரு குடம் கள்ளு குடிச்சு செத்துப் போனார். எனக்குக் கல்யாணத்துக்கு சம்பந்தம் தேடிப் போக யாரு இருந்தாங்க குடும்பத்திலே? எனக்கு வயசாக ஆக, கல்யாண தரகருங்க கூட என்னை வந்து பார்க்கிறதை நிறுத்திட்டாங்க. அப்போதான் எட்வின் சொன்னார், என்னோட பெண்டாட்டி விக்டோரியாவுக்கு ஒரு தங்கச்சி இருக்கா. வேணும்னா அவளைக் கல்யாணம் கட்டிக்கோ அப்படீன்னு.”

“உன் பெண்டாட்டியும் கிழவிதானா?”, அப்பூப்பன் கேட்டார்.

“இல்லேப்பன், மடில்டாவுக்கு இருபத்தொன்பது வயசுதான் ஆவுது.”

“மத்தேவுஸே, இவ்வளவு சின்னப் பொண்ணைக் கல்யாணம் கட்டிக்கிட்டு நீ என்ன பண்ண முடியும்? நீ ஆசாரிதானே? பழைய தடியையும், புதுசா வந்த மரத்தையும் ஒண்ணா இசைச்சு சேர்க்க முடியுமா?”

“அப்பன் சும்மா அதையும் இதையும் இஷ்டத்துக்குப் பேச வேணாம். இங்கே பிள்ளைங்க இருக்காங்க. என் மகள் ஜெசிக்கா. எட்வின் மகன் ஜான்சன் ரெண்டு பேரும் இங்கே உண்டு,” அப்பன் சொன்னார்.

“மரியாகொரத்தின்னு நான் கூப்பிட்டபோது, என்னன்னு பதில் சொன்ன சின்னப் பொண்ணு போயிடுச்சா?” அப்பூப்பன் கேட்டார்.

“அது என் மகள் ஜெசிக்காதான். ஜெசிக்கா, மார்கரீத்தா, ஐரின், எட்வினா, மரியாகொரத்தி... அவளுக்கு ஏகப்பட்ட பெயர் இருக்கு” அப்பன் சொன்னார்.

“மத்தேவுஸே, உன் பொண்டாட்டியைக் கூப்பிடு. நான் கொஞ்சம் வாசனை பிடிச்சுப் பார்க்கறேன்.”

“அப்பன், உங்களைப் பார்த்து பயந்து ஓடிட்டா அவ.”

“என்னத்துக்கு பயப்படணும்?”

“நீங்க கடலோட போயிட்டீங்கன்னு நாங்க நம்பிக்கிட்டிருந்தோம், சட்டுனு வந்து நின்னீங்களா, அதான் பயந்துட்டா” என்று அப்பன் சொன்னார்.

அப்போது சர்ச் மணிச்சத்தம் கேட்டது. “அய்யோ”, அப்பன் சொன்னார். “போஞ்ஞிக்கரை மணிக்கு என்ன ஆச்சு? நான் இங்கேயிருந்து போனபோது, அம்மா குழந்தையைக் கூப்பிடற மாதிரி வா, வான்னு அடிச்சுக்கிட்டிருந்த மணி, பள்ளிக்கூடத்திலே ட்ரில்மாஸ்டர் மாதிரி கமான் கமான்னு கூப்பிடுதே இப்போ.”

அம்மாவும் விக்கி பெரியம்மாவும் வாசல்படி ஏறி வராந்தாவுக்கு வந்தார்கள். அப்பூப்பனைப் பார்க்காமல் அம்மா சொன்னாள்: “ஜெசிக்கா ரெடி ஆகிக்கோ. உன் பெட்டியை எடுத்து

வச்சுக்க. நாலு மணி படகிலே அவளை எரணாகுளத்துலே கொண்டுபோய் விட வேண்டியவர் இப்படி உக்கார்ந்து பேசிக்கிட்டிருக்காரே."

"மத்தேவூஸே, இதுதான் உன் பெண்டாட்டி மட்டில்டாவா?" அப்பூப்பன் கேட்டார். "அவளும் அவ கூட இருக்கற பொண்ணு மேலேயும் இருந்து பவுடர் வாசனை அடிக்குதே."

"அப்பன், சிவப்பா தெரியறதுக்காக இப்போ ஆண், பெண் எல்லாரும் பவுடர் போட்டுக்கறாங்க." எட்வின்சேட்டன் சொன்னார்.

"மட்டில்டா, நான் உன்னை பயமுறுத்திட்டேனா? நீயும் மத்தேவூஸும், மகளும் நிம்மதியா வாழ்க்கை நடத்திட்டிருக்கற போது திடீர்னு வந்து தொந்தரவு கொடுத்திட்டேனா? நம்ம சர்ச்சிலே திருப்பலியும், பிரார்த்தனையும் எல்லாம் லத்தீன் மொழியிலே இருந்தாலும், இறுதிக் கருணை செய்யறது மலையாளத்திலே தான். நாற்பது வருஷமா நான் மலையாளம் பேசவே இல்லை. ஆனா, அந்த நாற்பது வருஷமும் சொப்பனம் கண்டது மலையாளத்திலேதான். சொப்பனம் காணுற மொழியிலே இறுதிக் கருணையும் வாங்கிக்கிட்டு சுகமாக சாகலாம்னுதான் நான் இங்கே திரும்பி வந்தேன். உங்க தொண்டையிலே குத்தின மீன்முள்ளாவேன்னு நான் கொஞ்சமும் யோசிக்கலே. எஸ்.எஸ்.அனஸ்தாஸியா கப்பல் துறைமுகத்திலே இன்னும் நின்னு சங்கு அடிச்சிட்டிருக்கு. வந்த வழியிலேயே நான் அந்தக் கப்பல்லேயே திரும்பிப் போகறேன்."

பார்வையற்ற அப்பூப்பனின் கறுப்புக் கண்ணாடிக்குக் கீழ் கண்ணீர் வழிந்தது. அவர் எழுந்து உள்ளே போக நடந்தபோது படியில் கால் பிசகி விழப் போனார். அம்மா அப்பூப்பனை வேகமாக இழுத்துப் பற்றி நிறுத்தினாள். அந்தப் பிடி அணைப்பாக அவரை அன்போடு இறுகக் கட்டிக் கொண்டாள். அம்மா அவரைத் திரும்ப நாற்காலியில் உட்கார வைத்தாள்.

"ஜெசிக்காவை எதுக்காக எரணாகுளத்துக்கு அனுப்பறீங்க?" அப்பூப்பன் கேட்டார்,

“அங்கே செயிண்ட் தெரசாஸ் ஸ்கூல்லே ஹாஸ்டல்லே சேர்த்துப் படிக்க வைக்கத்தான், அப்பா,” அப்பன் சொன்னார்.

“இங்கே உள்ளூர் ஹைஸ்கூல்லே படிக்க வேண்டிய கிளாஸ் எல்லாம் படிச்சு முடிச்சுட்டாளா?”

“அப்படி இல்லே, இங்கே ஸ்கூல் ஹைஸ்கூல் ஆனது இப்பத்தான். அவளை எரணாகுளத்துக்கு அனுப்பி ஹாஸ்டல்லே தங்கிப் படிக்க வைக்கறது அவ படிச்சு நல்லா ஆகணும்கறதுக்குத்தான், அப்பன்,” அப்பன் சொன்னார்.

“நீ போகிற முன்னாடி உன்னை நான் ஒருதடவை தொட்டுப் பார்க்கறேன் பாப்பா”, அப்பூப்பன் கூறினார். நான் அப்பூப்பன் முன்னால் போய் நின்றேன். என் தலைமுடியை விரலால் அளைந்தபடி அப்பூப்பன் சொன்னார்: “மரியகொரத்தி, உன் முடியை விட பட்டு மாதிரி மெத்துனு இருக்கு உன் மகன் மத்தேவுஸோட குட்டிப் பொண்ணு தலைமுடி. மரியே, உன் நெத்தி மாதிரியே பரந்த நெற்றி இந்தக் குட்டிக்கும். உன் மூக்கு மாதிரி கூர்மையான மூக்குதான் இவளுக்கு. கண்ணு இமையும் கூட உன்னை மாதிரி அடர்த்திதான். எல்லாத்திலேயும் உன்னைக் காப்பியடிச்சிருக்கா. இவ கழுத்து உன்னோட கொக்குக் கழுத்து மாதிரி நீளம்தான்.”

அப்பூப்பன் என்னைத் திருப்பி நிறுத்தினார். என் தலைமுடியை முன்னால் போட்டார். பின்கழுத்தில் இருந்து கைதாழ்த்தினார். என் முதுகில் இருக்கும் சிவந்த மருவில் தொட்டபோது அவருடைய விரல்கள் வியப்போடு நின்றன. “அய்யோ, நான் எதைத் தொட்டுக்கிட்டிருக்கேன்? மரியகொரத்தி, உன் முதுகிலே இருக்கற சிவந்த மரு மாதிரி இந்தச் சின்னப் பொண்ணுக்கும் இருக்கே. அதுவும் சிவப்பு நிறம்தானா?” அப்பூப்பன் உரக்கக் கூவினார்.

“போ, ஜெசிக்கா, ஸ்கர்ட் மாத்திக்கிட்டு வா” என்றாள் விக்கி பெரியம்மா.

“நான் இங்கே இருக்கறபோது மரியாகொரத்தி எங்கேயும் போகமாட்டா. அவ என்கூடத்தான் இருப்பா” என்றார் அப்பூப்பன்.

“அப்பன், போஞ்ஞிக்கரை சர்ச்சிலே இருக்கற பிலாத்தோஸ் பாதிரியார் சொல்லித்தான் ஜெசிக்காவை எரணாகுளத்துக்குப் படிக்க அனுப்பறோம். நீங்க தடுக்காதீங்க. அவ சனிக்கிழமையும் ஞாயிற்றுக்கிழமையும் இங்கே வருவா”, அப்பன் சொன்னார்.

“பிலாத்தோஸ் பாதிரியாரா? அப்படியும் பெயர் வச்சுக்கிட்டு ஒரு பாதிரியார் இருக்காரா என்ன?” அப்பூப்பன் கேட்டார்.

“அவரோட நிஜப் பெயர் ஃபாதர் நோயல், எப்பவும் கை அலம்பிக்கிட்டே இருப்பாரா, பிலாத்தோஸ்னு பட்டப்பெயர் வச்சுட்டாங்க” எட்வின்சேட்டன் சொன்னார்.

“வேணாம், உங்க ஜெசிக்கா, என் மரியாகொரத்தி, எங்கேயும் அவ போகவேணாம்.”

“பிலாத்தோஸ் பாதிரியார் சொல்லித்தான் அவளை எரணாகுளத்துக்கு அனுப்பறோம். பாதிரியார் சொன்னதைக் கேட்காமப் போனா...” எட்வின் சேட்டன் சொன்னார்.

“டாம் தி ப்ரீஸ்ட். அந்தப் பாதிரி நாசமாப் போகட்டும். அவரை அவரோட வேலையைப் பார்த்துக்கிட்டுப் போகச்சொல்லு. ஜெசிக்கா மரியாகொரத்தி இங்கேதான் இருப்பா,” அப்பூப்பன் சொன்னார். “இதை நான்தான் சொல்றேன், வலிய மார்க்கோஸ் ஆசாரியான நான்தான் சொல்றேன். கிறிஸ்தவத்துலே ஆசாரி தான் முதல்லே வந்தது, அப்புறம்தான் வந்தாங்க பாதிரியாரும் கோவில்பிள்ளையும்.”

1961-ல் லந்தன்பத்தேரியில் முதல் குழாய்க்கிணறை கோமஸ் வீட்டில் தோண்டினார்கள். முக்காலி வடிவத் தாங்கியும், மண்ணில் துளையிட்டுத் தோண்டும் யந்திரங்களும் எடுத்துக்கொண்டு எரணாகுளத்திலிருந்து வந்து சேர்ந்த கிணறு தோண்டுகிறவர்களைப் பார்க்க அண்டை அயலார்கள் கோமஸின் வீட்டு வராந்தாவிலும் முற்றத்திலும் கூடி நின்றார்கள். நான் கோமஸ் வீட்டிற்குள், ரோஸி சேச்சியோடும், டெய்சியோடும், நடாஷாவோடும் கூட, ஜன்னல் கம்பிகளில் முகத்தை வைத்துப் பார்த்தபடி நின்றேன். குழாய்க்கிணறு தோண்டுகிறவர்கள் முற்றத்தில் முக்காலி வடிவத் தாங்கியைப் பொருத்தினார்கள். இடையில் கம்பி மூலம் உயர்த்திய அகழும் இரும்புப் பாளத்தின் கூர்மையான முனை தரையைத் துளைத்து மண்ணைத் தோண்டத் தொடங்கியது.

"மேஸ்திரி, இதுக்கு என்ன மாதிரி கியாரண்டி தர்றீங்க?" சந்தியாகு சேட்டன் உரக்க விசாரித்தது கேட்டது.

"என்ன கியாரண்டி?" குழாய்க்கிணறு தோண்டும் குழுவின் தலைவர் கேட்டார்.

"நீங்க குழிக்கப்போற கிணத்துலே இருந்து நல்ல தண்ணி கிடைக்கும்னு நிச்சயமாத் தெரியுமா? உப்புத் தண்ணி வந்துதுனா இந்தப் பாவப்பட்ட கோமஸ் கிணறு தோண்ட செலவழிக்கற

பணம் எல்லாம் தண்ணியோட போயிடுமில்லையா?” சந்தியாகு சொன்னார்.

“அந்த கியாரண்டி எல்லாம் தர முடியாதுங்க. நான் முஸ்லிம். இன்ஷா அல்லான்னு மட்டும் சொல்லுவேன்.”

“உப்புத் தண்ணி வந்துச்சுன்னா கிணறு தோண்டக் காசு வாங்குவீங்களா?” சந்தியாகு சேட்டன் கேட்டார்.

குழாய்க்கிணறு தோண்டும் குழுவின் தலைவர் வேலையை நிறுத்தி எல்லோரையும் பார்த்துச் சொன்னார் : “காசு வாங்கறது தண்ணிக்கு இல்லே, கிணத்துக்குத்தான். தரைக்குக் கீழே தண்ணி இருக்கு. அது தரைக்கு மேலே இருக்கப்பட்டவங்க கிஸ்மத்தைப் பொறுத்து இருக்கும். அதிர்ஷ்டக்காரங்க வீட்டுலே தோண்டினபோதெல்லாம் நல்ல தண்ணிதான் கிடைச்சிருக்கு.”

“நல்ல தண்ணி கிடைக்கறதும் கிடைக்காததும் எங்க தலையெழுத்தைப் பொறுத்ததுன்னு சொல்லிடாதீங்க”, என்றார் கோம்ஸ் சேட்டன்.

மேல்மட்டத்துக் கறுப்பு மண்ணுக்குக் கீழே பளீரென்று வெளுத்த சிப்பிகளும் நத்தையோடுகளும் கடல் பிராணிகளின் மிச்சசொச்சங்களும் கலந்த ஈரமண் தட்டுப்பட்டது. கிணறு தோண்டுகிறவர்கள் குழிக்குள் குழாயை இறக்கினார்கள். அதற்கு அப்புறம் குழாய்க்கு உள்ளேதான் தோண்டப்பட்டது. உள்மண்ணைத் தோண்டி வெளியே எடுத்துப் போட்டதில் ஒரு மனித மண்டையோட்டின் தாடை எலும்பின் சிறிய துண்டு கலந்து வந்தது. அதில் வெள்ளை வெளேரென்று ஒரு பல் இருந்தது. கூடியிருந்தவர்கள் உடனே வெளியே போனார்கள். “அய்யோ, இதென்ன சமாதிக் கல்லறை வைச்ச இடமா?”, கிணறு தோண்டுகிறவர்களின் தலைவர் கூவினார்.

“கோமஸ், நீ கோல் அடிச்சுட்டே” சந்தியாகு சேட்டன் சொன்னார். “என்ன வெளுப்பான பல்லு, பார்த்தியா? அது ஒரு ஆப்பிரிக்கக் கருப்பனோட பல்லு. பழைய காலத்து கொச்சியிலே ஆப்பிரிக்கக் கருப்பர்கள் சிலபேர் இருந்தாங்க. பரங்கி போர்த்துகீஸ்காரங்க தங்களோட அடிமைகளாக

ஆப்பிரிக்காவிலே இருந்து கருப்பா, வாட்டசாட்டமா இருக்கற கருப்பர்களைக் கொண்டு வந்திருந்தாங்க. டச்சுக்காரங்க வந்து பரங்கிகளைக் கொச்சியிலிருந்து விரட்டினபோது அவங்க வச்சிருந்த தங்க நகை, தங்கக் காசு, ரத்தினம் இப்படியானதை எல்லாம் பெரிய பெரிய செப்புக் குடங்கள்லே போட்டு சீல் வச்சு மண்ணைத் தோண்டி புதைச்சு வச்சுட்டாங்க. அதுக்குக் காவல் இருக்க, ஆப்பிரிக்கக் கருப்பு அடிமைகளையும் குழிக்குள்ளே வச்சு மூடிட்டுப் போனாங்க. அந்தப் பரங்கிகள் சொன்னாங்க, எங்க பிள்ளைங்களோட பிள்ளைங்களோட பிள்ளைங்க வரும்போது இந்த நிதியை எல்லாம் பத்திரமா திருப்பிக் கொடுத்திடுங்க காப்பிரி கருப்பு சாமிகளே, அப்படீன்னு. கோமஸே, அந்த நிதிதான் உனக்குக் கிடைக்கப் போகுது. கோல் அடிச்சுட்டே.”

“நிதியெல்லாம் வேணாம். நல்ல தண்ணி கிடைச்சா மதி” கோமஸ்சேட்டன் கூறினார்.

“நான் கதை விடலே. லந்தன்பத்தேரியிலே பரங்கிங்க தரையைத் தோண்டி நிதியையும் காப்பிரி அடிமைகளையும் புதைச்சாங்களா, ஃபோர்ட் கொச்சியிலே பரங்கிங்க வீட்டுச் சுவர்லே துளைபோட்டு அதுலே பொக்கிஷத்தை எல்லாம் போட்டு வச்சு, காவலுக்கு காப்பிரிகளை நிறுத்தி, செங்கலும் கருங்கல்லும் வச்சு மாடம் கட்டிட்டாங்க. இந்தக் காப்பிரி முத்தப்பனுங்க, அதான் காப்பிரிங்களோட ஆவிகள் ரொம்பப் பாவப்பட்ட ஜென்மங்கள். நம்மை மாதிரித்தான், கொஞ்சம் கள்ளும், ஒரு ப்ளேட் சிக்கனும் கிடைச்சா போதும் இதுங்களுக்கு, ஒரே குஷியாயிடும். ஃபோர்ட் கொச்சியிலே டெல்டா ஸ்கூல் பக்கத்துலே ஒரு வீட்டுலே இப்படிக் காவல் இருக்கற காப்பிரி முத்தப்பனுக்கு சாராயமும், கோழி இறைச்சியும் கொண்டு வந்து படைச்சு, புதையல்லே ஒரு துளியாவது கிடைக்காதான்னு அலையறவங்க இப்பவும் இருக்காங்க.”

குழாய்க்கிணறு தோண்டியவர்கள் ஏதோ மந்திரம் சொல்லி எலும்புத் துண்டை மேற்கு ஆற்றில் வீசியெறிந்தார்கள். அவர்கள் தோண்டுவதைத் தொடர்ந்தார்கள். சட்டென்று,

எரணாகுளம் இர்வின் பூங்காவில் நீரூற்றுப் போல தண்ணீர் மேலே பீய்ச்சி அடித்தது. கிணறு தோண்டும் குழுவின் தலைவர் உள்ளங்கையில் ஒரு மடக்கு நீரை எடுத்துக் குடித்துப் பார்த்தார். "நல்ல தண்ணிதான்" என்றார் அவர்.

அம்மாதான் என்னைக் குளிப்பாட்டுவாள். முடைந்த ஓலைத்தட்டி கொண்டு மறைத்து, வானம் பார்க்கத் திறந்த குளியலறையில் என் உடம்பில் சோப்பு தேய்த்தபடி அம்மா சொல்வாள்: "இந்தப் பொண்ணு சிவப்பாகவே மாட்டேங்கிறா." சில நாள் ரோஸிசேச்சியிடம் என்னைக் குளிப்பாட்டச் சொல்லிக் கேட்டுக் கொள்வாள் அம்மா, செயிண்ட் தெரசா காலேஜில் பி.எஸ்ஸி., படித்து முடித்து, பி.டி படித்துக்கொண்டிருந்த ரோஸி சேச்சி எனக்கு மட்டுமில்லை, அம்மாவுக்கும் சிநேகிதி.

குளிர்காலத்தில் ரோஸிசேச்சி குளித்துவிடுவது எனக்கு மிகவும் பிடித்தமானது. பூமியின் உள்ளே இருந்து வரும் குழாய்க்கிணற்றுத் தண்ணீர் இளம் சூட்டோடு இருக்கும். ஒரு நாள் எனக்குக் குளித்துவிட்டுக்கொண்டிருந்தபோது ரோஸி சேச்சி சொன்னாள்: "குட்டி, உன் மாரு கொஞ்சம் வீங்க ஆரம்பிச்சிருக்கு. நீ சீக்கிரமே வயசுக்கு வந்துடுவேன்னு தோணுது. இனிமேல் கொண்டு நீயே குளிச்சுக்க." அப்படித்தான் இன்னொரு தனிமையும் எனக்குக் கிட்டியது - குளியலறையின் தனிமை அது.

சூட்டும், போ டையும், கறுப்புக் கண்ணாடியும், வெள்ளைப் பிரம்புமாக ஒரு அந்நியர் எங்கள் வீட்டிற்கு வந்து சில தினங்களுக்குள் அவர் என் அப்பனுக்கு அப்பனாகவும், எனக்கு அப்பூப்பனாகவும், அம்மாவுக்கு மாமனாராகவும், முழுக்க லந்தன்பத்தேரிக்காரராகவும் மாறிவிட்டார். அந்தத் தினங்களில் எங்கள் வீட்டுக்குப் பெரும் கூட்டமாக வந்து போனார்கள். பிலாத்தோஸ் பாதிரியார் வந்தார். ஸ்ரீராம வர்மா பள்ளியில் இருந்து மாணவர்கள் பலரும் என்னைச் சந்திக்க வருகிற சாக்கில், திரும்பி வந்த அப்பூப்பனைப் பார்க்க வந்தார்கள். குந்தன் மியூசிக் கிளப்பில் இருந்து தலைவர் கில்பர்ட் சேட்டனும் அவருடைய சகாக்களும் வந்தார்கள். கம்யூனிஸ்ட் கட்சி அலுவலகத்தில் இருந்து ஜோசப்பும் தோழர்களும் வந்தார்கள். சந்தியாகு சேட்டனோடு டாட்டா கம்பெனியில் அவரோடு கூட வேலை பார்க்கும் தொழிலாளிகள் வந்தார்கள். திருச்சூர் எக்ஸ்பிரஸ் பத்திரிகையின் வைப்பின் தீவு நிருபர், ‘ரிப் வான் விங்கிள்’ என்ற தலைப்போடு அப்பூப்பன் பற்றிக் கட்டுரை எழுதியிருந்தார். அப்பூப்பனின் ஒரே வயசு சகபாடிகளுக்கு எங்கள் வீட்டில் விருந்து கொடுத்தோம்.

அப்பூப்பன் திரும்பி வந்த தினத்தை அடுத்து வந்த ஞாயிற்றுக்கிழமை நாங்கள் கல்லறை வளாகத்துக்குப் போனோம். அதற்குக் காரணம் போனிபேஸ் பாலம். “மரியாகொரத்தியோட

கல்லறையிலே மெழுகுவர்த்தி ஏத்தி வைக்கணுமே. நான் எப்படிப் போவேன்?" அப்பூப்பன் கேட்டார். "இந்தக் குருடன் எப்படி வடக்குத்தோப்பில் தொங்குபாலத்திலே அடிமேல் அடிவச்சு நடக்க முடியும்?"

"அப்பன், தோப்பிலே பாலம் கட்டியாச்சு. போனிபேஸ் பாலம்" அப்பன் சொன்னார்.

"எந்த போனிபேஸ்? போப்பாண்டவரா? அல்லது ஹஜூர் கோர்ட் டவாலி சேவகனா?"

"ஹஜூர் கோர்ட் ஆளுதான். கள்ளுக்கடையிலிருந்து வந்தபோது தொங்குபாலத்திலே இருந்து விழுந்து செத்துப்போனார். போனிபேஸோட பாஸ், மேல் உத்தியோகஸ்தர், திவான் ஷண்முகம் செட்டியார், உடனே அங்கே பாலம் கட்டிக் கொடுத்தார். போனிபேஸோட தியாகத்தால் உருவான பாலம்கிறதாலே அவரோட பெயர் பாலத்துக்கு வச்சாச்சு."

"அப்போ, போனிபேஸும் போய்ச் சேர்ந்தாச்சா?" அப்பூப்பன் கேட்டார். அப்பனின் கையைப் பிடித்துக்கொண்டு அப்பூப்பன் கல்லறை வளாகத்துக்கு நடந்தபோது அவர்களுக்குப் பின்னால் அம்மாவும், நானும், சந்தியாகுசேட்டனும், சில்வியாசேச்சியும், சேவியருசேட்டனும், சாராசேச்சியும் என்று தெற்குப்புற வீட்டுக்காரர்கள் பலரும் நடந்து போனோம். ஏற்றிய மெழுகுவர்த்திகளின் வாடை அடிக்கத் தொடங்கியதும், யாரும் சொல்லாமலேயே அப்பூப்பன் பரங்கி ஜெபக்கூடத்துக்கு முன்னால் நின்று மார்பில் சிலுவை வரைந்து கொண்டார். நாங்கள் சர்ச்சுக்குப்போய் திருப்பலியில் கலந்துகொண்டோம். கல்லறை வளாகத்துக்குப் போனபோது அங்கே குழிவெட்டும் பாப்பி, எங்கள் வீட்டுக்காரர்களுடைய மூன்று கல்லறைகளையும் சுற்றி முளைத்திருந்த புல்லைச் சீராக வெட்டிச் சுத்தப்படுத்தி வைத்திருப்பதைக் கண்டோம்.

லூயி ஆசாரி, மற்றும் திரேசா லூயி ஆகியவர்கள் கல்லறைகளில் பூங்கொத்தை வைத்தோம். அங்கே மெழுகுவர்த்தி ஏற்றி வைத்த பிறகு அப்பூப்பன் சொன்னார்: "எல்லோரும் போங்க. பாப்பி,

நீ போ. மத்தேவூஸே, எல்லாரையும் கூட்டிக்கிட்டு நீ வெளியே போய் நில்லு. ஜெசிக்கா மட்டும் என்னோடு இருக்கட்டும். மரியாகொரத்தி கூட பேசிப் பல வருஷம் ஆச்சு.”

அப்பூப்பன், மரியாகொரத்தியின் கல்லறையில் நட்டிருந்த சிலுவையைப் கட்டிப்பிடித்தபடி கொஞ்ச நேரம் மௌனமாகப் புல்தரையில் இருந்தார். பிறகு அவருடைய மனைவியான என் பாட்டியின் காதில் ரகசியம் பேசுகிறதுபோல் பேசத் தொடங்கினார்.

வைப்பின் தீவு மீனவர் கருணாகரனுக்காக வலிய மார்க்கோஸ் ஆசாரி பழைய ஆஞ்சிலி மரத் தடியால் செய்த படகு, மேற்கு ஆற்றிலே பயணத்துக்காக இறக்கியபோதே கவிழ்ந்தது. “ஆசாரி, இது கடல்லே போக இருக்கற படகு. இப்படிக் கவிழ்ந்துபோய், சகுனம் சரியில்லையே?” கருணாகரன் கேட்டார்.

“படகை ஆற்றுலே இறக்கினதுலேதான் தப்பு நடந்திருக்கு. நான் கட்டின படகு கவிழணும்னா, பைபிள்ளே சொல்லி இருக்கற நோவா கால வெள்ளமும் மழையுமா பிரளயம் வரணும்” என்றார் அப்பூப்பன்.

அப்பூப்பன் படகைத் திரும்பக் கரைக்கு எடுத்துவரச் செய்தார். அதன் பக்கங்களில் ரசமட்டம் வைத்துப் பரிசோதித்தார். கிணற்றில் இருந்து நீர் இறைத்துப் படகில் நிறைத்து நீர்ப்பரப்பை நோக்கினார். அது மிக நேராக இருந்தது. அப்பூப்பன் சொன்னார்: “கணாரா, படகுலே ஒரு பிசகும் இல்லை. உனக்கு இன்னும் சந்தேகம் தீரலேன்னா, முதல் தடவையா நீ அதைக் கடலுக்கு எடுத்துப் போறபோது நானும் கூட வரேன். திரும்பி வந்து காசு கொடுத்தா போதும்.”

கடல் முழுக்க நீலமாக, சாந்தமாக இருந்தது. வானம் வெறுமையாக இருந்தது. கடலில் சூரியன், பாலைவனத்தில் காயும் சூரியன் போல் கூடுதல் வெப்பத்தோடு இருந்தது. நாரைகள் பறந்து போக, வைப்பினும் ஃபோர்ட் கொச்சியும் பார்வையிலிருந்து மறைந்தன. கருணாகரன் சொன்னார்: “கடல்லே இந்தப் பக்கம் மீன் கிடைக்காது.”

வலையைப் பரத்தாமல் அவர் சிறிது நேரம் துடுப்பு வலித்தார். அப்போதுதான் வெளுத்த அடிவானத்தில் ஒரு சிறு மரம் போல புகை உயர்வதைக் கருணாகரன் கண்டார். "நாம அங்கே போகலாம், கப்பல் குசினிக்காரங்க வீசி எறியற எச்சில் பதார்த்தம் தின்ன மீன் எல்லாம் ஓடி வரும். நல்ல வேட்டையா இருக்கும் நமக்கு."

கப்பலை இலக்காக்கி, கருணாகரனும், வல்ய மார்க்கோஸ் ஆசாரியும் துடுப்புப் போட்டுப் போனார்கள். புகைமூட்டம் பெரியதாகிக்கொண்டிருந்ததே தவிர கப்பல் ஏதும் தட்டுப்படவில்லை. முடிவில் வானம் முழுக்கக் கறுத்து வந்தது. மின்னல் வெட்டியது. கடலில் விழும் மழைத் துளிகள் பெரிய கோலிக்குண்டுகள் போல், உள்ளே பச்சை நிறம் காட்டி ஒளிர்ந்தன.

கடல் கீழ்மட்டத்திலிருந்து பெரிய அலைகளை வெளியே வீசியது. படகு கவிழ்ந்தது. அய்யோ என்று கருணாகரன் கூச்சலிட்டது பாதியிலேயே நின்றது. அப்புறம் அவரைக் காணவில்லை. அப்பூப்பன் படகுப்படியைப் பற்றியபடி கால்களை ஓங்கி அடித்தார். வந்த சுருக்கில் மழை நின்றது. படகை நிமிர்த்த அப்பூப்பன் கடலுக்குள் கால் ஊன்றியபோது காலை ஏதோ கீழே இருந்து தாங்குகிறது போல் தோன்றியது. முடிவே இல்லாத தேவ அற்புதங்களில் அது ஒன்றாக இருக்குமென நினைத்த அப்பூப்பன், தாங்கியதன்மேல் கால் பெருவிரலை ஊன்றினார். படகை நிமிர்த்தினார். சட்டென்று தாங்கியிருந்த பொருள் அசைய ஆரம்பித்தது. அது லந்தன் அரண்மனை வளாகத்தில் நிற்கும் தூங்குமூஞ்சி மரத்தின் நிழல் அளவு பெரிய திரண்டிமீன். வாலால் அடித்தது அந்த மீன். அப்பூப்பன் முகத்தில் அடி பலமாக விழுந்தது. அவர் கண்ணில் இருந்து ரத்தம் பீறிட்டுத் தெறித்தது. அப்பூப்பன் படகில் ஏறி மயக்கமாகி நினைவு திரும்பாமல் அப்படியே கிடந்தார். நினைவு திரும்பியது ஒரு கப்பலின் மேல்தளத்தில்.

"அது நைஜீரியாங்கற நாட்டுக்கு, கொச்சியிலே இருந்து போய்க்கிட்டிருந்த சரக்குக் கப்பல். பல கடல் கடந்து, பல

கடற்கரைத் துறைமுகங்களுக்கு அந்தக் கப்பல் போனது. நான் கப்பலுக்கு உள்ளே இருந்த ஆஸ்பத்திரியிலே முகத்திலே பெரிய பேண்டேஜோடு கிடக்க வேண்டிப் போச்சு. கடைசியா, நைஜீரியாவிலே லாகோஸ் துறைமுகத்திலே என்னை இறக்கி விட்டாங்க. நான் பலபேர் கிட்டேயும் அங்கே கேட்டேன், கொச்சி, கொச்சி, எனி ஷிப் கொச்சின்னு. நாம நினைக்கற மாதிரி உலகம் முழுக்க கொச்சி பத்தி தெரியாது. லாஸ்ட்டா, நான் நடந்து, நடந்து, நடந்து, சிலுவை நிறுத்தியிருந்த ஒரு கட்டடத்தைப் பார்த்து உள்ளே போனேன். அது எதுன்னா, ஏசுசபைக்காரங்களோட ஹெட் க்வார்ட்டர்ஸ். அங்கே அவங்க கூட இருக்க ஆரம்பிச்சு கொஞ்ச நாள் போன பிற்பாடு எனக்குப் பைத்தியம் பிடிச்சுது. திரண்டிமீன் தலையிலே வாலால் அடிச்ச அடியிலே மூளை கலங்கிடுச்சு” அப்பூப்பன் சொல்லிக்கொண்டே போனார்.

பைத்தியம் தெளிந்தபோது இரண்டாம் உலக மகாயுத்தம் நடந்து கொண்டிருந்தது. அப்பூப்பனுக்கு அப்போது சுமார் அறுபத்தைந்து வயது. பல காலம் செலவழித்துப் பூரத்தியாக வேண்டிய பெரிய விருப்பம் எதுவும் இல்லாமல், அவர் அன்றாட வாழ்க்கையில் மூழ்கினார். அப்பூப்பன் ஈபோ இனத்தவர் இடையில் ஊழியம் புரியும் ஏசுசபையினரோடு வசித்து வந்தார். நைஜீரியாவில் ஈபோ இனத்தவர்களுக்குத் தான் கிறிஸ்து மதமும் கல்வியும் முதன்முதலாக ஏசு சபையால் அளிக்கப்பட்டது. அவர்கள் நல்ல உயரமும் கறுப்பு நிறமும் கொண்டவர்கள். தலைமுடி, வெல்டிங் கடையில் இரும்பு சுருள்கள் போல, கனத்துச் சுருண்டிருக்கும். பெரிய நெற்றி முன்னால் தள்ளியிருக்கும். பிருஷ்டங்கள் ஒட்டகத்தின் திமில் போல வளைந்து புடைத்திருக்கும். அவர்கள் அப்பூப்பனுக்கு வேகவைத்த கருணைக்கிழங்கும், சில நேரம் மரச்சீனிக் கிழங்கும், பலவிதமான உள்ளூர்த் துவையல்களோடு சாப்பிடக் கொடுத்தார்கள். நைஜீரியாவில் ஆகாயம், உயரத்தில் இழுத்துக் கட்டிய, தண்ணீர் கொட்டிக்கிடக்கும் ஒரு மெழுகுச்சீலை போல் இருந்தது. தினம் பலமுறை இந்தத் தண்ணீர் துளும்பி மழை பெய்தது.

கடலில் படகு கவிழ்ந்ததும் அப்பூப்பனுக்குத் தன் படைப்பாற்றல் பற்றிய கர்வம் அகன்றது. நைஜீரியாவில் அப்பூப்பன் படகு ஏதும் கட்டவில்லை. கிழக்கு ஆற்றின் அக்கரையிலுள்ள வடுதலையில் இருக்கும் தச்சர்கள் போல மேஜை, நாற்காலி போன்ற வீட்டு உபயோகத்துக்கான பொருள்களை ஈபோ இனத்தவர்களுக்காகச் செய்து கொடுத்தார். அப்பூப்பனின் இடது கண்ணில் பார்வை குறைந்து வர, அவர் சிறிய மரச் சிலுவைகள் மட்டும் செய்து கொடுக்கத் தொடங்கினார். பார்வை முழுக்க இழந்தபோது அவரை ஏசு சபைக்காரர்கள் முதியோர் இல்லத்தில் சேர்த்தார்கள். அங்கே இருந்துகொண்டு, மலையாளம் பேசும் ஒரு பாதிரியார் மூலம் இறுதி நற்கருணை பெற்று அங்கேயே இறக்க அவர் விருப்பம் தெரிவித்தார். மூன்று மாதம் கழித்து எஸ்.எஸ். அனஸ்தாசியா கப்பல் கொச்சிக்குப் புறப்பட்டபோது ஏசு சபையினர் அவரை அந்தக் கப்பலில் ஏற்றி அனுப்பினார்கள்.

“மரியாகொரத்தி, இந்த நாற்பது வருஷமா தினமும் நான் காலையிலே எழுந்திரிச்சது ஒரே ஒரு நினைப்போடதான் - லந்தன்பத்தேரியிலெ என் பெண்டாட்டி சாகத் தேர்ந்தெடுத்த நாள் இன்னிக்குத்தானா? என்னோட அதே ரத்தம் ஓடுற எங்க அப்பன் லூயி ஆசாரியையும், என் மகன் மத்தேவுஸையும் நான் கொஞ்ச நேரம் நினச்சுப் பார்ப்பேன். மீதி நேரம் எல்லாம் உன் நினைப்புதான்.

“மரியாகொரத்தி, நீ யாரு? வல்லார்பாடத்திலே பொறந்தவ. சின்னப்பிள்ளையா, நூல் கட்டின சின்ன சப்பரத்தை இழுத்துக்கிட்டு திரிஞ்சே. அந்த சப்பரத்துக்கு சக்கரம், தென்னங்குருத்து தான். சதா அஞ்சுகல் விளையாடிட்டிருந்தே. கடல் கரையிலே வெளிக்குப் போகக் குத்தவச்சே. நீ வளர்ந்தது இப்படித்தான். சண்டே ஸ்கூல்லே நீ நம்ம மதப் புஸ்தகமெல்லாம் படிச்சே. நீ அப்பப்ப, உன் எதிர்காலத்திலே என்ன என்ன நடக்கப் போவுதுன்னு யோசிச்சிருப்பே. அது ஒரே இருட்டாத் தெரிஞ்சிருக்கும் உனக்கு. நீ நினைச்சிருப்பே, இதையெல்லாம் விட்டுட்டி இந்த மரியாகொரத்தி எங்கே போவா? என்னை

யாரு கல்யாணம் கட்டிக்கப் போறாங்க? ராத்திரி குடிச்சுட்டு வந்து என்மேலே ஏறிப் புரளப் போறவன் யாரா இருக்கும்? கர்த்தரே, எனக்கு விழப் போற லாட்டரி எது?

“அப்போ தான் வல்லார்பாடம் சர்ச் பாதிரியார் உங்கப்பன் கிட்டே சொன்னார், லந்தன்பத்தேரி கணக்கு களவாடிய வீட்டு லூயி ஆசாரி அவரோட ஒரே மகன் கல்யாணத்துக்கு சம்பந்தம் தேடிட்டிருக்கார்னு. அப்போ எனக்கு வயசு இருப்பத்தஞ்சு. உனக்கு நம்ம கல்யாணம் ஞாபகம் இருக்கா? நாங்க லந்தன்பத்தேரியிலே இருந்து வல்லார்பாடத்துக்கு வந்தது, எரணாகுளத்திலே வாடகைக்கு எடுத்த, குருத்தோலையும் தோரணமும் கட்டியிருந்த, கூரை மூடின நாலு படகுலே. திரும்ப வரும்போது நீ, வெட்கப்பட்டுக்கிட்டிருக்கற கல்யாணப் பொண்ணு, படகுலே உக்கார்ந்து முழங்கால்லே தலை வச்சு விசும்பிட்டிருந்தே. திடீர்னு வேம்பநாட்டுக்காயல் முழுக்க எதிரொலிக்கற மாதிரி உரக்க கூச்சல் போட்டே, நினைவு இருக்கா? படகோட இடப்பக்கம், இருபது அடி நீளத்திலே ஒரு முதலை, வெள்ளத்திலே நீஞ்சி வந்து உன்னையே பார்த்துக்கிட்டிருந்தது. இப்போ ஆற்றிலே முதலையும் கிடையாது, கூரை போட்ட படகும் கிடையாது. ரெண்டும் இல்லாமப் போச்சு என் மரியாளே.

“கல்யாணம் கட்டி கொஞ்ச காலம் நாம புருஷன், பெண்டாட்டியா வாழ்ந்துட்டிருந்தோம். கர்த்தர் நம்மை இணைச்சு வச்சார். கூட்டிச் சேர்த்ததால் வந்த சந்தோஷத்துக்கு நாம கர்த்தருக்கு நன்றி சொன்னோம். ஆனா, அன்னிக்கு நீ யாரா இருந்தே? ஒரு வல்லார்பாடத்துப் பொண்ணு. நல்ல பொண்ணு. லூயி ஆசாரி சாயந்திர நேரம் கள்ளுக்குடிக்கற போது, பீங்கான் தட்டுலே சரியா நாலாக வெட்டின எலுமிச்சங்காய் ஊறுகாய் கொண்டுவந்து வைக்கற பொண்ணு. என் அம்மா எப்போவும் கர்த்தரை ஜபித்துக்கிட்டே ராத்திரி முழுக்கத் தூங்காம சங்கீர்த்தனம் எல்லாம் வாசிச்சுட்டிருந்ததுனாலே தெய்வத்து மேலே கிறுக்குப் பிடிச்சுப் போனது. வேளாவேளை அவளுக்கு நீ சோறு போட்டே.

“ஆனா அந்தக் காலத்துலே நான் உன்னைப் பத்தி நினைச்சேனா, மரியாகொரத்தியே? உண்மையைச் சொல்லட்டுமா? நினைக்கவே இல்லே. படகு கட்ட மரம் எங்கே இருக்குன்னு திரிஞ்சுக்கிட்டிருந்தேன். இந்த ஆஞ்சிலி மரக் கட்டை நல்லா இருக்கு. இந்த பர்மா தேக்கு பர்ஸ்ட் க்ளாஸ், இந்தக் கருங்காலி மரத்தோட வயலெட் நிறம் பிரமாதம். என் அம்மாவுக்கு கர்த்தர் மேல பைத்தியம். எனக்கு மரத்து மேலே பைத்தியம். லந்தன்பத்தேரியிலே முதல் கட்டுமரம் கட்டினது யாரு? நான் தான். ஆனா, ராத்திரியிலே உன்னை நினைப்பேன். உன் முதுகிலே மருவையும் நினச்சுப்பேன். நமக்கு மத்தேவுஸ் பிறந்தபோது நீ என்னை மறந்தே போயிட்டே. குழந்தைக்குச் சோறு ஊட்டி, விளையாட்டுக் காட்டி, நீ எங்களை எல்லாம் மறந்துட்டு இருந்தே.

“மரியாகொரத்தியே, ஆப்பிரிக்காவிலே நான் என்ன பண்ணினேன்? எனக்கு வயசாச்சு. தினமும் காலையிலே எழுந்தா கூடுதல் வயசாகும். நான் தனியாள். போதாக்குறைக்கு குருடன். மரியாளே, உனக்குத் தெரியுமா இந்தக் குருட்டுப்பயலுக்கு அதிகம் தேவையானது எதுன்னு? சத்தம். சத்தம்தான் கண்ணு தெரியாதவங்களுக்கு வெளிச்சம். நான் காதை கூராக்கிக்கிட்டு கயத்துக் கட்டில்லே கிடப்பேன். ஒரு சின்ன சத்தம் கூட கேட்காது. அப்போ நான் விரல்லே சொடுக்குப் போட்டுச் சத்தம் உண்டாக்குவேன். கையைத் தட்டிச் சத்தம் உண்டாக்குவேன். என் உடம்பு உண்டாக்கற சத்தம் மட்டும் கேட்கும். ஒரு சில்வண்டோட சத்தம் கூட கேட்காம, எனக்கு பைத்தியம் பிடிச்சமாதிரி வரும்.

“அதைவிட இன்னும் மோசம் யாரையும் தொடாம இருக்கறது. செதுக்கின மரத்தை விட்டா நான் அதிகம் தொட்டது உன்னைத்தான். அப்படி நினைப்பெல்லாம் நீதான். மரியாளே நான் சொல்றது உனக்குப் புரியுதா? இல்லேன்னா நீ சண்டே ஸ்கூல்லே படிச்ச அந்தக் கதையைத் திரும்ப உனக்குச் சொல்றேன். கர்த்தரை சிலுவையிலே அறைஞ்சது வெள்ளிக்கிழமை. அடுத்த தினம் ஓய்வுநாள். சிலுவையிலே உடல்களை ஓய்வுநாளன்னிக்கு விடக்கூடாதுன்னு யூத

புரோகிதங்க பிலாத்தோஸ் ராயன் கிட்டே சொன்னாங்க, அதனாலே சிலுவையிலே அறைஞ்சு வச்சிருக்கறவங்களோட கணுக்கால்லே அடிச்சு உடச்சா சீக்கிரம் செத்துப்போவாங்க, அவங்க உடம்பை சிலுவையிலே இருந்து எடுத்துடலாம்னாங்க. ஏசுவோடு கூட சிலுவையிலே அறைஞ்ச மற்ற ரெண்டு பேர் சாகாம இருந்ததினாலே அவங்க கணுக்கால்லே அடிச்சு உடச்சு சாக வைச்சு உடம்பை சிலுவையை விட்டு இறக்கினாங்க. கர்த்தர் ஆத்மாவை விட்டதாலே அவர் காலை உடைக்க வேண்டியிருக்கலே. இருந்தாலும் மரியாளே, ஒரு சிப்பாய் அவரோட விலாவிலே குத்தினான். அங்கே இருந்து ரத்தமும் நீரும் சீறி வந்துது. அரிமத்தியாகாரன் ஜோசப் ஏசுவோட சரீரத்தை சிலுவையிலே இருந்து இறக்கி, மனவேதனையோடு இருந்த அன்னையோட மடியிலே கிடத்தினான். பேச முடியாத, கண்ணுலே கருமணி அசைக்காத ஏசு புனித கன்னி மரியன்னையிடம் விடை பெற்றுக்கிட்டார், என் மரியாளே.

“இப்போ நான் சொல்லப்போறது உலகத்திலே ஒரு பைபிள் புத்தகத்திலும் சொல்லாதது. அது எனக்கும் உனக்கும் மட்டும் நான் ஆப்பிரிக்காவிலே உருவாக்கின பைபிள். கன்னி மரியம் ஏசுபிரான் தலையை அன்போடு வருடிக்கிட்டிருந்தபோது என்ன நினைச்சாங்க? தொழுவத்திலே பிறந்தபோது பல் இல்லாத பொக்கைவாய்ச் சிரிப்போடு இருந்த குழந்தை ஏசு. மூணு நாள் காணாமல் போய் தேடிப் போகறபோது அறிஞர்களோட விவாதம் செஞ்சுக்கிட்டிருந்த ஏசு. கானாங்கற ஊருக்கு அவங்க ஒரு கல்யாணத்துக்குப் போனது. அங்கே அஞ்சு அப்பத்தையும் ரெண்டு மீனையும் வச்சு எல்லோருக்கும் பசியாற்றினது. கன்னிமரியம் எல்லாம் நினைச்சுக்கிட்டிருந்தாங்க, மரியாளே. கல்கொத்தா வரை நினைச்சுக்கிட்டிருந்தாங்க. மாதா மனசுலே பெரிசா தனிமை தோணிச்சு.

“அப்போ மாதா கூட யாரெல்லாம் இருந்தாங்க? ஏசுவோட சரீரத்தை நல்லடக்கம் செய்ய பிலாத்தோஸ் ராயன் கிட்டே அனுமதி வாங்கின அரிமத்தியாகாரன் ஜோசப், திவ்யசரீரத்தை வாசனைப்படுத்திப் புதைக்க நூறு ராத்தல் வாசனைத் தைலமும், நூறு கஜம் மெல்லிசு துணியும் கொண்டு வந்த

நிக்கோடமஸ். ரெண்டு பேரும் நல்லவங்க. ஆனா அவங்க ஏசு குழந்தையா இருந்தபோது அவரைப் பார்த்திருக்காங்களா? கர்த்தர் வளர்ந்ததை அவங்க பார்த்திருக்காங்களா? அப்போ மாதாவோட இடது தோளிலே ஒரு கூச்சம் தோணிச்சு. அது கூடிக்கிட்டே போச்சு. மாதாவுக்கு என்ன வேணும்? கர்த்தர் வளர்ந்து வந்ததை அவங்களோடு கூட இருந்து பார்த்து அவங்களோட சேர்ந்து வாழ்ந்த ஏசுவோட யோசேப்பு பிதா தன் இடது தோளிலே தொடணும்னு விரும்பினாங்க அவங்க. யோசேப்பு பிதா மட்டும் அவங்க தோளிலே தொட்டு, அவங்களை மௌனமா பார்த்திருந்தார்னா, தெய்வமாதா கன்னிமரியத்தோட தனிமையிலே பாதி பிளந்து யோசேப்பு பிதாவுக்குப் போயிருக்கும்.

“யோசேப்பு பிதா உயிரோட இருந்தா படு கிழவர் ஆகியிருப்பார். அவரோட விரல்கள் உலர்ந்த சுள்ளி போல ஆகியிருக்கும். இடது தோளிலே கூச்சம் போகத் தொட தெய்வமாதா அந்தச் சுள்ளியைத்தான் தேடியிருப்பாங்க.

மரியாகொரத்தி, நான் ஆப்பிரிக்காவிலே இருந்த எனக்கும், உனக்கும் வரப் போகிற ரொம்பவே தனிமையான நாளுங்க பத்தி நினைசுக்கிட்டிருந்தேன். லந்தன்பத்தேரியிலே என்னைப் பார்க்கவும், தொடவும் நீ இருப்பேன்னு நினைச்சுக்கிட்டிருந்தேன். மரியாளே, நீ போய்ட்டே. நான் யார் மேலேயும் குற்றம் சொல்லமாட்டேன். உன்னைப் பொறுத்தவரை நான் எப்பவோ போயாச்சே?”

அப்பூப்பன் கல்லறையிலிருந்து எழுந்திருந்தார். நான் அவருடைய நடுவிரலைப் பற்றி நடத்திக் கூட்டிப் போனேன். கல்லறை வளாகத்துக்கு வெளியே அப்பனும், அம்மாவும், குழிவெட்டி பாப்பியும் தவிர மற்றவர்கள் எல்லோரும் போயிருந்தார்கள். நாங்கள் வீட்டுக்கு நடந்தோம். போனிபேஸ் பாலத்துக்கு வந்தபோது நான் அப்பூப்பனின் உள்ளங்கையைப் பிடித்து அவ்வப்போது என் முகத்தோடு வைத்தபடி வந்தேன். பரங்கி ஜபக் கூடம் கடந்தபோது நான் அப்பூப்பனின் இடுப்பை வளைத்து இறுக்கிக் கட்டிக்கொண்டே நடந்தேன். அப்பூப்பன் என் தலையை வருடியபடியே இருந்தார்.

5. உடல்

என்னை லந்தன்பத்தேரியில் பிடித்து நிறுத்திய, என் முதுகில் இருக்கும் சிவந்த மரு தவிர, பிறந்தது முதல் இடது பாதத்தில் இன்னும் ஒரு மரு உண்டு. அதன் பின் பல நேரங்களில் என் உடலில் ஐந்து மருக்கள் ஏற்பட்டன. இதய வடிவில் என் இடது மார்பில் ஒரு மரு. உள்ளங்காலில் ஒரு பெரிய மரு. இடது துடையில் இன்னொன்று. கண்ணாடியில் பார்த்தால் மட்டும் என் கண்ணில் படுகிறவையாக, கழுத்திலும், வலது கண்ணுக்கு மேலே நெற்றியிலுமாக இரண்டு மருக்கள். வெளுத்த உள்ளங்காலின் பின்னணியில் அங்கே இருந்த மருவைக் காண முடிந்தது. மற்றவற்றை என் கறுப்புத் தோலில் பார்க்க சிரமப்படவேண்டும். நான் தனியாக இருந்து என் உடலை ஒரு விளையாட்டுப் பொம்மையைப் போல் திருப்பியும் புரட்டியும் பரிசோதித்துக் கொண்டிருந்தேன். ஒரு நாள், ஒரே இரவில் நடந்தது போல, என் அக்குளிலும், அரையிலும் ரோமங்கள் அடர்ந்திருப்பதாகக் கண்டுபிடித்தேன். இனி எப்பொழுது வேண்டுமானாலும் என் கர்ப்ப பாத்திரத்தில், முதலாவதாக ஒரு சினைமுட்டை டங் என்ற சத்தத்தோடு விழுவது உள்ளில் இருந்து கேட்கும் என்று எதிர்பார்த்தேன். என் உடலில் நிகழப்போகும் மாற்றங்களைப் பற்றி அம்மாவோ, விக்கி பெரியம்மாவோ வேறு யாருமோ எனக்கு எடுத்துச் சொல்லவில்லை. இரண்டு மூன்று வருஷம் முன்னால் வயதுக்கு வந்த நடாஷா என்னை

அவ்வப்போது பயமுறுத்திக் கொண்டிருந்தாள்: "திடீர்னு வரும், குட்டி. அப்புறமா ரத்த வெள்ளம்தான்."

ஒவ்வொரு முறை ஃபோர்ட் கொச்சியிலிருந்து வந்தபோதும், வளர்ந்துகொண்டே இருந்த ஜான்சனின் முகமும் மாறிக்கொண்டிருந்தது. அவனுடைய கழுத்தில் குரல்வளை வீக்கம் கண்டு, குரல் உடைந்திருந்தது. ஒரு சனிக்கிழமை ஜான்சன் ஃபோர்ட் கொச்சியிலிருந்து எரணாகுளம் வழியாக வந்தான். என் அருகே வந்து அவன் கேட்டான்: "ஜெசிக்கா, நான் ஒண்ணு சொல்லலாமா?"

"இதென்ன வழக்கமா இல்லாம ஒரு கேள்வி"? நான் கேட்டேன்.

"சீக்ரெட். ரகசியம், இங்கே இருந்து பேசினா சரிப்படாது. பீரங்கி மைதானத்துக்குப் போகலாம்."

"எதிலேயாவது மாட்டிக்கிட்டியா? இல்லே காதல் அந்த மாதிரி விஷயமா?"

"கொஞ்சம் சும்மா இருக்கியா? மைதானத்துக்குப் போனதும் நான் எல்லாம் சொல்றேன்." பீரங்கி மைதானத்தில் என்னிடம் கையில் சிலுவை வரையச் சொல்லி சத்தியம் வாங்கிக் கொண்டான் ஜான்சன். "நான் இப்போக் கேட்கப் போற விஷயத்தைப் பற்றி நடாஷா கிட்டயோ, டெய்சி கிட்டேயோ, உலகத்திலே வேறு யார் கிட்டேயுமோ சொல்ல மாட்டேன். எல்லாம் கண்டும் கேட்டும் இருக்கற பரமண்டலத்துலே இருக்கும் பரமபிதா மேலே சத்தியம்."

"நான் இப்போ எரணாகுளத்திலே கேப்பிட்டல் சலூன்லே தலைமுடி வெட்டிக்கிட்டு வந்தேன். நீ கேட்டிருக்கியா ஜெசிக்கா கேப்பிட்டல் சலூன்னு?"

"எரணாகுளத்திலே பெரிய சலூன்தானே அது? ஆஸ்பத்திரி பக்கம் இருக்குதானே?"

"எரணாகுளத்திலே மட்டும்தானா? கேரளத்திலேயே பெரிய சலூன். சினிமா நட்சத்திரம் சத்யனும், பிரேம் நசீரும் எப்போ எரணாகுளம் வந்தாலும் அங்கேதான் முடிவெட்டிப்பாங்க.

ஜெசிக்கா, என் தலையிலே கிளிக்கூண்டு பார்த்தியா? இதான் இப்போ லேடஸ்ட் ஃபேஷன். ஷம்மி கபூர் தலையிலே பஃப் பாத்திருக்கியா?"

பின்னால் இழுத்து வாரியிருந்த ஜான்சனின் தலைமுடியின் முன்பக்கம் நடுவில் ஒரு தலைமுடிக் கோளம், பஃப் ஆக உயர்ந்து நின்றது.

"இதானா உன்னோட சீக்ரெட்டும் மத்ததும்? நீ சிகரெட் குடிக்க ஆரம்பிச்சுட்டேன்னு சொல்லுவேன்னு எதிர்பார்த்தேன். அது இல்லாட்ட, யாரையாவது லவ் பண்ணிட்டிருக்கறதா சொல்லப் போறேன்னு நினைச்சுக்கிட்டிருந்தேன்." நான் சொன்னேன்.

"நான் இன்னும் ரகசியமே சொல்லலே ஜெசிக்கா. முடிவெட்டி முடிச்சு பார்பர் என் மேலே போர்த்தியிருந்த துணியை எடுத்தார். ஆனா, நான் எழுந்திருக்கலே. வேறே என்ன வேணும்னு பார்பர் கேட்டார். ஷேவ் பண்ணிக்கணும்னேன்."

"அப்புறம்?" நான் ஜான்சன் முகத்தை உற்றுப் பார்த்தேன்.

"நான் அவரோட முகத்தையே பார்க்கலே. அவர் சிரிச்சிருந்தார்னா எனக்கு வெட்கமா போயிருக்கும். நான் கேபிடல் கடைச் சுவர்லே மாட்டி வச்சிருந்த கிளார்க் கேபிள், க்ரிகரி பெக், ரீட்டா ஹேவொர்த் இவங்க ஃபோட்டோ படங்களைக் கண்ணாடியிலே சீரியஸா பாத்துக்கிட்டிருந்தேன். நாவிதர் எனக்கு ஷேவ் செஞ்சுவிட்டார். ஒரு பாட்டில்லே தண்ணி வச்சு என் மூஞ்சியிலே பிஸ்க் பிஸ்க்குனு அடிச்சார். முடிச்சு படிகாரக் கட்டியை வச்சு என் முகத்திலே தேய்ச்சாரா, முகம் முழுக்க எரிச்சல்."

"இந்த கிளார்க்கு, ரீத்தா இவங்கல்லாம் யாரு?" நான் கேட்டேன்.

"அவங்கல்லாம் இங்கிலீஷ் படத்திலே நடிக்கற ஆக்டர்கள். நான் ஒரு வாரம் கூட விடாம, ஞாயிற்றுக்கிழமையன்னிக்கு மட்டாஞ்சேரி ஸ்டார் டாக்கீஸ்லே இல்லேன்னா, எரணாகுளம் மேனகா டாக்கீஸ்லே மார்னிங் ஷோ இங்கிலீஷ் படம் பார்த்துடுவேன். நீ பாவம். இதெல்லாம் உனக்கு ஒண்ணும் தெரியாது."

“நானும் இங்கிலீஷ் படம் பார்த்திருக்கேன். டென் கமாண்ட்மெண்ட்ஸ் படத்துலே கடல் பிளந்து மோசஸுக்கு வழி விடுமே, அருமையான சீன் இல்லே அது?”

“அதெல்லாம் ஒரு டெக்னிக்தான். வெள்ளையா ஒரு நைலான் புடவையை எடுத்து பளபளன்னு வெட்டினா கடல் பிளக்கற மாதிரி தெரியும்.”

“அப்போ பென்ஹர் படத்துலே குதிரைப் பந்தயம் சீன்?”

“சும்மா ஆக்டிங்தான். குதிரை எல்லாம் நிஜமாவே ஓடும்னு நினைச்சியா ஜெசிக்கா? பிலிம் ஸ்பீடா ஓட்டுனா குதிரை ஓடிட்டு இருக்கறதா நமக்குத் தோணும்.”

“நீ போ, எதாவது எடக்குமடக்கா சொல்லி சந்தோஷமா பாக்க விடாம பண்ணிடுவே?”

“நான், காட் ப்ராமிஸ் சத்தியமா சொல்றேன்”, ஜான்சன் சொன்னான்.

“அப்போ நீ ஷேவ் பண்ணிக்கிட்டது உண்மைதானா?”

“ஆமா ஜெசிக்கா. நீ இதை யார் கிட்டேயும் சொல்ல மாட்டேன்னு கர்த்தர் மேலே சத்தியம் செஞ்சிருக்கே.”

எழுத்துகள் எப்படி உருவாகின்றன என்று தெரிந்தது முதல் நான் அவற்றோடு நட்பு கொண்டேன். ராகவன் மாஸ்டர், மற்றும் இங்கிலீஷ் வகுப்பு எடுத்த மீரா டீச்சர் இவர்களுடைய மேற்பார்வையில் நான் ஆறாம் வகுப்பு படித்த காலத்தில் சுற்றுலா போனபோதுதான் அது நடந்தது. குஞ்ஞூஞ்ஞுவின் நான்கைந்து வாடகைப் படகுகளில் பயணம் செய்து, எரணாகுளத்தில் சிறிது காலம் முன்பு வரை ஜெயில்ஜெட்டி என்று அழைக்கப்பட்ட ஹைகோர்ட் படகுத்துறையில் நாங்கள் இறங்கினோம்.

நாங்கள் முதலில் போனது ராம்மோகன் பாலேஸ் என்று அழைக்கப்பட்ட உயர் நீதிமன்றத்தைச் சுற்றிப் பார்க்க. அங்கே இடைவழிகளில் பார்வைக்கு வைக்கப்பட்டிருந்த, கிரேக்க பாணியில் பளிங்கில் செய்த நக்னமான சிற்பங்கள் முழு நிர்வாணமில்லை என்றாலும் எங்களைக் கமுக்கமாகச் சிரிக்க வைத்தன. உயர் நீதிமன்றத்தின் பளிங்குத் தரையும், உயர்ந்த சுவர்களும் வெண்மையாக இருந்தன. வால்ட் டிஸ்னி இயக்கிய ‘ஒயிட் வைல்டர்னஸ்’ என்ற பெயருள்ள ஆவணப்படத்தை நினைவுபடுத்தியது அந்த வெண்மை. உருகாத உறைபனி படிந்திருக்கும் துருவப் பிரதேசத்தைப் பற்றிய திரைப்படம் அது. அந்தப் படத்தை மட்டாஞ்சேரி ஸ்டார் டாக்கீஸில் பார்க்க எங்களை கோமஸ்சேட்டன் அழைத்துப்போனார். உயர்

நீதிமன்றத்தில் எங்கும் நிறைந்திருந்த வெண்மைக்கு இடையே கருத்த பட்டுத்துணி அங்கியும், வெளுத்த சட்டையும் தரித்த வழக்குறைஞர்கள் பெங்குவின் பறவைகள் போலத் தனியாகவும், ஜோடியாகவும் நடந்துகொண்டிருப்பதைக் கண்டோம்.

அங்கேயிருந்து நாங்கள் டாட்டா கம்பெனிக்கு நடந்தோம். தினசரி கேட்கும் சைரன் சத்தமாக மட்டும் லந்தன்பத்தேரி அறிந்திருந்த டாட்டா கம்பெனியின் பிரம்மாண்டம் எங்களை பிரமிக்கச் செய்தது. அந்தத் தொழிற்சாலைக்கு உள்ளே மிகப் பெரிய இரும்பு கடகங்களில் சோப்பு உற்பத்தி செய்வதற்காகக் கலவையான கரைசல் காய்ச்சப்படுவதை நாங்கள் கண்டோம். நான் அங்கேதான் முதல் தடவையாக லிப்ட்டில் ஏறினேன். லிப்ட் எங்கள் வீட்டு உக்கிராண அறை அளவு இருந்தது. ஸைனபாவும் நானும் இன்னும் பத்துப் பிள்ளைகளும் லிப்ட்டில் ஏறித் தொழிற்சாலையின் மேல்மாடிக்குப் போய்க் கொண்டிருந்தபோது மின்சாரம் தடைபட்டு, லிப்ட் நின்றது. லிப்ட் உள்ளே இருட்டு அப்பியது. லிப்ட்டை இயக்குகிறவர் அபாயப் பொத்தானை அழுத்தினார். லிப்டுக்கு வெளியே இயங்கும் இயந்திரங்களின் இரைச்சல் செண்டைக்கு உள்ளே இருந்து கேட்கிறது போல் லிப்ட்டுக்குள் அதிர்ந்து கேட்டது. ஒரு பையன் கேட்டான் : “நாம சாகப் போறோமா?”

“ஆக்சிஜன் தீர்ந்துபோனா செத்துடுவோம்”, ஸைனபா அமைதியாகச் சொன்னாள். லிப்ட் இயக்குகிறவர் திரும்ப அபாயப் பொத்தானை அழுத்தினார். பிள்ளைகள் கூட்டமாகக் கூக்குரலிட ஆரம்பித்தார்கள். லிப்ட்டின் உள்ளே கும்மிருட்டில் நான் அமைதியாகக் கண்மூடி இருந்தேன். தொழிற்சாலை இயந்திரங்களின் சத்தம் எழுப்பிய தாளம் நான் முன்பு அம்மா வயிற்றில் கிடந்தபோது அவள் இதயத் துடிப்பைக் கேட்டதை நினைவுபடுத்தியது. லிப்டுக்குள் பின்னால் யாருமில்லாமலிருந்த இடத்துக்கு நகர்ந்து நானொரு குட்டிக்கரணம் அடித்தேன். பிள்ளைகள் அழுகையை நிறுத்தித் திரும்பிப் பார்த்தார்கள். இன்னொரு கரணம் அடித்தேன். லிப்டில் அமைதி தொடர்ந்தபோது வெளியே லிப்ட்டுக்குக் கீழே மீரா டீச்சரும், மற்ற பிள்ளைகளும் உரக்க அழும் சத்தம் கேட்டது. மீரா

டீச்சர் அலறினாள்: "ஐயோ உள்ளேயிருந்து யாரோட சத்தமும் கேக்கலியே. எல்லாரும் செத்துப் போயிட்டாங்களா?" அதற்குப் பதில் சொல்வதுபோல் லிப்ட்டுக்குள் இருந்து கூட்ட அழுகைச் சத்தம் திரும்பத் தொடங்கியது. அரைமணி நேரம் சென்ற பிறகு லிப்ட் மீண்டும் இயங்க ஆரம்பித்தது. எங்களுக்கு அதற்கப்புறம் தொழிற்சாலையைத் தொடர்ந்து சுற்றிப் பார்க்க விருப்பமில்லை.

டாட்டா கம்பெனியிலிருந்து நாங்கள் கலூரில் மாத்ருபூமி தினப் பத்திரிகையின் அச்சகத்தைப் பார்க்க நடந்தோம். கோழிக்கோடு, கோட்டயம், கொல்லம், திருச்சூர் போன்ற நகரங்களுக்கு வாய்த்த மாதிரி எரணாகுளத்துக்கேயான ஒரு பெரிய பத்திரிகை வெளிவரவில்லை. என் குழந்தைப் பருவத்தில் லந்தன்பத்தேரியில் அதிகம் பேர் படித்த பத்திரிகை எரணாகுளத்திலிருந்து பிரசுரமான 'தீனபந்து' தான். பிலாத்தோஸ் பாதிரியாரும், போஞ்ஞிக்கரையில் சில லத்தீன் கத்தோலிக்கக் குடும்பத்தினரும் வராப்புழை பேராயர் புரவலராக இருந்த 'சத்திய நாதம்' - இது பிறகு 'கேரளா டைம்ஸ்' ஆனது - வரவழைத்துக்கொண்டிருந்தார்கள். செய்திகள் நிறைய உள்ள தினங்களில் மாலை நேரத்தில் டாட்டா கம்பெனி தொழிலாளிகள் எரணாகுளம் படகுத்துறைக்கு நடக்கும்போது மாலைப் பத்திரிகையான 'தீபம்' வாங்குவார்கள். லந்தன்பத்தேரி கம்யூனிஸ்ட் கட்சி அலுவலகத்தில் கட்சிப் பத்திரிகையான 'ஜனயுகம்' பகல் நேரத்துக்கு வரும். 1962-ல் கோழிக்கோட்டுப் பத்திரிகையான 'மாத்ருபூமி', எரணாகுளம் பதிப்பைத் தொடங்கியது. அந்தப் பத்திரிகை கையாண்ட லினோடைப் என்ற பெயருள்ள புது அச்சடிக்கும் தொழில் நுட்பத்தை நாங்கள் பார்க்க வேண்டும் என்று வலியுறுத்தி ராகவன் மாஸ்டர் எங்களை மாத்ருபூமி பத்திரிகை அச்சகத்துக்குக் கூட்டிப் போனார்.

எங்களைவிட உயரமுள்ள டைப்ரைட்டர்கள் முன் கம்பாசிட்டர்கள் உட்கார்ந்திருந்தார்கள். அவர்கள் ஒரு ரூபாய் நாணயத்தின் வடிவத்தில் இருந்த விசைகளை அழுத்தியபோது அவை விரைந்து போய் அட்டையில் கொத்த, எழுத்துகள் தோன்றின, எழுத்துகள் அழுத்தப் பதிந்த அட்டைப்

படிவங்களை அவர்கள் அச்சகத்தின் இன்னொரு பகுதிக்கு எடுத்துச் சென்று உருகிய உலோகத்தை அவற்றின் மேல் வார்த்தார்கள். உலோகம் குளிர்ந்தபோது கண்ணாடியில் காண்பது போல இடவல மாற்றம் கொண்ட எழுத்துகளோடு, ப்ளாக் பலகைகள் உருவெடுத்தன, அவை அச்சகத்துக்கு அச்சடிக்க அனுப்பப்பட்டன, எழுத்துகள் உருவாக, வெப்பமும், உறுதியான உலோகமும் வேண்டும் என்று நான் சில காலம் நினைத்திருந்தேன்.

துறைமுகம் வந்ததும், சுதந்திர இந்தியா பிறந்ததும், கேரளம் ஏற்பட்டதும், எரணாகுளம் ஜில்லா உருவானதும், லந்தன் பத்தேரியில் உயர் ஆரம்பப் பள்ளி, உயர்நிலைப்பள்ளி ஆனதும் ரூபாய், அணா, பைசா போய், நயாபைசா வந்ததும் எல்லாம் எப்படி என்று நான் அப்பூப்பனுக்கு எடுத்துச் சொன்னேன். மின்சாரம் வந்ததும், ரேடியோ வந்ததும், மசாலா தோசை வந்ததும், போஞ்ஞிக்கரை சர்ச்சில் முழங்கிய பழைய மணி போய்ப் புதியது வந்ததும், 'ஜீவித நௌகா' படத்தில் தொடங்கி, ஒன்றிரண்டு வருடங்களுக்குள் நின்று போய், 'உம்மா' என்ற படத்தோடு மீண்டும் தொடங்கிய மலையாள சினிமா படங்கள் பற்றியும் அம்மா அப்பூப்பனுக்குச் சொன்னாள். சவிட்டுநாடகம் நசித்துப் போனதும், இப்போது கதை முழுவதையும் நடிக்காமல், 'காறல்மான்' நாடகத்திலோ, 'வீரகுமார்' நாடகத்திலோ இருந்து சில காட்சிகள் மட்டும் சவிட்டுநாடகமாக நடிக்கப்படுவது குறித்தும் சந்தியாகு அப்பூப்பனுக்கு விவரமாகச் சொன்னார். குந்தன்லால் சைகலை, ஃபோர்ட் கொச்சி பாடகர் மெஹ்பூப்பை, பினாகா கீத்மாலா நடத்தும் அமீன் சயானியைப் பற்றியும், அண்மையில் திரைக்கு வந்த 'கால்பாடுகள்' படத்தில் பின்னணி கானம் பாடிய, ஃபோர்ட் கொச்சி அகஸ்டின் ஜோசப் பாகவதரின் மகன் கே.ஜே. ஏசுதாஸ் பற்றியும் குந்தன் மியூசிக் கிளப்பின் நிறுவனர் கில்பர்ட் அப்பூப்பனுக்கு விளக்கினார். கில்பர்ட்டோடு கூட வந்த ஜப் தில் பீட்டர்

நறொஞ்ஞா, சைகலின் 'ஜப் தில் ஹி டூட் கயா' என்ற பாடலை அப்பூப்பனுக்காகப் பாடினார். வேம்பநாட்டுக் காயலில் துடுப்புப் படகுகள் இல்லாமல் போவதையும், இயந்திரப் படகுகளின் எண்ணிக்கை கூடியதையும், எரணாகுளத்தில் எண்ணெய்க் கப்பல்களுக்கான தனித்துறை அமைப்பதையும், வில்லிங்டன் தீவில் இந்தியக் கடற்படைத் தளத்துக்கு அருகே கடற்படையின் போர்க்கப்பல்கள் நங்கூரமிட்டு நிற்பதையும் பற்றி அப்பன் அப்பூப்பனுக்கு விவரமாக எடுத்துச் சொன்னார்.

கேரளத்தில் கம்யூனிஸம் வந்ததும், முதலாளித்துவம் முடிந்து சமத்துவம் வளர்ந்ததும் குறித்து லந்தன்பத்தேரி கம்யூனிஸ்ட் கட்சி அலுவலகச் செயலாளர் ஜோசப், அப்பூப்பனிடம் தெரிவித்தார். அப்பூப்பனிடம் கேள்விகள் கேட்ட முதல் நபரும் ஜோசப்தான். நைஜீரியாவில் கம்யூனிசம் வேர்விட்டுக் கிளைத்திருக்கிறதா என்றும் அண்மையில் ஏகாதிபத்திய சக்திகள் படுகொலை செய்த கானா நாட்டுத் தலைவர் பாட்ரிஸ் லுமும்பாவின் உயிர்த் தியாகம் ஆப்பிரிக்காவில் ஏகாதிபத்திய எதிர்ப்பு எழுச்சியைக் கிளர்ந்தெழச் செய்திருக்கிறதா என்றும் ஜோசப் வினவினார். அப்பூப்பனுக்கு அந்தக் கேள்விகள் புரியாததால் அவசரமாக அம்மாவை விளித்து இரண்டு கோப்பை சாயா எடுத்து வரச்சொன்னார். கம்யூனிஸ்ட் கட்சி ஆட்சிக்கு வந்ததும், கத்தோலிக்கத் திருச்சபையைத் தகர்க்க அவர்கள் முயற்சி செய்தது தோல்வியில் முடிந்ததும், விமோசன சமரம் மூலம் கம்யூனிஸ்ட் சர்க்காரை வெளியேற்றியதும் பற்றி பிலாத்தோஸ் பாதிரியார் அப்பூப்பனுக்குச் சொன்னார். கம்யூனிஸ்ட் கட்சிக்குள் ஒரு பிரிவினை ஏற்பட்டு வளர்வதாகவும், கீழை மார்க்சீயர்களின் தலைவனான மா சே துங், ரஷ்யாவின் தன்முனைப்பை விரும்பவில்லை என்றும், கட்சியில் பிளவு ஏற்பட்டு அது சிதறுண்டு போகும் என்று ஒரு வதந்தி நிலவுவதாகவும் பிலாத்தோஸ் பாதிரியார் கூறினார். நைஜீரியாவில் பள்ளி ஆசிரியையாக வேலை கிடைக்குமா என்று பி.டி பட்டம் வாங்கியிருந்த ரோஸி சேச்சி அப்பூப்பனைக் கேட்டாள். 1955-ல் தகழி சிவசங்கரன் பிள்ளை என்ற எழுத்தாளர் மீனவர்களைப் பற்றி எழுதிய 'செம்மீன்' என்ற நாவல் உலகின்

பல மொழிகளிலும் மொழிபெயர்க்கப்பட்டு மலையாளத்தின் பெருமை கூடியது என்று ராகவன் மாஸ்டர் அப்பூப்பனுக்குத் தெரிவித்தார்.

ஆறாம் வகுப்பு இறுதியில் வந்த கோடை விடுமுறையின்போது அப்பூப்பனுடைய பழைய சிநேகிதர்களுக்காக எங்கள் வீட்டில் இரவு விருந்து நடந்தது. எட்வின்சேட்டன் அதுவரை யாரும் கேட்டிருக்காத மட்டன் பசந்த் என்ற பெயருள்ள ஒரு இறைச்சிக் கறி சமைத்தார். அவர் சொன்னார் : "இது வலுவான பல்லு இல்லாத நிஜாம் நவாப்புகளுக்காக கண்டுபிடிச்ச ஐட்டம். இறைச்சியிலே இருந்து முதல்லே எலும்பை எல்லாம் எடுத்துத் தூரப் போடணும். அப்புறம் இறைச்சியை ஒண்ணரை இஞ்ச் நீளத் துண்டுகள் ஆக்கணும். கத்தியோட மொண்ணையான பகுதியாலே சகசகன்னு அந்தத் துண்டுகளைத் தட்டையாக்கணும். விரல் நகம் கனத்துலேதான் அதெல்லாம் இருக்கணும். இதுக்குப் பெயர்தான் பசந்த். இறைச்சியை மெத்துனு ஆக்க என் கிட்டே இன்னொரு டெக்னிக் கூட இருக்கு. பாதி பப்பாளிக்காயை அரச்சு இறைச்சியோடு சேர்ப்பேன். நம்ம பெர்ணாந்துசேட்டன் வாயிலேயும், அப்பூப்பனோட வாயிலேயும் நான் வைக்கற கறி ஐஸ்ப்ரூட் மாதிரி வழுக்கிக்கிட்டு உள்ளே போகப் போறது. பார்த்துக்கிட்டே இருங்க."

'லைசன்ஸி பெர்ணாந்த் தோமஸ்' என்ற அறிவிப்பை போஞ்ஞிக்கரை கள்ளுக்கடை பெயர்ப்பலகையில் படித்து, மூன்று தலைமுறை லந்தன்பத்தேரிக்காரர்கள் கள் குடித்து வளர்ந்தாலும் அவர்களில் பலரும் பெர்ணாந்துசேட்டனை நேரில் பார்த்ததில்லை. அன்று எங்கள் வீட்டுக்கு முதலில் வந்தவர் அவர்தான். ஆறடி உயரமுள்ள பெர்ணாந்துசேட்டன், தங்கப் பித்தான்கள் உள்ள அரைக்கை ஜிப்பாவும், நீலக்கரை போட்ட சேலம் குண்டஞ்சு வேட்டியும், தோளில் துண்டுமாக, காலில் மரச் செருப்புகள் அணிந்து வந்தார். அவரைப் பின்தொடர்ந்து கள்ளுக்கடையில் வேலை பார்க்கும் ராஜப்பன் இரண்டு பானை கள்ளோடு வந்தார்.

அப்பூப்பனைப் பார்த்ததும் பெர்ணாந்த்சேட்டன் அவரைக்

கட்டியணைத்துக் கொண்டார். அப்பூப்பன் சொன்னார் : “பெர்ணாந்தே, உன் உடம்பு வாடை மாறவே இல்லே. புதுக் கள்ளோட சுண்ணாம்பு வாசனை அது.”

“மார்க்கூப்பு.” பெர்ணாந்த்சேட்டன் அப்பூப்பனைக் கட்டிப் பிடித்து அழுதாரே தவிர எதுவும் சொல்லவில்லை. அவரை அடுத்து வந்தவர் லந்தன்பத்தேரியில் சிறியதும் பெரியதுமான துடுப்புப் படகுகளை வாடகைக்குக் கொடுக்கும் குஞ்ஞூஞ்ஞு. படகு வாடகைக்கு விடும் தொழிலைத் தற்போது நடத்துவது குஞ்ஞூஞ்ஞுவின் பிள்ளைகள் என்றாலும் அது குஞ்ஞூஞ்ஞுவின் பெயரிலேயே நடந்தது. கோல் ஊன்றி, கூனியபடி தன் மகனோடு வந்தார் குஞ்ஞூஞ்ஞு. அவர் வீட்டுக்குள் படியேறி வரும்போதே அப்பூப்பன் சொன்னார்: “ஒத்தக்கூப்பாடு, வந்துட்டியா?”

“மார்க்கூ, நீ இன்னும் அந்தப் பட்டப் பெயரை மறக்கலேடா.”

“அட நாசமாப் போன ஒத்தக்கூப்பாடு, இந்தத் தீவுக்கே நீதான் இன்னமும் ரட்சகனா?”

“ஒத்தக்கூப்பாடுன்னா என்ன அப்பூப்பா?” என்று நான் கேட்டேன்.

“ஜெசிக்கா, ரொம்ப காலம் முந்தி இந்தப் படகு சர்வீஸூம், மோட்டார் படகும் ஒண்ணும் கிடையாது. இப்போ மாதிரி அப்போ பாலம் எதுவும் கிடையாது. நம்மாளுங்களுக்கு எப்பவும் ஒரு பயம் உண்டு. யாருக்காவது நோய் அதிகமானா, பாம்பு கடிச்சா, எரணாகுளத்துக்கு சட்டுனு போகணும்னு நிலைமை வந்தா என்ன செய்யறது? அடிவயத்துலே இப்படி அடங்காத பயத்தைக் கட்டிக்கிட்டுத்தான் லந்தன்பத்தேரிக்காரங்க சுத்திவந்துட்டு இருந்தாங்க. எந்த ராத்திரியிலாவது உயிரா சாவான்னு பிரச்சனை வந்துச்சுன்னா அவங்க ஒரு கூப்பாடு போடுவாங்க.” அப்பூப்பன் பேச்சை நிறுத்தி, சத்தமாகக் கூவினார். வீட்டுக்கு உள்ளே இருந்து அம்மாவும், விக்கி பெரியம்மாவும், எட்வின்சேட்டனும் பயந்துபோய் ஓடி வந்தார்கள். “இது மாதிரி ஒரு தடவை கூப்பாடு போட்டா, எந்த ராத்திரியிலும் ஒத்தக்கூப்பாடு குஞ்ஞூஞ்ஞு படித்துறையிலே படகோடு ரெடி.”

தையல்காரர் தாவீதீஞ்ஞுவை அவர் மகன் பிரான்சிஸ் கைபிடித்துக் கூட்டி வந்தார். ஒன்றும் பேசாமல், வெற்றுப் பார்வையோடு தாவீதீஞ்ஞு வாசலுக்குப் போய் நாற்காலியில் அமர்ந்திருந்தார். "தாவீதீஞ்ஞே, நீ வந்துட்டியா? ரோமாபுரியிலும், உலகத்திலும் பெரிய தையல்காரன்னு பெயரெடுத்த நீ வந்துட்டியா?" தாவீதீஞ்ஞு அப்பூப்பனைப் பார்த்தார். நடுங்கும் தன் கைகளை அப்பூப்பனுக்கு முன் அசைத்தார். அதை அப்பூப்பன் பார்க்க முடியாது என்பது புரிய, "வந்துட்டேன் மார்க்கு", என்றார் அவர்.

அடுத்து வந்தவர், மகன் ஜப் தில் பீட்டர் நறொஞ்ஞாவோடு கூட, அவருடைய தந்தை ஃப்ரெடி நறொஞ்ஞா. ஃப்ரெடி நறொஞ்ஞா அழகானவர் என்று கேள்விப்பட்டிருந்தாலும் அவரை இதுவரை நான் நேரில் பார்த்ததில்லை. சொக்கத் தங்க நிறம், கையில் தங்க செயினோடு கடியாரம், தங்க ப்ரேம் மூக்குக் கண்ணாடி, பொன் நிறப் பட்டு ஜிப்பா, கழுத்தில் தங்கச் சிலுவை செயின், வாயில் மூன்று தங்கப்பல் என்று தங்கமயமாக இருந்தார் அவர். நரைத்திருந்தாலும் தோள்வரை நீண்ட தலைமுடி அவருக்கு. "மார்க்கு, உன்னோட ஃப்ரெடி பரங்கி வந்திருக்கேன்."

"ஃப்ரெடிபூ, நீ நல்ல வாசனையா இருக்கே. செண்ட் அடிச்சுக்கிட்டியா?" என்று அப்பூப்பன் கேட்டார்.

கடைசியாக வந்தவர் எலியாஸ். கிட்டத்தட்ட அறுபத்தைஞ்சு வயதான அவர் படுகிழவர்களின் கூட்டத்தில் ஒட்டாது தனியாக நின்றார். வந்ததுமே எலியாஸ் அடுக்களைக்குப் போய் எட்வின்சேட்டனை விசாரித்தார் : "என்ன எட்வின், பிரியாணி செஞ்சுக்கிட்டிருக்கியா?"

"இல்லே எலியாஸப்பா. எப்பவும் பிரியாணியே கிண்டிக்கிட்டிருந்தா இந்த எட்வினுக்கு அது தவிர எதுவும் தெரியாதுன்னு உங்க ஊர்க்காரங்க சொல்லிடுவாங்களே. இன்னிக்கு மெனு, மட்டன் பசந்த், மாங்கா போட்ட செம்மீன் காரக்கறி," எட்வின்சேட்டன் சொன்னார்.

“ஆனா நான் ரெண்டையுமே சாப்பிட முடியாதே.” எலியாஸ் சொன்னார். ”எங்க யூதப் பிரார்த்தனை சொல்லி ஆட்டை வெட்ட இங்கே யாருக்கும் தெரியாது. அதனாலே நான் இறைச்சி சாப்பிடறதையே நிறுத்திட்டேன். செம்மீன் விஷயம் வேறே மாதிரி. செதில் இருக்கற மீனை யூதர்கள் சாப்பிடக் கூடாது.”

“எலியாஸப்பா, இது எதுவும் எனக்குத் தெரியாமப் போச்சே. நான் என்ன செய்ய?”

“அதுக்குத்தானே கோழி இருக்கு. கள்ளுக்கடை லைசென்ஸி பெர்ணாந்துசேட்டன் ரெண்டு பானை கள்ளோடு இங்கே வந்ததைப் பார்த்ததுமே, முட்டை வியாபாரியான நான், எதுக்கும் ரெண்டு டஜன் முட்டை கையோடு இருக்கட்டுமேன்னு எடுத்து வந்தேன். எங்கே, பிரசித்தி பெற்ற எட்வின் மேஜிக்கை முட்டையிலேயும் காட்டு, பார்க்கலாம்.”

> "பாஜிலோ கஹ்ர பீன் மதுரஸ்வரேய்
> அமர் நிப்ஹ்ரித நப் ஜீபன பரேய்
> ப்ரபாத கமலஸம ஃபுதில ஹ்ருதய மம
> கர்த்யூதி ந்ரூபம சரண தரேய்"

வயதானவர்கள் ஒன்று சேர்ந்த கூட்டத்தில் வங்காளிமொழிப் பாடலை நான் முதல் தடவையாகக் கேட்டேன். குரல் இன்னும் இளமையாக இருந்த ஃப்ரெடி நறொஞ்ஞாதான் பாடினார். அவர் சொன்னார் : “இந்தப் பாட்டை எழுதினவர் நம்ம ஜனகணமன பார்ட்டி, டாகூர்மாஸ்டர். ஃபோர்ட் கொச்சிக்காரர் ஒருத்தர், சுனில் தா, சுனில் தான்னு எல்லாரும் கூப்பிட்ட சுனில்குமார் முகர்ஜிதான் எனக்கு இந்தப் பாட்டைச் சொல்லிக் கொடுத்தார்” என்றார் ஃப்ரெடி நறொஞ்ஞா.

“ஃப்ரெடி பூ, நீ எப்படி வங்காளியோட ஃப்ரண்ட் ஆனே”? அப்பூப்பன் கேட்டார்.

“மார்க்கூ.” எழுந்து நின்று பெர்ணாந்து தாமஸ் சொன்னார் “நீ ஃப்ரெடியை அந்தக் கதையெல்லாம் சொல்லச் சொல்லிக் கேக்காதே. சொல்ல ஆரம்பிச்சான்னா, இன்னிக்கு உன்

பார்ட்டியோட கதை கந்தலாயிடும். கேட்டால் கதறியழ வைக்கற கதை அது. ஃபுல் ட்ராஜடி."

"சொல்லு ஃப்ரெடி பூ. இந்த பெர்ணாந்து அந்தக் காலத்திலேயே லோலப்பன். மெல்லிசான மனசு." அப்பூப்பன் சொன்னார். "நீ எப்படி ஒரு வங்காளிக்கு ஃப்ரண்ட் ஆனே?"

"ஒரு வங்காளியா? அஞ்சு வங்காளிகளுக்கு ஃப்ரெண்டு நான். ஆயிரத்துத் தொள்ளாயிரத்து நாற்பத்துமூணு. நேவி சர்வீஸ்லே இருந்து ரிடையர் ஆகி பென்ஷன் வாங்கி லந்தன்பத்தேரிக்கு வந்தபோது நான் இன்னும் இளமையாத்தான் இருந்தேன். ஏறக்குறைய அறுபது வயசு அப்போ. மார்க்கூ, நீயே சொல்லு. நான் ஒரு கடல் படை ஆளு இல்லையா? எனக்கு இந்த பெர்ணாந்த் தாமஸ் கடையிலே கிடைக்கற கள்ளு போதுமா? ஃபோர்ட் கொச்சியிலே கடற்கரை பீரங்கிப் படை நம்பெர் ஐநூத்தொண்ணு பிரிவு தலைவர் கிட்டே பேசி, எனக்குப் பட்டாளக்காரங்க குடிக்கிற ரம் கிடைக்க சில அட்ஜெஸ்ட்மெண்ட் பண்ணிக்கிட்டேன். அந்தக் காலத்திலே ஐநூத்தொண்ணு நம்பர் படை, பெங்கால் ரெஜிமெண்ட் தலைமையிலே இருந்துச்சு. ஒரு தடவை நான் அங்கே போனபோது நாலைஞ்சு நேவிக்காரங்க மரத்துக்குக் கீழே நின்னு பாடிட்டிருந்தாங்க. மார்க்கூ, பெர்ணாந்தே, உங்களுக்குத் தெரியுமே, பாட்டுன்னா நான் காந்தத்துக்கு முன்னே வச்ச இரும்புத்துண்டு ஆகிடுவேன். சங்கீதம் என்னை அப்படியே கவர்ந்து இழுத்துக்கும். நானும் அவங்களோட சேர்ந்து பாடினேன். அவங்க வங்காளியிலே பாடினாங்க. நான் மலையாளத்திலே பாடினேன். இப்படிப் பாடிப்பாடி நல்ல ப்ரண்ட்ஸ் ஆகிட்டோம்."

"கோஸ்டல் ஆர்டிலரி பீரங்கிப்படை ஐநூத்தொண்ணு எங்கே இருந்தது?" அப்பூப்பன் கேட்டார்.

"மார்க்கு, ஃபோர்ட் கொச்சி கடற்கரையை மனசிலே நினைச்சுப் பாரு. அந்த பீச்சுக்கு தெற்குப் பக்கம்", ஃப்ரடி நறொஞ்ஞ சொன்னார். "உலகமகா யுத்தம் ஆரம்பிச்சதும், கொச்சி துறைமுகத்தைப் பாதுகாக்கணும்னு முப்பத்தொன்பதாம்

வருஷம் ராயல் நேவி, ஒவ்வொண்ணும் அறுபது பவுண்ட் எடை இருக்கற நாலு சிக்ஸ்டிபவுண்டர் யந்திரத் துப்பாக்கி கொண்டாந்து வச்சாங்க. குடியிருப்பு அமைச்சு இருக்கவும் ஆரம்பிச்சாங்க. கடற்கரை பீரங்கிப்படை ஐநூத்தொண்ணுன்னு சலவை சோப் பெயர் வாங்கினது யுத்த காலத்திலே ராத்திரி முழுக்க ஆகாசத்தில் சுழன்றுகிட்டிருந்த கண்காணிப்பு விளக்கோட பளிச்சுனு தெரிஞ்ச வெளிச்சத்தை வச்சுத்தான். எரணாகுளத்திலேயும் அதுக்குக் கிழக்கேயும் இருக்கப்பட்டவங்க அந்த வெளிச்சத்தைப் பார்த்துட்டு சொல்வாங்க: "அங்கே பாரு, ஐநூத்தொண்ணு வெளிச்சம்..."

"பாடிப் பாடி சிநேகிதங்களாகிட்டேங்க. அப்புறம்?" அப்பூப்பன் விசாரித்தார்.

"நாங்க அப்பப்போ முனிசிபாலிடி வார்ட் மெம்பர் எர்ணஸ்ட் வீட்டுக்குப் போய்ப் பாடுவோம். வங்காளிகள் எனக்கு வங்காளிப் பாட்டுச் சொல்லிக் கொடுத்தாங்க. நான் அவங்களுக்கு மலையாளத்திலே கெட்ட வார்த்தை எல்லாம் கத்துக்கொடுத்தேன்."

"இதிலே டிராஜடி எங்கே வந்தது பெர்ணாந்தே?" அப்பூப்பன் கேட்டார்.

"கதை முழுக்கக் கேளு, மார்க்கு," என்றார் பர்ணாந்து தாமஸ்.

"அந்தக் காலத்திலே வங்காளிகளுக்கு ஒரு நினைப்பு இருந்தது. காந்தி ஒரு பலகீனமான மனுஷர், வீக் பார்ட்டி அப்படீன்னு. க்விட் இண்டியா போராட்டம் நடக்கற நேரம் அது. காந்தி மகாத்மா, வெள்ளைக்காரங்களை இந்தியாவை விட்டு வெளியே போகச் சொன்னார். சீட்டுக்கட்டு வச்சு ரம்மி விளையாடினா க்விட் அடிக்கலாம். வெள்ளைக்காரங்க நம்மோடுகூட ரம்மியா விளையாடறாங்கன்னு பரிகாசம் பண்ணினாங்க அந்த வங்காளிகள். நானும் அதேதான் நினைச்சேன்னார் எர்ணஸ்ட். அப்போ அங்கே வந்தது யார்னா கொச்சியிலே இருந்த ரெண்டு புரட்சிக்காரங்க. மத்தாயின்னும், ஜான் அப்படீன்னும் அவங்க பெயர். மாஞ்ஞூர்காரங்க ரெண்டு பேருமே."

“பாட்டுப் பாடற இடத்திலே மாஞ்ஞூர்க்காரங்களுக்கு என்ன வேலை”? அப்பூப்பன் கேட்டார்.

“பாட்டுப் பாடறது நின்னு போச்சு, மார்க்கு. அடுத்து மீட்டிங் ஆரம்பிச்சது. மீட்டிங் மேலே மீட்டிங்க். மீட்டிங் போட்டு சதித் திட்டம் தீட்டறாங்க. ஏகக் களேபரம். கடைசியா, ஆயிரத்துத் தொள்ளாயிரத்து நாப்பத்துமூணு ஆகஸ்ட் மாசம் அந்த வங்காளிகளுக்கு ஐநூத்தொண்ணு பீரங்கிப்படையிலே செண்ட்ரி, காவல் காக்கற டியூட்டி வந்தது. இதுதான் சரியான தருணம்னு வங்காளிகளும் எர்ணஸ்டும் ஐநூத்தொண்ணு முகாமையே தீவச்சுக் கொளுத்திட்டாங்க.

அப்பூப்பனும், பெர்ணாந்து தாமஸும் நிற்கத் தடுமாறிக் கொண்டிருந்தார்கள். குஞ்ஞூஞ்ஞு முற்றத்தில் இறங்கி தெற்கு வடக்காக நடந்தார். தாவீதிஞ்ஞு கையில் இருந்த கள்ளை ஒரே மடக்கில் குடித்துத் தீர்த்தார். “அப்புறம்?”, அப்பூப்பன் கேட்டார்.

“அடுத்த நாளிலே இருந்து பிரிட்டீஷ் ராணுவம் நம்ம ஆட்களை கொச்சியிலும், பக்கத்திலே இருக்கற கண்ணம்மாலியிலும், பட்டத்திலேயும், பட்டாளத்திலேயும், வீடு வீடாப் புகுந்து தாக்கினாங்க. கண்ணுலே கண்ட பொண்ணுங்க முலையை எல்லாம் பிடிச்சாங்க. சாரி, இங்கே பொண்ணுகளும், சின்னப் பசங்களும் இருக்குன்னு மறந்துட்டேன். எர்ணஸ்டை அடிச்சு அடிச்சு நம்ம எட்வின் சமைக்கற மட்டன் பஸந்த் மாதிரி ஆக்கிட்டாங்க. அவர் பட்டாளக்காரர் இல்லேங்கறதாலே அவரை பாலக்காடு கூட்டிப் போய் ஜெயில்லே போட்டாங்க.”

“அந்த வங்காளிகளுக்கு என்ன ஆச்சு?”, அப்பூப்பன் கேட்டார். பெர்ணாந்து தாமஸ் காதுகளைப் பொத்திக் கொண்டார். ஃப்ரடி நறொஞ்ஞா சொன்னார்: “அவங்களை மதராஸ் கூட்டிப் போய் சுட்டுக் கொன்னுட்டாங்க.”

அந்த முதியவர்கள் கண்ணாடி கிளாஸ்களில் நிறைத்த கள்ளை விரலால் சுண்டியபடி சிறிது நேரம் மௌனமாக இருந்தார்கள். அம்மா அழும் சத்தம் கேட்டு அப்பூப்பன் தலையுயர்த்திப்

பார்த்தார். சத்தம் வந்த திசை நோக்கி, பார்வையற்றவர்கள் சிந்தும் பெருந்தன்மையான சிரிப்பை உதிர்த்தார். சாப்பாட்டு மேஜையைச் சுற்றிலும் முதியவர்களின் மௌனம் தொடர்ந்தது. அழுத்தம் குறைந்து மூடியிருக்கும் கண்ணிமைகளுக்குக் கீழே அவர்கள் தங்கள் பழைய நினைவுகளை எல்லாம் மனதில் முன்னே எடுத்து வந்து அவற்றை அழிக்கிறார்கள் என்று எனக்குத் தோன்றியது. அப்போது எட்வின்சேட்டன் மேஜை மேல் மட்டன் பஸந்த் கறியைக் கொண்டுவந்து வைத்தார். அந்தப் பாத்திரத்தின் மூடியைத் திறந்தபோது கிராம்பின் மணமும், லவங்கப்பட்டையின் வாசனையும் அறையில் சுற்றிச்சூழ அவற்றோடு ஊடும் பாவுமாக இழைந்து ஜாதிக்காயின் தனியான வாடையும் வீசியது. முதியவர்கள் மீண்டும் உற்சாகமானார்கள். தாவீதீஞ்னு கேட்டார் : “மார்க்கு, நீ கோட்டும், பாபாஸ் செருப்பும் போட்டுக்கிட்டுத்தான் திரும்பி வந்தேன்னு சொன்னாங்களே.”

“ஆமா தாவிது. நைஜீரியாவிலே ரெண்டு சூட் தச்சுக்கிட்டேன். அங்கே குளிர் அதிகம்” என்றார் அப்பூப்பன்.

“எனக்கு கண்ணு நல்லா தெரிஞ்சு பழைய காலம் போல தச்சுக்கிட்டிருந்தேன்னா, உன்னோட சூட்டை நான் வாங்கிட்டுப் போய் முழுக்க தையல் பிரிச்சு எப்படி வெட்டித் தைச்சிருக்குன்னு காகிதத்திலே வரைஞ்சு, பிரிச்சுத் தச்சதுன்னு யாரும் சொல்ல முடியாதபடிக்கு திரும்பத் தைச்சுக் கொடுத்திருப்பேன் மார்க்கு.”

“நீ கடைசியா உடுப்பு தைக்கிற ஆசானாக இருந்தது எந்த சவிட்டுநாடகம் போட்டபோது?” அப்பூப்பன் கேட்டார்.

“ஞாரக்கல்காரங்களுக்காக அல்லேசு நாடகம் போட்டபோது”, தாவிதீஞ்னு சொன்னார். “அது பத்து பதினஞ்சு வருஷம் முந்தி. சவிட்டுநாடகம் செத்துப் போச்சு மார்க்கு. உன்னை மாதிரி ஒருவேளை மறுபடி உயிர்த்து வந்தாலும் உடுப்பு தைக்க என்னாலே முடியாது”

விருந்து முடிந்து, எலியாஸ் எழுந்து நின்று சொன்னார்: “எட்வின், மட்டன் அமர்க்களமா இருக்குன்னு எல்லோரும்

சொல்றாங்க. நான் சொல்றேன், என் வாழ்க்கையிலேயே இது மாதிரி பிரமாதமான முட்டை மசாலா நான் சாப்பிட்டதே இல்லை."

"மார்க்கு, இந்தப் பாவப்பட்ட எலியாசை ஏன் நம்ம கூட்டத்திலே சேர்த்திருக்கு?", ஃப்ரெடி நறொஞ்ஞா கேட்டார். குழிவெட்டி பாப்பி நமக்குன்னு குழி வெட்டிக்கிட்டு இருக்கற கல்லறை வாசல்லே நாம நின்னுக்கிட்டிருக்கோம், ஜஸ்ட் அறுபத்தைஞ்சு வயசு மட்டும் ஆன இவன் இங்கே பொருத்தமா இல்லையே."

"உங்களுக்கு ஞாபகம் இருக்கா, சியோன்ஸ் மெட்ரொபொலித்தன் பாதிரியாரை? அவரோட கண்டிப்பான உத்தரவுகளிலே இருந்து என் மகன் மத்தேவூஸை விடுவிச்சது இந்த எலியாஸ் மட்டும்தான். கணக்கு களவாடிய வலிய லூயி ஆசாரி தினமும் படகு வலிச்சு வைப்பின் தீவுலே இருந்து மட்டாஞ்சேரிக்குப் போவார். அங்கே தான் பதிமூணு வயசு வரை இங்கிலீஷும், ஹீப்ருவும், மலையாளமும் படிச்சார். நானும் ஃப்ரெடிபூவும் படகு வலிச்சுப் போய் எரணாகுளத்திலே கவர்மெண்ட் பள்ளிக்கூடத்திலே படிச்சு, லந்தன்பத்தேரியிலே முதல் மெட்ரிகுலேட்கள் ஆனோம். மத்தேவுஸ் காலத்திலே, அரச பதவியை விட்ட கொச்சி தம்புரான் அவரோட பெயர்லே இங்கே லந்தன்பத்தேரியிலே பள்ளிக்கூடம் ஏற்படுத்தினார். படகு வலிக்காம மத்தேவுஸ் அங்கே போய்ப் படிச்சான். வராப்புழை பேராயம் ஆச்சு. நமக்கெல்லாம் சொர்க்கம் கிடைச்ச மாதிரி இருந்தது. அப்போ இருந்த ஆர்ச் பிஷப், பர்ணாந்து ஆர்கன் சீமோன்ஸ். போர்ச்சுகல்காரர். பிடிவாதம் பிடிக்கறதிலே உஸ்தாத். கத்தோலிக்கர்கள் சர்க்கார் ஹைஸ்கூல்லே படிக்கக் கூடாது. திங்கள்கிழமை கல்யாணம் நடத்தக் கூடாது. சவிட்டுநாடகம் வேணும்னா, பகல்லே நடத்து. ராத்திரியிலே நடத்தக் கூடாது. சீமோன்ஸ் திருமேனி விதிச்ச கட்டுப்பாட்டை மீறி நடந்தா, உடனே சபையிலே இருந்து விலக்கி வச்சுடுவார்."

"அவர் கொடுத்த அடியிலேயிருந்து சவிட்டுநாடகம் இன்னும் எழுந்திருக்கலே" என்றார் தாவிதீஞ்ஞு.

"மத்தேவுஸ், சர்க்கார் பள்ளிக்கூடத்துலே படிச்சதை

நிறுத்தியாச்சு", அப்பூப்பன் சொன்னார். "கத்தோலிக்கர்களுக்கு படிப்பு, கலை எல்லாம் சீமோன்ஸ் திருமேனியோட பிடிவாதத்தாலே நசுங்கிப்போனது. அப்போ எலியாஸ் இன்னும் சின்னப் பையன்தான். ஆனா சொந்தமா முட்டை விக்கறவன். 'மார்க்கோஸ் ஆசாரி, நான் மத்தேவூஸுக்கு இங்கிலீஷும், கணக்கும், மலையாளமும் டியூஷன் எடுக்கறேன். சீமோன்ஸ் திருமேனி திரும்பிப் போனதும் அவனை மறுபடி ஸ்கூல்லே சேர்க்கலாம்'னான் எலியாஸ். அதுதான் எனக்கும் அவனுக்கும் நடுவிலே இருக்கற அற்புதமான நட்பு" என்றார் அப்பூப்பன்.

அந்த முதியவர்கள் மறுபடி முன்வாசல் வராந்தாவுக்கு வந்தபோது குஞ்ஞூஞ்ஞு சொன்னார் : "பெர்ணாந்தோட கள்ளு, எலியாசோட முட்டை, எட்வினோட மட்டன் பஸந்த், இப்போ என் வகையிலே நான் தரப் போறது படகுலே ஒரு சவாரி. கிழக்கு ஆற்றுலே ஒரு ட்ரிப் அடிக்கலாம் வாங்க, எல்லோரும்."

நாங்கள் அரையர் படித்துறைக்கு நடந்தோம். அங்கே பாய்மரம் வைத்த ஒரு படகோடு குஞ்ஞூஞ்ஞுவின் மகன் காத்திருந்தார். அவர் அந்த முதியவர்களை ஒவ்வொருத்தராகக் கைபிடித்துப் படகில் ஏற்றினார். படகில் எல்லோருக்கும் இடம் இருந்தது. குஞ்ஞூஞ்ஞுவின் மூத்த மகன் படகுப் படியில் அங்குமிங்கும் நடந்தபடி ஒரு பெரிய மூங்கில் முளையை அழுத்தி ஊன்றிப் படகை ஆற்று நடுவில் கொண்டு சேர்த்தார். சிறிது நேரத்தில் தெற்கில் இருந்து வீசிய காற்று படகின் பாய்மரத்தை விரித்துப் பரத்தியது. நட்சத்திரம் இல்லாத அமாவாசை இருள் எங்கும். இருண்ட ஆகாயத்தில் நாரைகள் கூட்டமாகப் பறந்து போயின. ஃப்ரெடி நறொஞ்ஞா பாடினார்:

> 'ஜெகேய், உடேய், ஸப் சோப, ஸப் மாதுரி
> பலகேய் பலகேய் ஹிய புலகேய் பூரி
> கோம ஹோத்தேய் ஸமீரண் ஆனெய் நப் ஜாக்ரன்
> பரனேர் அபரன் மோசன கொரேய்.'

ஓாயி வலிய அப்பூப்பனுடையதும், பரங்கிச்சியுடையதுமான கதை குழந்தைகள் கேட்க முடியாத ஒன்றாக இருந்தது. 1936-ஐ ஒட்டி நடந்த இந்தச் சம்பவம், ஒரு பிடி உயிரை உள்ளே பாதுகாத்து வைத்த உலர்ந்த கிழங்கு போல லந்தன்பத்தேரியின் மண்ணுக்குள் புதைந்து கிடந்தது. அதன்மேல் படிந்த புதுமழைத் துளியாக வந்தது, 'பார்ய' என்ற தொடர்கதையை அடிப்படையாக்கி அதே பெயரில் கானம் இ.ஜெ தயாரித்த மலையாளத் திரைப்படம்.

சிறந்த எழுத்தாளர் யார்? ஈ.ஜே. கானமா, முட்டத்து வர்க்கியா? நானும் நடாஷாவும் டெய்சியும் இ.ஜெ. கானம் கட்சி. ரோஸிசேச்சியும், ஜான்சனும் முட்டத்து வர்க்கியின் எழுத்தில் மனம் பறிகொடுத்திருந்தார்கள். கானத்தின் தொடர்கதைகள் 'மலையாள மனோரமா' வாரப் பத்திரிகையில் வாரா வாரம் வெள்ளியன்று பிரசுரமாகிக்கொண்டிருந்தன. முட்டத்து வர்க்கி எழுதிய நாவல்களை எரணாகுளம் பொது நூலகத்தில் இருந்து ரோஸிசேச்சி எடுத்து வரும் வரை காத்திருக்க வேண்டி இருந்தது. 'இந்த அரை ஏக்கர் உன்னுடையது', 'பம்பை நதி பெருகி ஓடுகிறது' போன்ற கானத்தில் நீண்ட கதைகள் ஒரு வெள்ளிக்கிழமை முதல் அடுத்த வார வெள்ளிக்கிழமை வரையான காத்திருத்தலாக எங்கள் வாழ்க்கையை மாற்றின.

மத்திய திருவிதாங்கூர் பிரதேசத்தில் நடந்த அம்மாளுகுட்டி கொலை வழக்கை கானம், 'பார்யை' என்ற தொடர்கதையாக எழுதியபொழுது அமைதியான கேரளக் குடும்பங்களுக்கு அதிர்ச்சி ஏற்பட்டது. டியூட்டோரியல் காலேஜ் பிரின்சிபால் சன்னியும், அவருடைய மனைவி லீலாவும் நடத்திய குடும்ப வாழ்க்கை மற்ற எல்லோருடைய குடும்ப வாழ்க்கை போலத்தான் இருந்தது. அவர்கள் வாழ்வில் விபத்தாக சம்பவித்தது, சாத்தான் வழங்கும் வழக்கமான வேதனைகளான எதிர்பாராத மரணம், அணை உடைதல், பஞ்சம், படையெடுப்பு, கொள்ளை நோய் போன்றதில்லை. மாறாக, அந்த அசம்பாவிதம் யு.பி.கிரேஸி குட்டி வடிவில் வந்தது. கிரேஸி மந்தபுத்தி உள்ளவள் என்றாலும் இளமை ததும்பியவள். அவள் ஷேக்ஸ்பியரைக் கரைத்துக் குடித்த சன்னியைக் கவர்ந்தது மட்டுமில்லை, அவனைக் கொண்டு லீலாவைக் கொலை செய்யவும் வைத்தாள். "கல்யாணத்துலே தெய்வம் இணைத்து வச்சதைப் பிரிக்கறது இவ்வளவு சுலபமா?" விக்கி பெரியம்மா அம்மாவிடம் கேட்பாள்.

லூயி வலிய அப்பூப்பன் எரணாகுளம் மலபார் ஹோட்டலில் பரங்கிப் பெண்ணை போய்ப் பார்த்த கதையை விக்கி பெரியம்மாவும் அம்மாவும் பல தடவை ரகசியம் பேசும் குரலில் பேசிக் கொண்டார்கள். அவர்கள் அந்தச் சமாசாரத்தை எப்போது பேச ஆரம்பித்தாலும், என்னையும், ஜான்சனையும், அது எங்கள் காதில் படாமல் இருக்க வெளியே துரத்தி விட்டார்கள். ஆனால், விலக்கப்பட்ட விஷயங்களை அறிந்து கொள்ளக் குழந்தைகளுக்கு வாய்த்த அபூர்வ சக்தி மூலம் நானும் ஜான்சனும் அந்தக் கதையைப் பலதடவை கேட்டிருக்கிறோம்.

பரங்கிப் பெண் என்று அழைக்கப்பட்ட அந்த வெளிநாட்டுப் பெண் மலபார் ஹோட்டலில் வந்து தங்கியபோது, வலிய அப்பூப்பன் லூயி ஆசாரிக்குத் தொண்ணூறு வயது ஆகியிருந்தது. "அவ பெயிண்டர்", விக்கி பெரியம்மா சொல்வாள். "கட்டிலும் ஜன்னலும் பெயிண்ட் அடிக்கற பெயிண்டர் இல்லே. போட்வேயிலே ராயல் ஸ்டூடியோ முதலாளி ஆர்டிஸ்ட் பி.ஜே. செரியான் மாதிரி படம் வரையற பெயிண்டர்."

படம் வரையத்தான் பரங்கிக்காரி கொச்சிக்கு வந்திருந்தாள். தினம் காலையில் அவள் மட்டாஞ்சேரி டச்சு அரண்மனையில் இருக்கும் சுவர் ஓவியங்களைத் தன் வரைபட நோட்டில் நகல் எடுத்துக்கொள்வாள். மலபார் ஹோட்டல் திறந்தபோது, சிவப்பு வர்ணம் அடித்த மூன்று மச்சுவா படகுகளை அவர்களுக்கு செய்து கொடுத்தார் என் அப்பன் மத்தேவுஸ் ஆசாரி. கான்வாஸைப் பொருத்தி ஓவியம் வரைய இரண்டு வரைபலகை தாங்குசட்டங்கள் வேண்டும் என்று பரங்கிக்காரி கேட்டபோது, ஹோட்டல்காரர்கள் அந்த வேலையை என் அப்பனிடம் ஒப்படைத்தார்கள். வேண்டும்போது மடக்கி வைக்க வாகாகக் கீல்களைப் பொருத்தி என் அப்பன் அந்தத் தாங்குசட்டங்களைச் செய்து தந்தார். அப்பன் ஏதோ வேலையாக வைப்பின் தீவுக்குப் போனபோதுதான் அவற்றை எடுத்து வர ஹோட்டல்காரர்கள் படகு அனுப்பினார்கள். வலிய அப்பூப்பன் லூயி ஆசாரி படகில் ஏறி, அந்தப் பலகைகளோடு ஹோட்டலுக்குப் போனபோது அவர்கள் சொன்னார்கள். “கெஸ்ட் ஏழாம் நம்பர் ரூம்லே இருக்காங்க. ஏதாவது சின்னச் சின்னதா திருத்தம் சொன்னாங்கன்னா, நீங்க ரூமிலேயே வச்சு அதை சரிபண்ணிக் கொடுத்திடுங்க.”

ஏழாம் நம்பர் அறைக் கதவு பாதி திறந்திருந்தது. வலிய அப்பூப்பன் இரண்டு மூன்று தடவை கதவைத் தட்டினார். உள்ளே இருந்து பதில் இல்லை. அவர் அறைக்குள் போனார். அங்கே யாரையும் காணோம். வலிய அப்பூப்பன் தரையில் விரித்திருந்த கம்பளத்தில் உட்கார்ந்து, கொண்டு வந்திருந்த தாங்குசட்டங்களைப் பிரித்தார். அவற்றைத் தாங்கி இருந்த கால்கள் பலமுள்ளவைதானா என்று பரிசோதித்தார் அவர். அப்போது குளியலறைக் கதவு திறந்து ஓவியக்காரி வெளியே வந்தாள். அவள் உடம்பில் பொட்டுத்துணி இல்லை. ஈரமான அவளுடைய கூந்தல், விரல் கனமுள்ள பத்து நாகங்களாக இழைபிரிந்து சுற்றிலும் பரந்திருந்தது. அவளுடைய கண்கள், ஷவரில் குளித்ததால் சிவந்திருந்தன. அவளுடைய இடுப்புக்குக் கீழே முடியடர்ந்த இடத்தில், லந்தன் அரண்மனை வளாகத்தில் புல்தரைகளில் குளிர்காலத்தில் இளம்பனித் துளிகள்

விழுந்த மாதிரி நீர்த்துளிகள் தங்கியிருந்தன. அவள் வலிய அப்பூப்பனைப் பார்த்துச் சிரித்தாள். சுற்றி நடந்து அந்தத் தாங்குசட்டங்களைப் பரிசோதித்தாள். கண்களை மூடியபடி, மரத்தின் மொழுமொழுப்பை வருடிப்பார்த்தாள். குனிந்து நின்று தாங்குசட்டங்களின் கால்கள் பலமானவையா என்று சோதித்தாள். நிமிர்ந்து பார்த்துச் சொன்னாள்: "குட்."

வலிய அப்பூப்பன் சொன்னார்: "நாட் குட். என் பேரன், கணக்கு களவாடிய வீட்டு வலிய மத்தவூஸ் ஆசாரி இதெல்லாம் செஞ்சிருக்கான். நாட் குட். பெஸ்ட்."

"யெஸ், பெஸ்ட்." ஓவியக்காரி சிரித்தபடி சொன்னாள். வலிய அப்பூப்பன் அவளை உற்றுப் பார்த்தபடி அவளுடைய சுவாசம் மேலே படும் அளவு நெருக்கமாக நகர்ந்தார். தசை திரண்டிருந்த வலிய லூயி ஆசாரியின் இடக்கை அவளுடைய வலக்கையைப் பற்றி இழுத்து அவளுடைய மார்புக்குக் குறுக்கே வைத்தது. அவளுடைய இடது உள்ளங்கையைப் பரத்தி விரித்து அதைக் கால்களுக்கு இடையே தாழ்த்தி மறைவிடத்தை மூடியது. "நாணம் மறைக்கு பெயிண்ட்டர் பெண்ணே."

"வாட்?" ஓவியக்காரி கேட்டாள்.

"மலையாளம்" என்றார் லூயி வலிய அப்பூப்பன்.

அவள் சிறிது நேரம் அசையாது நின்றாள். மலையாளம் புரிந்தது போல் அவள் குளியல் அறைக்குள் போய் முழங்கால் வரை தாழ்ந்த வெள்ளைக் குளியல் அங்கி தரித்து வந்தாள். வலிய அப்பூப்பனை அவள் கேட்டாள் : "யுவர் நேம்?"

"மை நேம் இஸ் லூயி லூயி கே."

"யூ ஆர் நாட் வெரி ஓல்ட், ஆர் யூ?" ஓவியக்காரி கேட்டாள்.

"வாட்?"

"ஏஜ்."

"எயிட்டிநைன்."

"ஹாத்", ஓவியக்காரி சிரித்தபடி சொன்னாள் : "யூ லுக் யங்கர்

தென் தட். நோ ஸ்பெக்ஸ். ஸ்ட்ராங் ஹேண்ட்ஸ்."

"ஐ கார்பெண்டர். ஐ ஆல்ஸோ ஈட் ஃபிஷ். குட் ஃபார் ஐஸ்."

ஓவியக்காரி, சுவரில் சார்த்தி வைத்திருந்த, பாதி வரைந்த இரண்டு கான்வாஸ்களை எடுத்து தாங்குசட்டங்களில் பிணைத்தாள். வலிய அப்பூப்பன் கேட்டார் : "யூ சூச்சி? யூ பரங்கிச்சி?"

"வாட்?"

"யூ ஆங்க்லோ இண்டியன்? யூ மிக்சர்?"

"எஸ், ஐ ஆம் சார்ட் ஆஃப் ஆங்க்லோ இண்டியன்", ஓவியக்காரி சிரித்தபடி சொன்னாள்.

"யூ ப்ரகான்ஸ்? டிஸூஸா, வில்லிமஸ், டிகுஞ்ச்?"

"நோ, ஐ ஷெர்கில்."

"யூ ஹாலண்ட்? போர்துகல்? இங்க்லாண்ட்?" லூயி வலிய அப்பூப்பன் கேட்டார்.

"நாட் ஹாலண்ட், போர்ட்டுகல் ஆர் இங்லாண்ட். மை ஃபாதர் பஞ்சாபி அண்ட் மதர் ஹங்கரி."

"ஓய்? யுவர் மதர் பூவர்?" கரிசனத்தோடு கேட்டார் வலிய அப்பூப்பன். "நோ ரைஸ்?"

"நாட் தட். நாட் ஹங்க்ரி. எ கண்ட்ரி. ஹங்கரி. லைக் ஹாலண்ட், போர்ட்டுகல்."

"தென் யு ஆர் ஒரிஜினல் பரங்கிச்சி."

ஓவியக்காரி லூயி அப்பூப்பன் அருகில் வந்து நின்றாள். சட்டென்று லூயி அப்பூப்பனுக்கு முதலில் கேட்டிருக்க வேண்டிய கேள்வி நினைவு வந்தது. "வாட்டீஸூவர் நேம்?"

"அம்ருதா. ஐ ஆம் எ பெயிண்டர். ஐ ஆம் ஹென்ரி அண்ட் பாப்லோ ஆஃப் இந்தியா. தட் இஸ் மட்டீஸ் அண்ட் பிகாஸோ."

"இவங்கள்ளாம் யாரு, குட்டி?" வலிய அப்பூப்பன் கேட்டார்.

"யூரோப்யன் பெய்ண்டர்ஸ். மேக்கிங் வேவ்ஸ் நௌ."

அம்ருதா, லூயி வலிய அப்பூப்பனின் கையைப் பற்றி தாங்கு சட்டத்தில் பொருத்தியிருந்த ஒரு கான்வாஸ் முன் கொண்டு போய் நிறுத்தினாள். வலிய அப்பூப்பன் கொஞ்ச நேரம் அந்த ஓவியத்தைப் பார்த்துக் கொண்டிருந்துவிட்டுச் சொன்னார்: "இது எதுக்கு பசங்க கம்பைத் தூக்கிட்டு நிக்கறாங்க? தே, இங்கே ஒருத்தன் நெத்தியிலே நாமம் போட்டுக்கிட்டு நிக்கறான். இன்னொருத்தன் முன்னந்தலையிலே தலைமுடியை மலையாள எழுத்து 𝝣 மாதிரி வழிச்சுக்கிட்டு நிக்கறான்."

"ப்ராமின்ஸ், ப்ராமின் பாய்ஸ்" அம்ருதா சொன்னாள்.

அடுத்த ஓவியத்தின் முன்னால் போய் நின்று வலிய அப்பூப்பன் கேட்டார்: "ஹூ இஸ் தட் லேடி? அவ உடம்பிலே எதையோ பூசி விடற அந்த மேடம் யார்?"

"ப்ரைட்ஸ் டாய்லெட். இந்தப் பொண்ணு அவ கல்யாணத்துக்காக சீவிச் சிங்காரிச்சு ரெடி ஆகிட்டிருக்கா."

"சின்னப் பொண்ணே, இதெல்லாம் கொச்சியிலா நடக்குது? நான் பார்த்ததே இல்லையே" வலிய அப்பூப்பன் சொன்னார்.

அம்ருதாவில் குறும்பான விரல்கள் லூயி அப்பூப்பனின் நெற்றியில் விழுந்த அவருடைய முடியைப் பற்றிக் கலைத்துக் கொண்டிருந்தன. அவள் தன் ஆள்காட்டி விரலால் அவருடைய பக்கவாட்டு முகத் தோற்றத்தைத் தீற்றிக்கொண்டிருந்தாள். தலையில் தொட்டு வலிய அப்பூப்பனின் விசாலமான நெற்றிக்கு இறங்கிய அந்த விரல் கூர்மையான அவர் நாசியை ஸ்பரிசித்து அவருடைய உதடுகளுக்கு இறங்கியபோது வலிய அப்பூப்பன் அவளுடைய கையை இறுகப் பற்றினார். அவருடைய வலிமையான கரங்களுக்குள், பாக்கு மரப் பூக்குலை போல அவள் உள்ளங்கை தளர்ந்து கிடந்தது. லூயி அப்பூப்பன் சொன்னார்: "சின்னப் பொண்ணே, இந்த வயசான காலத்திலேயும் லூயிக்கு விளையாடலாம்னு தோணிச்சுன்னா விளையாட முடியும். ஆனா லூயி விவஸ்தை கெட்டவன் இல்லே."

“வாட்?”

“ஐ டோண்ட் ப்ளே யூ.”

“ப்ளே மீ.” அம்ருதா சொன்னாள்.

“பொண்ணே, போஞ்ஞிக்கரை கல்லறையிலே ஒருத்தி எனக்குன்னு காத்துக்கிட்டு அந்திம உறக்கத்திலே படுத்திருக்கா. அவ என் பிரியமான பொண்டாட்டி திரேசா. நான் வேறே யாரோடேயும் விளையாடினா அவள் சங்கடப்படுவா. அதனாலே, நோ ப்ளே.”

“ப்ளே மீ ப்ளீஸ்.”

“நோ ப்ளே. டெட் ஒய்ப் தெரிசா வெயிட்டிங்க் பார் மி அட் போஞ்ஞிக்கர சிமெடெரி.”

அம்ருதா வலிய அப்பூப்பனின் கையில் முத்தமிட்டு உள்ளறைக்குப் போனாள். சிறிது நேரத்தில் கறுப்பு கால்சராயும் மேல்சட்டையும் அணிந்து திரும்பினாள். படத்தைத் தாங்கிய தாங்குசட்டங்களைச் சுட்டிக்காடி அவள் சொன்னாள் : “தீஸ் பாலெட்ஸ் ஆர் தி மோஸ்ட் ப்யூட்டிஃபுல்.” லூயி வலிய அப்பூப்பனின் கையில் ஒரு கட்டு கரன்சி நோட்டுக்களைக் கொடுத்த அம்ருதா அவர் கழுத்தில் ஒரு சிவப்புக் கம்பளி மஃப்ளரை அணிவித்தாள். “மை ப்ரசெண்ட்.”

“வென் யூ கோ?” வலிய அப்பூப்பன் கேட்டார்.

“ஆஃப்டர் ஐ ஃபினிஷ் திஸ் பெயிண்டிங்க்ஸ். ஐ கோ டு கேப் காமரின் டு ஸ்கெச் அ ஹாஃப் நேகட் மாடல்”, அம்ருதா சொன்னாள்.

“ஹாஃப் நேகட் மாடல்? லைக் திஸ்?” மார்பில் கை சுண்டிக்காட்டியபடி கேட்டார் வலிய அப்பூப்பன். “ஒய்? யு கெட் மெனி ஹியர்.”

“நோ, திஸ் ஒன் இஸ் ஸ்பெஷல்”, அம்ருதா சொன்னாள். “ஹி இஸ் மிஸ்டர் காந்தி.”

லூயி வலிய அப்பூப்பனும், பரங்கிப் பெண்ணும் பற்றிய

கதையை நிறைவு செய்துகொண்டு விக்டோரியா பெரியம்மா சொல்வாள் : "லூயி அப்பூப்பனைப் போல மனுஷங்க இப்போ பூமியிலே உண்டோ? அந்த சன்னிக்கு என்ன பிரச்சனை? அழகான உதட்டையும் பெருசா குண்டியையும் காட்டிக்கிட்டு அந்த யூ.பி.கிரேசி வந்ததும், சொக்கத் தங்கம் மாதிரியான பொண்டாட்டி லீலாம்மாவைக் நீ கொன்னுட்டே இல்லே? லூயி அப்பூப்பன் மாதிரி மனுஷங்களை சொர்க்கத்திலே செஞ்சு அனுப்பிய கர்த்தாவே, உம் கையில் அதுக்கான களிமண்ணு தீர்ந்து போச்சா? அவுட் ஆஃப் ஸ்டாக்?"

"மீதி வெள்ளித்திரையில்" என்று முடித்துக் கதை எழுத, 'பார்யா" சினிமா நோட்டீஸ் எழுதியவர்களுக்கும் இயலாமல் போனது. காரணம், அந்தப் படத்தின் கதை, தொடக்கத்தில் பத்திரிகைச் செய்தியாகவும், அடுத்து, கானம் எழுதிய தொடர்கதையாகவும் எல்லாருக்கும் பரிச்சயமாக இருந்தது. டியூட்டோரியல் காலேஜ் பிரின்சிபால் சன்னியாக நடித்த சத்யன் ஷேக்ஸ்பியர் நாடகங்களைக் கற்பிக்கும் காட்சிகளில் பேசிய இங்க்லீஷ் பால்கனி இருக்கைப் பகுதியில் கிண்டல் சிரிப்பை வரவழைத்தது என்றாலும், ஆசான் என்ற ப்யூனாக நடித்த பஹதூர், சன்னி இல்லாத நேரத்தில் 'ஜூலியஸ் சீசர்' கற்பிக்க முயன்றதை எல்லோரும் ரசித்தார்கள். எனினும் பாலத்துங்கல் உதூப் என்ற கதாபாத்திரத்தில் நடித்த எஸ்.பி.பிள்ளைதான் ரசிகர்கள் மனதில் நிரந்தரமான இடத்தைப் பிடித்தார். மகள் யு.பி. கிரேசி மேல் சன்னிக்கு இருந்த மோகத்தை அறிந்திருந்தாலும் அதை அறியாதவர் போல நடித்து, சன்னியின் பலவீனத்தைப் பயன்படுத்துகிற பாத்திரம் அது. பாலத்துங்கல் உதூப் செய்வது எல்லாம் அதர்மம் என்பது ரசிக மனங்களை அலட்டினாலும், அட இது நம்ம எஸ்.பி.பிள்ளையாச்சே, நல்ல நகைச்சுவை நடிகர் ஆச்சே அவர் என்று மனதில் சொல்லிக்கொண்டு, வழக்கத்தை விட அதிகமாக எஸ்.பி.பிள்ளை நடிப்பை ரசித்துச் சிரித்தார்கள் அவர்கள்.

லந்தன்பத்தேரியின் கிழக்கிலும், மேற்கிலும் ஓடி தீவுக்கு மின்சாரம் அளிக்கும் பெரியாறு பற்றி 'பார்யா' சினிமாப் படத்தில் ஒரு பாட்டு உண்டு. அப்பாட்டை ஆகாசவாணியின்

திருச்சூர் வானொலி நிலையம் வாரத்தில் ஆறு தடவையாவது, 'திரைப்படப் பாடல்கள்' என்ற நிகழ்ச்சியிலும், ஞாயிறன்னு, 'நேயர் விருப்பம்' நிகழ்ச்சியிலும் திரும்பத் திரும்ப ஒலிபரப்பிக் கொண்டிருந்தது. ஏ.எம்.ராஜாவும், பி.சுசீலாவும் சேர்ந்து பாடிய அந்தப் பாடல் அப்பூப்பனுக்கு மனப்பாடமாக இருந்தது :

பெரியாறே பெரியாறே	பெரியாறே பெரியாறே
பர்வதநிரயுடெ பனிநீரே	பெருமலைத் தொடரின் பனிநீரே
குளிரும் கொண்டு குணுங்கி நடக்கும்	மெல்ல அசைந்து குளிர்ந்து நடக்கும்
மலையாளிப் பெண்ணாணு நீ	மலையாளிப் பெண் தானே நீ
ஒரு மலையாளிப் பெண்ணாணு நீ	ஒரு மலையாளிப் பெண் தானே நீ
மயிலாடும் குன்னில் பிறன்னு	மயிலாடும் குன்றில் பிறந்தாய்
பின்னே மைலாஞ்சிக்காட்டில் வளர்னு	மருதாணிக் காட்டில் வளர்ந்தாய்
நகரம் காணாத்த நாணம் மாறாத்த	நகரம் காணாத நாணம் மறக்காத
நாடன் பெண்ணாணு நீ	கிராமத்துப் பெண் தானே நீ
ஒரு நாடன் பெண்ணாணு நீ	ஒரு கிராமத்துப் பெண் தானே நீ

பார்வையற்றவர் என்பதாலோ என்னமோ அவைக் கூச்சம் இல்லாமல் வாசலில் சாய்வு நாற்காலியில் உட்கார்ந்து மெல்லிய குரலில் பாடிக்கொண்டிருப்பார் அப்பூப்பன். ஒரு முறை கூட அபஸ்வரம் எங்கும் தட்டாமல் பாடுவார் அவர். அந்த முழுமை என்னைக் கவர்ந்தது.

அப்பூப்பன் திரும்பி வந்த பிறகு அப்பன் நான் பார்த்திருக்கும்போதே இளைஞரானார். "பையா" என்று அப்பூப்பன் அவரை அழைப்பதில் இருந்த மந்திரவாதத்தால் நிகழ்ந்தது அது. அப்பூப்பனோடு பெண்களாகிய நாங்கள் - அம்மாவும், நானும் - விரைவாகக் கலந்து பழக முடிந்தது என்றாலும், முன்னறிவிப்பு இல்லாமல் திரும்பி வந்த தன் அப்பனோடு, இறந்துபோனார் என்று எல்லோரும் நினைத்திருந்த மார்க்கோஸுடன் அப்பனுக்கு நெருக்கம் வரவில்லை. கண் தெரியாத ஒரு விமர்சகர் வாசலில் சாய்வு நாற்காலியில் அமர்ந்திருக்கிறார் என்ற நினைப்பு சதா இருந்ததால், முற்றத்தில் இருந்து அப்பன் பார்த்து வந்த மரவேலை அவ்வப்போது தாளம் தவறியது. அப்போதெல்லாம் அப்பூப்பன் அப்பனைக் கேட்பார்: "பையா, உளி மழுங்கிப் போயிடுச்சா?"

அப்பனின் வாழ்க்கையில் முதல்முறையாக கட்டுவள்ளம் என்ற பெரிய படகு கட்டியது ஒத்தைக்கூச்சல் குஞ்ஞூஞ்ஞுவுக்காகத்தான். துறைமுகத்தில் இருந்து சரக்கு ஏற்றிப் போக மோட்டார் படகுகளைப் பயன்படுத்துவது அதிகமாகிப் போனதால் கட்டுவள்ளங்கள் குறைந்துகொண்டே வந்த நேரம். அப்போதுதான் எரணாகுளத்தில் கட்டிடம் கட்டுவது அதிகரித்தது, ஆயிரத்துச் சொச்சம் சதுர அடியில் படுக்கை அறை, வரவேற்பு அறை, வராந்தா, அடுக்களை,

உணவருந்தும் அறை, வேலை அறை, குளியல் அறை மற்றும் சாமி கும்பிட ஒரு மூலையில் இடம் என்று தனிவீடுகள் கொண்ட கான்க்ரீட் குடியிருப்புகளை எழுப்புவது மூலம், புதியதாகக் கிடைத்த, சிறு குடும்பங்களின் தனிப்பட்ட அந்தரங்கத்தை எரணாகுளத்துக்காரர்கள் கொண்டாடினார்கள். ஆயுட்காலத்தில் ஒரே ஒரே முறைதான் வீடுகட்டிக் குடிபுகுவது நடக்கும் என்பதால், அவர்கள் எழுப்பிய சச்சதுர வீடுகள் என்றென்றைக்கும் நிலைத்திருக்க வேண்டுமென்று என்று அவர்கள் விரும்பினார்கள். அதன்பொருட்டுத் தரமான செங்கல், நல்ல சிமெண்ட்தான் கட்டிடம் கட்டப் பயன்படுத்த வேண்டும் என்பதில் அவர்கள் பிடிவாதமாக இருந்தார்கள். தரமான மணல், அதுவும் ஆற்றுமணல்தான் வேண்டும். ஆலுவாயில் இருந்தும், மலையாற்றூரில் இருந்தும் ஆற்று மணலை எரணாகுளத்துக்குக் கொண்டு போகக் கட்டுவள்ளங்கள் தேவைப்பட்டதால் அவற்றின் எண்ணிக்கை அதிகரித்தது.

படகு கட்டும் வேலை நடக்கும் பட்டறை ஒன்று எங்கள் வீட்டுக்குப் பின்னால். மேற்கு ஆற்றைப் பார்த்தபடி எழுந்தது. அப்பன் கட்ட இருந்த கட்டுவள்ளத்தின் அடிக்கட்டை எழுபத்தைந்து அடி நீளம் இருக்கும் என்றால் இந்தப் பட்டறையின் நீளம் அதைவிட அதிகம். பட்டறையின் பல பாகங்களில் படகு கட்டுவதற்கான அநேக வேலைகள் தொடங்கின. ஒரு மூலையில் நீண்ட மரத் தடிகளை வைத்து அவற்றின் முன்னாலும் பக்கவாட்டிலும் இருந்து அறுத்துக் கொண்டிருந்தார்கள். அப்பூப்பன் காலை முதல் கையில் வெள்ளைப் பிரம்போடு அங்கேயே நின்றிருந்தார். “நீ அறுக்கற சத்தம் சரியில்லே.” அப்பூப்பன் சில நேரங்களில் மரம் அறுப்பவரிடம் சொல்வார். “ஆப்பை மாத்தி வச்சு அறு.” சரியான சுருதியின் அறுக்கும் சத்தம் வருவதாக அப்பூப்பன் சொல்லும்வரைக்கும் அவர்கள் ஆப்பை எடுத்து எடுத்து மாற்றிக் குத்திக் கொண்டிருப்பார்கள்.

பட்டறையின் இன்னொரு புறத்தில் குவியலாக வேப்பிலைகளை எரித்துப் படகின் விலாவில் ஆரங்களாக வைக்கும் கட்டைகளை வளைத்துக்கொண்டிருந்தார் அப்பன். கீல் தயாராகியதும்

அப்பனும் வேறு தச்சர்களும் அதன் ஒருமுனையில் நின்று இந்த ஆரக்கட்டைகளைச் செருகிக்கொண்டிருந்தார்கள். அவ்வப்போது அப்பூப்பன் கைக்கொள்ள வேண்டிய அளவுகளையும் விகிதங்களையும் சத்தமாகச் சொல்லிக் கொண்டிருந்தார். ஒரு நாள் நான் சாயந்திரம் பள்ளிக்கூடம் விட்டு வந்து பட்டறைக்குப் போனபோது அப்பூப்பன் அப்பனைத் திட்டிக் கொண்டிருந்தார் : "மத்தேவூஸே, உனக்கு கொட்டாப்புளியாலே சரியா அடிக்க முடியலேன்னா அதை எங்கிட்டே கொடு. உன் அடிக்கு பலம் போதாதுடா."

"கண்ணே தெரியலே. இதுலே, கொட்டாப்புளியாலே தட்டப் போறீங்களாக்கும்," அப்பன் சொன்னார்.

"மத்தேவூஸே, நீ கோபப்படாதே. கட்டுவள்ளம் கட்டறது தச்சர்களுக்கும் மரத் தடிக்கும் நடக்கற ஒரு மகாபாரத யுத்தம். தச்சர்கள் தோற்கப் போறாங்கன்னு தோணினா, ஸ்ரீகிருஷ்ணன், கணக்கு களவாடிய வீட்டு வலிய மார்க்கோஸ் ஆசாரி, என்ன செய்வார்? ஆயுதம் எடுக்க மாட்டேன்னு சொன்னதை மீறி எடுக்கத்தான் செய்வார்."

இரவுகள் என்னைப் பயமுறுத்தவில்லை. ஆனால் கட்டுவள்ளம் கட்டும் வேலை தொடங்கி இரண்டு மாதமானபோது நான் ஜன்னல் வழியே மேற்கு ஆற்றைப் பார்ப்பதை நிறுத்திக் கொண்டேன். கீலில் ஆரங்கள் எல்லாம் பொருத்தி, மேலே பலகைகளைப் பொருத்தாமல், கரையில் ஒதுங்கிய திமிங்கிலத்தின் எலும்புக்கூடு போல அது அங்கே கிடந்தது.

படகின் முன்முனையாகிய அணியத்தில் வைக்க வேண்டிய முகப்பை உருவாக்கிப் பொருத்துவதில் தான் தச்சர்களின் கலைநுட்பம் வெளிப்படுகிறது. ஃபோர்ட் கொச்சியில் கல்வர்த்தி மசூதிப் படித்துறையில் மசூதியின் சுற்று மதில் முடியும் இடத்தில் உயர்ந்திருக்கும் முகப்பின் வடிவத்தை அப்பன் நகலெடுத்து வந்து அதை மரத்தில் செதுக்கினார். ஆரங்களில் பலகைகள் பொருத்தத் தொடங்கியபோது அப்பூப்பன் சொன்னார் : "ஆணி வைச்சு அடிக்க வேண்டாத வேலை இது. இணக்கமான புருஷன், பெண்ஜாதி மாதிரி ரெண்டு மரப்பலகை அருகருகே

கிடக்கணும். ரெண்டையும் இணைச்சா ஒண்ணோட குடுமி அடுத்ததோட குழியிலே கச்சிதமாப்போய் உட்காரணும்.”

ஆரங்களில் பொருத்திய பலகைகள் சரிவில்லாமல் கிடைமட்டமாக வைக்கப்பட்டிருக்கிறதா என்று அப்பன் ரசமட்டம் வைத்துச் சோதித்தார். பலகைகளுக்கு இடையே இருந்த இண்டு இடுக்குகளில் ஆலப்புழையிலிருந்து வாங்கி வந்திருந்த கயிற்றைப் பொருத்தியும், தேங்காய்நாரை அடைத்தும் கட்டுவள்ளத்தில் தண்ணீர் உள்ளே போகாதபடி அமைத்தார்கள். அணியத்தில் முகப்பைப் பொருத்தியதும், படகு நெடுக பெரிய செம்புப் பட்டயங்கள் பொருத்தும் வேலை தொடங்கியது. “இப்போ தான் ஆணி வச்சு செய்யற வேலை. இரும்பும் மரமும் சேராது. அதுனாலே தான் செம்பு ஆணி வச்சு அடிச்சு இறக்கி சேர்க்கணும். முதல் ஆணியை நான் அடிக்கறேன்,” அப்பூப்பன் சொன்னார்.

“நீங்க ஆணி அடிச்சுத்தான் ஆகணுமா அப்பூப்பா?” நான் கேட்டேன்.

“வேணும் ஜெசிக்கா, செய்யணும். மரம் கெட்டுப்போகாம ஆணியடிக்கறது எப்படின்னு உன் அப்பனுக்குச் சொல்லிக் கொடுக்கற காலத்திலே நான் கடல்லே தொலைஞ்சு போயிட்டேன்.”

நல்ல உயரமும் உடல் கனமும் கொண்ட அப்பூப்பனை, அப்பனும் மற்ற தச்சர்களும் படகுக்குள் தூக்கியெடுத்துப் போனார்கள். அப்பூப்பன் சொன்னார் : “என் கையிலே ஒரு ஆணியை யாராவது கொடுங்க. ஒண்ணாங்கிளாஸ் சுத்தியல் ஒண்ணு கொடுங்க.” அப்பன் அவர் கையில் கொடுத்த சுத்தியலை வைத்து அடித்த ஆணி மரத்தை வசீகரித்து உள்ளே புகுந்துகொண்டிருந்தது.

படகு கட்டும் வேலை முடிந்து ஒரு வாரம் நாங்கள் மூக்கைப் பொத்திக்கொண்டு நடந்தோம். ஒவ்வொரு முறை கடல் காற்றடிக்கும் போதும், மரத்துக்கு வலிமை தரப் படகில் பூசப்பட்ட முந்திரிக்கொட்டை எண்ணெய் காற்றில் கலந்து எழுப்பிய துர்நாற்றம் அதிகரித்துக்கொண்டே போனது

படகை ஆற்றில் இறக்குவதற்கு முதல் நாள் குஞ்ஞூஞ்ஞுவின் வீட்டில் எட்வின்சேட்டனின் சமையல் கோஷ்டி பிரியாணி விருந்து நடத்தியது. அடுத்த நாள், படகை இறக்குவதைப் பார்க்க லந்தன்பத்தேரிக்காரர்களில் பலரும் எங்கள் வீட்டுக்கு வந்தார்கள். கோட்டும் போ டையும் கறுப்புக் கண்ணாடியும் தரித்திருந்த அப்பூப்பனின் வெள்ளைப் பிரம்பாக அன்றைய தினம் நானானேன். படகை ஆசீர்வதித்து பிலாத்தோஸ் பாதிரியார் பிரசங்கம் செய்யும் இடத்தில் நான் அப்பூப்பனை முதல் வரிசையில் கொண்டு போய் நிறுத்தினேன். பட்டறையில் இருந்த கட்டுவள்ளத்தைக் கடப்பாரையால் நெம்பி, ஐலசா சொல்லியபடி மேற்கு ஆற்றுக்குள் இறக்கினார்கள். அங்கும் இங்குமாகக் கொஞ்சம் அசைந்த பிறகு படகு ஆற்றில் நேராகச் செல்லத் தொடங்கியபோது சந்தியாகுசேட்டன் உரக்கக் கத்தினார் : “மத்தேவுஸ் ஆசாரி ஹிப் ஹிப் ஹூரே.” எட்வின்சேட்டன் அவரோடு கூவினார் : “மார்க்கோஸ் ஆசாரி இப்பிப்ரை.”

வள்ளார்பாடத்தில் கடலில் ஊடுருவிய நிலமுனையைச் சுற்றித் திரும்பிப் படகு கண்ணில் படாமல் மறைய, கூட்டம் கலையத் தொடங்கியது. பூப்பறிப்பது போல் அப்பூப்பன் என் கைவிரல்களை ஒவ்வொன்றாக நிமிர்த்தித் தன் கையை விடுவித்துக்கொண்டு, அப்பனின் கையைப் பற்றியபடி நடந்தார்.

புள்ளுவன்பாட்டு நிகழ்ச்சியில் மீட்டி வாசிக்கும் புள்ளுவன்குடத்தின் நாண் ஒலி போல், வைப்பின் தீவைச் சூழ்ந்த கடலில் அலைகள் ஆர்பரித்து வந்து அடங்கித் திரும்பிக் கொண்டிருக்கும். காயலில் எழும் சிற்றலைகள் முரசாக மெல்ல அதிரும். பரந்த நீர்ப்பரப்பின் அருகே வாழ்க்கை நடத்தும் நாங்கள், கேட்டபடி இருக்கும் ஒலி எல்லாம் இசைதான். எங்கள் உடலில் ரத்த ஓட்டத்துக்கென்றொரு தாளம் உண்டு. எங்களுக்குப் பாட்டுகள் விரைவாகப் பழகிப்போகின்றன.

பார்வை இல்லாத என் அப்பூப்பனுக்கு ரேடியோதான் ஒலிகளின் நிலப்பரப்பை நோக்கித் திறக்கும் ஜன்னல். டாட்டா கம்பெனியில் சைரன்கள் தவிர, திருச்சூர் வானொலி நிலையமும் அப்பூப்பன் நேரத்தைக் கணிக்க உதவி செய்தது. காலை ஏழரை மணிக்குச் செய்திகள், மாலை ஆறு மணி ஐந்து நிமிடத்துக்கு மாநிலச் செய்திகள், அதைத் தொடர்ந்து இரவு ஏழரை மணிக்கு தில்லியில் இருந்து மலையாளத்தில் செய்திகள், மாதம் ஒருமுறை ஞாயிற்றுக்கிழமை இரவில் மலையாள சினிமா ஒலிச்சித்திரம்... இந்தி சினிமாப் பாடல்களுக்காக புதன்கிழமை ராத்திரி பினாகா கீத் மாலாவுக்காக அப்பூப்பன் காத்திருக்கத் தேவையில்லாமல், தினமும் நடுப்பகலில் ஆகாசவாணியில் அந்தப் பாடல்கள் ஒலிபரப்பாகி லந்தன்பத்தேரியில் எல்லா ரேடியோக்களிலும் ஒலித்தன.

ரேடியோவில் பாட்டு வராத நேரத்தில் லந்தன்பத்தேரிக்காரர்கள் பலரும் எங்கள் வீட்டுக்கு வந்து அப்பூப்பனுக்காகப் பாடினார்கள். ஃப்ரெடி நறொஞ்ஞாவும், அவர் மகன் ஜப் தில் நறொஞ்ஞாவும், குந்தன் மியூசிக் கிளப் கில்பர்ட்டும், லந்தன்பத்தேரியிலேயே தலைசிறந்த பாடகனான நஜீப்பும் அப்பூப்பன் கேட்பதற்காகப் பாடினார்கள். விறகும், மரத்தூளும் போட்டுக் கொளுத்தி எரிய வைக்கும் அடுப்புகளுக்கு மாற்றாக எங்கள் வீட்டில் மண்ணெண்ணெயில் எரியும் 'ஜனதா ஸ்டவ்' வாங்கிய பிறகு, விருந்தாளிகளுக்கு வேகமாக தேநீர் தயாரித்து வழங்குவதற்கு மட்டுமில்லாமல், வராந்தாவுக்கு வந்து நின்று எங்கள் வீட்டில் பாடப்பட்ட பாடல்களைக் கேட்கவும் அம்மாவுக்கு நேரம் கிடைத்தது. 1957-ல் கம்யூனிஸ்ட் மந்திரிசபை தொடங்கி வைத்த பள்ளி மாணவர்களுக்கான இளைஞர் விழாவான யுவஜன உற்சவத்தில், மாவட்ட அளவில் பரிசு வாங்கிய டெய்சியை, அவளுக்கு விருது பெற்றுத்தந்த பழைய படமான 'ஸ்நேக சீமா'-வில் பி.லீலாவும், ஏ.எம்.ராஜாவும் பாடிய தாலாட்டுப் பாடலை அப்பூப்பன் தனக்காகப் பலமுறை பாடச்சொல்லிக் கேட்டார்.

கண்ணும் பூட்டி உறங்ஙுக நீயென்	கண்மூடி உறங்கு என்
கண்ணல்ல புன்னாரப் பொன்னுமகளே	கண் நீ அருமைப் பொன் மகளே
அம்மையும் அப்பனும் சாரத்திருப்பு	அம்மா அப்பா அருகிலுண்டு
செம்மே நியூரங்கு ஓமனக் குஞ்ஞே	ஆழ்ந்து உறங்கு நீ செல்லமே

வேறு யாரும் பாடுவதை நான் விரும்பாத ஒரு பாட்டு, 'பார்யா' படத்தில் வரும் 'பெரியாறே பெரியாறே' பாடலை எழுதிப் புகழ் பெற்ற வயலார் ராமவர்மா தன் முதல் திரைப்படப் பாடலாக எழுதிய, சாந்தா பி. நாயர் பாடிய 'தும்பி தும்பி வா வா'. அந்தப் பாடலை நான் எனக்கே எனக்கானதாக்கிக் கொண்டேன். அந்தப் பாட்டில், 'கொச்சிக் கோட்டைகள் கண்டோ? கொச்சு எரணாகுளம் உண்டோ' என்று வரும் வரிகள் கேட்கும்போது அப்பூப்பன் உறக்கத்தில் சிரிக்கும் குழந்தைகளைப் போல் சிரிப்பார். அந்தச் சிரிப்பை மீண்டும் காண நான் அந்தப் பாடலைத் திரும்பத் திரும்பப் பாடிக்கொண்டிருந்தேன்.

ஃப்ரெடி நறொஞ்ஞா நாடக கானங்களையே பெரும்பாலும் பாடினார். 'விசிறிக்குக் காற்று வேண்டாம்' என்ற நாடகத்துக்காக கே.எஸ்.ஜார்ஜ் சத்தமாக ஏழரைக்கட்டை ஸ்ருதியில் பாடிய 'பலிகுடீரங்களே' பாடல் தொடங்கும்போதே அண்டைவீட்டுக்காரர்களும், வீட்டருகே மீனவர் குடியிருப்பில் இருப்பவர்களும் எங்கள் வீட்டுக்கு வந்து சேர்ந்திருப்பார்கள். புத்தம்புதிய பாடல்களை குந்தன் மியூசிக் கிளப் உறுப்பினர்கள் பாடினார்கள். அந்த வருடம் வெளியான, மலையாளத்தில் முதல் வண்ணத் திரைப்படமான, 'கண்டம்பெச்ச கோட்டு' படத்தில் வரும் பாடலை, விமோசன சமரக் காலத்தில் உள்ளூர் தலைவர்களாக இருந்த சந்தியாகுவையும் லந்தன்பத்தேரியில் காங்கிரஸ்காரரும், பெருநாள் விழாக் கமிட்டி ப்ரெசிதெந்துமான சேவியரையும் கிண்டல் செய்ய, கில்பர்ட் பாடுவார்:

கண்டம்பெச்சொரு கோட்டாணு	ஒட்டுப் போட்ட சட்டையிது
பண்டே கிட்டிய கோட்டாணு	ஒரு பழங்காலச் சட்டையிது
தொழிலாளிகளெ கொள்ளையடிக்குன்ன	தொழிலாளியைச் சுரண்டும்
முதலாளிகளுடெ கோட்டல்ல	முதலாளியின் சட்டை இல்லை

'உம்ம' என்ற படத்தில் வரும் ஒரு கானம் லந்தன்பத்தேரியில் இருந்து ஜான்சனுக்கு ஊர்விலக்கு வாங்கிக் கொடுத்தது.

ஒரு நாள் ஜான்சன் என்னிடம் கேட்டான் : "ஜெசிக்கா, காதல்னா என்ன?"

"சீ, எனக்கு அதெல்லாம் தெரியாது" என்றேன் நான்.

"நீ தொடர்கதை, நாவல் வாசிக்கறவளாச்சே?"

"எனக்குத் தெரியாது. கணக்கையும் காதலையும் பற்றி இல்லாம வேறே எதைப் பற்றிக் கேட்டாலும் நான் சொல்லுவேன்."

"அப்படீன்னா நான் சொல்றேன் கேளு", ஜான்சன் சொன்னான். "நாம உறங்கறபோது மூடின கண்ணுக்குள்ளே கண்மணிக்கும் இமைக்கும் நடுவிலே இருண்ட வெளி, கனவு உண்டாக்கற மைதானம் போல கிடக்கும். அங்கே ஒரு நாள் நிறைய பூக்கள் மலரும். இதான் காதல், ஜெசிக்கா. சில சமயம் அந்த மைதானத்துலே எதிரொலிகள் முழங்கும். நம்மோட ஆத்மா

நாம் காதலிக்கறவங்களுக்கு அனுப்ப தந்தி அடிக்கற சத்தம் அது, புரியுதா?"

"இல்லே. நீ சொல்றது எதுவும் புரியலே?

அன்று மாலை நானும் ஸைனபாவும் பீரங்கி மைதானத்தின் தடுப்புச் சுவரில் இருந்தபடி எரணாகுளத்தைப் பார்த்துக் கொண்டிருந்தபோது ஜான்சன் அங்கே வந்தான்.

"நீங்க எங்கே போனீங்க? நான் தேடாத இடம் இல்லை."

நாங்கள் எதுவும் சொல்லவில்லை. காதலைப் பற்றி அவன் எனக்குச் சொன்னதை நான் ஸைனபாவுக்குச் சொல்லிக் கொண்டிருந்தபோது அவன் அங்கே வந்ததில் எங்களுக்கு எரிச்சல் ஏற்பட்டது. அதை நாங்கள் மறைத்து வைக்கவில்லை.

"ஸைனபா, உம்மா பார்த்தியா?" ஜான்சன் கேட்டான்.

"எந்த உம்மா?" என்றாள் ஸைனபா.

"உம்மா சினிமா. அந்தப் படத்திலே ஒரு நல்ல பாட்டு வரும்."

"நான் போகறேன்" என்றாள் ஸைனபா.

"நான் பாடட்டா?" ஜான்சன் கேட்டான்.

"நீ பாடினா கேட்கச் சகிக்காது. பாடித்தான் ஆகணுமா?" நான் கேட்டேன்.

ஜான்சன் தடுப்புச்சுவரில் சம்மணம் கொட்டி உட்கார்ந்து கண்களை மூடியபடி பாடினான்:

பாலாணு தேனாணென்	பால்நீ தேன்நீ என்
கல்பிலே பைங்கிளிக்கு	இதயப் பசுங்கிளியே
பஞ்சாரக் குழம்பாணு நீ	பாகு வைத்த சர்க்கரை நீ
என் ஸைனபா	என் ஸைனபா
பஞ்சாரக் குழம்பாணு நீ	பாகு வைத்த சர்க்கரை நீ
என் ஸைனபா	என் ஸைனபா

ஸைனபா பீரங்கி மைதானத்திலிருந்து லந்தன் அரண்மனைக்குப் பின்னால் இருந்த தன் வீட்டுக்கு ஓடினாள். அன்று இரவு

சுஹ்ராமேடம் விக்கி பெரியம்மாவைச் சந்திக்க வந்தாள். அதற்குப் பிறகு ஃபோர்ட் கொச்சியிலிருந்து விக்கி பெரியம்மாவும், எட்வின்சேட்டனும் ஜான்சனைக் கூட்டி வராமல்தான் எங்களைப் பார்க்க வந்தார்கள். மூன்று, நான்கு சனிக்கிழமைகள் ஜான்சன் வராததால், எதுவும் தெரியாத பாவனையோடு நான் அம்மாவைக் கேட்டேன் : “ஜான்சன் ஏன் இப்போ இங்கே வர்றதில்லே?”

ஒன்றும் தெரியாத பாவனையோடு அம்மாவும் பதில் சொன்னாள்: “அவன் பத்தாம் கிளாஸ் படிக்கறான். இந்த வருஷம் பப்ளிக் எக்ஸாமினேஷன் ஆச்சே.”

சவிட்டுநாடகம் சந்தியாகுவையும் பிரான்சிஸையும் தில்லிக்குக் கூட்டிப் போனது. சவிட்டுநாடக சங்கத்தைச் சேர்ந்த பனிரெண்டு ஆண்களும் ஒரு பெண்ணும் குஞ்ஞூஞ்ஞுவின் இரண்டு படகுகளில் போய், கொச்சின் ஹார்பர் டெர்மினஸ் ரயில்வே ஸ்டேஷனில் ரயிலேறப் புறப்பட்டார்கள். நிறைய ஹேர்பின்கள் தலையில் அணிந்து, தலைமுடியைச் சிறு கொண்டையாக வலை வைத்துப் பின்னால் இழுத்துக் கட்டிப் படகின் முன், அணியத்தில் அமர்ந்திருந்த அந்தப் பெண்மணியின் உதடுகள் பூனைக்குட்டியினது போல் சிறியவை. கண்கள் கூர்மையானவை. கைகால்கள் நளினமானவை. மேடம் செபீனா ராஃபியை நான் முதன்முதலாக அன்று தான் கண்டேன்.

கொட்டாரம் படகுத்துறையில் சவிட்டுநாடகக் குழுவை வழியனுப்ப போஞ்ஞிக்கரையிலிருந்தும், லந்தன்பத்தேரியிலிருந்தும் நிறையப்பேர் வந்திருந்தார்கள். ரோஸிசேச்சி சொன்னாள் : “முதல் தடவையா சவிட்டு நாடகம் கேரளத்துக்கு வெளியே நடக்கப் போகுது. அதுக்கு முழுக் காரணம் செபீனா மேடம்தான்.” அது வரலாற்றில் இடம் பெறும் நிமிடம் என்று புரிந்துகொண்ட சாங்க் நாய் குரைக்கத் தொடங்கியது.

செபீனா மேடம் அவருடைய கணவரான போஞ்ஞிக்கரை ராஃபியை நோக்கிக் கையசைப்பதற்காக நான் காத்துக் கொண்டிருந்தேன். எங்கள் குடும்பத்தைப் போல தச்சுவேலையில்

பெயர் பெற்ற நடுவத்தேழு குடும்பத்தில் பிறந்தவர் அவர். பிரபலமான நடுவத்தேழு சௌரியாசாரி மகனான பிரசித்தி பெற்ற ஜோசப் மேஸ்திரியின் மகனாகப் பிறந்தவர் ராஃபி. போஞ்ஞிக்கரையின் பெயரை கேரளத்திலும் வெளிநாடுகளிலும் தெரியச் செய்த பிரபல எழுத்தாளர் போஞ்ஞிக்கரை ராஃபி தான் அவர். 'பாவிகள்' என்ற நாவல் எழுதித் திருச்சபையின் கோபத்தைச் சம்பாதித்துக் கொண்டவரும் அவரே. ராஃபியை நோக்கி செபினா ராஃபி கையசைத்தார். கூட்டத்திலிருந்து விலகி ஒரு தென்னைமரத்தில் சாய்ந்து நின்று ராஃபி படித்துக் கொண்டிருந்த பெர்னார்ட் ஷா எழுதிய தலையணைப் புத்தகமான 'முன்னுரைகள்' நூலிலிருந்து அவ்வப்போது தலையுயர்த்தி செபீனா மேடத்தைப் பார்த்துக் கையசைத்தபின் புத்தக வாசிப்பைத் தொடர்ந்தார் ராஃபி.

சவிட்டுநாடகம் பற்றி பிலாத்தோஸ் பாதிரியார் சொன்னது பலித்துப் போனது. எரணாகுளம் ஹோமியோபதி மருத்துவர் பதியார் தரும் மருந்துக் குளிகைகள் போல சவிட்டுநாடகமும் அளவு சிறுத்து மேடையேறும் என்று அவர் சொன்னது நடந்தது. திருவனந்தபுரத்தில் குடியரசு தினக் கொண்டாட்டங்களின் பகுதியாக, நாட்டுப்புறக் கலைகள் என்ற பிரிவில் 'ஆஞ்சலிகா' சவிட்டு நாடகத்திலிருந்து ஒரு பகுதியை மேடையேற்றிய கோதுரத்துக்காரர்களுக்கு முதல் பரிசு கிடைத்தது. அப்புறம் சவிட்டு நாடகம் நாட்டுப்புறக் கலையாக வடிவெடுத்தது.

நான் முதலாவதாகப் பார்த்த சவிட்டு நாடகம், எரணாகுளம் டி.டி.எம் ஹாலில் நடந்தது. ஓணம் கொண்டாட்டத்தின் ஒரு பகுதியாக அங்கே நடந்த கலைவிழாவில், காரல்ஸ்மான் சரித்திரத்திலிருந்து சில பகுதிகள் சவிட்டு நாடகமாக நடிக்கப்பட்டன. அன்று எரணாகுளம்வாசிகள் பலரும் முதல் தடவையாகச் சவிட்டுநாடகம் பார்த்தார்கள். அரங்கில் நான் கண்ட மாபெரும் நாடகக் காட்சி, வேம்பநாட்டுக்காயல் பரந்து விரிந்து நீர்ப்பரப்பில் ஒலிகளின் பெருமுழக்கமுமாக நான் பார்த்துப் பழகியிருந்ததை நினைவுபடுத்தியது. நாடகத்தில் பாடிய பாட்டுகளின் தமிழ் கலந்த மொழி எனக்குப் புரியவில்லை. காரல்ஸ்மானின் அரண்மனைக்கு வெளியே அவனுடைய

பரம எதிரியான அல்பிராந்துவுடைய மகனான பெரம்ப்ராஸ், கருங்கல் பாளத்தைத் தலையணையாக உபயோகித்து மூன்று இரவும் பகலும் காத்திருந்து, காரல்ஸ்மானுக்கு சவால் விடும் காட்சியோடு சவிட்டுநாடகம் தொடங்கியது. அரண்மனையில், காரல்ஸ்மானோடு கூட, அவனுடைய படைவீரர்களில் முதல்வனும், அவனுடைய சகோதரி மகனும், சகலராலும் ஆராதிக்கப்பட்டவனுமான ரோல்தான் தவிர வேறு யாரும் இல்லை. பெரம்ப்ராஸின் சவால் விடுக்கும் குரல் இன்னும் உயர்ந்தது. ஆனால் ரோல்தான் எதுவும் செய்ய முயற்சி எடுக்கவில்லை.

இந்த அலட்சியம் காரல்ஸ்மானைக் கோபப்படுத்துகிறது. அவன் செங்கோலால் ரோல்தானின் நெற்றியில் அடிக்கிறான். ரத்தம் பீறிடுகிறது. ரோல்தான் துரிந்தானா என்ற தன் வாளை எடுக்கிறான். பிரான்ஸ் நாட்டு சக்கரவர்த்தி, கிறிஸ்துவ மதத்தின் ரட்சகன், ரோல்தானின் அன்னையான பெட்தாவின் சகோதரன் இப்படி எல்லாம் பெயர் பெற்ற காரல்ஸ்மான் துரிந்தானாவுக்கு இரையாகப் போகும் நேரத்தில் அவனுடைய படைவீரர்கள் காப்பாற்றுகிறார்கள். அடுத்து காறல்மான் ஆணை பிறப்பிக்கிறான் : “ரோல்தானின் தலையை வெட்டுங்கள்.” அன்று முதல்முறையாக பிரஞ்சுப் படைவீரர்கள் தங்கள் சக்கரவர்த்தியின் ஆணைக்குத் தலைவணங்கவில்லை. ரோல்தான் அவர்களுடைய அன்புக்குரிய படைத்தலைவனாக இருந்தான்.

நாடகம் தொடங்கி, கடைசி காட்சிக்குப் பின் டி டி எம் ஹால் மேடையில் இரண்டாகப் பிரிந்திருந்த நீலத் திரை நகர்ந்து ஒன்றாகி மேடையை மறைத்து விழுவது வரை நான் அம்மாவின் கையை விடாமல் இறுகப் பற்றியிருந்தேன். “ஏண்டி பொண்ணே என்னை இப்படிப் பிடிச்சிருக்கே?” என்று கேட்டாள் அம்மா. என் வாழ்க்கையின் நீளமான பெருமூச்சு மூலம் அதற்கு நான் பதில் சொன்னேன். அதன் பிறகு நான் எப்போதாவதுதான் சவிட்டு நாடகம் பார்த்திருக்கிறேன். ஆழம் குறைந்த கடலில் சிக்கிய திமிங்கிலம்தான் சவிட்டு நாடகம் என்று எனக்குத் தோன்றுகிறது.

1962-ம் வருடம் தில்லியில் நடைபெற்ற குடியரசு தினக் கொண்டாட்டங்களின்போது நாட்டுப்புற நாட்டிய அரங்கில் சவிட்டு நாடகத்தை நடத்த சபீனா ராஃபி மேடத்துக்கு அழைப்பு வந்தது. தில்லியின் ஜனவரி மாதக் குளிருக்குப் பாதுகாப்பாக அணிந்துகொள்ள அப்பூப்பனிடம் வாங்கிய ஸ்வெட்டர்களையும் கம்பளித் தொப்பிகளையும் திருப்பித்தர வந்திருந்த சந்தியாகு சேட்டன் சொன்னார்:

"சபீனா மேடம் மணிமணியா இங்க்லீஷ்லே காறல்மான் கதையை நேருவுக்குச் சொன்னாங்க. ஓ, ஃபைன், க்ரேட், இஸ் தட் ஸோன்னு எல்லாம் சொல்லிக்கிட்டு அவர் ரெண்டு மணி நேரம் கதை முழுக்கக் கேட்டார். நடுவிலே தீன்மூர்த்தி பவன் வீட்டு முற்றத்திலே பம்பரம் விட்டு விளையாடிக்கிட்டிருந்த தன் பேரன் ராஜிவ் கிட்டே நேரு மாமா சொன்னார் : "மோனே, கால் மம்மி." இந்திரா காந்தி வந்தாங்க. அவங்க கிட்டே நேரு சொன்னார் : "இந்து, ஹியர் திஸ். யூரோப்பியன் லெஜண்ட்ஸ் வெரி போப்புலர் இன் கேரளா." "இஸ் தட் ஸோ"ன்னு கேட்டுட்டு இந்திரா அடுக்களை போயிட்டாங்க. அவங்க திரும்பி வந்தபோது ஒரு ப்ளேட்டுலே சுடச்சுட சமோசா எடுத்துக்கிட்டு வந்தாங்க. ராஜிவ், நேரு கிட்டே சொன்னார்: "க்ராண்ட் பா, லெட் அஸ் ப்ளே காரல்மான் அண்ட் ரோல்தான்." நேரு உடனே ரெடி. செபினா மேடம்

ராஜிவ் தலையிலே ரோல்தானோட கிரீடத்தை வச்சாங்க. நல்லா இருக்கேன்னு சொல்லி நேரு அவரோட வழுக்கைத் தலையிலே கிரீடத்தை வச்சுப் பார்த்தார். சார், நீங்களே இதை வச்சுக்குங்கன்னாங்க செபீனா மேடம். நேரு கிரீடத்தை ஷோ கேஸிலே கொண்டுபோய் வச்சார், அவர் சொன்னார் : "இங்கே நிறையப் பேர் வருவாங்க. அவங்க இதைப் பார்க்கட்டும்." செக்கச்செவேல்னு இருந்தார் நேரு மாமா. நல்ல நிறம். காஷ்மீர் பண்டிதர் ஆச்சே. இன்னும் இளமையா இருக்கார்."

சில மாதங்கள் கழித்து நேரு திடீரென்று வயதானவர் ஆன கதையை சந்தியாகுவேதான் போஞ்ஞிக்கரை கள்ளுக்கடையில் சொன்னார். அன்று கள்ளுக்கடையில் வழக்கத்தை விடவும் கூடுதலாகக் கூட்டம் நிறைந்திருந்தது. என்றாலும், குடித்துக் கொண்டிருந்தவர்களில் பலரும் துக்கத்தோடு காணப்பட்டார்கள். "சரியா, தப்பான்னு யாரும் கேக்காதீங்க. இது நான் எரணாகுளத்திலே கேட்ட கதை." சந்தியாகுசேட்டன் சொன்னார். "ரெண்டு வருஷம் முந்தி நேருவைப் பார்க்க சில பத்திரிகைக்காரங்க போனாங்க. வெள்ளைக்கார துரைகள், துரைசாணிகள், அவங்க எல்லாரும். டைம், லைஃப், லுக் இப்படிப் பெயரைக் கேட்டாலே பிரமிக்க வைக்கற பத்திரிகைகளிலே இருந்து அனுப்பப்பட்டவங்க. நேரு தீன்மூர்த்தி பவன்லே அவங்களுக்கு டீ பார்ட்டி கொடுத்தார். அப்போ வந்தவங்கள்லே ஒரு மேடத்துக்கு சந்தேகம். "அதோ அந்த ஷோ கேசிலே என்ன வச்சிருக்கு?"ன்னு கையைக் காட்டிக் கேட்டாங்க. "அது ரோல்தானோட கிரீடம்"னாரு நேரு. "ரோல்தான்னா யாரு?"ன்னு கேட்டாங்க அந்த அம்மா. "ரோல்தான் உங்க ரோலண்ட்" அப்படீன்னு சொன்னாரு நேரு. அப்புறம் செபீனா மேடம் அவருக்குச் சொன்ன காறல்மான் கதையை நேரு பத்திரிகைக்காரங்களுக்குச் சொன்னார்.

"ரோலண்டும் ஷார்லிமெய்னும் - காறல்மானோட சரியான பெயர் இதுதான் - எங்க நாட்டுக்காரங்க ஆச்சே"ன்னு சொன்னார் ஒரு பிரஞ்சுக்கார நிருபர். "ரோலண்ட் பத்தின பாட்டு எங்க நாட்டுலே ரொம்ப காலமாகவே இருக்கு"ன்னு

சொன்னாங்க இத்தாலி தேசத்துலே இருந்து வந்த ஒரு மேடம். நேரு ஆச்சரியப்பட்டுப் போனார். அவர் ஷோகேசை திறந்து, தன் தலையிலே ரோல்தானோட கிரீடத்தை வச்சுக்கிட்டு சொன்னார் : "மேனன், அந்த வாக்கிங் ஸ்டிக்கை கொடுங்க." மேனன் யாருன்னு தெரியுமில்லியா? நம்ம வி.கே கிருஷ்ண மேனோன்.

"மேனோன் வாக்கிங் ஸ்டிக்கை நேரு கிட்டே கொடுத்தார். நேரு இடது காலை முன்னாலே நீட்டினார். கையை இடுப்பிலே ஊன்றிக்கிட்டார். கம்பை உயர்த்திப் பிடிச்சார், எம்.ஜி.ஆர் ஸ்டைல்லே ஒரு போஸ். அதைத் தாழ்த்திக்கிட்டுச் சொல்றார்: "இதுதான் என் வாள். ரோல்தானின் வாள். இதன் பெயர் துரிந்தானா."

அப்புறம் நேரு இந்த ஆறாம்புரைக்கல் சந்தியாகுவோட அப்பன் அகஸ்தீஞ்ஞுவோட மாடல்லே வேகமா காலடி எடுத்து வச்சு, வாளைச் சுழட்டிக்கிட்டே பாடறார்: "துஷ்டர்களை அடக்குவேன்; நல்லோர்க்கெல்லாம் என் வணக்கம்."

"மேனோன் சரியான ஆமாஞ்சாமி பார்ட்டி, அவர் சொல்றார் "ஹூ இஸ் தேர் டு ஃபைட் வித் அஸ்?" சரியா அந்த நிமிடத்திலே தான் இமயமலைப் பக்கம் இருந்து ஒரு சத்தம் கேக்குது : "ஓ மென் ஸாய் ழெ லி." இது சீன மொழி. இதோட அர்த்தம், "நாங்க இருக்கோம்." உங்களோட போர் செய்ய நாங்க இருக்கோம்னு சொல்றாங்க. பெரிய கடல் அலை மாதிரி சீனச் செம்படை நம்ம நாட்டு எல்லையைக் கடந்து உள்ளே வராங்க. நேரு அந்த நிமிஷத்திலே கிழவர் ஆனார். நான் சொல்றேன், கேட்டுக்குங்க, நேரு இன்னும் அதிக நாள் இருக்க மாட்டார்."

கள்ளுக்கடையில் எல்லோரும் தலை தாழ்த்தி மௌனமாக இருந்தார்கள். எச்சில் விழுங்கும் மெல்லிய சத்தம் தவிர வேறில்லை. சட்டென்று பிரான்சிஸ் தலையுயர்த்தி, எல்லோரையும் பார்த்துச் சொன்னார்: "ரொம்ப சங்கடப்படற மாதிரி ஆச்சு." கள்ளுக்கடையில் வந்து போய்க் கொண்டிருந்தவர்கள் குடித்தார்களே தவிர எதுவும் பேசவில்லை.

அடுத்த நாள் ஸ்ரீராமவர்மா உயர்நிலைப் பள்ளி மாணவர்கள் ஊர்வலம் நடத்தினோம். நீளமாக இருக்கவேண்டும் என்பதற்காக ஒருவர் பின் ஒருவராகப் போன ஊர்வலம் அது. நாங்கள் இந்தியா ஜிந்தாபாத், சீனா முர்தாபாத் என்று கோஷம் எழுப்பினோம். பீரங்கி மைதானத்தில் சீன ஆக்கிரமிப்பை எதிர்த்துப் பொதுக் கூட்டமும், தேசப் பாதுகாப்பு நிதி திரட்ட ஏலமும் நடந்தன. அப்பனும் அப்பூப்பனும் சேர்ந்து, இறந்து போன என் பாட்டி மரியாகொரத்தியின் காதணிகளை தேசப் பாதுகாப்பு நிதிக்கு அளித்தார்கள்.

முதல் தடவையாக நான் இந்தியாவைப் பற்றிக் கவலைப்படத் தொடங்கினேன். 'தி ஹிந்து' பத்திரிகையில் வெளிவந்த ஒரு புகைப்படம் - சில இந்திய ராணுவ வீரர்கள் சக்கர வண்டியில் ஒரு பெரிய யந்திரத் துப்பாக்கியை மலை உச்சியில் கொண்டு சேர்க்க, திரும்பி நின்று முதுகால் அதை முட்டித் தள்ளி இமயமலை ஏற்றத்தில் நகர்த்திப் போகும் படம் அது - என்னைத் துக்கப்படுத்தியது. ராணுவ வீரர்கள் காலில் வார்ச் செருப்பு மட்டும் தரித்திருந்தார்கள். பின்னாட்களில், பத்திரிகைகளில் வந்த புகைப்படங்களில் நேருவின் கன்னங்களுக்குக் கீழே, மாலை நேர நிலப்பரப்புகள் போல் நீண்ட நிழல்கள் தென்பட்டன.

லந்தன்பத்தேரிக்காரர்கள் ஊர்வலங்களை நடத்திக்கொண்டே இருந்தார்கள். கம்யூனிஸ்ட் கட்சி அலுவலகம் இருந்த மலாக்கா ஹௌஸின் முன் ஊர்வலமாக வந்தவர்கள் உரக்க கோஷமெழுப்பினார்கள். கம்யூனிஸ்ட் கட்சித் தலைவர் எஸ்.ஏ.டாங்கே சீனாவுக்கு எதிராக இருந்தார் என்றாலும், ஈ.எம்.எஸ். நம்பூதிரிபாட்டை சீன ஆதரவாளராகவே சர்க்கார் கருதியது. ஈ.எம்.எஸ் உட்பட கட்சியின் தேசியப் பேரவை உறுப்பினர்கள் பலரும் கைது செய்யப்பட்டார்கள். லந்தன்பத்தேரியில் கட்சி அலுவலகம் பூட்டப்பட்டது. கட்சிச் செயலாளர் ஜோசப் தலைமறைவானார்.

பதினான்காம் நூற்றாண்டில் நிலமும், நீரும், காற்றுமான இயற்கைச் சக்திகள் மோதி கொச்சியில் பெரும் மணல்திட்டு உடைபட, கொச்சித் துறைமுகம் ஏற்பட்டது. அந்தத்

துறைமுகத்துக்கு முதன்முதலாக வந்த வெளிநாட்டினரில், சீனாவில் மிங்க் அரச வம்சத்தைச் சேர்ந்த பெரும்படைத்தலைவர் ழெங் ஹியும் இருந்தார். அவருடைய பல தளங்கள் கொண்ட சீனக்கப்பல்கள் துறைமுகத்துக்கு வெளிக்கடலில் நிகழும் சூரிய அஸ்தமனத்தைப் பார்க்கவிடாமல் மறைத்தன. சீனர்கள் கொச்சியில் வசிக்கத் தொடங்கினார்கள். அவர்கள் புத்தரை வழிபட ஒரு கூடத்தை ஃபோர்ட் கொச்சியில் கட்டினார்கள். அவர்களுக்குப் பின்னால் வந்தவர்கள் சீனர்களைத் துரத்தி விட்டு, புத்தரின் சிலையைக் காயலில் விட்டெறிந்தார்கள். 'லேடி வில்லிங்டன்' என்ற மண் அகழ்வுக் கப்பல் ஐந்து நூற்றாண்டுகளுக்குப் பிறகு காயலில் இருந்து புத்தரின் சிலையை மீட்டெடுத்தது. கொச்சியின் காயல் வெள்ளப் பரப்பின் ஆழத்தில் இருந்து தியானித்துக் கொண்டிருந்த புத்தரை ஒரு வெள்ளைக்காரன் லண்டனுக்குக் கொண்டு போய்விட்டான்.

ஆகக் கடைசியாகக் கொச்சிக்கு வந்த சீனர், ஷானூன் சமஸ்தானத்திலிருந்து, 1961-ல் வந்த லீ ஹங் ஜூப் ஆவார். லீ, எரணாகுளத்தில், செயிண்ட் ஆல்பர்ட் பள்ளிக்கு எதிரே பானர்ஜி ரோடில் வரிசையாகக் கடைகள் உள்ள ஒரு கட்டிடத்தின் முதல் மாடியில் 'சீன ரெஸ்டாரண்ட்' தொடங்கினார். மலையாளிகள் முதல் தடவையாக மூங்கில் குருத்து, காளான், சோயா சாஸ் போன்ற பதார்த்தங்களின் ருசியை அனுபவித்து அறிந்தார்கள். பானர்ஜி வீதியில் அஜினமோட்டோவின் வாடை எழுந்து வந்தது. எரணாகுளம் மாணவர்கள், சீனாவுக்கு எதிராக ஊர்வலம் நடத்தும்போது 'சீன ரெஸ்டாரண்ட்' பெயர்ப் பலகையைப் பார்த்து, அங்கே கல்லெறிந்து ஜன்னலை உடைத்தார்கள். லீ ஒரு மாதம் கடையைப் பூட்டி வைத்தார். மறுபடி திறந்தபோது அதன் பெயர் 'மலேயா ரெஸ்டாரண்ட்' என்று மாறி இருந்தது.

1963-ம் வருடம், அமெரிக்காவில் டெக்ஸாஸ் மாநிலம், டல்லாஸ் நகரில், ஒரு சிலுவை மரணம் நிகழ்ந்தது. ஒரு பல மாடிக் கட்டிடத்தின் மாடியில் முன்வசத்திலிருந்து, முனையில் தொலைநோக்கி இணைத்த துப்பாக்கி ஒன்று வீதியை நோக்கி நீட்டப்பட்டது. அதன் திரைக்கு நடுவே + என்று ஒரு சிலுவைச் சின்னம் இருந்தது. துப்பாக்கியின் விசையை முதல் தடவை இயக்கியபோது, வெறும் தெருதான் எதிரில் இருந்தது. மிக வேகமாக வந்துகொண்டிருந்த காரின் முன்வசத்து இருக்கையில் இருந்த டெக்ஸாஸ் ஆளுநர் கானலி மேல் இரண்டாம் முறை விசை அழுத்தப்பட, குண்டு பாய்ந்தது. அப்போதுதான் தொலைநோக்கித் திரையில் சிலுவைக் கோடுகள் சந்திக்கும் இடத்தில் அமெரிக்க ஜனாதிபதி ஜான்.எஃப். கென்னடி ஜூனியரின் முகம் வந்தது.

வராப்புழை மெத்ரோபாலித திருச்சபை கென்னடிக்காகச் சிறப்பு பிரார்த்தனைகள் நடத்தச் சொல்லித் திருச்சபைக்குட்பட்ட கோவில்களுக்குக் கடிதம் அனுப்பியது. கென்னடி அமெரிக்காவின் முதல் கத்தோலிக்க ஜனாதிபதி. மரித்தவர்களுக்கு வேண்டி பிலாத்தோஸ் பாதிரியார் இரங்கல் பிரார்த்தனை நடத்தியபோது அம்மா கண்ணைத் துடைத்தபடி இருந்தாள்.

நாங்கள் வீடு திரும்பியபோது அப்பன் சொன்னார் : “இது மாதிரி இன்னும் ஒரே ஒரு சம்பவம்தான் நான் கேட்டிருக்கேன்.

காந்தி மகானை கோட்ஸே துப்பாக்கியாலே சுட்டுப் படுகொலை செஞ்சானே அதுதான். கொல்றதுக்கு முன்னாடி, கோட்ஸே காந்திக்கு சமீபத்திலே தான் நின்னுக்கிட்டிருந்தான். அவன் அவரைக் கைகூப்பித் தொழுதுட்டுத்தான் சுட்டான்னு கேட்டிருக்கேன். தூரத்திலே இருந்து கொலை பண்றவங்க இந்த மாதிரி நாசுக்கெல்லாம் காட்ட மாட்டாங்க."

நான் வீட்டுக்குப் போகாமல், தனியாக இருப்பதற்காக லந்தன் அரண்மனைக்குப் பின்வசத்தில் இருக்கும் படகு அறைக்குப் போனேன். அங்கே வெளித்தாழ்ப்பாள் போட்டுப் பூட்டி வைத்திருந்தது. அரண்மனை காவல்காரர் முஹம்மது வீட்டில் சாவி கேட்டேன். சாவி கொடுத்தபடி ஸைனபா கேட்டாள்: "ஏன் முகம் வாடியிருக்கு, ஜெசிக்கா?"

படகுகள் கட்டியிருந்த கான்க்ரீட் பாளத்தின்மேல் நான் குதிரைச் சவாரி செய்வது போல் இரண்டு புறமும் கால்களைத் தாழவிட்டு உட்கார்ந்திருந்தேன். எனக்குக் கீழே காயலில் அன்று அலைகள் அதிகமாக உயர்ந்தன. கருங்கல் சுவரில் பற்றிப் பிடித்து ஊறும் நத்தைகள், சுமந்து வரும் தங்கள் கூடுகளில், மனத்துக்குள் கடந்து போவது போல சுருண்டுகொண்டிருந்தன. வெள்ளத்தில் வந்த நான்கைந்து ஜெல்லிமீன்கள் குடைபோன்ற தங்கள் உடலை விரித்தும் குறுக்கியும் அசைந்துகொண்டிருந்தன. கிழக்கு ஆற்றில் படகுப் போக்குவரத்து நின்றபோது அலைகள் சீறிவந்து கரையில் மோதுவது நின்றுபோய்ச் சீராக ஒலித்து நகர்ந்துகொண்டிருந்தன.

"பரிசுத்த மரியன்னையே", என்று நான் சொன்னேன்.

"எங்களைக் காத்து இரட்சிக்கணுமே", அலைகள் பதில் சொல்லின.

"புண்ணிய அவதாரப் புனிதர்களே", நான் சொன்னேன்.

"எங்களைக் காத்து இரட்சிக்கணுமே", அலைகள் சொல்லின.

"புனித மிக்கேலே", நான் சொன்னேன்.

"எங்களைக் காத்து இரட்சிக்கணுமே", அலைகள் சொல்லின.

“புனித காப்ரியலே”, நான் சொன்னேன்.

“எங்களைக் காத்து இரட்சிக்கணுமே”, அலைகள் சொல்லின.

“பரமபிதாவின் பூதங்களும் அதிதூதர்களுமான தேவதைகளே”, நான் சொன்னேன்.

“எங்களுக்காக மன்றாட வேணுமே”, அலைகள் சொல்லின.

“புனித பத்ரோஸே”, நான் சொன்னேன்.

“எங்களுக்காக மன்றாட வேணுமே”, அலைகள் சொல்லின.

“புனித அந்த்ரயோஸே”, நான் சொன்னேன்.

“எங்களுக்காக மன்றாட வேணுமே,” அலைகள் சொல்லின.

“புனித யாக்கோபே”, நான் சொன்னேன்.

“எங்களுக்காக மன்றாட வேணுமே” அலைகள் சொல்லின.

“புனித தாமஸே” நான் சொன்னேன்.

“எங்களுக்காக மன்றாட வேணுமே” அலைகள் சொல்லின.

“ஷ்... மெதுவா... ஒவ்வொரு நாமம் சொல்லும்போதும் உன் சத்தம் அதிகமாகுது. மெதுவா சொல்லு குட்டி” என்று அலைகள் என்னிடம் கூறின.

“புனித யாக்கோபு இளையவரே”, நான் சொன்னேன்.

“எங்களுக்காக மன்றாட வேணுமே”, அலைகள் சொல்லின.

“புனித ஃபிலிப்போஸே”

“எங்களுக்காக மன்றாட வேணுமே”

“புனித பார்த்திலோமாவே”

“எங்களுக்காக மன்றாட வேணுமே”

“புனித மத்தாயுவே”

“எங்களுக்காக மன்றாட வேணுமே”

“புனித சைமனே”

“எங்களுக்காக மன்றாட வேணுமே”, அலைகள் சத்தம் கூட்டிச் சொல்லின.

“புனித லெபையே”

“எங்களுக்காக மன்றாட வேணுமே”

“கத்தாதே, குட்டி” என்றன அலைகள்.

“புனித மத்தியாஸே”

“எங்களுக்காக மன்றாட வேணுமே”

“கத்தாதே, குட்டி” என்றன அலைகள்.

“புனித பர்னபாஸே”

“எங்களுக்காக மன்றாட வேணுமே”

“புனித லூக்காவே”

“எங்களுக்காக மன்றாட வேணுமே”

“புனித மார்க்கோஸே”

“எங்களுக்காக மன்றாட வேணுமே”

(குட்டி, எல்லார் காதிலும் விழப்போறது. சத்தம் போடாதே)

“பரிசுத்தமான, கள்ளங்கபடமற்ற, எல்லாக் குழந்தை நெஞ்சங்களே”

“எங்களுக்காக மன்றாட வேணுமே”, அலைகள் சொல்லின.

“புனித ஸ்டீஃபனே”

“எங்களுக்காக மன்றாட வேணுமே”

“புனித லௌரந்தியோஸே”

“எங்களுக்காக மன்றாட வேணுமே”

“புனித வினிசந்தியோஸே”

“எங்களுக்காக மன்றாட வேணுமே”

"புனித கீவர்க்கியோஸே"

"எங்களுக்காக மன்றாட வேணுமே"

"பலியானோஸ், செபஸ்தியானோஸ் என்ற புனிதர்களே"

"எங்களுக்காக மன்றாட வேணுமே"

"குஸுமோஸும், தமனியோஸுமான புனிதர்களே"

"எங்களுக்காக மன்றாட வேணுமே"

"கவர்தீஸும் ப்ரோத்தாதீஸும் ஆகிய புனிதர்களே"

"எங்களுக்காக மன்றாட வேணுமே"

"சில்வஸ்த்ரோஸும் க்ரிகோரியஸுமான புனிதர்களே"

"எங்களுக்காக மன்றாட வேணுமே"

"இவானிமோஸும் அம்ப்ரோசிஸுமான புனிதர்களே"

"எங்களுக்காக மன்றாட வேணுமே"

(குட்டி, நீ போடற சவுண்ட் வல்லார்பாடம் வரை கேட்கும் போல)

"அகஸ்தினோஸ், மர்த்தினோஸ் என்ற புனிதர்களே"

"எங்களுக்காக மன்றாட வேணுமே"

"யோஹனான், பவுலோஸ் என்ற புனிதர்களே"

"எங்களுக்காக மன்றாட வேணுமே"

"திருமறை சாட்சிகளான சகல புனிதர்களே"

"எங்களுக்காக மன்றாட வேணுமே" அலைகளும் ஒலி குறைத்துச் சொல்லின.

(சடால்னு சத்தத்தைக் குறைச்சிட்டியே குட்டி)

படகு அறையைப் பூட்டிச் சாவியைத் திரும்பக் கொடுக்க நான் சுஹ்ராமேடத்தின் வீட்டுக்குப் போனேன். கொடுத்துவிட்டுத் திரும்ப நடந்தபோது சுஹ்ரா மேடம் சொன்னார்: "ஜெசிக்கா, கொஞ்சம் நில்லு."

நான் சுஹ்ரா மேடத்தின் அருகில் போனபோது ஸைனபாவும் வந்திருந்தாள். ஸைனபா சொன்னாள்: “ஜெசிக்கா பாவாடையிலே பின்னம்பக்கத்துலே சிலோன் மேப் மாதிரி ரத்தக்கறையா இருக்கு.”

“ஸைனபா, நீ உள்ளே போய்ப் பையிலே இருந்து பழந்துணி எடுத்துக்கிட்டு வா”, சுஹ்ரா மேடம் சொன்னார். “அப்புறம், ஜெசிக்காவை குளியல் அறைக்குக் கூட்டிக்கிட்டுப் போ. ஜெசிக்கா, பயப்பட ஒண்ணுமில்லே. நல்லா தொடச்சுக்க.”

தூமை என்னை ஏமாற்றமடையச் செய்தது. அது வியர்வை போல் மெலியதாக இருந்தது. நான் வீட்டுக்குத் திரும்ப நடந்தபோது, பூமி என்னை இன்னும் இறுகக் கடித்து இழுப்பது போல் தோன்றியது. படகு அறையில் என் வலது கால் பாதத்தில் ஒரு புது மருவைக் கண்டுபிடித்ததை நினைத்துக் கொண்டேன். அந்த மரு நான் இனித் தனியாகச் சுற்றித் திரிவதை நிறுத்தும் என்று தோன்றியது.

6. பாபுல் மோரா

எனக்குப் பதின்மூன்று வயதாகும்போது வயோதிகம் வந்துகொண்டிருப்பதாக ஒரு முன்னறிவிப்பு கிடைத்தது. என் நினைவுகள் பலவும் குறிப்பாக இன்னார் பற்றியவை என்பதாக இல்லாமல், நான் நேரடியாகப் பங்கு பெறாத நிகழ்வுகள் பற்றியதாக இருந்தன. அந்த நினைவுகளின் திரளில், முதலாவதாக நிற்பது பைசா நாணயம் பற்றியது. 1957-ல், கஷ்டப்படுத்தும் ரூபா - அணா - பைசா கணக்கு போய், நளினமான தசாம்ச அடிப்படையில் எழுந்த நயாபைசா கணக்கீடு வந்தது. 1964-ல் நயாபைசா வெறும் பைசா ஆனது. ஏழே வருடத்தில் அது புதியதாக - நயா - இல்லாமல் போனது. இப்படி என் கண்முன் சரித்திரம் உருவானது. நான் வயதான கிழவி ஆகும் காலத்தில் ‘பைசாவுக்குப் பழைய பெயர் நயாபைசா’ என்று சொல்வேனோ!

1964 ஏப்ரல் மாதத்தில் ஒரு ராத்திரி, அன்றைய படகுப் போக்குவரத்து சேவை முடிந்ததற்குப் பிறகு, அரண்மனைப் படகுத்துறைக்கு ஒரு படகு வந்தது. கேரள கம்யூனிஸ்ட் கட்சி தலைவர்களில் மக்கள் மனம் கவர்ந்தவராக இருந்த ஏ.கே.ஜி என்று விளிக்கப்பட்ட ஏ.கே.கோபாலன் படகு விட்டு இறங்கி மலாக்கா ஹௌஸுக்கு நடந்தார். பங்குனி மாதத்தின் அதிகமான வெப்பம் காரணமாக லந்தன்பத்தேரிவாசிகள் ராத்திரியில் நேரம் சென்றே உறங்கப் போய்க்கொண்டிருந்தார்கள். அவர்கள்

உறங்குவதற்கு முன் வழக்கமாகச் சொல்லும் பிரார்த்தனைகளை இன்னும் சொல்லத் தொடங்கியிருக்கவில்லை. ஏ.கே.ஜி வந்திருக்கும் விவரம், அப்பம் செய்ய அரைத்த மாவையும் கள்ளையும் புளிக்க வைக்கும் பாக்டீரியா போல எங்கும் பரவியது.

சந்தியாகு சேட்டன் வீட்டு வாசலில் வெளிச்சத்தைப் பார்த்து அப்பனும் நானும் அங்கே போனோம். சேவியருசேட்டனும், சாரா சேச்சியும் எங்களுக்கு முன்பே அங்கே வந்திருந்தார்கள். அப்பன் கேட்டார் : "என்னாச்சு? எல்லாரையும் கூட்டி நடுராத்திரி மாநாடு நடத்திட்டிருக்கீங்களே?"

"ஏ.கே.ஜி லந்தன்பத்தேரிக்கு வந்திருக்கார்", என்றார் சந்தியாகுசேட்டன். அவரோட கம்யூனிஸ்ட் கட்சி ரெண்டா உடைஞ்சிடுத்து. தான் இருக்கற சீன ஆதரவுக் கட்சிப் பிரிவுக்கு ஆள் திரட்டத்தான் வந்திருக்கார்."

"நீங்க யாராவது ஏ.கே.ஜியைப் பார்த்திருக்கீங்களா?" சில்வியா சேச்சி கேட்டாள்.

"எரணாகுளம் ராஜேந்திரா மைதானத்துலே கூட்டம் போட்டு அவர் பிரசங்கம் பண்றதை நான் பார்த்திருக்கேன்" என்றார் சந்தியாகு சேட்டன்.

"அரைக்கை ஷர்ட், நடுவிலே வகிடு எடுத்து சீவின தலைமுடி, சிரிச்சா, குழந்தை மாதிரி கன்னத்திலே குழி விழும். ஆனா கண்ணு, குளவிக் கண்ணு மாதிரி பளபளன்னு இருக்கும்."

"குளவிக்கண்ணா? அது எப்படி இருக்கும்?" சேவியருசேட்டன் கேட்டார்.

"குளவி இரையைத் தேடிப் பிடிச்சு எடுத்துத் தன்னோட கூட்டிலே கொண்டுபோய் வைக்கும். வச்சுட்டு அதைப் பார்க்கும், பார்த்துப் பார்த்தே இரையா வந்த அந்தப் புழுவை குளவி ஆக்கிடும். அதுபோல ஏ.கே.ஜி, பார்த்துப் பார்த்துப் பார்த்து ஆளுங்களை கம்யூனிஸ்ட் ஆக்கிடுவார்."

ஏ.கே.ஜி வந்து ஒரு மணி நேரத்துக்குள் அரண்மனைப்

படித்துறையில் குக்கூவென்று யாரோ கூவி விளிப்பது கேட்டது. சில்வியாசேச்சி தயாரித்துக் கொடுத்த பால் சேர்க்காத கட்டன் காப்பி குடிப்பதை நிறுத்தி நாங்கள் காதுகளைக் கூர்மையாக்கி இருந்தோம். சந்தியாகு சேட்டன் சொன்னார்: "நம்மாளு திரும்பிப் போகறார். குஞ்ஞூஞ்ஞோட படகை வரச்சொல்லிக் கூவறாங்க. நம்ம ஊர் கம்யூனிஸ்ட்கள் அத்தனை பேரையும் வெறும் நாப்பத்தஞ்சே நிமிடத்திலே ஏ.கே.ஜி சீன ஆதரவு கம்யூனிஸ்ட்கள் ஆக்கிட்டார். ஏசுவே, அந்தாளு எமகாதகன்."

"ஒருத்தரைத் தவிர" அடுத்த நாள் லந்தன்பத்தேரியில் முதல் கம்யூனிஸ்ட்காரர்களில் ஒருவரான பிரேமசந்திரன், அப்பனுடன் பேசிக்கொண்டிருந்ததை நான் கேட்டேன்: "அந்த ராகவன் மாஸ்டர் ஏ.கே.ஜியைச் சந்திக்க வரலை. லந்தன்பத்தேரியிலேயும், போஞ்ஞிக்கரையிலேயும், வடக்கு கடமக்குடியிலேயும் தோழர்கள் அணி அணியா ஏ.கே.ஜியைச் சந்திக்க வந்தாங்க. ஆட்களைப் பார்த்தா ஏ.கே.ஜி தலையை ஆட்டிப்பார், சில சமயம் சிரிப்பார். சிலபேர் கூட சித்தாந்தம் பேசிட்டிருப்பார். கட்சித் தலைவர் எஸ்.ஏ.டாங்கே ஒரு ஃபிஃப்த் காலம்னிஸ்ட் ஒற்றர். மார்க்சீயம், லெனினிசத்தை நீர்க்க வைக்கிற வேலையைத்தான் ரஷ்யா செஞ்சுக்கிட்டிருக்கு. அவங்க திருத்தல்வாதிகள். கட்சியிலே ஏற்பட்ட இந்தப் பிளவு கட்சிக்கு நல்லதுதான். அப்படி ஏ.கே.ஜி வாத்தியார் வடக்கன் மலையாளத்திலே டயலாக் எடுத்து விட்டுக்கிட்டிருந்தார். மீட்டிங் முடிஞ்சு படி இறங்கற போது ஏ.கே.ஜி கேட்டார்: "ராகவன் மாஸ்டர் எங்கே?." கட்சி உள்ளூர்ச் செயலர் ஜோசப் சொன்னார், ராகவன் வலதுசாரி ஆயிட்டார்னு. "அவன் சதி பண்ணிட்டான், ஏ.கே.ஜி."

வலது கம்யூனிஸ்ட் கட்சிக்கு லந்தன்பத்தேரியிலும், போஞ்ஞிக்கரையிலும், ராகவன்மாஸ்டர் மட்டுமே அனுதாபியாக இருந்திருக்க வேண்டும். கட்சியில் பிளவு ஏற்பட்ட நாட்களில், இடது கம்யூனிஸ்ட்கள் ராகவன்மாஸ்டரை எங்கே பார்த்தாலும் கேலி செய்தார்கள். அவர் பள்ளிக்கூடத்துக்கு நடந்து போகும்போது இடதுசாரிகள் மலாக்கா ஹௌஸ் மாடியிலிருந்து கேட்பார்கள்: "என்ன ராகவன் மாஸ்டரே,

ஒருநபர் ஊர்வலம் நடத்தறீங்க போல?" ஒரு முறை போனிபேஸ் பாலத்தின் முனையில் வைத்து ராகவன் மாஸ்டரைக் கட்சி உள்ளூர்ச் செயலாளர் ஜோசப் கேட்டார்: "மாஸ்டரே, என்ன இப்படித் தனியா நடந்தபடி உங்களுக்கு நீங்களே பேசிக்கிட்டு போறீங்க? ஓ, சாரி, உங்க கட்சியோட உள்ளூர் அங்கத்தினர் மீட்டிங் நடத்திக்கிட்டிருக்கீங்களா?" சாயாக்கடைக்காரர் பௌலோஸ் மட்டும் ராகவன் மாஸ்டரை அவ்வப்போது ஆசுவாசப்படுத்துவார்: "இடதுசாரிங்களுக்கு யாரெல்லாம் இருக்காங்க? ஈ.எம்.எஸ்ஸும், ஏ.கே.ஜியும். உங்களுக்கு மீதி இருக்கப்பட்ட எல்லாரும் இருக்காங்க. சி.அச்சுதமேனன், ஆர்.சுகதன், டி.வி.தாமஸ், எம்.என்.கோவிந்தன் நாயர். மாஸ்டரே, எல்லாம் கலங்கித் தெளியறபோது நீங்கதான் ஜெயிக்கப்போறீங்க." ராகவனின் தனிமை தொடர்ந்தபோது இடதுசாரியினர் அவரைப் பரிகசிப்பதை நிறுத்தினார்கள்.

ஒரு விடுமுறை தினத்தில் ராகவன் மாஸ்டர் பகல் பொழுதைப் பெரும்பாலும் தனியாக இருந்து போக்கினார். பிறகு அடுத்த அறையில் புஷ்பாங்கதனைப் பார்க்கப் போனார். புஷ்பாங்கதன் கணக்குப் போட்டுக் கொண்டிருந்தார். எந்த வேறு எண்ணாலும் மீதி வராமல் வகுபடாத முதன்மை எண்கள் பற்றிய பெர்மாட்டின் கடைசி தியரத்தை புஷ்பாங்கதன் ஆராயத் தொடங்கிப் பதினைந்து வருடங்கள் கடந்திருந்தன என்றாலும் அவர் இன்னும் நான்கு இலக்க முதன்மை எண்களில்தான் இருந்தார். ராகவனைப் பார்த்ததும் புஷ்பாங்கதன் சொன்னார்: "இந்த ப்ரைம் நம்பர்களுக்கு ஒரு சீரான போக்கும் நியமமும் கிடையாது. அங்கே இங்கேன்னு சிதறிக் கிடக்குது அதெல்லாம். ஒரு எண்ணை எடுத்தா அது முதன்மை எண்ணா இல்லையான்னு கண்டுபிடிக்கத்தான் என் நேரம் முழுக்க இப்போ செலவாகுது." ராகவன் மாஸ்டர் ஏதும் சொல்லாமல் அரண்மனைப் படித்துறைக்கு நடந்தார்.

எரணாகுளத்தில் படகிலிருந்து இறங்கிய ராகவன் படகுத்துறைக்கு அருகே கனால்ஷெட் வீதிக்குப் போனார். அங்கே பிளவுபடாத கம்யூனிஸ்ட் கட்சி அலுவலகம் ஓர் இரண்டு மாடிக் கட்டடத்தில் இருந்து செயல்பட்டது.

கட்சி பிரிந்ததும், கட்சி அலுவலகம் இடதுசாரி கம்யூனிஸ்ட் கட்சிக்குக் கிடைத்தது. கீழ்த்தளத்தில் இருந்த புத்தகக் கடை வலதுசாரிக் கட்சிக்குக் கிட்டியது. புத்தகக் கடையில் தனியாக இருந்து அலுப்படைந்த ரஹ்மான் சொன்னார் : “வாங்க, நல்லதா போச்சு. நான் காலையிலே இருந்து ஒரு சாயா கூட குடிக்காமல் சோவியத் புஸ்தகங்களுக்கு நடுவிலே உக்கார்ந்துகிட்டிருக்கேன். தோழர், கொஞ்ச நேரம் கடையைப் பார்த்துக்குங்க. பயப்படாதீங்க. ஒருத்தரும் புஸ்தகம் வாங்க வரமாட்டாங்க. போனவாரம், ரஷ்யாவிலே அச்சடிச்ச மேத்ஸ், பிசிக்ஸ் புஸ்தகங்கள் வேணுமின்னு சில ஸ்டுடண்ட்ஸ் வந்தாங்க. அதுக்கு அப்புறம் இப்படித்தான் ஈ ஓட்டிக்கிட்டிருக்கேன்.”

ரஹ்மான் வெளியே போகும்போது சொன்னார்: “தோழர், ஷெல்ப்லே எல்லாம் ஒரு கண்ணு வச்சுக்குங்க. ஸ்டாலினோட ஏதாவது புத்தகம் கண்ணுலே பட்டா, அதோ அந்த மூலையிலே வச்சிருக்கற கோணிச் சாக்குலே போட்டு வச்சிடுங்க. சிவகாசி பட்டாசு கம்பெனி ஏஜெண்ட் அம்ப்ரோஸ் அதை எல்லாம் எடை போட்டு எடுத்துக்கிட்டுப் போவார். ரஷ்ய காகிதம் சரவெடி செய்ய அருமையா இருக்குதாம். ஸ்டாலின் பட்டாசு நல்லா வெடிக்கும்.”

ராகவன் புத்தக அலமாரிகளைப் பார்த்தார். காரல் மார்க்ஸின் ‘மூலதனம்’, மற்றும் தோப்பில் பாசியின் ‘தலைமறைவு வாழ்க்கை நினைவுகள்’ புத்தகங்களுக்கு இடையே பதுங்கியிருந்த ஸ்டாலினின் ‘மார்க்சீயமும் தேசியதளக் கேள்விகளும்’ என்ற புத்தகத்தை உருவியெடுத்து கோணிச்சாக்குக்குள்ளே அதைப் போட்டார். ஒரு முக்கியமான அரசியல் நடவடிக்கை எடுத்த மனநிறைவோடு நாற்காலிக்குத் திரும்பியபோது ரஹ்மான் திரும்ப வந்திருந்தார். போய் வருகிறேன் என்று சொல்லிக் கொள்ளாமல் புத்தகக்கடையை விட்டுப் புறப்பட்டார் ராகவன். ஆஸ்பத்திரி வீதியில் ‘ஹோட்டல் டெர்மினஸ்’ உள்ளே வைத்திருந்த மதுக்கடைக்கு நடந்தார் அவர். இருட்டும் வரை அங்கே குடித்துக் கொண்டிருந்தார். படகுத்துறைக்குத் திரும்ப நடக்கும்போது யாரோ அவரை ஆஸ்பத்திரிக்கு முன்னால்

தடுத்து நிறுத்திக் கேட்டார்கள்: "ஒரு பாசிங்ஷோ சிகரெட் இருக்குமா?"

"ஷெனாய் தோழர்" ராகவன் மாஸ்டர் ஷெனாயைக் கட்டிப் பிடித்துக் கொண்டார். ஷெனாய் மௌனமாக நின்றார். ராகவன் அவரைக் கேட்டார்: "தோழர் இங்கே எப்படி? எப்போ வந்தீங்க?"

"வந்து ஒரு வாரம் ஆச்சு. போஸ்பிக் லாட்ஜிலேதான் தங்கியிருக்கேன். பார்ட்டி உடஞ்சபோது கட்சித்தலைமை என்னைச் சொந்த ஊருக்குப் போய் கட்சியைக் கட்டச் சொன்னாங்க. என் வாழ்க்கையிலேயே ரெண்டாவது தடவையா நான் கட்சியைப் புதுசாக் கட்டறேன். அப்புறம் ராகவன், நான் இடதுசாரியிலே இருக்கேன்."

"நான் மற்ற பிரிவுலே இருக்கேன்" என்றார் ராகவன்.

"தெரியும்" என்றார் ஷெனாய்.

"எல்லாத்தையும் விட கட்சிதான் முக்கியம்," ராகவன் சொன்னார். "கட்சியோட அடித்தளம் ஒழுங்குமுறைதான். கட்சிக்குள்ளே ஒன்றுக்கு மேற்பட்ட கண்ணோட்டம் வந்ததுன்னா ஜனநாயக முறையிலே அதை சர்ச்சை செய்யணும். செண்ட்ரல் கமிட்டி ஒரு தீர்மானம் எடுத்தா, எல்லா அணியும் அதைக் கடைப்பிடிச்சாகணும். கட்சியை உடைக்கறது..."

"நான் காரணம் கேட்கலியே. போதை எதிலேன்னு தேடிக்கிட்டு அலையற மத்தியதர வர்க்கப் பசங்களுக்கான சமாசாரம் இல்லை கம்யூனிஸம். அது கிடக்கட்டும், எங்கே இருந்து வரீங்க, ராகவன்?"

"பாகப்பிரிவினையிலே எங்களுக்குக் கிடைச்ச புஸ்தகக்கடையிலே இருந்துதான்... அப்புறம் தோழர், நாம மற்றதை எல்லாம் பங்கு வச்சுப் பிரிச்சுக்கிட்ட மாதிரி கம்யூனிஸ்ட் தியாகிகளையும் பாகப் பிரிவினை செஞ்சுக்க வேணாமா?"

"ராகவன்"

“இல்லேன்னா போகுது. தியாகிகளைப் பிறப்பித்த இடங்களை முதல்லே பிரிச்சு எடுத்துக் கொள்ளலாம். ஆயிரக்கணக்காக தோழர்கள் செத்து விழுந்த வயலார் - புன்னப்புரையிலே ஆரம்பிக்கலாம். தோழருக்கு எது வேணும்? வயலாரா, புன்னப்புரையா? இந்த ரெண்டு விரல்லே ஒண்ணைத் தொடுங்க.”

“ராகவன், நான் போறேன்”, ஷெனாய் சொன்னார்.

“நில்லுங்க சகாவே. இனி நாம தியாகிகளைப் பங்கு பிரிச்சுக்கலாம். கோட்டத்தல சுரேந்திரன், எம்.ஜி.வேலாயுதன், கட்சியை உருவாக்கின பி.கிருஷ்ணபிள்ளை... தோழருக்கு இவங்கள்ளே யார் வேணும்?”

“கிருஷ்ணபிள்ளை டெக்னிகல்லா பார்த்தா தியாகி இல்லையே? பாம்பு கடிச்சுத்தானே இறந்துபோனார்?”

“சரி, கிருஷ்ணபிள்ளை வேணாம், அவரைக் கொத்தின பாம்பு? தோழர் பாம்பை எடுத்துக்குங்க. பெரிய தலைவர்கள் எல்லாம் எங்க பக்கம் தான் இருக்காங்க.”

“அவங்களை எல்லாம் நாங்க மக்களை வச்சுக் கடிக்கச் சொல்றோம். நான் கேள்விப்பட்டது சரிதானே?”

“என்ன கேள்விப்பட்டீங்க?”

“ராகவன் ஃபுல்டைம் தண்ணி வண்டின்னு”, ஷெனாய் திரும்பி நடக்கும்போது சொன்னார். ராகவன் சிறிது நேரம் அசையாமல் நின்றார். வளைந்து திரும்பிய தெருமுனைக்கு ஷெனாய் நடந்தபோது அவர் சத்தம் போட்டுச் சொன்னார்: “டேய் ஷெனாய், புல்லுப் பயலே, பசிக்குதுன்னு நீ சொன்னபோதெல்லாம் உனக்குச் சாப்பாடு வாங்கிக் கொடுத்தேனே. ஒரு தடவையாவது என்னைத் தோழர்னு கூப்பிட்டிருக்கியாடா நீ?”

லந்தன்பத்தேரிக்குத் திரும்பிவந்த ராகவன் நேரே போஞ்ஞிக்கரை கள்ளுக்கடைக்கு நடந்தார். அங்கே பின்வரிசை பெஞ்சில்

உட்கார்ந்து கொஞ்ச நேரம் உறங்கினார். கள்ளுக்கடை ராஜப்பன் அவரிடம் கேட்டார் : "மாஸ்டர், நீங்க முழுக்க போதையிலே இருக்கீங்க. இன்னும் குடிக்கணுமா?"

"ராஜப்பா, ஒரு போத்தல் கள்ளு கொடு. நான் எல்லாத்துக்கும் மேலே ஊத்திக்கறேன். கார் எஞ்சின்லே எண்ணெய் குறைஞ்சதுன்னா கொஞ்சம் ஊத்தி டாப் செஞ்சுக்கறாப்பலே."

கள்ளுக்கடை மூடும்வரை மடக்கு மடக்காக ராகவன் அந்த போத்தல் கள்ளைக் குடித்துத் தீர்த்தார். திரும்பி நடக்கும்போது அவர் போனிபேஸ் பாலத்தில் இருந்தபடி கீழே ஓடும் நீரில் வாந்தி எடுத்தார். அந்த வாந்தியில் காலையில் பௌலோஸ் கடையில் குடித்த சாயா முதல் அன்றைய நாள் முழுக்க நடந்த சம்பவங்களை எல்லாம் அவர் கண்டார். கண்ணில் நிறைந்த நீரோடு பரங்கி ஜெபக்கூடத்தில் ஏற்றி வைத்திருந்த மெழுகுவர்த்திகளை அவர் நோக்கியபோது அவை ஒவ்வொன்றின் சுடரும் நான்கு திசையிலும் சிதறித் தீச்சிலுவைகள் போல ஒளிர்ந்தன. மலாக்கா ஹௌஸ் வந்து சேர்ந்தபோது அவர் கண்கள் நிறைந்திருந்தன. கட்டிடத்தின் முதல் மாடியில் இடதுசாரி கட்சி அலுவலகத்தின் பெயர்ப்பலகை தொங்கியதை முதல் முறையாகக் கவனித்தார் அவர். புதுக் கட்சியின் சின்னத்தில் அரிவாள், சுத்தியலோடு கூட ஒரு நட்சத்திரமும் இருந்தது. பெயர்ப் பலகையைக் கூர்ந்து பார்த்தபோது கண்ணில் இருள் கவிந்தது. ஒற்றை நட்சத்திரம் மட்டும் விழிக்குள் பிரகாசித்தது. ராகவன் பாடினார்:

"ட்விங்கிள் ட்விங்கிள் லிட்டில் ஸ்டார்
ஹௌ ஐ ஒண்டர் வாட் யூ ஆர்"

நேரு இறந்துபோனார். போஞ்ஞிக்கரை மாதாகோவில் மணி மரணச் செய்தியை அறிவித்துக்கொண்டு அரைமணி நேரம் தொடர்ந்து முழங்கியது. மலாக்கா ஹௌஸில் கடைகள் அடைக்கப்பட்டன. குந்தன் மியூசிக் கிளப் முன் கறுப்புக் கொடி ஏற்றி வைக்கப்பட்டது. நான் வாய்விட்டு அழுதேன்.

"இந்தக் குட்டி என்னத்துக்கு அழுது ஆர்ப்பாட்டம் பண்றா?" அம்மா கேட்டாள்.

"ஜெசிக்கா மனசு நொந்துபோயிருக்கா போல", அப்பூப்பன் சொன்னார்.

என் அழுகைக்கும் என் நினைப்புக்கும் தொடர்பு ஏதும் இல்லை. என் மனம் உணர்ச்சிகள் அற்று அமைதியாக இருந்தது. என்றாலும் வேலிப்படலுக்கு அருகே நின்று அடக்க முடியாமல் நான் அழுதேன்.

நேருவை நான் ஒருமுறைதான் நேரில் பார்த்திருந்தேன். நேருவைக் காட்ட அப்பன் என்னை ஒருமுறை எரணாகுளத்துக்குக் கூட்டிப் போயிருந்தார். வில்லிங்டன் தீவில் விமானம் விட்டு இறங்கிய நேரு, எரணாகுளத்துக்குத் திறந்த ஜீப்பில் பயணமானார். ஜீப் கடந்து போனபோது சாலையின் இருமருங்கிலும் நின்ற பொதுமக்கள் கைதட்டி ஆரவாரம் செய்தார்கள், எரணாகுளம் படகுத்துறைக்கு அருகில் அவரைக் கண்டேன். அவருக்குக் கையசைத்தேன். நேரு திரும்பக் கையசைக்கவில்லை.

மாலையில் ஹெர்பர்ட் மைதானத்தில் நேருவின் சொற்பொழிவைக் கேட்க நாங்கள் எரணாகுளத்தில் காத்திருந்தோம். நேரு ஆங்கிலத்தில் செய்த பிரசங்கமும், கூடவே வந்த மலையாள மொழிபெயர்ப்பும் எனக்குப் புரியவில்லை. பிரசங்கம் தொடங்கி மூன்று, நான்கு நிமிடம் கழிந்தபோது நேரு பேச்சை நிறுத்தி, எல்லோரையும் பார்த்துச் சிரித்தார். கூட்டமே அவரோடு சேர்ந்து சிரித்தது. நேரு சொன்ன நகைச்சுவைத் துணுக்கு எனக்குப் புரியவில்லை என்றாலும் நானும் உரக்கச் சிரித்தேன். எனக்குச் சிரிப்பை அடக்க முடியாமல் போனது. பிரசங்கம் முடியும் வரை நான் சிரித்துக்கொண்டே இருந்தேன். நேரு இறந்தபோது நான் அழுததும் அது மாதிரித்தான் இருந்தது. நேரு என்னைப் பெரிதும் பாதித்தார். ஆனால் அந்தப் பாதிப்பில் எந்த ஆழமுமில்லை.

அடுத்த நாள் பத்திரிகையில் நேருவின் உடலைப் பனிக்கட்டிகள் மேல் கிடத்தியிருந்த படம் வெளியாகி இருந்தது. நேருவின் இறுதி யாத்திரை பற்றி ஆல் இந்தியா ரேடியோவில் ஒலிபரப்பான மெல்வில் டி மெல்லோவின் நேர்முக வர்ணனையை ஒரு வார்த்தை கூடத் தவறவிடாமல் அப்பூப்பன் ரேடியோவுக்குப் பக்கத்திலேயே நின்று கவனமாகக் கேட்டார். அப்பூப்பன் சொன்னார் : "இந்த டிமிலோ பரங்கிக்கார ஆளு, நல்லாத்தான் சொல்றார். நேரு உடம்புலே அடிக்கற வாடை எப்படி இருக்குன்னு கூட சொல்லத் தவறலையே!"

அந்த நாட்களில் நான் பத்திரிகைகளில் நேருவின் வாழ்க்கை வரலாற்றை வாசித்தேன். விடுதலைப் போராட்ட காலத்தில் ஒன்பது வருடங்களுக்கு மேல் அவர் சிறையில் இருந்தார் என்று படித்தபோது அவர் தீவின் தனிமையைச் சிறையில் வைத்து அறிந்து கொண்டார் என்பது புரிந்தது. நான் மீண்டும் அழத் தொடங்கினேன். என் அழுகையிலிருந்து ஓசை பிரிந்து நின்றது. மனம் ஆழம் கொண்டிருந்தது.

1965: எரணாகுளத்துக்கு மசாலா வேர்க்கடலை வந்த வருடம் அது. இந்திய மொழிகளிலே சிறந்த திரைப்படத்துக்கான, ஜனாதிபதியின் தங்கப் பதக்க விருது முதல் முறையாக ஒரு மலையாளத் திரைப்படத்துக்குக் கிடைத்தது. தகழி சிவசங்கரன் பிள்ளையின் 'செம்மீன்' என்ற நாவலின் அடிப்படையில் எரணாகுளத்துக்காரர் பாபுசேட் தயாரித்த படம் அது. அந்தப் படத்தைப் பார்க்க அப்பனோடும் அம்மாவோடும் எரணாகுளம் படகுத்துறையில் படகை விட்டிறங்கி, கொஞ்ச தூரம் நடந்தபோது மசாலா வாசமும், எண்ணெய் காய்ச்சும் வாடையும் கறிவேப்பிலை வறுபடும் மணமும் மூக்கில் ஏறியது. நாங்கள் அந்த மணத்தைப் பின்தொடர்ந்து இர்வின் பூங்கா வாசலில் நின்ற தள்ளுவண்டிப் பக்கம் போனோம். கறிமசாலாத் தூளும், கறிவேப்பிலையும் கடலைமாவோடு சேர்த்துப் பிசைந்து பூசிய கடலை. வண்டிக்காரன் அதை ஸ்டவ்வில் ஏற்றிய சீனச்சட்டியில் சூடாக்கிய தேங்காய் எண்ணெயில் பொரித்தெடுப்பதைப் பார்த்தபடி நான் நின்றேன். செம்மீன் திரைப்படம் திரையிடப்பட்டிருந்த பத்மா தியேட்டரை அடையும்வரை நான் ஒவ்வொரு மணியாக மசாலாக் கடலையைக் கொறித்தபடி நடந்தேன்.

கானம் ஈ.ஜெ கதையின் அடிப்படையில் வெளியான 'பார்ய' திரைப்படம் போல, செம்மீன் குடும்ப வாழ்க்கையை

அடிப்படையாகக் கொண்டதில்லை. திருமணமான பிறகு, பழைய காதலனைச் சந்தித்த கருத்தம்மா, காதலனோடு கூடக் கடற்கரையில் இறந்து கிடக்கிறாள். பாவத்தின் சம்பளம் மரணம் என்ற விவிலிய வாக்கியத்தை இது மெய்ப்படுத்துகிறது என்று புரிந்தது. ஆனால், கருத்தம்மா தப்பு செய்தால், அவளுடைய நிரபராதியான கணவன் பழனி ஏன் கடலில் போய் சுழலில் அகப்பட்டுப் பரிதாபமாக மரணமடைய வேண்டும் என்ற கேள்வியை நான் யாரிடமும் கேட்கவில்லை.

1965 கோடை விடுமுறையின் போது நான் ஆண்டு இறுதித் தேர்வில் வெற்றி பெற்று மேல்வகுப்பான பத்தாம் கிளாசுக்குத் தேர்வானேன் என்று அறிந்தேன். "ஏழு ஞாயித்துக்கிழமை ஒரு வாரம் கூட தவறாம நான் படகு ஏறி, பஸ் பிடிச்சு இடப்பள்ளி போய் கீவர்கீஸ் புனிதரோட சந்நிதியிலே மெழுகுவர்த்தி கொளுத்தி வச்சுத் தொழுதேன். அதுனாலேதான், நீ இந்தக் கண்டத்தைக் கடந்து வந்திருக்கே, குட்டி" என்றாள் என் அம்மா.

எங்கள் பள்ளியில், நீண்ட விடுமுறையில் போன ஆசிரியரின் இடத்தில் ரோஸிசேச்சி நியமிக்கப்பட்டு, தற்காலிகமாக ஒரு வருடத்துக்கு ஆசிரியை ஆனாள். ரோஸிசேச்சி எங்கள் வீட்டுக்கு வந்து அம்மாவிடம் சொன்னாள்: "மட்டில்டா சேச்சி, நான் இன்னிக்கு ஸ்கூல் போயிருந்தேன். ஜெசிக்காவோட மார்க் எவ்வளவுன்னு பார்த்தேன். எல்லா சப்ஜெக்ட்டிலும் நல்ல மார்க். கணக்குலே மட்டும் ஜஸ்ட் பாஸ் மார்க் எடுத்திருக்கா."

"கணக்கிலே மார்க் வாங்காம அவ எப்படி பத்தாம் கிளாஸ் பப்ளிக் பரீட்சை பாஸ் ஆகப் போறா?" அம்மா கேட்டாள்.

"அதைச் சொல்லத்தான் வந்தேன். வெக்கேஷனிலே ஜெசிக்கா டியூஷன் போகணும்." ரோஸிசேச்சி சொன்னாள்.

"யாரு இங்கே இந்தக் குட்டிக்கு டியூஷன் சொல்லித் தருவாங்க? நீ சொல்லித் தர்றியா ரோஸி?" அம்மா கேட்டாள்.

"அய்யோ, கணக்கு என்னோட சப்ஜக்ட் இல்லே", ரோஸிசேச்சி சொன்னாள்.

"நீ தானே குட்டி யோசனை சொன்னே. நீயே ட்யூஷன் மாஸ்டரைக் கண்டுபிடிச்சுக் கொண்டுவா." சாய்வு நாற்காலியில் உட்கார்ந்திருந்த அப்பூப்பன் ரோஸிசேச்சியிடம் சொன்னார்.

"அதுக்கு எரணாகுளத்துக்குப் போகவேண்டி வரும்", ரோஸிசேச்சி சொன்னாள். "இங்கே புஷ்பாங்கதன் மாஸ்டர் மட்டும்தான் இருக்கார். அவருக்கு ட்யூஷன் எடுக்க நேரம் எங்கே இருக்கு?"

"ஏதோ தேற்றம் பிசகுன்னு நிரூபிக்க இப்பவும் புஷ்பாங்கதன் மாஸ்டர் கணக்குப் போட்டுக்கிட்டிருக்காரா?" அம்மா கேட்டாள். "ஏசுவே, என்னை ஃபோர்ட் கொச்சியிலே வச்சு கல்யாணம் கட்டி இவங்க அப்பன் இங்கே கூட்டி வந்த நாள் முதலா நான் கேட்கிறது, புஷ்பாங்கதன்மாஸ்டர் கணக்குப் போட்டுக்கிட்டிருக்கார். இவருக்கு என்ன பிரச்சனை? கல்யாணமும் செஞ்சிக்கலே. மீசையிலே சாயம் தேச்சுக் கருப்பாக்கிக்கறார். வாங்கற சம்பளம் எல்லாம் பேப்பர் வாங்கவும், பேனாவுக்கு மை போடவும் செலவழிச்சு இன்னும் எத்தனை நாள் அவர் கணக்குப் போடப்போறார்?"

அப்பூப்பன் வெள்ளை பிரம்பை ஊன்றி உள்ளறைக்குப் போய் உடுப்பை மாற்றி, கறுத்த கோட்டும், போ டையும் தரித்து வந்தார். அவர் சொன்னார் : "புஷ்பாங்கதனையே ஏற்பாடு செஞ்சுடலாம். மத்தேவூஸே, நீயும் என்னோட கூட வா. புஷ்பாங்கதனைப் போய்ப் பார்ப்போம். பத்தாம் கிளாஸ் பரீட்சைன்னு சொன்னாலே மகாபாரத யுத்தம் மாதிரி. அச்சடிச்ச கொஸ்டின் பேப்பரும் ஆன்சர் பேப்பரும் சர்க்காரே தரும். ஸ்டூடண்ட் பெயர் எழுதக்கூடாது. நம்பர் தான் எழுதணும். சும்மா உட்கார்ந்து பிரயோஜனமில்லை. ஜெசிக்காவுக்குக் கணக்குச் சொல்லிக்கொடுன்னு நானே போய் புஷ்பாங்கதன் கிட்டே கேட்கறேன்."

சிறிது நேரத்தில் அப்பூப்பனும் அப்பனும் சிரித்தபடி திரும்பி வந்தார்கள். அப்பூப்பன் சொன்னார் : "ஜெசிக்கா, நான் ஒரு சின்ன டெக்னிக் எடுத்துவிட்டேன். நைஜீரியாவிலே படிச்ச இங்கிலீஷ்லே மணிமணியா நாலு கேள்வி புஷ்பாங்கதன் மாஸ்டர் கிட்டே கேட்டேன். கேன் யூ டீச் ஜெசிக்கா? ஹௌ மச் யூ வாண்ட்? வாட் டைம்? அவர் பிரமிச்சுப் போய் எஸ், எஸ்ஸுன்னு சொன்னார். குட்டி, நாளைக்கு உன்னோட கணக்கு ட்யூஷன் ஆரம்பமாகுது."

நான் டெய்சியோடு கூட மலாக்கா ஹவுஸுக்கு ட்யூஷன் படிக்கப் போனேன். மலாக்கா ஹௌஸ் முதல் மாடியில் இருந்த குந்தன் மியூசிக் கிளப்பில் வாய்ப்பாட்டுக் கற்றுக்கொள்ள டெய்சி வந்தாள். கீழே, முதன்மை எண்கள் அடர்ந்து நிற்கும் புஷ்பாங்கதன் மாஸ்டரின் அறையில் நான் கணக்கு ட்யூஷன் படிக்கப் போனேன். புஷ்பாங்கதன் மாஸ்டர் ரொம்ப விளக்கியெல்லாம் சொல்ல மாட்டார். பெரும்பாலும், என்னை ஏதாவது கணக்குப் போடச் சொல்லுவார். கணக்குப் போட்டு விடை காண நான் நீண்ட நேரம் எடுத்துக் கொள்வேன். அந்த நேரத்தில் புஷ்பாங்கதன் பெர்மாட்டின் இறுதி தியரத்தோடு மல்லுக்கட்டிக் கொண்டிருப்பார்.

ரோஸிசேச்சிக்கும், நடாஷாவுக்கும் இடையில் பிறந்து, வெளியே தெரியாமல் தானுண்டு தன் வேலையுண்டு என்று இருந்த டெய்சியை லந்தன்பத்தேரிக்காரர்கள் அடையாளம் கண்டுகொண்டது, அவள் இளைஞர் கலைவிழாவில் மாவட்ட அளவில் பாட்டுப் போட்டியில் முதலாவதாக வந்து விருது வாங்கியபோதுதான். சைகால் கடைசியாக நடித்த பர்வானா திரைப்படத்தில் சுரையா பாடிய 'ஜப் தும் ஹி நஹி அப்னா' என்ற பாடலை டெய்சி நன்றாகப் பாடியபோது குந்தன் மியூசிக் கிளப்காரர்கள் வெளியிலிருந்து பாடகிகளைப் பாட அழைத்து வருவதை நிறுத்தினார்கள். ஒருநாள் மலாக்கா ஹௌஸுக்கு

நாங்கள் நடந்துகொண்டிருந்தபோது டெய்சி சொன்னாள் “அமர் குந்தன் பாடின பாபுலு மோரா இன்னிலேருந்து நஜீப் சொல்லிக் கொடுத்து பிராக்டிஸ் ஆரம்பமாகுது.”

“டெய்சி, இந்த அமர் குந்தன் யாரு?” நான் கேட்டேன்.

“உனக்கு ஒண்ணும் தெரியாது குட்டி. அமர்னு சொன்னா அமரன். இறந்துபோனவன். குந்தன் யார்னு நீ கேட்டிருப்பே. குந்தன் லால் சைகால். கிளப்காரங்க செல்லமா அவரைக் குந்தன்னு கூப்பிடறாங்க. எங்கப்பனும் இங்கே இருக்கற எல்லா கம்யூனிஸ்டுகளும் ஈ.எம்.எஸ் நம்பூதிரிபாடை ஈ எம் அப்படின்னு கூப்பிடற மாதிரி.”

“இந்த பாபுல் மோரா பாபுல் மோரா... இதுக்கு என்ன அர்த்தம்?”, நான் கேட்டேன்.

“அது எனக்குத் தெரியாது. பாட்டுக்கெல்லாம் அர்த்தம் வேணுமா என்ன?”

“யார் கிட்டே கேட்டா பாபுல் மோரா அர்த்தம் என்னன்னு தெரியும்?”

“ஆமா உனக்கு குந்தன் பாடின மத்த பாட்டுக்கெல்லாம் அர்த்தம் தெரிஞ்சாச்சு. இது மட்டும்தான் விளங்கலேயாக்கும். போடீ குட்டி.” டெய்சி சொன்னாள்.

“பாபுல் மோரா பாட்டோட அர்த்தம் என்னன்னு கில்பர்ட்சேட்டன் கிட்டே கேட்கப் போறேன்” என்றேன்.

“வெல்கம் வெல்கம் எட்வினா தெரசா ஐரின் மரியாகொரத்தி அன்னா மார்கரீத்தா ஜெசிக்கா”, குந்தன் மியூசிக் கிளப்பில் நான் நுழைந்தபோது கில்பர்ட்சேட்டன் சொன்னார்.

“கில்பர்ட்சேட்டனுக்கு நல்ல ஞாபக சக்தி. சேட்டா, ஜெசிக்காவுக்கு பாபுல் மோரா பாட்டோட அர்த்தம் தெரியணுமாம்,” என்றாள் டெய்சி.

“பாபுல் மோரா”, கில்பர்ட்சேட்டன் சத்தம் தாழ்த்திப் பாடினார். “குட்டி, அதுக்குப் பல அர்த்தம் உண்டு. பழைய பாட்டு இது.

எல்லா பெரிய இந்துஸ்தானி சங்கீத பாடகர்களும் இந்தப் பாட்டைப் பாடறாங்க. ஆனா, குந்தன் 'ஸ்ட்ரீட் சிங்கர்' படத்திலே பாடின மாதிரி இந்தப் பாட்டை வேறே யாரும் பாடினதில்லே, ஜெசிக்கா.

"இந்தப் பாட்டோட ராகம் பைரவி. குந்தனுக்கு பைரவி எல்லாம் ஒண்ணும் தெரியாது. ஒரு உஸ்தாத் கிட்டே, அதான் பெரிய பாடகர் கிட்டே, பைரவி ராகம் கத்துக்கலாம்னு குந்தன் போனார். பைரவியை நல்லா பாட கத்துக்கணும்னா மூணு மாசம் பிடிக்கும். ஆனா, நம்ம குந்தன் ஒரே வாரத்திலே கத்துக்கிட்டார்.

"ஸ்ட்ரீட் சிங்கர் படம் எடுத்தாங்க. இந்தப் பாட்டு வர்ற சீன் ஷூட்டிங். குந்தன் நல்லா தண்ணி போட்டுட்டு வந்தார். அவர் சொன்னார் : "ஒரே டேக்கிலே இந்தப் பாட்டை ஷூட் பண்ணலாம், நான் பாடறேன்." படத்துக்கு இசை அமைச்சவர் ஆர்.ஸி.போரல். அவர் கேட்டார் : "ஏன்'பா குந்தா, இது தெருவிலே நடந்துகிட்டே பாடற பாட்டு. பக்க வாத்தியத்தை எல்லாம் தெருவிலே கட்டி இழுத்துக்கிட்டு போக முடியாது. நீ இப்போ சும்மா வாயை மட்டும் அசைச்சா போதும். பாட்டை தனியா ரிக்கார்டிங் பண்ணிக்கலாம்."

"எந்த எழவெடுத்த பக்கவாத்தியம் வேண்டிக்கிடக்கு, போரலே", குந்தன் சொன்னார். இதோ, ஒரு ஹார்மோனியம். நான் இதைக் கழுத்திலே கட்டித் தொங்கவிட்டுக்கறேன். தபலா வாசிக்கறவனை கேமிரா வச்சு நகத்தற ட்ராலியிலே உட்காரவை. ரெடி, ஒன், டூ, த்ரீ.. ட்ராலி ஸ்டார்ட்..

"குந்தன் நடந்துகிட்டே பாட ஆரம்பிச்சார். 'பாபுல் மோரா நய் ஹார் சூட்டோ ஹி ஜாய்.. சார் கஹார் மில் மோரி டோலியா சஜா வேம். இந்த பாட்டோட இசைத்தட்டை கேக்கறபோது இந்த வயசுக் காலத்திலேயும் என் கண்ணுலே தண்ணி வரும். நல்ல பாட்டெல்லாம் அப்படித்தான் ஜெசிக்கா. கண்ணீரை வரவழைச்சிடும்."

"கில்பர்ட்சேட்டா, பாட்டோட அர்த்தமே சொல்லலே நீங்க," என்றேன் நான்.

“இந்தப் பாட்டுக்குக் குறைஞ்சது மூணு அர்த்தம் உண்டு ஜெசிக்கா, இதைப் பாடறது, கல்யாணம் முடிஞ்சு கல்யாணப் பொண்ணு புருஷன் வீட்டுக்குப் போகிற நேரத்திலேதான். முதல் அர்த்தம்: பாபுல் மோரான்னு சொன்னா என் அப்பனே அப்படீன்னு அர்த்தம். நை ஹர் சூட்டோ ஹி ஜாய்... இது இனிமேல் என் வீடு இல்லை. சார் கஹார் மில் மோரி டோலியா சஜா வேம்... இது கொஞ்சம் புரிஞ்சுக்க கடினமான வரி... கல்யாணப் பெண்ணை புருஷன் வீட்டுக்கு டோலியிலே, அதாவது பல்லக்குலே கொண்டு போய் விடறது தான் வட இந்தியாவிலே வழக்கம். பல்லக்குக்கு முன்னாலும் பின்னாலுமா ரெண்டு கால் தான் ஏத்தித் தூக்கிட்டுப் போக இருக்கும்... ஆனா இந்தப் பொண்ணு சொல்றது நாலு கால் பல்லக்கு. நாலு கால் பல்லக்கு செத்த பிணத்தை எடுத்துப் போற சவப்பெட்டி.. எனக்கு நாலு கால் பல்லக்கு கொடுன்னு மறைமுகமா கேக்கிறா அவ... மோரா அப்னா பெஹானா சூட்டோ ஜாய். சொந்தக்காரங்க எல்லாம் அந்நியமாயிட்டாங்க. அங்கன தொ பர்பத் பயோ... இந்த வீட்டு முற்றம் ஒரு மலை மாதிரி... என்னாலே அதைக் கடந்து வெளியே போக முடியாது.. பாடலோட கடைசி வரியிலே பொண்ணு அப்பன் கிட்டே சொல்லுது : “ஜெ பாபுல் கர் அப்னா மேம் பியா கெ தேஷ்... அப்பன், நீங்க வீட்டிலேயே இருங்க, நான் புருஷன் வீட்டுக்குப் போறேன்...”

எனக்கு அதிகமான அர்த்தங்கள் அறிந்துகொள்ள வேண்டுமென்று தோன்றவில்லை. “யார் எழுதின பாட்டு, இது?” என்று கேட்டேன்.

“லக்னொ தும்ரி வகை இசைப்பாட்டுலே மிக அதிகம் பிரபலமான இந்தப் பாட்டை எழுதினவர், லக்னோ நவாப் ஆக இருந்த வாஜித் அலி ஷா. அவர் எழுதல்லேன்னா, வேறே யாரு எழுத முடியும்”?, கில்பர்ட்சேட்டன் சொன்னார்.

“நவாப் வாஜித் அலி ஷாவுக்கு எல்லா கேளிக்கைகளிலும் ரொம்பப் பிரியம். சுகவாசி. பாட்டு, நாட்டியம், பொண்ணுங்க இப்படிப் போன வாழ்க்கை அவரோடது. நவாப் சில

நேரத்துலே கண்ணுலே மைதீட்டிக்கிட்டு, அடுக்குப் பாவாடை உடுத்துக்கிட்டு, கால்லே சலங்கை கட்டிக்கிட்டு கதக் நாட்டியம் ஆடுவாராம். வெள்ளைக்காரங்களுக்கு இதெல்லாம் சுத்தமா பிடிக்கலே. நவாப் வாஜித் அலி ஷாவுக்கு ஆட்சி செய்யத் தெரியாதுன்னு அவங்க சொன்னாங்க. எல்லா வித கெட்ட பழக்கமும் இருக்கப்பட்ட உஸ்தாத்தாம் அவர். வெள்ளைக்காரங்க அப்படித்தான். துவேஷம் காட்டறதிலேயும், சதி செய்யறதிலேயும் அவங்களை வேறே யாரும் மிஞ்ச முடியாது. குற்றம் சொல்லிச் சொல்லி அவங்க வாஜித் அலி ஷாவை லக்னோவிலே இருந்து வெளியே துரத்திவிட்டுட்டாங்க. கல்கத்தா ஜெயில்லே அவரை அடைக்கணும்னு உத்தரவு. நவாப்பை கூட்டிப் போறபோது பின்னாலேயே ஆயிரம் பேர் வாஜித் அலி ஷாவுக்கு ஆதரவாக கோஷம் போட்டுக்கிட்டே வந்தாங்க. லக்னோ மக்கள் எல்லாம் வாய்விட்டு அழுதாங்க. அவ்வளவு துக்கம். லக்னோவோட ஆத்மா செத்துப்போச்சுன்னு எல்லோரும் சொன்னாங்க. கல்கத்தா போகிற வழிக்கு ரெண்டு பக்கமும் ஏழை பாழை, பணக்காரங்க எல்லோரும் நின்னு நவாப்புக்கு பிரியாவிடை கொடுத்தாங்க. லக்னோ எல்லையிலே வாஜித் அலி ஷா திரும்பிப் பார்த்தார். இதோ கிடக்குது என் உயிருக்கு உயிரான லக்னோ. நவாப் விம்மி அழுதார். அப்புறம் குரல் தழுதழுக்க ஒரு பாட்டுப் பாடினார். பாபுல் மோரா நை ஹர் சூட்டோ ஜாய். சார் கஹாம் மில் மோரி டோலியே சஜா வேம் மேரா அப்னா பெஹானா சூட்டோ ஜாய்... இதான் ஜெசிக்கா, பாட்டோட ரெண்டாவது அர்த்தம்... அவத்ன்னு சொல்ற லக்னோவோட நவாப் லக்னோவுக்கு குட்பை சொல்ற பாட்டும் இதுதான்."

"கில்பர்ட்சேட்டா, மூணாவது அர்த்தம் என்ன?" என்று டெய்சி கேட்டாள்.

"அதுலே கொஞ்சம் பிலாசபி, வேதாந்தமும் உண்டு. நவாப் ஆன்மீகத்துலே நாட்டம் உள்ளவர். முஸ்லிம்கள் இடையிலே சூஃபின்னு சில சந்நியாசிகள் உண்டு. அவங்க பரிபாஷை எல்லாம் நவாபுக்குப் பழக்கமானது. சூஃபியானாவிலே, அதாவது சூஃபி சந்நியாசிகள் பாடுற பரிபாஷையிலே கல்யாணப்

பொண்ணோட பிறந்த வீடுன்னு சொல்றது இந்தத் துனியாவை, உலகத்தைத்தான். புகுந்த வீடு, சொர்க்கம். அப்படிப் பார்த்தா, செத்த அப்புறமா பாடற பாட்டு இது. அதுனாலே தான் பல்லக்குன்னு... மைத்துக்கொல்லைம்பாங்களே, கல்லறை ... அங்கே தூக்கிட்டுப் போற நாலுகால் கட்டிலைச் சொல்றார்."

நஜீப் தன் சகோதரி ஸைனபாவோடு குந்தன் ம்யூசிக் க்ளப் உள்ளே வந்தார் அவர் தரையில் உட்கார்ந்து தபலா வாசிக்கத் தொடங்கினார். கில்பர்ட் சொன்னார் : "அந்த பாபுல் மோரா கொஞ்சம் பாடு. ஜெசிக்காவுக்குக் கேட்கணுமாம்."

"அய்யோ, நான் போகணும். ட்யூஷனுக்கு நேரமாச்சு" என்றபடி கிளம்பினேன்.

"ஏன் ட்யூஷனுக்கு லேட்?" என்று கேட்டார் புஷ்பாங்கதன் மாஸ்டர். பெர்மாட்டுக்கும் தனக்கும் இடையில் ஏற்பட்ட ஒரு தடையாக என்னைக் கருதியிருந்த அவருடைய வரவேற்பு எனக்கு ஆச்சரியமாக இருந்தது.

"ஏ, பி, சி இந்த மூணு நண்பர்களும் எந்த எண்ணுக்கும் பதிலியா வரலாம். அதே மாதிரி எக்ஸ், ஒய், இஸட். அதே போல, பி, க்யூ, ஆர், எஸ். இப்படி எழுத்துகளை எண்களுக்குப் பதிலாக பயன்படுத்தறதுதான் அல்ஜீப்ரா. புரியுதா ஜெசிக்கா?"

என் மனம் என் கால் விரல்களில் இருந்தது. புஷ்பாங்கதன் மாஸ்டரின் கால் அவற்றை அவ்வப்போது தொட்டுக் கொண்டிருந்தது. நான் காலைப் பின்னால் இழுத்துக் கொண்டேன். புஷ்பாங்கதன் மாஸ்டர் சொன்னார் : "ஏ ப்ளஸ் பீ ஹோல் ஸ்கொயர்ட் இஸ் ஈக்வல் டு ஏ ஸ்கொயர்..."

புஷ்பாங்கதன் மாஸ்டரின் கால் என் குதிகாலுக்கு மேலே ஏறியது. கால் நகங்களின் தொடர்ந்த உரசல் என் தசையை எனக்குள் அடங்காமல் செய்தது. நான் காலைப் பின்னால் இழுத்துக்கொள்ள முடியவில்லை. உறைந்துபோனேன்.

"ஜெசிக்கா, வேணும்னா இந்த அல்ஜீப்ராவை இன்னொரு நாள் பார்த்துக்கலாம். இன்னிக்கு வேணாம். உங்க அப்பா மத்தேவுஸ் ஆசாரி சொல்ற ஒரு காரியம் நான் எப்பவும்

நினைவிலே வச்சிருக்கேன். ப்ரைம் நம்பர் எல்லாம் கடவுளோட எண்கள் அப்படீன்னு ஆசாரிமார் வச்சிருக்காங்களாம். அது சரிதான்", என்றார் புஷ்பாங்கதன் மாஸ்டர்.

மாஸ்டரின் கால் என் முட்டு வரை வந்தபோது அதன் பதிலியாக அவர் கை ஊர்ந்தது. அவருடைய கை நகங்கள் என் தோலில் சித்திர எழுத்துகளைக் கீறிக்கொண்டிருந்தன.

"தெய்வத்தின் எண்கள்", புஷ்பாங்கதன் மாஸ்டர் சொன்னார். "என் வாழ்க்கை முழுக்க நான் இந்த தெய்வங்களுக்கு ஆராதனை செய்தேன். நூறு வரைக்கும் இருக்கும் முதன்மை எண்களைத் தகட்டில் அடித்து வைத்தேன். ஆனா, ப்ரைம் நம்பர்கள் இன்னும் எத்தனை எத்தனையோ... முடிவே இல்லாம இருக்கு..."

அவர் கண்களை மூடியபடி சொல்லத் தொடங்கினார்:

"101
103
107
109
113
127
131
137
139
149
151
157
163
167
173
179
181
191
193
197

199
211
223
227
229
233
239
241
251"

எனக்கு இருள் வேண்டியிருந்தது. நான் கண்ணை மூடிக் கொண்டேன். புஷ்பாங்கதன்மாஸ்டர் சொல்லிக்கொண்டே போனார்:

"257
263
269
271
277
281
283
293
307
311
313
317
331
337
347
349
353
359
367"

என் உள்ளாடை ஓரத்தை அடைந்த அவருடைய கைகள் பிரிந்தன. இடது கை நாடாவை அவிழ்க்க முயற்சி செய்ய,

மற்றது உள்ளே புக முயன்றது.

“373
379
383
389
397
401
409
419
421
431
433
439
443
449
457
461
463
467
479
487
491
499
503
509
521
523
541
547”

“போ சாத்தானே” நான் துள்ளி எழுந்தபோது என் கைபட்டு மேசை மேல் வைத்திருந்த இங்க் பாட்டில் ஒரு ஃபுல்ஸ்கேப் தாளின் மேல் சரிந்தது.

“ஐயோ எனக்குத் தெரிஞ்ச ஆகப் பெரிய ப்ரைம் நம்பர் மேலே இந்தப் பொண்ணு மையைக் கொட்டிட்டாளே” புஷ்பாங்கதன் மாஸ்டர் அலறினார். காகிதத்தின் மேல் கொட்டிய மை எட்டுக் கால்கள் கொண்டு பரவியது. அந்தக் கால்கள், அங்கே எழுதி வைத்திருந்த *9223372036854775807* என்ற மிகப்பெரிய முதன்மை எண்ணை ஆக்டோபஸ் போல் சுற்றிச் சூழ்ந்து நெரித்து இல்லாதாக்கின.

பாவத்தோடும் மௌனத்தோடும் நான் புஷ்பாங்கதனின் அறைக்கு வெளியே ஓடினேன். மலாக்கா ஹௌஸின் முன்பகுதிக்கு வந்தபோது ஹார்மோனியமும் தபலாவும் வாசிக்கிற சத்தம் கேட்டுக்கொண்டிருந்தது. சட்டென்று தபலா ஒலி நிற்க, பாடிக்கொண்டிருக்கும் நஜீப்பின் குரல் உயர்ந்தது.

“பாபுல் மோரா நைஹர் சூட்டோ ஹி ஜாய்
பாபுல் மோரா நைஹர் சூட்டோ ஹி ஜாய்
சார் கஹார் மில் மோரி டோலியா சஜாவேம்
மோரா அப்னா பெகானா சூட்டோ ஹாய்
பாபுல் மோரா நைஹர் சூட்டோ ஹி ஜாய்
அங்கனா தோ பர்பத் பாயோ ஔர் தெஹ்ரி பாயி பிதேஷ்
ஜெ பாபுல் கர் அப்னா மேம் பீயா கெ தேஷ்
பாபுல் மோரா நைஹர் சூட்டோ ஹி ஜாய்.”

அழுதுகொண்டே ஓடினேன். வீட்டில் நுழைந்து என் கட்டிலில் போய் விழுந்தேன். ராத்திரி எதுவும் சாப்பிடவில்லை. அம்மா கேட்டாள்: “இந்தக் குட்டிக்கு என்னாச்சு? ஒரு வாய் கஞ்சியாவது குடி ஜெசிக்கா. ராத்திரி சாப்பிடாம இருந்தா வயிறு காயும்.”

“வேணாம்”, நான் சிரமப்பட்டு என் குரலை இயல்பாக ஆக்கிக்கொண்டு சொன்னேன். “எனக்கு தலைவலிக்குது. குளிரா இருக்கு.”

அன்று இரவு நான் இரவுப் பிரார்த்தனை சொல்லாமல் தான் உறங்கப் போனேன். தீவை விட்டுப் புறப்படும் கடைசிப் படகின் சத்தம் கேட்டுத் தேய்ந்துகொண்டிருந்தது. எனக்கு உறக்கம்

வரவில்லை. தலையணையில் முகம் பதித்திருந்த என் மூடிய விழிகளுக்கு ஊடாக சாம்பல் நிற நிழலுருவங்கள் நகர்ந்து போய்க்கொண்டிருந்தன. அவை என்னைப் பயப்படுத்தவில்லை. ஆனால் அவற்றின் நகர்வு, பயணம் செய்யும்போது எனக்கு ஏற்படும் வயிற்றுப் பிரட்டலை ஏற்படுத்தியது.

"பர-மண்ண்ண்-டலத்த்த்-திலேஏஏஏ- இருக்கும்ம்ம்ம்-எங்கள்ள்ள்-பரமபிதாஆஆ-வேஏஏள"

நிறைய நேரம் எடுத்து, மிக மெல்ல, நீளமான பிரார்த்தனை வாக்கியம் சொல்லி வரும் மாதாகோவில் பணியாளனின் குரல் என் வீட்டுக்கு முன் கேட்டது. அப்பனும் அம்மாவும் படுக்கையில் எழுந்து உட்கார்ந்தார்கள். "ஏசுவே" என்று அப்பூப்பன் சொல்வது கேட்டது.

"பர-மண்ண்ண்-டலத்த்த்-திலேஏஏஏ- இருக்கும்ம்ம்ம்-எங்கள்ள்ள்-பரமபிதாஆஆ-வேஏஏள..."

அப்புறம் சிறிது நேரம் நிசப்தம். பயத்தில் என் ரோமம் குத்திட்டு நின்றது. அதன்பின் இரண்டு முறை மரமணி அடிக்கும் சத்தம். நான் ஜன்னல் அருகே போனேன். எட்டடி உயரத்தில் இருந்த மெல்லிய மரச் சிலுவையைச் சுமந்தபடி கல்லறைக்குழி வெட்டும் பாப்பி முன்னால் நடந்தார். அவருக்குப் பின்னால் கோவில்பிள்ளை ஆண்டனி. அவருக்குப் பின் சத்தமாகக் கூவி அழைக்கிறவர். அடுத்து, செயிண்ட் செபாஸ்டின் சிறுவர் சங்கத்தில் ஞாயிற்றுக்கிழமை மதபோதனை வகுப்பு எடுக்கும் லாரன்ஸ் பள்ளத்து. சாத்தானை விலகி ஓடச் செய்யத்தான் அவர்கள் போய்க்கொண்டிருக்கிறார்கள்

"பரிசுத்தமான திருப்பலிக்கான புனித திருவருட்சாதனங்களுக்குப் புகழும் மாட்சியும் உண்டாகட்டும். ஆதிபாவத்தின் கறை படாது புண்ணியத் திரு அவதாரம் எய்திய பரிசுத்த கன்னி மரியன்னைக்குப் புகழும் மாட்சியும் மகிமையும் உண்டாகட்டும்."

பீதி கலந்த லந்தன்பத்தேரியின் இரவுநேர மௌனத்தை, லாரன்ஸ் பள்ளத்து நிதானமாக உடைத்துப் போட்டார். கோவில்பிள்ளை ஆண்டனி இரண்டு முறை மரமணி அடித்தார்,

“சத்தியத்தின் ஜீவனான கர்த்தர் ஏசு கிறிஸ்துவுக்கு ஊழியர்களான விசுவாசிகளே.” நிசப்தம். மரமணி. நிசப்தம்.

“சொர்க்கத்துக்கும் நரகத்துக்கும் இடையில் இருக்கும் வழுநீங்கிடத்தில் கிடந்துழலும் ஆன்மாக்களை நினைவுகூருங்கள்.” நிசப்தம். மரமணி. நிசப்தம்.

“பரமண்டலத்தில் இருக்கும் எங்கள் பரமபிதாவே.” நிசப்தம். மரமணி. நிசப்தம்.

“பரலோகத்தில் இருக்கிற நன்மைநிறை மரியாயே உமர் தயவால், தம்புரான் படும் பெருந்துயரில் இருந்து அவரைக் காத்து இரட்சித்து மோட்சபாக்கியம் அருளும்.” நிசப்தம். மரமணி. நிசப்தம்.

”பரமண்டலத்தில் இருக்கும் பரமபிதாவும், மரியன்னையும் வாழ்த்தப்படட்டும்.” நிசப்தம். மரமணி. நிசப்தம்.

“கொடும் பாவங்களில் வீழ்ந்து கிடக்கிற நாம் மரணத்திலிருந்து நம்மைப் பாதுகாத்துக்கொள்வோம்.” நிசப்தம். மரமணி. நிசப்தம்.

“இன்று நாம் சரீரத்தோடு கூடி ஜீவித்திருக்கிறோம். ஒருநாள் சவப்பெட்டியில் கிடத்தப்படுவோம். சாவு நம்மைக் கொண்டு போகும் ஒரு நாள். அது நிச்சயம்.” நிசப்தம். மரமணி. நிசப்தம்.

“என்றென்றைக்குமுள்ள இடங்கள் இரண்டேதான். ஒன்று சொர்க்கம். பரமபிதாவும் அவரால் அடையாளம் காட்டப்பட்டவர்களும் இருக்குமிடம் என அறிவீரே.” நிசப்தம். மரமணி. நிசப்தம்.

“ரெண்டாவது, நரகம். சபிக்கப்பட்ட சாத்தானின் கூட்டத்தில் என்னையும், உங்களையும் அடக்கி, ஐயோ, என்ன கணக்கு நாம் ஒப்புவிக்க வேண்டியிருக்குமோ.” நிசப்தம். மரமணி. நிசப்தம்.

“எல்லாமாகவும் இருக்கின்ற கர்த்தரின் நீதிமன்றத்தில் நிறுத்தப்படும்போது நியாயம் கொடூரமானதாக இருக்கும். தண்டனை பயங்கரமானதாக இருக்கும்.” நிசப்தம். மரமணி. நிசப்தம்.

“என் இளைய, மூத்த சகோதரர்களே, நாம் ஒழுங்கு தவறிய வாழ்க்கை வாழ்ந்ததற்காக நம்மேல் கருணை செய்யும்படி நம் தேவன் தம்பிரானிடம் சேர்ந்து மன்றாடுவோம்.” நிசப்தம். இப்போது மரமணி சத்தம் இல்லை. நீளமான மரச்சிலுவை தூக்கியபடி கோவில் ஊழியன் நடந்துபோனான்.

ஏப்ரல் மாதப் பகலின் வெப்பம் லந்தன்பத்தேரியைச் சூழ்ந்த நீர்ப் பெருக்கை வெம்மைப்படுத்தி இருந்தது. நான் சுவாசித்துக்கொண்டிருந்த காற்று வீங்கி விதிர்த்து, நீர்கொண்டு கனத்திருந்தது. பருத்திப் போர்வைக்குள் என் தேகம் நடுங்கியது.

படுக்கையில் மண்டியிட்டேன். கண்களை மூடி நான் பிரார்த்தனை செய்தேன்:

“சர்வேஸ்வரனான கர்த்தரே, இங்கு காணும், சரித்திரம் சொல்லும் எல்லாம் நீர் படைத்தீர். எதிர்பாராத துன்பங்களை எனக்களிக்க சாத்தானுக்கு நீர் அதிகாரம் அளித்தது எதற்கு வேண்டி?”

அடக்க முடியாமல் நான் அழுதேன். விம்மல்களோடு என் பிரார்த்தனை தொடர்ந்தது: “பாபுல் மோரா நைஹர் சூட்டோஹி ஜாய். என் தந்தையே, உம் வீடு எனக்கு அந்நியமானதன்றோ.”

என் ஜன்னலின் சதுரம் சாம்பல் நிறம் காட்டிப் பின்னே அது வெளுத்தபோது நான் உறங்கினேன். சிறிது நேரத்தில் என் நெற்றியில் ஒரு வலுவான உள்ளங்கை பதிந்து என்னை எழுப்பியது. பார்வையற்ற அப்பூப்பனின் உள்ளங்கைக்குத் தொடுதல் உணர்ச்சி அதிகமாக இருந்தது. குழந்தைப் பருவத்திலிருந்து மரத்தடியைத் தொட்டு அதன் இயல்பு அறிந்திருந்த அப்பூப்பன், குருடான பின் உலகத்தை உணர்ந்துகொள்ள உள்ளங்கையையே உபயோகித்தார். அப்பூப்பனின் கை என் நெற்றியில் இருந்து என் மூடிய விழிகளுக்கு மேல் நகர்ந்தது. என் கண்ணின் கருமணிகள் அப்பூப்பனின் கையில் விரிந்த ஆயுள்ரேகைக்குக் கீழே, இதயம் போல் துடித்தன. அவருடைய கை என் கன்னத்துக்கு வந்தபோது உள்ளங்கை நான் அழுததை அறிந்துகொண்டது. மூக்கின் நேரே என் மூச்சுக்காற்றை விரல் நீட்டி உணர்ந்த அப்பூப்பன் சொன்னார்: “காய்ச்சல் வந்திருக்கு.”

அம்மா சுக்குப்பொடியும், மிளகும், துளசி இலையும் சேர்த்த கருப்பட்டிக் காப்பி கலந்தாள். குடித்தபோது அதன் சூடும் காரமும் என் கண்களில் கண்ணீரை நிறைத்தது. திராவகம் போன்ற அந்த பானம் என் தொண்டையில் இருந்து ஜீரணப் பாதை வழியே இறங்கிய தடம் எனக்குப் புலப்பட்டது. நான் விக்கியபடி இருந்தேன். நெற்றியில் வியர்வை முத்துகள் துளிர்த்தபோது, காய்ச்சல் விலகியதாக உணர்ந்தேன்.

ஆனால், மேற்கு ஆற்றில் இருந்து அந்த தினத்தின் முதல் காற்றடித்தபோது எனக்கு மறுபடியும் குளிர் உண்டானது. அப்பூப்பன் நைஜீரியாவிலிருந்து கொண்டுவந்த சிவப்பு கம்பளிப் போர்வையைப் போர்த்திக்கொண்டேன்.

நான் கம்பளிப் போர்வையைத் தலைக்கு மேல் இழுத்து, என் வீட்டையும், லந்தன்பத்தேரியையும் பார்வையிலிருந்து அகற்றினேன். போர்வைக்குள் என் ஏகாந்தத்தை என் விம்மல் கீறிக் கிழித்தது. மற்ற எந்த உணர்ச்சிக்கும் இல்லாத அகங்காரம் துக்கத்துக்கு உண்டு. கோபத்துக்கும் நட்புக்கும் இரைபோட வேண்டும். நகைச்சுவையைத் தனியே இருந்து அனுபவிக்கலாம் என்றாலும், தனியே இருந்து சிரிக்க எனக்கு தைரியம் வரவில்லை. ஆனால் துக்கம், முழுக்க முழுக்க எனக்கேயான, என்னுடையது மட்டும்தான்.

இந்த நான் என்பதற்குள் எவ்வளவு நான்கள் உண்டு? நான் எண்ணப்போவதில்லை. நான் சொன்னால் கேட்காத என்னைப் பற்றி மட்டும் நான் நினைத்தேன். புஷ்பாங்கதன் மாஸ்டரை - இன்று முதல் வெறும் புஷ்பாங்கதன் - தடுத்து நிறுத்த ஏன் என் உடல் அவ்வளவு நேரமெடுத்துக்கொண்டது? பாவம் செய்வதுதான் இயல்பான செயலா?

கானம் ஏ.ஜே, முட்டத்து வர்க்கி போன்றோரை எங்கள் வாசிப்பிலிருந்து அகற்றி இருந்தோம். எரணாகுளம் பொது நூலகத்தில் நூலகரிடம் பல தடவை கேட்ட பிறகு ரோஸிசேச்சிக்கு ஒரு புதிய எழுத்தாளரான எம்.டி.வாசுதேவன் நாயர் எழுதிய ‘நாலுகெட்டு’ என்ற நாவல் படிக்கக் கிடைத்தது. அதை முதல் தடவையாகப் படித்தபோது நாவலின் வட கேரள மலையாளப் பேச்சுமொழி பரிச்சயமில்லாததாகத் தோன்றியது. பேச்சு வழக்காக வார்த்தை முடிவில் வந்த ‘ட்ய’களையும், “ற்றி’களையும் கடந்து ஏற்பட்ட இரண்டாம் வாசிப்பில், புது இலக்கியம் மனித மனங்களைப் பற்றியது என்று எனக்குத் தோன்றியது.

புதிய மலையாளம் எங்கள் வீட்டுக்கு அண்டை அயலில் இருந்தது. செபினா ராஃபி தில்லி போகும்போது, படகில்

இருந்து கையை அசைத்து விடை கொடுத்தது - எங்களைப் போல தச்சர் குடும்பத்தில் பிறந்த - அவருடைய கணவர் போஞ்ஞிக்கரை ராஃபிக்கு. போஞ்ஞிக்கரை ராஃபி எழுதிய ‘ஸ்வர்க்க தூதன்’ மலையாளத்தில் மிகவும் நல்ல நாவல் என்றும், மேற்கத்திய நாடுகளில் எழுதப்பட்ட எந்த நல்ல நாவலோடும் சமமாகக் கருதப்பட வேண்டியது என்றும் கூறி அந்தப் புத்தகத்தை எனக்குப் படிக்கக் கொடுத்தான் ஜான்சன்.

காய்ச்சலில் படுத்திருந்தபோது எனக்கு ‘ஸ்வர்க்க தூதன்’ படிக்க வேண்டுமென்று தோன்றியது. நாவலின் எந்தப் பகுதியைப் படிக்க வேண்டும் என்றும் எனக்குத் தெரியும். நான் எழுந்து, காலடிச் சத்தம் கேட்காமல் மெல்ல நடந்து புத்தகத்தை எடுக்கப்போனேன். வீட்டில் அப்பூப்பன் தவிர வேறு யாருமில்லை. காலை உணவுக்குப் பிறகு வராந்தாவில் சாய்வு நாற்காலியில் அமர்ந்து அப்பூப்பன் சிறு தூக்கத்தில் இருந்தார். படுக்கைக்கு நான் திரும்பிப் போனபோது அப்பூப்பன் கேட்டார் : “குட்டி, ஏதாவது வேணுமா?”

நான் ‘ஸ்வர்க்கதூதன்’ நாவலின் பக்கங்களை வேகமாகப் புரட்டினேன். எனக்கு வேண்டியிருந்த பகுதி, சொர்க்கத்தில் பாம்பு உருவில் வந்த சாத்தான் ஏவாளை விலக்கப்பட்ட கனி உண்ணத் தூண்டுவது. நாவலில் முக்கியமான கதாபாத்திரமான சைமன் என்ற சிறுவன் தன்னை சாத்தானாக பாவித்து நடிக்கும் காட்சி அது.

அந்தப் பாம்பு சுற்றிலும் பார்த்துவிட்டு, மிக மெல்லிய குரலில் சொன்னது:

○ மகா ரகசியம் இது. காதுலே சொல்றேன்

என்று சொல்லி அந்தப் பாம்பு ஏவாளின் மார்பை வளைத்து இறுக்கி இறுக்கி நெருங்கி, அவளுடைய சிவந்த கன்னத்தில் தலை வைத்துக்கொண்டு காதில் சொல்லத் தொடங்கியது. கூடவே அதன் வால் நீண்டது.

அந்தப் பெண்ணின் தொப்புளுக்குக் கீழே மெல்லத் தட்டியது. தட்டியது.

- அது, அது, அது, அது என்ன என்று கேட்டாயே?
- உம், உம், உம், உம்
- இந்தப் பழத்தைப் பறித்து உண்டாலோ
- இந்தப் பழத்தைப் பறித்து உண்டாலோ
- உங்கள் இருவரின் கண் திறக்கும்
- ஹாய், ஹாய், ஹாய், ஹாய்
- உங்களுக்கு நன்மை எது, தீமை எது தெரிய வரும்
- தெரிந்தால், உம், உம்
- தெய்வம் போலாகி விடுவீர்கள்
- ஹாய், ஹாய்
- அதை தெய்வம் அறிந்ததால் அன்றோ
- உம், உம், உம், உம்
- உங்களுக்கு இதை விலக்கப்பட்ட கனியாக்கினார்
- ஆஆஆஆ

ஏவாளின் சிவந்த வாய் திறந்தது. பேராசையின் மதுக்கோப்பை ஆனது அது. தெய்வத்துக்கு சமானமாகலாம். ஏவாள் அதற்காகக் குதித்துக் குதித்து அந்த விலக்கப்பட்ட கனிகளைப் பறித்தெடுத்தாள். வேகமாக, மிக வேகமாகத் தின்றாள்.

நான் புத்தகத்தை மூடிவைத்து விட்டுக் கண்மூடிக் கிடந்தேன். என் உடல் வெப்பமடைந்தது. இரவில் என் காய்ச்சல் அதிகரித்தது. கெட்ட கனவுகள் தொடர்ந்த உறக்கத்தில் நான் நுழைந்தேன். நான் பார்த்த காட்சிகள் எல்லாம் பயமுறுத்துபவையாக இருந்தன. என் தீவை, என்னைச் சுற்றி இருந்த தண்ணீர் அலைமோதிக் கிடந்தது.

நான் முதலில் கண்டவர்கள் ஆஸ்திரேலியர்கள். சிறுவயதில் ஜான்சன் விஷமம் செய்தால் விக்கி பெரியம்மா சொல்வாள்: “வேணாம், ஆஸ்திரேலியாக்காரன் வந்துடுவான்.” இரண்டாம்

உலக மகா யுத்தக் காலத்தில் ஆஸ்திரேலியாவில் இருந்து கொச்சிக்கு வந்த ஒரு படைப் பிரிவு பற்றித்தான் இப்படியான பயம் காட்டுதல் என்று எட்வின்சேட்டன் அதற்கு ரொம்ப காலம் கழித்து எங்களுக்குச் சொன்னார்.

ஆஸ்திரேலிய ராணுவ வீரர்கள் குடித்துவிட்டுத் தெருவில் கலாட்டா செய்தபடி நடந்து போனார்கள். அவர்கள் கடைகளில் புகுந்து பொருட்களைக் கொள்ளையடித்தார்கள். வழியோடு போன பெண்களை முத்தமிட முயன்றார்கள். மக்கள் போலீஸிடம் தஞ்சமடைந்தார்கள். மட்டாஞ்சேரி நகரசபைத் தலைவராக இருந்த, கொச்சிக்கு மின்சாரம் கொடுத்த கொச்சின் எலக்ட்ரிக் கம்பெனியின் நிர்வாகத் தலைவர் எஸ்.எஸ்.கோடர் தான் போலீஸ் ஸ்டேஷனுக்குப் போய்ப் புகார் கொடுத்தவர். பிரிட்டீஷ் போலீஸ், பிரிட்டீஷ் சாம்ராஜ்யத்துக்காகப் போர் புரியும் ஆஸ்திரேலிய ராணுவத்தின் மேல் நடவடிக்கை எடுக்கவில்லை.

ஆஸ்திரேலியர்கள் என்னைப் பயமுறுத்தியது அக்கிரமமான நடவடிக்கைகள் மூலம் இல்லை. அவர்களுடைய நகைச்சுவை கொண்டுதான். கடைகளை அடித்து உடைக்கும்போதும், வழிப்போக்கர்களைத் தொல்லைப்படுத்தும்போதும் அவர்கள் ஆனந்தத்தோடு உரக்கப் பாடினார்கள். சில நேரம் அவர்கள் கைகளைக் கோத்துக் கொண்டு, கால்களை ஒரே வரிசையில் உயர்த்தி வைத்து நடனம் ஆடினார்கள். அமைதியான அழிப்பு என்னைப் பயமுறுத்தியது. நான் என் கட்டிலுக்குப் பக்கம் இருந்த அம்மாவின் கையை இறுகப் பற்றினேன். அம்மாவின் பிரார்த்தனைச் சத்தம் உயர்ந்தது. அந்தக் காலக் கொச்சியின் அனாதரவான நிலை எனக்கு முழுவதும் புரிந்தது.

குளிர்ந்த நீரில் துணியை முக்கி அம்மா என் நெற்றியில் வைத்தாள். என் கால்மாட்டில் நின்ற அப்பூப்பன் முகத்தில், லந்தன்பத்தேரியில் பாலம் இல்லாதது குறித்த கவலை கவிந்திருந்தது. அப்பன் அடுத்த வீட்டுக்குப் போய் சேவியருசேட்டனையும் சாராசேச்சியையும் எழுப்பினார். அவர்கள் தெர்மாமீட்டர் எடுத்துக்கொண்டு வந்தார்கள்.

உலோகச் சுவையோடு இருந்த தெர்மாமீட்டரை என் நாக்குக்குக் கீழே வைத்து எடுத்து சேவியருசேட்டன் அதை நோக்கிவிட்டுச் சொன்னார் : “நூத்தி ஒண்ணு.” அது ஒரு முதன்மை எண் என்று நான் மனதில் சொல்லிக்கொண்டேன். சேவியருசேட்டன் வீட்டுக்குப் போய் இரண்டு அனாசின் மாத்திரைகளோடு திரும்ப வந்தார்.

அப்பன் நான் படுத்துக் கிடந்த அறையிலிருந்து வேகமாக வெளியே போனார். சற்று நேரத்தில் அவர் பிரார்த்தித்துக் கொண்டிருந்தது கேட்டது -

“பிணியாளிகளுக்கு வைத்தியன் வேண்டியதேயல்லாமல் சுகமுள்ளவர்களுக்கு வேண்டியதில்லை எனக் கிருபை செய்த ஏசுவே, மாதாவான பரிசுத்த கன்னிமரியாயையுடையதும் புனித ஔசேப்புடையதும், எம் பரிந்துரைப்பவர்களான புனிதர்களுடையதும், பூமியில் சகல நீதிமான்களுடையதும் ஆன பிரார்த்தனைகளையும் ஆசீர்களையும் கருதி ஏற்று நோயால் துயரப்படும் எம் ஜெசிக்காவுக்குக் கருணை காட்டுவீராக. எல்லா வேதனைகளையும் மனோவியாகூலங்களையும் ஆத்மாவுக்கும் சரீரத்துக்கும் உபகாரம் செய்யத் தக்க விதமாக அமைதியோடும் சந்தோஷத்தோடும், தெய்வத்திடம் கீழ்ப்படிதலோடும் சாந்தமாக ஏற்றுக்கொள்ள ஆசிர்வதியும் ஜெசிக்காவுக்கு சிகிச்சை தருகிறவர்களையும், பராமரிக்கிறவர்களையும் ஆசீர்வதியும். ரோகிகளின் அடைக்கலமான ஏசுவே, ஜெசிக்கா அருகே நீரே காவலில் இருக்க வேணும். ‘நீர் என் வீட்டில் பிரவேசம் செய்ய நான் அருகதையுடையவன் இல்லை. ஒரு வாக்கு மட்டும் ஆசிர்வதித்தால் என் பணியாளன் சுகம் பெறுவான்’ என்று வேண்டிய படைத் தலைவனின் விசுவாசத்திற்கு அற்புதமாகவும் உடனடியாகவும் வெகுமதி நல்கிய நீர், ஜெசிக்காவின் அருகே காவலாக இருந்து, பாவத்திலிருந்து மீட்சியும், சரீர சௌக்கியமும் நல்கி ஆசீர்வதிப்பீராக.”

“ஆம்மேன்.” அப்பூப்பன் சொன்னார். “எம்.வி.ஜாக்ராஹத் என்ற கப்பலில் எங்கள் கண் முன்னால் அற்புதம் நிகழ்த்திய ஏசுவே, இந்தப் பிஞ்சு ஜெசிக்காவை சாத்தானின் உபத்திரவங்களிலிருந்து

ரட்சித்து, அவளைத் துன்பப்படுத்தும் நோயைக் குணமாக்கவும் செய்ய வேணுமே. ஆம்மேன்.”

எம்.வி.ஜாக்ராஹத் கப்பலைப் பார்க்கச் சில மாதங்களுக்கு முன் லந்தேன்பத்தேரியில் இருந்து பலரும் படகுகளில், காயலும் கடலும் கலக்கும் அழிக்குப் போனார்கள். பல தீவுகளில் இருந்தும் அப்போது பலர் எரணாகுளம் காயலுக்குப் போயிருந்தார்கள். அழியை நெருங்கும்போது சிறுபடகுகள் கடல் அலைகளால் மேலே உயர்ந்து சென்றும் தாழ்ந்தும் சாய்ந்து ஆடின. படகுப் படியில் கையை வைத்துப் பற்றிப் பிடித்து ஃபோர்ட் கொச்சியின் சீன வலைகளுக்கு ஊடாக நாங்கள் முதல்முறையாக எம்.வி.ஜாக்ராஹத் கப்பலைப் பார்த்தோம். தரைக்கு மேலே ஒரு கோபுரம் போல நீண்டு கிடந்த அந்தத் தரைதட்டிய கப்பலை அப்பனும், அம்மாவும், நானும் பார்த்ததும், ‘ஏசுவே’ என்று அலறினோம். நான் அந்தக் காட்சியை அப்பூப்பனிடம் விவரித்தபோது அவரும் சொன்னார்: “ஏசுவே.”

தி க்ரேட் ஈஸ்டர்ன் கம்பெனிக்குச் சொந்தமான அந்தக் கப்பல் கொச்சி துறைமுகத்துக்குள் வேகமாக நுழையும் போது நிதானம் தவறி, கரையில் கடலலை தடுப்பரணாக அமைத்திருந்த கருங்கல் சுவரில் மோதித் தரைதட்டியது. கப்பலின் வேகம் காரணமாக, ஒரு நான்கு மாடிக் கட்டிடத்தின் உயரமுள்ள அதன் ஒரு பகுதி ஃபோர்ட் கொச்சிக்கு மேல் நிலைகொண்டிருந்தது. எரணாகுளத்தில் இர்வின் பார்க்கில் இருந்து பார்க்கிறவர்களுக்குச் சீன வலைகளையும், சூரிய அஸ்தமனத்தையும் மறைத்துக்கொண்டு அந்தக் கப்பல் உயர்ந்து நின்றது. வேடிக்கை பார்ப்பதற்காக எரணாகுளம் சண்முகம் ரோட்டிலும், அழிக்கு அப்புறமும் இப்புறமும் - ஃபோர்ட் கொச்சியிலும், வைப்பின் தீவிலும் - மக்கள் கூடினார்கள். தீவுகளில் இருந்து மக்களை ஏற்றிக்கொண்டு விபத்து நிலரவத்தைப் பார்த்து வரப் புறப்பட்ட படகுகள் காயலைத் திருவிழா நடக்கும் இடமாக மாற்றின.

எங்கள் கண்முன் ஒரு அற்புதம் நிகழ்ந்தது. கொச்சி துறைமுகத்தில்

இருந்து, கொச்சி போர்ட் ட்ரஸ்டுக்குச் சொந்தமான 'கொச்சின்' என்ற பெயருள்ள ஒரு விசைப்படகு கப்பலின் பின்பகுதியான அமரத்தில் இரும்பு வடத்தைப் பொருத்தி முன்னால் இழுத்தது. எம்.வி.ஜாக்ராஹத் கீழ்ப்படிதலுள்ள ஒரு குழந்தையைப் போல கரையை விட்டுக் கடலில் இறங்கி விசைப்படகுக்குப் பின்னால் நகர்ந்து வந்தது. கரையில் இருந்தும், காயலில் மிதந்த படகுகளில் இருந்தும் கரகோஷம் உயர்ந்தது. கப்பல் துறையில் நங்கூரமிட்டிருந்த கப்பல்கள் சைரன் முழக்கின. அப்பூப்பன் அப்பனின் தோளில் கைவைத்துப் பற்றி அசையும் படகில் எழுந்து நின்று எங்களைத் திகைக்க வைத்தபடி கூவத் தொடங்கினார். மெல்லிய சத்தத்தில் தொடங்கிய கூவல் தொண்டை நடுங்க படிப்படியாகச் சத்தம் கூடி உச்சஸ்தாயியில் ஒலிக்கத் தொடங்கியது. அப்பூப்பன் கூவி முடித்ததும் சொன்னார்: "இது நைஜீரியன் கூவல். சர்வேசுவரனுக்கு தாங்க் யூ வெரிமச் சொல்றதுக்காக இது."

'கொச்சின்' விசைப்படகின் பரிவு கலந்த ஓர் உந்தலுக்காக என் உடம்பு காத்துக் கிடந்தது. ஆனால் அன்று இரவு என்மேல் எந்த அற்புதமும் நிகழவில்லை. வெப்பம் கூடிய ரத்தம் என் மூளையை உருக்கியது. அரைத் தூக்கத்தில் நான் பல கதைகளையும் உருவாக்கினேன்.

உக்கிரமான என் எண்ணங்களில் முதலாவது வெடியை டச்சுக்காரர்கள் வெடித்தார்கள். போர்த்துகீசியர்களைத் தோல்வியடையச் செய்த டச்சுக்காரர்கள் ஃபோர்ட் கொச்சியை நாசம் செய்து கொண்டிருந்த நாட்கள். அடிமைகளான ஆப்பிரிக்கப் பெண்களோடு மாதாகோவிலுக்குப் போயிருந்த போர்த்துகீசியப் பெண்களை டச்சுப் படையணியில் கூலிப்படையாக வேலை செய்த சீனர்கள் சுட்டுக் கொன்றார்கள். தொப்பாஸ்கள் என்றழைக்கப்பட்ட, போர்த்துகீசிய இனக்கலப்பால் உருவான உள்நாட்டு கத்தோலிக்கர்களை டச்சுக்காரர்கள் மிகவும் அதிகமாகக் கொடுமைப்படுத்தினார்கள். இருமொழியாளர்களான அவர்களை அபாயமானவர்களாக டச்சுக்காரர்கள் கருதினார்கள். மொழிபெயர்ப்பு ஒரு தொற்றுநோய் என்று அறிந்திருந்த டச்சுக்காரர்கள்

தொப்பாஸிகளைத் தேடிப்பிடித்துக் கொன்றார்கள். கடலோரம் வசித்த உள்நாட்டவர் எல்லோரும் கத்தோலிக்கர்கள் என்று டச்சுக்காரர்கள் அறிந்திருந்தார்கள். புராட்டஸ்டண்ட் கிறிஸ்துவர்களான அவர்களுக்கு அது உகப்பானதாக இல்லை. டச்சுப் படை துப்பாக்கிகளோடு முன்னேறியது. இறந்தவர்களில் பெண்களும், குழந்தைகளும் இருந்தார்கள். என்னைப் போல் கறுத்துத் தடித்த பல சிறுமிகளின் உடல்களை நான் கண்டேன்.

'ஓலைக்கால் சீலைக்கால்', ஓலைக்கால் சீலைக்கால்' என்று நாயர்படைத் தலைவரான பாலியத்தச்சன் உரக்கச் சொன்னதைக் கேட்டேன். நாயர்படை இப்படித்தான் 'லெப்ட் ரைட்' போட்டுப் போனது - ஒருகாலில் தென்னை ஓலையும் மற்றதில் துணியும் கட்டி, 'ஓலை கட்டிய கால் முன்னே வை, துணி கட்டிய கால் முன்னாடி வை' - 'ஓலைக் கால் சீலைக்கால்' என்று சொல்லிக்கொண்டு அணிவகுத்துப் போனார்களாம். இதை அப்பூப்பன் எனக்குச் சொல்லியிருந்தார். பிரிட்டீஷ் ரெசிடண்ட் நிர்வாகி ஆன கர்னல் மக்காலே துரையை ரெசிடென்சி அரண்மனையில் வைத்துக் கொலை செய்ய பாலியத்தச்சன் முயன்றது தோல்வியில் முடிந்த போது, பாலியத்தச்சனும், நாயர் பட்டாளக்காரர்களும் கொச்சி கத்தோலிக்க கிறிஸ்துவர்கள் எல்லோரையும் ஒட்டுமொத்தமாகக் கொல்லத் தொடங்கினார்கள். நாயர் பட்டாளத்தில் ஒரு பிரிவு லந்தன்பத்தேரிக்கு வந்தது. அங்கே வசித்த குடும்பங்களில் இருந்த ஆண்கள் படகுகளில் தப்பித்து ஓடினார்கள். நாயர் பட்டாளத்தில் இடது கால் துணிச் சுருணைகள் லந்தன்பத்தேரி பெண்கள் மற்றும் குழந்தைகளின் ரத்தத்தில் ஊறிப் போயிருந்தது.

தொடர்ந்து என் இரவு குதிரைகளுடையதானது. பெரியாறு வேம்பநாட்டுக் காயலோடு கலக்கும் இடத்தில், லந்தன்பத்தேரியில் நிறுவியுள்ள ஐந்து பீரங்கிகளின் தொகுதியான பத்தேரி ஒலிக்க ஆரம்பித்தது. உள்நாட்டுப் பிரதேசங்களில் இருந்து சரக்குகளை ஏற்றுமதியாக அனுப்ப ஏற்றிவரும் படகுகளும் தெப்பங்களும் பீரங்கி வெடித்தபோது தகர்ந்து சின்னாபின்னமானதை நான் கண்டேன். குறுமிளகு, பவழம், சந்தனக் கட்டைகள், மூலிகை மருந்து, யானைத் தந்தம், வாசனைத் திரவியம்,

பட்டு வைரம், வைடூரியம், ஆமையோடுகள், பெருங்காயம், சுறா எலும்புகள், மீன் எண்ணெய், கிராம்பு, ஈயம், தகரம், ஏலக்காய், பாலக்காட்டுச் சேலை, சுக்கு, மஞ்சள், தேங்காய், கயிறு, தேங்காய் நார், அரரூட், சுண்ணாம்பு, எட்டி விதைகள், ரோஸ்வுட், சர்க்கரை, கொப்பரை, தேங்காய் எண்ணெய், தேன், கருவாடு, கொச்சி சாராயம், ஆஞ்சிலி மரப்பலகை, பாக்கு... அயல்நாடுகளுக்கு ஏற்றுமதி செய்ய கொச்சியில் சேகரித்திருந்த பொருட்கள் ஒவ்வொன்றாக வெள்ளத்தில் அடித்துப் போகப்படுவதைப் பார்த்தேன்.

வெளிநாடுகளில் இருந்து கொச்சிக்கு வந்த பொருட்கள் : சீனாவில் இருந்து பட்டு, சர்க்கரை, குடை, சீனக் காகிதம், எழுதும் காகிதம், பீங்கான், பாதரசம், கற்பூரம், தேயிலை, சீன ஜாடி, ஆமணக்கு விதைகள், விஷப்பாஷாணம், தேனில் ஊறிய இஞ்சி, தார், சாம்பிராணி, அகில், ஜவ்வரிசி, பிரம்பு,

மஸ்கட்டில் இருந்து வந்தவை: பேரீச்சம்பழம், கந்தகம், பெருங்காயம், கசகசா, பாதாம்பருப்பு, சிறு கம்பளங்கள், ரோஸ்வாட்டர், ஹோர்முஸில் இருந்து : உப்பு, வெடியுப்பு, பசை. மற்ற தொலைதூரத் துறைமுகங்களில் இருந்து : பஞ்சு, நூல், கப்பல் பாய்மரம், பாரசீகத் துணிகள், வங்காளத் துணிகள், ஐரோப்பாவில் இருந்து விலையுயர்ந்த சேலைகள், காம்பேயிலிருந்து விலை குறைந்த துணி, சூரத்தில் இருந்து ஜவுளி, பயறு, வெந்தயம், கடுகு, கோதுமை, ஜாதிக்காய், மெக்காவிலிருந்தும், ஜித்தாவில் இருந்தும் சங்குகள், கோதுமை, மெழுகு. இவையெல்லாம் லந்தன்பத்தேரியில் ஐந்து பீரங்கிகளின் குண்டு பட்டுச் சிதைந்த படகுகளில் இருந்து வெள்ளத்தில் விழுவதை நான் கண்டேன்.

அரபிகளே குதிரைகளைக் கொண்டுவந்தார்கள். எரணாகுளத்திலும், திருச்சூரிலும், திருப்பணித்துறையிலும் உள்ள லாயங்களில் குதிரைகளைக் கொண்டுபோய்ச் சேர்க்க எடுத்துப்போன பெரிய தெப்பங்கள் காயலில் நகர்ந்து போனபோது பீரங்கிகள் குண்டு போட்டதைப் பார்த்தேன். குதிரைகள் காயல் வெள்ளத்தில் சாடிக் குதித்தன, அவற்றின்

விழிகள் நிராதரவைப் பிரதிபலித்தன. குழந்தைகள் போல் அவை அலறின. வெள்ளத்தில் நீந்திய குதிரைகள். வெள்ளப் பெருக்கில் மூழ்கிய குதிரைகள். வெள்ளத்துக்கு மேல் எங்கும் குதிரைத் தலைகள். லந்தன்பத்தேரிக்கு முன் பிரவகிக்கும் வெள்ளம், மற்ற காய்கள் இன்றிக் குதிரைகளை மட்டும் நிறுத்தி வைத்த சதுரங்கப் பலகை போல் இருந்தது.

உறக்கத்தில் நான் லந்தன்பத்தேரியில் அமைதியாக காலைப் பொழுது புலர்ந்ததைக் கண்டேன். லந்தன் அரண்மனையில், தூங்குமூஞ்சி மரத்தடியில் ஒரு பெண் நின்றுகொண்டிருந்தாள். அவள் தலையில் துணி சுற்றி மறைத்திருந்தாள். கைகளை முழுக்க மூடிய குப்பாயமும், பாவாடை போன்ற உடுப்பும் தரித்திருந்தாள் அவள். தலைத் துணிக்குக் கீழே அவளுடைய அடர்ந்த தலைமுடி இடுப்பு வரை நீண்டிருந்ததைக் கண்டேன். காற்று ஓய்ந்த அக்காலைப் பொழுதில் அவள் வியாகூலமாதாவின் சிற்பம் போல அசையாது நின்றிருந்தாள். நான் அவளை, “அம்மா” என்று கூப்பிட்டேன். தலை திருப்பி என்னை நோக்கிப் புன்னகைத்தாள். அவள் கண்களில் கண்மணிகளே இல்லை.

அடுத்து நினைவு திரும்பியபோது நான் அக்குளில் தெர்மாமீட்டரின் குளிர்மையை உணர்ந்தேன். சேவியருசேட்டன் தர்மாமீட்டரில் பாதரசம் உயர்ந்திருந்த அளவைப் படித்தார்: “நூற்று மூன்று.” இன்னொரு ப்ரைம் நம்பர். அப்பனும், அம்மாவும், அம்மாவின் மடியில் படுத்திருந்த நானும், சந்தியாகு சேட்டனும், சில்வியா சேச்சியும் குஞ்ஞூஞ்ஞுவின் படகில் எரணாகுளத்துக்குப் புறப்பட்டோம். வெய்யில் மேலே படாமல் இருக்க, அம்மா என் முகத்தை அவள் புடவைத் தலைப்பால் போர்த்தியிருந்தாள். காற்றில் புடவை அசையும்போது என் பாதி மூடிய வெளுத்த விழிகளைக் கண்டு அம்மா அழுதாள். எரணாகுளம் படகுத்துறையில் மசாலாக் கடலை வறுக்கும் வாடை எனக்குக் குமட்டலை ஏற்படுத்தியது

இருபத்தொன்று நாட்கள் நான் எரணாகுளத்தில் டாக்டர் குஞ்ஞாலுவின் நர்சிங் ஹோமில் டைபாய்ட் வந்து சிகிச்சைக்காகக்

கிடத்தப்பட்டிருந்தேன். காய்ச்சல் காரணமாக என் தலைமுடி கொட்டிப் போய்விட்டது. நர்சிங்ஹோமிலிருந்து வெளியே வந்த அப்பனும், அம்மாவும், நானும் அருகிலிருந்த கேப்பிடல் ஹேர் கட்டிங் சலூனுக்கு நடந்தோம். கேப்பிடல் சலூன் சுவரில் நான் தலையில் கிளிக்கூண்டு போல பஃப் வைத்த சிகையலங்காரத்தோடு, பஃப் கட்டைப் பிரபலமாக்கியவர்களில் முக்கியமானவரான எல்விஸ் ப்ரஸ்லியின் புகைப்படம் இருந்ததைக் கண்டேன்.

கூந்தலை நெற்றிக்குத் தாழ்த்தி வாரி, ஒரே வரிசையில் சீராக வரும்படி வெட்டிய அலங்காரத்தை இந்தி சினிமா நடிகை சாதனா கொண்டு வந்தார். சாதனா கட் அல்லது ப்ரிஞ்ச் கட் என்ற மோஸ்தரில் முடிவெட்டிய நான்கு ஆண்களின் புகைப்படத்தையும் நான் அங்கே கண்டேன். படத்தின் கீழ் அவர்களின் பெயர் எழுதியிருந்தது : 'தி பீட்டில்ஸ்'.

கேப்பிடல் சலூன் உரிமையாளர் நாராயணனே என் தலைமுடியை வெட்டிக் களைந்தார். 'முன்னாலே இருந்ததை விட அடர்த்தியாக வளரும்' என்றார் அவர் கேப்பிடல் சலூனில் வைத்திருந்த முழுநீளக் கண்ணாடி முன் நின்று என் உருவத்தைப் பார்த்தேன். நான் அழுதேன். மிகவும் மெலிந்த பெண்ணாக இருந்தேன் நான். போதாக்குறைக்கு நான் மொட்டைத் தலைச்சியும் கூட.

7. ஒமேகா

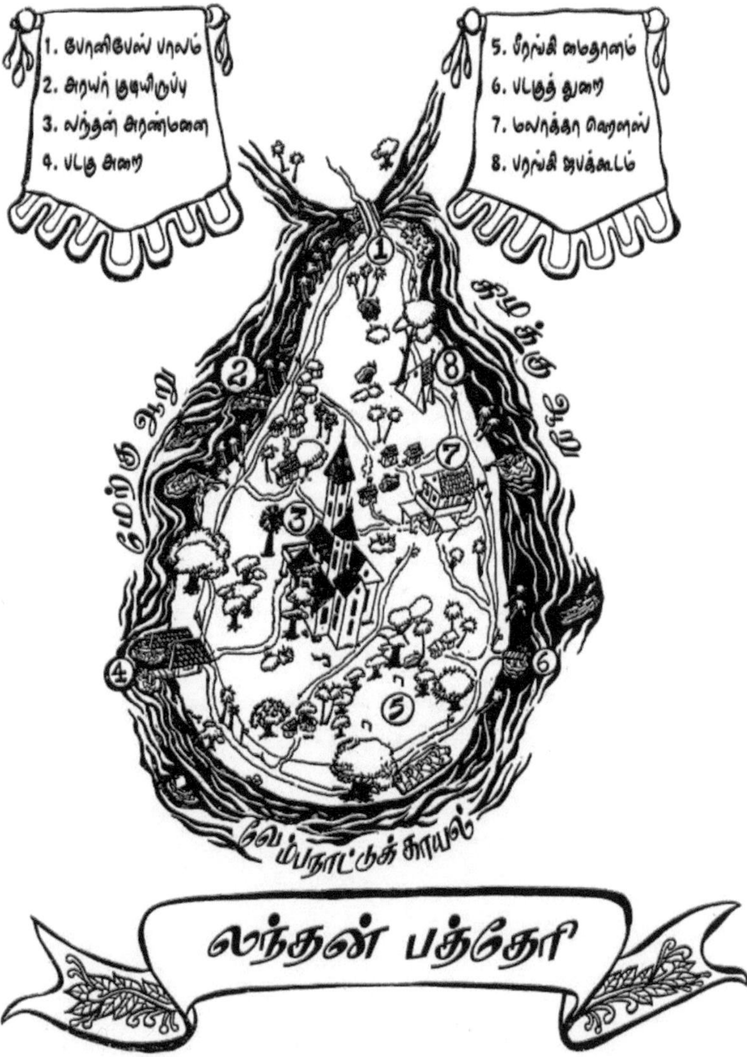
1. போனிபேஸ் பாலம்
2. அரயர் குடியிருப்பு
3. லந்தன் அரண்மனை
4. படகு அறை
5. பீரங்கி மைதானம்
6. படகுத் துறை
7. மலாக்கா ஹௌஸ்
8. பறங்கி ஜபக்கூடம்
மேற்கு ஆறு
கிழக்கு ஆறு
வேம்பநாட்டுக் காயல்
லந்தன் பத்தேரி

செப்டம்பர் மாதம் ஒரு ராத்திரியில் லந்தன்பத்தேரிக்கு முன்னால் கிடக்கும் காயல் பரப்புக்கு மேலும், போர்ட் கொச்சிக்கு வரம்பு கட்டும் கடலுக்கு மேலும் விரியும், பருவமழை துடைத்து வைத்த கொச்சியின் ஆகாயம் தீப்பிடித்தது. கரையில் இருந்தும், கப்பல்களில் இருந்தும் தொடர்ந்து சுடப்பட்ட, புகைத் தடம் கிளப்பி உயரப் பாயும் ட்ரேசர் புல்லட் வெடிகுண்டுகள் வானத்தில் சற்று நேரம் அசங்காது நின்று, பச்சையும், சிவப்பும், மஞ்சளும் கலந்த வெளிச்சத்தைச் சுற்றும் பரப்பின. கரையோர பீரங்கிப் படையின் விமான எதிர்ப்புத் துப்பாக்கிகள் வானத்தை நோக்கிச் சுட்டுக்கொண்டிருந்தன. அவற்றிலிருந்து வெளிவந்த உஷ்ணமான, வெளுத்த, வெளிச்சத்தை ஏற்படுத்திய நெருப்புக் கோளங்கள் மேற்கே தொடுவானத்தில் பல சூரியோதயங்களை உருவாக்கின.

விமான எதிர்ப்புத் துப்பாக்கிகளின் சத்தம் தவிர அந்த நாட்களில் நான் விமானப் படையெடுப்பு எச்சரிக்கை தரும் சைரனின் ஒலியையும் முதல் தடவையாகக் கேட்டேன். எரணாகுளம் நகரசபை அலுவலகத்திலும், உயர் நீதி மன்றத்திலும், கப்பல்களிலும் என்று பல இடங்களிலும் இந்த அபாய அறிவிப்பு சைரன்கள் நிறுவப்பட்டிருந்தன. விமானப் படையெடுப்பு பற்றிய முன்னெச்சரிக்கை தரும் இந்த சைரன்கள் அடித்துப் பிடித்துக்கொண்டு அலறும். அப்போது கொச்சியில்

விளக்குகள் அணைக்கப்படும். அப்பூப்பன் ரேடியோவை அணைப்பார். அதன் சிறு வெளிச்சமும் அபாயகரமானது. பரங்கி ஜபக்கூடத்தில் மெழுகுவர்த்தி ஏற்றி வைப்பது நிறுத்தப்பட்டது. “ஒரு சின்ன வெளிச்சம் தெரிஞ்சா போதும்”, அப்பூப்பன் சொல்வார். “எதிரிகளோட விமான பைலட் அந்த இடத்து மேலே குண்டு போட்டுடுவான். பீடி கூடப் பத்த வைக்கக் கூடாது.”

விமானப் படையெடுப்பு அபாயம் தீர்ந்ததென்று அறிவிக்கும் சைரன் ஒலி, ஆசுவாசமாக, வேறே மெட்டில் மெல்ல ஒலிக்கும். அப்பூப்பன் உடனே ரேடியோவை ஆன் செய்வார். அதற்கப்புறம் தான் லந்தன்பத்தேரியில் வேறு வெளிச்சங்கள் பிரகாசமாகக் கிளம்பி வரும்.

மூன்று வருடம் முன்பு சீனாவோடு நடந்த யுத்தத்தில் பெருமையையும், ஆயிரக் கணக்கான சதுரமைல் நிலத்தையும் இழந்த இந்தியா, இந்தியா-பாகிஸ்தான் எல்லைப்புறமாக, குஜராத்தில் இருக்கும் சதுப்பு உவர்மண் பூமியான ரான் ஆஃப் கட்ச் பிரதேசத்தில் பாகிஸ்தானை வீரமாக எதிர்த்துப் போரிட்டது. சீனப் போருக்கு அப்புறம், திரைப்படக் கொட்டகைகளில் படம் ஆரம்பிப்பதற்கு முன்னால் திரையிடப்படும் செய்திப் படங்களில் அபூர்வமாகவே நேரு காட்டப்பட்டார். நேரு வரும் காட்சி இருந்தால் அது பார்க்கிறவர்களைத் துக்கப்படுத்தியது. நேரு மறைந்த பிறகு பிரதமரான லால்பகதூர் சாஸ்திரியை நியூஸ் ரீல்களில் பார்த்த ஜனங்கள் சிரித்து, கூச்சல் போட்டார்கள். ஓங்குதாங்காக இருந்த நேருவைப் பார்த்துப் பழகியிருந்த மக்களுக்கு, ஐந்தே அடி உயரமுள்ள, கார்ட்டூன் படத்தில் வரும் டொனால்ட் வாத்து போல தத்தித் தத்தி நடந்த சாஸ்திரி பழகவில்லை. அப்போதுதான் ரான் ஆஃப் கட்சிலும், சாம்ப்பிலும் இந்தியா பாகிஸ்தானைப் பெரும் தோல்வியடையச் செய்த செய்திகளை நாங்கள் பத்திரிகைகளில் படித்தோம். பாகிஸ்தானுக்கு அமெரிக்கா கொடுத்துப் போரில் ஈடுபடுத்திய போர் விமானங்களை, அம்பாசிடர் காரை விட அளவு குறைந்த இந்திய

நாட் விமானங்கள் துரத்தியடித்து, சாஸ்திரியை உயரமான பிரதமர் ஆக்கின. நியூஸ் ரீல்களில் பிரதம மந்திரி சாஸ்திரி காட்சியளிக்கும்போது, எம்.ஜி.ஆர் நடித்த திரைப்படத்தில் அவர் முதல் தடவையாகத் தோன்றும் காட்சியின்போது ரசிகர்கள் உற்சாகமாகக் கைதட்டுவது போல் சாஸ்திரிக்குக் கரவொலி எழுப்பினார்கள்.

கொச்சியின் ஆகாயத்தில் விமான எதிர்ப்புத் துப்பாக்கிகள் வெடித்த இரவு தொடங்குவதற்கு முன் நாங்கள் கேட்டுப் பழகியிருந்த விமானப் படையெடுப்பு சைரன் முழங்கியபோது அதை யாரும் பெரிய விஷயமாகக் கருதவில்லை. பாதுகாப்பு ஒத்திகை என்றே எல்லோரும் நினைத்தார்கள். எரணாகுளம் காயலில் நங்கூரம் பாய்ச்சி இருந்த சாம்பல் நிற யுத்தக் கப்பலில் இருந்து வானில் உயர்ந்த முதல் புகைத்தடக் குண்டு, வானத்தில் கொளுத்திய கிறிஸ்துமஸ் விளக்கு போல் சிறிது நேரம் நின்று எரிந்தது. தொடர்ந்து அதேபோல் மற்ற டிரேசர் புல்லட்கள் வெடிக்கப்பட்டுக் கொண்டிருந்தன. விமான எதிர்ப்புத் துப்பாக்கிகளும் ஒலியெழுப்பத் தொடங்கின. நாங்கள் இருட்டாக்கிய வீட்டுக்குள் பயந்தபடி இருந்தோம். அப்பூப்பன் சொன்னார்: “பாகிஸ்தான் விமானம் கொச்சியிலே குண்டு போடப் போகுது.”

“நம்ம தலையிலே விழுமா, அப்பூப்பா?” என்று நான் கேட்டேன்.

“யார் தலையிலே விழுந்தா என்ன, பாம் பாம்தானே?” அப்பூப்பன் சொன்னார். அம்மா, திரு இதயப்படம் மாட்டியிருந்த சுவரைப் பார்த்து இருட்டில் மண்டியிட்டுப் பிரார்த்திக்கத் தொடங்கினாள். அப்போது வீட்டுப்படியில் உரக்கப் பேசும் சத்தம் கேட்டது. சந்தியாகு சேட்டன் அங்கே நின்று உரக்கக் கேட்டார் : “மத்தேவுஸ் ஆசாரியாரே, பீரங்கி மைதானத்துக்கு வர்றீங்களா? நம்ம அண்டை அயல்லே எல்லோரும் அங்கே போயிருக்காங்க.”

“ஜெசிக்கா, நீயும் வர்றியா? பார்க்க நல்லா இருக்கும்”, இருட்டில் நடாஷா குரல் கேட்டது,

“மட்டில்டா, நீயும் வா, நாங்க எல்லோரும் இருக்கோம். சும்மா சுத்திட்டு வரலாம்”, சில்வியா சேச்சி சொன்னாள்.

“இருட்டுலே பீரங்கி மைதானத்துலே நாம என்ன செய்யப் போறோம்?” அப்பூப்பன் கேட்டார்.

“பீரங்கி மைதானத்திலே இருந்து பார்த்தா, யுத்தம் நல்லா தெரியும். லந்தன்பத்தேரிக்காரங்களும், போஞ்ஞிக்கரைக்காரங்களும் அங்கே பெரும் கூட்டமா நின்னுட்டிருக்காங்க. வேகமா வாங்க. இல்லேன்னா சீட் கிடைக்காது,” என்றார் சந்தியாகுசேட்டன்.

“இந்த சந்தியாகு என்ன உளறுறான்?” அப்பூப்பன் கோபத்தோடு கேட்டார். “யுத்தம் பார்க்கப் போறாங்களாம். யுத்தம் என்ன சில்லுண்டி விளையாட்டா? மனுஷங்க செத்து விழற சமாசாரம் அது. விமானத் தாக்குதல் நடக்கப்போவுதுன்னா, செபஸ்தியானோஸ் புனிதரை பிரார்த்திச்சுக்கிட்டு வீட்டுலே இருக்கறதை விட்டு பீரங்கி மைதானத்துக்குப் பொறப்படணுமாம்.”

“இது லைஃப்லே அபூர்வமா கிடைக்கற சான்ஸ்”, என்றார் சந்தியாகு சேட்டன். ரெண்டாம் உலக மகாயுத்தம்தான் கொச்சிக்கு வராம ஏமாத்திடுச்சு. இப்போ யுத்தம் பார்க்க ஒரு சான்ஸ் கிடைச்சிருக்கு. அதை வீணாக்கலாமா வல்ய மார்க்கோஸ் ஆசாரியாரே?”

பீரங்கி மைதானத்தில், காயலை அடுத்து நின்ற தடுப்புச் சுவரில் உட்கார எங்களுக்கு இடம் கிடைக்கவில்லை. டிரேசர் புல்லட்கள் ஆகாயத்தில் ஏற்படுத்திய வெளிச்சம் பல நிறங்களிலுள்ள அசையும் நிழல்களை ஏற்படுத்தியது. இந்த மாதிரி சந்தர்ப்பங்களில் குரைத்துக் கூப்பாடு போடும் சாங்க் நாய் புல்தரையில் அசையாது படுத்திருந்தது. நான் தரையில் மண்டிபோட்டு அமர்ந்து சாங்க் நாயின் முகத்தைப் பார்த்தேன். அதன் முகத்தில் வயோதிகத்தின் எதிலும் ஒட்டாத்தனம் தெரிந்தது. நான் சாங்க் நாயின் தலையை வருடினேன். அது வாலை ஆட்டவில்லை “நடாஷா, இந்த சாங்க் நாய் என்னை மறந்துடுச்சு” என்றேன்.

“நீ இப்போ இருக்கற கோலத்தைப் பார்த்தா யாருமே இது நீதான்னு சொல்ல மாட்டாங்க, குட்டி” என்றாள் நடாஷா.

வானத்தை வெளிச்சப்படுத்தும் நிகழ்ச்சிகள் தொடர்ந்தன. பீரங்கி மைதானத்துக்கு வந்தவர்கள் ஒவ்வொருவராக வீடு திரும்பத் தொடங்கினார்கள். திடீரென்று கருங்கல் தடுப்புச் சுவரின் ஒரு பகுதியிலிருந்து கூச்சல் கேட்டது.

“நான் சிகரெட் குடிச்சா யாருக்கு என்ன பிரச்சனை?” ராகவன்மாஸ்டர் சுற்றிலும் கூடியிருந்தவர்களைப் பார்த்து உரக்கக் கேட்டார்.

“இது ப்ளாக் அவுட் டைம். தீக்குச்சி உரசவோ, சிகரெட் பற்றவைக்கவோ கூடாது”, என்றார் கில்பர்ட் சேட்டன்.

“இங்கே இருக்கப்பட்ட இம்புட்டு வெளிச்சத்துலே நான் ஒரு சிகரெட் பத்த வச்சு வலிச்சா என்ன ஆகப்போறது?”

“மாஸ்டரே, நீங்க தீக்குச்சி உரசினதைப் பார்த்து எதிரி குறி வைப்பான். சிகரெட் பத்த வைக்கும்போது துப்பாக்கி விசையை அழுத்துவான். சிகரெட் புகையை உள்ளுக்கு இழுக்கும்போது தலையிலே குண்டு விழும். நாங்களும் சாவோம். சிகரெட் பிடிக்கக் கூடாது” சந்தியாகு சேட்டன் சொன்னார்.

“நான் சிகரெட் வலிக்கத்தான் போறேன்.” ராகவன் மாஸ்டர் சிகரெட்டை உதட்டில் வைத்து தீக்குச்சி உரசினார். கூடியிருந்தவர்களில் ஒருவர் மாஸ்டரின் உதட்டிலிருந்து சிகரெட்டை உருவிக் காயல் நீரில் எறிந்தார். இன்னொருத்தர் தீப்பெட்டியையும் அதேபோல் தூக்கி வீசினார். கில்பர்ட்சேட்டன் சொன்னார், “கொள்ளளவு இல்லேன்னா கள்ளு குடிக்கக் கூடாது.”

“எனக்கு இப்படியே சாகறதுதான் பிடிக்கும்.” ராகவன் மாஸ்டர் எழுந்து நடக்கும்போது சொன்னார். “ப்ளாக் அவுட் நேரத்தில் தீக்குச்சி உரசணும், சிகரெட் எடுத்து உதட்டுலே வச்சுக்கணும். முதல் இழுப்பு உள்ளே போகணும். அப்போ தலையிலே ஒரு குண்டு விழணும். தற்கொலைக்கு நான் தேர்ந்தெடுத்த வழி இதுதான்.”

விமானத் தாக்குதல் பற்றிய முன்னறிவிப்பை முடித்துக் கொண்டு சைரன் முழங்கியபோது நாங்கள் வீடு திரும்பினோம். கூட்டத்தில் இடையில் இருந்து புஷ்பாங்கதன் அப்பாவைக் கூப்பிட்டான்: “மத்தேவுஸ் ஆசாரி, கொஞ்சம் நில்லுங்க.”

அபாயம் விலகியதை அறிவிக்கும் சைரன் கேட்டதும் எரிய வைக்கப்பட்ட மின்சார விளக்குகளின் மங்கிய வெளிச்சத்தில் புஷ்பாங்கதன் நின்றான். தலையில் நரைமுடிகளைக் கவனமாகத் தேடிக் கறுப்புச் சாயம் அடித்திருந்தான் அவன். பட்டு ஜிப்பா அணிந்திருந்தான். கை மடித்துவிட்டிருந்த ஜிப்பா அது. கையில் வெள்ளை வெல்வெட் கைக்குட்டை வைத்திருந்தான். சந்தியாகு சேட்டன் அவனிடம் கேட்டார் : “மாஸ்டரே, ரொம்ப ஸ்டைலாயிட்டீங்க. கணக்குப் போடறதை நிறுத்தி வச்சுட்டு கல்யாணம் செஞ்சுக்க போறாப்பலேயா?”

“அப்படி ஒண்ணுமில்லே” என்று சங்கோஜத்தோடு சொன்னான் புஷ்பாங்கதன். “பெர்மார்ட் தேற்றத்தோட கரையைக் கடந்துகிட்டிருக்கேன். அது இருக்கட்டும். மத்தேவுஸ் ஆசாரியாரே, கால்வருடப் பரீட்சையிலே ஜெசிக்கா கணக்குலே பாஸ் பண்ணினாளா?”

“பாஸ் பண்ணினாளான்னா கேட்கறீங்க”? அப்பன் சொன்னார். “அவளுக்கு டைபாயிட் வந்து படுக்கையிலே விழுந்து ரெண்டு வாரம் வாழ்வா சாவான்னு நாங்க போராடி, இப்போ தான் மீண்டு வந்திருக்கா.”

“மாஸ்டரே, உசிரைவிட பெரிசா உங்க கணக்கு?” சந்தியாகு சேட்டன் கேட்டார்.

“அப்படியில்லே. ஜெசிக்கா அறிவாளியான பொண்ணு. கொஞ்சம் வழிகாட்டினா அவ புத்திசாலியாகி, கணக்குலே பாஸ் பண்ணிடுவா. ஜெசிக்கா, ஏன் டியூஷன் படிக்க வரலே நீ”? புஷ்பாங்கதன் கேட்டான்.

நான் பதிலேதும் சொல்லவில்லை. சந்தியாகு சேட்டன் சொன்னார்: “விடுங்க மாஸ்டர், என்னத்துக்கு ட்யூஷன்? நான் சொன்னதை நீங்க கேட்கலியா? உசிரைவிடப்

பெரிசா கணக்கு? ஆட்டுக்கால் சூப்பும், எலியாஸ் யூதன் கொடுக்கற கோழிமுட்டையும், வாட்டர்பரீஸ் காம்பவுண்டும், சானாட்டஜனும் சாப்பிட்டு ஜெசிக்கா குட்டி பழைய மாதிரி சதை போடட்டும். அப்புறம் டியூஷனுக்கு வரலாம்”

அடுத்த நாள் வெளியான தினப்பத்திரிகைகளில் கொச்சியின் ஆகாயத்தில் நடந்த விஷயங்களைப் பற்றி எதுவும் வந்திருக்கவில்லை. ஆகாசவாணி ரேடியோ ஒலிபரப்பிலும் அது பற்றி ஏதும் சொல்லப்படவில்லை. மாலை நேரம் டாட்டா கம்பெனியில் ட்யூட்டி முடிந்து வந்த சந்தியாகு சேட்டன் அப்பூப்பனிடம் எரணாகுளத்தில் கிடைத்த செய்திகளைக் கூறினார்:

“வல்ய ஆசாரி, பாக்கிஸ்தான் விமானப்படையிலே இருக்கற கான்பரான்னு ஒரு விமானம் கராச்சியிலே இருந்து கொச்சியிலே குண்டு போட இவ்வளவு தூரம் வந்திருந்ததாம். கான்பரா-ன்னு சொன்னா அந்த விமானத்தைத் தயாரிச்ச கம்பெனி. நம்ம கிட்டே அந்த மாடல் விமானம் கிடையாது. எவ்வளவு தூரம் வேணுமின்னாலும் பறக்கும். அதான் கான்பராவோட விசேஷம். கொச்சியிலே குண்டு போட்டுட்டு அந்த விமானம் திருப்பிப் பறந்து போச்சாம்.”

“சந்தியாகு, அவங்க குண்டு போட்டாங்கன்னா சொல்றே. குண்டு வெடிக்கற சத்தமே கேட்கலியே. அது என்ன சைலண்ட் குண்டா?” அப்பூப்பன் கேட்டார்.

“குண்டு போட்டாங்க வல்ய ஆசாரி”, சந்தியாகு சேட்டன் சொன்னார். “அது விழுந்தது தீவுலே. வில்லிங்டன் தீவுலே குண்டு விழுந்துது. அங்கே குண்டு விழுந்தா அது வெடிக்குமா என்ன? வெடிக்காது. இப்போ, கொஞ்ச நாள் முன்புதானே நம்ம பிரிஸ்டோ துரை வில்லிங்டன் தீவை ஏற்படுத்தினார்? அங்கே மண்ணு இன்னும் ஈரமாத்தான் இருக்கு. காய்ஞ்சு போகலே. விமானத்திலே இருந்து அங்கே விழுந்த குண்டு நேரே சதுப்பு மண்ணுக்கு உள்ளே போய்ப் புதைஞ்சு போச்சு. வெடிக்கலே.”

“குண்டு விழுந்து புதைஞ்சா தரையிலே குழியாயிருக்கணுமே. யாராவது பார்த்தாங்களா?” அப்பூப்பன் கேட்டார்.

“எப்படிப் பார்க்க முடியும் வல்ய ஆசாரி? நேவிக்காரங்க அங்கே பயங்கரமா பாதுகாப்பு கொடுத்துக்கிட்டிருக்காங்க. வெளியாள் யாரையும் நெருங்க விடமாட்டேங்கறாங்க. குண்டு விழுந்தது எங்கேன்னு தெரியுமா? வில்லிங்டன் தீவுலே, உட்லாண்ட்ஸ் ஹோட்டல் பக்கத்துலே. எண்ணெய்க் கம்பெனிக்காரங்க உசரமா நிறுத்தி வச்சிருக்காங்களே, எண்ணெய் சேமிச்சு வைக்கற தொட்டிங்க. அதுக்கு நடுவிலே. பாக்கிஸ்தான்காரங்க முன்கூட்டியே திட்டம் போட்டுத்தான் வந்தாங்க. விழுந்த இடம் கொஞ்சம் இந்தாண்டை அந்தாண்டை போயிருந்தா, கொச்சியே இந்நேரம் பூம், எரிஞ்சு சாம்பலாயிருக்கும். மலபார் ஹோட்டலும், போர்ட்டும், ஃபோர்ட் கொச்சியும், வாஸ்கோட காமாவும் எல்லாம் கதை முடிஞ்சிருக்கும். தி எண்ட்.”

“ஏசுவே”, அப்பூப்பன் சிலுவை வரைந்துகொண்டார். சிறிது நேரம் மௌனமாக இருந்த பிறகு பேசத் தொடங்கினார் : “ஜெசிக்கா, சந்தியாகு, கொச்சி தீப்பிடிச்சு எரிஞ்சதை நான் பார்த்திருக்கேன். எனக்கு அப்போ பத்தோ பதினொண்ணோ வயசு. ஃபோர்ட் கொச்சி படகுத்துறை பக்கம், கொச்சியிலே கட்டின மரக் கப்பல் ஒண்ணு, சந்த்ரபானுன்னு பேரு, அது தீப்பிடிச்சுது. வோல்கார்ட் பிரதர்ஸ் கம்பெனி துரைகள்தான் அதை முதல்லே பார்த்தாங்க. அவங்க சுவிட்ஸர்லாந்துக்காரங்க. சுவிட்ஸர்லாந்துலே கடல் கிடையாது. அவங்களுக்கு கப்பலைப் பற்றி என்ன தெரியும்? வோல்கார்ட் பிரதர்ஸ்லே மூத்த துரை சொன்னார்: “சந்த்ரபானு கப்பலை நிலத்தோடு சேர்த்துக் கட்டி வைச்சிருக்கற கயிறை வெட்டிவிடணும்.” பிரம்மாண்டமான அந்தக் கயிறை வெட்டினாங்க. காற்று வீச ஆரம்பிச்சுது. அப்போ கப்பலைப் பிடி பிடின்னு கூப்பாடு போட்டா அது கைக்குக் கிட்டுமா என்ன? மதம் பிடிச்ச யானை மாதிரி அந்தத் தீப்பிடிச்ச கப்பல் நகர்ந்து வோல்கார்ட் பிரதர்ஸோட கிட்டங்கிகளோட பக்கம் போச்சு. தேங்காய் எண்ணெய், கயிறு, கொப்பரை, ஏலம், குறுமிளகு .. ஒரு மணி நேரத்துலே எல்லாம் எரிஞ்சு சாம்பல்தான் மிஞ்சினது.

“நியூஸ் லந்தன்பத்தேரிக்கு வந்து சேர்ந்தது. நேத்து நீங்க யுத்தம் பார்க்கப் போனீங்களே, அது மாதிரி நானும் பெர்ணாந்தும், குஞ்ஞூஞ்ஞுவும் பீரங்கி மைதானத்துக்குப் போனோம். காற்றடிச்சுக் கரையிலே தீ பரவிக்கிட்டிருக்கு. சந்த்ரபானு தாரா இஸ்மாயில் கம்பெனி கிட்டங்கி பக்கமா போக, காற்றுலே அங்கே தீ பத்திக்கிடுச்சு. அந்தக் கப்பல் அடுத்து ஆஸ்பின்வால் கம்பெனி கிடங்கு பக்கம் போனது. அங்கேயிருந்து ப்ரெண்டன், பியர்ஸ் லெஸ்ஸி. அடுத்தடுத்து கொச்சி முழுக்கத் தீ பிடிச்சதை நாங்க பார்த்தோம். நிசமாச் சொல்றேன் சந்தியாகு, ஜெசிக்கா குட்டி, அழிஞ்சு நாசமாகறதைப் பார்க்கறதிலேயும் ஒரு சுவாரசியம் உண்டு.”

அன்று இரவு நான் முகம் பார்க்கும் கண்ணாடி முன் நின்றேன். பள்ளிக்கூடத்தில் எனக்கு, ‘மொட்டைத் தலைச்சி’, ‘கன்யாஸ்திரி’ என்ற பட்டப்பெயர்களைத் தேடித்தந்த என் ஒரு இஞ்ச் நீளமுள்ள குட்டைத் தலைமுடி, என் குழிவிழுந்த கண்கள், என் ஒட்டிய கன்னங்கள். என் நாசம் எனக்கு சுவாரசியம் தரவில்லை. பட்டு ஜிப்பா அணிந்த புஷ்பாங்கதனை நான் அவ்வப்போது மனதில் கண்டேன். அந்தக் காட்சியில் இருந்த அநீதி எனக்குத் துக்கமுண்டாக்கியது. கண்ணாடியில் தெரியும் பிம்பம் என்னுடையது இல்லை. கண்ணாடிக்குள் வந்த உருவத்தை நாசமாக்க வேண்டும்.

"ஸ்னாபகரான புனித அருளப்பரிடமும் அப்போஸ்தலரான புனித இராயப்பர், சின்னப்பரிடமும், புனித தோமையாரிடமும், புனிதர் எல்லோருடனும், தந்தையே உம்மிடமும் நான் முறையிடுகிறேன். என் சிந்தனையாலும், சொல்லாலும், செயலாலும், கடமையில் தவறியதாலும் பாவங்கள் பல செய்தேன்." நெஞ்சில் மூன்று தடவை அடித்துக்கொண்டு சொன்னேன்: "என் பாவமே என் பாவமே என் பெரும் பாவமே."

"சொல்லு ஜெசிக்கா", பாவமன்னிப்புக் கூண்டின் உள்ளே இருந்து பிலாத்தோஸ் பாதிரியார் சொன்னார்.

"என் சரீரத்தில் பாவம் நடந்துச்சு"

"ஙூம்..."

"எனக்குப் பெரிசா பிராயச்சித்தம் சொல்லுங்க ஃபாதர்."

"என்ன பாவம் செஞ்சே ஜெசிக்கா?"

"நாலஞ்சு மாசம் முந்தி நான் டியூஷன் படிக்க மலாக்கா ஹௌசில் புஷ்பாங்கதன் மாஸ்டர் ரூமுக்குப் போயிருந்தேன். நான் கணக்குலே வீக்."

"அதனாலே?"

"புஷ்பாங்கதன் மாஸ்டர் என்னைத் தொட்டார்" நான் சொன்னேன். பிலாத்தோஸ் பாதிரியார் மௌனமாக இருந்தார்.

“முதல்லே கால் விரலைத் தொட்டார். அப்புறம் அவரோட கை, மேலே மேலே ஏறி வந்துச்சு.”

“நீ சம்மதிச்சியா?”

“எனக்கு ஒண்ணும் புரியலே. நான் உறங்சு போயிருந்தேன். புஷ்பாங்கதனைப் பிடிச்சு தள்ளிவிடாம நான் அசிரத்தையா இருந்தேன்.”

“நூம்” பிலாத்தோஸ் பாதிரியார் சத்தமாக முனகினார்.

“கடைசியா, எனக்கு நடுக்கம் போனபோது, அவரோட கை மேலே ஏறியிருந்தது.”

“நீ சம்மதிச்சியா?”

“இல்லே, நான் சட்டுனு அவருக்குள்ளே சாத்தானைக் கண்டேன். சாத்தானே போ-ன்னு சத்தம் போட்டபடி, அவர் மேஜை மேலே வச்சிருந்த மசி போத்தலைத் தட்டிவிட்டுட்டு ஓடிப் போனேன்.”

“குட்.”

“ஃபாதர் நோயல், என் சரீரத்துலே பாவம் நடந்தது. என் சரீரத்தை நான் வெறுக்கிறேன். என் மாமிசம் பலவீனமானது. அதனால்தான் எனக்கு டைபாயிட் வந்தது.”

“ஜெசிக்கா, உளறாதே. டைபாயிட் தண்ணியாலே பரவும் நோய்” என்றார் பிலாத்தோஸ் பாதிரியார்.

“ஃபாதர், நான் எப்பவும் குடிக்கிற தண்ணியைத்தான் அன்னிக்கும் குடிச்சேன்.”

“பாவசங்கீர்த்தனம் முடிஞ்சுதா?”

“நூம்.”

“ஆகையால்.”

“ஆகையால் எப்பொழுதும் கன்னியான பரிசுத்த மரியாயையும் அதிதூதரான புனித மிக்கேலையும் ஸ்னாபகரான புனித அருளப்பரையும் அப்போஸ்தலரான புனித இராயப்பர்,

சின்னப்பரையும், புனிதர் எல்லோரையும், தந்தையே உங்களையும் நம் ஆண்டவராகிய சர்வேசுரனிடம் எனக்காக வேண்டிக்கொள்ள மன்றாடுகிறேன், ஆம்மென்", நான் சொன்னேன்.

"சரி, ஜெசிக்கா, நீ போகலாம்."

"பிராயச்சித்தம்?"

"பிராயச்சித்தம் ஒண்ணுமில்லே"

"அதெப்படி?"

"ஜெசிக்கா பாவம் செய்யலே"

"அப்போ, பாவம் செஞ்சது யாரு?"

"மிஸ்டர் புஷ்பாங்கதன். வேறே யாரு?"

"புஷ்பாங்கதனோட பாவத்துக்கு பிராயச்சித்தம் என்ன?"

"இங்கே கிறிஸ்துவர்களோட பாவங்களுக்குத்தான் பிராயச்சித்தம் இருக்கு", பிலாத்தோஸ் பாதிரியார் சொன்னார். அவர் கைகழுவப் போகும் அவசரத்தில் இருந்தார் என்று எனக்குத் தோன்றியது.

"அப்போ, கிறிஸ்துவர் இல்லைங்கறதாலே புஷ்பாங்கதன் தப்பிச்சாரா?" நான் கேட்டேன்.

"பிறப்பாலும், ஞானஸ்நானம் வாங்காததாலும் புஷ்பாங்கதனோட ஆத்மா இறந்துபோனது. அவர் ஒரு பாவி. அந்தப் பாவத்துக்கான தண்டனை இறுதித் தீர்ப்பு நாளில் புஷ்பாங்கதனுக்குக் கிட்டும்னு தெரிஞ்சா உனக்கு சந்தோஷமா இருக்குமா, ஜெசிக்கா?"

"ஃபாதர், இறுதித் தீர்ப்பு நாள் வரைக்கும் நான் காத்திருக்கணும்னு சொல்றது நியாயம்தானா?" நான் கேட்டேன்.

"ஒரு சொர்க்கத்தில் இருக்கும் பிதாவே."

"ஒரு சொர்க்கத்தில் இருக்கும் பிதாவா?"

“ஒரு தடவை சொர்க்கத்தில் இருக்கும் பிதாவே சொல்லு. அதுதான் பிராயச்சித்தம்.”

“பிராயச்சித்தமா? நான் பாவம் செய்யலேன்னு நீங்கதானே சொன்னீங்க?”

“இப்போ பாவம் செஞ்சுட்டே. உனக்கு பொறுமை இல்லாம போனது” என்றார் பிலாத்தோஸ் பாதிரியார்.

எனக்குக் காகிதம் கிழியும் சத்தம் கேட்கப் பிடிக்கும். எட்டில் தொடங்கும் எண்களைத்தான் நான் என் முதல் இலக்காக்கினேன். 8. இடுப்பில் பிடித்து எட்டைக் கிழித்தால், இரண்டு குமிழ்கள் அதிலிருந்து விடுதலையாகும். எட்டு போல் வடிவ ஒருமை வேறு எந்த எண்ணுக்கும் இல்லை. புஷ்பாங்கதனின் அறைக்குள்ளே தரையில் உட்கார்ந்து அவன் கணக்கு செய்து குவித்திருந்த காகிதங்களை இரண்டாக, நாலாக, எட்டாக, பதினாறாக, முப்பத்திரெண்டாக... இறுதியில் அணுவளவு ஆகக் கிழித்தேன். காகிதம் கிழிக்கும் சத்தம் உயர்ந்து தாழ்ந்து கொண்டிருந்தது. புஷ்பாங்கதனின் அறையில் நிறைய காகிதம் இருந்ததால் எனக்கு எட்டில் தொடங்கும் எண்களைத் தேடிக் கண்டுபிடிக்க சிரமம் ஏதும் ஏற்படவில்லை. சில நேரம் என் கவனம் எண் ஒன்பதுக்குப் போகும். 9. நூலில் கட்டிய ஹைட்ரஜன் பலூன் அது. நூலை வெட்டும்போது எனக்கு பூமியின் கடியிலிருந்து தப்பும் ஆறுதல் கிடைத்தது.

“ஜெசிக்கா?” திறந்த அறைவாசலிலிருந்து புஷ்பாங்கதன் குரல் கேட்டது.

நான் இஷ்டம் போல காகிதங்களைக் கிழிக்க ஆரம்பித்தேன். வில்லிங்டன் தீவில், காசினோ ஹோட்டலில், புஃபே லஞ்ச் என்ற புதிய ஏற்பாடு என்ன என்று தெரிந்துகொள்ள எட்வின் சேட்டன் எங்களைக் கூட்டிப்போன தினத்தில் நானும் ஜான்சனும் அங்கே குவித்திருந்த உணவுப் பதார்த்தங்களை

இஷ்டம் போல் எங்கள் தட்டுகளில் குவித்துக்கொண்டது போல புஷ்பாங்கதனின் காகிதக் கட்டுகளை நான் பசியோடு கிழிக்கத் தொடங்கினேன். புஷ்பாங்கதன் என் கையில் இருந்து காகிதக் கட்டுகளைப் பறித்துக்கொண்டு என்னை அறைக்கு வெளியே தள்ளினான்.

"நாசக்காரி, ஆணுங்க அறையிலே ஆள் இல்லாதபோது நுழைஞ்சு அக்ரமம் பண்றியா?" புஷ்பாங்கதன் கேட்டான்.

"சாத்தானே, நீ என்னை நாசம் செய்ய நினைச்சே இல்லே?"

"பயித்தாரத்தனமா பேசாதே. நாக்குலே நரம்பு இல்லாம எதை வேணுமானாலும் பேசுவியா?"

"பாவீ" நான் உரக்கக் கூவினேன். நான் அழப்போவதில்லை என்று தீர்மானம் செய்து கொண்டேன்.

"என்ன அங்கே சத்தம்?", மலாக்கா ஹௌசின் முதல் மாடியில் குந்தன் மியூசிக் கிளப்பில் ஜன்னலைத் திறந்து பார்த்து கில்பர்ட் சேட்டன் கேட்டார்.

"நான் குளிக்கப் போயிருந்தபோது", புஷ்பாங்கதன் சொல்லத் தொடங்க, ஜன்னலில் கில்பர்ட் சேட்டனைக் காணோம். சிறிது நேரத்தில் கில்பர்ட் சேட்டனும், ஜப் தில் நறொஞ்ஞாவும், கட்சி செயலாளர் ஜோசபும் முற்றத்துக்கு வந்தார்கள்.

"நான் குளிக்கப்போயிருந்தபோது இந்தப் பொண்ணு என் அறையிலே திருடன் மாதிரி நுழைஞ்சு, என்னோட பெர்மார்ட் பேப்பரை எல்லாம் கிழிச்சுப் போட்டுட்டா. விலைமதிக்க முடியாத காகிதம் அதெல்லாம்", புஷ்பாங்கதன் சொன்னான்.

"காகிதத்தைக் கிழிச்சாளா? இதுலே சைகாலஜி இருக்குன்னு தோணுது", என்றார் ஜப் தில் நறொஞ்ஞா.

"நான் சரியான சமயத்துக்கு வந்து சேர்ந்ததாலே அதிகமாக நாசமாகலே", என்றான் புஷ்பாங்கதன்.

"அவர் சொல்றது உண்மையா, ஜெசிக்கா?", கில்பர்ட் சேட்டன் என்னைக் கேட்டார்.

“இந்தாள் நீங்க நினைக்கற மாதிரி நல்லவர் இல்லே. கேடுகெட்ட இழிபிறவி இவர். இவர் கிட்டே ட்யூஷன் படிக்கப் போனபோது என்னைக் கெடுக்கப் பார்த்தார்” என்றேன் நான்.

“பொய். முழுப் பொய்”, என்றான் புஷ்பாங்கதன். “இந்தப் பொண்ணு ஆபாசமான காதல்கதை புஸ்தகங்களை எல்லாம் படிச்சு அதுலே வர்றதை எல்லாம் நான் பண்ணினதா சொல்றா. ஜப் தில் சொல்றது சரிதான். இது சைகோலஜிகல் கேஸ்தான். கணக்கு தெரியல்லேன்னு இவளுக்கு தாழ்மை உணர்ச்சி. அந்த காம்ப்ளக்ஸை என்மேலும் பெர்மார்ட் மேலும் காட்டித் தீத்துக்கறா.”

“சாத்தான்”, என்றேன் நான்.

”ஜெசிக்கா, நீ வீட்டுக்குப் போ”, கட்சி செயலாளார் ஜோசப் சொன்னார். “நீயும் போ புஷ்பாங்கதா. போய், அந்த பெர்மாட்டை ஒரு வழி பண்ணு.”

நான் வீட்டுக்கு நடந்தேன். வேகமாக நடந்தேன். நான் தலை தாழ்த்தவில்லை. பரங்கி ஜபக்கூடத்தைக் கடந்தபோது மெழுகுவர்த்திப் புகை கருப்பாக்கிய கால்களோடு நின்ற கர்த்தரின் சிலையை நோக்கவில்லை. மேற்கு ஆற்றிலிருந்து வீசிய காற்று முள்ளு முள்ளாக முடி குத்தி நிற்கும் என் தலையைத் தடவிப் போனது. நான் ஓடத் தொடங்கினேன். பழிவாங்குதல், உடலில் சக்தி நிறைக்கும் ஓர் உணர்ச்சி.

அடுத்த நாள் விக்கி பெரியம்மாவும், எட்வின்சேட்டனும், பல நாட்களுக்குப் பிறகு ஜான்சனும், பொழுது விடிந்தபோதே எங்கள் வீட்டுக்கு வந்துவிட்டார்கள். வந்ததுமே, விக்கி பெரியம்மா, படுக்கையில் அழுதபடி படுத்திருந்த அம்மா அருகில் போனாள். கல்லூரியில் படிக்கத் தொடங்கிய பிறகு வயதுக்கு வந்து, பெரியவர்களின் கூட்டத்தில் சேர்ந்த ஜான்சன் என்னைப் பார்த்து பலகீனமாகப் புன்னகைத்தான். அப்பனும், அப்பூப்பனும், எட்வின்சேட்டனும் வாசல் தாழ்வாரத்தில் தலைகுனிந்து மௌனமாக அமர்ந்திருந்தார்கள்.

திடீரென்று விக்கி பெரியம்மா உள்ளே இருந்து ஓடி வந்து என் தோளை இறுகப் பற்றியபடி கேட்டாள் : "நீ எதுக்காக மலாக்கா ஹவுஸிலே அந்தாளோட ரூமுக்குப் போய் கலாட்டா பண்ணினே?"

"அவன் என்கிட்ட தப்பா நடந்துகிட்டான்."

"என்ன செஞ்சான்னு சொல்லு குட்டி", விக்கி பெரியம்மா சொன்னாள்.

"வேணாம். ஜெசிக்காவை அதை மறுபடி சொல்ல வைக்க வேணாம்" என்றார் அப்பூப்பன்.

"அதை எதுக்கு ஊரைக் கூட்டிச் சொன்னே குட்டி?" விக்கி பெரியம்மா கேட்டாள்.

"அவன் எங்கிட்டே தப்பா நடந்துகிட்டான். இனியும் யாரையும் அவன் ஏமாத்தக்கூடாது. ஏதோ கணக்கே வடிவெடுத்து வந்தவன் அவன்தான்னு தம்பட்டம் அடிச்சுக்கிட்டு அவன் இனிமேலும் திரியக் கூடாது."

"நீ என்ன கடோசி தீர்ப்பு நடப்பாக்கற சர்வேசுவரன் கர்த்தாவா? இல்லே ஒவ்வொருத்தரும் செஞ்ச தப்பு என்னன்னு உரக்கச் சொல்லித் தண்டனை வழங்கற, தப்பே செய்யாத போப்பாண்டவரா?" விக்கி பெரியம்மா கேட்டாள்.

நான் அழத் தொடங்கினேன். என் எதிர்பார்க்காத அழுகை எல்லோரையும் தூக்கி வாரிப் போடச் செய்தது. விம்மி அழுதபடி நான் சொன்னேன்: "நீங்க எல்லாரும் சொல்லித்தான் நான் அவன் கிட்டே ட்யூஷன் படிக்கப் போனேன். அவன் என்கிட்டே தப்பா நடந்துகிட்டான். இப்போ நான் குளிக்கற நேரத்திலே என் உடம்பைப் பார்த்தா எனக்கே வெறுப்பா இருக்கு. நான் என்ன தப்பு பண்ணினேன்? என் பாட்டுக்கு விளையாடிக்கிட்டு, சிரிச்சுக்கிட்டு, புஸ்தகம் படிச்சுக்கிட்டு, எப்போவாவது சினிமா பார்த்துக்கிட்டு, ரேடியோ கேட்டுக்கிட்டு எம்பாட்டுக்கு இருந்தேன். யாருக்கும் எந்த துரோகமும் செய்யாத என்னை ஏன் அந்தாள் துன்பப்படுத்தினான்? நான் ரொம்ப பலகீனமானவளாயிட்டேன். வழியோடு போய்க்கிட்டிருந்த டைபாய்ட் கிருமி வந்து என்னைப் பிடிச்சுக்கிட்டது. குஞ்ஞாலு டாக்டரோட நர்சிங் ஹோமிலே நான் செத்துச் செத்துப் பிழைச்சுட்டு கிடந்தேன். டிஸ்சார்ஜ் ஆகி வெளியே வந்ததும் என் தலையை மொட்டை அடிச்சீங்க. பள்ளிக்கூடத்துக்குப் போனா பசங்க என்னை மொட்டைத் தலைச்சி, மதர் சுபீரியர் கன்யாஸ்திரி மடத்திலே சேரப் போறியான்னு கேலி பண்றாங்க. என்னை இப்படி ஆக்கினது அவன் தான். அந்த புஷ்பாங்கதன். அவன் நல்ல சுகமா, சந்தோஷமா சிரிச்சுக்கிட்டு கணக்குப் போட்டுக்கிட்டு திரியறான். தலையிலே சாயம் பூசிக்கறான். சில்க் ஜிப்பா போட்டுக்கறான். ஒண்ணுமே தெரியாத மாதிரி கேட்கறான்." நான் புஷ்பாங்கதன் போல பேசிக் காட்டினேன்: "ஜெசிக்கா, ஏன் ட்யூஷனுக்கு வரல்லே."

"குட்டி, சிவாஜி கணேசன் மாதிரி டயலாக் பேசுறியா?" அம்மா அழுதழுது வீங்கி விதிர்த்த முகத்தோடு வாசல் தாழ்வாரத்துக்கு வந்து கேட்டாள். "லூசிஃபெர். சாத்தானே. அசடே. நீ அவனோட ரூமுக்குப் போய் காகிதத்தைக் கிழிச்சுப் போட்டிருக்காட்ட இதெல்லாம் நாலு பேருக்குத் தெரிய வருமா? இப்போ வெட்கக்கேடாயிடுச்சே. ஏசுவே, இனி எப்படி சர்ச்சுக்குப் போவேன்?"

"ஜெசிக்கா கிட்டே அவன் தப்பா நடந்திருக்கான். தண்டனை அனுபவிக்க வேண்டியது ஜெசிக்காவா?" ஜான்சன் கேட்டான். "இது எந்த ஊர் நியாயம்? ஆஃப்டர் ஆல் ஜெசிக்கா இஸ் அவர் கேர்ள். அவளை பாதுகாக்கறதும், தேவைப்பட்டா பழிதீர்த்துக்கறதும் நம்ம கடமை இல்லையா?"

"பையா நீ காலேஜ்லே போய்ப் படிச்ச கம்யூனிசமும், அச்சுப் போட்டு வந்த புத்தகத்திலே எழுதினதுமெல்லாம் எடுத்து விடவேண்டாம்" என்றார் எட்வின் சேட்டன்.

அப்போது நான் அதுவரை கேட்டிருக்காத ஒரு சத்தத்தைக் கேட்டேன். படகுத்துறையிலிருந்து புறப்படும் படகு பிறப்பிக்கும் இரைச்சல் போல அந்தச் சத்தம் ஆரம்பித்தது. அதன்பின் நடு ஆற்றில் படகு போகிறபோது கிளம்பும் ஒரே சீரான தாளம். அப்பன் அழுதுகொண்டிருந்தார். அவர் அழுவதைக் கேட்டு எல்லாரும் அதிர்ந்துபோய் நின்றார்கள்.

"பையா, மத்தேவூஸ், நீ இப்படி தைரியம் இல்லாம அழலாமா?" அப்பூப்பன் அப்பனைக்கேட்டார்.

"வலிய ஆசாரி, ஜெசிக்காவுக்கு ஒண்ணும் ஆகலேயே. கடைசி நிமிஷத்திலே அவ தப்பிச்சுக்கிட்டா" என்றார் எட்வின் சேட்டன்.

"ஜெசிக்கா குட்டி, நீ உங்கப்பாவை இப்படித் தாரைதாரையா கண்ணீர்விட வச்சுட்டே பார்த்தியா?", அம்மாவும் அப்பனோடு சேர்ந்து அழுதாள்.

"இவ பொறந்தபோது நான் சந்தோஷப்பட்டேன்", அப்பன் சொன்னார். ஆம்பளைப் பிள்ளையா இருந்தா அவன் கணக்கு

களவாடின வல்ய லூயி ஆசாரி போலவோ, மார்க்கோஸ் ஆசாரி மாதிரியோ, என்னைப் போலவோ ஒரு தச்சன் ஆகியிருப்பான். தச்சர்கள் எல்லாரும் மரங்கள் மாதிரிதான். நின்ன இடத்திலேயே நிப்பாங்க அவங்க எல்லாரும். உளியும் அரமும் ஜெசிக்காவுக்கு வேணாம்னு விலக்கி வச்சதுக்காக நான் கடவுளுக்குத்தான் நன்றி சொல்றேன். அவ நல்லாப் படிச்சு, டாக்டரோ இஞ்சினியரோ ஆகி, இல்லேன்னா நல்ல புருஷன் கிடைச்சு, இந்தப் பாலம் இல்லாத லந்தன்பத்தேரி தீவை விட்டு வெளியே போவான்னு நான் கனவு கண்டேன். எல்லாம் ஒரு நிமிஷத்திலே தகர்ந்துபோச்சே."

"வலிய ஆசாரி, இப்போ போய் கத்திக் கூப்பாடு போடறது முட்டாள்தனம். இன்னும் கொஞ்ச நாளானா எல்லோரும் இதை மறந்து போயிடுவாங்க. அப்புறம் எல்லாம் பழையபடி ஆகிடும்", என்றார் எட்வின் சேட்டன்.

"நாம எல்லாரும் திருச்சபை மாதாவோட பிள்ளைங்க. இனி ஆகவேண்டிய காரியம் பற்றி நான் பிலாத்தோஸ் பாதிரியார் கிட்டே கேட்கறேன்" என்றார் அப்பூப்பன்.

"இந்தப் பிரச்சனைக்கு எல்லாம் நீங்கதான் காரணம், அப்பன். அவளை செயிண்ட் தெரெசா பள்ளிக்கூடத்துலே போடவிடாம நீங்க தடுத்ததாலே தானே இதெல்லாம் நடந்தது? எட்வின் சொன்னதுபோல சும்மா இருக்கறதுதான் நல்லது," என்றார் அப்பன்.

"அப்போ நம்ம பொண்ணு துன்பப்படத்தான் வேணுமா?" அப்பூப்பன் கேட்டார்.

"இப்போ ப்ராக்டிகலா இருக்க வேண்டிய டைம்", எட்வின் சேட்டன் சொன்னார். ஜெசிக்கா பொம்பளைப்புள்ள. இலை முள்ளு மேல விழுந்தாலும், முள்ளு இலை மேலே போய் விழுந்தாலும் யாருக்கு சேதம்? இலைக்குத்தானே? கொஞ்ச காலம் போனா எல்லாரும் மறந்துடுவாங்க. நேருவையே மறந்துட்டங்க, ஜெசிக்காவை மறக்கறது பெரிய விஷயமா என்ன? நாம இதைத் தோண்டிக்கிட்டு இருக்க வேணாம்."

அன்று மாலையில் நானும் ஜான்சனும் மேற்கு ஆற்றங்கரைக்குப் போனோம். ஜான்சன் அவனுடைய கல்லூரி பற்றிச் சொன்னான். நான் மௌனமாக எல்லாம் கேட்டுக்கொண்டிருந்தேன். வீட்டுக்குத் திரும்பி நடந்தபோது நான் கேட்டேன் : "சொல்லு ஜான்சா, கொஞ்ச நாள் கழிச்சு எல்லோரும் எல்லாத்தையும் மறந்துடுவாங்கன்னா நாம படிக்கற சரித்திரம் எப்படி வந்தது?"

எரணாகுளத்தில் மொனாஸ்ட்ரி ரோடில் இருக்கும் பெரிய மாதாகோவிலில் பெருநாள் பிரார்த்தனைக்குப் போய்த் திரும்பி வந்து கொண்டிருந்தபோது அப்பன் சர்ச்சுக்கு அருகே ஒரு வீட்டை எனக்குச் சுட்டிக்காட்டிச் சொன்னார் : "ஜெசிக்கா, அந்த வீட்டுலே வச்சிருக்கற பெயர்ப்பலகை பார்த்தியா? ஜி.சங்கரகுறூப். மகாகவி ஜி அப்படீன்னு எல்லாரும் சொல்வாங்களே, அவரோட வீடு இது."

1965-ல் இலக்கியத்துக்கான மிகப்பெரிய விருதான - ஒரு லட்ச ரூபாய் பரிசு - ஞானபீடம் நிறுவப்பட்டது. முதல் ஞானபீட விருது மலையாள மகாகவிஞர் சங்கரகுறூப்புக்கு அளிக்கப்பட்டது. செய்தி வெளியான அன்று எங்கள் பள்ளியில் பத்தாம் வகுப்பில் படிக்கும் மாணவர்கள் எல்லோரும் உடற்பயிற்சி அரங்கில் குழுமினோம். ஜி.சங்கரகுறூப்பின் கவிதைகளைக் குறித்து ராகவன் மாஸ்டர் ஒருமணி நேரம் சொற்பொழிவாற்றினார்.

அன்று இரவு பள்ளிவாசல் நீர்மின் நிலையத்திலிருந்து லந்தன்பத்தேரிக்கு வரும் மின்சாரம் தடைபட்டு நின்று போனது. எரணாகுளமும், வில்லிங்டன் தீவும், துறைமுகமும, வைப்பினும் அடுத்துள்ள மற்ற தீவுகளும் இருளில் மூழ்கின. அப்பூப்பன் சொன்னார்: "கரெண்ட் போனது உங்களுக்கெல்லாம் ப்ராப்ளம். என்னை மாதிரி குருடர்களுக்கு கரெண்ட் எப்பவோ போயாச்சு."

அரிக்கேன் விளக்கின் வெளிச்சத்தைக் குறைத்து வைத்து அப்பனும் அம்மாவும் உறங்கினார்கள். எனக்கு உறக்கம் வரவில்லை. அமாவாசைக்கு அடுத்த இரவு. என்னைச் சுற்றிலும் இருட்டாக இருந்தது. நட்சத்திரங்கள் வழக்கத்தை விடக் கூடுதலாகப் பிரகாசித்தன. இருட்டு தான் எல்லாவற்றுக்கும் அன்னை. தெய்வம் ஆகாசத்தையும் பூமியையும் ஏற்படுத்தியதற்கு முன் இருட்டு மட்டும்தான் இருந்தது. தேவன் வெளிச்சம் உண்டாகக் கடவது என்றார். வெளிச்சம் உண்டாயிற்று.

உண்டாகக் கடவது. எனக்கும் ஒரு வினைச்சொல் வேண்டியிருந்தது. பறவைகள் பறக்காத வானத்தின் அமைதியைத் தகர்க்க எனக்கு ஒரு செயல் வேண்டியிருந்தது. என் மனம் ஒரு தலைகீழான கண்ணாடியாக இருந்தது. வெளியே அமைதி நிலவிட, என் மனதில் கொந்தளிப்பு பெருகியது. எனக்கு வேண்டிய வினைச்சொல் எது?

உருவாக்குக. அழுதிடுக. படித்திடுக. இறந்திடுக. கீழ்ப்படிந்திடுக. துன்பப்படுத்துக. மகிழ்ந்திடுக. வணங்குக. ஏமாற்றிடுக. பார்த்திடுக. புறக்கணித்திடுக. கடைப்பிடித்திடுக. கலக்கிடுக. கேட்டிடுக. ஒட்டிடுக. தொல்லைப்படுத்துக. வசித்திடுக. பரிகசித்திடுக. தளர்ந்திடுக. அலறிடுக. பெறுக. கூப்பிடுக. யோசித்திடுக. விளையாடுக. குதித்திடுக. அருள்புரிக. கொடுத்திடுக. வெளிப்படுத்துக. பின்வாங்குக. துக்கப்படுக. வியர்த்திருந்திடுக. யாசித்திடுக. வழிபடுக. குத்திடுக. தேடிடுக. மலங்கழித்திடுக. சொல்லுக. அழித்திடுக. துறந்திடுக. குதித்திடுக. பாவஞ்செய்திடுக. புனிதமாக்குக. கவனித்திடுக. நீக்குக. திருத்துக. எழுதுக. எண்ணுக. பராமரிக்குக. இடிக்குக. பெருக்குக. சுவாசித்திடுக. ஆசியருளுக. பாவசங்கீர்த்தனஞ்செய்திடுக, பயிரிடுக, நடுக, வாழ்க, தேர்ந்தெடுக்குக. பகர்க. ஊதுக. தகர்க்குக. பிரிக்குக. பிறப்பிக்குக. நிந்தித்திடுக. விடுவிக்குக. ஆடுக. வாழ்த்துக. உல்லாசமாயிருந்திடுக. அமர்த்துக. பாடுக. விக்குக. தாழ்ந்திடுக. அடக்குக. உறுதிப்படுத்துக. பின்தொடருக. புறப்படுக. விதைத்திடுக. தின்னுக. முத்தமிடுக. புலம்புக. பொங்குக. உறங்குக. அமர்க. உபதேசிக்குக. பிடித்திடுக. நட்புக்கொள்க. ஓடுக. போற்றுக, மகிழ்க. சினமடைக. காத்திடுக.

மேய்த்திடுக. உவமித்திடுக. எழுப்புக. வருக. நின்றிடுக. நசித்திடுக. திரிந்திடுக. செய்திடுக.

தீவுகளில் மெழுகுவர்த்திகளும், சிம்னி விளக்குகளும் அணைக்கப்பட்டிருந்தன. சில கப்பல்களின் பாய்மரத்தில் பளிச்சிடும் சிவப்பு விளக்கின் வெளிச்சத்தைத் தவிர துறைமுகம் இருட்டாகத்தான் இருந்தது. நட்சத்திரங்கள் ஒளிவீசும் ஆகாயம், பிரம்மாண்டமானதாகவும், பூமியை அடக்கியாளுவதாகவும் எனக்குத் தோன்றியது., லந்தன்பத்தேரி மீனவர்களால் 'சப்தரிஷி மண்டலம்' என்று அழைக்கப்பட்ட ஏழு நட்சத்திரங்களின் தொகுதிதான் நிலவில்லாத இரவில் மிகப் பிரகாசமாக ஒளிர்ந்தது. என் உருவைக் குறுக்கி என்னைக் குறளியாக்கிய ஆகாயத்தோடு கூட நானும் நகர்ந்துகொண்டிருப்பதாக நினைத்தேன். நகர்ந்திடுக. ஒரு வினைச்சொல். ராகவன் மாஸ்டர் சொன்ன சங்கரகுறூப் கவிதையில் ஒரு வரியை நான் மெதுவாகச் சொன்னேன்: "காரணமின்றிச் சுற்றி அலையும் நாடோடிப் பெண், இந்த உலகம்."

“இலை, முள்ளுனு உவமை சொல்லி யாராவது பேசினாங்களா?” நடாஷா கேட்டாள்.

“பேசினாங்களே. எங்க அப்பன்தான். வேறே யார் பேசுவாங்க?”

“இன்னிக்கு அந்தப் புஷ்பாங்கதனைத் தெருவிலே பார்த்ததுமே முகத்தைத் திருப்பிக்கிட்டேன்,” என்றாள் நடாஷா.

“சும்மா இருடி” என்றாள் ரோஸி சேச்சி. “நீ முகத்தைத் திருப்பிக்கிட்டா அவருக்கு என்ன நஷ்டம்? சதா மனசுலே கணக்குப் போட்டுக்கிட்டு நடக்கற அந்தாளுக்கு உன்னைப் பார்க்க நேரம் இருக்குமா என்ன?”

“இந்த ஜெசிக்காப் பொண்ணுக்கு அவர் செஞ்ச அக்கிரமத்துக்கு நாம அந்தாளு எப்படிப்பட்டவர்னு தெரியப்படுத்தணும்” என்றாள் டெய்சி.

“நம்ம பள்ளிக்கூட காம்பவுண்ட் சுவர்லே புஷ்பாங்கதனைப் பற்றி கரியால் கிறுக்கி வைக்கலாம். சமீபத்துலேதான் சுவருக்கு வெள்ளையடிச்சாங்க. எழுத்து பளிச்சுன்னு தெரியும்” என்றாள் நடாஷா.

“முந்தி சர்ச் நிலத்துலே வெளிக்குப் போகப் போய் நடந்தது என்னன்னு ஞாபகம் இருக்குதானே?” ரோஸி சேச்சி கேட்டாள். “மட்டிப் பொண்ணுங்களே ஒரு காரியத்தை ரகசியமா எப்படிச் செய்யறதுன்னு உங்களுக்குத் தெரியாது.”

“அந்தாளு செஞ்சது ரொம்பத் தப்புக் காரியம்னு அவனுக்குச் சொல்ல வேணாமா?” நான் கேட்டேன்.

“எனக்கு ஒரு ஐடியா கிடைச்சிருக்கு”, என்றான் ஜான்சன்.

“அதென்ன ஐடியா?” என்று கேட்டாள் நடாஷா.

“யூனிவர்சிடி குத்துச்சண்டை சாம்பியன் ஸ்டான்லி எங்க வகுப்பிலேதான் படிக்கறான். ஸ்டான்லியைக் கூட்டிவந்து புஷ்பாங்கதனை அடிக்கலாம்.”

“நீ ஸ்டான்லியைக் கூட்டிக்கிட்டு மலாக்கா ஹௌஸ் போ. அங்கே கட்சிச் செயலாளர் ஸ்டாலின் ஜோசப் இருப்பார். அவர் புஷ்பாங்கதனை அடிக்க சம்மதிக்க மாட்டார்” என்றாள் டெய்சி,

“அப்படீன்னா, அந்தாள் கணக்குப்போட வெள்ளைக் காகிதமும் மசியும் மொத்தக் கொள்முதல் பண்ண எரணாகுளத்துக்கு வருவானில்லே, அப்போ எரணாகுளத்திலேயே வச்சு அவனை அடிக்கலாம்.” ஜான்சன் சொன்னான்.

“உன்னோட இஷ்டம் போலச் செய்” என்றேன் நான்,

“எனக்கு ஒரு ஐடியா தோணுது. நாம கல்வித்துறைச் செயலாளருக்கு ஒரு பெட்டிஷன் போட்டா என்ன?” என்று கேட்டாள் நடாஷா.

“அவர் அதை எங்கே படிக்கப் போறார்?” ரோஸி சேச்சி சொன்னாள். “நம்ம அப்பன் லந்தன்பத்தேரிக்கு ட்ரான்ஸ்பர் வேணும்னு எத்தனை பெட்டிஷன் அனுப்பினார். ஏதாவது பிரயோஜனமுண்டோ?”

“என் ஃப்ரண்ட் திருச்சூர் எக்ஸ்பிரஸ் பத்திரிகையிலே ந.நி, நமது நிருபர். அவரை வச்சு பத்திரிகையிலே செய்தி வர வச்சா என்ன?” ஜான்சன் கேட்டான்.

“அப்புறம் இலை, முள்ளுன்னு உவமை வரும். ஜெசிக்காவுக்கு அதுனாலே கெடுதல்தான் வரும்” என்றாள் ரோஸி சேச்சி.

“அப்போ அந்தாளை சும்மா விட்டுடணுமா?” நடாஷா கேட்டாள்.

“அப்பன் சனிக்கிழமை இங்கே வருவாரில்லே, அப்போ அவரைக் கட்சிக்காரங்களோடு பேசச் சொல்றேன்,” என்றாள் ரோஸி சேச்சி. அந்த ஸ்டாலின் ஜோசப் ஏதாவது செய்யாம இருக்கமாட்டார். கிறிஸ்துமஸ்ஸுக்கு ஸ்கூல் லீவு விடற நேரத்திலே ஹெட்மாஸ்டர் கிட்டே புகார் செய்யலாம். ஜெசிக்கா கூட நானும் வரேன். மறக்க வேணாம். நான் இப்போ டீச்சர். ஜெசிக்கா, நீ அப்பூப்பனைக் கூட்டிக்கிட்டுப் போய் சர்ச்சிலேயும் சொல்லு பல தூண்டில் போட்டா ஒரு மீனாவது சிக்காம இருக்காது.”

“என் மேலே படிஞ்ச அழுக்கு போகவே மாட்டேங்குது. எப்பவும் நான் வீட்டு விலக்காகி இருக்கறதாத் தோணுது” நான் சொன்னேன்.

நானும் ஜான்சனும் வீட்டுக்கு வந்தோம். ஜான்சன் கேட்டான்: “ஏன் முகம் வாடியிருக்கு, ஜெசிக்கா? சியர் அப்.”

“நாம நிர்க்கதியானவங்கன்னு தோணுது ஜான்சா” என்றேன்.

போப்பாண்டவர்கள். போப்பாண்டவர்கள். பிலாத்தோஸ் பாதிரியார் வசித்த சர்ச் மேல்தளத்துத் தாழ்வாரச் சுவரில் வரிசை வரிசையாகப் பல போப்பாண்டவர்களின் படங்கள் மாட்டப்பட்டிருந்தன. முதல் படம் அப்போஸ்தலரான பேதுருப் புனிதரின் ஓவியம். அடுத்து முதல் போப்பாண்டவர்களின் சிறு ஓவியங்களைச் சேர்த்து உருவாக்கிய பெரிய படம். பதின்மூன்றாம் லியோ போப்பாண்டவரின் படத்திலிருந்து தொடங்கி, மற்ற ஓவியங்கள் பெரியதாக இருந்தன. பதினொன்றாம் ப்யூஸ் ஓவியத்தோடு போப்பாண்டவர்களின் படங்கள் முடிந்தன. அதற்கப்புறம், செங்கோலும் மணிமுடியும் தரித்த ஏசு ராஜாதிராஜனுடைய ஓவியம். அந்தப் படத்தின் கீழே தான் நாற்காலியில் பிலாத்தோஸ் பாதிரியார் அமர்ந்திருந்தார். எதிரே இருந்த நாற்காலியில் அப்பூப்பன் இருந்தார். அவருக்குப் பின்னால் புடவைத் தலைப்பை முக்காடாகப் போட்டுத் தலை மறைத்தபடி அம்மா. அம்மாவைத் தொட்டுக்கொண்டு நானும் நின்றேன்.

“ஃபாதர், ஜெசிக்காவோட ஜீவிதத்திலே சில விஷயங்கள் நடந்துபோச்சு. அவ இப்போ கொஞ்சம்கூட சந்தோஷமா இல்லே”, என்றார் அப்பூப்பன். பிலாத்தோஸ் பாதிரியார் கைகழுவி விட்டு வந்து சொன்னார்: “ஜெசிக்கா ஹாப்பி இல்லே. அதுனாலே?”

“இந்த வயசுலே சந்தோஷமா இல்லேன்னா வேறே எப்போ இருக்கப் போறா? பரீட்சையிலே விடைத்தாளிலே சிவப்பு மையாலே கோடு போட்டு அடிக்கற மாதிரி அந்தக் கணக்குப் புஷ்பாங்கதன் ஜெசிக்காவோட சந்தோஷத்தைக் காணாமப் போக்கிட்டார். ஃபாதர், கணக்கு களவாடின வீட்டுக்காரங்களான நாங்க எப்பவும் திருச்சபை மாதாவோட புள்ளைங்களாத்தான் இருந்துகிட்டிருக்கோம். ஃபாதர், நீங்க இந்த விஷயத்திலே தலையிடணும்.”

“திருச்சபைக்கு இப்போ முன்னே மாதிரி மதிப்பு இருக்குதா, வலிய ஆசாரி? விசுவாசிகளோட அன்றாட வாழ்க்கைப் பிரச்சனைகளிலே திருச்சபை தலையிடக்கூடாதுன்னு உங்களிலே முற்போக்குன்னு சொல்லிக்கறவங்க கொஞ்ச நாளா பிரசங்கம் பண்றாங்களே?” பிலாத்தோஸ் பாதிரியார் கேட்டார்.

“முற்போக்குக்காரங்களை விட்டுத்தள்ளுங்க ஃபாதர். நீங்க பூரண சுதந்திரத்தோடு இதிலே தலையிடலாம். நான் எழுதித் தரேன்,” அப்பூப்பன் சொன்னார்.

“மார்க்கோஸ் ஆசாரி, நான் என்ன செய்யணும்னு சொல்றீங்க?” பிலாத்தோஸ் பாதிரியார் கேட்டார். “அந்த ஆள் ஊரறிஞ்ச பாவின்னு நோட்டீஸ் அடிச்சு சர்ச் சுவத்துலே ஒட்ட முடியுமா? வருடாந்திர பாவ சங்கீர்த்தனத்தைச் செய்ய விடாம தடுக்க முடியுமா? அவன் செத்துப்போனா திருச்சபை கல்லறையிலே புதைக்க விடாம வெளியிலே அடக்கம் செய்யச் சொல்ல முடியுமா? இதெல்லாம் அவன் நம்ம ஆளா, கத்தோலிக்க கிறிஸ்துவனா இருந்தாத்தானே செய்ய முடியும்?”

பிலாத்தோஸ் பாதிரியார் மீண்டும் கையலம்பி விட்டு உடனே திரும்பி வந்தார். அப்பூப்பன் சொன்னார்: “அவருக்கு திருமுழுக்கு கொடுத்து கத்தோலிக்க கிறிஸ்துவராக்கி அவர் மேலே இந்தக் கத்தோலிக்க நடவடிக்கை எடுக்கப் போறோமா என்ன? ஃபாதர், நம்மோட கர்த்தரான ஏசு கிறிஸ்து எவ்வளவு சிம்பிள் ஆக பைபிள்லே உவமைக்கதை எல்லாம் சொல்லியிருக்கார்? நீங்க எத்தனை காலமா தேவ ஊழியம் செஞ்சுக்கிட்டிருக்கீங்க. கிறிஸ்துநாதர் மாதிரி ப்ராக்டிகல் ஆக எதாவது எங்களுக்குச் சொல்லுங்க ஃபாதர்.”

"ப்ராக்டிகல்லா ஒண்ணே ஒண்ணு மட்டும் சொல்வேன்", பிலாத்தோஸ் பாதிரியார் சொன்னார். "நீங்க இந்தச் சம்பவத்தை மறக்கப் பாருங்க. இதைப் பலரும் சொல்லிக் கேட்டிருப்பீங்க."

"எனக்கும் அதுதான் தோணுது ஃபாதர். இந்தப் பொண்ணோட அப்பன் கிட்டே நல்ல விதமா சொல்லுங்க" என்றாள் அம்மா.

"ஃபாதர், மறக்கக்கூடிய காரியம்னா நாங்க உங்க கிட்டே வரைக்கும் வந்திருப்போமா? இந்தச் சின்னக் குழந்தையைத் தப்பான வழியிலே செலுத்த இல்லே அந்தச் சாத்தான் முயற்சி செய்தான்?" அப்பூப்பன் கேட்டார்.

"அதைவிட மோசம் அந்தாளு என்னைப் பொய் பேசறவன்னு சொன்னது" என்றேன் நான்.

"ஜெசிக்கா பொய் சொல்றான்னு புஷ்பாங்கதன் சொன்னாரா?" பிலாத்தோஸ் பாதிரியார் கேட்டார்.

"அவரோட செயல் எல்லாம் அப்படித்தான் காட்டுது." நான் சொன்னேன். "ஃபாதர், அந்தாளு இப்போ ரூம்லே இருந்து கணக்குப் போடறது கம்மிதான். சகமனுஷர்கள் மேலே பற்றில்லாம தனியனா இருந்த புஷ்பாங்கதன் மாஸ்டர் இப்போ எப்பவும் சிரிச்சு, களிச்சு, தமாஷ் பண்ணிக்கிட்டு, பவுலோஸ் கடையிலேயும், லோனன் கடையிலேயும், மியூசிக் கிளப்பிலும், போனிபேஸ் பாலத்திலேயும், கள்ளுக்கடையிலேயும், ஏன், ஸ்டாலின் ஜோசப் கட்சி ஆபீஸ்லேயும் சிரிச்சு விளையாடிக்கிட்டிருக்கார். கொஞ்சம் கூட தப்பு பண்ணின குற்ற உணர்ச்சி இல்லாம, அவர் இத்தனை குஷியா இருக்கக் காரணம் அவர் எல்லோருக்கும் சொல்றார் போல : "ஹேய், பாத்துக்குங்க. குற்றம் பண்ணிட்டேனேன்னு ஏதாவது அவமான உணர்ச்சி எங்கிட்டே இருக்கா? இல்லையே. அப்போ, நான் தப்பு எதுவும் செய்யலேன்னுதானே அர்த்தம்? அந்த ஜெசிக்கா சொல்றது பொய்."

பிலாத்தோஸ் பாதிரியார் சிறிது நேரம் மௌனமாகக் கண்களை மூடியபடி இருந்தார். அவர் எழுந்து கைகழுவப் போகாதது எங்களை வியப்படைய வைத்தது. அப்பூப்பன்

சொன்னார், "ஃபாதர், நீங்க ஆர்ச் பிஷப் கிட்டே விவரமா எல்லாம் எடுத்துச் சொல்லுங்க. அடிக்கடி எலக்ஷன் வர்ற டைம் இது. ஆர்ச் பிஷப்புக்கு இப்போ நிறைய பவர் இருக்கு. அவர் சொன்னா அந்தப் புஷ்பாங்கதனை இங்கே இருந்து ட்ரான்ஸ்பர் பண்ணிடுவாங்க லந்தன்பத்தேரி ஒரு சின்னத் தீவு. இங்கே, ஜெசிக்கா, புஷ்பாங்கதன் ரெண்டு பேரும் இருக்க இடமில்லை. அந்த ஆளோட கண்பார்வையிலே படாம இருந்தா எங்க பொண்ணு பழையபடி ஆகிடுவா. இனியும் சோகமா, மௌனமா இருக்க மாட்டா."

"இந்த மாதிரி சமாசாரத்தை எல்லாம் ஆர்ச்பிஷப் கிட்டே எப்படிச் சொல்றது? நம்ம சபைக்காரங்களுக்குத்தான் இப்போ இது தெரியும். மறை மாவட்டம் முழுக்க இனி இது தெரிய வந்தா, நாளைக்கு ஜெசிக்காவைக் கட்டிக்க மாப்பிள்ளை கிடைக்க மாட்டான்." பிலாத்தோஸ் பாதிரியார் சொன்னார். அவர் எழுந்து கைகழுவ உள்ளே நடந்தபோது சொன்னார்: "நீங்க வீட்டுக்குப் போங்க. சிம்பிளா, ப்ராக்டிகல்லா இதுக்கு தீர்வு காண கர்த்தர் எனக்கு வழிசொல்லாம இருக்க மாட்டார்."

அன்று இரவு விளக்கணைத்து நான் படுத்திருந்தபோது, பல நாட்களுக்கு அப்புறம் அம்மா என் அருகில் வந்து படுத்துக் கொண்டாள். அவள் ரகசியமாக என் காதில் கேட்டாள்: "அந்தாளு ட்ரான்ஸ்பர் ஆகிப் போனா உனக்குக் கஷ்டம் இல்லாம இருக்குமா?"

"இல்லை," என்றேன்.

"அப்புறம்?"

"எனக்குத் தெரியலே" என்றேன் நான். அம்மா என்னைக் கட்டியணைத்தபடி படுத்திருந்தாள். சிறிது நேரத்தில் அம்மாவின் குறட்டைச் சத்தம் கேட்கத் தொடங்கியது. நான் அவளுடைய கன்னத்தில் முத்தமிட்டேன்.

அடுத்த நாள் காலையில் எங்கள் அடுத்த வீட்டிலிருந்து கூட்டமாக அழும் சத்தம் கேட்டது. அப்பனும், அம்மாவும் நானும் கோமஸ்சேட்டனுடைய வீட்டுக்கு ஓடினோம். அங்கே சந்தியாகுசேட்டனும் சேவியருசேட்டனும் நின்று கொண்டிருந்தார்கள். ரோஸிசேச்சியும், டெய்சியும், நடாஷாவும் தரையில் உட்கார்ந்து உரக்க அழுதுகொண்டிருந்தார்கள். அவர்களுக்கு முன், ஒரு பழைய ஜமுக்காளத்தில் சாங்க் நாய் இறந்து கிடந்தது. அதைப் பார்த்ததும் நானும் அழத் தொடங்கினேன்.

சாங்க் காவலிருக்கும் நாயாக இருந்ததில்லை. அது ஒரு வெறும் வாலாட்டி நாயாகவே இருந்தது.

முன்பொரு காலத்தில் சாங்க் நாய் சேவியருசேட்டன் வளர்த்த கூண்டுப் புறாக்களை நோக்கிக் குரைத்தது என்றாலும், சீக்கிரமே சாங்க் நாயும் புறாக்களும் சிநேகமாகி விட்டன. “செத்துக்கிட்டிருக்கற நேரத்திலேயும், சாங்கே, பொன்னு சாங்கேன்னு கூப்பிட்டபோது வாலை தரையிலே அடிச்சுது அது”, நடாஷா அழுதபடி சொன்னாள். எனக்கானது போல, பெருநாள் நேரத்தில் மாதாகோவில் வெளியில் வெடிக்கட்டு ஓசையும், துக்கவெள்ளி சமயத்தில் மரமணி அடித்து வரும் விளிக்காரர்களின் உரத்த கூச்சலும் சாங்க் நாய்க்கும் பயத்தை ஏற்படுத்தின. கிறிஸ்துமஸ் கரோல் பாடி வரும் குரல்களும்,

பேண்ட் வாத்தியக் குழுவின் இன்னிசையும் சாங்க் நாய்க்கும் மகிழ்ச்சியை அளித்தன. கோமஸ்சேட்டனை வரவேற்க ஒவ்வொரு சனிக்கிழமை சாயந்திரமும் அது அரண்மனை படித்துறைக்குப் போய் விர்ஜின்மேரி படகுக்காகக் காத்திருக்கும். நடாஷாவும் டெய்சியும் எரணாகுளத்துக்குச் சென்று கல்லூரியில் படிக்கத் தொடங்கியபோது சாங்க் நாயின் காத்திருப்பு தினசரி மாலை நாலரைக்கு அந்தப் படித்துறைக்கு வந்து சேரும் 'லிட்டில் ஃப்ளவர்' படகுக்குமாக நீண்டது. நேசிப்பது மட்டுமே சாங்க் நாயின் கடமையாக இருந்தது.

"பசங்களா, நீங்க சாங்கைச் சுற்றி உட்கார்ந்து பைபிள் படிச்சுக்கிட்டிருங்க. நான் சொவ்வர போய் அப்பனைக் கூட்டிக்கிட்டு வந்துடறேன்" என்றாள் ரோஸிசேச்சி.

"ஒரு நாய் இறந்ததுக்கு அவ்வளவு தூரம் போய் உங்க அப்பனைக் கூட்டி வரணுமா" என்று கேட்டார் சேவியருசேட்டன்.

"அது நாயில்லே, சாங்க்" என்றாள் நடாஷா.

சாங்க் நாயைச் சுற்றி நாங்கள் மெழுகுவர்த்தி ஏற்றி வைத்தோம். சாங்க் இறந்த தகவல் கிடைத்து ஸைனபா, லந்தன் அரண்மனையிலிருந்து வந்தாள். விவரம் அறிந்து பள்ளிக்கூடத்திலிருந்து, விமோசன சமர காலத்தில் லந்தன்பத்தேரியில் முதலாவதாக மறியலை அறிமுகப்படுத்திய ஆல்ஃபி நறொஞ்ஞாவும் இன்னும் சில பிள்ளைகளும் வந்தார்கள். நாங்கள் உரக்கப் பிரார்த்திக்கத் தொடங்கினோம். மூக்குரட்டைக் கொடியை வளைத்து நடுவில் பூக்களைச் செருகி ஒரு மலர் வளையம் செய்து, அதை சாங்க் நாயின் தலைமாட்டில் வைத்தோம். தூபக்காலில் சாம்பிராணி புகைய வைத்தோம். சவ அடக்கச் சடங்கு, அதற்கான விதிமுறைகள் கொண்ட ஒரு விளையாட்டாகியது. இறந்து கிடந்தபடி சாங்க் நாய் எங்கள் விளையாட்டில் கலந்து கொண்டது.

அந்தி கருத்த பின்புதான் கோமஸ்சேட்டன் வந்தார். அன்று இரவு எங்கள் சகபாடிகள் எல்லோரும் எங்கள் வீட்டில்தான் பயிறும் கஞ்சியும் உண்டார்கள். இரவு முழுவதும் முறை

வைத்து நாங்கள் பிரார்த்தித்துக் கொண்டிருந்தோம். அடுத்த நாள் அதிகாலையில், குழிவெட்டி பாப்பி, கோமஸ்சேட்டனின் வீட்டுத் தோட்டத்தில் ஒரு சிறு குழியைத் தோண்டினார். ஜமுக்காளத்தின் நான்கு முனைகளிலும் பிடித்துத் தூக்கி சாங்க் நாயைக் குழிக்குள் இறக்கினோம். ஆல்ஃபி நறொஞ்ஞா சாங்க் நாய் பற்றிச் சொற்பொழிவு செய்தான். ரோஸிசேச்சி பைபிள் படித்தாள். காலை நேரங்களில் களேபரமாகச் சத்தமிடும் சேவியருசேட்டன் வீட்டுப் புறாக்கள் மௌனமாக இருந்தன. அப்பன் செய்து கொடுத்த, சாங்க் என்ற பெயர் ஆங்கிலத்தில் பொறித்த சிறிய மரச் சிலுவையை நாங்கள் சாங்க் நாயின் கல்லறையில் நட்டோம். சாங்க் நாய் கால் உயர்த்தி சிறுநீர் கழித்துக் கொண்டிருந்த காசித்தும்பைச் செடிகளில் இருந்து கடுகு போன்ற விதைகளைச் சேகரித்துக் கல்லறையில் தூவி விதைத்தோம்.

மலாக்கா ஹௌஸில் கட்சி அலுவலகத்துக்கு நான் நீண்ட காலம் கழித்து மறுபடியும் போனபோது, சுவரில் ஸ்டாலின் உருவப்படம் ஒதுங்கி இருந்தது. முதல் முதலாகப் படங்களை மாட்டியபோது மார்க்ஸ், லெனின், ஏங்கல்ஸ் ஆகியவர்களின் குழுவில் கூர்மையான விழிகளோடு கூடிய ஸ்டாலின் படம் பிரதானமாக இருந்தது. இப்போது சுவரில் ஈ.எம்.எஸ் நம்பூதிரிபாடு, ஏ.கே.கோபாலன், பி.சுந்தரையா, பி.கிருஷ்ணபிள்ளை, வயலார் நினைவு மண்டபம் போன்ற படங்கள் வந்ததும் ஸ்டாலின் நீர்த்துப் போனார்.

"நீங்க எதுக்காக வந்திருக்கீங்கன்னு எனக்குத் தெரியும்" என்னையும் கோமஸ்சேட்டனையும் பார்த்த உடனே கட்சிச் செயலாளர் ஜோசப் கூறினார்.

"என் பசங்க வற்புறுத்திப் போகச் சொன்னாங்க, அதான் வந்தேன்", கோமஸ்சேட்டன் சொன்னார். "தோழர் மனசு வச்சா ஜெசிக்காப் பொண்ணு பிரச்சனைக்கு ஒரு முடிவு ஏற்படும்னு என் மகளுங்க ரோஸியும், டெய்சியும் சொல்றாங்க."

"ஜெசிக்கா சம்பவம் பற்றி நான் கட்சி மேல்மட்டத்துக்கு ரிபோர்ட் அனுப்பியிருந்தேன். தகுந்த முறையிலே இந்த விஷயத்திலே தீர்மானம் எடுக்க ஹை கமாண்ட் எனக்கு பூரண அதிகாரம் கொடுத்திருக்கு" என்றார் ஜோசப்.

“என்ன தீர்மானம் செஞ்சிருக்கீங்க தோழர்?” கோமஸ்சேட்டன் கேட்டார்.

“கட்சி இதிலே தலையிட வேணாம்னு முடிவு எடுத்திருக்கேன்.”

“இதோட தியரி என்ன?”

“ஒரு தியரியும் இல்லே”, ஜோசப் சொன்னார். “இது மனசும் உடம்பும் சம்பந்தப்பட்ட விஷயம். அதனால் நான் பூர்ஷுவா சமுதாயத்தில் ஏற்படக்கூடிய எதிர்வினைகளைக் குறிச்சு எதுவும் சொல்லப்போகிறதில்லை. சரியான ஒரு உத்தி அப்படீன்னு வச்சா, நாம் புஷ்பாங்கதனைத்தான் ஆதரிக்கணும். கட்சி உடைந்து, அவரோட சகபாடி ராகவன் திருத்தல்வாதியானாலும், புஷ்பாங்கதன் நம்ம கட்சிக்கு வாக்களித்தார். அப்புறம் ஒண்ணு, உங்க தெற்குப்புற வீட்டுக்காரங்க, தோழர், உங்களைத்தவிர எல்லோரும், தீவிர கத்தோலிக்க கிறிஸ்துவங்க. திருச்சபை என்ன சொல்றதோ அதைத் தான் கேட்பாங்க. அவங்க எல்லாரும் காங்கிரஸ் கட்சிக்கு ஓட்டுப் போடறவங்க. பிலாத்தோஸ் பாதிரியார் மறுபடி அவரோட சூழ்ச்சியான நடவடிக்கைகளைத் தொடங்கியிருக்கார். மலாக்கா ஹௌஸ் ஓனர் ஈசாக் புஷ்பாங்கதனை அறையைக் காலி செய்யச் சொல்லியிருக்கார். அந்தக் கிழட்டு நரி சந்தியாகு பள்ளிக்கூடத்துக்குப் போய் மாணவிகளுக்கு புஷ்பாங்கதனை வகுப்பு எடுக்க விடக்கூடாதுன்னு சொல்லிட்டு வந்திருக்கார். நான் இதிலே இருக்கப்பட்ட நிறைகுறைகள் பற்றி ஒண்ணும் பேசப் போகிறதில்லை. நான் இதிலே தலையிடப் போகிறதில்லே, அவ்வளவுதான்.”

“தோழரே, இவ்வளவு பெரிய அநியாயம் நம்ம லந்தன்பத்தேரியிலே நடந்து...”

“கோமஸ் தோழரே, என்னாலே நம்ப முடியலே. புஷ்பாங்கதன் அந்த மாதிரிப்பட்ட ஆள் இல்லே. நான் வந்தது முதற்கொண்டு புஷ்பாங்கதனைக் கவனிச்சுக்கிட்டு வரேன். எப்போ பார்த்தாலும் கணக்குப் போட்டுக்கிட்டிருக்கற அப்பாவி அவர். அவருக்கு அந்த ஒரே விஷயத்துலேதான் ஈடுபாடு. மனசுலே

வேறே எதுக்கும் இடம் இல்லை. புகார் வந்த போது அவர் நல்லா உடுத்தி, முடிக்கு சாயம் தோச்சு கறுப்பாக்கிக்கிட்டு சுற்றி வந்துட்டிருந்தார். எல்லோரும் அப்படித்தான். குற்றச்சாட்டு வந்தா, நான் அப்படி இல்லேன்னு காமிச்சுக்கறது உண்டுதான். இப்போ திரும்பவும் பழையபடி ஆகிட்டார். ரூம்லே அடைஞ்சு கிடக்கார். ஒரே ஒரு வித்தியாசம். இப்போ கணக்குப் போடறதில்லை. யோசிச்சுப் பாருங்க தோழர். கணக்குப் போடாத புஷ்பாங்கதன்! கட்சியிலே இருந்து வெளியேற்றப்பட்ட தோழர்கள் படற பாடு இல்லையா கணக்குப் போடாம அவர் இருக்கறது?"

"அப்போ ஜெசிக்கா?"

"தோழரே, உங்களுக்குப் பொறந்த மூணும் பொண்ணுங்க. எனக்கு ஒரே ஒரு பொண்ணு. ஆம்பிளைப் பிள்ளை இல்லே. காஞ்சிரமிற்றதிலே படிக்கறா என் மகள். ஒரு பொண்ணுக்கு அப்பனா இருந்துகிட்டு ஜெசிக்கா சொல்றதைப் பொய்யினு எப்படித் தள்ளிவிட முடியும்?"

"என்ன சொல்றீங்க சகாவே? ஜெசிக்கா சொல்றதும் சரி, புஷ்பாங்கதன் சொல்றதும் சரி. அப்போ தப்பு செஞ்சது யாரு?" கோமஸ்சேட்டன் கேட்டார்.

"எனக்குத் தெரியாது. நான் புஷ்பாங்கதனைக் குற்றவாளின்னு நினைக்கலே. ஜெசிக்காவோட தலையை மொட்டையடிச்சபோது அவளோட கண்ணுகளுக்கு இன்னும் கூர்மையான பார்வை வந்துது. அவ கண்ணைப் பார்த்தா எனக்கு மனசு கஷ்டப்படும். என் மகள் அருணாவுக்குக் கண்ணு ரொம்ப சின்னது. சீனாக்காரி மாதிரி இருக்கும்", ஜோசப் சிரிக்க முயன்றபடி சொன்னார்.

"தோழரே, மேலிடத்துலே இருந்து இன்ன இன்ன இப்படி இப்படிச் செய்யணும்னு விளக்கமா உத்தரவு வந்தா நீங்க அதை வச்சுக்கிட்டு மணிமணியா பதில் சொல்வீங்களே. இப்போ ஏன் ஞஞ்ஞ பிஞ்ஞன்னு விளக்கெண்ணெய்த்தனமா பேசறீங்க?"

"கோமஸ் தோழரே, இதுக்கும் பதில் இருக்கு. நான் பீரங்கி மைதானத்துலே ரொம்ப நேரம் உட்கார்ந்து யோசிச்சுக் கண்டுபிடிச்ச பதில் இதுதான். ஜெசிக்கா கிட்டே புஷ்பாங்கதன்

தப்பா நடந்துகிட்ட அசம்பாவிதம் நடந்துச்சா? நடந்தது. நடக்கலியா? நடக்கலே. இதெல்லாம் பிரமை. இந்தச் சம்பவம் நடந்துதுன்னு ஜெசிக்கா மனசிலே தோணியிருக்கு. அவ்வளவுதான். சில நேரம் மனசுலே தோணறது நிஜமாக நடக்கறதைவிட அதிக வலுவோடு நமக்கு அனுபவப்படும். ஜெசிக்காவுக்கு இது நிஜமா நடந்த ஒரு சம்பவம்னு தோணல. அதுனாலேதான் பல மாசகாலம் கடந்து போனாலும் ஜெசிக்காவாலே இதை மறக்க முடியலே."

"தோழர் ஜோசப்," கோமஸ்சேட்டன் சொன்னார். "நீங்க ஒரு காரியம் பண்ணுங்க. அந்தச் சுவர்லே, மார்க்ஸ் படத்துக்கு அடுத்து ஒரு ஆணி அடியுங்க. இன்னொரு கேடுகெட்ட யூதன் இருக்கானில்லே, அவன் படத்தை அங்கே மாட்டுங்க. யார்னு கேட்கறீங்களா? என் மக ரோஸி அடிக்கடி சொல்வா, மனோதத்துவ அறிஞர் சிக்மண்ட் ஃப்ராய்ட் படம்தான் அது."

வீட்டுக்குத் திரும்பிப் போகும்போது நாங்கள் மௌனமாக நடந்தோம். அரண்மனை படித்துறைப் பக்கம் நடந்தபோது கோமஸ்சேட்டன் எனக்கு முன்னால் வந்து நின்று கேட்டார் : "ஜெசிக்கா, அது வெறுமனே நீயா நினைச்சுக்கிட்டதுதானா?" நான் பதில் ஏதும் சொல்லாமல் நேராகப் பார்த்துக்கொண்டு நடந்தேன். வேம்பநாட்டுக்காயலின் முகப்பில் மாலை நேரம் கண்ணாடிச் சில்லுகள் போல் உடைந்து சிதறுவதைப் பார்த்தேன். நான் அறியாமல் என் கண்கள் நிறைந்திருந்தன.

லந்தன்பத்தேரியின் இருபுறமும் ஓடும் நதிகள் அவற்றில் குதித்துத் தற்கொலை செய்து கொள்கிறவர்களுக்கான வழிமுறைகளை ஏற்படுத்தியிருந்தன. ஆண்களின் சடலங்களை ஆறு தலைகுப்புறக் கவிழ்த்து ஓடியது. பெண்களின் சவங்கள் மல்லாக்க நிமிர்ந்து மிதந்தன. எந்த ஆற்றில் விழுந்து செத்தாலும் பிணம் தட்டுப்படுவது, அலை உயரும்போது கிழக்கு ஆற்றிலாக இருக்கும்; அலை தாழ்ந்த காலத்தில், மேற்கு ஆற்றில் அவை கிட்டும்.

1965-ம் வருடம் கிறிஸ்துமஸ் தினத்தில் கிழக்கு ஆற்றில் ஒரு சவம் ஒதுங்கியது. எனக்கு நினைவு தெரிந்து அது முதல் 'பொழசாடல்', அதாவது 'புழை சாடல் ... ஆத்துலே குதிச்சு சாவு'. 'பொழசாடல்' எங்கள் தீவுக்காரர்களுக்குப் பிடித்தமான தற்கொலை முறை. போனிபேஸ் பாலத்தின் மறுமுனை இருக்கும் போஞ்ஞிக்கரையில், ஜப் தில் நறொஞ்ஞாவின் உறவுக்காரரும், விமோசன சமர காலத்தில் காங்கிரஸ்காரராக இருந்தவருமான ஜாப் என்ற ஒருத்தர் ஆற்றில் குதித்த கதையை நாங்கள் பிள்ளைப்பிராயத்தில் கேட்டிருந்தோம். ஜாப் ஒளிந்திருந்து கள்ளக்கண் போட்டுப் பார்த்திருந்தவர். ஒரு நாள் அவருக்கு கள்ளக்கண் போடுகிறவர்களுக்கேயான ஒரு வெகுமதி கிட்டியது. பாதி திறந்த படுக்கையறை ஜன்னல். உள்ளே கட்டிலில் புருஷனும் பெண்டாட்டியும் உட்கார்ந்திருக்கிறார்கள். மனைவி

தலையை வருடிக்கொண்டிருக்கிறான் கணவன். அவள் அவன் மார்பில் தலை சாய்ந்திருக்கிறாள். அவர்கள் ஜன்னல் பக்கம் நோக்குகிறார்கள். அங்கே ஜாப் நிற்பதை விரலால் சுட்டிக் காட்டியபடி உரக்கச் சிரிக்கிறார்கள். கள்ளக்கண் போடுகிறவர்களுக்கான முதல் பாடம், 'எப்பவும் சுற்றுப்புறத்துலே ஒரு கண்ணு வச்சுக்கணும்'. ஒளிந்து நின்று பார்க்கும் வெறியில் அதை மறந்தே போனார் ஜாப். அவர் வருவார், ஒளிந்திருந்து பார்ப்பார் என்று கணக்குப் போட்டு முன்கூட்டியே அங்கே காத்திருந்த சில இளைஞர்கள் ஜாபைக் கையும் களவுமாகப் பிடித்துக் கட்டிப் போட்டார்கள். எரணாகுளத்தில் பிரசுரமாகும் மாலை நாளிதழான 'ஜெய்ஹிந்த்'தில் இது தலைப்புச் செய்தியானது. வலையில் அகப்பட்ட ஜாப் 'புழைசாடி'னார்.

குழந்தையாக என்னை அம்மா பிரசவிக்க உதவிய மருத்துவத் தாதியான ஆனியம்மாவும் ஆற்றில் குதித்துத்தான் தற்கொலை செய்து கொண்டார். ஞானஸ்நான நீர் என்மேல் விழுந்த பின், என மனதைத் தேவதைகள் கொத்தியெடுத்துப் பறந்து போனபோது இது நடந்தது. ஆனியம்மாவின் கணவர் அலோசியஸ் பார்க்க அழகானவர். தெய்வ விசுவாசியும், சவிட்டுநாடகக்காரரும் கூட. தீவுகளில் சவிட்டுநாடகம் இல்லாமல் போனதும், அலோஷியஸ் கண்ணம்மாலி சர்ச்சுக்குப் போய் அங்கே அல்லேஷு நாடகம் போட்டார். நாடகத்தில், ரோமாபுரியில் வாழ்ந்த ஒரு பணக்கார அரசவைப் பிரபுவின் மகனான அல்லேஷு என்ற அலக்ஸியூஸ் புனிதர் வேடம் கட்டியவர் இந்த அலோசியஸ்தான். கிறிஸ்து வழியை மேற்கொண்ட அலக்ஸியூஸ் சதா பிரார்த்தனையில் மூழ்கியிருந்தவர். பிரம்மசாரியான அவருக்கு அவருடைய தகப்பனாராகிய பிரபு கல்யாணம் செய்துவைத்தார். முதல் இரவின்போதே அலக்ஸியூஸ் தன் மனைவியிடம் விடை பெற்றார். உடுப்பாசன் தாவிதீஞ்ஞு தைத்துக் கொடுத்த பட்டு உடுப்புகளைக் களைந்து வீசிவிட்டு கிறிஸ்துவ மதத்தைப் பிரசாரம் செய்யும் தேசாந்திரியானார் அவர்.

கிழக்கு ஆற்றில் மிதந்த பிணத்தைப் பார்க்கப் போனபோது சந்தியாகுசேட்டன் அலோசியஸ் கதையை முழுமைப்படுத்தினார்:

“கண்ணம்மாலியிலே அல்லேஷு நாடகம் நடத்தி முடிச்சபோது அலோசியஸ் ஆளே மாறிப்போனார். அவருக்குள்ளே அல்லேஷு நிறைஞ்சிருந்தார். அல்லேஷு தான் நினைப்பெல்லாம். நாடகம் முடிச்சு வீட்டுக்கு வந்தபோது தன் பெண்டாட்டியான நர்ஸ் ஆனியம்மா அலோசியஸைக் கூப்பிட்டார், அல்லேஷு நாடகத்திலே இருந்து ஒரு வசனம் எடுத்து விட்டார்:

“மங்கையே மணியறை அடை

நான் போய் வரேன்”

அப்படிச் சொல்லிட்டு, அலோசியஸ் புறப்பட்டார். படகுலே ஏறி கிழக்கு ஆற்றிலே ஒரு பயணம். ஆனியம்மா மனமுடைஞ்சுபோய் புழைசாடினார். அதுக்கு அப்புறம் இப்போதான் இன்னொரு புழைசாடல் நியூஸ் கேக்கறேன்.”

“கிறிஸ்துமஸ் அன்னிக்குப் பார்த்து எதுக்குப் புழைசாடணும், கர்த்தாவே” என்றார் அப்பன்.

“எல்லோரும் பண்டிகை கொண்டாடறதைப் பார்க்கப் பார்க்க துக்கத்திலே இருக்கறவங்க துக்கம் ரெட்டிப்பாகும். அப்படிப்பட்ட கேஸ் இது” சந்தியாகு சொன்னார்.

அரண்மனை படித்துறை தொடங்கி போனிபேஸ் பாலம் வரையுள்ள நதிக்கரையில் கூட்டமாக நின்று கொண்டிருந்தார்கள். மீன்பிடிக்க செவுள் வலை கட்ட நதிநீரில் நாட்டிய முளையில் சவம் சிக்கிக் கிடந்ததைக் கண்டேன். அது தலைகுப்புறக் கவிழ்ந்திருந்தது. ஆண். அரயர் குடியிருப்பிலிருந்து பிரேமசந்திரனும் இன்னும் சிலரும் சிறு படகுகளில் போய் மீன்வலை வீசி பிணத்தை எடுத்துக் கரையோரமாகக் கொண்டுவந்தார்கள். துடுப்புகளாலும், மூங்கில் கழிகளாலும் அதைக் கரைசேர்த்தார்கள். அப்போதும் சவம் கவிழ்ந்துதானிருந்தது. அதைத் திருப்பிப் போட்டபோது கூடி நின்றவர்கள் கூச்சலிட்டார்கள்: “புஷ்பாங்கதன் மாஸ்டர்.”

“வல்ய ஆசாரி, ஜெசிக்கா, நீங்க சீக்கிரம் இங்கே இருந்து போயிடுங்க” என்றார் சந்தியாகு. “இனியும் நீங்க இங்கே நின்னா சரியா இருக்காது.”

எரணாகுளத்தில் இருந்து போலீஸ் படகில் கஸ்பா போலீஸ் ஸ்டேஷன் சப் இன்ஸ்பெக்டரும், சில போலீஸ்காரர்களும் வந்து சேர்ந்தபோது, பிரேமசந்திரனையும், ராகவன் மாஸ்டரையும், கட்சிச் செயலாளர் ஜோசபையும் தவிர புஷ்பாங்கதனுடைய பிணத்தின் அருகே வேறு யாருமில்லை. லந்தன்பத்தேரியில் கிறிஸ்துமஸ் கொண்டாட்டங்கள் தொடங்கியிருந்தன. எரணாகுளம் சர்க்கார் ஆஸ்பத்திரியில் போஸ்ட்மார்ட்டம் செய்யப் பிணத்தை அங்கே அனுப்பிய போலீஸ்காரர்கள் மலாக்கா ஹௌசில் புஷ்பாங்கதனின் அறைக்குப் போனார்கள்.

புஷ்பாங்கதனின் அறை தாளிட்டுப் பூட்டப் பட்டிருக்கவில்லை. வாசல் கதவைத் திறந்ததுமே உள்ளிருந்து சந்தனாதி ஊதுபத்தியின் நறுமணம் பரவியது. பெர்மாட்டின் தியரத்தை ஆராய புஷ்பாங்கதன் சதா கணக்குப் போட்டு வைத்திருந்த காகிதங்கள் சாதாரணமாக அறையில் பாதிக்கு மேல் அடைத்துக் கொண்டு கிடக்கும். இப்போது அவை காணாமல் போயிருந்தன. தரையைப் பெருக்கி சுத்தமாக்கியிருந்தது. பாய்க்குள் திணித்த படுக்கை கட்டில் மேல் சுருட்டி வைக்கப்பட்டிருந்தது. அறையின் மூலையில் ஓர் இரும்புப் பெட்டியில் உடுதுணிகள் இஸ்திரி போடப்பட்டு அடுக்கி வைக்கப்பட்டிருந்தன. கண்ணாடியும், அதன் பின்னால் சீப்பும், இரண்டுக்கும் நூறுக்கும் இடைப்பட்ட முதன்மை எண்கள் பொரித்த தகடும் பெட்டிக்குள் வைக்கப்பட்டிருந்தன. அலமாரியில் வைத்திருந்த புத்தகங்கள் ஒரு அட்டைப் பெட்டியில் அடுக்கப்பட்டிருந்தன. மண்கூஜாவும், கிளாஸும், கவனமாகச் சுற்றி வைத்த செருப்பும் ஒரு சாக்குப்பையில் வைக்கப்பட்டிருந்தன. அலமாரியின் மூலையில் புகைந்து முடித்த இரண்டு ஊதுபத்திகளின் சாம்பல் இணைகோடுகளாகத் தரையில் படிந்து கிடந்தது. மேஜைமேல் நட்டநடுவாக நான்காக மடித்த வெள்ளைக் காகிதத்தில் ஒரு கடிதம் எழுதி வைக்கப்பட்டிருந்தது.

டச்சு பாட்டரி, 24.12.1965

அன்பான அம்மா,

இந்தக் கடிதம் உங்களுக்குக் கிடைக்கும்போது நான், அதாவது என் உடல் எங்கே இருக்கும் என்று என்னால் சொல்ல முடியாது. நான் குதிக்கப் போகும் ஆறு காயலையும், அரபிக் கடலையும் சந்திக்கும் அவசரத்தில் இருக்கிறது. ஜாப் என்றொருத்தன் முன்பொரு காலத்தில் புழைசாடிய போது, அவனுடைய உடல் இரண்டு மூன்று மைல்கள் அடித்துப் போகப்பட்டு, கடலும் ஆறும் கலக்கும் அழிப் பிரதேசத்தில் மீன் பிடிக்கப் பரத்தியிருந்த சீன வலையில் அகப்பட்டது. சிலருடைய சவம் லட்சத்தீவில் கவரத்தி வரை அடித்துப் போகப்பட்டதாக நான் கேள்விப்பட்டிருக்கிறேன். என் விருப்பம், என் பிணத்தை உடனே நீங்கள் கண்டெடுக்க வேண்டும் என்பதுதான். இல்லையென்றால் அம்மா, நீங்கள், உங்கள் மகன் உயிரோடு இருக்கிறானா, இறந்துபோனானா என்று தெரியாத வேதனையில் இனிவரும் காலத்தைக் கழிக்க வேண்டி வரும். நான் இறந்துபோனேன் என்பது உறுதியாகத் தெரிந்தால், அந்த உண்மையை எதிர்கொள்ளக் காலம் உங்களுக்கு உதவும்.

வெள்ளத்தில் சாடி இறப்பது இந்தத் தீவுகளில் தற்கொலை செய்துகொள்ள இயல்பான ஒரு வழிமுறையாகும். ஆகவே,

சவம் கிடைக்காமல் போக வாய்ப்பு இருந்தாலும் நான் அதையே தேர்ந்தெடுத்திருக்கிறேன். மலைப் பிரதேசங்களில் தற்கொலை செய்துகொள்ளும் பலரும், மலை முகட்டிலிருந்து சாடிக் கீழே குதித்துத்தான் இறந்துபோகிறார்கள். பல மலைவாசஸ்தலங்களிலும் தற்கொலை செய்துகொள்ள, ஸ்யூஸைட் பாயிண்ட் -தற்கொலைக்கான இடம்- உண்டு என்பதை நீங்கள் அறிந்திருக்கலாம். சுற்றுச்சூழலுக்கு ஒத்திசைவு உள்ள தற்கொலை சிறந்தது. தற்கொலை ஒரு பெரிய முறிவு. அதில் சிறு அபஸ்வரங்களைக் களைய வேண்டும்.

அது இருக்கட்டும். என் மரணத்துக்கு பியெ தெ பெர்மாட் எந்த விதத்திலும் பொறுப்பாளி இல்லை. திருவிதாங்கூர்க்காரர்களாகிய நாம் சொல்வது ஒன்று, செய்வது இன்னொன்று என்று சொல்வார்கள்தானே? பிரஞ்சுக்காரர்களின் நிலை அதை விடக் கஷ்டமானது. எழுதுவது போல் இல்லை அவர்கள் படிப்பது. அதனால், பியெ தெ ஃபெர்மாட் *Pierre De Fermat* என்ற பெயரின் உச்சரிப்பு வேறு ஏதாவதாக இருக்கக் கூடும். அவர் 1665-ல் இறந்துபோனார். அவர் பெரிய கணித நிபுணராக இருந்தாலும், ஒரே ஒரு ஆய்வுக் கட்டுரை மட்டுமே வெளியிட்டிருந்தார். பெர்மாட்டின் புதல்வர் சாமுவேல் தன் தந்தை விட்டுப்போன காகிதங்களைப் பரிசோதித்து அவற்றை ஒரு புத்தகமாக வெளியிட விரும்பினார். அப்படித் தேடும்போது ஒரு கணித நூலின் பக்க விளிம்புகளில் முதன்மை எண்கள் பற்றிய தன் கடைசி தியரத்தை பெர்மாட் எழுதி வைத்திருந்ததை சாமுவேல் கண்டார். தியரத்துக்குக் கீழே பெர்மாட் எழுதியிருந்தார்: "உண்மையைச் சொல்கிறேன். நான் இந்த தியரத்துக்கு வியப்பளிக்கும் ஒரு சான்று கண்டு பிடித்துள்ளேன். ஆனால் அதை எழுத இங்கே போதுமான மார்ஜின் இல்லை."

கடந்த பதினாறு வருடங்களாக நான் அந்தச் சான்றைத் தேடி அலைந்தேன். எரணாகுளம் விஸ்வநாதய்யர் அண்ட் சன்ஸ் கடையில் குவிண்டால் கணக்கில் வெள்ளைக் காகிதம் வாங்கினேன். இரவும் பகலும் நான் முதன்மை எண்களோடு கூடவே இருந்தேன். எனக்கு பெர்மாட்டின்

இறுதித் தியரத்தை நிரூபிக்கத் தகுந்த கல்வியோ, அறிவோ இல்லை என்பதை நான் நன்கு அறிவேன். பின் நான் ஏன் இந்தப் பணியை மேற்கொண்டேன்? அம்மா, டென்சிங்கும் ஹிலாரியும் எவரெஸ்ட் சிகரத்தை எட்டிப் பிடித்தார்கள். ரஷ்யாவும் அமெரிக்காவும் ஒன்றோடு ஒன்று போட்டி போட்டுக்கொண்டு செயற்கைக் கோள்களை வானத்தில் ஏவுவதைப் பார்க்கும்போது, மனிதன் ஒரு நாள் நிலவில் கால் பதிப்பான் என்று நிச்சயமாகத் தெரிகிறது. மனித இனத்துக்கு இப்போது எதிர்கொள்ள ஒரே ஒரு சவால் மட்டுமே உள்ளது. அது பெர்மட் தேற்றம். அதை ஏற்று தியரத்தை நிரூபிக்க முடியாமல் போனதால் நான் இறக்கவில்லை. முடிவு, வழியை நியாயப்படுத்தும் என்று கம்யூனிஸ்டுகள் சொல்கிறார்கள். முடிவு, வழி இரண்டுமே சரியாக இருக்க வேண்டும் என்று காந்தியவாதிகள் சொல்கிறார்கள். தத்துவ இயல் என்பது லட்சியங்களுக்கும் அவற்றை அடைவதற்கான வழிமுறைகளுக்கும் இடையேயான தொடர்பு குறித்த தேடலாகும். பதினாறு வருடம் பெர்மாட் பின்னால் போன நான் சொல்கிறேன். முடிவு முக்கியமானதில்லை. அதை அடைய மேற்கொள்ளும் வழியே ஒரு முடிவுதான். பெர்மாட் தேற்றத்துக்கான சான்றை நான் கண்டுபிடிக்கவில்லை என்றாலும், அதற்கான என் முயற்சி எனக்கு மிகுந்த மகிழ்ச்சியை அளித்தது. நான் சொல்வது, பகவத் கீதையில் சொல்வது போல், ‘கடமையைச் செய். பலனை எதிர்பார்க்காதே’ என்றல்ல. நான் சொல்வது செயல்தான் பலன் என்பதே. இறக்கும் நேரத்தில் எல்லோரும் தத்துவம் பேசுவார்கள். அலுப்படைய வைக்கிறேன் என்றால் அம்மா, என்னை மன்னியுங்கள்.

பெர்மாட்டை நான் பின்தொடர்ந்தபோது என் வாழ்க்கையின் மார்ஜின் குறுகிக்கொண்டே போனது. எனக்கு எதிராக அவமானகரமான ஒரு குற்றச்சாட்டு வைக்கப்பட்டது. பள்ளிக்கூட மதில் சுவரில் என்னைப் பற்றி கரித்துண்டால் அவதூறாக எழுதப்பட்டது. எரணாகுளம் கல்லூரி மாணவர்கள் என்னைக் கூவி விளித்துக் கேலி செய்தார்கள். லந்தன்பத்தேரிவாசிகள், முக்கியமாகப் பெண்கள், என்னை வெறுத்தார்கள். இந்தக்

குற்றச்சாட்டை என்னோடு முன்விரோதம் எதுவும் இல்லாத, ஒரு சின்னஞ்சிறு பெண் சுமத்தியது அதை வலுப்படுத்தியது. அது தவறு என்று நிரூபிக்க எனக்கு ஒரே ஒரு வழி மட்டுமே உள்ளது. மற்ற எதையும் விட உயர்ந்த தியாகம் செய்வது. அந்த முதன்மையான தியாகம் தற்கொலை தான்.

தற்கொலை. அந்தச் சொல் பிழையானது. என் காலம் முடிந்தது. என் தந்தை செய்தது போல் நான் தழுவுவதும் எனக்கு நானே தேடிக்கொண்ட இறப்பைத்தான். அம்மா, இந்தக் கடிதத்தை நீங்கள் மட்டும் படிக்கப் போவதில்லை. போலீஸ்காரர்களும் படிப்பார்கள். என் தகப்பனார் எப்படி இறந்தார் என்பதை அவர்கள் அறிந்திருக்க மாட்டார்கள் அல்லவா?

என் தந்தை கே. சூரியநாராயணக்கர்த்தாவைப் பற்றி நீங்கள் கேள்விப்பட்டிருக்கலாம். கேரளம் முழுக்கப் பிரபலமான சோதிடராக இருந்தார் அவர். பனிரெண்டு ராசிகளையும் தன் சோழிப்பையில் சுருட்டி எடுத்து உலா வந்த மிகப்பெரும் சோதிடவியல் விற்பன்னர். ஒரு நாள் அவர் தன் ஒரே மகனான என்னையும், என் அம்மாவையும் கூப்பிட்டுச் சொன்னார் : “இன்று மாலை ஆறு மணிக்கு நான் இறந்துபோவேன். எனக்கு அறுபத்திரெண்டு வயதும், மூன்று மாதமும், மூன்று நாட்களும் நிறையும் அந்த நேரத்தில் என் சனிதசை முடிவடையும். என் ஜாதகமும் அங்கே முடியும். மரணம் வரும் தினத்தில் மாலை நேரம். அப்பா என்னிடம் சொன்னார் : “கடியாரத்தை இருபத்து ரெண்டரை நிமிஷம் பின்னாலே வை.” அதாவது அவர் உள்ளூர் நேரத்தைக் கடியாரத்தில் வைக்கிறாராம். அது ஓர் இடத்தின் தீர்க்கரேகையைப் பொறுத்து அமைவது. கிரகங்கள் சஞ்சரிப்பது அந்த லோக்கல் நேரப்படிக்குத்தானாம். அந்த உள்ளூர் நேரத்தைக் காட்டும் ஒரே கடியாரம் திருப்பணித்துறை கோவிலில் கிழக்குப் பாகத்தில் உள்ள மணிமாளிகையில் உள்ளதுதானாம். மற்ற கடியாரங்கள் காட்டுவதெல்லாம் அலஹாபாத் நகரத்தின் உள்ளூர் நேரப்படியான ரயில்வே நேரம் அல்லது இந்தியன் ஸ்டாண்டர்ட் நேரம்.

உள்ளூர் நேரம் ஐந்தரை மணிக்கு அப்பா வாசலில் குத்துவிளக்கு ஏற்றி அதை தெற்குத் திசையை நோக்கித் திருப்பி வைத்தார். ஒரு பெரிய வாழை இலையை வாழைமரத்திலிருந்து கொய்து விளக்குக்கு முன் பரத்தினார். தான் அணிந்திருந்த கடுக்கன், மோதிரம், செயின் எல்லாவற்றையும் கழற்றி வைத்தார். குளித்து விட்டு வந்து புதுத்துணியைக் கிழித்துக் கோவணமாக்கி உடுத்துக்கொண்டார். அதன் மேல் ஒரு புதுத்துண்டை அணிந்து கொண்டார். பிறகு பரத்தி வைத்திருந்த வாழை இலையில் படுத்துக் கொண்டார். அம்மாவை எழுத்தச்சனின் அத்யந்த ராமாயணத்தில் சுந்தரகாண்டம் வாசிக்கச் சொன்னார். என் கையால் துளசி இலை இட்ட கங்காஜலத்தை வார்க்கச் சொல்லிக் குடித்தார். வாய்திறந்தபடிக்கு என்னிடம் வாய்க்கரிசியும் பொன்னும் வாங்கிக் கொண்டார். கடியாரம் ஆறு அடித்தது. அவர் தீர்க்கமாக சுவாசித்தார். பின் அவர் மூச்சு நின்றுபோனது.

நானே தேடிக்கொள்ளும் என் முடிவு நிகழ நான் ஏன் கிறிஸ்துமஸ் நாளைத் தேர்ந்தெடுத்தேன்? மாதாகோவிலில் கிறிஸ்துமஸுக்காக நடுநிசிப் பிரார்த்தனை நடப்பதால் அந்த நேரத்தில் நான் தெருவில் இறங்கி நடப்பதை யாரும் சந்தேகிக்க மாட்டார்கள். அரண்மனைப் படகுத்துறையில் இருந்து நான் ஒரு மச்சுவா படகைக் கட்டவிழ்த்து எடுத்து நடு ஆற்றில் சுழல்கள் அதிகமாக உள்ள இடத்துக்கு ஓட்டிப் போவேன். அங்கேயிருந்து மேற்கில் பார்க்க, லந்தன்பத்தேரியின் இரவுகளிலேயே மிக அழகான இரவைக் காண்பேன். போஞ்ஞிக்கரை மாதாகோவில் தீபங்களால் அலங்கரிக்கப்பட்டிருக்கும். எல்லா வீடுகளிலும் நட்சத்திர வடிவ விளக்குகளும், சீன விளக்குகளும் ஒளிரும். முழுநிலவை விடப் பெரிய விளக்குகள் மரங்களின் மேலிருந்து இருட்டைக் கீறிக் கிழிக்கும். கிறிஸ்துமஸ் மரங்களில் பல வண்ண விளக்குகள் மின்மினிகளாக ஒளிர்ந்து, அணைந்து, ஒளிர்ந்து பிரகாசிக்கும். பரங்கி ஜபக்கூடத்தில் ஓர் ஆயிரம் மெழுகுவர்த்திகள் வெளிச்சமிடும். இதை எல்லாம் டிசம்பர் பனி கவிந்து மூடும். லந்தன்பத்தேரி எனக்கு ஒரு நல்ல நினைவாக இருக்க வேண்டும்.

இன்றைக்கு நானூற்று நாற்பத்தொரு வருடங்கள் முன், இதே தினமான 1524-ம் ஆண்டு கிறிஸ்துமஸ் தினத்தில் வாஸ்கோ ட காமா ஃபோர்ட் கொச்சியில் இறந்துபோனார். என் நண்பர் ராகவன் மாஸ்டர், காமாவின் இறுதி வார்த்தைகள் இவை என்று சொல்வார் : “என் பிரிய ஏசுவே, உம் கரங்களில் நான் என்னைச் சமர்ப்பிக்கிறேன். அருகே காக்கைகள் கரையும் சத்தம் கேட்டுக்கொண்டிருக்கிறது. காக்கைகள். காக்கைகள். சதா சண்டையிட்டுக் கொண்டிருக்கும் கொச்சிக் காக்கைகள்.”

ஏதாவது ஒலியை நான் ஆற்று வெள்ளத்தில் மூழ்கும் போது கேட்க விரும்புகிறேன் என்றால் அது காக்கைகளின் இரைச்சலை இல்லை. முடிந்தால் முதன்மை எண்கள் எனக்காக இசை பாடட்டும். என்ன இசை அது? அது கணிதத்தின் இன்னொரு வடிவம். ஸ ஒன்று என்றால், ரி-யின் சுருதி 11/8. க 11/4. அப்படி என்றால் ப்ரைம் நம்பர்களின் சங்கீதம் 11-ல் தொடங்கட்டும். அடுத்த முதன்மை எண் 13. அது 11-இன் 12/11. அடுத்த ப்ரைம் நம்பர் 17. அது 11-இன் 16/11.. ஒரு புதிய சங்கீதம் கேட்டபடி நான் இறக்கிறேன்.

அம்மாவின் அன்புள்ள மகன்
அப்பு

பின்குறிப்பு : நான் நடு ஆற்றுக்கு, படகுத் துறையில் இருந்து யாருடைய படகிலாவது துடுப்புப் போட்டுப் போவேன். நான் இறந்த பிறகு அந்தப் படகைக் கிழக்கு ஆறு எங்கே கொண்டு சேர்த்திருக்குமென்று தெரியாது. எனக்கு இந்த மாதம் இருபத்தைந்தாம் தேதி வரை சம்பளமும், இன்னும் சில வகை ஊதியமும் சர்க்காரிடமிருந்து கிடைக்க வேண்டி இருக்கிறது. அந்தத் தொகையை, படகு காணாமல் போயிருந்தால், அதன் உடமையாளருக்கு நஷ்ட ஈடாகக் கொடுக்கவும்.

புஷ்பாங்கதனின் இறப்புக்கு மூன்று நாள் கழித்து மூன்று பேர் எங்கள் வீட்டுக்கு வந்தார்கள். அன்று காலையில் அப்பூப்பனின் உரத்த குரல் என்னை எழுப்பியது. "யார் அது? முற்றத்திலே காலடிச் சத்தம் கேட்குதே."

"நான்தான். என் பெயர் சௌரி. முன்னாடி எரணாகுளம் ஜெயில் ஜெட்டியிலே போக்குவரத்துப் படகு ஓட்டிக்கிட்டிருந்தேன். இப்போ ரிடயர்ட் மச்சுவா படகுக்காரன்."

"இன்னொரு காலடிச் சத்தமும் கேட்டதே. அது யாருடையது?"

"என் பழைய கஸ்டமர்" என்றார் சௌரி. "சாரதாம்மான்னு பெயர். அம்மை குத்தும் சாரதாம்மான்னு சொன்னா எல்லாருக்கும் தெரியும்."

"இன்னொரு காலடிச் சத்தம் கூட கேட்டுதே."

"அது சாரதாம்மா ஃப்ரண்ட். அவங்களோட அடுத்த வீட்டுக் காரங்க. ஆனந்தவல்லியம்மா. ரிடையர்ட் சப்-ரிஜிஸ்தரார்."

"சாரதா மேடம்." அம்மா தாழ்வாரத்துக்கு ஓடி வந்து அழைத்தாள். "சௌரியாரே, நீங்களும் வந்திருக்கீங்களா. நல்லது. ஜெசிக்கா, இங்கே வா பொண்ணே. உன்னை நான் பெத்துப் போட்ட தினத்திலே இங்கே வந்திருந்த எல்லா பார்ட்டியும் வந்திருக்காங்க பார்."

சாரதாம்மாவும், ஆனந்தவல்லியம்மாவும், சௌரியும் தாழ்வாரத்தில் வந்து இருந்தார்கள். அப்பாவும் அப்போது வந்து சேர்ந்தார். சாரதாம்மா சொன்னார் : "மட்டில்டா, கொஞ்சம் தண்ணி கொடு. நாங்க ரெண்டு பஸ் ஏறி இறங்கி, படகு பிடிச்சு திருப்புணித்துறெயிலேருந்து வந்துகிட்டிருக்கோம். ஆனந்தவல்லி எனக்கு சின்னப் புள்ளைலேருந்து சிநேகிதி. வலிய ஆசாரி, இந்தப் பெரியவர் யாருன்னு தெரியலியே?"

"கடல்லே போய் இறந்துபோனார்னு எல்லோரும் நம்பிக்கிட்டிருந்த என் அப்பன் வலிய மார்க்கோஸ் ஆசாரி அவர். அப்பன், இவங்க தான் சாரதா மேடம். நம்ம ஜெசிக்கா பொறந்த சுபவேளையிலே ரொம்ப உதவியா இருந்தாங்க."

"வலிய ஆசாரி, அந்த தினத்துலே நீங்க எனக்குப் பட்ட கடன் இன்னும் கொஞ்சம் எனக்குத் திருப்பி அடைக்க வேண்டியிருக்கு. அதை வசூலிக்கத்தான் நாங்க வந்திருக்கோம். ஆனந்தவல்லியோட ஒரே மகன் புஷ்பாங்கதன்."

"ஏண்டி பெண்ணே, என் மகனைப் பற்றிக் கண்டபடிக்கு ஏன் சொல்லிக்கிட்டு திரிஞ்சே?" ஆனந்தவல்லியம்மா கதறியழ ஆரம்பித்தாள். "அப்பு, என் மகனே, நீ இந்தச் சின்னப் பொண்ணு பயமுறுத்தினான்னா செத்தொழிஞ்சு போனே? அவ்வளவு புத்தி கெட்டவனா நீ? உன் பிள்ளைப் பிராயத்திலே உங்கப்பா ஜோசியக் கணக்குப் போட்டிட்டுருக்கறதைப் பார்த்துப் பார்த்து நீயும் கணக்குக்குப் பின்னாலேயே போனே. அந்த துஷ்டன் பெர்மாட் உன்னைத் தப்பான பாதையிலே திருப்பி விட்டுட்டான். மகா ஜோசியரான உங்கப்பா உன் தலையெழுத்துப் பற்றி மட்டும் ஒண்ணும் சொல்லாதது ஏன்னு இப்போ புரியுது. நீ ஒரு கல்யாணம் கட்டி நான் பாட்டியாகணும்னு சொன்னபோது நீ சொன்னே, பெர்மாட்டுக்கு அப்புறம் தான் பொண்ணு, கல்யாணம் எல்லாம்னு. அப்படிப்பட்ட உனக்கு எந்த கிரகம் வக்கரிச்சு இந்தப் பொண்ணுக்கு ட்யூஷன் எடுக்கறேன்னு ஒத்துக்கிட்டே?"

"மகளே, ஜெசிக்கா", சாரதாம்மா அழைத்தாள். "மகனைப் பறிகொடுத்த ஒரு அம்மா அழறா பாரு. ப்ளீஸ், நீ ஒண்ணே

ஒண்ணு சொன்னாப் போதும். நீ புஷ்பாங்கதனைப் பற்றிச் சொன்னதெல்லாம் பொய் அப்படீன்னு ஒரு வார்த்தை சொன்னாப் போதும், அவ சமாதானமாயிடுவா."

நான் ஒன்றும் சொல்லவில்லை. "குழந்தே, என் கண்ணைப் பார்த்துச் சொல்லு", என்றாள் ஆனந்தவல்லியம்மா. "நீ சொன்னது பொய்தானே. பொய் இல்லேன்னா சும்மா தமாஷுக்காக அப்படிச் சொன்னே. அப்படித்தானே?"

"சொல்லு ஜெசிக்கா, இறந்தகாலம், நிகழ்காலம், எதிர்காலம் மூணும் தெரிஞ்சவரா இருந்த திரிகாலஞானி சூர்யநாராயணகர்த்தாவோட மனைவிதான் உங்கிட்டே மன்றாடிட்டு இருக்கா," என்றாள் சாரதாம்மா.

"ஒண்ணுமே நடக்கலேன்னு சொல்லு குழந்தே", என்றார் சௌரி. அப்படிச் சொன்னா இந்த மேடத்துக்கு ஆறுதலா இருக்கும். அது பொய் அப்படீன்னாலும் சொல்லும்மா ஜெசிக்கா."

"சொல்லு பொண்ணே. கடமட்டத்து கத்தனார் மாதிரியான ஒரு பெரிய மந்திரவாதியோட வீட்டுக்காரம்மா கேட்கறாங்க, சொல்லு" என்றாள் அம்மா.

"புஷ்பாங்கதன் மாஸ்டர் என்கிட்டே செய்யக்கூடாததை செஞ்சார்," நான் சொன்னேன்.

"நானும் சௌரியும் இல்லாம இருந்தா மட்டில்டாவோட பிரசவம் ஏடாகூடமா ஆகியிருக்கும். வலிய ஆசாரி, உம்ம மகள் பொறந்த நாளை நாங்க சபிக்கறபடி ஆக்கிடாதீர்", படி இறங்கும்போது சாரதாம்மா சொன்னாள்.

பல ஆண்டுகளாக நான் பயப்பட்டுக்கொண்டிருந்த பத்தாம் வகுப்புப் பொதுத் தேர்வு நடந்தபோது ஒவ்வொரு பரீட்சையும் நடந்து முடிய முடிய, என் மனதின் கனம் குறைந்துகொண்டே போனது. கணக்கில் பாஸ் ஆகலாம் என்ற நம்பிக்கை வந்தபோது என் முகத்தில் திரும்ப சிரிப்பு ஏறியது. இறுதித் தேர்வு எழுதி நான் பரீட்சை மண்டபத்திற்கு வெளியே வந்தபோது புவி ஈர்ப்பு விசையை மீறிப் பறக்கத் தயாராகிக்கொண்டிருந்தேன்.

உள்ளே எடுத்துப்போக அனுமதி இல்லாததால் பரீட்சை ஹாலுக்கு வெளியே விட்டிருந்த என் கைப்பையை எடுத்துக்கொண்டு, எரணாகுளத்தில் எந்தக் கல்லூரியில் படிக்கலாம் என்று யோசித்துக்கொண்டே வீட்டுக்கு நடந்தேன். வீட்டுக்குப் போய் நான் கைப்பையைக் கவிழ்த்து உள்ளே கைவிட்டுப் பார்த்தபோது, பென்சில் கனமும் ஓரடி நீளமும் உள்ள, தலையில் அடித்துக் கொல்லப்பட்ட ஒரு பாம்பு வெளியே விழுந்தது. நான் பயந்து அலறியபோது, பைக்குள் என் பாடப்புத்தகங்கள் கிழிக்கப்பட்டிருப்பது தெரிய வந்தது. என் நோட்டுப் புத்தகங்களில் மை அடித்திருந்தது. அவற்றில் எழுதாதிருந்த வெற்றுப் பக்கங்களில் கையை மையில் முக்கிப் பதித்த உள்ளங்கை அடையாளங்கள் இருந்தன. அவற்றின் கீழ் பெரிய எழுத்துகளில் எழுதியிருந்தது - கொலைபாதகி.

நான் அழவில்லை. சிறிது நேரம் செய்வதறியாது நின்றேன். இந்தச் செயல்களை எல்லாம் யாரோ நிறைய யோசித்து,

திட்டமிட்டுத்தான் செய்திருக்க வேண்டும். எனக்கே தெரியாமல் லந்தன்பத்தேரியில் எனக்கு எதிராகக் கடுமையான, தீவிரமான வெறுப்பு எழுந்திருக்கிறது என்று புரிந்தது. நான் ரோஸி சேச்சி வீட்டுக்குப் போனேன்.

பலதடவை நான் தட்டியும் ரோஸி சேச்சி வீட்டுக் கதவு திறக்கவில்லை. நான் உரக்கச் சொன்னேன் : “விளையாடாதே, நடாஷா. கதவைத் தெற.” நடாஷா ஜன்னல் திரையை விலக்கியபடி கேட்டாள், “உனக்கு என்ன வேணும்?”

“என் கைப்பையிலே யாரோ செத்த பாம்பைப் போட்டு வச்சிருக்காங்க. என் பாடப்புத்தகங்களை எல்லாம் கிழிச்சு நாசம் பண்ணியிருக்காங்க. மசியிலே கையை வச்சு அதை என் நோட்டுப் புத்தகங்களிலே பதிச்சிருக்காங்க.” நான் உரக்க அழத் தொடங்கினேன்.

“இங்கே இருந்து அழ வேணாம். நீ போ” நடாஷா சொன்னாள்.

“நடாஷா, வாசல் கதவைத் தொற.”

“அந்தப் புஷ்பாங்கதன் மாஸ்டர் ஒரு அப்பாவி. அவரைப் புழைசாட வச்சுட்டே இல்லே. அதான் எல்லோரும் உன்னை வெறுக்கறாங்க.”

“அப்பாவியா புஷ்பாங்கதன்? என் உடம்பிலே தப்பு காரியம் செஞ்சவரில்லையா அந்தாளு?”

“நீ உடன்பட்டுத்தானே செஞ்சிருக்கார்?” ஜன்னல் திரையை திரும்ப இழுத்து மூடிவிட்டு நடாஷா உள்ளே போனாள்.

அப்புறம் வந்த நாட்களில் என் வாழ்க்கையிலேயே நான் அனுபவித்த மிகக் கொடிய தனிமை என்னைப் பாதித்தது. என் உலகத்தில் என்னோடு பழகியிருந்தவர்கள் ஒவ்வொருவராக இல்லாமல் போனார்கள். ரோஸி சேச்சியும் அவளுடைய இரண்டு சகோதரிகளும் என்னை வெறுத்து ஒதுக்கிய பின் ஒரு நாள் நான் லந்தன் அரண்மனையில் ஸைனபாவைச் சந்திக்கப் போனேன். விடுமுறைக் காலமானதால் அவர்கள் சொந்த ஊருக்குப் போயிருக்க, வீடு பூட்டியிருந்தது. நான் பீரங்கி மைதானத்துக்குப் போய் அங்கே கருங்கல் தடுப்பணை மேல் உட்கார்ந்திருந்தேன். ஒற்றை மேகம் கூட இல்லாமல் கருநீல நிறத்தில் ஆகாயம் விரிந்திருந்தது. கூட்டத்தில் இருந்து தனித்து வந்த ஒரு நாரை நேர்கோட்டில் பறந்து போனது. அது விட்டுப்போன தடம் ஆகாயத்தில் தட்டுப்படுகிறதா என்று நோக்கியபடி இருந்தேன்.

எங்கள் வீட்டில் சத்தங்கள் அபூர்வமாகவே எழுந்தன. அப்பூப்பன் ரேடியோ கேட்பதை நிறுத்திவிட்டார். அப்பன் காலையில் எழுந்தால், கட்டுமரம் உருவாக்கும் பட்டறைக்குப் போவார். பின், அந்தி கவிந்து இருட்டிய பிறகே திரும்பி வருவார். என்னை அம்மா சாப்பிடக் கூப்பிடுவது பெரும்பாலும் என் சாப்பாட்டுத் தட்டை மேஜை மேல் நங்க் என்று சத்தத்தோடு அவள் வைப்பதின் மூலமாகத்தான் பெரும்பாலும் இருக்கும்.

மாலைப் பிரார்த்தனையின்போது மட்டும் நாங்கள் ஒன்று கூடினோம்.

அந்த நாட்களில் என் உடலில் தோன்றி இருந்த மருக்கள் என் வாழ்க்கையின் மேல் இறுகப் பற்றத் தொடங்கின. நான் நடப்பது குறைந்தது. இல்லாவிட்டாலும் பாலங்கள் இல்லாத தீவில் நடந்து சுற்ற என்ன உண்டு? எல்லாப் பாதைகளும் தீவைச் சுற்றி ஓடும் வெள்ளத்தில்தான் முடிகின்றன. பல பொழுதும் நான் ஏதாவது ஒரு புத்தகத்தோடு என் கட்டிலில் கிடந்தேன். வாசிக்க எடுத்தது இல்லை அந்தப் புத்தகம். எனக்கு ஒரு துணை அது. கட்டிலின் செவ்வகத்தோடு என் உலகம் சுருங்கியது. என் அடைபட்டுப்போன வழிகளைப் பற்றி யோசித்தபடி நான் படுத்துக் கிடந்தேன். தினமும் நடு இரவில் நான் படுத்திருக்கிறேனா என்று கையால் தடவிப் பார்ப்பார் அப்பூப்பன். என் சுற்றுப்புறம் சிறுத்துக்கொண்டிருக்க, என் கட்டில், நாட்களின் ஊடாகத் தடுமாறி மிதக்கும் தெப்பமானது.

அப்பனும் அம்மாவும் வெளியே போயிருந்த ஒரு நாள் நான் படுத்திருந்த கட்டில் பக்கம் அப்பூப்பன் வந்தார். அவர் கேட்டார் : "குட்டிப் பொண்ணே, உன்கிட்டே ஒண்ணு கேக்கலாமா?"

"நூம்", நான் முனகினேன்.

"எதையும் மறைக்காம சொல்லுவியா?"

"நூம்"

"ஏன் எப்பவும் எதையோ யோசிச்சுக்கிட்டிருக்கே?"

நான் பதிலேதும் சொல்லவில்லை.

"தற்கொலை செஞ்சுக்க திட்டம் போட்டுட்டிருக்கியா?"

"நூம்"

"உண்மையச் சொல்லு ஜெசிக்கா"

"சத்தியமா சொல்றேன்"

“முடிவு செஞ்சிட்டியா?”

“முடிவு செஞ்சிட்டேன்.”

“எப்படி தற்கொலை பண்ணிக்க திட்டம்?”

“வேறே எப்படி? புழைசாடித்தான்.”

“அந்தப் புஷ்பாங்கதன் நம்மை முட்டாளாக்கிட்டான்.”

“நூம்.”

“நீ எல்லாம் யோசிச்சு முடிவு எடுத்திட்டேன்னு தோணறது. தற்கொலை பண்ணிக்கணும்னு தீர்மானிச்சவங்களோடு தர்க்கம் நடத்தி பிரயோஜனமில்லே.”

நான் ஒன்றும் சொல்லவில்லை. அப்பூப்பன் சொன்னார்: “தற்கொலை மாதிரியே நாம எடுக்கக்கூடிய இன்னொரு கஷ்டமான முடிவு கூட உண்டு. அதையும் கொஞ்சம் யோசிச்சுப் பாரு. வேணுமின்னா நீ ஒரு பைத்தியக்காரி ஆகலாமே.”

“பைத்தியம் பிடிக்கணுமா? பிடிச்சது போல நடிக்கணுமா?”

“பைத்தியம் பிடிக்கறது அப்படீங்கறது மனம் ஒப்பி நடக்கற ஒண்ணு. அதில்லாம காய்ச்சல், ஜலதோஷம் மாதிரி பைத்தியம் தொற்றாது. தற்கொலைக்கு ஒரு பதிலிதான் பித்துப் பிடிக்கறது. தற்கொலைக்கான மன தைரியம் பைத்தியம் பிடிக்கவும் வேணும்.”

“நூம்.”

“என் அனுபவத்திலே இருந்து சொல்றேன். நான் நைஜீரியாவிலே இருந்தபோது எனக்கும் பைத்தியம் பிடிச்சது. நானும் தற்கொலை செஞ்சுக்கத்தான் முடிவு பண்ணியிருந்தேன். பைத்தியம் பிடிக்கறதுலே ஒரு சௌகரியம் என்னான்னா. தேவையிருந்தா மறுபடி சகஜமான வாழ்க்கைக்கு வந்துடலாம். தற்கொலை செஞ்சுக்கிட்டு செத்தா, ஆட்டம் க்ளோஸ். பொணமா ஆத்தோட மிதந்துகிட்டுப் போவோம். அம்புட்டுதான்.”

பிலாத்தோஸ் பாதிரியார் எங்கள் திருச்சபைக்கு வந்தது முதல், துக்கவெள்ளிக்கு முந்திய லெண்ட் நோன்பு காலத்தில்

'சிலுவைப்பாதை' சடங்கு அனுசரிக்கப்படத் தொடங்கியது. ஏசுவைச் சிலுவையில் அறைந்து இறந்துபோகத் தீர்ப்பானதில் ஆரம்பித்து, அவருடைய திரு உடலைக் குகையில் பாதுகாத்து வைத்து இறுதிச் சடங்கு செய்வது வரையான நிகழ்வு நடக்கும் பதினான்கு இடங்கள் கற்பிக்கப்பட்டும். போனிபேஸ் பாலத்தை அடுத்துத் தொடங்கி, சர்ச் முற்றம் வரையான வழியில் இந்தப் பதினான்கு இடங்களும் மெழுகுச்சீலையும், மூங்கில் பிளாச்சுகளும் வைத்துக் கட்டிய சிறு பந்தல்களாக நிறுத்தப்படும்.

லெண்ட் நோன்புகாலம் தொடங்கியது. 'சிலுவைப் பாதை'யினூடே அப்பன் பல இடங்களிலும் தச்சுப் பணி செய்து கொடுத்தார். முந்தைய பிரசிடெண்ட் சேவியரின் மேற்பார்வையில் சந்தியாகுவும் குழுவினரும் பந்தல்களை அலங்கரித்தார்கள். ஒவ்வொரு இடத்திலும் பாடவேண்டிய பிரார்த்தனை கீதங்களையும், சொல்ல வேண்டிய விவிலிய வசனங்களையும், குந்தன் மியூசிக் கிளப்காரர்கள் புதியதாக வாங்கிய, ஒரு நடுவாந்திர சைஸ் பெட்டியின் அளவு உள்ள நாடா டேப் ரிக்கார்டரில் பதிவு செய்து ஒலிபரப்பினார்கள். முந்தைய ஆண்டுகள் போல, குருத்தோலை ஞாயிறன்று எனக்கு நாக்கைச் சப்புக்கொட்டிக்கொண்டு கொழுக்கட்டை தின்ன விருப்பமில்லாது போனது. பெசாஹவியாழன் அன்று சிலுவைப் பாதையான ஸ்லீவாப்பாதையில் எட்டாம் இடமான 'ஜெருசலேம் பெண்களுக்கு ஏசு ஆறுதல் மொழியும்' இடத்தில் வைத்து என் மனநோய் தொடங்கத் தீர்மானித்தேன்.

பெசாஹவியாழன் தினத்தில் பிற்பகல் மூன்று மணிக்கு தெற்குப்புற வீட்டுக்காரர்களான நாங்கள், கையில் பிரார்த்தனைப் புத்தகங்களோடு, சிலுவைப் பாதையில் முதல் இடமான 'பந்தியோஸ் பிலாத்தோஸ் அரசன் மாளிகை'யிலிருந்து யாத்திரை தொடங்கினோம். எங்கள் கூட்டத்துக்கு முன் ஒரு கைவண்டியில் மைக்கும் ஒலிபெருக்கிகளும் வைத்து, குந்தன் மியூசிக் கிளப்காரர்கள் டேப் ரிக்கார்டரில் பிரார்த்தனை கீதங்களை ஒலிபரப்பியபடி போனார்கள். முதல் தடவையாக டேப் ரிக்கார்டரைப் பார்க்க, பல லந்தன்பத்தேரிக்காரர்களும்,

போஞ்ஞிக்கரை வாசிகளும் சிலுவைப்பாதை நெடுகக் காத்து நின்றார்கள்.

சிலுவைப்பாதையில் முதல் நிறுத்தத்தில் எழுதி வைக்கப் பட்டிருந்தது: “ஏசு கிறிஸ்துவுக்கு மரண தண்டனை விதிக்கப்படுகிறது.” எரணாகுளத்து ஓவியர்கள் வரைந்த, ரோமானியத் தூண்கள் கொண்ட ஒரு அரண்மனை முகப்பில் சிம்மாசனத்தில் அமர்ந்து கைகழுவும் பிலாத்தோஸ் அரசனையும், படைவீரர்களுக்கு நடுவே நிற்கும் கர்த்தரையும் காட்சிப்படுத்தும் ஒரு ஓவியம் அங்கே இருந்தது.

ஒலிபெருக்கி மூலம் கில்பர்ட் குரல் கேட்டது: “பிலாத்தோஸ் யேசுவை விடுவிக்க விரும்பி மறுபடி அவர்களை அழைத்துச் சொன்னான். அவர்களோ: “அவனைச் சிலுவையில் அறையுங்கள். சிலுவையில் அறையுங்கள்” என்று கூச்சல் போட்டார்கள்.”

ஏசு கிறிஸ்து சிலுவை சுமக்கும் இரண்டாம் இடத்துக்கு வந்தோம். அங்கே வந்து சேர்வதற்காக நடந்தபோது நஜீபும், டெய்சியும் நாடா டேப்ரெக்கார்டரில் பாடினார்கள்:

“சிலுவை சுமக்கிறார் உலகின்
பாவம் சுமக்கிறார்
சுமந்து சொல்கிறார் சிலுவை
சுமந்து செல்கிறார்
நிந்தனை மிகும் கொடிய
வார்த்தை எழுந்திடும்
பாதை தன்னிலே அவர்
நடந்து செல்கிறார்.”

நாங்கள் மூன்றாம் இடத்துக்கு வந்தோம். இங்கேதான் ஏசு கிறிஸ்து சுமந்துகொண்டிருக்கும் சிலுவையோடு முதல் தடவையாகத் தரையில் விழுகிறார். கர்த்தர் அன்னையாகிய பரிசுத்த மரியத்தைக் காணும் நான்காம் இடத்துக்கு நடந்தபோது நஜீப்பின் பாட்டு உச்சஸ்தாயியில் ஒலிபெருக்கி மூலம் கேட்டது :

"பாதையில் அழுது வந்த அன்னையை
பிரான் ஏசு நோக்கினார் பின் திரும்பி.
சொர்க்க ஒளி வீசும் விழிகளில்
கூர் அம்புகள் துளைத்த வேதனை"

நான்காம் இடத்தில் எழுதியிருந்தது : "ஏசு பாதையின் தம் அன்னையைக் காண்பது." ஐந்தாம் இடம், "சைமன் ஏசுவுக்கு உதவிடுதல்." வெரோனிகா ஏசுவின் களைத்த திருமுகத்தைத் துடைக்கும் காட்சி அமைந்த ஆறாம் இடத்துக்குப் போகும்போது டெய்சியின் துக்கம் நிரம்பிய குரலைக் கேட்டோம்:

*"வாடித் தளர்ந்த முகம் - ஏசுவின்
விழிகள் மங்கலாய்த் தெரிந்தன
வெரோனிகா அழுதழுது
வேதன் திருமுகம் ஒற்றித் துடைத்தாள்."*

ஏழாம் இடம்: "ஏசுபிரான் இரண்டாம் முறையாக விழுகிறார்."

அடுத்து எட்டாம் இடம். இங்கேதான் ஏசுநாதர் எருசலேம் நகரப் பெண்களுக்கு ஆறுதல் சொல்கிறார். எட்டாம் இடத்தை நோக்கி நாங்கள் போகும்போது ஒலிபெருக்கி மூலம் கில்பர்ட் குரல் கேட்டது :

"எருசலேம் தெருக்களில் மக்கள் பெருங்கூட்டமாகக் குழுமினர். அவர்களின் சத்தம் எங்கும் உயர்ந்தது. வழக்கம் போல் இல்லாமல் இப்படிக் கூடியிருந்ததைக் காணப் பெண்கள் வந்தார்கள். அவர்களுக்கு நன்கு பரிச்சயமான ஏசு கொலைக்களத்துக்கு இழுத்துப் போகப்படுகிறார். அதைக் கண்ட பெண்கள் அலறிப் புலம்புகிறார்கள். அவர் பேரில் அவர்களுக்கு அனுதாபம் மேலிடுகிறது. அவர்களிடம் ஏசு சொல்கிறார் (நஜீபின் குரல்): "எருசலேம் நகர புதல்வியரே, எனக்காக அழாதீர்கள். உங்களுக்காகவும் உங்கள் பிள்ளைகளுக்காகவும் அழுங்கள். மலடிகளும் பிரசவிக்காத வயிறுகளும், ஊட்டாத முலைகளும் கொடுத்து வைத்தவை என்று சொல்ல வேண்டிய காலம் வந்து கொண்டிருக்கிறது.

பிரார்த்தனைக் கூட்டம் ஒன்பதாம் இடத்துக்கு நடந்தார்கள். நான் அழுதுகொண்டிருக்கும் எருசலேம் நகரப் பெண்களின் ஓவியத்தைப் பார்த்தபடி அங்கேயே நின்றேன். தெற்கு வீட்டுக்காரர்கள் ஒன்பதாம் இடத்திலிருந்து புறப்பட்டபோது ஒலிபெருக்கியில் பத்தாம் இடத்தின் - ரட்சகரான ஏசு கிறிஸ்துவின் ஆடைகளைக் களைந்த இடம் - விவரங்கள் கேட்கத் தொடங்கின. நான் எட்டாம் இடத்துப் பந்தல் முன் மண்டி போட்டு நின்றேன். கைகளை விரித்து உரக்கப் பாடினேன் :

"எருசலேம் பெண்களே நீங்கள்
எனக்காக ஏன் அழுதீர் அழுதிடுவீர்
உமக்கும் உம் மக்களுக்கும்"

என் பிரார்த்தனையின் சத்தம் கூடிக்கொண்டே போனது. அது பத்தாம் இடத்தில் பிரார்த்தித்துக் கொண்டிருந்தவர்களைச் சென்று அடைந்தது. அம்மாவும் சில்வியாசேச்சியும், சாராசேச்சியும் என் பக்கம் ஓடிவந்தார்கள். அவர்கள் என்னைப் பற்றி எழுப்பி வீட்டுக்குக் கூட்டிப் போகப் பார்த்தார்கள். நான் பாட்டை நிறுத்தவே இல்லை.

"வேதனை மிகுந்திடும்
காலம் வருகுது
கண்ணீரின் காலம்"

சாராசேச்சி கையை விரித்து என் வாயைப் பலமாகப் பொத்தினாள். நாங்கள் வீட்டுக்கு நடந்தோம், பரங்கி ஜபக்கூடத்தை நெருங்கும்போது நான் என்னைப் பற்றியிருந்த கரங்களிலிருந்து விடுவித்துக்கொண்டு நடுத்தெருவில் மண்டியிட்டு, பிராயச்சித்தம் செய்யும்போது பாடும் லுத்தினியாப் பாடலை உரக்கச் சொல்லத் தொடங்கினேன் : "கர்த்தாவே நீர் எங்களுக்காகச் சிந்திய திருரத்தத்தை."

"கர்த்தரே எம் பாவங்களைப் பொறுப்பீரே", நானே சத்தம் தாழ்த்திச் சொன்னேன்.

"உம் திருச் சிரசில் பட்ட எழுபத்திரெண்டு காயங்கள் குறித்து..."

அம்மாவும் சில்வியாசேச்சியும் சாராசேச்சியும் என்னைப் பலமாகப் பற்றி எழுப்பி வீட்டுக்கு இழுத்துப் போனார்கள். மலாக்கா ஹௌஸின் முதல் மாடியில் குந்தன் மியூசிக் கிளப்காரார்களும், கட்சிச் செயலாளர் ஜோசபும் என்ன இரைச்சல் என்று பார்க்க வெளியே வந்து நின்றார்கள். கீழ்த்தளத்தில் அடைத்திருந்த கடைத்திண்ணையில் குடிபோதையில் படுத்திருந்த ராகவன் மாஸ்டர் என்னை நோக்கி பலகீனமாகக் கையசைத்தபடி சொன்னார்: "அல்லேலுயா, ஊஸ்ஸா."

ஈஸ்டர் ஞாயிற்றுக்கிழமைக்கு இரண்டுநாள் கழித்து, பிலாத்தோஸ் பாதிரியார் எங்கள் வீட்டுக்கு புனித பனதிகோஸின் உருவம் பொறித்த பதக்கத்தோடு வந்தார். வீட்டில் நுழைந்ததுமே அவர் சொன்னார்: "பனதிகோஸ் புனிதரின் பதக்கத்தை ஜெசிக்கா கழுத்திலே போட்டுக்கிட்டா அவளைப் பிடிச்ச சாத்தான் இறங்கி ஓடிடுவான். ரொம்ப சக்தி வாய்ந்தது இது. நான் வெறும் பாதிரிதான். இதை ஆசீர்வதிக்கப் பேராயரோட சிறப்பு அனுமதி வேணும்."

"இந்தப் பதக்கத்தில் பொறித்த சிலுவையில் *N.D.S.M.C* என்று எழுதி இருக்கு பாருங்க. லத்தீனில் *Nunquam draco sit mihi dux* என்று சொல்வதின் சுருக்கம் அது. 'சாத்தான் எப்போதும் என்னை வழிநடத்தாதிருக்கட்டும்' அப்படீன்னு இதுக்கு அர்த்தம். நான் இந்தப் பதக்கத்தை ஜெசிக்காவோட தலைக்கு மேலே வைக்கப்போறேன். அவளைப் பிடிச்ச கேடு எல்லாம் விலகிப் போயிடும்."

பதக்கத்தில் இருந்த பனதிகோஸ் புனிதரின் திரு உருவத்தை எங்களுக்குக் காட்டியபடி பிலாத்தோஸ் பாதிரியார் சொன்னார்: "அவர் எப்படி நிக்கறார்னு பார்த்தீங்களா? எந்த சாத்தான் நெருங்க முடியும்?" அந்தப் பதக்கத்தை என் தலையில் தொட்டபடி வைத்துக் கண்மூடி பிலாத்தோஸ் பாதிரியார் பிரார்த்தித்தார். பின் நாங்கள் வீட்டுக்குள், திரு இதயப் படம்

இருந்த அறைக்கு நடந்தோம். என்னை மண்டியிடச் செய்து பிலாத்தோஸ் பாதிரியார் பிசாசை ஓட்டும் மந்திரங்களை உருவிட்டார்.

"நீங்கள் யாராக இருந்தாலும்
துஷ்ட உருவங்களே, பைசாசங்களே
நரகத்திலிருந்து புறப்பட்டு வந்த தீயசக்திகளே
துஷ்ட சங்கங்களோ, சமூகங்களோ
பிரிவுகளோ, யாராயிருந்தாலும்
ஜெசிக்காவுக்குள் இருந்து
உங்களை நாங்கள்
அகற்றி ஓட்டுகிறோம்.."

பிரார்த்தனை முடிந்து பிலாத்தோஸ் பாதிரியார் கேட்டார்: "என்ன ஜெசிக்கா, ஏதாவது மாறுதல் தெரியுதா?"

"அவ முகத்திலே ஒரு தெளிவு காணுது" என்றாள் அம்மா.

"அது உண்மைதான்" என்றார் பிலாத்தோஸ் பாதிரியார்.

"காக்கைகள் காக்கைகள் சதா சண்டையிட்டுக் கொண்டிருக்கும் கொச்சிக் காக்கைகள்" என்றேன் நான்.

"பனதிகோஸ் புனிதரோட உருவம் பொறிச்ச பதக்கம் கூடின செயின் கொஞ்ச நாள் இந்தப் பொண்ணு கழுத்தில் கிடக்கட்டும். ஜெசிக்காவை வீட்டுக்கு வெளியே விடவேணாம். பனதிகோஸ் புனிதர் காக்கையை எல்லாம் விரட்டிடுவார்" என்றார் பிலாத்தோஸ் பாதிரியார்.

அன்று இரவு எல்லோரும் உறங்கியபிறகு நான் ஒரு மெழுகுவர்த்தியோடு வெளியே கிளம்பினேன். நிலா ஒளிவீசிய இரவு என்பதால் பீரங்கி மைதானத்தை நோக்கி நான் நடந்த பாதையெல்லாம் வித்தியாசமான மரநிழல்கள் விழுந்திருந்தன. முந்தைய காலத்தின், பிளந்த இலைகள் உள்ள கறிப்பலா, சிறு பந்துகள் போல் ஆஞ்சிலிமரத்தில் தொங்கிய பழங்கள், கனமாகக் கூடாரம் விரித்த சப்போட்டா மர இலைகள். எல்லா நிழல்களும் பீரங்கி மைதானத்தில் முடிந்தன. ஐந்து பீரங்கிகளை நிறுத்தி வைத்திருந்த கருங்கல் மேடைக்கு நான்

தாவி ஏறினேன். மெழுகுவர்த்தியை ஏற்றி இடது கையில் உயர்த்திப் பிடித்தேன். மெல்ல வீசிய காற்றில் சுடர் அசைந்து ஆடினாலும், மெழுகுவர்த்தி அணையவில்லை.

நான் வழியனுப்பிய முதல் கப்பல் பாலஸ்தீனிலிருந்து வந்தது. அதில் யூதர்கள் பயணம் செய்தார்கள். பழைய கால யூத உடை உடுத்திக் கப்பலின் மேல் தளத்திலிருந்த எஸ்.எஸ்.கோடரும் குடும்பத்தினரும் என்னைப் பார்த்துக் கையசைத்தார்கள். அதன் பின் நீளமான சுண்டன் வள்ளம் என்ற படகு வந்தது. படகின் அணியத்தில் க்னானயாய தொம்மன் என்னும் கிறிஸ்துவ மதப்பிரிவுத் தலைவர் நின்றிருந்தார். சுருண்ட தலைமுடியும், அகன்ற தாடையுமாகத் துடுப்புப் போட்டுப் போன க்னானயாய பிரிவு கிறிஸ்துவர்கள் தித்தித்தோம் என்று பாடிக்கொண்டு போனார்கள்.

அடுத்து, அரபிகள் இரண்டு பெரிய மரக்கலங்களில் வந்தார்கள். அதில் ஒன்றின் மேல்தளத்தில், ஹார்மோனியம் வாசித்தபடி மெஹபூப் நின்றிருந்தார். அடுத்து வந்த சீனக் கப்பலில் மலேயா ரெஸ்டாரண்ட்காரர் லீயும் குடும்பமும் போனார்கள். அதன் பின், சிலுவை அடையாளத்தைப் பாய்மரத்தில் வரைந்து வைத்த, பீரங்கிகள் நிறுத்தியிருந்த பரங்கிக் கப்பல். பரங்கி உடையணிந்த கில்பர்ட்சேட்டனும், ஜப் தில் நறொஞ்ஞாவும் அவர்களுடைய குடும்பங்களும் கப்பலில் இருந்தார்கள். ஆல்ஃபி நறொஞ்ஞா என்னைப் பார்த்துப் புன்சிரித்தான். டச்சுக் கப்பலில் எனக்குத் தெரிந்தவர்கள் யாரும் இல்லை. கோவாவில் இருந்து கொங்கணிகளை ஏற்றிப்போகும் சிறிய கப்பல், சௌராஷ்ட்ரத்தில் இருந்து குஜராத்திகளை ஏற்றிப் போன மற்றொரு சிறு கப்பல் ஆகியவை வரிசையாக என்முன் கடந்து போயின. எல்லாக் கப்பல்களுக்கும் கடைசியாக வந்த ஒரு நீராவிக் கப்பலைப் பார்த்தேன். அதில் இங்க்லீஷ்காரர்களின் கொடி பறந்துகொண்டிருந்தது.

“ஐயோ, என் குழந்தை கையிலே மெழுகுவர்த்தி பிடிச்சுக்கிட்டு நடு ராத்திரிக்கு பீரங்கி மைதானத்திலே என்ன செஞ்சுக்கிட்டிருக்கா?.” அப்பன் கூக்குரலிட்டதை நான் கேட்டேன். நான் திரும்பிப்

பார்த்தபோது அப்பனும் அவரோடு கூட சந்தியாகு சேட்டனும், கோமஸ் சேட்டனும் நிற்பதைக் கண்டேன்.

“ஏம்மா குழந்தை, இங்கே என்ன பண்ணிட்டிருக்கே?” என்னை பீரங்கி மேடையில் இருந்து இறக்கியபோது சந்தியாகுசேட்டன் கேட்டார்.

“நான் கப்பல்களுக்கு வெளிச்சம் காட்டிட்டிருந்தேன் அப்பன்” என்றேன்.

“கப்பலுக்கு விளக்கா? சர்வேசுவரன் கர்த்தரே, எனக்கு ஒண்ணும் புரியலையே” அப்பன் தீனமாக முறையிட்டார்.

“அப்பன், நான் ஒரு கலங்கரை விளக்கம்.” நான் பொறுமையாக அப்பனுக்கு விளக்கினேன். “அப்பன், பார்த்திருப்பீங்களே, அமெரிக்காவிலே ஒரு கர்ப்பிணிப் பொண்ணு, குண்டா இருக்கப்பட்டவ அவ, கையிலே கொளுத்தி வச்ச தீப்பந்தத்தோடு நின்னுக்கிட்டிருக்கிற சிலை? ஸ்டாச்சு ஓஃப் லிபர்டி. விடுதலைச் சிற்பம். அதுபோல நானும் ஒரு கலங்கரை விளக்கம்.”

அடுத்த நாள் காலை அப்பனும் அம்மாவும் என்னை எரணாகுளம் தெற்கு ரயில்வே ஸ்டேஷனுக்கு அருகே தனியார் மனநல மருத்துவமனையில் சேர்த்தார்கள். எனக்கு இஞ்செக்ஷன் போட்ட பிறகு டாக்டர் சொன்னார்: “நாளைக்கு ஷாக் கொடுக்கலாம். இன்னிக்கு ராத்திரி பட்டினி கிடக்கணும்.”

”டாக்டர், ஷாக் தந்துதான் ஆகணுமா?” அம்மா அழுதபடி கேட்டாள்.

“உடனே குணப்படுத்த அதுதான் வழி” என்றார் டாக்டர்.

மாலை நேரமானபோது ஆஸ்பத்திரி வராந்தாவில் அப்பூப்பனுடைய உரத்த குரல் கேட்டது. “ஜெசிக்கா, என் கண்ணு ஜெசிக்கா...”

அப்பூப்பனோடு வந்த சந்தியாகுசேட்டன் சொன்னார்: “மார்க்கோஸ்சேட்டனுக்கு ஒரே பிடிவாதம். எரணாகுளத்துக்குப் போய் ஜெசிக்காவைப் பார்த்தாகணும் அப்படீன்னு. சரின்னு கூட்டிக்கிட்டு வந்தேன்.”

“ஜெசிக்கா”, அப்பூப்பன் என் நெற்றியில் கைவைத்தபடி சொன்னார் : “இந்த நடிப்பை எல்லாம் நிறுத்தும்மா. விளையாடி விளையாடி விளையாட்டு வினை ஆயிடுச்சு. உனக்கு ஷாக் கொடுக்கப்போறாங்களாம். வினையான விளையாட்டுதான் இது. பைத்தியமா நடிக்கறதை நிறுத்து இல்லேன்னா, என் குழந்தே ஜெசிக்கா, உன் தலைக்குள்ளே இருக்கற எல்லாத்தையும் கரண்ட் முழுங்கிடும். அப்புறம் தலை ஒண்ணும் இல்லாம வெறும் கூடு ஆயிடும்.”

“அது நல்லதுதானே மார்க்கோஸ்சேட்டா?” சந்தியாகுசேட்டன் கேட்டார். அந்தப் புஷ்பாங்கதனும் இந்தப் பொண்ணோட தலையிலே இருந்து இறங்கிப் போயிடுவானில்லே?”

“முட்டாள்தனமா பேசாதே சந்தியாகு” அப்பூப்பன் அவரைக் கண்டித்தார். “புஷ்பாங்கதனும் போயிடுவான். கர்த்தாவும் வெளியேறிடுவார்.”

ராத்திரி கடைசிப் படகு புறப்படும் நேரமானபோது சந்தியாகுசேட்டன் அப்பூப்பனை ஒரு ரிக்ஷாவில் ஏற்றிப் படகுத் துறைக்கு அழைத்துப் போனார். அந்த இரவில் நான் சுகமாக உறங்கினேன். நடு இரவில் தண்ணீர் குடிக்க நான் எழுந்தபோது அப்பனும் அம்மாவும் பேசிக்கொண்டிருந்ததைக் கண்டேன்.

மறுநாள் காலை என் உடுப்புகளைக் களையச் சொன்னார்கள். பச்சை நிறத்திலிருந்த மருத்துவமனை அங்கியை அணிந்து கொண்டேன். உயரமான ஒரு மேஜையில் என்னைக் கிடத்தினார்கள். என் தலைமாட்டில் அம்மாவும், அப்பனும், எட்வின்சேட்டனும், விக்கி பெரியம்மாவும், கண்ணீரோடு ஜான்சனும் நிற்பதைப் பார்த்தேன். அப்பன் வழக்கத்தை விடக் கிழவராகத் தெரிந்தார். அவர் என் அம்மாவின் தோளை ஆதரவாகத் தொட்டுக்கொண்டிருந்தார். முதல் முறையாக அப்பன் அம்மாவைத் தொட்டதைப் பார்த்தேன்.

என் கைகளை உடம்போடு ஒட்டி வைத்தார்கள். என் நெஞ்சிலும் இடையிலும் கால்களிலும் தோல்பட்டைகளை

இட்டு மேஜையோடு என்னை இறுகப் பிணைத்திருந்தார்கள். ஒரு நர்ஸம்மா என் வாயைத் திறந்து, பிளாஸ்திரி சுற்றிய இரும்புக் கட்டையை உள்ளே வைத்தார். தோள்வரை வளர்ந்திருந்த என் தலைமுடியைப் பிரித்து, நெற்றிக்கு அருகே செப்பு எலக்ட்ரோடுகளைப் பொருத்தியிருந்தார்கள்.

மின்சார ஷாக் தரும் யந்திரத்தின் குமிழ் திருகப்படும் ஓசையை நான் கேட்டேன். ஓடும் வெள்ளத்தின் குளிர்ச்சியை நான் அறிந்தேன். நதி. மருதாணிக்காடு உள்ள, மயில்கள் தோகை விரித்து ஆடுகிற குன்றில் இப்போது தான் பிறந்த நதி. சிறு ஓடைகளில் வெள்ளத்தின் குமிழ்கள் உடையும் சத்தத்தை நான் கேட்டேன். தேவதைகளின் குழல் போல் இசைத்துக் கொண்டு மலை இடுக்குகள் வழியே பாய்ந்து ஓடும் வெள்ளம் பெருகிக்கொண்டிருந்தது.

பள்ளிவாசலுக்கு வந்து சேர்ந்தபோது பெரியாறு ஒரு பெரிய தடாகமானது. நான் நீரில் நீந்தினேன். வெள்ளம் புவியீர்ப்பு விசையை என்னிலிருந்து அகற்றியது. பள்ளிவாசல் நீர்த்தேக்கத்தில் மின்சாரம் உற்பத்தி செய்யும் விசையுருளைகளின் சத்தத்தைக் கேட்டபடி கடந்து நீந்திப்போய் நான் மலையாற்றூர் மாதாகோவிலைக் கண்டேன். ஆலுவா மணப்புரம் கடந்து நான் லந்தன்பத்தேரி வழியாகக் கொச்சி அழிப் பிரதேசத்தில் கடலோடு கலக்க ஓடினேன். நான், நான்... ஐரின் மார்கரீத்தா மரியகொரத்தி எட்வினா... அய்யோ, நான் என் பெயரை மறந்துபோனேனே. சும்மா சொன்னேன். முடிவிலும் வசனம் இருந்தது. அது திக்கித் திக்கி வந்தது.

(நிறைவு)

பின்னிணைப்பு – சொற்பொருள் விளக்கம்

சொல்	**விளக்கம்**
அப்பூப்பன்	அப்பனின் அப்பன்; தாத்தா
அளவு - இடங்கழி	2 ராத்தல்; 906 கிராம்
அளவு - கழஞ்சு	5.4 கிராம்
அளவு - நாழி	இடங்கழியில் லி பாகம். 226 கிராம்
அளவு - பண எடை	490 மில்லி கிராம்
அளவு - பலம்	41 கிராம்
அளவு - மணங்கு	3.413 கிலோ கிராம்
அளவு - ராத்தல்	ஒரு பவுண்ட்; 453 கிராம்
கடத்து வஞ்சி, வள்ளம்	நதியின் இக்கரையிலிருந்து கடத்து அக்கரைக்கும் அக்கரையிலிருந்து இக்கரைக்கும் பயணிகளை ஏற்றிப் போகும் படகு

கடமட்டத்து கத்தனார்	கடமட்டம் என்ற ஊரைச் சேர்ந்த பாதிரியார். கேரள வாய்மொழிக் கதைகளில் மந்திர தந்திரத்தில் வல்லவராகச் சித்தரிக்கப் படுகிறவர்
கடல்நோய்	கப்பல் நகர்வதால் பயணிகளுக்கு ஏற்படும் குமட்டல் நோய் seasickness
கட்டுவள்ளம்	பயணிகளையும் பொருள்களையும் ஏற்றிப் போகும் பெரிய படகுகள்
கணாரா	மலையாள உரையாடலில் பெரும்பாலும் கருணாகரன் என்ற பெயர் 'கணாரா' என்று திரித்து விளிக்கப்படும்.
கதாபிரசங்கம்	சமூகக் கதைகளைப் பாட்டுகளோடு கூறும் நிகழ்ச்சி. தமிழகத்தில் நடக்கும் புராணக் கதை சார்ந்த கதாகாலட்சேபம் போன்றது.
கழிமுகம்	ஆறு அல்லது காயல் கடலில் கலக்கும் இடம். துறைமுக முகப்பு
காயல்	நீர் நிலைத்து இருக்கும் நதியின் பகுதி. Back water
கொச்சு, குட்டி	சிறுமியர், இளம் பெண்களின் பெயர்கள் கொச்சே, குட்டி என்று பின்னொட்டோடு விளிக்கப்படுவது வாடிக்கை (ஜெசிக்கா கொச்சே, நடாஷா குட்டி இப்படி)
கோவில்பிள்ளை	மாதாகோவில் ஊழியர். Sexton
சேச்சி	மூத்த சகோதரி. பிறப்பால் மூத்த சகோதரி இல்லாவிட்டாலும், அன்புக்கும் மரியாதைக்கும் உரிய பெண்டிரை அவர்கள் பெயரோடு சேச்சி என்று சேர்த்துக் குறிப்பிடுவது உண்டு

சேட்டன்	மூத்த சகோதரன். பிறப்பால் மூத்த சகோதரன் இல்லாவிட்டாலும், அன்புக்கும் மரியாதைக்கும் உரிய ஆடவரை, அவர்கள் பெயரோடு சேட்டன் என்று சேர்த்துக் குறிப்பிடுவது உண்டு.
தலை தொட்டப்பன்	ஞானஸ்நானத்தின் போது ஞானப்பிதா Godfather
தலை தொட்டம்மா	ஞானஸ்நானத்தின் போது ஞானத்தாய் Godmother
பத்தேரி	பீரங்கிகளின் தொகுதி. Battery
பப்பட வடை	அரிசி மாவு, மிளகாய்த் தூள், மஞ்சள்பொடி கலந்த கலவையில் பப்படத்தைத் தோய்த்து, எண்ணெயில் பொரித்தெடுக்கப்படுவது. தேநீரோடு கொறிக்கும் நொறுக்குத் தீனி
பழம்பொறி	வாழைப் பழத் துண்டுகளை மைதா மாவு, அரிசி மாவு, மஞ்சள்பொடி கலந்த கலவையில் தோய்த்து, எண்ணெயில் பொரித்தெடுக்கும் பதார்த்தம்
பிரசிதேந்து	தலைவர்; President
பெசாஹா வியாழன்	புனித வெள்ளி தினத்துக்கு முந்திய வியாழக்கிழமை
மச்சுவா	அகன்ற மர அடித்தளம் கொண்ட சிறு படகு
மணியறை	படுக்கை அறை
மார்பாப்ப	போப்பாண்டவர்
லந்தன்	லந்தன் - ஒல்லாந்து (என்ற) ஹாலந்து (என்ற) டச்சு நாட்டுத் தொடர்பானது. Holland or Dutch related

லுத்தினியா	கிறிஸ்துவ மதப் பிரார்த்தனைப் பாடல் Litany
விமோசன சமரம்	1957-ல் கேரளத்தில் தேர்தலில் வெற்றி பெற்று ஏற்பட்ட முதல் கம்யூனிஸ்ட் கட்சி ஆட்சியைக் கவிழ்க்க காங்கிரஸ் கட்சியும், மதவாத இயக்கங்களும், நிறுவனங்களும் நடத்திய போராட்டம். இதன் விளைவாக 1959-ல் அரசு கலைக்கப்பட்டு ஜனாதிபதி ஆட்சி நடப்புக்கு வந்தது.
வெடிக்கட்டு	வாணம், பட்டாசு. கோவில் விழாக்களில் பட்டாசு வெடித்தும், வாணம் கொளுத்தியும் வழிபாடு நடப்பது வாடிக்கை.

என்.எஸ்.மாதவன் : ஒரு நேர்காணல்

இரா.முருகன்

மலையாள எழுத்தாளர் என்.எஸ்.மாதவன் மலையாளப் புனைகதை இலக்கியத்தைப் புதுப்பித்தவர்களில் முக்கியமானவர், இலக்கியப் போக்கை நவீனத்துவத்துக்கு மடைமாற்றியவர் என்ற பெருமை அவருக்கு உரியது.

என்.எஸ்.மாதவனோடு என் நட்புக்கு இரண்டு மார்கழி வயது. அவருடைய எழுத்தோடு என் நட்பு இருபது மார்கழி கடந்த ஒன்று. இரண்டு வகை நட்பும், நான் மாதவனின் இலக்கியப் படைப்பை அண்மையில் தமிழுக்கு மொழிபெயர்த்தபோது வலிமை பெற்றது.

போன மார்கழிக்கும் இந்த மார்கழிக்கும் நடுவில் நான் அவருடைய நாவலான 'லந்தன் பத்தேரியிலெ லுத்தினியகள்'

நூலைத் தமிழாக்கினேன். 'பீரங்கிப் பாடல்கள்' என்ற பெயரோடு அது வெளிவர ஆயத்தங்கள் நடந்துவரும் இவ்வேளையில் வழக்கம்போல் மார்கழி இசைவிழா சீசன் துவங்கியது. எழுத்தோடு நட்பை இன்னும் இறுக்கமாக்கியது இசை ரசனையும், நல்ல சாப்பாட்டு ரசனையும்.

என்.எஸ்,மாதவனும், எங்கள் நண்பர் இந்தியன் எக்ஸ்பிரஸ் கார்ட்டூன் ஓவியர் ஈ.பி.உண்ணியும் நானும் நல்ல சங்கீதத்தை இசைவிழா அரங்குகளிலும் சுவையான உணவை வெளியிலும் நாடிப் போனோம். உண்ணி பாலக்காட்டுக்காரர் என்பதால் தமிழ் சரளமாகப் பேசுவார். மாதவனும் தேவைக்கு வேண்டிய தமிழோடுதான் கிளம்பி வந்திருந்தார். மலையாளத்தில் உரையாட நான் ஆசைப்பட்டது நிறைவேறாமல் தமிழிலேயே பேசிக்கொண்டிருந்தோம். இசையும், உணவும் கிட்டத்தட்ட தமிழில்தான்.

அப்படியான ஒரு இனிய தருணத்தில், மியூசிக் அகாதமியில் புதிய தலைமுறை இசைக் கலைஞரான சுநில் கர்க்யானின் மரபிசை நிகழ்ச்சியை நாங்கள் மூவரும் ரசித்துக்கொண்டிருந்தோம். 'மானச சஞ்சரரே' என்று சாமா ராக கீர்த்தனையைப் பாடகர் பாடிக்கொண்டிருக்க, நான் தணிந்த குரலில் மாதவன் சாரிடம் சொன்னேன் - 'ஆத்ம வித்யாலயமேன்னு இதே ராகத்திலே பழைய மலையாள சினிமா ஹரிச்சந்திரன்லே ஒரு பாட்டு இருக்கு. வைக்கம் புருஷோத்தமன் பாடி, திக்குரிசி சுகுமாரன் நாயர் ஹரிச்சந்திரனா நடிக்கப் படமாக்கியிருப்பாங்க' உண்ணி என் காதில் சொன்னார், 'அது கமுகரை புருஷோத்தமன்'. கமுகரைதான் என்று தீர்ப்பு வழங்கினார் மாதவன். சிரித்தபடி அடுத்த பாட்டுக்குக் கடந்தார் கர்கயான்.

இந்த இனிய தருணம் காலத்தில் உறைந்து நிற்கக் கூடாதா என்று ஒரு ஏக்கம். சட்டென்று நினைவு வந்தது, நாளை மறுநாள் மாதவனும் உண்ணியும் எரணாகுளம் திரும்புகிறார்கள். நாலுநாள் இசையில் மூழ்கி இருந்ததில் மறந்துபோன ஒரு காரியம் உண்டு. என்.எஸ்.எம். அவர்களை நேர்காணல் நடத்த நினைத்தது இன்னும் நடக்கவில்லை. பாட்டோடு என்

பாட்டையும் கலக்கிறேன். 'சார், மதியம் அடுத்த கச்சேரி கேட்கப் போகிறதுக்குள்ளே உங்களை ஒரு இண்டர்வ்யூ செய்யணுமே'. 'ஓ, ந்யூ உட்லண்ட்ஸ் வந்துடுங்க, முடிச்சுடலாம்' அவர் மறுபடி இசையில் ஆழ்கிறார்.

இரண்டு இசை நிகழ்ச்சிகளுக்கு இடைப்பட்ட பிற்பகலில் அவரோடு நான் நடத்திய நேர்காணல் இது -

இரா.முருகன்: சார், உங்களைப் பற்றி இண்டர்நெட்டில் தேடினால், 1975-ல் நீங்கள் ஐ.ஏ.எஸ் தேர்வு பெற்று பீகார் மாநிலத்துக்கு நியமிக்கப்பட்டதில் இருந்துதான் தகவல் இருக்கிறது. எனக்கு என். எஸ்.மாதவன் என்ற படைப்பாளியின் முன்கதை வேணுமே.

என்.எஸ்.மாதவன்: *நான் திருப்பணித்துறைக்காரன். வயலின் மேதை டி.என்.கிருஷ்ணன் அந்த ஊர்தான். என் தந்தையார் இந்தியன் ரெவின்யூ சர்வீசஸ் (ஐ.ஆர்.எஸ்) அதிகாரியாக இருந்தார். அம்மா சம்பிரதாயமான, வீட்டை நிர்வகித்துக் குழந்தைகளை வளர்க்கும் குடும்பத் தலைவி. கொச்சியில் 1948-ல் பிறந்து, பள்ளிக் கல்வியும், கல்லூரிக் கல்வியும் பெற்று, திருவனந்தபுரத்தில் பொருளாதாரத்தில் பட்ட மேல்படிப்பு முடித்தேன். என் குழந்தைப் பருவமும் மாணவப் பருவமும் எந்தப் பெருநிகழ்வும் மறக்க முடியாத அனுபவங்களும் இல்லாமல் நகர்ந்தன. 1960-களில் முதல் தடவையாக சென்னை வந்த அனுபவம்தான் எனக்குப் பெரிய அளவில் வியப்பளித்த ஒன்றாக இன்னும் நினைவில் இருக்கிறது. போக்குவரத்தும் ஜன நெரிசலும் குறைந்த 50 வருடம் முந்திய சென்னை என்னைப் பிரமிப்படைய வைத்தது கொஞ்சநஞ்சம் இல்லை. பள்ளிப் பருவத்தில் தகப்பனாரின் வாசிப்புப் பழக்கம் எனக்கும் கைவர, மலையாளத்திலும் ஆங்கிலத்திலும் நிறையப் புத்தகங்கள் படிச்சேன்.*

இரா.முருகன்: அடுத்து, உங்களைச் சந்திக்கிறவர்கள் பொதுவாகக் கேட்கும் கேள்வி. நிறைய எழுதிவிட்டு ஒரு பத்தாண்டு காலம் எதுவும் எழுதாமல் இருந்தீர்கள் நீங்கள். அப்புறம், அதிலிருந்து மீண்டு மறுபடியும் புது வேகத்தோடு எழுத ஆரம்பித்தீர்கள். நீங்கள் மனதில் அனுபவித்த எழுத்துத் தடை (writer's block) பற்றிச் சொல்ல முடியுமா?

என்.எஸ்.மாதவன்: *1975 வரை நான் தொடர்ந்து எழுதிக் கொண்டிருந்தேன். சிசு என்ற என் சிறுகதை 1970-ல் மாத்ருபூமி சிறுகதைப் போட்டியில் முதல் பரிசு பெற்றதைத் தொடர்ந்து அது நிகழ்ந்துகொண்டிருந்தது. அந்த நேரத்தில்தான் நான் ஐ.ஏ.எஸ் தேர்வு பெற்று, பீகார் மாநிலத்தில் அரசு அதிகாரியாகப் பணி செய்ய 1975-ல் அனுப்பப்பட்டேன். முழுக்க மலையாளத்தில் வாசித்து, சுவாசித்து, எழுதி, பேசி இருந்த சூழலில் இருந்து மலையாளமே புழங்காத இடத்துக்கு மாற்றம். அப்போதெல்லாம் டெலிவிஷன் இல்லை. ரேடியோவிலும் கேரள வானொலி நிலையங்கள் தொலைவில் இருக்கும் பீகாரில் கேட்கக் கிடைக்காது. பேச்சுத் துணைக்கு இன்னொரு சக மலையாளியோ, படிக்க மலையாளப் பத்திரிகையோ இல்லாத நிலை. அந்த இடமும் சூழலும் என் சிந்தனையை, எழுத்தை வெகுவாகப் பாதித்தன. என் கதாபாத்திரங்களின் மொழியைப் பேசி, அவர்களின் உணவை உண்டு, அவர்களின் சுக துக்கங்களில் பங்கெடுத்து, அவர்களின் வாழ்க்கையை நானும் வாழ்ந்திருக்காமல் நான் இலக்கியம் படைக்க முடியாது. பெரும்பாலும் மலையாளத்தில் எழுதி வந்த நான் எழுத்துத் தடை வந்தடைய அடுத்த பத்தாண்டுகள் மாதவன் என்ற ஐ.ஏ.எஸ்.அதிகாரி ஜீவித்திருக்க, மாதவன் என்ற எழுத்தாளர் காணாமல் போனார்.*

இரா.முருகன்: புலம் பெயர்ந்த சில தமிழர்களும், மலையாளிகளும் தங்கள் இலக்கிய வெளிப்பாட்டுக்கு முக்கியக் காரணம், இப்படிப் பிறந்து வளர்ந்த பூமியை விட்டு வேற்று நிலங்களுக்குக் குடியேறியதால் வரும் ஏக்கமும், துயரமும்தான் என்று சொல்கிறார்கள். உங்கள் அளவில் புலம் பெயர்தல் எழுத்துக்குத் தடைபோட்டிருக்கும் போலத் தோன்றுகிறதே.

என்.எஸ்.மாதவன்: *உண்மைதான். சிலருக்குப் புலம் பெயர்தல் இலக்கிய ஆக்கத்துக்குத் தூண்டுதலாக அமைந்துவிடும். மலையாள எழுத்தாளர் ஆனந்த் கேரளத்துக்கு வெளியே பணி நிமித்தம் வருடக் கணக்காக இருக்க வேண்டியிருந்தது. அவருடைய ஒரு நாவல் இப்படிப் போன இடத்தை கதை நிகழுமிடமாக வைத்து எழுந்தது. மருந்துக்குக் கூட*

ஒரு மலையாளி இடம் பெறாமல் வேற்று மொழி பேசும் கதாபாத்திரங்களை வைத்தே கதை சொல்லியிருப்பார் அவர். ஆனால், எனக்கு மலையாளமும் மலையாளியும் இல்லாமல் என் எழுத்து இல்லை. அந்தப் பத்தாண்டு காலம் அதுவே நடந்தது.

இரா.முருகன்: நீங்கள் எழுதாமல் இருந்த காலத்தில் வேறென்ன நடந்தது?

என்.எஸ்.மாதவன்: நான் எழுதாமல் இருந்தாலும், மலையாள இலக்கியம் கதை, கட்டுரை, கவிதை என்று அந்தப் பத்தாண்டு காலத்தில் சுவடு பதித்துப் போனது. அதை எல்லாம் சமகாலத்தில் படித்து அறிந்து உள்வாங்கவும் மலையாள பூமியோடு தொடர்பற்றுப் போனேன் அப்போது. 'என்.எஸ். மாதவன் என்ற எழுத்தாளன் இறந்துபோனான்' என்று அஞ்சலி செலுத்தி, நான் ஏற்கனவே எழுதிப் பிரசுரமான சில கதைகளை 'சூளைமேட்டில் சவங்கள்' என்ற தலைப்பில் ஒரு சிறுகதைத் தொகுப்பாக என் நண்பர்கள் கொண்டுவந்தார்கள். அந்தக் காலத்தில் எழுதப்பட்ட மலையாள இலக்கிய வரலாற்று நூலொன்றில், 'எழுதி, விசை தீர்ந்துபோன படைப்பாளி' என்று என்னைக் குறிப்பிட்டிருந்தார்கள்.

நான் அந்தக் காலகட்டத்தில் எழுதாவிட்டாலும் ஆங்கிலத்தில் நிறையப் படித்தேன். ஆங்கிலத்திலேயே எழுதப்பட்ட இலக்கியம், அ-புனைவு மட்டுமின்றி, பிரஞ்சு, ஜெர்மன், இத்தாலிய மொழிகளிலிருந்து ஆங்கிலத்துக்கு மொழிபெயர்க்கப்பட்ட படைப்புகளும் இவற்றில் அடங்கும். பீகார் மாநிலத்தில் கலை - கலாசாரத் துறைச் செயலாளராகப் பதவியில் இருந்ததால் அந்த மாநிலத்தின் பாடல், ஆடல் சார்ந்த மக்கள் நிகழ்கலை வடிவங்களை அடிக்கடி காணவும், அந்தக் கலாசாரத்தை அறியவும் இந்தக் காலத்தைப் பயன்படுத்திக்கொண்டேன்.

இரா.முருகன்: இயக்கம் நிலைப்பதெல்லாம் மறுபடி புது வேகத்தோடு இயங்கத் தொடங்கத்தானே. நீங்கள் இந்த writer's block எழுத்துத் தடையில் இருந்து மீண்டு வெளிவந்தது பற்றிச் சொல்லுங்கள்.

என்.எஸ்.மாதவன்: *பீகாரிலிருந்து மறுபடி கேரளத்துக்கு உத்தியோக மாற்றத்தில் வந்தது 1990-களின் தொடக்கத்தில். கிட்டத்தட்ட ஒரு தலைமுறையே என்னைக் கடந்துபோயிருக்கிறது. இலக்கியப் போக்குகளை மனதில் வாங்கிக் கொள்ளவும், அரசியலும், கலைகளும் கடந்து வந்திருந்த காலத்தைப் பின் திரும்பிப் பார்க்கவும் செய்து என்னை நான் புதுப்பித்துக்கொண்டேன். நான் அதன்பின் எழுதிய புனைகதைப் படைப்புகள் எனக்குள்ளும், மொழியிலும், கலை, சமூக ஊடாட்டத்திலும், ஏற்பட்ட வளர்சிதை மாற்றத்தைப் புலப்படுத்துவதாக மொழிநடையிலும், உள்ளடகத்திலும் உத்தியிலும் அமைய முயற்சி எடுத்துக் கொண்டேன். முக்கியமாக, என்னுடையது என்று அடையாளம் தரும் மொழிநடையையும், கதை அமைப்பையும் உருவாக்கிக் கொண்டேன். கேரளம் திரும்பிய உடனே புதுக் கதைகள் எழுதினேன் என்பதில்லை. ஏற்கனவே மனதில் சேமித்திருந்த கதைக் கருக்களை இங்கே திரும்பி வந்ததும் படைப்பாக்கினேன். எழுத்துத் தடை தானே அதற்கு முன்னால் இருந்தது? சிந்தனைத் தடை இல்லையே.*

இரா.முருகன்: மீண்டும் எழுதத் தொடங்கியதும் படைத்த சிறுகதைகளில் 'திருத்து' முக்கியமானது. வாசகர்களிடம் பெரும் வரவேற்பைப் பெற்றது. அந்தச் சிறுகதை பற்றிக் கூறுங்களேன்.

என்.எஸ்.மாதவன்: *1992-ம் ஆண்டு டிசம்பர் 6-ந்தேதி பாப்ரி மசூதி இடிக்கப்பட்ட தினத்தில் நிகழ்வது அந்தக் கதை. வடக்கே ஒரு பெருநகரில் வெளியாகும் ஆங்கிலத் தினசரி அலுவலகத்தில் நடப்பது அது. பத்திரிகையின் ஆசிரியர் சுள்ளத். மலையாளி. இப்படியான முக்கியமான தினங்களில் அவருடைய உடல்நலம் கெட்டுவிடும். அன்றைக்கும் அதேபடி ஆக, உதவி ஆசிரியர் செய்திகளுக்குத் தலைப்பு கொடுத்துத் தேர்ந்தெடுத்து எழுதுகிறார். வெளியே கலவரம் வெடிக்கும் சூழல். ஆசிரியர் தன் நண்பரான முஸ்லிம் மருத்துவர் தம்பதிகளைத் தேடிப் போகிறார். அவர்கள் மசூதி இடிக்கப்பட்ட செய்தியால் வெகுவாகப் பாதிக்கப்பட்டிருக்கிறார்கள் என்றாலும் அதைப் பொருட்படுத்தாமல் பத்திரிகை ஆசிரியருக்குச் சிகிச்சை*

அளிக்கிறார்கள். ஆசிரியர் பத்திரிகை அலுவலகம் திரும்புகிறார். அடுத்த நாள் தலைப்புச் செய்தி அச்சேறத் தயாராக உள்ளது. 'சர்ச்சைக்குரிய கட்டிடம் இடிப்பு' என்று செய்தித் தலைப்பு. ஆசிரியர் கோபத்தோடு, 'இத்தனை மொண்ணையாகத் தலைப்பு கொடுத்தது யார்?' என்று கேட்கிறார். சுஹ்ரா என்ற இளம் முஸ்லிம் பெண்மணிதான் - அந்தப் பத்திரிகையின் துணை ஆசிரியர் அவர் - அப்படி ஜாக்கிரதையான, பயத்தோடு கூடிய தலைப்பு கொடுத்திருக்கிறார். அரசனை விட அதிகம் அரச பக்தி காட்ட வேண்டிய கட்டாயம் என்று ஆங்கிலத்தில் சொல்வார்கள். அதுபோல, தன்னை இந்தியராகக் காட்டிக்கொள்ள அதிகம் பாடுபட வேண்டிய முஸ்லிம் இனப் பெண் அவள். சுள்ளத் அவள் எழுதியதை அடித்துவிட்டு 'பாப்ரி மசூதி இடிக்கப்பட்டது' என்று பட்டவர்த்தனமாகத் தலைப்பு கொடுக்கிறார். கதை அங்கே முடிகிறது.

இந்தக் கதையை, கதைத் தலைப்பைப் போலவே கிட்டத்தட்ட நாற்பது முறை திருத்தி எழுதினேன். இந்த முடிவு வரும்வரை கதையில் நான் சொல்ல வந்ததைச் சொன்னதாகத் தோன்றவில்லை. சிறுபான்மையினர் என்னதான் தேசிய நீரோட்டத்தில் கலந்தாலும், வேறுபாடு இன்றிப் பழகினாலும், அதெல்லாம் நொடியில் மறக்கப்பட, அவர்களைக் குறிவைத்துப் பேச்சாலும் எழுத்தாலும் நேரடியாகவும் மறைமுகமாகவும் தூண்டிவிடப்பட்டு எழும் கும்பல் சார்ந்த வன்முறையின் வெளிப்பாடு பாப்ரி மசூதி இடிப்பு. சமுதாயம் ஒன்றுதிரண்டு இனம் கண்டு இது தவறு என்று சுட்டிக்காட்டி, எதிர்த்து நிற்காவிட்டால் இது இனியும் பரவும் என்ற என் நிலைப்பாட்டை இந்த முடிவு வாசகரோடு பகிர்கிறது. பாபரி மசூதி இடிக்கப்பட்ட கணத்தில் என் மனதில் எழுந்த துயரத்துக்கு இந்தக் கதையை எழுதிய தினத்தில் ஒருவிதமான வடிகால் கிடைத்தது. நெஞ்சில் கொண்டு நடந்து மனம் வெதும்பிய துயரச் சம்பவம் அது.

இரா.முருகன்: 'திருத்து' மலையாளச் சிறுகதை இலக்கியத்தைப் பாதிக்கச் சற்றே முன்பு நீங்கள் எழுதிய 'ஹிக்விடா' என்ற சிறுகதை,

திரும்பி வந்த என்.எஸ்.மாதவனை அழுத்தமாக வாசகர்களுக்கும், விமர்சகர்களுக்கும், சக எழுத்தாளர்களுக்கும் மறு அறிமுகம் செய்தது. மலையாளச் சிறுகதையை மாற்றி எழுதிய கதை என விமர்சகர்கள் கொண்டாடும் கதையல்லவா அது?

என்.எஸ்.மாதவன்: *பாராட்டுகளோடு, சில பிரச்சனைகளையும் சந்திக்க வேண்டி வந்தது. ஹிக்விடா 1980-களில் தில்லியில் நிகழ்வது. வயிற்றுப் பிழைப்புக்காக பீஹாரில் இருந்து தில்லி வந்த ஒரு ஆதிவாசி இளம் பெண்ணை மிரட்டிப் பாலியல் கொத்தடிமைப்படுத்தச் செயல்படும் ஒரு தில்லி தாதா. பாதிரியார் கீவர்கீஸிடம் அந்தப் பெண் முறையிட அவர் தாதாவிடம் அவளைத் தொடர வேண்டாம் என்று எச்சரிக்கிறார். பாதிரியாரை எடுத்தெறிந்து பேசித் தன் வன்முறையை அவன் தொடர்கிறான். கால்பந்து ஆட்டக்காரனாக இருந்த பாதிரியார் கீவர்கீஸ், அந்த விளையாட்டில் அசாதாரணமான ஆட்டக்காரனான ஹிக்விடாவால் ஈர்க்கப்பட்டவர். ஹிக்விட்டா கொலம்பிய நாட்டு அணியின் கோல் கீப்பர். என்றாலும் ரிஸ்க் எடுத்து கோல் போஸ்ட்க்கு வெளியே வந்து, தனக்கு முன் வரும் பந்தை அடித்துத் தன் அணிக்கு கோல் போட்டுத்தர முயல்கிறவன். அவனால் ஈர்க்கப்பட்ட பாதிரியார், தன் பாதிரி உடையையும், ஜபமாலையையும் எடுத்து வைத்துவிட்டு பாதிரியாருக்கான நடைமுறை என்ற கோல்போஸ்டுக்கு வெளியே சாமான்ய மனிதனாக வந்து தாதாவை அடித்து நொறுக்கி, ஊரிலிருந்து விரட்டுகிறார். இந்தக் கதையும் வருடக் கணக்காக மனதில் ஊறி இருந்து, எழுத்துத் தடை நீங்கிய பிறகு கதையானது. கேரள சாகித்ய அகாதமி சிறுகதை விருதும், முட்டத்து வர்க்கி விருதும் பெற்ற கதை இது என்பதில் மகிழ்ச்சி அடைகிறேன். இது இளைய தலைமுறைக் கலைஞர்களான கல்லூரி மாணவர்களால் நாடகமாகவும் நிகழ்த்தப்பட்டது.*

பிரச்சனை இந்தக் கதை மலையாளப் பள்ளிக் கல்விப் பாடத் திட்டத்தின் கீழ் சேர்க்கப்பட்டபோது எழுந்தது. என்னதான் அறத்தை நிலைநிறுத்தச் செயல்பட்டாலும், ஒரு

பாதிரி இறைநம்பிக்கை இன்றி வன்முறைக்குத் தீர்வு பதில் வன்முறை என்று நடந்துகொள்ளலாமா, பாதிரி உடுப்பையும், ஜபமாலையையும் அகற்றினால்தான் அறம் ஜெயிக்குமா என்றெல்லாம் சில கேள்விகள் எழுந்தன. தாதாவை ஒரு முஸ்லிம் ஆகக் காட்டியதற்கும் சில எதிர்ப்புகள். கதையின் மைய நிகழ்வில் இருந்தும், அது விவாதிக்கும் கதைப் பொருள், சூழலிலிருந்தும் நிறைய விலகி நின்று எழுப்பப்படும் விவாதங்களின் அபத்தத்தைச் சுட்டிக் காட்ட வேண்டியிருந்தது அப்போது.

இரா.முருகன்: இன்னும் ஒரு கதை. இதுவும் பெருவாரியான கவனத்தைப் பெற்றது. இந்திரா காந்தி மரணத்தை அடிப்படையாகக் கொண்ட ‘வன்மரங்கள் வீழும்போள்’ (பெரிய மரங்கள் விழும்பொழுது).

என்.எஸ்.மாதவன்: அந்தக் காலகட்டத்தில் - 1984 - நான் தில்லியில் பணியில் இருந்தேன். நான் இருந்த நகர்ப் பகுதியில் இந்திரா மரணத்தைத் தொடர்ந்து எழுந்த சீக்கியர்களுக்கு எதிரான வன்முறையும் கலவரங்களும் உச்சத்தில் இருந்தன. போக்குவரத்து முடங்கி இருந்த நேரத்தில் அந்தப் பகுதியில் இருந்த சீக்கிய சகோதர சகோதரிகளுக்கும் அன்னையர், தந்தையருக்கும் பாதுகாப்புத் தரவேண்டியும், அவர்களின் உயிரைக் காக்கவும் பெரும்பான்மையினர் திரண்டெழுந்ததை நான் நேரில் கண்டேன். எங்கள் பகுதியில் என் கார் மட்டும் ஓடிக் கொண்டிருந்தது. நான் ஏற்கனவே கார் டாங்க் நிரம்ப பெட்ரோல் போட்டு வைத்திருந்தேன். காரில் ஏற்றி வந்து பல சீக்கிய நண்பர்களைப் பாதுகாப்பான இடங்களுக்கு இடம் மாற்றினோம். அப்போது தான் வெளிநாட்டில் இருந்து, எனக்குப் பரிச்சயமான ஒரு சீக்கியர் குடும்பம் தில்லிக்கு விமானம் மூலம் வந்து சேர்ந்தது. அவர்களுடைய உறவினர்கள் தொலைபேசியில் அவர்களைத் தொடர்பு கொண்டு ஏர்போர்டிலேயே தங்கி இருக்கச் சொன்னார்கள். வந்த குடும்பத்தில் ஒரு சின்னஞ் சிறுவன். அவனுடைய பாட்டி தொலைபேசியில் அவனிடம் ஜாக்கிரதையாக இருக்கச் சொல்லி இருந்தாள். நான் ஏர்போர்ட்டுக்கு அந்தக் குடும்பத்தைச் சந்திக்கப் போனபோது

அந்தச் சிறுவன் பயத்தில் உறைந்து ஒரு மறைவில் ஒண்டி ஒளிந்துகொண்டிருந்ததைப் பார்த்தேன். அவன் கண்களில் தென்பட்ட பயம் உண்மையானது. வேதனை அளிப்பது. நாம் இதுவரை போற்றிப் பாதுகாத்து, உயர்த்திப்பிடித்த மதச் சார்பின்மை, சமத்துவம், சகோதரத்துவம் என்ற கோட்பாடுகள் தோல்வியடைந்த ஒரு சூழலை, வன்முறை வென்று பேயாட்டம் போட்ட நரகத்தைச் சொல்லிக்கொண்டிருந்தன அந்தப் பயமும் திக்கற்ற தன்மையும். வன்மரங்கள் வீழும்போள் கதைக்கு அடித்தளம் இதுதான். 1984 அக்டோபர் 31 முதல் 1984 நவம்பர் 3 வரை தில்லியில் சீக்கியருக்கு எதிரான வன்முறை கையோங்கி இருந்தது. அப்போது ஒரு சீக்கிய யுவதியும் அவளுடைய ஏழு வயது மகனும் வன்முறையில் இருந்து தப்பி ஒரு கத்தோலிக்க கன்யாஸ்திரிகளின் மடாலயத்தில் தஞ்சம் புகுகிறார்கள். அந்தச் சிறுவனின் இன அடையாளமான குடுமி முடியப்பட்ட, வெட்டப்படாத தலைமுடியை அவனுடைய உயிரைப் பாதுகாக்க வெட்டும் கன்யாஸ்த்ரிகள் எந்த விதமான மிரட்டலுக்கும் பணியாமல் அந்தத் தாயையும் மகனையும் பாதுகாப்பதைச் சொல்லும் கதை. கதையின் தலைப்பு ராஜிவ் காந்தி பத்திரிகையாளர்களோடு நடத்திய நேர்காணலின்போது சொன்னது - 'ஒரு பெரிய மரம் விழும்போது சுற்றிலும் இருக்கும் சிறு உயிர்கள் மடிவது இயல்பானது'. சீக்கியர்கள் கொலை செய்யப்படுவது, இந்திராவின் மரணத்திற்கான இயல்பான எதிர்வினை என்று இனப் படுகொலையை ஒரு இளம் பிரதமர் நியாயப்படுத்திய அவலத்தைச் சுட்டவே அதைத் தலைப்பாக வைத்தேன்.

இரா.முருகன்: வன்மரங்கள் வீழும்போள் திரைப்படமும் ஆனது அல்லவா?

என்.எஸ்.மாதவன்: ஆம். என் நண்பரும் பிரபல மீடியா ஆளுமையுமான சசிகுமார் இயக்கத்தில் வந்த இந்தித் திரைப்படம் அது. சசிகுமாரைத் தமிழர்கள், முக்கியமாக 40-வயதுக்கு மேற்பட்ட சென்னைத் தமிழர்கள், 1980-களின் தூர்தர்ஷன் தொலைக்காட்சியில் ஆங்கிலச் செய்தி வாசிப்பவராக

அடையாளம் காண வாய்ப்புண்டு. தலைப்பு சினிமாவுக்காக காயா தரன் (கூட்டுப்புழு) என்று மாற்றப்பட்டது.

இரா.முருகன்: நீங்கள் எழுதியது எழுதியதுபோல் கதை திரைப்படமானதா? உங்களுக்கு அந்த முயற்சியில் திருப்தி ஏற்பட்டதா?

என்.எஸ்.மாதவன்: *சசிகுமார் கதையமைப்பில் சில மாற்றங்களைச் செய்தார். கதைப் போக்கிலிருந்து விலகாமல், சமகாலத் தன்மையைப் புகுத்திக் கதையின் களத்தையும் காலத்தையும், பின்னணியையும் மாற்றி அமைத்தார். 1984-ல் தில்லியில் இந்திரா காந்தி படுகொலை செய்யப்பட்ட காலகட்டக் கதை, காயா தரன் திரைப்படத்தில் 2002-இல் குஜராத் தலைநகரத்தில், ரயில் எரிப்பைத் தொடர்ந்து முஸ்லிம்களுக்கு எதிரான வன்முறை நிகழ்ந்த காலத்துக்கும் நீட்சி அடைந்தது. யோசித்துப் பார்த்தால் இரண்டுமே சிறு தீப்பொறி பற்றி ஒரு காடே எரிவது போல் வேறு எங்கோ புறப்பட்டு, ஒரு இனத்துக்கு எதிரான வன்முறையான அவல வரலாறு. இரண்டு நிகழ்வுகளும் ஏற்படுத்திய துயரமும், அவலமும் ஒரே போலத்தான். சினிமாவில் அதைக் கொண்டு வருவதில் சசிகுமார் வெற்றி பெற்றிருந்தார்.*

என்றாலும், என் கதைகளைத் திரைப்படமாக்கத் தரும்படி எழும் கோரிக்கைகளை நான் பெரும்பாலும் ஏற்பதில்லை. புனைகதை இலக்கியம், திரைப்படம் இரண்டும் வெவ்வேறான இரண்டு படைப்பு வடிவங்கள்.

இரா.முருகன்: எனக்குச் சற்றே ஆச்சரியமாக இருக்கிறது. நடுவில் பத்தாண்டு எழுதாமல் இருந்து, கடந்த 40 ஆண்டு காலத்தில் நீங்கள் எழுதிய சிறுகதைகள் அறுபது அல்லது எழுபது இருக்கக் கூடும். எண்ணிக்கை குறைவாக இருந்தாலும் எல்லாக் கதைகளுமே நினைவில் நிற்பவை. தேசிய அளவில் கதா விருது மூன்று முறையும், கேரள சாகித்ய அகாதமி, மற்ற பல விருதுகளும் பெற்ற, வாசகர்கள் நேசித்துப் போற்றும் கதைகள் அவை. ஷூரகன், நாலாம் லோகம், சர்மிஷ்டா போன்ற கதைகளை என்.எஸ்.மாதவன் தான் எழுதியிருக்க முடியும். அவற்றைச் பேசி நாவலுக்குப் போவோமா?

என்.எஸ்.மாதவன்: மூன்றும் சுய அனுபவங்களிலிருந்து எழாமல், ஆனால் பரவலாக நன்கு அறியப்பட்ட பின்னணிகளில் இயங்குகிறவை. அந்த அளவில் என் மற்றைய படைப்புகளிலிருந்து மாறுபட்டவை. ஷேரகன் கதை கேரளத்தில், ஏன் தமிழ்நாட்டிலும் கூட வெகுவாக ஒரு பத்தாண்டு முன் பரவியிருந்த ஈராக் அதிபர் சதாம் உசைன் ஆதரவு பற்றியது. அமெரிக்க அதிபர் ஜார்ஜ் புஷ், இல்லாத *Weapons of Mass Destruction* - பெரும் அழிவு விளைவிக்கும் போர் ஆயுதங்களைத் தேடுவதாகச் சாக்குச் சொல்லி ஈராக்கை முற்றுகை இட்டு, சதாமைக் கைது செய்ய, இங்கே அவருக்கு ஆதரவு கூடியதே அன்றிக் குறையவில்லை. பிறந்த குழந்தைகளும், தெருக்களும், அரங்குகளும் சதாம் பெயரிடப்பட்டன. அவர் படம் தெருவோர நடைபாதையில் நிறைய விற்கப்பட்டது. கதையில் சதாம் ரசிகரான ஒரு மலையாள நாவிதர் எப்படியோ போர்க் காலத்தில் ஈராக்கில் கொண்டு சேர்க்கப்படுகிறார். கேரளத்திலிருந்து நாவிதராகப் பணிபுரிய குவைத் போனவர் அவர். ஈராக்கில் சதாம் சிறையில் இருக்கும்போது அவரோடு பழக நேருகிறது. சதாம் இறப்பதற்கு முன் இந்த மலையாளி நாவிதர் அவருக்குக் கடைசி முறையாக முகச் சவரம் செய்து விடுகிற கதை அது. சதாம் என்ற சர்வாதிகாரியையும், சதாம் என்ற யுகபுருஷனையும் மற்றவர்கள் கட்டி நிறுத்த, அவரை ஒரு சாமானியனாக, இன்னொரு சாமானிய கேரள நாவிதரின் பார்வையில் காட்ட நான் விரும்பியதன் விளைவு இக்கதை.

நாலாம் லோகம் கதை சோவியத் யூனியன் சிதறுண்டு போன காலத்தைச் சொல்வது. அது நடப்பதற்குச் சில நாட்கள் முன் சோவியத் விண்வெளி வீரர் ஒருவர் ஒரு விண்கலத்தில் உலகைச் சுற்றிவர அனுப்பப்படுகிறார். அவர் வேலை முடிந்து அந்த விண்கலம் திரும்புவதற்கான ஆயத்தங்களில் இருக்கும்போது ஒரு பிரச்சனை பூதாகரமாக எழுகிறது - திரும்பி எங்கே போவது? அவரை விண்வெளியில் கொண்டு செலுத்திய சோவியத் நாடு இல்லாமல் போனதால் அவர் எந்த வேறு நாட்டுக்குப் போக வேண்டும்? யாரும் முடிவு எடுக்காமல் சிக்கல் பெரியதாக, அந்த விண்வெளி வீரர் விண்கலத்திலிருந்து வெளியே வந்து

பெருவெளியில் பூமியைச் சுற்றும் ஒரு மனித உடல் கொண்ட செயற்கைக் கோளாக மாறிப் போகிற கதை இது.

'சர்மிஷ்டா' நான் மகாபாரதத்தின் ஒரு சிறு பகுதியை மாற்றி எழுதிப் பார்த்த கதை. அந்த மாதிரி முயற்சிகளில் அதிக நாட்டம் இல்லை என்றாலும் இந்த ஒரு கதை எழுத எனக்குப் பிடித்திருந்தது. பாண்டவர்களின் முன்னோர்களில் ஒருவனான யயாதி சக்கரவர்த்தி, சர்மிஷ்டா என்ற இளம் பெண்ணை மணந்து அவள் தந்தை சுக்கிராச்சாரியார் கொடுத்த சாபத்தில் வீழ்கிறான். நடுவயதில் கவியும் முதுமை. அதுதான் சாபம். சாப விலக்காக, அவன் தன் மகன் புருவின் இளமையை யாசித்து வாங்கி அவனுக்குத் தன் முதுமையைத் தருகிறான். யயாதி உலக இன்பங்களில் இளைஞனாக ஈடுபட்டுக் கொண்டிருக்க, இளமையில் முதுமையடைந்த அவன் மகன் புரு வாழ்வின் இறுதி நாட்களைத் தளர்ந்த தேகத்தோடு எண்ணிக்கொண்டிருக்கிறான். புருவின் மனைவி பார்வையில் கதை நடக்கிறது. அவனுடைய இளமை அவளுக்குமானது. அதைத் தொலைக்கும் முன் அவளோடு அவன் பேசி இருக்க வேண்டாமா?

இரா.முருகன்: இந்த அனைத்துச் சிறுகதைகளைப் பற்றியும் ஒற்றை வாக்கியத்தில் சொன்னால், மலையாள, ஏன் இந்திய இலக்கியத்தில் சிறுகதை என்ற வடிவம் நசிந்து தேயும் காலகட்டத்தில் அதற்குப் புத்துயிர் ஊட்ட வந்தவை இவை. பத்தாண்டு எழுதாமல் இருந்து எழுத வந்தபோது கதையாடலிலும் கதைக் கருவிலும் ஏற்பட்ட மாற்றம் உங்களை மட்டும் பாதிக்கவில்லை, ஒரு மொழியின் இலக்கியத்தையே பாதித்திருக்கிறது. உங்கள் எழுத்தை விரும்பி வாசிக்கும் வாசகர்கள் பலர் உண்டு. நீங்கள் விரும்பிப் படிக்கும் எழுத்தாளர் யார்?

என்.எஸ்.மாதவன்: ஜேம்ஸ் ஜாய்ஸ். அவருடைய நினைவோடை நாவல் யுலீசஸ் மற்றும் அயர்லாந்து தலைநகரமான டப்ளினை கதைக்களமாகக் கொண்ட சிறுகதைகளின் தொகுப்பான டப்ளினர்ஸ்- இவை நான் அவ்வப்போது மறுவாசிப்பு செய்யும் நூல்களில் சில. காப்காவின் மெடமார்பசிஸ், தி ட்ரயல் போன்ற படைப்புகளும் அப்படியே. எழுத்தாளன் தன் எழுத்து

விலைபோகுமோ என்று கவலைப்பட வேண்டியதில்லை; அது நல்ல எழுத்து என்றால் சந்தை அவனைத் தேடி வரும் என்பதற்கு காப்காவும் அவருடைய எழுத்துகள் இன்னும் பிரசுரமாவதும், கொண்டாடப்படுவதும் நல்ல உதாரணம்.

மலையாளத்தில் ஓ.வி.விஜயன் படைப்புகள் என்னைக் கவர்ந்து நெஞ்சில் நிறைந்தவை.

இரா.முருகன்: ஆங்கிலத்திலும் இலக்கிய விமர்சனம், புத்தக அறிமுகம் என்று நிறைய எழுதுகிறீர்கள். நீங்கள் மலையாளத்தில் பத்திரிகையில் எழுதும் நுணுக்கமும் சுவாரசியமும் கூடிய கால்பந்தாட்ட விமர்சனங்களை நான் உங்கள் கதைகளைப் படிக்கும் ஆர்வத்தோடு படிக்கிறேன். நீங்கள் இளம் பிராயத்தில் ஒரு துடிப்பான கால்பந்தாட்ட வீரராக இருந்திருப்பீர்கள் என்று நினைக்கிறேன்.

என்.எஸ்.மாதவன்: *(சிரிக்கிறார்). இல்லை, நான் பள்ளிப் பருவத்தில் விளையாடியது குறைவு. நிறைய கால்பந்தாட்டப் பந்தயங்களைப் பார்த்திருக்கிறேன். தில்லியில் 1982-ல் ஆசிய நாடுகளுக்கான விளையாட்டுப் போட்டிகள் நடந்தபோது கலர் டெலிவிஷனும் அறிமுகமானது. அதுவரை இல்லாத அளவு வண்ணத்தில் ஒளிபரப்பான மேட்ச்கள் அனைத்தையும் நான் ஆர்வத்தோடு பார்த்தேன். அவற்றைப் பற்றி எழுதத் தொடங்கியதும் அப்போதுதான்.*

இரா.முருகன்: எந்த மொழியில் எழுத விருப்பம் அதிகம், மலையாளத்திலா, ஆங்கிலத்திலா?

என்.எஸ்.மாதவன்: *புனைகதை மலையாளத்தில் எழுத விரும்புகிறேன். மண்ணை, இடம் சார்ந்த உணர்வுகளை, மண்ணின் மக்களை, அவர்கள் பேச்சுவழக்கை அப்படியே சித்தரிக்கத் தாய்மொழிதான் பொருத்தம். தாய்மொழி என்றாலும் அது பேச்சிலும் எழுத்திலும் பழகி வர வேண்டும். உயிர்த்து இருக்க வேண்டும். ஸ்பெயின் நாட்டில் புழங்கும் மொழிகள் பற்றி ஒரு செய்தி நினைவு வருகிறது. அங்கே சர்வாதிகாரி ப்ராங்கோ காலத்தில் ஸ்பானிஷ் மொழிக்கு முக்கியத்துவம் கொடுக்கப்பட்டதோடு, ஸ்பெயினில் ஒரு*

பிரதேசமான - தற்பொழுது தனி நாடாகப் பரிணமித்துள்ளது - காடலோனியாவின் மக்கள் பேசும் காடலோனிய மொழி முற்றிலுமாக நிராகரிக்கப்பட்டது. ஒரு காடலோனிய தலைமுறையே அந்த மொழியைப் பேசாமல், எழுதாமல், கற்காமல் ஸ்பானிஷ் மொழி பேசி வளர்ந்தது. அவர்களின் அடுத்த தலைமுறை தானே விரும்பி காடலோனியன் மொழியை அரவணைத்துக் கற்றுக்கொண்டது. பேசவும், எழுதவும் தொடங்கியது. அங்கே காடலோனிய மொழி தாய்மொழி இல்லை. பிள்ளைமொழிதான். இலக்கியமும் கலையுமாக அது இன்னொரு தலைமுறை தொட்டுத் தாய்மொழியாகலாம்.

இரா.முருகன்: மலையாள இலக்கிய உலகத்தில் நிறைய விருதுகள் இருப்பதைப் பார்க்கிறேன். எழுத்துக்கு அங்கீகாரமும் கௌரவமும் தரும் பண்பாடு இது என்று தோன்றுகிறது. யாராவது எழுத்தாளரோ கவிஞரோ மறைந்தால், அவர் பெயரில் ஒரு புது விருது அறிவிக்கப்படுகிறது. இன்னொரு படைப்பாளி கௌரவிக்கப்படுகிறார். விருது கலாசாரம் பற்றி...

என்.எஸ்.மாதவன்: உண்மைதான். படைப்புக்கு அங்கீகாரம், கௌரவம் செய்தல், விருது வழங்குதல் எல்லாம் நல்ல காரியம் தான். ஆனால், இதோடு கூடவே, ஹீரோ ஒர்ஷிப் - விதந்தோதி வழிபடல் மலையாள இலக்கிய உலகில் உண்டு. தமிழில் இருக்குமா என்று தெரியாது. வைக்கம் முகம்மது பஷீரை அவருடைய படைப்புகளை விடவும் அதிகமாகப் போற்றி வழிபடுவதைக் காணலாம். அவர் இரண்டாண்டு சுற்றித் திரிந்து வந்த பயணத்தை ஒரு ஆன்மீக யாத்திரையாக மாற்றி அவரை அபூர்வமான அனுபவங்கள் வாய்த்தவராகக் கிட்டத்தட்ட அமானுஷ்ய தளத்துக்கு உயர்த்தியது ஓர் உதாரணம்.

இரா.முருகன்: உங்கள் நாவல் லந்தன்பத்தேரியிலெ லுத்தினியகள். பெயரே வித்தியாசமாக இருக்கிறதே.

என்.எஸ்.மாதவன்: இது பச்சை மலையாளத் தலைப்புதான். லந்தன் என்பது ஒலாந்தர். அதாவது ஹாலந்து நாட்டினர். இவர்கள் டச்சுக்காரர்கள் என்றும் சொல்லப்படுகிறார்கள். கேரளக் கரையோரம் டச்சுக்காரர்கள் வணிகம் செய்ய வந்து

நாடு பிடித்தார்கள். அப்படியான ஒரு தீவில் தற்காப்புக்காகவும், பாதுகாவலாகவும் அவர்கள் ஏற்படுத்தியது ஒரு பீரங்கித் தொகுதியை. ஆங்கிலத்தில் அது பாட்டரி BATTERY எனப்படும். மலையாளத்தில் பத்தேரி. ஆக, ஊர்ப்பெயர் லந்தன்பத்தேரி. அங்கே மாதாகோவிலில் பாடப்படும் பிரார்த்தனைக் கீதம் லிட்டனி LITANY. அது மலையாளத்தில் லுத்தினிய என்று வழங்கப்படும். எல்லாம் சேர்த்து 'லந்தன் பத்தேரியிலெ லுத்தினியகள்' தலைப்பாகிறது. அந்த மண்ணை, மக்களைப் பற்றிப் பேசும் நாவல் இது. எரணாகுளம், கொச்சி பிரதேசத்தில் இந்தத் தீவுப் பிரதேசம் ஒரு கற்பனை நிலமாகக் கதைக் களன் அமைத்திருக்கிறது.

இரா.முருகன்: இந்த நாவல் நிகழும் காலம் 1950-களில் தொடங்கி 1960-கள் மத்திய பாகம் வரை. அந்தக் காலகட்டத்தைத் தேர்ந்தெடுக்கக் காரணம் ஏதும் உண்டா?

என்.எஸ்.மாதவன்: *நிச்சயமாக. அது என் குழந்தைப் பருவம் தொடங்கி நான் சிறுவனாக, இளைஞனாக வளர்ந்த காலம். கேரள அரசியல், இலக்கியம், சினிமா, நிகழ்கலை, உணவு என்று சகலமானதிலும் மாற்றம் ஏற்பட்ட காலம் அது. கொச்சி பகுதியில் வசிக்கும் எளிய மக்களான லத்தீன் கிறிஸ்துவர்களின் வாழ்வைப் பிரதிபலிக்கும் அந்தக் காலகட்டத்தை எழுத்தில் நிலைக்கச் செய்வதாக நாவல் அமையத் திட்டமிட்டேன்.*

இரா.முருகன்: நாவலின் கதையமைப்பு பற்றிச் சற்றே கூறுங்களேன்

என்.எஸ்.மாதவன்: *1950-களில், சரியாகச் சொன்னால், 1951-ல் லந்தன்பத்தேரியில் பிறக்கும் ஜெசிகா என்ற பெண் குழந்தை - சிறுமி - பதின்ம வயதுப் பெண். அவளது பார்வையில் சொல்லப்படும் கதை இந்த நாவல். படகு கட்டும் வலிய ஆசாரிப் பணி செய்யும் பெருந்தச்சரான அவளுடைய தந்தை, எளிய விருப்பங்களோடு வாழும் அம்மா, பிரியாணி ஸ்பெஷலிஸ்ட் சமையல் கலைஞரான ஜெசிகாவின் பெரியப்பா, அவர் குடும்பம், ஜெசிகாவின் அண்டை அயலார், பள்ளி ஆசிரியர்கள், பாதிரியார், கல்லறை குழி வெட்டுகிறவர் என்று ஒரு இனக்குழு சமுதாயத்தின் கதையாக நாவல் விரிகிறது. இவர்கள்*

மட்டுமின்றி, காலத்தில் முன்னே பின்னே நகர்ந்து பதினாறாம் நூற்றாண்டில் கொச்சி பிரதேசத்தில் போர்ச்சுகீசியர்களும் அவர்களைத் தொடர்ந்து டச்சுக்காரர்களும் வந்தது தொடங்கி 1950-களில் நிகழ்ந்த கேரள சமூக, அரசியல் மாற்றங்கள், மக்களை அதுவரை கவர்ந்த சவிட்டு நாடகம் போன்ற பாமரருக்கான நிகழ் கலை வடிவங்கள், கத்தோலிக்கக் கோவில் சார்ந்த விழாக்கள், சடங்குகள் என்று ஒரு காலத்தின், சமூகத்தின் பிரதிபலிப்பாக நாவல் நடக்கிறது.

இரா.முருகன்: ஆமாம். அதை மலையாளத்திலிருந்து தமிழுக்கு அண்மையில் நான் மொழிபெயர்த்தபோது மலைத்துத்தான் போனேன். கிட்டத்தட்ட செயல் மறந்து வாழ்த்துதுமே மோமெண்ட். இந்தப் பெரும் நாவலை எழுதும் முன் நீங்கள் ஆயத்தமாகியது எப்படி என்று அறிந்துகொள்ள விரும்புகிறேன்.

என்.எஸ்.மாதவன்: நாவலின் கதை மாந்தர்களான லத்தீன் கிறிஸ்துவ சமூகத்தோடு சிறிது காலமாவது வாழ்ந்து அதற்குப் பின் எழுதுவது என்ற தீர்மானத்தோடு எரணாகுளத்தில் ஒரு வீடு வாடகைக்குப் பிடித்துக் குடியேறினேன். அதற்கு முக்கியக் காரணம் அந்த மக்கள் பேசும் மொழியைக் கேட்டு, நானும் பேசி அதை நுணுக்கமாக நாவலில் கொண்டு வர வேண்டும் என்ற ஆர்வம்.

இதில் ஒரு சிக்கல் இருந்தது. நாவல் 1950-1960 களில் நிகழ்வது. இந்த மக்களின் பேச்சு மொழி அந்தக் கால மொழிநடையை விட்டு நிறைய விலகிப் போயிருந்தது. கூடவே வெகு அண்மைக்காலம் வரை இந்த மக்கள் அந்த வட்டார வழக்கைப் பேசுவதை அவமானமாகக் கருதியிருந்தார்கள். சினிமாவில் கொச்சி, எரணாகுளம் வட்டார மலையாளம் பேசி அது பிரபலமாகியது கடந்த சில வருடங்களில்தான். அந்த மக்களை வட்டார வழக்கில் பேசச் சொல்ல மிகவும் கஷ்டப்பட்டேன். அவர்களில் முதியவர்களைத் தேடிப் பிடித்து 1950-களில் அந்த வட்டார மொழி எப்படி வழங்கப்பட்டது என்பதை நினைவிலிருந்து அவர்களைப் பேசச் சொல்லி ஒலிப்பதிவு செய்து வைத்தேன்.

அந்தக் கால நாடகக் கலை வடிவமான சவிட்டு நாடகம் குறித்த தேடல் அடுத்து வந்தது. அவர்களில் வயதானவர்களுக்குப் பெரும்பாலும் சவிட்டு நாடகத்தோடு பரிச்சயம் இருந்ததோடு நாடகப் பாட்டுகளும் மனப்பாடமாகத் தெரிந்திருந்தன. அவற்றைப் பாடச் சொல்லி ஒலிப்பதிவு செய்தேன். புத்தக உருவில் உள்ள சவிட்டு நாடகங்களை, அவற்றின் அபூர்வமான பழைய பிரதிகளைத் தேடி வாசித்தேன்.

முன் தலைமுறை எழுத்தாளர் போஞ்சிக்கர ராஃபியும் அவர் மனைவி சபீனா ராஃபியும் சவிட்டு நாடகத்துக்குச் செய்த மாபெரும் தொண்டால் அது இன்னும் அங்கங்கே உயிர்த்திருப்பதோடு, வசனமும் பாடல்களுமாக நாடகப் பிரதிகளும் அவர்கள் பதிப்பித்த புத்தகங்களாகக் கிடைக்கின்றன. சவிட்டு நாடகம் பற்றி ஒரு சுவாரசியமான விஷயம் என்னவென்றால் அவை தமிழில் இயற்றப்பட்டவை. லத்தீன் மொழியின் வடிவமான பிட்ஜின் கலந்த தமிழ் அது. தமிழகக் கடலோர மாவட்டங்களிலிருந்து மலையாளக் கரைக்கு வந்த இந்த நாடகங்களை கேரளம் இருகரம் நீட்டி வரவேற்றுத் தனதாக்கிக் கொண்டது. தமிழ் நாடக வாத்தியார்களான அண்ணாவிகள் கொச்சி, எரணாகுளம் பகுதியில் ஈடுபாடு உள்ள எளிய மக்களுக்கு இவற்றைப் பாடி ஆடக் கற்பித்து சவிட்டு நாடகம் தமிழகத்தை விடவும் அதிகமாக இங்கே செழிக்கவும், அதன் ஆயுள் குறுகிய வடிவத்திலேனும் நீடித்து இருக்கவும் வழிவகுத்தார்கள்.

ஆக, லத்தீன் கிறிஸ்துவர்களின் பேச்சுமொழி, சவிட்டு நாடகம் என்று இரண்டு முக்கியக் காரணிகள் நாவலுக்கு வலுவாக அடித்தளம் அமைத்தன. கொச்சி பகுதியின் சமூக வரலாறு, டச்சு, போர்ச்சுகீஸ் ஆக்கிரமிப்பு வரலாறு, ஆங்கிலேயர்கள் வந்தது, போன நூற்றாண்டின் சமூக நிகழ்வுகளான வைசூரி தாக்குதல், அம்மை குத்துதல், பிரியாணியும், மசாலா தோசையும், மசாலாக் கடலையும், மக்ரோனியும் கேரளத்தில் அறிமுகமாகியது என்று மற்ற சமூகவியல் சார்ந்த சரித்திரமும் படித்தறிந்தேன். அந்தக் காலச் சமையல் குறிப்புகளையும்

சேகரித்தேன். வானொலி வந்ததும், வீடுகளுக்குப் பெருமளவில் மின்சாரம் வந்ததும், பல தினப் பத்திரிகைகள் வெளிவரத் தொடங்கியதும் அந்தக் காலத்தில்தான். கதையில் அதெல்லாம் இடம் பெற வேண்டுமென நினைவில் குறித்துக் கொண்டேன்.

கேரளத்தில் முதல் கம்யூனிஸ்ட் அரசாக, தேர்தல் வெற்றிக்குப் பின்னர் ஈ.எம்.எஸ் நம்பூத்ரிபாட்டின் அமைச்சரவை பதவிக்கு வந்தது, அதை அகற்ற காங்கிரஸும், மதவாத, இனவாத அமைப்புகளும் நடத்திய விமோசன சமரம், கம்யூனிஸ்ட் கட்சி இரண்டாக உடைந்தது, கேரள காங்கிரஸ் உதயம் என்று கேரள அரசியல் வரலாறோடு, இந்திய எல்லையில் சீன ஆக்கிரமிப்பு, நேரு நிராசையடைந்து மரணம், சாஸ்திரி தொடக்கத்தில் கிண்டல் செய்யப்பட்டு, பாகிஸ்தானோடு யுத்தத்தில் வெற்றி பெற்ற பின்னர் கொண்டாடப்பட்டது என்று தேச வரலாற்றையும் மறுவாசிப்பு செய்தேன்.

பைங்கிளி சாகித்யம் என்ற வெகுஜன எழுத்து, இலக்கியமான எழுத்து என்று மலையாளப் புனைகதையின் இரண்டு சுவடுகளும் நீட்சியடைந்து வளர்ந்து தடம் பதித்துப்போன வரலாற்றையும், வாழ்வில் ஒரு தவிர்க்க முடியாத அங்கமாகிப்போயிருந்த மலையாள, தமிழ் சினிமா, சினிமா கானங்கள் பற்றியும் தேவையான தகவல்களையும் சேகரித்தேன். கதாபிரசங்கம் போன்ற அப்போது பரவலாக நிகழ்த்தப்பட்ட கலை வடிவத்தையும் விட முடியவில்லை. இந்த அடித்தளத்தோடு நாவல் எழுத அமர்ந்தேன்.

இரா.முருகன் : இப்படியான உழைப்பும் ஆயத்தமும் இருந்ததால் தான் நாவல் பெருவெற்றி பெற்றிருக்கிறது என்பதை அறிவேன். நாவலின் கதைப் போக்கு குறித்துப் பகிருங்களேன்.

என்.எஸ்.மாதவன்: இது என் பிள்ளைப் பிராயத்தில் தொடங்கி பதின்ம வயது காலத்தில் நிறைவடைந்தாலும், என் புனைவரலாறு*(bio-fiction)* இல்லை. ஆகவே எது புனைவு, எது வரலாற்று நிஜம் என்ற மயக்கம் வாசிப்பில் எழாது. ஜெசிகா மூலமே பல இடங்களில் பெரும் வரலாறும் *(macro history)* இந்தக் குறும் வரலாற்றுக் கதையாடலோடு *(micro history)*

இணைக்கப்படுகிறது. பழைய சரித்திரம் அவள் தகப்பன், கடலில் போய்ப் பல ஆண்டுகள் தொலைந்துபோனவர் பட்டியலில் இருந்து திரும்பி வந்த பாட்டன் ஆகியோர் சொல்லி ஜெசிகா கேட்டு அறிந்ததாக நாவலில் வந்திருக்கிறது. ஜெசிகா கதையை நடத்தவில்லை. அவளைச் சுற்றி வரலாறு ஆறாகப் பிரவகித்து ஓடுகிறது. அந்தப் பிரவாகத்தில் அவள் நதியோடு போய் இறுதியில் அமிழ்கிறாள்.

இரா.முருகன்: அம்ருதா ஷெர்கில் என்ற 1940-களின் சிறந்த இந்திய வம்சாவளி ஓவியரும் அவருடைய புகழ் பெற்ற சில ஓவியங்களும் இந்த நாவலில் வருகின்றன. அம்ருதாவை ஜெசிகாவின் கொள்ளுப் பாட்டன் வலிய லூயி ஆசாரி சந்திப்பது நேர்த்தியான ஒரு நிகழ்வாகவும்,, செறிவான உரையாடலாகவும், பதிவாகியுள்ளது. நாவலின் மறக்க முடியாத பகுதிகளின் ஒன்று அது. அம்ருதா ஷெர்கில் கேரளத்துக்கு, கொச்சிக்கு வந்திருக்கிறாரா?

என்.எஸ்.மாதவன்: அம்ருதா வந்திருக்கிறார் என்றே எனக்குக் கிடைத்த தரவுகள் தெரிவிக்கின்றன. அவருடைய பிரசித்தி பெற்ற ஓவியங்களான மணவாட்டி ஒப்பனை, வேதம் ஓதும் பிராமணச் சிறுவர்கள் ஆகியவை இங்கே வரையப்பட்டவை என்ற கற்பனையை அந்தச் செய்திமேல் கட்டியமைத்து நாவல் நடக்கிறது. இது நிகழ்ந்ததாகக் கற்பனை செய்த காலகட்டத்தில் அம்ருதா கன்யாகுமரியில் மகாத்மா காந்தியைச் சந்திக்கிறார் என்பது வரலாற்று உண்மை. கொச்சியிலிருந்து தான் அடுத்து கன்யாகுமரி போய் அங்கே ஒரு அரை நிர்வாண மாடலை வரையப் போவதாக அம்ருதா லூயி ஆசாரியிடம் சொல்கிறார். அது காந்தியடிகள்தான். வரலாற்றோடு கற்பனை அங்கே இசைகிறது

இரா.முருகன்: அதேபோல் கம்யூனிஸ்ட் கட்சி இரண்டாக உடைந்ததும் தோழர் ஏ.கே.கோபாலன், தான் சார்ந்திருந்த மார்க்சிஸ்ட் கம்யூனிஸ்ட் கட்சிக்கு உறுப்பினராக எல்லா காம்ரேடுகளையும் சேர்க்க லந்தன்பத்தேரிக்கு வருவது...

என்.எஸ்.மாதவன்: *அவர் அப்படி கொச்சியிலும் எர்ணாகுளத்திலும் மெம்பர்ஷிப் ட்ரைவ் நடத்த வந்ததை நான் பார்த்திருக்கிறேன். அந்த நினைவுகள் கதையில் பிரதிபலித்தன. தேசிய, கேரள இடதுசாரி அரசியல் வரலாற்றில் முக்கியமான நாட்கள் அவை.*

இரா.முருகன்: திருச்சி பொன்மலையில் ரயில்வே ஊழியர் வேலை நிறுத்தத்தின்போது உயிரிழந்த தியாகிகளுக்காக எழுந்த நினைவு மண்டபம் பற்றி, தமிழகக் கம்யூனிஸ்ட் தலைவர் ப.ஜீவானந்தத்தின் ஜீவன் ததும்பும் சொற்பொழிவு பற்றி எல்லாம் குறிப்பிட்டிருக்கிறீர்கள். இந்தத் தலைமுறைத் தமிழர்களில் அநேகமாக எல்லோருக்கும், போன தலைமுறையில் பலருக்கும் தெரியாதது அதெல்லாம். நீங்கள் மலையாளத்தில் எழுதினாலும் தமிழ்நாட்டு அரசியல் சூழலைச் சித்தரிப்பதில் வெற்றி பெற்றிருக்கிறீர்கள்...

என்.எஸ்.மாதவன்: *நாவல் எழுத முடிவு செய்தபோது அது தொடர்பாக நிறையப் பயணம் செய்தேன். திருச்சிப் பயணமும், தியாகிகள் நினைவு மண்டபத்துக்குப் போனதும், வயதான தோழர்களை அங்கே சந்தித்ததும் நாவலில் இயல்பாக வர அந்தப் பயணம் உதவி செய்தது.*

இரா.முருகன்: கம்யூனிஸ்ட் கட்சி பிளந்து, சொத்துகளைப் பிரித்துக் கொண்டது பற்றி...

என்.எஸ்.மாதவன்: *கட்சி அலுவலகத்தின் கீழ்த்தளத்தில் இருந்த புத்தகக் கடையை இந்தியக் கம்யூனிஸ்ட் கட்சியும், மேல் தளத்தில் அமைந்த அலுவலகத்தை மார்க்சிஸ்ட் கம்யூனிஸ்ட் கட்சியும் எடுத்துக் கொண்டது. இங்கே நடந்த சம்பவம் தான்.*

இரா.முருகன்: நீங்கள் பொதுவுடமைக் கட்சியில் உறுப்பினராக இருந்திருக்கிறீர்களா?

என்.எஸ்.மாதவன்: *இல்லை. எஸ்.எஃப்.ஐ (SFI)யின் முன் கால வடிவமான மாணவர் இயக்கத்தில் உறுப்பினராக இருந்திருக்கிறேன்.*

இரா.முருகன்: அதேபோல சவிட்டு நாடகம் பற்றிய நாவல் பகுதிகளும் மறக்க முடியாதவையாக உள்ளன. கள்ளுக்கடையில்

லந்தன்பத்தேரிக்காரர் சந்தியாகுவும் நண்பர்களும் நிகழ்த்தும் காந்திமகான் சவிட்டு நாடகம் இதற்கு ஒரு உதாரணம். முதலில் வரும் விருத்தம் முதற்கொண்டு எல்லாப் பாட்டும் தமிழில்தான். பெரும்பாலும் பிழையின்றி வந்துள்ளது அதெல்லாம். நாடகத்தின் இறுதியில் காந்தி கோட்சேயை வதம் செய்வதாக மறு சரித்திர (alternate history) முடிவு சிறப்பானது. தமிழ் எங்கே படித்தீர்கள்?

என்.எஸ்.மாதவன்: *(சிரித்தபடி) எனக்கு அவ்வளவு தமிழ் தெரியாது. பழைய சவிட்டு நாடகப் பிரதிகளைப் படித்து அந்தச் சந்தத்தில் எழுதிப் பார்த்தேன். உங்களுக்குப் பிடித்திருப்பதில் மகிழ்ச்சியடைகிறேன். காந்தி கோட்சேயைக் கொல்வதாக முடிவு வருவது அந்த எளிய மக்களின் அறம் - பாவம் என்ற இருமை சார்ந்த நம்பிக்கைகள், வாழ்வியல் கண்ணோட்டம், புரிதல் இவற்றின் அடிப்படையில் அமைந்தது. காந்தி படுகொலை செய்யப்பட்டதை அவர்கள் ஏற்றுக்கொள்ளவில்லை. அழிந்து போக வேண்டியது கோட்சே இல்லையா? அவர்களின் கலை அந்த முடிவைக் கொடுத்து சரித்திரத்தை மாற்றி வைத்துக் கொள்ளும். அவர்களைப் பொறுத்தவரையில் அது சரிதான்.*

இரா.முருகன்: சவிட்டு நாடகத்தை தில்லி குடியரசு தினத்தில் நிகழ்த்த கூப்பிடப்படுவதாகவும் அந்தக் குழுவினர் நிகழ்ச்சிக்கு அப்புறம் நேருவை அவருடைய வசிப்பிடமான தீன்மூர்த்தி பவனில் சந்திப்பதாகவும் நாடகத்தில் ரோமானிய மன்னர் ரோல்தான் அணிந்த மணிமகுடத்தை அவருக்குப் பரிசளிப்பதாகவும் வருவது நிஜமாக நடந்ததா?

என்.எஸ்.மாதவன்: *கிட்டத்தட்ட உண்மை. சவிட்டு நாடகம் குறுகிய வடிவத்தில் தில்லி குடியரசு தினக் கொண்டாட்டங்களில் ஒரு பகுதியாக நிகழ்த்தப்பட்டது. அந்தக் குழுவைத் தலைமை வகித்துக் கூட்டிப்போன திருமதி சாபினா ராஃபி (எழுத்தாளர் போஞ்சிக்கர ராஃபியின் மனைவி) குழுவினரோடு நேருவைச் சந்தித்தார். இதெல்லாம் அந்தக்கால நிகழ்வுகளிலும் என் நினைவுகளிலும் அடக்கம்.*

இரா.முருகன்: நாவலில் பெரும்பாலும் லத்தீன் கதோலிக்க

கதாபாத்திரங்களும், மாதாகோவில் சார்ந்த நிகழ்வுகளும் சித்தரிக்கப்படுகின்றன. என்றாலும், வைசூரி போக, மாதாகோவிலில் இருந்து அம்பு ஒன்றை எழுந்தருளச் செய்து உலா நடத்துவது, லெண்ட் காலத்தில் கொழுக்கட்டை சமைத்து விரதமிருந்து உண்பது போல கிறித்துவம் அல்லாத, இந்து சமயச் சடங்குகள் விரவியுள்ளதே?

என்.எஸ்.மாதவன்: *அந்த மக்கள் பெரும்பாலும் இந்து தலித்களாக இருந்து, மதம், ஜாதி சார்ந்த அடக்குமுறை காரணமாகக் கத்தோலிக்கரானவர்கள். அவர்கள் போகும்போது தாங்கள் நேசித்த, கடைப்பிடித்த, கொண்டாடிய இந்து மதச் சடங்குகளையும் நினைவில் சுமந்து போனார்கள் என்பது உண்மை.*

இரா.முருகன்: நாவலில், சமையல் கலைஞரான எட்வின் சமைக்கும் தம் பிரியாணிக்கான அரிசி பொங்குவது, மாமிசம் சமைப்பது, தம் வைப்பது என்று விரிவான செய்முறையும், தேவையான பொருட்களின் பெயர், அளவு விவரமும் தரப்பட்டுள்ளன. இந்தப் பகுதியையும், மட்டன் பசந்த் செய்முறை சொல்லும் பகுதியையும், மக்ரோனி பாயசம் வைக்கும் விதம் பற்றிச் சொல்லும் பகுதியையும் வாசிப்பது வேறு மாதிரி சுவையான அனுபவம். மொழிபெயர்க்க மகிழ்ச்சியளித்த பகுதிகள் அவை. அது சரி, கிருஷ்ணதுளசி என்று தம் பிரியாணிக்குச் சேர்க்க வேண்டிய பொருட்களின் பட்டியலில் கொடுத்திருக்கிறீர்களே, அது என்ன?

என்.எஸ்.மாதவன்: *அது புதினா. கிருஷ்ண துளசி பழைய பெயர். இந்தத் தலைமுறை மலையாளிகளுக்கும் அது அவ்வளவாகப் பரிச்சயம் இல்லாதது.*

இரா.முருகன்: கதையும், கதையாடலும் அங்கங்கே சிதறுண்டதாகவும், பின் நவீனத்துவம் சார்ந்ததாகவும் வரும் இந்த நாவலைச் சோதனை முயற்சி என்பதிலிருந்து படிக்க எளிதாக, சுவையாக உங்கள் கதையாடல் மாற்றியிருக்கிறது. நாவலுக்கு என்ன மாதிரியான வரவேற்பு கிடைத்தது?

என்.எஸ்.மாதவன்: *பிரசுரமானபோது, பெருவாரியான மக்களால் விரும்பிப் படிக்கப்பட்ட நாவல் இது. ஒரு ஓணம் பண்டிகைக்*

காலத்தில் மாத்ருபூமி பிரியாணி பகுதியை, இந்தக் கால அளவு முறைகள்படி தகுந்தபடி மாற்றி வெளியிட்டது நல்ல பாராட்டைப் பெற்றதை சிரிப்போடு நினைவு கூர்கிறேன். நாவலை மலையாளச் சமூகம் நன்கு உள்வாங்கியுள்ளது என்று சொல்வேன்.

இரா.முருகன்: கெட்டி அட்டை போட்ட, பைண்ட் செய்த ஹார்ட் பேக் பதிப்பாகவும், வழக்கமான அட்டையோடு கூடிய பதிப்பாகவும் இந்த நாவல் பிரசுரமான முதல் ஆண்டிலேயே 10,000 பிரதிகள் விற்றதாகக் கேள்விப்பட்டேன். நாவலை கம்யூனிஸ்ட் கட்சி எப்படி எதிர்கொண்டது?

என்.எஸ்.மாதவன்: எந்தவித எதிர்ப்பும் இல்லாமல்தான். ஒ.வி.விஜயனின் நாவலான கஸாக்கின் இதிகாசம் அவர் கம்யூனிஸ்ட்களைத் தவறாகச் சித்தரிக்கிறார் என எதிர்ப்புக்கு உட்பட்டது. ஆனால் கட்சி நிலைப்பாட்டை விமர்சித்திருந்தாலும், யாரும் லந்தன்பத்தேரியிலெ லுத்தினியகள் பற்றி எதுவும் எதிர்வினையாற்றவில்லை.

இரா.முருகன்: தமிழ் - மலையாள இலக்கியப் பரிமாற்றம் எந்த அளவில் இருக்கிறது?

என்.எஸ்.மாதவன்: இரண்டும் அடுத்தடுத்த மாநிலங்களில் பரவலாகப் பேசப்படும், எழுதி வாசிக்கப்படும் மொழிகள். மொழியோடு கூட, கலை, கலாச்சாரம், வழிபாடுகள், கொண்டாட்டங்கள், உணவு என்று பலவிதத்திலும் ஒன்றுபட்டவை. எனினும் தமிழ் இலக்கியப் பரிச்சயம் மலையாளிக்கும், மலையாள இலக்கியப் பரிச்சயம் தமிழனுக்கும் மிகக் குறைவுதான். அண்மையில் இதை உணர்ந்தோம். தமிழ் எழுத்தாளர் பெருமாள் முருகனுக்கு எதிரே சாதி அடிப்படையிலான கருத்தியல் மற்றும் நேரடியான வன்முறை ஏவப்பட்டபோது, நாங்கள் மலையாள எழுத்தாளர்கள் அவருக்கு ஆதரவாகப் போராட்டம் நடத்தினோம். ஆனால் பெருமாள் முருகனின் எழுத்தையோ மற்ற சமகாலத் தமிழ் எழுத்தாளர்களின் படைப்பையோ பற்றி இங்கே அறிந்து

கொண்டது குறைவுதான். தமிழ்நாட்டில் தற்கால மலையாள இலக்கியம் பற்றிய புரிதலும் அதேபடித்தான் நிலவக்கூடும். இரண்டு தரப்பிலும் மொழிபெயர்ப்பாளர்களின் தீவிரமான செயல்பாடு தேவைப்படுகிறது. அது இருக்கட்டும், தமிழில் முக்கியமான நாவலாகிய சுந்தர ராமசாமியின் ஜெ.ஜெ சில குறிப்புகளுக்கும் லந்தன் பத்தேரியிலெ லுத்தினியகளுக்கும் ஒரு தொடர்பு உண்டு தெரியுமா?

இரா.முருகன்: அப்படியா?

என்.எஸ்.மாதவன்: ஆமாம், லந்தேன் பத்தேரியில் விமோசன சமரக் கோஷங்கள் உருவாக்கிப் பரபரப்பாகச் செயல்படும் மலையாள எழுத்தாளர் கதாபாத்திரம் நினைவிருக்கிறதா? சி.ஜே.தாமஸ். அவர்தான் சுந்தர ராமசாமியின் ஜெ.ஜெ.

(நிறைவுற்றது)

எழுத்து வடிவம் : இரா.முருகன்

இரா.முருகன்

1953-ல் தமிழ்நாடு, சிவகங்கையில் பிறந்தவர் இரா.முருகன். பன்னாட்டு நிறுவனங்களில் வங்கித் தொழில்நுட்பவியல், திட்ட மேலாண்மைத் துறைகளில் பொது மேலாளராக இந்தியா, பிரிட்டன், தாய்லாந்து, அமெரிக்காவில் பணிபுரிந்து பணி ஓய்வுபெற்றுத் தற்போது சென்னையில் வசிப்பவர்.

தமிழ் இலக்கிய வெளியில் 1977 முதல் தீவிரமாக இயங்கும் இரா.முருகன் கவிதையிலிருந்து சிறுகதை, குறுநாவல் வழியே நாவலுக்கு வந்தவர். மேடை நாடக ஆக்கம், திரைக்கதை உரையாடல் ஆக்கம் என்றும் பங்களித்துள்ளார். அவருடைய அ-புனைகதைப் பரப்பில் பயண-வரலாற்றுக் கட்டுரைகள், இலக்கிய, வெகுஜனப் பத்திரிகை பத்திகள், தமிழில் தொழில்நுட்ப அறிமுகம், மேலாண்மை அறிமுகம், இஸ்லாமிய வங்கியியல் அறிமுகம் ஆகியவையும் அடங்கும். மலையாளத்தில் இருந்து தமிழுக்கு நாவல், சிறுகதை, கவிதை மொழிபெயர்ப்பு செய்து வருகிறார். ஆங்கிலத்திலும் கவிதை, பத்திரிகை பத்தி எழுதி வருகிறார்.

இதுவரை இரா.முருகனின் பத்து நாவல்களும், பதினொன்று சிறுகதைத் தொகுதிகளும், மூன்று குறுநாவல் தொகுதிகளும், இரண்டு கணினியியல் நூல்களும், பயண – வரலாற்று நூல் மற்றும் இரு இலக்கியக் கட்டுரைத்

தொகுதிகளும், மலையாள நாவல் மொழிபெயர்ப்பாக ஒரு தமிழ் நூலும் *(பீரங்கிப் பாடல்கள்)* அச்சில் வெளியாகியுள்ளன. இந்திய இலக்கியச் சிற்பிகள் வரிசையில் சாகித்ய அகாதமி கோரியபடி எழுத்தாளர் சுஜாதா பற்றி எழுதிய நூலும் வெளியாகியுள்ளது. இவை தவிர தனி மின் நூல்களாக, பதினைந்து புத்தகங்கள் வெளியாகியுள்ளன.

இரா.முருகனின் அண்மையில் வெளிவந்த பெருநாவல் மிளகு (ஜனவரி 2022).

இரா.முருகனின் மாய எதார்த்த இலக்கிய முயற்சிகளில் முக்கியமானது 'அரசூர் நாவல்கள்' என்ற 1850 – 1960 காலகட்டத்தில் நிகழும், தமிழ்நாட்டிலும், கேரளத்திலும் வேர்விட்டுப் பரவிய ஒரு குடும்பத்தின் புனைவு கலந்த நான்கு புதினங்கள் – *அரசூர் வம்சம், விஸ்வரூபம், அச்சுதம் கேசவம், வாழ்ந்து போதீரே.* ஒன்றிலிருந்து நீண்டு மற்றொன்றாகி அதுவும் நீட்சி கொள்ள இரண்டாயிரத்துக்கு மேற்பட்ட பக்கங்களில் நிறைந்திருப்பவை இவை.

இலக்கியச் சிந்தனை ஆண்டிறுதி விருது, கதா விருது, பாரதி பல்கலைக்கழக விருது போன்றவை பெற்றவர் இரா.முருகன். *அரசூர் வம்சம்* நாவலின் ஆங்கிலப் பதிப்பான *தி கோஸ்ட்ஸ் ஓஃப் அரசூர்,* இந்திய புக்கர் விருது என்று சிறப்பிக்கப்படும் க்ராஸ்வேர்ட் விருதுக்கான குறும்பட்டியலில் இடம் பெற்றது.

2019-ஆம் ஆண்டில் *'பீரங்கிப் பாடல்கள்'* நூலுக்காகச் சிறந்த மொழிபெயர்ப்பாளர் விருது (மலையாளத்திலிருந்து தமிழ்) கனடா நாட்டின் 'இலக்கியத் தோட்டம்' அமைப்பால் இவருக்கு வழங்கப்பட்டது.

2019-இல், மலையாள மகாகவி உள்ளூர் பரமேஸ்வர ஐயர் நினைவுப் பரிசு, மலையாளம் – தமிழ் இலக்கியப் பரிமாற்றத்துக்காக இவருக்கு திருவனந்தபுரம் தமிழ்ச் சங்கத்தால் வழங்கப்பட்டது.

www.ingramcontent.com/pod-product-compliance
Ingram Content Group UK Ltd.
Pitfield, Milton Keynes, MK11 3LW, UK
UKHW042138021026
15589UKWH00003B/919

9 789390 053537